NAMALINGANU SASANAMU

NAMALINGANU SASANAMU

TEVAPPERUMALLAIAH

GYAN

Published by

Gyan Publishing House
5, Ansari Road
Daryaganj, New Delhi-110002
Phone: 011-47034999, 9811692060
E-mail: books@gyanbooks.com

Distribution Network
gyanbooks.com
India, USA, Canada, UK, Australia, France

ISBN : 978-81-212-4467-1 (PB)
First Published, 1908

2nd Impression 2020

Printed at: Gyan Press, Delhi.

The book at your disposal is the edition of an old book originally published long back. The Text quality of this book may not be at par as compared to our other books but many readers approached us to reprint this important book so that it could satiate their hunger. We request all the readers of this book to help us to improve its quality by providing the necessary text of those pages which are not properly visible. Your valuable support in this case will be highly appreciated and acknowledged and our future readers will be benefitted immensely.

ప్రథమప్రకటనప్రస్తావన.

సుప్రసిద్ధమైనయీగ్రంథము వేలకొలఁదిని బలుమాఱు ముద్రింపఁబడుచుండఁగా నీకూర్పునకు ఆవశ్యకత్వ మున్నదా యనుటకు సమాధానముం గనుఁడు. భాషలలో నుత్తమమైనది సంస్కృతము. సంస్కృతభాషాభ్యాసమునకు ప్రథమసాధనమయినది అమరకోశము. అదేలయన, సంస్కృతము అపరిమితపదసముదాయము గలది. వానిలోఁ గొన్నిటినైనను దెలియకయే కావ్యాదులు చదువుటకు వలనుపడదు. మఱియు నితరభాషాపదములవలెఁగాక సంస్కృతపదములకు లింగములు తఱుచుగాఁ బ్రయోగమునుబట్టియేకాని వస్తునిర్దేశమువలనం దెలియునట్టివి కావు. కాఁబట్టి అట్టిపదసముదాయమునుమాత్రమే కాక ఒక్కొక్కశబ్దముయొక్క లింగమునుగూడ జ్ఞప్తియం దుంచుకొనుట సంస్కృతభాష నభ్యసింపఁ బ్రథమమున దొరఁకొను బాలురకు మిక్కిలి కష్టముగా నుండును. అట్టికష్టమును మాన్పఁదలంచి అమరసింహుఁ డనుకవీంద్రుఁడు, లోకోపకారార్థము నామలింగానుశాసన మనుగొప్పనిఘంటువును, రూపభేదముచేతను సాహచర్యముచేతను విశేషవిధిచేతను అనాయాసముగా లింగము నెఱుఁగునట్లును, గ్రహించినవిషయమును సులభముగా జ్ఞప్తియం దుంచుకొనుటకుఁ దగినట్లును, శ్లోకరూపముగాఁ జేసెను. అట్టియుద్గ్రంథము పండితపరిష్కృతమై అచ్చువేయఁబడుచుండువఱకు మంచిదశలో నుండెనుగాని ఇప్పుడు కేవలము అచ్చుగూర్చువారిశరణుఁ జొచ్చిన దగుటచే శబ్దస్వరూపమిట్టిదని తెలిసికొన నలవికానిరీతిని ముద్రింపఁబడుచున్నది. అట్టిప్రతులను బాలురచేతికిచ్చుటకంటె సాహసకార్యము వేఱొండు లేదు. అట్టివానిని వల్లించుటచే బాలురకు అతిసులభముగా పట్టువడుదోషములను దిద్దుట కష్టతరముకదా. ఇట్టికష్టముఁ

దొలఁగించునాలోచనతో పండితవరులచే రామాశ్రమీయము మొదలైనప్రామాణికగ్రంథముల సాహాయ్యముఁగొని గ్రంథము పరిశోధింపించి నిర్దోషమైన యీకూర్పును అధికపాఠములతో ముద్రించినారము. కాబట్టి శబ్దములనిజస్వరూపములను తమబాలు రెఱుంగవలయునని కోరు గురువు లందఱు నీప్రమాణగ్రంథమును దెప్పించుకొని యుపయోగించి ప్రయోజనముఁ బొందఁ బ్రార్థితులు.

౧౯౦౦ సం॥

ద్వితీయప్రకటనప్రస్తావన.

నాలుగేండ్లకు మునుపు ముద్రించినమొదటికూర్పు వేయిప్రతులయినను వానిని విక్రయించుట కింతకాల మాయెను. తప్పొప్పులు పాటించుట లేక, పేరుమాత్రముఁ జేత కాగితము లనఁబడుపత్రములమీఁద నిష్టము వచ్చినరీతిని ముద్రింపఁబడి, యీగ్రంథము అంగళ్లయం దొక సంవత్సరములో వేలకొలఁదిని అతిస్వల్పమైన వెలకు విక్రయింపఁబడుచుండఁగా, తారతమ్యజ్ఞానముగలిగి, ఇయ్యది ప్రమాణగ్రంథమనియు పండితపరిష్కృతముకాదేని ప్రయోజనకారి గాదనియుఁ దెలిసి, మాప్రతులు కొనినవారు వేగు రుండినందులకై సంతసించెదము. మఱిమఱి మాప్రతులే కోరుచుండుటచే అట్టివారు మఱియు ననేకు లున్నారని నిశ్చయము కలుగుచున్నది. వారియభిలాష నెఱవేర్చునిష్టముతో నీక్రొత్తకూర్పు ప్రారంభింపఁబడెను. ఇందు ముందటికన్న విషయము లెక్కువ చేర్చినదైన చదువరుల కుపయుక్తముగా నుండునని తలఁచి యింగ్లీషుపర్యాయపదములఁ జేర్చి ముద్రించియున్నారము. విద్యార్థుల కిది యింత ఫలకారియని చెప్పుటకు నలవికాదు. ఈవిషయము గ్రంథమును జూచినపిదప విశదమగును.

౧౯౦౪ సం॥

పీఠిక.

ఈ గ్రంథము ప్రతికాండసమాప్తియందును "ఇత్యమరసింహ కృతౌ" అని చెప్పియుండుటం జేసి అమరసింహుఁ డను కవివర్యునిచే రచియింపఁబడినట్లు స్పష్టమగుచున్నది.

శ్లో॥ ధన్వన్తరి క్షపణ కామరసింహ శఙ్కు
వేతాళ భట్ట ఘటకర్పర కాళిదాసాః।
ఖ్యాతో వరాహమిహిరో నృపతే స్సభాయాం
రత్నాని వై వరరుచి ర్నవ విక్రమస్య॥

అను చాటుశ్లోకముం జూడ ఈకవిచంద్రుఁడు నవరత్నము లనం జాలిన కవిరత్నములచే నొప్పిన విక్రమార్క సార్వభౌమునిసభ నలంకరించినవారిలో నొక్కఁడై యుండనోపును. అనేకచక్రవర్తులు విక్రమార్కనామమునే వహించియుండుటచే ఈవిక్రమార్కుఁడు ఈకాలమువాఁడని నిశ్చయించుటకుం దగినసామగ్రి లేదు. ఇట్టివిషయములను సిద్ధాంతము చేయుకొందఱు ఈ విక్రమార్కుఁడు క్రీస్తు పుట్టుటకు ౫౭ సంవత్సరములకు ముందు రాజ్యము చేసినవాఁడనియు మఱి కొందఱు క్రైస్తవషష్ఠశతాబ్దము(౬౦౦)నం దుండినవాఁ డనియుం జెప్పెదరు. "నవాధికపఞ్చశతసంఖ్యశాకే వరాహమిహిరాచార్యో దివంగతః" అని యొకజ్యోతిశ్శాస్త్రగ్రంథమునం దుండుట చూడఁగా వరాహమిహిరుఁడు శకకాలములో ౫౦౯-వ సంవత్సరమున అనఁగా ౫౮౭-వ హూణసంవత్సరమందు మృతినొందెనని తెలియుచున్నది. కవినవకములో వరాహమిహిరుఁడొక్కఁడైనందున అమరసింహుఁడును ఆఱవశతాబ్దమునందున్నవాఁడని యూహింపఁ దగియున్నది. ఏకాదశశతాబ్దమున నున్న మమ్మటభట్టారకుఁడు స్వకృతంబగు కావ్యప్రకాశికయందు "బృన్దారకాదైవతా నిపుంసివా" అను నామలింగానుశాసనప్రతీకమును గ్రహించియుండుటచేత అమరసింహుఁడు తత్పూర్వమునందే యున్నవాఁడని నిశ్చయింపవచ్చును. అయినను ఒకానొకకవి కోశపరిగణనావసరమునందు

మేది న్యమరమాలా చ త్రికాణ్డో రత్నమాలికా ।
రన్తిదేవో భాగురిశ్చ వ్యాడి శ్శబ్దార్ణవ స్తథా ॥
ద్విరూపశ్చ కలిఙ్గశ్చ రభసః పురుషోత్తమః ।
దుర్గోఽభిధానమాలాచ సంసారావర్త శాశ్వతౌ ॥
విశ్వో బోపాలిత శ్చైవ వాచస్పతి హలాయుధౌ ।
హారావలీ సాహసాఙ్కో విక్రమాదిత్య ఏవచ ॥
హేమచన్ద్రశ్చ రుద్రశ్చా ప్యమరోఽయం సనాతనః ।
ఏతే కోశా స్సమాఖ్యాతాః సఙ్ఖ్యామద్వింశతిః స్మృతాః ॥

అని వ్రాసియున్నాఁడు. 'అమరోఽయం సనాతనః' అనుటవలన విశ్వ హేమచంద్రులకంటె ప్రాచీనుఁడని యభిప్రాయముగాని, వ్యాడి భాగురి మొదలైనవారికంటె నని కాదు. అమరసింహుఁడు 'సమాహృత్యాన్యతంత్రాణి' యని తనగ్రంథమునందె స్పష్టముగా చెప్పినందున తత్పూర్వమె యనేకనిఘంటువు లుండినట్లు తెలియుచున్నది. వ్యాడి పరమప్రాచీనుఁడని నుడువుటకు పతంజలిమహర్షిప్రణీత మగు మహాభాష్యమే ప్రమాణము.

ఈతఁడు జైనమతావలంబియై యుండవలయును. ఏలయన "అమరానిర్జరా దేవాస్త్రిదశావిబుధాస్సురాః" అని గ్రంథాదిని దేవసామాన్యనామములంజెప్పి దేవవిశేషనామారంభమునందు "సర్వజ్ఞస్సుగతోబుద్ధో ధర్మరాజ స్తథాగతః" ఇత్యాదిబుద్ధనామములను లిఖించుటచేతను నానార్థవర్గమునందు "ధర్మరాజౌజినయమౌ" అను శ్లోకమునందు జిన శబ్దమునకుఁ బూర్వనిపాతముచేయుటచేతను ఈకవి బౌద్ధుఁడగుట యూహింపఁబడుచున్నది. అట్లు కానియెడల "తాపసపర్వతౌ" మొదలగుచోట్లయందుంబోలె పూజ్యత్వము పూర్వశబ్దమునకు వచ్చునట్లు "ధర్మరాజౌయమజినౌ" అనియే చెప్పియుండును. అమరకోశవ్యాఖ్యాతలగు క్షీరస్వామి మొదలగు ప్రాచీనపండితులు ఈకవివరుని బౌద్ధుఁడనియే తమవ్యాఖ్యలయందు వ్రాసికొనియున్నారు.

సంకేతములు.

పర్యాయపదంబుల యర్థలింగబోధకవాక్యములకును పదములకును నిరుప్రక్కల	( )
అధికపాఠములకు నిరుప్రక్కల ...	[ ]
అజంతశబ్దములకు వెనుక ...	అ–ఆ మొదలైనవి
హలంతశబ్దములకు ...	చ్–జ్–త్–ష్–స్ మొదలైనవి
అవ్యయములకు	॥అవ్య॥
పుంలింగములకు	॥పు॥
స్త్రీలింగములకు	॥స్త్రీ॥
నపుంసకలింగములకు	॥న॥
పుంస్త్రీలింగములకు	॥ప్స॥
పున్నపుంసకలింగములకు	॥ప్న॥
స్త్రీనపుంసకలింగములకు	॥స్న॥
త్రిలింగములకు	॥త్రి॥
పాఠాంతరములకు	(పా)
పక్షాంతరములకు	(ప)
ఏకవచనములకు	॥ఏ॥
ద్వివచనములకు	॥ద్వి॥
బహువచనములకు	॥బ॥
ఉదాహరణములకు	॥ఉదా॥
అధికపాఠములకు	॥అ. పా॥

మొదలైనవి.

శ్రీ ర స్తు.

సటీకనామలింగానుశాసనము

ప్రథమకాండము.

అమరసింహుఁ డనుకవిచంద్రుఁడు తాను జేయ నుపక్రమించిన నామలింగానుశాసన మనునుత్తమనిఘంటుగ్రంథము నిర్విఘ్నముగా నెఱవేఱుటకుగాను విశ్వవిద్వజ్జనీననిఖిలదేవతానిగ్రహస్వరూపుఁ డైనపర బ్రహ్మమును తనహృదంతరంబున ధ్యానించి గ్రంథరచనాప్రారంభావ్య వహితపూర్వకాలంబున స్వేష్టదేవతాధ్యానముచేయుట యత్యంతావశ్యక మనునర్థమును దనశిష్యవర్గపరంపరకుఁ దెలుపుటకు గ్రంథాదిని దేవతా ప్రార్థనచేసెను.

మంగళశ్లోకము.

యస్య జ్ఞానదయాసిన్ధో రగాధ స్యానఘా గుణాః।
సేవ్యతా మక్షయో ధీరా స్సశ్రియై చామృతాయ చ॥౧॥

ప్రథమార్థము.

టీక. హేధీరాః = నిర్గుణోపాసకులుగాను సగుణోపాసకులుగాను నుండెడు పండితులారా, జ్ఞానదయాసిన్ధోః-జ్ఞాన=నిఖిలోపనిషత్ప్రతిపాద్య పరమతత్త్వార్థమునకును, దయా=భక్తజనపరిరక్షణమందుఁగల యవ్యాజ కరుణకును, సిన్ధోః=జలమునకు సముద్రునివలె ఆధారభూతుఁడునై; అగాధస్య=అవాఙ్మనసగోచరుఁడును నతిగంభీరుఁడునైన; యస్య = నిర్గుణ సగుణస్వరూపుఁడైన యేపరమాత్మయొక్క; గుణాః=సత్యజ్ఞానానందాదు లును కారుణ్యాదినిఖిలకల్యాణగుణములును; అనఘాః=సర్వసిద్ధాంతసమ్మ

తము లగుటవలన అబాధములును [లేక మాయోపాధిరహితములును] హేయగుణాంశ లేశము లేనందున నిర్మలములును అయినవ్రో; అతియః= నిత్యుఁడును నాశరహితుఁడునునయిన; సః=నిర్గుణసగుణస్వరూపుఁడయిన యాపరమాత్మ;అమృతాయచ = నిత్యకైవల్యరూపమైన మోక్షముకొఱకును; శ్రియైచ=ధర్మార్థకామము లను త్రివర్గసంపదకొఱకును,సేవ్యతామ్= నిర్వికల్పకసమాధ్యాదిక్రియలచే స్వావ్యతిరిక్తుఁడుగా నెల్లప్పుడు భావింపఁబడుఁగాక. వారివారిమతానుసారముగా శంఖచక్రశూలాద్యాయుధధరుఁడుగా ధ్యానింపఁబడుఁగాక.

అమరసింహుఁడు నిఖిలజనులకు సకలవిషయములును కరతలామలకముగాఁ దెలియునట్లుత్తమనిఘంటువును జేయనుపక్రమించి యానిఘంటువునకు నాదియందు నత్యంతమృదుపాకమున నతిరమణీయముగాఁ దాను రచియించినమంగళశ్లోకము ఆస్తికమతావలంబులైన యద్వైతద్వైతవిశిష్టాద్వైతు లనంబడు త్రివిధజనులకు నంగీకార్యంబై నిర్గుణసగుణపరములుగా నర్థం బగునట్లు భగవద్గుణవర్ణనచేసి పండితోత్తముల సంబోధించి యఖిలజనులకును సేవ్యంబైనయుత్తమవస్తు విట్టిదని నిర్దేశించి తెలిపెను.

నిర్గుణపరముగా నగుతాత్పర్యము.

అద్వైతమతావలంబులైన పండితులారా ! జ్ఞానస్వరూపుఁడై యనిర్వచనీయమహిమగల పరమాత్మ మాయోపాధిరహితుఁ డనియు నిత్యుఁడనియు మోక్షాపేక్షగలవారికి భావింపఁదగినవాఁడనుట.

సగుణపరముగా నగుతాత్పర్యము.

ఓపండితులారా ! నిఖిలభక్తజనపరిరక్షణమునందు నపరిమితకృపాళువై యఖిలకల్యాణగుణరత్నాకరుండై నభగవంతుఁడు త్రివర్గసంపద నపేక్షించుపురుషులకు సేవింపఁదగినవాఁడనుట.

కవిహృదయపరిజ్ఞానమూలము.

ఇట్లు నిర్గుణసగుణపరముగా నర్థవివేచనచేయుటకు మూలమేమన, నీశ్లోకమునందు నిర్గుణసగుణబోధకమైన 'జ్ఞానదయాసింధోః' అను సమస్త పదమున జ్ఞానసింధోః-దయాసింధోః-అని వేర్వేఱ నర్థమగునట్లు తెలిపి యుభయార్థబోధకములుగా అగాధస్య-యస్య-గుణాః-అనఘాః - అనియు, అక్షయః - సః-అనియుఁ గొన్నిశబ్దములను ప్రయోగించియుండుట వలన నిర్గుణోపాసకులకు మోక్షప్రాప్తియు సగుణోపాసకులకుఁ ద్రివర్గ సంపత్ప్రాప్తియుఁ గలుగుచున్నదను స్వాభిప్రాయమును దెలుపుటకుగాను అమృతాయ అను మోక్షవాచక మయినశబ్దమును, శ్రియై అను త్రివర్గ సంపద్వాచక మైనశబ్దమును ప్రత్యక్షముగా ప్రయోగించియుండుటవలనను నీశ్లోకమును నిర్గుణసగుణపరముగా రచియించెనని తోఁచుచున్నది. శ్రీశబ్దమునకుఁ ద్రివర్గసంపత్పరముగా నర్థము వ్యాడినిఘంటువునఁ జెప్పఁబడియున్నది, "లక్ష్మీసరస్వతీధాత్రీ త్రివర్గసంపద్విభూతిశోభాసు। ఉపకరణవేషరచనావసుధాసు శ్రీరితి ప్రథితా ॥" అని

ద్వితీయార్థము.

టీ. హేధీరాః=ఓపండితులారా ! జ్ఞానదయా-జ్ఞాన=పరమార్థ పరిజ్ఞానమును, దయా=ఇచ్చునట్టిమోక్షలక్ష్మితోడను, [ఉపలక్షితస్య=కూడుకొన్నవాఁడును] ; అగాధస్య=అవాఙ్మనసగోచరుఁడైన; యస్యసింధోః=విశ్వవిద్వజ్జనీననిఖిలదేవతానివహస్వరూపుఁడైన యేసముద్రునియొక్క ; గుణాః = నిఖిలకల్యాణగుణములు ; అనఘాః = నిష్కల్మషములైనవో; అక్షయః=[కాలత్రయావస్థాయియగుటవలన] నాశరహితుఁడైన; సః = ఆ భగవంతుఁడు; శ్రియైచ=త్రివర్గసంపదకొఱకును ; అమృతాయచ=మోక్షముకొఱకును; సేవ్యతామ్=సేవింపఁబడుఁగాక.

తాత్పర్యము. గ్రంథకర్త సర్వమతసిద్ధాంతప్రతిపాద్యుఁడగు భగవంతుని విశ్వవిద్వజ్జనీననిఖిలదేవతానివహసింధువుగా భావించి యట్టిదేవ

తాసింధువునకును అస్మదృగ్గోచరముగా నుండుసింధువునకును గలిగి యుండువిశేషతారతమ్యమును శబ్దశ్లేషచేతను అర్థశ్లేషచేతను దెలియఁ జేసి యట్టినిఖిలదేవతాత్మసింధుప్రార్థనచేయుట యుత్తమమని పండితుల నుద్దేశించి స్వాభిప్రాయమును దెలియఁజేసెను.

శబ్దశ్లేషార్థశ్లేషలచేఁ గలుగు తారతమ్యవివేచనాక్రమము.

అస్మదృగ్గోచరుఁ డగుసముద్రుఁడు జ్ఞానము పోఁగొట్టి సంపద నిచ్చులక్ష్మిని కలిగినవాఁడుగాని భగవంతునివలె జ్ఞానప్రద యగుమోక్ష లక్ష్మి కలవాఁడుకాఁడు. మఱియు నిమ్నోన్నతప్రదేశసైకతద్వీపపర్వత నికరసమ్మితుఁ డగుటవలన గాధుఁడుగాని యవాఙ్మనసగోచరుఁ డయిన భగవంతునివలె నగాధుఁడు గాఁడు. ఇదియునుంగాక క్షారోదక వత్త్వపూతిగంధవత్త్వాద్యనేక దుర్గుణనికరభరితుఁడుగాని నిఖిలకల్యాణగుణగణాకరుం డైనభగవంతునివలె నిర్మలగుణవిశిష్టుఁడు గా నేరఁడు. మఱియు నీసముద్రుఁ డగస్త్యమహర్షిహస్తతలచుళికితుఁ డైనందున క్షయవంతుఁడుగాని భగవంతునివలె నిత్యుఁడుగాఁడు. ఇదియునుగాక పూర్వము దేవతలు సముద్రమథనము చేయుటవలన లక్ష్మీదేవిని నమృతమును బొందిరిగాని భగవద్భజనవలనఁ బొంద శక్యంబైన ధర్మార్థకామ మోక్షములను బొందినవారు కారు. కనుక నిఖిలదేవతానివహస్వరూపుఁడైన సింధువును సేవించుటచేతఁ బురుషార్థచతుష్టయసిద్ధి గలుగుచున్నది. కాన భగవత్సేవచేయుట సర్వోత్తమమని తాత్పర్యము. కొందఱు వ్యాఖ్యానకర్తలు ఈశ్లోకమునకు విష్ణుపరముగాను బ్రహ్మపరముగాను శివపరముగాను సముద్రపరముగాను నర్థకల్పన చేసిరికాని యవియన్నియు జైనమతావలంబి యగునమరసింహునివివక్షితతాత్పర్యముగా నుండనేరవని తోఁచుచున్నది. ఈయర్థమునే యమరపదపారిజాత ప్రణేత యగుమల్లినాథసూరియుఁ దెలియఁజేసియున్నాఁడు.

విష్ణుపరముగా నర్థముచేసినక్రమము.

యస్య-అనుపదము ఇకార అకారములకు సంధివలన నేర్పడిన శబ్దమనియు, ఇకారమునకు లక్ష్మీదేవియర్థమనియు అకారమునకు విష్ణువర్థమనియుఁ జెప్పిరి. కాన యస్య అనఁగా లక్ష్మీనారాయణమూర్తి అని యర్థము. తక్కినది సమానము.

బ్రహ్మపరముగా నర్థముచేసినక్రమము.

అక్షయః - అనుపదమునందుఁ గలఅకారమునకు విష్ణువు వాచ్యుఁడనియు గృహవాచకమైన క్షయశబ్దమునకు నుత్పత్తికారణభూతుఁడర్థమనియుం జెప్పిరి. కాన విష్ణువే యుత్పత్తికారణభూతుఁడుగాఁ గలవాఁడు, బ్రహ్మదేవుఁడనుట.

శివపరముగా నర్థముచేసినక్రమము.

"అకారో బ్రహ్మ విష్ణీశ కమఠే ష్వగ్నణే రణే" అను కోశబలము వలన అకారమునకు శివుఁడును వాచ్యుఁడుగాన యస్య అనుపదమునకుఁ బూర్వోక్తప్రకారముగా సర్వైశ్వర్యసమేతుఁ డగుశ్రీమహేశ్వరుఁ డర్థమని కొందఱు సమర్థించిరి.

సముద్రపరముగా నర్థముచేసినక్రమము.

అక్షయః అనుపదమునకు విష్ణువునకు స్థానభూతుఁ డని యర్థము చెప్పిరి. ఇట్లు క్లిష్టకల్పనలవలన బుద్ధిమంతు లనేకార్థముల నూహింపవచ్చునుగాని యవి యన్నియుఁ గవిహృదయము కా వని నమ్మఁదగును.

అవతరణిక. గ్రంథకర్త చదువుకొనువారికి రుచిపుట్టుటకై తన చేతఁ జేయంబడునిఘంటువును సప్రయోజనముగాఁ జెప్పుచున్నాఁడు.

సమాహృత్యాన్యతన్త్రాణి సంక్షిప్తైః ప్రతిసంస్కృతైః ।
సమ్పూర్ణ ముచ్యతే వర్గై ర్నామలిఙ్గానుశాసనమ్॥ ౨॥

టీక॥ అన్యతన్త్రాణి = (ఉత్పలిని త్రికాణ్డి మొదలయిన) ఇతరగ్రంథములను ; సమాహృత్య = సంగ్రహించి; సంక్షిప్తైః = సంక్షేపింపఁబడినవియు ; ప్రతిసంస్కృతైః = పర్యాయములచేతను లింగనిర్ణయాదులచేతను సంస్కరింపఁబడినవియునైన ; వర్గైః = తమలో సంబంధము గల పదసమూహములచేత ; సమ్పూర్ణమ్=నిండియున్న ; నామలిఙ్గానుశాసనమ్=నామలింగానుశాసన మనునిఘంటువు ; ఉచ్యతే = చెప్పఁబడుచున్నది. అన్యనిఘంటువులు కొన్ని పర్యాయహీనములుగాను కొన్ని లింగహీనములుగాను కొన్ని వర్గహీనములుగాను నున్నవి. ఈనిఘంటువునందు నన్నియు నున్నవి. కావున నిది యన్నిటికంటె మిక్కిలి శ్లాఘనీయమని తాత్పర్యము.

అవతరణిక. గ్రంథకర్త ప్రతిశబ్దమునకు లింగమును జెప్పినచో గ్రంథము విస్తరించునని యొక్కొకలింగము గలపదములకు గుఱుతులను దెలుపుచున్నాఁడు. ప్రాయశో రూపభేదేన సాహచర్యాచ్చ కుత్రచిత్।

స్త్రీపున్నపుంసకం జ్ఞేయం తద్విశేషవిధేః క్వచిత్ ॥ 3 ॥

టీక॥ స్త్రీపున్నపుంసకమ్ = స్త్రీలింగ పుంలింగ నపుంసకలింగములు; ప్రాయశః=తఱుచుగా; రూపభేదేన = (పదములకు తుదనున్న దీర్ఘ విసర్గబిందువులు మొదలైనవానిచేఁగలుగు) రూపభేదముచేతను ; కుత్రచిత్=ఆరూపభేదముచేత నెఱుంగరానిపట్టున; సాహచర్యాత్ = లింగము నెఱుంగఁ దగిననామముయొక్క సాన్నిధ్యమువలనను; క్వచిత్ = ఆ రెంటివలన లింగము నెఱుంగరానిచోట; తద్విశేషవిధేః = ఆలింగములను నీపద మీలింగ మని విశేషముగా విధించుటవలనను; జ్ఞేయమ్=తెలియఁదగినది. అగియెట్లన 'కౌమోదకీ గదా ఖడ్గో నన్దకః', 'వ్యోమ పుష్కర మమ్బరమ్' ఇట్టి స్థలములయందు రూపభేదములచేతను; 'భానుః కరః', 'వియద్విష్ణుపదమ్' ఇట్టిచోట్లయందు సాహచర్యమువలనను; 'స్త్రియ స్సుమనసః', 'భేరీ స్త్రీ దున్దుభిః పుమాన్' ఇట్టి దిక్కుల విశేషవిధిచేతను లింగములు తెలియవచ్చుననియర్థము.

అవతరణిక. గ్రంథకర్త పూర్వోక్తరూపభేదాదులచేత ద్వంద్వసమాసాదులయందు లింగము నెఱుంగరా దనుశంకను బరిహరించుచున్నాఁడు.

భేదాఖ్యానాయ న ద్వన్ద్వో నైకశేషో న సఙ్కరః।
కృతోఽత్ర భిన్నలిఙ్గానా మనుక్తానాం క్రమాదృతే ॥ ४ ॥

టీక॥ అత్ర=ఈగ్రంథమునందు; అనుక్తానామ్=(స్థలాంతరమునందులింగముతోఁ)జెప్పఁబడని; భిన్నలిఙ్గానామ్=వేఱువేఱులింగములుగలపదములకు; భేదాఖ్యానాయ=లింగభేదమును జెప్పుటకొఱకు;ద్వన్ద్వః=ద్వంద్వసమాసము; నకృతః=చేయఁబడినదికాదు;ఏకశేషః=ఏకశేషము; నకృతః=చేయఁబడినదికాదు; క్రమాత్ ఋతే=ప్రస్తావములేక;సఙ్కరః=సంకరము-లింగభేదము తెలియనికూటమియు; న కృతః=చేయఁబడినదికాదు. అనఁగా నభిన్నలింగములకును స్థలాంతరమునందుఁ జెప్పఁబడిన భిన్నలింగములకును ద్వంద్వైకశేషములు గలవనియు ప్రస్తావమువలన భిన్నలింగములకు సాంకర్యము గలదనియుం దాత్పర్యము. అది యేలాగనిన అభిన్నలింగములకు

'ద్యోదివౌద్వే స్త్రియామ్' 'స్వర్గనాకత్రిదివత్రిదశాలయాః' ఇట్టిదిక్కులద్వం ద్వంబును, 'నాసత్యావశ్వినౌ', 'జీమూతౌ మేఘపర్వతౌ' ఇట్టిదిక్కులయేక శేషమును జేయంబడినవి. స్థలాంతరమునందుఁ జెప్పంబడిన భిన్నలింగ ములకు 'అప్సరోయక్షరక్షోగన్ధర్వకిన్నరాః' ఇట్టిదిక్కుల ద్వంద్వంబును 'శ్వశ్రూశ్వశురౌ శ్వశురౌ' ఇట్టిచోట్ల ఏకశేషమును జేయంబడినది. ప్రస్తావంబునలన భిన్నలింగములకుసాంకర్యమేలాగనిన, స్వర్గపర్యాయాదు లయందు ద్యోదివాదిశబ్దంబులును హరిహరాదిప్రస్తావంబులయందు లక్ష్మీగౌర్యాదినామములును జెప్పఁబడినవి.

అవతరణిక. ఇపుడు గ్రంథకర్త వి శేషముగా లింగమును విధించు నపుడు వర్ణలాఘవంబుకొఱకుఁ గొన్నిసంకేతములను జెప్పుచున్నాఁడు.

త్రిలిఙ్గ్యాం త్రిష్వితి పదం మిథునే తు ద్వయోరితి।
నిషిద్ధలిఙ్గం శేషార్థం త్వంతాథాది న పూర్వభాక్ ॥ ౫ ॥

టీక॥ త్రిలిఙ్గ్యామ్ = మూఁడులింగములయందనిచెప్పఁదగినచోట; త్రిషు ఇతిపదమ్ = త్రిషు అనుపదంబును; మిథునే తు = స్త్రీలింగపుంలింగంబు లయందనిచెప్పఁదగినచోట; ద్వయోరితి (పదమ్) = ద్వయోః అను పదం బును; ఉచ్యతే = చెప్పఁబడుచున్నది; నిషిద్ధలిఙ్గమ్ = నిషేధింపఁబడిన లింగ ముగలపదము; శేషార్థమ్ = తక్కినలింగము గలది; త్వంతాథాది = తు శబ్దంబు అంతమునందుఁ గల పదంబును, అథ శబ్దంబు ఆదియందుఁ గల పదంబును; పూర్వభాక్ = పూర్వపదంబులతోఁ జేరినది; న = కాదు.

అనఁగా 'తటం త్రిషు' ఇచట తటశబ్దము మూఁడులింగంబులయం దు వర్తించునని చెప్పక, త్రిషు అని చెప్పఁబడెను. 'అశనిర్ద్వయోః' ఇచట అశనిశబ్దము స్త్రీలింగపుంలింగములయందు వర్తించునని చెప్పక 'ద్వయోః' అని చెప్పఁబడెను. 'ద్వీపోఽస్త్రియామన్తరీపమ్' ఇచట ద్వీపశబ్దము అస్త్రి యా మని స్త్రీలింగనిషేధంబుచేత పుంలింగనపుంసకలింగంబులు గలది యగుచున్నది. 'అవశ్యాయస్తు నీహారః', 'పుంసిత్వన్తర్ధిరపవారణమ్', 'శాపే త్వభిషఙ్గః' ఇట్టిచోట్ల త్వంతంబులైన అవశ్యాయః, పుంసి, శాపే అనుప దంబులును, 'అథహిమానీ హిమసంహతిః', 'అథ పుంభూమ్ని దారాః', 'అథ కేసరే వకుళః' ఇట్టిచోట్ల అథాదులయిన హిమానీ, పుంభూమ్ని, కేసరే, అను పదంబులును పూర్వపదంబులతో సంబంధింపవు.

స్వ(రవ్యయం)స్స్వర్గనాక
త్రిదివ త్రిదశాలయాః ।
సురలోకో ద్యో దివౌ
(ద్వే స్త్రియాం క్లీబే)
త్రివిష్టపమ్ ॥ ౬ ॥

స్వః॥అవ్య॥ - స్వర్గః - నాకః - త్రిదివః - త్రిదశాలయః - సురలోకః॥పు॥- ద్యౌః॥ ఓ,సీ॥ (ద్యౌః, ద్యావౌ, ద్యావః) - ద్యౌః ॥ వ్,సీ॥ (ద్యౌః, దివౌ, దివః)- త్రివిష్టపమ్॥ న॥ ౯-స్వర్గముపేళ్లు. Heaven, Paradise.

అమరా నిర్జరాదేవా
స్త్రిదశా విబుధా స్సు
రాః। సుపర్వాణ స్సుమ
నస స్త్రిదివేశా దివౌక
సః॥ఆదితేయా దివిషదో
లేఖా అదితినన్దనాః॥ఆది
త్యాఋభవో౽స్వప్నా
అమర్త్యాఅమృతాన్ధసః॥
బర్హిర్ముఖాః క్రతుభు
జో గీర్వాణా దానవా
రయః। బృన్దారకా దై
వతాని (పుంసివా) దే
వతాః(స్త్రియామ్) ॥౯॥

అమరాః-నిర్జరాః - దేవాః - త్రిదశాః - విబుధాః-సురాః - సుపర్వాణః॥న్॥ - సుమనసః॥ స్॥- త్రిదివేశాః- దివౌకసః॥స్॥ - ఆదితేయాః - దివిషదః॥ద్॥- లేఖాః - అదితినన్దనాః - ఆదిత్యాః - ఋభవః॥ఉ॥ - అస్వప్నాః - అమర్త్యాః - అమృతాన్ధసః॥స్॥ - బర్హిర్ముఖాః - క్రతుభుజః ॥ జ్॥ - గీర్వాణాః - దానవారయః ॥ఇ॥ - బృన్దారకాః॥ పు॥ దైవతాని॥న॥ - దేవతాః॥ సీ॥_౨౬ - దేవతలపేళ్లు- ఈదేవతావాచకశబ్దములు తఱుచుగా బహువచనమునందే ప్రయోగింపఁబడుటవలన వానిని గ్రంథకర్త ప్రథమాబహువచనాంతములుగా నిర్దేశించెను గాని యివి నిత్యబహువచనాంతములు గావు. Deities, Heavenly Beings.

ఆదిత్య విశ్వవసవ స్తు
షితా ౽౽భాస్వరా౽
నిలాః। మహారాజిక సా
ధ్యాశ్చ రుద్రాశ్చ (గణ
దేవతాః)॥ ౧౦॥

[ఆదిత్యా ద్వాదశ ప్రోక్తా విశ్వేదేవా దశ స్మృతాః। వసవ శ్చాష్టసంఖ్యాతాః షట్త్రింశ త్తుషితా మతాః॥ ఆభాస్వరా శ్చతుష్షష్టి ర్వాతాః పఞ్చాశదూనకాః । మహారాజికనామానో ద్వేశతే వింశతిస్తథా॥ సాధ్యా ద్వాదశవిఖ్యాతా రుద్రా ఏకాదశస్మృతాః॥] ఆదిత్యాః-౧౨, విశ్వే ॥అ॥-౧౦, వసవః ॥ఉ॥-౮, తుషితాః-౩౬, ఆభాస్వరాః - ౬౪, అనిలాః-౪౯, మహారాజికాః - ౨౨౦, సాధ్యాః-౧౨,రుద్రాః॥పు,బ॥-౧౧, ఈ ౯ గణదేవతాజాతులపేళ్లు. Sets of Divinities.

విద్యాధరో ౽ప్సరో

విద్యాధరః॥ పు॥ (జీమూతవాహనుఁడు మొద

యక్షరక్షోగన్ధర్వకిన్నరాః। పిశాచో గుహ్యకస్సిద్ధో భూతో (ఽమీ దేవయోనయః) ॥౧౧॥

లగువారు)-అప్సరాః॥స్, సీ॥ (దేవాంగనలు) - యక్షః॥పు॥ (కుబేరాదులు)-రక్షః॥స్, న॥ (లంకావాసులగుమాయావులు) - గన్ధర్వః (తుంబురుప్రభృతులు) -కిన్నరః (అశ్వముఖులు)- పిశాచః (మాంసాశనులు)-గుహ్యకః(నిధిరక్షకులగుమణిభద్రాదులు)-సిద్ధః (విశ్వావసుప్రభృతులు)-భూతః॥ పు॥ (రుద్రానుచరులగుబాలగ్రహాదులు)౧౦-అమీ=వీరు, దేవయోనయః- దేవతలకు జనించినవారు. Demi-Gods and nymphs.

అసురా దైత్య దైతేయ దనుజేన్ద్రారి దానవాః। శుక్రశిష్యా దితిసుతాః పూర్వదేవాస్సురద్విషః॥ ౧౨॥

అసురాః - దైత్యాః-దైతేయాః- దనుజాః- ఇన్ద్రారయః॥ఇ॥-దానవాః - శుక్రశిష్యాః - దితిసుతాః - పూర్వదేవాః - సురద్విషః ॥ ష్, పు, బ॥ ౧౦-అసురులపేళ్లు. Giants or Titans. Demons.

సర్వజ్ఞస్సుగతో బుద్ధో ధర్మరాజస్తథాగతః।సమన్తభద్రో భగవాన్మారజిల్లోకజిజ్జినః॥ షడభిజ్ఞో దశబలోఽద్వయవాదీ వినాయకః। మునీన్ద్రశ్శ్రీఘనశ్శాస్తా ముని (శ్శాక్యమునిస్తు యః) ॥ ౧౪ ॥ స శాక్యసింహస్సర్వార్థసిద్ధశ్శౌద్ధోదనిశ్చ(సః)। గౌతమశ్చార్కబన్ధుశ్చ మాయాదేవీసుతశ్చ(సః)॥

సర్వజ్ఞః - సుగతః- బుద్ధః-ధర్మరాజః - తథాగతః - సమన్తభద్రః - భగవాన్ ॥ త్॥ - మారజిత్ -లోకజిత్ -జినః- షడభిజ్ఞః - దశబలః - అద్వయవాదీ॥న్॥-వినాయకః - మునీన్ద్రః - శ్రీఘనః- శాస్తా॥ఋ॥-మునిః ॥ పు॥ ౧౮ - బుద్ధదేవుని పేళ్లు. Buddha or a Jina.

శాక్యసింహః-సర్వార్థసిద్ధః - శౌద్ధోదనిః-గౌతమః-అర్కబన్ధుః-మాయాదేవీసుతః॥ పు॥౬-యః= ఎవఁడు, శాక్యమునిః = "శాకవృక్షప్రతిచ్ఛన్నం వాసం యస్మాచ్చ చక్రిరే। తస్మాదిక్ష్వాకువంశ్యాస్తే శాక్యా ఇతి భువి స్మృతాః,"అని చెప్పఁబడిన శాక్యవంశమునఁబుట్టిన బుద్ధావాంతరభేదముగల శాక్యముని కలఁడో;సః=ఆ బుద్ధదేవుని పేళ్లు. Buddha, the founder of the religion named from him.

బ్రహ్మాఽఽత్మభూస్సు

బ్రహ్మా॥న్॥- ఆత్మభూః - సురజ్యేష్ఠః - పరమే

రజ్యేష్ఠః పరమేష్ఠీ పితామహః। హిరణ్యగర్భో లోకేశః స్వయమ్భూ శ్చతురాననః॥౧౬॥ ధాతాఽబ్జయోని ర్ద్రుహిణో విరిఞ్చిః కమలాసనః। స్రష్టా ప్రజాపతి ర్వేధా విధాతా విశ్వసృ డ్విధిః॥ [శతానన్ద శ్శతధృతి ర్విరిఞ్చో ఽజో విరిఞ్చనః॥] ౧౭॥

విష్ణు ర్నారాయణః కృష్ణో వైకుణ్ఠో విష్టరశ్రవాః। దామోదరో హృషీకేశః కేశవో మాధవ స్స్వభూః॥౧౮॥ దైత్యారిః పుణ్డరీకాక్షో గోవిన్దో గరుడధ్వజః। పీతామ్బరోఽచ్యుత శ్శార్ఙ్గీ విష్వక్సేనో జనార్దనః॥ ఉపేన్ద్ర ఇన్ద్రావరజ శ్చక్రపాణి శ్చతుర్భుజః। పద్మనాభో మధురిపు ర్వాసుదేవ స్త్రివిక్రమః ॥౨౦॥ దేవకీనన్దన శ్శౌరి శ్శ్రీపతిః పురుషోత్తమః। వనమాలీ బలిధ్వంసీ కంసారాతి రధోక్షజః॥ విశ్వమ్భ

ష్ఠీ॥న్॥ - పితామహః - హిరణ్యగర్భః-లోకేశః - స్వయంభూః - చతురాననః - ధాతా॥ఋ॥ - అబ్జయోనిః - ద్రుహిణః - విరిఞ్చిః - కమలాసనః - స్రష్టా ॥ఋ॥ - ప్రజాపతిః - వేధాః॥స్॥ - విధాతా ॥ఋ॥ విశ్వసృట్॥జ్॥ - విధిః ॥పు॥ ౨౦ - బ్రహ్మదేవుని పేళ్లు. [శతానన్దః - శతధృతిః - విరిఞ్చః - అజః-విరిఞ్చనః॥] అధిక పాఠము.

బొంబాయి ప్రతియందుండు అధిక పాఠము.

[నాభిజన్మాఽణ్డజః పూర్వోఽనిధనః కమలోద్భవః। సదానన్దో రజోమూర్తిః సత్యకో హంసవాహనః॥] Brahma or the Creator.

విష్ణుః-నారాయణః - కృష్ణః - వైకుణ్ఠః - విష్టరశ్రవాః ॥స్॥ - దామోదరః - హృషీకేశః - కేశవః-మాధవః - స్వభూః - దైత్యారిః - పుణ్డరీకాక్షః - గోవిన్దః - గరుడధ్వజః - పీతామ్బరః - అచ్యుతః - శార్ఙ్గీ ॥న్॥ - విష్వక్సేనః - జనార్దనః- ఉపేన్ద్రః- ఇన్ద్రావరజః - చక్రపాణిః- చతుర్భుజః- పద్మనాభః - మధురిపుః - వాసుదేవః - త్రివిక్రమః - దేవకీనన్దనః-శౌరిః - (పా)సౌరిః - శ్రీపతిః- పురుషోత్తమః - వనమాలీ॥న్॥ - బలిధ్వంసీ॥న్॥- కంసారాతిః- అధోక్షజః - విశ్వమ్భరః - కైటభజిత్ - విధుః - శ్రీవత్సలాఞ్ఛనః॥పు॥౩౯ - విష్ణుదేవుని పేళ్లు. [గదాగ్రజః-ముఞ్జకేశః-దాశార్హః - దశరూపభృత్ ॥] అధిక పాఠము.

బొంబాయి ప్రతియందుండు అధిక పాఠము.

[పురాణపురుషో యజ్ఞపురుషో నరకాన్తకః। జలశాయీ విశ్వరూపో ముకున్దో మురమర్దనః॥]

టీ॥ పురాణపురుషః - యజ్ఞపురుషః - నరకాన్తకః- జలశాయీ - విశ్వరూపః-ముకున్దః - ముర

రః కైటభజిద్విధుః శ్రీవత్సలాఞ్ఛనః । [గదాగ్రజో ముఞ్జకేశో దాశార్హోదశరూపభృత్ ॥]

మర్దనః॥] Sri Vishnu, the pervader and preserver.

వసుదేవో(ఽస్యజనక స్సఏవా) ఽనకదున్దుభిః॥ ౨౨॥

వసుదేవః - ఆనకదున్దుభిః ॥ పు ॥ ౨ - అస్య జనకః = శ్రీకృష్ణునితండ్రియగు వసుదేవునిపేళ్లు. Vasudeva, father of Sri Krishna.

బలభద్రః ప్రలమ్బఘ్నో బలదేవో ఽచ్యుతాగ్రజః । రేవతీరమణో రామః కామపాలో హలాయుధః॥ ౨౩॥ నీలామ్బరో రౌహిణేయ స్తాలాఙ్కో ముసలీ హలీ। సంకర్షణః సీరపాణిః కాలిన్దీభేదనో బలః॥

బలభద్రః-ప్రలమ్బఘ్నః - బలదేవః - అచ్యుతాగ్రజః- రేవతీరమణః - రామః - కామపాలః - హలాయుధః - నీలామ్బరః - రౌహిణేయః - తాలాఙ్కః-మునలీ-(పా) ముసలీ - హలీ॥న్॥- సంకర్షణః-సీరపాణిః- కాలిన్దీభేదనః-బలః॥పు॥౧౭- బలరాముని పేళ్లు. Balarama, brother of Sri Krishna.

మదనో మన్మథో మారః ప్రద్యుమ్నో మీనకేతనః । కన్దర్పో దర్పకోఽనఙ్గః కామః పఞ్చశరః స్మరః ॥ ౨౪॥ శమ్బరారి ర్మనసిజః కుసుమేషు రనన్యజః । పుష్పధన్వా రతిపతి ర్మకరధ్వజ ఆత్మభూః॥ ౨౫

మదనః-మన్మథః-మారః - ప్రద్యుమ్నః -మీనకేతనః- కన్దర్పః-దర్పకః-అనఙ్గః- కామః-పఞ్చశరః-స్మరః-శమ్బరారిః-(పా)సమ్బరారిః-మనసిజః-కుసుమేషుః- అనన్యజః - పుష్పధన్వా॥న్॥-రతిపతిః-మకరధ్వజః-ఆత్మభూః॥పు ॥౧౯-మన్మథుని పేళ్లు. [శృఙ్గారయోనిః శ్రీపుత్త్రో రుద్రారిః కన్తుకాయజౌ। ఇక్షుచాపో మధుసఖశ్శూర్పకారాతిహృచ్ఛయా॥ టీ॥ శృఙ్గారయోనిః - శ్రీపుత్త్రః-రుద్రారిః-కన్తుః-కాయజః - ఇక్షుచాపః-మధుసఖః- శూర్పకారాతిః-హృచ్ఛయః]॥అ.పా॥ Cupid, the god of love.

బ్రహ్మసూ ర్విశ్వకేతు (స్స్యా) దనిరుద్ధ ఉషాపతిః [అరవిన్ద మశోకం

బ్రహ్మసూః - విశ్వకేతుః - (పా) ఋశ్యకేతుః-అనిరుద్ధః - ఉషాపతిః॥పు॥ ౪ - అనిరుద్ధుని పేళ్లు. Aniruddha, son of Pradyumna.

చ చూతంచ నవమల్లికా । నీలోత్పలంచ పఞ్చైతే పఞ్చ బాణస్య సాయకాః॥]

అరవిన్దమ్,అశోకమ్, చూతమ్॥న॥, నవమల్లికా ॥స్త్రీ॥, నీలోత్పలం ॥న॥ ౫ - మన్మథుని బాణములు. [ఉన్మాదన స్తాపనశ్చ శోషణః స్తమ్భన స్తథా।స మ్మోహనశ్చ కామస్య పఞ్చబాణాః ప్రకీర్తితాః॥]

లక్ష్మీః పద్మాలయా పద్మా కమలా శ్రీ ర్హరిప్రియా ॥ [ఇన్దిరా లోకమాతా మా రమా మఙ్గళదేవతా । భార్గవీ లోకజననీ క్షీరసాగరకన్యకా]

లక్ష్మీః - పద్మాలయా - పద్మా - కమలా- శ్రీః - హరిప్రియా ॥స్త్రీ॥ ౬-లక్ష్మిదేవిపేళ్లు.

[ఇన్దిరా- లోకమాతా - మా- రమా- మఙ్గళదేవతా - భార్గవీ - లోకజననీ - క్షీరసాగరకన్యకా ॥స్త్రీ॥ అధికపాఠము.] Lakshmi, Goddess of prosperity.

(శఙ్ఖో లక్ష్మీపతేః) పాఞ్చజన్య (శ్చక్రం) సుదర్శనమ్। కౌమోదకీ (గదా) (ఖడ్గో) నన్దకః కౌస్తుభో(మణిః)॥౨౯॥

పాఞ్చజన్యః॥పు॥విష్ణుదేవునిశఙ్ఖము, his conch. సుదర్శనమ్॥ న॥ (ప) సుదర్శనః ॥ పు॥ విష్ణుదేవుని చక్రము, his discus. కౌమోదకీ ॥స్త్రీ॥ విష్ణుదేవుని గద, his mace. నన్దకః ॥ పు॥ విష్ణుదేవుని ఖడ్గము, his sword. కౌస్తుభః॥పు॥ విష్ణువు ధరియించుమణి, his jewel.

[(చాప)శ్శార్ఙ్గం మురారేస్తు శ్రీవత్సో(లాఞ్ఛనం)మతమ్॥ (అశ్వాశ్చ) శైబ్యసుగ్రీవ మేఘపుష్ప వలాహకాః । (సారథి) ర్దారుకో (మన్త్రీ)హ్యుద్ధవ (శ్చానుజో) గదః॥]

[శార్ఙ్గమ్ ॥న॥ విష్ణుదేవుని ధనుస్సు, His bow. శ్రీవత్సః॥పు॥విష్ణుదేవునియురస్స్థలమునందలిమచ్చ, Mark on his breast. శైబ్యః - సుగ్రీవః - మేఘపుష్పః-వలాహకః॥పు॥ ౪- శ్రీకృష్ణుని తేరిగుఱ్ఱముల పేళ్లు. దారుకః॥పు॥ ౧-సారథిపేరు. ఉద్ధవః ॥పు॥౧-మంత్రిపేరు. గదః॥పు॥౧-తోఁబుట్టువుపేరు॥ అ.పా॥]

గరుత్మా న్గరుడ స్తార్క్ష్యో వైనతేయః ఖగేశ్వరః । నాగాన్తకో విష్ణురథ స్సుపర్ణః పన్నగాశనః॥ ౩౦॥

గరుత్మాన్ ॥త్॥ - గరుడః - తార్క్ష్యః- వైనతేయః-ఖగేశ్వరః - నాగాన్తకః - విష్ణురథః - సుపర్ణః-పన్నగాశనః॥ పు॥ ౯ - విష్ణుదేవుని వాహనమగు గరుత్మంతుని పేళ్లు. Vehicle of Vishnu.

శమ్భు రీశః పశుపతి
శ్శివ శ్శూలీ మహేశ్వ
రః। ఈశ్వర శ్శర్వ ఈశా
నశ్శఙ్కర శ్చన్ద్రశేఖరః॥
౩౦॥ భూతేశః ఖణ్డపరశు
ర్గిరీశో గిరిశో మృడః ।
మృత్యుంజయః కృత్తి
వాసాః పినాకీ ప్రమథా
ధిపః ॥ ౩౧॥ ఉగ్రః కప
ర్దీ శ్రీకణ్ఠ శ్శితికణ్ఠః కపా
లభృత్ । వామదేవో
మహాదేవో విరూపా
క్ష స్త్రిలోచనః॥ ౩౨॥
కృశానురేతా స్సర్వ
జ్ఞో ధూర్జటి ర్నీలలోహి
తః । హరః స్మరహరో
భర్గ స్త్ర్యమ్బక స్త్రిపు
రాన్తకః॥ ౩౩॥ గఙ్గాధ
రోఽన్ధకరిపుః క్రతుధ్వం
సీ వృషధ్వజః । వ్యో
మకేశో భవో భీమః
స్థాణూ రుద్ర ఉమాప
తిః॥ ౩౪॥

శమ్భుః - ఈశః - పశుపతిః - శివః-శూలీ॥ న్॥ - మహేశ్వరః - ఈశ్వరః - శర్వః- (పా) సర్వః-ఈశానః - శఙ్కరః- చన్ద్రశేఖరః- భూతేశః- ఖణ్డపరశుః- గిరీశః - గిరిశః - మృడః - మృత్యుఞ్జయః - కృత్తివాసాః॥స్॥ - పినాకీ॥న్॥ - ప్రమథాధిపః-ఉగ్రః-కపర్దీ॥న్॥- శ్రీకణ్ఠః-శితికణ్ఠః-కపాలభృత్ - వామదేవః-మహాదేవః-విరూపాక్షః- త్రిలోచనః- కృశానురేతాః॥స్॥ - సర్వజ్ఞః- ధూర్జటిః - నీలలోహితః - హరః - స్మరహరః - భర్గః- త్ర్యమ్బకః - త్రిపురాన్తకః-గఙ్గాధరః-అన్ధకరిపుః - క్రతుధ్వంసీ॥న్॥ - వృషధ్వజః-వ్యోమకేశః - భవః-భీమః-స్థాణుః- రుద్రః-ఉమాపతిః॥పు॥ ౪౮ - శివుని పేళ్లు. Siva, the destroyer.

[శ్లో॥ అష్టమూర్తి రహిర్బుధ్న్యో మహాకాలో మహానటః॥ భస్మాఙ్గరాగో ఽస్థిహార ఉగ్రాక్షో నాగకంకణః॥ కణ్ఠేకాలో ఽర్ధనారీశః కాలకూటాశనో ఽనఘః । కురఙ్గపాణి ర్దిగ్వాసాః కాలకాలో ఽమ్బరామ్బరః॥ పశ్య ల్లలాటః ఖట్వాంగధరః పితృవనేచరః॥ గజాసురారిః కుహనావటుకో వటమూలగః॥ ఆదిభిక్షు ర్మహామృత్యు ర్భవస్య ర్వృషవాహనః॥ ఖణ్డేన్దుశిఖరో ఽనాది ర్జటిలో బ్రహ్మమూర్ధధృత్ ॥ నారాయణప్రియః పఞ్చవక్త్రో ద్రుహిణసారథిః। నిగమాశ్వో నదీజారో వేదకాలేయకో ఽగ్నిదృక్॥ క్రీడాకిరాతః కైలాసమందిరో దక్షసంహారః॥ క్షోణీరథో హరిశరో మేరుధన్వాంబుధీషుధిః]

కపర్దో(ఽస్య జటాజూటః) పినాకో ఽజగవం (ధనుః) ప్రమథాః(స్స్యుః) పారిషదాః (బ్రాహ్మీత్యాద్యాస్తు) మాతరః॥

కపర్దః॥పు॥౧- అస్యజటాజూటః= ఈశివునిజటాజూటము, Braided hair. పినాకః॥ పు॥-అజగవమ్॥న॥౨-ఇతనిధనుస్సు, Bow. ప్రమథాః॥ - పారిషదాః॥పు,బ॥౨ - నంది మొదలైన ప్రమథగణముల పేళ్లు, Attendants. మాతరః॥ఋ, స్త్రీ,బ॥౧- బ్రాహ్మీ మొదలయినసప్తమాతృకల పేళ్లు. [బ్రాహ్మీ మా

The divine mothers or Energies of the gods.

హేశ్వరీ చైవ కౌమారీ వైష్ణవీ తథా। వారాహీ చైవ చేన్ద్రాణీ చాముణ్డా సప్త మాతరః॥]

విభూతి ర్భూతి రైశ్వర్య (మణిమాదిక మష్టధా)।

విభూతిః-భూతిః॥సీ॥-ఐశ్వర్యమ్॥న॥ ౩ - అష్టధా (వర్తమానం) అణిమాదికమ్ = అణిమాద్యష్ట సిద్ధులపేళ్లు. [అణిమా మహిమాచైవ గరిమా లఘిమా తథా। ప్రాప్తిః ప్రాకామ్య మీశిత్వం వశిత్వం చాష్టసిద్ధయః ॥] Superhuman power.

ఉమా కాత్యాయనీ గౌరీ కాలీ హైమవ తీశ్వరీ॥ ౩౬॥ శివా భవానీ రుద్రాణీ శర్వాణీ సర్వమఙ్గలా। అపర్ణా పార్వతీ దుర్గా మృడానీ చణ్డికాఽమ్బికా ॥ ౩౭ ॥ [ఆర్యా దాక్షాయణీచైవ గిరిజా మేనకాత్మజా]

ఉమా- కాత్యాయనీ- గౌరీ - కాలీ- హైమవతీ-ఈశ్వరీ-శివా - భవానీ - రుద్రాణీ - శర్వాణీ- సర్వమఙ్గలా - అపర్ణా - పార్వతీ - దుర్గా-మృడానీ-చణ్డికా-అమ్బికా ॥ సీ ॥ ౧౭ - శివుని భార్యయగు పార్వతీదేవిపేళ్లు. The wife of Siva, and goddess of destruction.

[ఆర్యా-దాక్షాయణీ - గిరిజా-మేనకాత్మజా ॥సీ॥ అధికపాఠము.]

వినాయకో విఘ్నరాజ ద్వైమాతుర గణాధిపాః। (అ)ప్యేకదన్త హేరమ్బ లమ్బోదర గజాననాః॥ ౩౮॥

వినాయకః - విఘ్నరాజః - ద్వైమాతురః-గణాధిపః-ఏకదన్తః-హేరమ్బః - లమ్బోదరః - గజాననః ॥పు॥ ౮-శివునికుమారుడైన వినాయకునిపేళ్లు. Ganesa, the obviator of dificulties.

కార్త్తికేయో మహాసేన శ్శరజన్మా షడాననః। పార్వతీనన్దనః స్కన్ద స్సేనానీ రగ్నిభూ ర్గుహః॥ బాహులేయ స్తారకజి ద్విశాఖ శ్శిఖివాహనః। షాణ్మాతుర శ్శక్తిధరః కుమారః క్రౌఞ్చదారణః॥

కార్త్తికేయః - మహాసేనః - శరజన్మా॥న్॥- షడాననః - పార్వతీనన్దనః - స్కన్దః - సేనానీః- అగ్నిభూః - గుహః - బాహులేయః - తారకజిత్ - విశాఖః- శిఖివాహనః - షాణ్మాతురః- శక్తిధరః - కుమారః - క్రౌఞ్చదారణః ॥ పు ॥ ౧౭ - శివుని కుమారుడగు కుమారస్వామిపేళ్లు. God of war.

[శృఙ్గీ భృఙ్గీ రిటి స్తుణ్డీ నన్దికో నన్దికేశ్వరః ॥ నన్దికేశ్వరునిపేళ్లు. కర్మమోటీతు చాముణ్డా చర్మ

ముణ్డాతు చర్చికా॥ శివపరిచారికలపేళ్లు.]

ఇన్ద్రో మరుత్వాన్మఘవా బిడౌజాః పాకశాసనః। వృద్ధశ్రవా శ్శునాసీరః పురుహూతః పురన్దరః ॥ ౪౧ ॥ జిష్ణు ర్లేఖరర్షభ శ్శక్ర శ్శతమన్యు ర్దివస్పతిః । సుత్రామా గోత్రభి ద్వజ్రీ వాసవో వృత్రహా వృషా॥ వాస్తోష్పతి స్సురపతి ర్బలారాతి శ్శచీపతిః। జమ్భభేదీ హరిహయ స్స్వారా ణ్ణముచిసూదనః ॥ సంక్రన్దనో దుశ్చ్యవన స్తురాషా ణ్మేఘవాహనః । ఆఖణ్డల స్సహస్రాక్ష ఋభుక్షాః

ఇన్ద్రః-మరుత్వాన్ ॥ త్ ॥- మఘవా ॥న్॥- బిడౌజాః ॥ స్ ॥ -పాకశాసనః-వృద్ధశ్రవాః ॥స్॥- శునాసీరః - పురుహూతః - పురన్దరః-జిష్ణుః - లేఖరర్షభః-శక్రః-శతమన్యుః - దివస్పతిః - సుత్రామా ॥న్॥- గోత్రభిత్ ॥ద్॥- వజ్రీ॥న్॥- వాసవః- వృత్రహా॥ న్॥- వృషా॥న్॥ - వాస్తోష్పతిః- సురపతిః-బలారాతిః- శచీపతిః - జమ్భభేదీ॥ న్ ॥ - హరిహయః - స్వారాట్॥ జ్॥ - నముచిసూదనః- సంక్రన్దనః - దుశ్చ్యవనః - తురాషాట్ ॥ హ్॥- మేఘవాహనః - ఆఖణ్డలః - సహస్రాక్షః- ఋభుక్షాః ॥ న్, పు ॥ ౩౫ - దేవేంద్రుని పేళ్లు. [శ్లో॥ ప్రాచీనబర్హి రహిహా పృతనాషా ట్పులోమజిత్ ॥ టీక. ప్రాచీనబర్హిః-అహిహా॥న్॥- పృతనాషాట్ ॥హ్॥-పులోమజిత్ ॥ అధికపాఠము.] Indra, Regent of the sky.

(తస్యతుప్రియా)॥౪౨॥ పులోమజా శచీన్ద్రాణీ

పులోమజా-శచీ (పా) సచీ-ఇన్ద్రాణీ ॥సీ॥ ౩ - ఇంద్రునిభార్యపేళ్లు. Wife of Indra.

(నగరీ) త్వమరావతీ।

అమరావతీ॥ సీ॥౧ - ఇంద్రునిపట్టణము పేరు.

(హయ) ఉచ్చైశ్శ్రవా(స్సూతో) మాతలి ర్నన్దనం(వనమ్) ॥ (స్యాత్ప్రాసాదో) వైజయన్తో జయన్తః పాకశాసనిః।

ఉచ్చైశ్శ్రవాః ॥స్, పు॥ అతనిగుఱ్ఱముపేరు.

మాతలిః॥పు॥ ౧-అతనిసారథిపేరు, his charioteer.

నన్దనమ్॥న॥౧-అతనియుపవనముపేరు, his garden.

వైజయన్తః॥పు॥౧-అతని మేడపేరు, his palace. జయన్తః-పాకశాసనిః ॥పు॥౨-అతనికుమారుడు.

ఐరావతోఽభ్రమాతఙ్గైరావణాభ్రమువల్లభాః॥ ౪౩॥

ఐరావతః-అభ్రమాతఙ్గః-ఐరావణః-అభ్రమువల్లభః॥ పు ॥ ౪-ఇంద్రునియేనుఁగుపేళ్లు. Indra's elephant.

హ్రాదినీ వజ్ర (మస్త్రీస్యా)త్కులిశంభిదురం పవిః। శతకోటి స్స్వరు శ్శమ్బో దమ్భోలి రశని(ర్ద్వయోః) ॥౪౭॥

హ్రాదినీ॥స్త్రీ॥-వజ్రమ్॥స్త్ర॥-కులిశమ్ - భిదురమ్ ॥న॥ - పవిః - శతకోటిః - స్వరుః (ప) స్వరు॥స్॥ - శమ్బః - దమ్భోలిః ॥పు॥- అశనిః॥స్త్ర॥౧౦- వజ్రాయుధము పేళ్లు. Thunder-bolt.

వ్యోమయానం విమానో(ఽస్త్రీ) (నారదాద్యా) స్సురర్షయః। (స్యా) త్సుధర్మా దేవసభా పీయూష మమృతం సుధా॥మన్దాకినీ వియద్గఙ్గా స్వర్ణదీ సురదీర్ఘికా। మేరు స్సుమేరు ర్హేమాద్రీ రత్నసాను స్సురాలయః॥ పఞ్చైతే దేవతరవో మన్దారః పారిజాతకః। సన్తానః కల్పవృక్షశ్చ (పుంసివా) హరిచన్దనమ్॥ ౫౦॥

వ్యోమయానమ్॥న॥-విమానః॥స్త్ర॥ ౨- దేవరథము పేళ్లు, Air-chariot. సురర్షయః ॥ ఇ, పు, బ॥౧-నారదుఁడు దేవలుఁడు మొదలుగాఁగల దేవర్షుల పేళ్లు, Divine sages. సుధర్మా(పా) సుశర్మా ॥న్॥-దేవసభా॥స్త్రీ॥ ౨-దేవసభ పేళ్లు, The council of the Gods. పీయూషమ్-అమృతమ్॥న॥- సుధా ॥స్త్రీ॥ 3- అమృతము పేళ్లు, Nectar or Ambrosia. మన్దాకినీ-వియద్గఙ్గా- స్వర్ణదీ- సురదీర్ఘికా ॥స్త్రీ॥౪ - ఆకాశగఙ్గ పేళ్లు, The Ganges of the sky. మేరుః- సుమేరుః- హేమాద్రిః- రత్నసానుః - సురాలయః ॥పు॥౫- మేరుపర్వతము పేళ్లు, The extremity of the world's axis. మన్దారః-పారిజాతకః-సన్తానః- కల్పవృక్షః ॥ పు ॥ - హరిచన్దనమ్ ॥ స్త్ర ॥ ౫ - దేవతలవృక్షముల పేళ్లు. Celestial trees.

సనత్కుమారో వైధాత్రస్స్వర్వైద్యా వశ్వినీసుతౌ। నాసత్యా వశ్వినౌ దస్రా వాశ్వినేయాచ(తావుభౌ)॥౫౧॥

సనత్కుమారః-వైధాత్రః ॥ పు ॥ ౨-బ్రహ్మపుత్త్రుఁడైన సనత్కుమారుని పేళ్లు.స్వర్వైద్యా- అశ్వినీసుతౌ-నాసత్యా- అశ్వినౌ - దస్రా- ఆశ్వినేయా ॥ పు, ద్వి॥ ౬ - దేవవైద్యు లయినయశ్వి దేవతల పేళ్లు. Physicians of Heaven.

(స్త్రియాం బహు)ష్వప్సరస స్స్వర్వేశ్యా(ఊర్వశీముఖాః)। [ఊర్వశీ మేనకా రమ్భా ఘృతాచీచతిలోత్తమా॥](హా

అప్సరసః॥స్॥-స్వర్వేశ్యా॥ స్త్రీ,బ॥౨- [ఊర్వశి, మేనక, రంభ, ఘృతాచి, తిలోత్తమ, సుకేశి, మంజుఘోష మొదలుగాఁగల] దేవవేశ్యల పేళ్లు. Celestial courtesans. గన్ధర్వాః॥ (పా) గాన్ధర్వాః॥ పు,బ॥౧- దేవతలలోపల హాహాహూహువులు తుం

హాహా హూహూశ్చైవమాద్యా)గన్ధర్వా (స్త్రిదివౌకసామ్)॥ ౫౨॥

బురు విశ్వావసు చిత్రరథులు మొదలయిన దేవ గాయకులపేళ్లు. Celestial musicians. Quiristers of Heaven.

అగ్ని ర్వైశ్వానరో వహ్ని ర్వీతిహోత్రో ధనఞ్జయః। కృపీటయోని ర్జ్వలనో జాతవేదా స్తనూనపాత్ ॥ ౫౩ ॥ బర్హి శ్శుష్మా కృష్ణవర్త్మా శోచిష్కేశ ఉషర్బుధః। ఆశ్రయాశో బృహద్భానుః కృశానుః పావకో ఽనలః॥ రోహితాశ్వో వాయుసఖ శ్శిఖావానా శుశుక్షణిః। హిరణ్యరేతా హుతభు గ్దహనో హవ్యవాహనః ॥ ౫౪ ॥ సప్తార్చి ర్దమునా శ్శుక్ర శ్చిత్రభాను ర్విభావసుః। శుచి రప్పిత్త

అగ్నిః- వైశ్వానరః- వహ్నిః - వీతిహోత్రః- ధనఞ్జయః - కృపీటయోనిః- జ్వలనః- జాతవేదాః॥స॥-తనూనపాత్॥ద్, ప్న॥-బర్హిః॥స॥-శుష్మా॥న॥- (ప) బర్హిశ్శుష్మా॥న॥-కృష్ణవర్త్మా॥న॥-శోచిష్కేశః- ఉషర్బుధః - ఆశ్రయాశః (పా) ఆశయాశః-బృహద్భానుః-కృశానుః-పావకః-అనలః - రోహితాశ్వః (పా)లోహితాశ్వః-వాయుసఖః-శిఖావాన్॥త్॥ - ఆశుశుక్షణిః-హిరణ్యరేతాః॥స॥-హుతభుక్॥జ్॥- దహనః-హవ్యవాహనః- సప్తార్చిః॥స॥ - దమునాః ॥స॥-శుక్రః- చిత్రభానుః -విభావసుః-శుచిః॥పు॥- అప్పిత్తమ్ ॥న॥ ౩౪-అగ్నిహోత్రునిపేళ్లు. Fire. [కాలీ, కరాలీ, మనోజవా, సులోహితా, సుధూమ్రవర్ణా, స్ఫులింగినీ, విశ్వదాసా-అనునవి యేడు వరుసగా అగ్నిజ్వాలలు]

మౌర్వస్తు బాడబో బడబానలః ॥ ౫౫ ॥ (వహ్నే ర్ద్వయో) ర్జ్వాల కీలా వర్చి ర్హేతి శ్శిఖా (స్త్రియామ్)(త్రిషు)స్ఫులిఙ్గో ఽగ్నికణ స్సంతాప స్సంజ్వర (స్సమౌ)॥ [ఉల్కా స్యా న్నిర్గతజ్వాలా భూతి ర్భసితభస్మనీ। క్షా

ఔర్వః-బాడబః - బడబానలః॥ పు ॥ ౩ - బడబాగ్నిపేళ్లు, Submarine fire. జ్వాలః - కీలః॥పు॥- అర్చిః॥స్,స్న॥- హేతిః॥సీ॥- శిఖా॥సీ॥౫- అగ్నిజ్వాలపేళ్లు, Flame. స్ఫులిఙ్గః॥త్రి॥- అగ్నికణః॥పు॥౨- మిణుఁగుఱులపేళ్లు, Spark. సన్తాపః - సంజ్వరః ॥పు॥౨- వేఁడిమిపేళ్లు, Heat.

[ఉల్కా॥ ౧ - కొఱవిపేరు, A fire-brand. భూతిః॥సీ॥-భసితమ్-భస్మ॥న్, న॥ - క్షారః ॥పు॥- రక్షా॥సీ॥౫ - బూదిపేళ్లు, Ashes. దావః - దవః

రో రక్షాచ దావస్తు ద
వో వనహుతాశనః] ॥

॥పు॥౨- కారుచిచ్చుపేళ్లు, A forest-conflagration. అధిక పాఠము.]

ధర్మరాజః పితృపతి స్స
మవర్తీ పరేతరాట్ ౹ కృ
తాన్తో యమునాభ్రా
తా శమనో యమరా
డ్యమః ॥ ౫౮ ॥ కాలో
దణ్డధర శ్శ్రాద్ధదేవో
వైవస్వతో౽న్తకః ౹

ధర్మరాజః - పితృపతిః - సమవర్తీ॥న్॥ - పరేతరాట్॥జ్॥ - కృతాన్తః- యమునాభ్రాతా॥ ఋ॥ - శమనః - యమరాట్ ॥జ్॥ - యమః- కాలః-దణ్డధరః - శ్రాద్ధదేవః - వైవస్వతః- అన్తకః॥పు॥ ౧౪- యముని పేళ్లు, Yama, the Judge of departed souls.

రాక్షసః కోణపః క్ర
వ్యాత్క్రవ్యాదో౽స్ర
ప ఆశరః॥౫౯॥ రాత్రిఞ్చ
రో రాత్రిచరః కర్బురో
నికషాత్మజః ౹ యాతు
ధానః పుణ్యజనో నై
రృతో యాతు రక్షసీ ॥

రాక్షసః - కోణపః (పా) కౌణపః - క్రవ్యాత్ ॥ద్॥ - క్రవ్యాదః - అస్రపః (పా) అశ్రపః - ఆశరః (పా) ఆసురః - రాత్రిఞ్చరః - రాత్రిచరః - కర్బురః (పా) కర్వరః - నికషాత్మజః - యాతుధానః- పుణ్యజనః - నైరృతః ॥పు॥ - యాతు ॥న॥ - రక్షః॥స్,న॥ ౧౫ నిరృతిపేళ్లు, (రాక్షసవాచకములు) A Giant.

ప్రచేతా వరుణః పాశీ
యాదసాంపతి రప్పతిః౹

ప్రచేతాః ॥స్॥ - వరుణః - పాశీ॥న్॥-యాదసాంపతిః - అప్పతిః॥పు॥౫- వరుణుని పేళ్లు. The Regent of water.

శ్వసన స్స్పర్శనో వా
యు ర్మాతరిశ్వా సదాగ
తిః॥ ౬౦ ॥ పృషదశ్వో
గన్ధవహో గన్ధవాహో౽
నిలా౽౽శుగాః ౹ సమీ
ర మారుత మరు జ్జగ
త్ప్రాణసమీరణాః ॥ న
భస్వ ద్వాత పవన పవ
మాన ప్రభఞ్జనాః ౹

శ్వసనః - స్పర్శనః - వాయుః - మాతరిశ్వా - ॥న్॥ - సదాగతిః - పృషదశ్వః - గన్ధవహః-గన్ధవాహః - అనిలః - ఆశుగః - సమీరః - మారుతః - మరుత్ - జగత్ప్రాణః - సమీరణః - నభస్వాన్ ॥త్॥ - వాతః-పవనః -పవమానః - ప్రభఞ్జనః॥పు॥ ౨౦ - వాయుదేవుని పేళ్లు, Air or Wind.

[ప్రకమ్పనో మహావాతో ఝంఝావాత స్సవృష్టికః ॥ టీక. ప్రకమ్పనః - మహావాతః - ఝంఝావాతః - సవృష్టికః] Violent wind.

ప్రాణో౽పాన సమా

ప్రాణః - అపానః - సమానః-ఉదానః-వ్యానః॥

న శ్చోదాన వ్యానౌ
చ వాయవః॥ ౬౩॥
శరీరస్థా ఇమే

౫ - ఇమే= ఇవి, శరీరస్థాః= శరీరమునందుండు, వాయవః=వాయువులపేళ్లు, Five vital airs.

[(హృది) ప్రాణో (గుదే) ఽపాన స్సమానో (నాభిసంస్థితః)।ఉదానః (కణ్ఠదేశస్థో) వ్యాన (స్సర్వశరీరగః)॥ నాగశ్చ కూర్మః కృకరో దేవదత్తో ధనఞ్జయః। (వాగ్ద్వారే) నాగ (ఆఖ్యాతః) కూర్మ (ఉన్మీలనే స్మృతః)॥ కృకరా (చ్ఛుతం జ్ఞేయం) దేవదత్తా (ద్విజృమ్భణమ్)। (నజహాతి మృతం వాపి సర్వవ్యాపీ) ధనఞ్జయః॥] అధికపాఠము.

రంహ స్తరసీతు రయ
స్స్యదః। జవో౽థ

రంహః - తరః ॥స, న॥-రయః-స్యదః-జవః॥పు॥ ౫-వేగముతోఁ గూడినగమనము పేళ్లు, Speed.

శీఘ్రం త్వరితం లఘు
క్షిప్ర మరం ద్రుతమ్॥ స
త్వరం చపలం తూర్ణ
మవిలమ్బిత మాశు చ।

శీఘ్రమ్ - త్వరితమ్ - లఘు - క్షిప్రమ్- అరమ్- ద్రుతమ్ - సత్వరమ్ - చపలమ్- తూర్ణమ్ - అవిలమ్బితమ్-ఆశు ॥న॥ ౧౧- శీఘ్రముగా,(లేక)శీఘ్రమైనది. Quick, or swiftly.

సతతానారతా శ్రాన్త
స న్తతావిర తానిశమ్॥
నిత్యానవర తాజస్ర(మ

సతతమ్ - అనారతమ్ - అశ్రాన్తమ్-సన్తతమ్. అవిరతమ్ - అనిశమ్ - నిత్యమ్ - అనవరతమ్- అజస్రమ్॥౯-ఎడతెగక(లేక)ఎడతెగనిది. Continuous, or Continually.

ప్య)థాతిశయో భరః।
అతివేల భృ శాత్య ర్థా
తిమా త్రోద్గాఢ నిర్భ
రమ్॥ ౬౬॥ తీవ్రై కా న్త
నితాన్తాని గాఢ బాఢ
దృఢాని చ। (క్లీబే శీఘ్రా
ద్యస త్త్వే స్యా త్త్రి ష్వే
షాం భేద్యగామియత్)॥

అతిశయః- భరః - అతివేలమ్-భృశమ్ - అత్యర్థమ్-అతిమాత్రమ్ - ఉద్గాఢమ్ - నిర్భరమ్ - తీవ్రమ్-ఏకాన్తమ్-నితాన్తమ్-గాఢమ్ - బాఢమ్- దృఢమ్॥౧౪-అతిశయముపేళ్లు. Much, or excessive.

శీఘ్రశబ్దము మొదలు దృఢశబ్దమువఱకుఁగల శబ్దములలో అతిశయభరశబ్దములు రెండును నిత్యపుంలింగములుతక్కినశబ్దములు క్రియావిశేషణములైనను గుణవాచకములైనను ॥న॥. ఈశబ్దములలో నేశబ్దమువిశేష్యముతోఁగూడునోయది ॥త్రి॥.

కుబేర స్త్ర్యమ్బకస ఖో యక్షరా డ్గుహ్యకే శ్వరః। మనుష్యధర్మాధన దో రాజరాజో ధనాధి పః॥ కిన్నరేశో వైశ్రవ ణః పౌలస్త్య నరవాహ నః।య క్షైకపి జ్ఞైలబిల శ్రీద పుణ్యజనేశ్వరాః॥

కుబేరః-త్ర్యమ్బకసఖః - యక్షరాట్ ॥జ్॥ - గుహ్యకేశ్వరః-మనుష్యధర్మా॥ న్ ॥ - ధనదః-రాజరాజః - ధనాధిపః - కిన్నరేశః - వైశ్రవణః - పౌలస్త్యః - నరవాహనః - యక్షః - ఏకపిఙ్గః-ఐలబిలః-శ్రీదః - పుణ్యజనేశ్వరః ॥పు॥ ౧౭ - కుబేరుని పేళ్లు. Kubera, the god of riches.

(అస్యోద్యానం) చైత్రరథం(పుత్రస్తు) నల కూబరః। కైలాసః (స్థా న)మలకా (పూర్విమా నంతు) పుష్పకమ్ ॥౭౦॥ (స్యా)త్కిన్నరః కింపురు ష స్తురఙ్గవదనో మ యుః।నిధి(ర్నా) శేవధి (ర్భేదాః) పద్మశఙ్ఖాద యో (నిధేః)॥౭౧॥ [మ హాపద్మశ్చ పద్మశ్చ శ ఙ్ఖో మకర కచ్ఛపౌ।ము కున్ద కున్ద నీలాశ్చ ఖర్వ శ్చ నిధయో నవ॥]

చైత్రరథమ్ ॥ న ॥ ౧ - కుబేరునితోఁటపేరు. నలకూబరః ॥పు॥ ౧-అతనికుమారునిపేరు. కైలాసః ॥పు॥ ౧ - అతనియునికిపట్టుపేరు. అలకా ॥సీ॥ ౧-అతనిపట్టణముపేరు. పుష్పకమ్॥పు॥ ౧-అతని విమానముపేరు. కిన్నరః - కింపురుషః - తురఙ్గవదనః-మయుః ॥పు॥ ౪-కిన్నరులపేళ్లు. కొండఱనాలుగును నాలుగుజాతు లందురు. నిధిః- శేవధిః (పా) సేవధిః ॥పు॥_౨-నిధిపేళ్లు, Treasure. పద్మశఙ్ఖాదయః=పద్మము శఙ్ఖము మొదలయినవి, నిధేః=నిధియొక్క, భేదాః=భేదములు. పద్మము శఙ్ఖము మొదలయినవి తొమ్మిది నిధిభేదము లనుట. Auriferous gems. [మహాపద్మః, పద్మః, శఙ్ఖః, మకరః, కచ్ఛపః, ముకున్దః, కున్దః, నీలః, ఖర్వః ॥పు॥] ఇవి నవనిధిభేదములు.

ఇతిస్వర్గవర్గః.

స్వర్గముతోఁ జేరినపదసమూహము ముగిసెను.

ద్యో దివౌ (ద్వే స్త్రి యా) మభ్రం వ్యోమ పుష్కర మమ్బరమ్।న భో ఽన్తరిక్షం గగన మనన్తం సురవర్త్మ ఖమ్॥

ద్యౌః॥ఓ॥-ద్యౌః ॥వ్॥సీ॥- అభ్రమ్ - వ్యోమ॥న్ ॥-పుష్కరమ్-అమ్బరమ్-నభః॥స్॥- అన్తరిక్షమ్-గగనమ్-అనన్తమ్ - సురవర్త్మ॥ న్ ॥-ఖమ్ - వియత్ - విష్ణుపదమ్॥న॥ - ఆకాశమ్-విహాయః॥స్ ॥ష్న॥౧౬ - ఆకాశముపేళ్లు. The sky or atmosphere.

వియ ద్విష్ణుపదం(వాతు పుం) స్యాకాశ విహాయ సీ। [విహాయసో౽పి నాకో౽పి ద్యు రపి స్యా త్తదవ్యయమ్। తారా పథ శ్శబ్దగుణో మేఘ ద్వారం మహాబిలమ్॥]	[విహాయసః-నాకః ॥పు॥ - ద్యుః॥అవ్య॥-తారా పథః - శబ్దగుణః ॥పు॥ - మేఘద్వారమ్-మహాబిలమ్ ॥న॥ అధికపాఠము.]
ఇతివ్యోమవర్గః.	ఆకాశముతోఁ జేరినపదసమూహము ముగిసెను.
దిశ స్తు కకుభః కాష్ఠా ఆశాశ్చహరితశ్చ(తాః)॥	దిశః ॥శ్॥-కకుభః॥భ్॥-కాష్ఠాః- ఆశాః॥ఆ॥-హరితః ॥త్॥సీ॥బ॥౫ - దిక్సామాన్యనామములు, Quarters of the world. Region. Direction.
ప్రాచ్యవాచీ ప్రతీచ్య(స్తాః పూర్వ దక్షిణ పశ్చిమాః)।	ప్రాచీ - అవాచీ (పా) అపాచీ - ప్రతీచీ॥సీ॥౩-వరుసగాఁ బూర్వ, East; దక్షిణ, South; పశ్చిమ, West-దిక్కులపేళ్లు.
(ఉత్తరా ది) గుదీచీ	ఉదీచీ॥సీ॥౧-ఉత్తరదిక్కు పేరు, North.
(స్యా) ద్దిశ్యంతు (త్రిషు [illegible] [(అవాగ్భవ) మవాచీన ముదీచీన (ముదగ్భవమ్)। (ప్రత్యగ్భవం) ప్రతీచీనం ప్రాచీనం (ప్రాగ్భవం త్రిషు)॥]	దిశ్యమ్ ॥త్రి॥ ౧ - దిక్కులందుఁబుట్టినవస్తువు పేరు, What is produced in a direction. [అవాచీనమ్ = దక్షిణదిక్కునఁ బుట్టినది, Southern. ఉదీచీనమ్= ఉత్తరదిక్కునఁ బుట్టినది, Northern. ప్రతీచీనమ్=పడమటిదిక్కునఁ బుట్టినది, Western. ప్రాచీనమ్=తూర్పుదిక్కునఁబుట్టినది, Eastern.]
ఇన్ద్రో వహ్నిః పితృపతి ర్నైరృతో వరుణో మరుత్। కుబేర ఈశః (పతయః పూర్వాదీనాం దిశాం క్రమాత్)॥౭౫॥	ఇన్ద్రః వహ్నిః-పితృపతిః-నైరృతః - వరుణః - మరుత్ -కుబేరః - ఈశః ॥పు॥ ౮ - క్రమాత్ = వరుసగా, పూర్వాదీనామ్–తూర్పు మొదలైన, దిశామ్=(ఎనిమిది) దిక్కులకు, పతయః = అధిపతులపేళ్లు, Regents of quarters and points.
ఐరావతః పుణ్డరీకో వామనః కుముదో౽ఞ్జనః। పుష్పద న్త స్సార్వ	ఐరావతః-పుణ్డరీకః - వామనః - కుముదః-అఞ్జనః-పుష్పదన్తః - సార్వభౌమః - సుప్రతీకః ॥పు॥ ౮-దిగ్గజాః=(వరుసగా నెనిమిది) దిగ్గజములపేళ్లు.

భామ స్సుప్రతీక(శ్చ ది
గ్గజాః)॥(కరి)ణ్యోఽభ్ర
ముః కపిలా పిఙ్గలాఽను
పమా(క్రమాత్)। తా
మ్రపర్ణీ శుభ్రద న్తీ చా
ఙ్గనా చాఞ్జనావతీ ॥౭౭॥

Elephants belonging to the Eight Regents.

అభ్రముః - కపిలా- పిఙ్గలా- అనుపమా- తా
మ్రపర్ణీ-(పా) తామ్రకర్ణీ- శుభ్రదన్తీ - అఙ్గనా-
అఞ్జనావతీ॥సీ॥౮- క్రమాత్ = వరుసగా, కరిణ్యః=
అష్టదిగ్గజముల భార్యలపేళ్లు.

(క్లీబావ్యయం) త్వపది
శం (దిశోర్మధ్యే) విదిక్
(స్త్రియామ్)। అభ్యన్త
రం త్వన్తరాలం చక్ర
వాలం తు మణ్డలమ్॥
౭౮॥

అపదిశమ్॥ న, అవ్య॥- విదిక్ ॥సీ॥౨- దిశోర్మ
ధ్యే = రెండుదిక్కుల నడుమనుండెడు మూలదిక్కు
పేళ్లు. Intermediate point, అభ్యన్తరమ్-అన్త
రాలమ్॥న॥ ౨-మధ్యప్రదేశముపేళ్లు, Included
space. చక్రవాలమ్-మణ్డలమ్॥న॥౨- మణ్డలాకా
రమైనవస్తువుపేళ్లు. The sensible horizon, or
any orb and circumference.

అభ్రం మేఘో వారి
వాహః స్తనయిత్ను ర్బ
లాహకః। ధారాధరో జ
లధర స్తటిత్వా న్వారి
దోఽమ్బుభృత్ ॥ ఘ
న జీమూత ముదిర జల
ము గ్ధూమయోనయః।

అభ్రమ్॥న॥- మేఘః- వారివాహః - స్తనయి
త్నుః - బలాహకః - ధారాధరః - జలధరః - తటి
త్వాన్ ॥త్॥- వారిదః - అమ్బుభృత్ -ఘనః - జీ
మూతః-ముదిరః - జలముక్॥చ్॥- ధూమయోనిః
॥పు॥ ౧౫ - మేఘముపేళ్లు, A cloud.

కాదమ్బినీ మేఘమాలా
(త్రిషు మేఘభవే) ఽభ్రి
యమ్॥ స్తనితం గర్జితం
(మేఘనిర్ఘోషో) రసితా
దిచ।శమ్పా శతహ్రదా
హ్రాదిన్యైరావత్యః క్ష
ణప్రభా॥ తటిత్సౌదామ
నీ విద్యు చ్చఞ్చలా చప
లాఽపిచ। స్ఫూర్జథుర్వ

కాదమ్బినీ- మేఘమాలా ॥సీ॥౨- మేఘపంక్తి,
A line of clouds. అభ్రియమ్ ॥ త్రి ॥ ౧ - మే
ఘభవే = మేఘమునందుఁ బుట్టినజలాదులు. స్తని
తమ్- గర్జితమ్-రసితమ్ ॥న॥౩- మేఘములధ్వని-అ
నఁగా నుఱుము,The rattling of thunder. ఆదిశ
బ్దముచేత స్వనితధ్వనితాదులగుపేళ్లునుగలవు. శం
పా(పా)సంపా-శతహ్రదా-హ్రాదినీ- ఐరావతీ-క్షణ
ప్రభా-తటిత్ - సౌదామనీ - (పా) సౌదామినీ-వి
ద్యుత్ - చఞ్చలా- చపలా ॥సీ॥ ౧౦- మెఱుము.

జ్రనిర్ఘోషో మేఘజ్యోతి రిరమ్మదః ॥౮౨॥ ఇన్ద్రాయుధం శక్రధను(స్తదేవ ఋజు) రోహితమ్।వృష్టి ర్వర్షం(తద్విఘాతే)వగ్రహావగ్రహౌ(సమౌ) ॥౮౩॥ ధారాసమ్పాత ఆసారః శీకరోఽమ్బుకణః (స్మృతః) । వర్షోపలస్తుకరకా(మేఘచ్ఛన్నేఽహ్ని) దుర్దినమ్॥౮౪॥

Lightning. స్ఫూర్జథుః-వజ్రనిర్ఘోషః (పా) వజ్రనిష్పేషః॥పు॥౨- వజ్రఘట్టనమువలనఁగలిగినమ్రోఁత, A clap of thunder. మేఘజ్యోతిః॥స్,న॥-ఇరమ్మదః ॥పు॥౨-మేఘమునందున్న తేజస్సు, A flash of lightning. ఇన్ద్రాయుధమ్-శక్రధనుః ॥ష్॥న॥ ౨-ఇన్ద్రధనుస్సు, Rainbow. రోహితమ్॥న॥ ౧-ఋజు=చక్కఁగానున్నయాధనుస్సు, Indra's bow unbent. వృష్టిః॥స్త్రీ॥-వర్షమ్ ॥న॥ ౨-వాన, Rain. వగ్రహః-అవగ్రహః ॥పు॥ ౨- తద్విఘాతే=ఆవర్షముయొక్కవిఘ్నమునందు వర్తించును. అనఁగా ననావృష్టి, Drought. ధారాసమ్పాతః - ఆసారః ॥పు॥౨-జడివాన, A hard shower. శీకరః-అమ్బుకణః ॥పు॥౨-తుంపురులు, Thin rain. వర్షోపలః ॥పు॥-కరకా ॥స్త్రీ॥ (పా) కరకః ॥పు॥౨- వడగండ్లు, Hail. దుర్దినమ్ ॥న॥౧- మేఘచ్ఛన్నే=మేఘముచేతఁగప్పఁబడిన, అహ్ని = దినము, A cloudy day.

అన్తర్ధా వ్యవధా(పుంసి)త్వన్తర్ధిరపవారణమ్। అపిధాన తిరోధాన పిధానాఽఽచ్ఛాదనానిచ॥

అన్తర్ధా-వ్యవధా॥స్త్రీ॥-అన్తర్ధిః ॥పు॥- అపవారణమ్ - అపిధానమ్ - తిరోధానమ్ - పిధానమ్- ఆచ్ఛాదనమ్॥న॥ ౮ - కప్పుట పేళ్లు. Covering, disappearance, or concealment.

హిమాంశు శ్చన్ద్రమా శ్చన్ద్ర ఇన్దుః కుముదబాన్ధవః । విధు స్సుధాంశు శ్శుభ్రాంశు రోషధీశో నిశాపతిః॥౮౫॥ అబ్జో జైవాతృక స్సోమో గ్లౌ ర్మృగాఙ్కః కలానిధిః । ద్విజరాజ శ్శశధరో నక్షత్రేశః క్ష

హిమాంశుః - చన్ద్రమాః॥స్॥-చన్ద్రః-ఇన్దుః- కుముదబాన్ధవః- విధుః- సుధాంశుః- శుభ్రాంశుః- ఓషధీశః- నిశాపతిః- అబ్జః- జైవాతృకః- సోమః- గ్లౌః- మృగాఙ్కః - కలానిధిః - ద్విజరాజః - శశధరః - నక్షత్రేశః - క్షపాకరః ॥పు॥ ౨౦ - చంద్రుని పేళ్లు, The moon.

పాకరః ॥ ౮౭ ॥

కలా తు(షోడశో భాగో) బిమ్బో (ఽస్త్రీ)మణ్డలం (త్రిషు)।

కలా॥సీ॥౧-చంద్రునియొక్క పదియాఱవపాలి పేరు,A digit; a phase of the moon. బిమ్బః॥ప్న॥-మణ్డలమ్॥త్రి॥౨-చంద్రసూర్యమండలముల పేళ్లు, The disc of the sun or moon.

భిత్తం శకలఖణ్డే (వా పుం)స్యర్ధోఽర్ధం (సమేంఽశకే)॥ చన్ద్రికా కౌముదీ జ్యోత్స్నా ప్రసాద(స్తు) ప్రసన్నతా। కలఙ్కాఙ్కౌ లాఞ్ఛనం చ చిహ్నం లక్ష్మ చ లక్షణమ్॥ ౮౮ ॥ [పాఠిః కేతుర్ధ్వజో లిఙ్గం నిమిత్తం వ్యఞ్జనం పదమ్। ప్రజ్ఞానం చాప్యభిజ్ఞానం లలామంచ లలామ చ)॥

భిత్తమ్॥న॥-శకలమ్-ఖణ్డమ్॥ప్న॥-అర్ధః॥ పు॥౪-తునుకపేళ్లు, A part. అర్ధశబ్దము సమాంశమును జెప్పునపుడు॥న॥, Half. చన్ద్రికా - కౌముదీ-జ్యోత్స్నా॥ సీ॥ 3- వెన్నెలపేళ్లు, Moonlight. ప్రసాదః ॥పు॥- ప్రసన్నతా ॥ సీ ॥ ౨- నిర్మలత్వముపేళ్లు, Purity; clearness; brightness. కలఙ్కః-అఙ్కః॥ పు॥-లాఞ్ఛనమ్- చిహ్నమ్- లక్ష్మ॥న్॥- లక్షణమ్॥న॥ ౬-గుఱుతుపేళ్లు,A spot or mark; stigma.[పాఠిః ॥సీ॥- కేతుః-ధ్వజః - లిఙ్గమ్-నిమిత్తమ్- వ్యఞ్జనమ్-పదమ్-ప్రజ్ఞానమ్-అభిజ్ఞానమ్-లలామమ్- లలామ॥ న్॥ అధికపాఠము.]

సుషమా (పరమా శోభా)శోభా కాన్తిర్ద్యుతిశ్ఛవిః।అవశ్యాయస్తు నీహార స్తుషార స్తుహినం హిమమ్॥౯౦॥ప్రాలేయం మిహికా చాథ హిమానీ హిమసంహతిః । శీతం (గుణే తద్వదర్థా) స్సుషిమ శ్శిశిరో జడః॥ ౯౧॥ తుషార శ్శీతల శ్శీతో హిమ(స్సప్తాన్యలిఙ్గకాః)। ధ్రువ ఔత్తానపాది

సుషమా॥సీ॥౧-పరమా=ఎక్కువైన, శోభా=కాంతిపేరు, Exquisite beauty. శోభా - కాన్తిః-ద్యుతిః-ఛవిః॥సీ॥౪-కాంతిపేళ్లు, Splendour. అవశ్యాయః-నీహారః - తుషారః॥పు॥- తుహినమ్- హిమమ్-ప్రాలేయమ్॥న॥-మిహికా (పా) మహికా॥సీ॥ ౭-మంచుపేళ్లు, Frost. హిమానీ - హిమసంహతిః ॥సీ॥౨-మంచుయొక్కసమూహముపేళ్లు, A mass of snow. శీతమ్- ౧ - గుణవాచకమైనపుడు ॥న॥ శైత్యగుణముపేరు, Chillness. సుషిమః (పా) సుశిమః-శిశిరః-జడః-తుషారః- శీతలః-శీతః-హిమః॥పు॥ ౭ - శైత్యగుణముగలదానిపేళ్లు, Frigid. ఇవి విశేష్యలింగములు. ధ్రువః-ఔత్తానపాదిః ॥ పు ॥

(స్యా)దగ_స్త్యః కుమ్భ
సమ్భవః॥ మైత్రావరుణి
(రస్యైవ)లోపాముద్రా
(సధర్మిణీ)। నక్షత్ర మృ
క్షం భం తారా తారకా
ప్యుడు(వా స్త్రియామ్)॥
దాక్షాయ(ణ్యోఽశ్వినీ
త్యాదితారా) అశ్వయు
గశ్వినీ। రాధా విశాఖా
పుష్యేతుసిధ్యతిష్యౌ శ్ర
విష్ఠయా॥౨౮॥ (సమా)
ధనిష్ఠా (స్యుః) ప్రోష్ఠప
దా భాద్రపదాః (స్త్రి
యః)।మృగశీర్షం మృగ
శిర(స్తస్మి న్నే)వా ఽగ్ర
హాయణీ॥౨౯॥ ఇల్వలా
(స్తచ్ఛిరోదేశే తారకా
నివస న్తి యాః)।

౧-ధ్రువుని పేళ్లు, The polar star. అగస్త్యః-కుమ్భసమ్భవః-మైత్రావరుణిః॥ పు॥3 - అగస్త్యుని పేళ్లు, Star Canopus. లోపాముద్రా॥సీ॥౧ - అగస్త్యునిభార్యపేరు. నక్షత్రమ్-ఋక్షమ్ - భమ్॥న॥-తారా॥సీ॥-తారకా-ఉడు॥ స్న॥ ౬ - నక్షత్రము పేళ్లు, A star. అశ్వినీత్యాదితారాః = అశ్వినీనక్షత్రము మొదలయిన యిరువదియేడునక్షత్రములు, దాక్షాయణ్యః॥ఈ,సీ,బ॥=దాక్షాయణు లనఁబడుచున్నవి, Asterisms. అశ్వయుక్॥జ్॥- అశ్వినీ॥ సీ॥ ౨-అశ్వినీనక్షత్రముపేళ్లు, The head of Aries. రాధా- విశాఖా॥సీ॥౨ - విశాఖానక్షత్రముపేళ్లు, Stars in the southern scale. పుష్యమ్॥న॥-సిధ్యః-తిష్యః॥పు॥3 - పుష్యనక్షత్రముపేళ్లు, Stars in Cancer. శ్రవిష్ఠా-ధనిష్ఠా॥సీ॥౨ - ధనిష్ఠపేళ్లు, The Dolphin. ప్రోష్ఠపదాః॥సీ॥ ౧-పూర్వాభాద్రపేరు. భాద్రపదాః॥సీ॥౧-ఉత్తరాభాద్రపేరు, The wing of Pegasus. మృగశీర్షమ్-మృగశిరః॥ స్॥న॥-ఆగ్రహాయణీ॥సీ॥3-మృగశీర్షముపేళ్లు,Orion. ఇల్వలాః॥ ౧ - తచ్ఛిరోదేశే = ఆమృగశీర్షనక్షత్రముమీఁద, యాఃతారకాః నివసన్తి= ఏనక్షత్రము లున్నవో అవి, Stars in the head of Orion.

బృహస్పతి స్సురాచా
ర్యో గీష్పతి ర్ధిషణో గు
రుః॥ జీవ ఆఙ్గిరసో వా
చస్పతి శ్చిత్రశిఖణ్డిజః।
శుక్రో దైత్యగురుః కా
వ్య ఉశనా భార్గవః క
విః॥అఙ్గారకః కుజో భౌ
మో లోహితాఙ్గో మ

బృహస్పతిః-సురాచార్యః- గీష్పతిః - ధిషణః-గురుః-జీవః - ఆఙ్గిరసః - వాచస్పతిః - చిత్రశిఖణ్డిజః॥పు॥౯-బృహస్పతిపేళ్లు, Jupiter. శుక్రః - దైత్యగురుః-కావ్యః- ఉశనా॥స్॥- భార్గవః - కవిః॥పు॥౬-శుక్రునిపేళ్లు, Venus. అఙ్గారకః - కుజః-భౌమః-లోహితాఙ్గః-మహీసుతః॥పు॥౫- అంగారకునిపేళ్లు, Mars. రౌహిణేయః - బుధః-సౌమ్యః ॥ పు ॥ 3-బుధునిపేళ్లు, Mercury. సౌరిః-శనైశ్చరః॥ పు॥

హీసుతః। రౌహిణేయో
బుధ స్సౌమ్య (స్సమౌ)
సౌరిశనై శ్చరౌ॥[శనిమ
న్దౌ పఙ్గుకాలౌ ఛాయా
పుత్త్రో౽సితో౽ర్కజః॥]
తమస్తు రాహు స్స్వ
ర్భాను స్సైంహికేయో
విధుంతుదః । (సప్తర్ష
యో మరీ చ్యత్రిము
ఖా) శ్చిత్రశిఖణ్డినః॥(రా
శీనాముదయో) లగ్నం
(తేతు)మేషవృషాదయః
సూర సూర్యార్య మా
దిత్య ద్వాదశాత్మ దివా
కరాః॥౧౦౦॥ భాస్కరా
హస్కర బ్రధ్న ప్రభా
కర విభాకరాః । భాస్వ
ద్వివస్వ త్సప్తాశ్వ హరి
ద శ్వోష్ణరశ్మయః ॥
వికర్తనార్కమార్తణ్డ
మిహి రారుణపూషణః।
ద్యుమణి స్తరణి ర్మిత్త్ర
శ్చిత్రభాను ర్విరోచనః॥
విభావసుర్గ్రహపతి స్త్వి
షాంపతి రహర్పతిః। భా
ను ర్హంస స్సహస్రాంశు
స్తపన స్సవితా రవిః ॥
[కర్మసాక్షీ జగచ్చక్షు
రంశుమాలీ త్రయీతను

౨-శనిపేళ్లు, Saturn. [శనిః-మన్దః-పఙ్గుః - కాలః-ఛాయాపుత్త్రః-అసితః- అర్కజః] అధికపాఠము. తమః॥స్,న॥-రాహుః-స్వర్భానుః-సైంహికేయః-విధుంతుదః॥పు॥౪-రాహువుపేళ్లు, The ascending node.

మరీచ్యత్రిముఖాః= మరీచి,అత్రి, (అంగిరస్సు, పులస్త్యుఁడు,పులహుఁడు,క్రతువు, వసిష్ఠుఁడు)మొదలయిన, సప్తర్షయః=సప్తర్షులు, చిత్రశిఖణ్డినః॥న్, పు,బ॥= చిత్రశిఖండు లనంబడుదురు, Ursa major. లగ్నమ్॥న॥౧-రాసులయుదయముపేరు,Ascension; the rising of the signs. ఆరాసులు:-మేషము, Aries. వృషభము,Taurus. మిథునము, Gemini, కర్కటకము, Cancer. సింహము, Leo. కన్య, Virgo. తుల,Libra. వృశ్చికము, Scorpio. ధనుస్సు, Sagittarius. మకరము, Capricorn. కుంభము, Aquarius. మీనము, Pisces. అను పండ్రెండు, Signs of Zodiac.

సూరః (పా) శూరః - సూర్యః - అర్యమా ॥న్॥-ఆదిత్యః - ద్వాదశాత్మా ॥న్॥ - దివాకరః-భాస్కరః - అహస్కరః-బ్రధ్నః - ప్రభాకరః - విభాకరః – భాస్వాన్॥త్॥- వివస్వాన్ ॥త్॥ - సప్తాశ్వః - హరిదశ్వః- ఉష్ణరశ్మిః- వికర్తనః- అర్కః-మార్తణ్డః (పా) మార్తాణ్డః - మిహిరః-అరుణః - పూషా ॥న్॥–ద్యుమణిః– తరణిః- మిత్త్రః - చిత్రభానుః - విరోచనః - విభావసుః - గ్రహపతిః - త్విషాంపతిః - అహర్పతిః-భానుః - హంసః - సహస్రాంశుః - తపనః – సవితా॥ఋ॥- రవిః ॥ పు॥౩౭-సూర్యునిపేళ్లు, The Sun. [కర్మసాక్షీ ॥న్॥-జగచ్చక్షుః॥ష్॥ - అంశుమాలీ॥న్॥-త్రయీతనుః-ప్ర

నః। ప్రద్యోతనో దినమణిః ఖద్యోతో లోకబాన్ధవః ॥ ఇనో భగో ధామనిధిః పద్మినీవల్లభో హరిః॥]

ద్యోతనః-దినమణిః-ఖద్యోతః-లోకబాన్ధవః -ఇనః-భగః- ధామనిధిః - పద్మినీవల్లభః-హరిః] అ-పా.

[పద్మాక్షస్తేజసాంరాశి శ్ఛాయానాథస్తమిస్రహా]

మాఠరః పిఙ్గలో దణ్డ (శ్చణ్డాంశోః పారిపార్శ్వకాః) । సూరసూతో ౽రుణో ౽నూరుః కాశ్యపి ర్గరుడాగ్రజః ॥ ౧౦౪ ॥ పరివేషస్తు పరిధి రుపసూర్యకమణ్డలే। కిరణో స్రమయూఖాంశు గభస్తి ఘృణి ధృష్ణయః ॥ భానుః కరో మరీచిః (స్త్రీపుంసయో) ర్దీధితిః (స్త్రియామ్) । (స్యుః) ప్రభా రు గ్రుచి స్త్విడ్భా భా శ్ఛవి ద్యుతి దీప్తయః ॥ ౧౦౫ ॥ రోచి శ్శోచి (రుభే క్లీబే) ప్రకాశో ద్యోత ఆతపః । కోష్ణం కవోష్ణం మన్దోష్ణం కదుష్ణం (త్రిషు తద్వతి) ॥ ౧౦౬ ॥ తిగ్మం తీక్ష్ణం ఖరం (తద్వ) న్మృగతృష్ణా మరీచికా।

ఇతి దిగ్వర్గః.

మాఠరః-పిఙ్గలః-దణ్డః॥పు॥౩-చణ్డాంశోః - సూర్యునియొక్క, పారిపార్శ్వకాః-పార్శ్వమునందుండు నంగదేవతలపేళ్లు, Attendants of the Sun. సూరసూతః-అరుణః-అనూరుః- కాశ్యపిః- గరుడాగ్రజః॥పు॥౫-సూర్యసారథిపేళ్లు, The dawn, the charioteer of the Sun. పరివేషః- (పా) పరివేశః-పరిధిః॥ పు॥-ఉపసూర్యకమ్-మణ్డలమ్॥ న॥ ౪-ఒకానొకప్పుడు సూర్యునిచుట్టును జూడఁబడుకుండలాకారమైన తేజోవిశేషము పేళ్లు, Halo. కిరణః-ఉస్రః- మయూఖః - అంశుః- గభస్తిః- ఘృణిః-ధృష్ణిః-(ప)వృష్ణిః-భానుః-కరః॥పు॥-మరీచిః ॥ప్స॥- దీధితిః ॥సీ॥౧౧- సూర్యకిరణముపేళ్లు, A ray. ప్రభా-రుక్॥చ॥-రుచిః-త్విట్॥ ష॥-భా- భాః॥స॥ - ఛవిః-ద్యుతిః-దీప్తిః॥సీ॥-రోచిః॥స॥-శోచిః ॥స,న॥ ౧౧ - సూర్యకాంతిపేళ్లు, Light. ప్రకాశః - ద్యోతః-ఆతపః॥పు॥ ౩-ఎండపేళ్లు, Sunshine. కోష్ణమ్ - కవోష్ణమ్-మన్దోష్ణమ్-కదుష్ణమ్॥ న॥౪ - ఇంచుకవేఁడిమిపేళ్లు, Warmth. ఇంచుకవేఁడిమిగలవస్తువును జెప్పునపుడు॥ త్రి॥. తిగ్మమ్-తీక్ష్ణమ్-ఖరమ్ ॥న॥ ౩ - వేఁడిమిపేళ్లు, Heat. కోష్ణాదిశబ్దములవలె వేఁడిమిగలవస్తువును జెప్పునపుడు ॥ త్రి॥. మృగతృష్ణా-మరీచికా ॥సీ॥౨ - ఎండమావులపేళ్లు, Mirage.

దిక్కులతోఁ జేరిన పదసమూహము ముగిసెను.

కాలో దిష్టో౽ ప్యనేహా౽పి సమయో౽(ప్యథ) పక్షతిః॥౧౦౮॥ ప్రతిప(ద్ద్వే ఇమే స్త్రీత్వే)త(దాద్యా) స్తిథయో(ర్ద్వయోః)। ఘస్రో దినాహనీ (వాతు క్లీబే) దివసవాసరా ॥ ౧౦౯ ॥ ప్రత్యూషో ౽హర్ముఖం కల్య ముషః ప్రత్యుషసీ అపి। ప్రభాతంచ దినాన్తేతు సాయ స్సన్ధ్యా పితృప్రసూః ॥ ౧౧౦ ॥

కాలః-దిష్టః- అనేహా॥స॥-సమయః॥ పు॥౪-కాలముపేళ్లు, Time. పక్షతిః - ప్రతిపత్॥ద॥సీ॥ ౨-పాడ్యమి(ప్రథమ)పేళ్లు, First lunar day. తిథయః॥ ప్స,ఇ,బ॥౧-పాడ్యమి మొదలయినతిథులపేరు, A lunar day. ఘస్రః॥పు॥-దినమ్ - అహః॥న్॥న॥-దివసః-వాసరః ॥ప్స॥ ౫ - దినముపేళ్లు, A day. ప్రత్యూషః॥పు॥-అహర్ముఖమ్ - కల్యమ్- ఉషః - ప్రత్యుషః॥స॥ - ప్రభాతమ్॥ న ॥ ౬ - ప్రాతఃకాలముపేళ్లు, The dawn. దినాన్తః-సాయః ॥పు॥ (ప్రా)సాయమ్॥ అవ్య॥ ౨ - సాయంకాలముపేళ్లు, Evening. సంధ్యా-పితృప్రసూః ॥ఊ॥సీ॥ ౨ - సంధ్యాకాలముపేళ్లు, Twilight. [వ్యుష్టం విభాతం ద్వే క్లీబే పుంసి గోసర్గ ఇష్యతే॥] అధికపాఠము.

(ప్రా) హ్ణా౽పరాహ్ణ మధ్యాహ్నా) స్త్రిసన్ధ్య

త్రిసన్ధ్యమ్ ॥న॥౧ - ప్రాహ్ణాపరాహ్ణమధ్యాహ్నములనఁబడు దినాద్యన్తమధ్యభాగముల సమూహముపేరు, Forenoon, afternoon and mid-day.

(మథ) శర్వరీ। నిశా నిశీథినీ రాత్రి స్త్రియామా క్షణదా క్షపా॥ ౧౧౧॥ విభావరీ తమస్విన్యౌ రజనీ యామినీ తమీ।

శర్వరీ - నిశా - నిశీథినీ - రాత్రిః- త్రియామా- క్షణదా - క్షపా-విభావరీ - తమస్వినీ- రజనీ(ప)రజనిః-యామినీ - తమీ (ప్రా) తమా॥సీ॥౧౨॥రాత్రిపేళ్లు, Night.

తమిస్రా(తామసీ రాత్రి)

తమిస్రా॥సీ॥౧ - తామసీరాత్రిః = గాఢాంధకారపురాత్రిపేరు, A dark night.

జ్యోత్స్నీ (చన్ద్రికయా౽న్వితా) ॥౧౧౨॥

జ్యోత్స్నీ॥సీ॥౧- చన్ద్రికయా= వెన్నెలతోడ,అన్వితా=కూడినరాత్రిపేరు, A moonlight night.

(ఆగామివర్తమానాహర్యుక్తాయాంనిశి)పక్షిణీ।

పక్షిణీ॥సీ॥ ౧ - ఆగామివర్తమానాహర్యుక్తాయాం నిశి=వచ్చునట్టిపగటితోను నడచెడుపగటితోనునుగూడిన రాత్రిపేరు. A night and two days.

గణరాత్రం (నిశా బహ్వ్యః) ప్రదోషో రజ

గణరాత్రమ్॥న॥౧ - నిశాః బహ్వ్యః= పెక్కురాత్రులపేరు, A multitude of nights. ప్రదోషః

నీముఖమ్॥ ౧౧౩॥

॥పు॥-రజనీముఖమ్॥న॥_౨ - ప్రదోషకాలము పేళ్లు, The beginning of night.

అర్ధరాత్రనిశీథౌ (ద్వౌ)

అర్ధరాత్రః-నిశీథః॥పు॥_౨ - అర్ధరాత్రము పేళ్లు, Midnight. [period of three hours.

(ద్వౌ) యామప్రహరౌ (సమౌ)। (స) పర్వసన్ధిః (ప్రతిపత్పఞ్చదశ్యో ర్య దన్తరమ్)॥ ౧౧౪॥

యామః- ప్రహరః॥ పు॥ _౨ - జాము పేళ్లు. A పర్వసన్ధిః॥ పు॥ (ప) పర్వ॥న్,న॥-సన్ధిః॥ పు॥ ౧- పున్నమకును పాడ్యమికిని అమావాస్యకును పాడ్యమికిని మధ్యనున్న కాలము పేరు, The junction of the fifteenth and first of a lunar fortnight.

పక్షాన్తౌ పఞ్చదశ్యౌ (ద్వే)

పక్షాన్తః ॥పు॥ - పఞ్చదశీ॥ ఈ, స్త్రీ॥_౨-పున్నమకును అమావాస్యకును పేళ్లు.

పౌర్ణమాసీ తు పూర్ణిమా।(కలాహీనే సా) ఽనుమతిః (పూర్ణే) రాకా (నిశాకరే)॥ ౧౧౫॥

పౌర్ణమాసీ-పూర్ణిమా॥స్త్రీ॥ _౨-పున్నమ పేళ్లు, Day of full moon. నిశాకరే=చంద్రుఁడు,కలాహీనే(సతి) =ఒకకళ చేఁదక్కువైనవాఁడుగానున్నప్పుడు,సా=ఆపున్నమ,అనుమతిః॥స్త్రీ॥౧-అనుమతియనఁబడుచున్నది,Moon one digit less than full.పూర్ణే (సతి)=పదాఱుకళలతోఁగూడియున్నప్పుడు,రాకా ॥స్త్రీ॥౧-రాక యనఁబడుచున్నది, Moon quite full.

అమావాస్యా త్వమావస్యా దర్శ స్సూర్యేన్దుసఙ్గమః। (సా దృష్టేన్దు) స్సినీవాలీ (సా నష్టేన్దుకలా) కుహూః॥

అమావాస్యా-అమావస్యా॥స్త్రీ॥- దర్శః - సూర్యేన్దుసఙ్గమః॥పు॥౪ - అమావాస్య పేళ్లు, Day of new moon. సినీవాలీ॥స్త్రీ॥౧-దృష్టేన్దుః సా=చంద్రకళ కనఁబడినయమావాస్య పేరు. కుహూః॥స్త్రీ॥౧-నష్టేన్దుకలా సా = చంద్రకళ కనఁబడని యమావాస్య పేరు. [An eclipse.

ఉపరాగో గ్రహో (రాహుగ్రస్తే త్విన్దౌ చ పూష్ణిచ)। సోపప్లవోపరక్తౌ (ద్వౌ)

ఉపరాగః - గ్రహః॥పు॥_౨ - గ్రహణము పేళ్లు,

సోపప్లవః-ఉపరక్తః॥పు॥_౨-రాహుగ్రస్తే=రాహువుచేత గ్రసింపఁబడిన, ఇన్దౌ=చంద్రునికిని, పూష్ణిచ=సూర్యునికిని పేళ్లు, Eclipsed sun or moon.

వగ్న్యుత్పాత ఉపా

అగ్న్యుత్పాతః - ఉపాహితః॥పు॥ _౨-ధూమ

హితః॥ ౧౧౭॥	కేతువు పేళ్లు, A meteor or comet.
(ఏకయోక్త్యా) పుష్పవన్తౌ(దివాకరనిశాకరౌ)।	పుష్పవన్తౌ॥ త్॥(ప) పుష్పదన్తౌ॥ అ, పు॥ ద్వి॥ ౧ - ఏకయాఉక్త్యా = ఒకమాటచేత; దివాకర నిశాకరౌ=సూర్యచంద్రులపేరు, Sun & moon.
(అష్టాదశ నిమేషాస్తు) కాష్ఠా	కాష్ఠా॥సీ॥౧ - అష్టాదశనిమేషాః = పదునెనిమిదిరెప్పపాట్లకాలము పేరు, Time measured by 18 twinklings.
(త్రింశత్తు తాః) కలా॥ ౧౧౮॥	కలా॥సీ॥ ౧ - తాః త్రింశత్ = అట్టికాష్ఠలు ముప్పదిగూడినకాలముపేరు, Eight seconds.
(తాస్తు త్రింశ) త్క్షణ	క్షణః॥పు॥౧ - తాః త్రింశత్ = అట్టికళలు ముప్పదిగూడినకాలముపేరు, Four minutes.
(స్తేతు) ముహూర్తో (ద్వాదశాఽస్త్రియామ్)।	ముహూర్తః॥ప్న॥ ౧- తేద్వాదశ=అట్టిక్షణములు పండ్రెండు గూడిన కాలముపేరు, 48 minutes.
(తేతు త్రింశ) దహోరాత్రః	అహోరాత్రః॥పు॥౧- తేత్రింశత్=అట్టిముహూర్తములుముప్పదిగూడినకాలముపే,Aday and night.
పక్ష (స్తే దశ పఞ్చ చ॥ ౧౧౯॥	పక్షః॥పు॥౧- తేదశపఞ్చ చ=అట్టియహోరాత్రములుపదునేనుగూడినకాలముపేరు,A fort-night.
(పక్షౌ పూర్వాపరౌ) శుక్లకృష్ణౌ	శుక్లః॥ పు॥ ౧- కృష్ణః॥ పు॥ ౧ - వరుసగాఁబూర్వపక్షము(light fortnight)నకును, అపరపక్షము(dark fortnight)నకును బేళ్లు.
మాసస్తు (తావుభౌ)।	మాసః॥పు॥౧ - తావుభౌ = ఆశుక్లకృష్ణపక్షములు రెండు గూడినకాలముపేరు, A month.
(ద్వౌద్వౌ మాఘాది మాసౌ స్యా) దృతు	ఋతుః॥పు॥౧ - మాఘమాసము మొదలు రెండేసి నెలలుగూడిన కాలముపేరు, A season.
(స్తై) రయనం (త్రిభిః)॥ ౧౨౦॥	అయనమ్॥న॥ ౧- తైః త్రిభిః= అట్టిఋతువులు మూఁడుగూడిన కాలముపేరు, A half-year.
(అయనే ద్వేగతి రుదగ్దక్షిణాఽర్కస్య) వత్సరః।	వత్సరః॥పు॥౧ - సూర్యునియుత్తరపుదిక్కున సంచారముగాను దక్షిణపుదిక్కున సంచారముగాను నుండుదక్షిణోత్తరాయణములు రెండును సంవ

త్సర మనఁబడును. ఇదియె యొకయేఁడు, A year. మాఘాది శ్రావణపర్యంతము సూర్యునియుత్తర గతి, యుత్తరాయణము, Sun's progress to the north of the equator. శ్రావణాదిమాఘపర్యంత ము దక్షిణగతి, దక్షిణాయనము, Sun's progress to the south of the equator. అట్టి అయనములు రెండుగూడినకాలము సంవత్సరమనుట, A year.

(సమరాత్రిన్దివే కాలే) విషువ ద్విషువం (చ తత్)॥ ౧౨౧॥

విషువత్-విష్వవత్॥న॥ ౨-సమమైన రేయుం బగలుగలకాలము-అనఁగా రాత్రియునుబగలును సమమైనకాలముపేళ్లు, Equinox.

(పుష్యయుక్తా పౌర్ణమాసీ) పౌషీ

పౌషీ॥స్త్రీ॥ ౧-పుష్యయుక్తా = పుష్యనక్షత్రము తోఁగూడిన, పౌర్ణమాసీ=పున్నమ పేరు.

(మాసేతు యత్ర సా। నామ్నా స) పౌషో (మాఘాద్యా శ్చైవ మేకాదశాౕపరే)॥ ౧౨౨॥

పౌషః॥పు॥౧-ఏమాసమున నాపున్నమవచ్చునో, ఆమాసము పౌష మనంబడును. తక్కిన మాఘమాసము మొదలగుపదునొకండును నిట్లు తెలియఁదగినవి.

మార్గశీర్షే సహామార్గ ఆగ్రహాయణిక (శ్చసః)

మార్గశీర్షః-సహాః॥స్॥- మార్గః - ఆగ్రహాయణికః॥పు॥౪ - మార్గశీర్షము పేళ్లు, December-January.

పౌషే తైష సహస్యౌ (ద్వౌ)

పౌషః-తైషః-సహస్యః॥పు॥ 3 - పుష్యమాస ముపేళ్లు, January- February.

తపా మా (ఘేౕథ) ఫాల్గునే॥ (స్యా)త్తపస్యః ఫాల్గునిక

తపాః॥స్॥-మాఘః॥పు॥౨ - మాఘమాసము పేళ్లు, February-March.

ఫాల్గునః-తపస్యః - ఫాల్గునికః ॥పు॥ 3-ఫాల్గున మాసముపేళ్లు, March-April.

(స్స్యా)చ్చైత్రే చైత్రికో మధుః।

చైత్రః - చైత్రికః - మధుః ॥పు॥ 3- చైత్ర మాసముపేళ్లు, April-May.

వైశాఖే మాధవో రాధో

వైశాఖః-మాధవః-రాధః ॥పు॥ 3 - వైశాఖ మాసముపేళ్లు, May-June.

జ్యేష్ఠే శుక్ర	జ్యేష్ఠః-శుక్రః॥పు॥ ౨ - జ్యేష్ఠమాసముపేళ్లు, June-July.
శ్శుచి (స్త్వయమ్) ॥ ౧౪॥ ఆషాఢే	శుచిః-ఆషాఢః (పా) ఆశాఢః॥పు॥౨- ఆషాఢ మాసముపేళ్లు, July - August.
శ్రావణే (తుస్యా) న్న భా శ్శ్రావణిక (శ్చసః)॥	శ్రావణః - నభాః ॥స॥ - శ్రావణికః ॥పు॥ ౩- శ్రావణమాసము పేళ్లు. August-September.
(స్యు) ర్నభస్యః ప్రౌష్ఠపద భాద్ర భాద్రప దా(స్సమాః)॥ ౧౫॥	నభస్యః - ప్రౌష్ఠపదః - భాద్రః - భాద్రపదః ॥పు॥ ౪ - భాద్రపదమాసముపేళ్లు, Sixth lunar month. September-October.
(స్యా)దాశ్వీన ఇషోఽ ప్యాశ్వయుజోఽపి	ఆశ్వినః-ఇషః- ఆశ్వయుజః ॥పు॥ ౩- ఆశ్వయుజ మాసముపేళ్లు, October - November.
(స్యాత్తు) కార్తికే। బాహు లోర్జః కార్తికికో	కార్తికః-బాహులః- ఊర్జః - కార్తికికః॥ పు॥ ౪-కార్తికమాసముపేళ్లు, November-December.
హేమన్త	హేమన్తః॥పు॥౧- హేమంతఋతువుపేరు, Winter.
శ్శిశిరో(ఽస్త్రియామ్)॥	శిశిరః ॥న్న॥ ౧- శిశిరఋతువు, Cold season.
వసన్తే పుష్పసమయ స్సురభి	వసన్తః - పుష్పసమయః - సురభిః ॥ పు ॥ ౩- వసంతఋతువుపేళ్లు, Spring.
గ్రీష్మ ఊష్మకః। నిదా ఘ ఉష్ణోపగమ ఉష్ణ ఊ ష్మాగమ స్తపః॥ ౧౬॥	గ్రీష్మః - ఊష్మకః -నిదాఘః - ఉష్ణోపగమః- ఉష్ణః - ఊష్మాగమః - తపః ॥పు॥ ౭-గ్రీష్మఋతువుపేళ్లు, Hot Season.
(స్త్రియాం) ప్రావృట్ (స్త్రియాంభూమ్ని)వర్షా	ప్రావృట్॥ష్,స్త్రీ॥-వర్షాః॥ఆ,స్త్రీ,బ॥౨-వర్షఋతువు పేళ్లు,Rainy Season.[Autumn or sultry season.
(అథ)శరత్ స్త్రియామ్।	శరత్ ॥ద్॥(ప)శరదా ॥స్త్రీ॥౧- శరదృతువుపేరు,
(షడమీ) ఋతవః పుంసి మార్గాదీనాం యుగైః క్రమాత్ ॥ ౧౭॥	ఋతుః ॥పు॥ ౧- షడమీ=ఈయాఱుఋతువులు,మార్గాదీనాంయుగైఃక్రమాత్ = మార్గశీర్షము మొదలైన పండ్రెండునెలలలో వరుసగా రెండేసినెలలచేత నేర్పడుచున్నవి, Seasons.
సంవత్సరో వత్సరోఽ బ్దో హాయనో (ఽస్త్రీ)	సంవత్సరః-వత్సరః-అబ్దః ॥పు॥- హాయనః॥న్న॥- శరత్ ॥ద్॥- సమాః ॥ఆ,బ॥ (ప) సమా ॥స్త్రీ॥౬-

శరత్సమాః।

సంవత్సరముపేళ్లు, A year.

(మాసేన స్యా దహోరాత్రః పైత్రో వర్షేణ దైవతః)॥ ౧౨౯॥ [దివ్యై ర్వర్షసహస్రై ర్ద్వాదశభి ర్దైవతం యుగమ్॥]

మనుష్యుల యొకమాసముచేత పితృదేవతలకు నొకయహోరాత్రము, A patriarchal day. అందు శుక్లపక్షము పగలు, కృష్ణపక్షము రాత్రి. మనుష్యుల యొకసంవత్సరము దేవతలకు నొక యహోరాత్రము. అందు నుత్తరాయణము పగలు, దక్షిణాయనము రాత్రి. అట్టిమున్నూటఱువది యహోరాత్రములు దేవతల కొకసంవత్సరము. అట్టిపండ్రెండువేలసంవత్సరములు దేవతలకు నొకయుగము. దేవసంబంధమైన రెండువేల యుగములు బ్రహ్మకు నొకయహోరాత్రము.

దైవే యుగసహస్రే ద్వే బ్రాహ్మః కల్పౌతు (తౌ నృణామ్)॥

తౌ= ఆయహోరాత్రములు, నృణామ్= మనుష్యులకు, కల్పౌ= రెండుకల్పములు. అందుఁ బగలుదయకల్పము, రాత్రి క్షయకల్పము.

మన్వన్తరం (తు దివ్యానాం యుగానామేకసప్తతిః)॥ ౧౩౦॥

మన్వన్తరమ్ ॥న॥౧- దివ్యానాంయుగానామ్= దేవయుగములయొక్క, ఏకసప్తతిః = డెబ్బదియొకటి గూడినకాలముపేరు.

సంవర్తః ప్రలయః కల్పః క్షయః కల్పాన్త (ఇత్యపి)।

సంవర్తః- ప్రలయః- కల్పః-క్షయః- కల్పాన్తః॥పు॥౫- ప్రళయకాలముపేళ్లు, Destruction of the world.

(అస్త్రీ)పఙ్కం (పుమాన్) పాప్మా పాప కిల్బిష కల్మషమ్॥౧౩౧॥ కలుషం వృజినై నోఽఘ మంహో దురిత దుష్కృతమ్।

పఙ్కమ్ ॥ప్న॥-పాప్మా ॥న్, పు॥- పాపమ్-కిల్బిషమ్-కల్మషమ్ - కలుషమ్ - వృజినమ్-ఏనః ॥స్॥- అఘమ్-అంహః ॥స్॥- దురితమ్- దుష్కృతమ్॥న॥ ౧౨-పాపముపేళ్లు, Sin.

(స్యా)ద్ధర్మ(మస్త్రియాం)పుణ్యశ్రేయసీ సుకృతం వృషః॥

ధర్మమ్॥ప్న॥-పుణ్యమ్-శ్రేయః॥స్॥- సుకృతమ్॥న॥- వృషః ॥పు॥ ౫- పుణ్యముపేళ్లు, Virtue or moral merit.

ముత్ప్రీతిః ప్రమదో హర్షః ప్రమోదామో

ముత్ ॥ద్॥- ప్రీతిః ॥సీ॥ - ప్రమదః - హర్షః- ప్రమోదః-ఆమోదః-సమ్మదః- ఆనన్దథుః - ఆనన్దః॥

ద సమ్మదాః । (స్యా)
దానన్దథు రానన్ద శ్శర్మ
శాత సుఖానిచ॥ ౧౩౩॥

పు॥-శర్మ॥న్॥-శాతమ్ (పా) సాతమ్ - సుఖమ్॥న॥
౧౨-సంతోషముపేళ్లు, Joy, or pleasure.

శ్వశ్శ్రేయసం శివం భ
ద్రం కల్యాణం మఙ్గళం
శుభమ్ । భావుకం భవి
కం భవ్యం కుశలం క్షే
మ (మస్త్రియామ్) ॥
౧౩౪॥ శస్తం చా
(థ త్రిషు ద్రవ్యే పాప
పుణ్య సుఖాదిచ)।

శ్వశ్శ్రేయసమ్- శివమ్- భద్రమ్- కల్యాణమ్-
మఙ్గళమ్- శుభమ్- భావుకమ్ - భవికమ్-భవ్యమ్-
కుశలమ్॥న॥- క్షేమమ్ ॥ప్న॥- శస్తమ్ ॥న॥ ౧౨-
శుభముపేళ్లు, Happiness, happy or right.

ఈశబ్దములలో పాపపుణ్యశబ్దములు రెండును
సుఖశబ్దము మొదలయినపదుమూఁడుశబ్దములు
ను ద్రవ్యవాచకములైనపుడు మూఁడులింగముల
యందు వర్తించును.

మతల్లికా మచర్చికా
ప్రకాణ్డ ముద్ఘ తల్లజౌ॥
(ప్రశస్తవాచకా న్య
మూ)న్యయ (శ్శుభావ
హోవిధిః)।

మతల్లికా - మచర్చికా॥స్త్రీ॥- ప్రకాణ్డమ్ ॥న॥-
ఉద్ఘః - తల్లజః ॥ పు ॥ ౫ - శ్రేష్ఠవాచకములు,
Excellent ones. అయః॥ పు॥ ౧-శుభమునుజేయు
సత్కర్మముపేరు, Good fortune.

దైవం దిష్టం
భాగధేయం భాగ్యం
(స్త్రీ)నియతి ర్విధిః॥

దైవమ్- దిష్టమ్- భాగధేయమ్- భాగ్యమ్ ॥న॥
నియతిః॥స్త్రీ॥- విధిః ॥పు॥౬- పూర్వకృతమైనశుభా
శుభకర్మముపేళ్లు, Destiny, or luck.

హేతు(ర్నా) కారణం
బీజం నిదానం త్వాది
కారణమ్ । క్షేత్రజ్ఞ ఆ
త్మా పురుషః ప్రధానం
ప్రకృతిః (స్త్రియామ్)॥
౧౩౫॥

హేతుః॥పు॥- కారణమ్- బీజమ్ ॥న॥ ౩-కారణ
ముపేళ్లు, A cause. నిదానమ్- ఆదికారణమ్ ॥న॥
౨ - మొదటికారణముపేళ్లు, A primary cause.
క్షేత్రజ్ఞః- ఆత్మా॥న్॥- పురుషః ॥పు॥ ౩- జీవునిపేళ్లు,
The Soul. ప్రధానమ్ ॥న॥- ప్రకృతిః ॥స్త్రీ॥ ౨-ప్ర
కృతిపేళ్లు, The cause of the material world.

(విశేషఃకాలి) కోఽవ
స్థా(గుణా) స్సత్త్వం రజ
స్తమః। జను ర్జనన జన్మా
ని జని రుత్పత్తి రుద్భవః॥
౧౩౬॥

అవస్థా ॥ స్త్రీ ॥ ౧-కాలముచేతఁజేయఁబడినయౌ
వనాదిరూపమైన విశేషముపేరు, State or con-
dition. సత్త్వమ్-రజః-తమః॥స్॥ న॥ ౩-ప్రకృతిగు
ణములు, Attributes and essential qualities
of matter. జనుః॥స్॥-జననమ్-జన్మ॥న్॥ న॥- జనిః

ప్రాణీ తు చేతనో జన్మీ జన్తు జన్యు శరీరిణః। జాతి ర్జాతంచ సామాన్యం వ్యక్తి స్తు (పృథగాత్మికా)॥ ౧౩౯॥ చిత్తన్తు చేతో హృదయం స్వాన్తం హృన్మానసం మనః॥

॥సీ॥ (ప) ॥పు॥- ఉత్పత్తిః॥ సీ॥- ఉద్భవః॥పు॥ ౭-పుట్టుకపేళ్లు, Birth or production.

ప్రాణీ॥న్॥-చేతనః-జన్మీ॥న్॥- జన్తుః-జన్యుః-శరీరి॥న్॥పు॥౭- మనుష్యులు మొదలుగాఁగల ప్రాణుల పేళ్లు, An animal or sentient being. జాతిః॥ సీ॥-జాతమ్-సామాన్యమ్॥ న॥ ౩-ఘటత్వాదిజాతిపేళ్లు, Kind or sort. వ్యక్తిః॥సీ॥౧-పృథగాత్మికా=జాతికి నాశ్రయమైన ఘటాదివ్యక్తిపేరు, Individuality. చిత్తమ్-చేతః॥స్॥ - హృదయమ్-స్వాన్తమ్-హృత్॥ద్॥ - మానసమ్-మనః ॥స్॥ న॥ ౭-మనస్సుపేళ్లు, The mind; or faculty of reason.

ఇతి కాలవర్గః.

కాలముతోఁ జేరిన పదసమూహము ముగిసెను.

బుద్ధి ర్మనీషా ధిషణా ధీః ప్రజ్ఞా శేముషీ మతిః ॥ ప్రేక్షోపలబ్ధి శ్చిత్సంవి త్ప్రతిప జ్జ్ఞప్తి చేతనాః । ధీ(ర్ధారణావతీ మేధా) సంకల్పః (కర్మ మానసమ్)॥ ౧౪౧॥

బుద్ధిః-మనీషా-ధిషణా-ధీః- ప్రజ్ఞా - శేముషీ- మతిః- ప్రేక్షా-ఉపలబ్ధిః-చిత్-సంవిత్ - ప్రతిపత్॥ద్॥-జ్ఞప్తిః- చేతనా॥సీ॥ ౧౪- బుద్ధిపేళ్లు, Understanding or intellect. మేధా॥సీ॥౧-ధారణావతీ=ధారణాశక్తిగల,ధీః=బుద్ధి, Retentive intellect; A comprehensive mind. సంకల్పః॥పు॥-మానసంకర్మ=మనోవ్యాపారము, A resolve.[అవధానం,సమాధానం, ప్రణిధానం,(త్రైవచ)-సమాధానము పేళ్లు

చిత్తాభోగో మనస్కార శ్చర్చా సఙ్ఖ్యా విచారణా । అధ్యాహార స్తర్క ఊహో విచికిత్సా తు సంశయః॥ ౧౪౨॥ సన్దేహ ద్వాపరౌ చాథ

చిత్తాభోగః - మనస్కారః॥పు॥౨-మనస్సునిండుకొనియుండుటపేళ్లు, Attention of the mind to its own dealings. చర్చా- సంఖ్యా-విచారణా॥సీ॥౩-ప్రమాణముచేత నర్థము పరీక్షించుట పేళ్లు, Consideration; exercise of judgment. అధ్యాహారః-తర్కః-ఊహః॥పు॥ ౩-తక్కువను పూరించుటకై యెక్కువపదమును దెచ్చుకొనుటకు పేళ్లు, Supplying an ellipsis; అపూర్వముగాను త్ప్రేక్షించుట పేళ్లనికొందఱు, Inferring.

విచికిత్సా॥స్త్రీ॥ - సంశయః-సందేహః - ద్వాపరః॥పు॥ ౪- సందేహము పేళ్లు, Doubt or uncertainty.

[విమర్శో భావనాచైవ వాసనా చ నిగద్యతే]

(సమౌ) నిర్ణయనిశ్చయౌ । మిథ్యాదృష్టి ర్నాస్తికతా

నిర్ణయః - నిశ్చయః ॥పు॥ ౨-నిశ్చయముపేళ్లు, Certainty, or ascertainment. మిథ్యాదృష్టిః-నాస్తికతా ॥స్త్రీ॥ ౨ - పరలోకములేదనుబుద్ధిపేళ్లు, Heresy, or heterodox.

వ్యాపాదో ద్రోహచిన్తనమ్॥౧౪౩॥

వ్యాపాదః॥పు॥- ద్రోహచిన్తనమ్॥న॥ ౨-ద్రోహముతలఁచుట పేళ్లు, An injurious design.

(సమౌ) సిద్ధాన్తరాద్ధాన్తౌ

సిద్ధాన్తః - రాద్ధాన్తః॥ పు॥ ౨-సిద్ధాంతము పేళ్లు, A demonstrated truth.

భ్రాన్తి ర్మిథ్యామతి ర్భ్రమః॥

భ్రాన్తిః-మిథ్యామతిః ॥స్త్రీ॥- భ్రమః ॥ పు॥ ౩-భ్రాంతిపేళ్లు, Error or mistake. Illusion.

సంవి దాగూః ప్రతిజ్ఞానం నియ మాశ్రవ సంశ్రవాః ॥౧౪౪॥ అఙ్గీకా రాభ్యుపగమ ప్రతిశ్రవ సమాధయః।

సంవిత్ ॥ద్॥-ఆగూః॥ఊ॥(ప)ఆగూః॥ర్,స్త్రీ॥- ప్రతిజ్ఞానమ్॥న॥- నియమః- ఆశ్రవః- సంశ్రవః- అఙ్గీకారః- అభ్యుపగమః- ప్రతిశ్రవః - సమాధిః॥పు॥ ౧౦- అంగీకారము పేళ్లు, An agreement. Promise. Assent.

(మోక్షేధీ) ర్జ్ఞాన

జ్ఞానమ్ ॥ న ॥ ౧-మోక్షమునందలిబుద్ధిపేరు, Knowledge which tends to the emancipation of the souls. True knowledge.

(మన్యత్ర) విజ్ఞానం శిల్పశాస్త్రయోః॥౧౪౫॥

విజ్ఞానమ్ ॥న॥౧- మోక్షముకంటె వేఱైనశిల్పచిత్రాది శాస్త్రమునందున్న బుద్ధిపేరు, Knowledge of arts.

ముక్తిః కైవల్య నిర్వాణ శ్రేయో నిశ్శ్రేయ సామృతమ్ । మోక్షో ఽపవర్గో ఽ

ముక్తిః॥స్త్రీ - కైవల్యమ్- నిర్వాణమ్- శ్రేయః॥స్॥-నిశ్శ్రేయసమ్- అమృతమ్ ॥న॥-మోక్షః- అపవర్గః॥ పు॥౮-మోక్షముపేళ్లు, Beatitude. Absolution or that which tends to exempt the souls from further transmigration.

థాఽజ్ఞాన మవి ద్యాహంమతిః స్త్రియామ్॥

అజ్ఞానమ్॥న॥-అవిద్యా - అహంమతిః ॥స్త్రీ॥ ౩-అజ్ఞానముపేళ్లు, Spiritual ignorance.

రూపం శబ్దో గన్ధ రస

విషయాః - గోచరాః- ఇన్ద్రియార్థాః॥పు,బ॥౩-

స్పర్శాశ్చ) విషయా (అమీ) । గోచరా ఇన్ద్రియార్థాశ్చ హృషకం విష యాన్ద్రియమ్॥ కర్మేన్ద్రియం తు(పాయ్వాది) (మనో నేత్రాది) ధీన్ద్రియమ్॥

రూపము శబ్దము గంధము రసము స్పర్శము ననునీయయిదు విషయములపేళ్లు, Five objects of sense. హృషీకమ్-విషయి॥ న్॥-ఇన్ద్రియమ్॥న॥ 3-ఇంద్రియము పేళ్లు, An organ of sense. కర్మేన్ద్రియమ్॥న॥౧-పాయ్వాది = పాయూపస్థవాక్పాణిపాదముల పేళ్లు, An organ of action. ధీన్ద్రియమ్॥ ౧ - మనోనేత్రాది=మనోనేత్రజిహ్వాఘ్రాణత్వక్ శ్రోత్రముల పేరు, An intellectual organ.

తువరస్తు కషాయో (ఽస్త్రీ) మధురో లవణః కటుః॥౧౨౮॥ తిక్తో ఽమ్లశ్చ (రసాః పుంసి) (తద్వత్సు షడమీ త్రిషు)।

తువరః (పా)తూవరః- కషాయః॥పు॥ ౨-ఒగరు పేళ్లు, Astringency. మధురః॥ ౧-తియ్యందనము పేరు, Sweetness. లవణః॥పు॥౧-ఉప్పన పేరు, Salt taste. కటుః॥పు॥౧-కారము, Pungency. తిక్తః॥పు॥ ౧-చేదు పేరు,Bitterness. అమ్లః(ప)అంబ్లః॥పు॥౧-పుల్లన పేరు, Sourness. ఈయాఱుశబ్దములును రసవాచకములైనపుడు పుల్లింగములు. ఆరసములతోం గూడినవస్తువులను జెప్పునపుడు త్రిలింగకములు.

(విమర్దోత్థే) పరిమలో (గన్ధే జనమనోహరే) ॥౧౨౯॥ఆమోద (స్సోఽతినిర్హారీ)

పరిమలః ॥పు॥౧ - నానాద్రవ్యములను మెదుపుటవలనం బుట్టినదై జనులకు మనోహరమైయుండుగన్ధము పేరు, A pleasing scent. ఆమోదః॥పు॥ ౧-మిక్కిలిదూరముగా వ్యాపించునట్టి యాపరిమళము పేరు, A delightful and strong smell.

(వాచ్యలిఙ్గత్వ మాగుణాత్)।

ఇది మొదలు 'గుణేశుక్లాదయః' అనుచోంగల శుక్లశుభ్రాది శబ్దములనఱుంగలశబ్దములు విశేష్యముయొక్క లింగమును బొందునవి.

సమాకర్షీ తు నిర్హారీ సురభి ర్ఘ్రాణతర్పణః ॥ ఇష్టగన్ధ స్సుగన్ధి స్స్యా దామోదీ ముఖవాసనః॥పూతిగన్ధిస్తు దుర్గన్ధో

సమాకర్షి ॥న్॥-నిర్హారి॥న్॥౨-దూరముగా వ్యాపించు గంధముగల వస్తువుపేరు, A scent spreading far. సురభిః-ఘ్రాణతర్పణః-ఇష్టగన్ధః - సుగన్ధిః॥ ౪- మంచిగంధముగల వస్తువుపేళ్లు, A fragrant substance. ఆమోదీ॥న్॥ - ముఖవాసనః॥

విస్రం స్యా దామగన్ధి (యత్)॥ ౧౫౧॥	౨-కర్పూరము మొదలయిన ముఖవాసనద్రవ్యము పేళ్లు, A perfume for the mouth. పూతిగన్ధిః - దుర్గన్ధః॥ ౨ - దుర్గంధముగల వస్తువుపేళ్లు, An ill-smelling substance. విస్రమ్- ఆమగన్ధి ॥న్॥ ౨- అపక్వమైనమాంసాదులవంటిగంధముగలవస్తువుపేళ్లు, Smell of raw meat.
శుక్ల శుభ్ర శుచి శ్వేత విశద శ్యేతపాణ్డరాః। అవదాత స్సితో గౌరో వలక్షో ధవలో ౽ర్జునః॥	శుక్లః-శుభ్రః- శుచిః- శ్వేతః- విశదః- శ్యేతః- పాణ్డరః- అవదాతః- సితః- గౌరః- వలక్షః (పా)అవలక్షః-ధవలః-అర్జునః ॥ ౧౩- తెలుపువర్ణము పేళ్లు, White.
హరిణః పాణ్డురః పాణ్డు	హరిణః-పాణ్డురః-పాణ్డుః॥౩- తెలుపు పచ్చన కలిసినవర్ణముపేళ్లు, Yellowish white. [పేరు,Grey.
(రీషత్పాణ్డుస్తు)ధూసరః	ధూసరః॥౧-ఈషత్పాణ్డుః=ఇంచుక తెలుపువన్నె
కృష్ణే నీ లాసిత శ్యామ కాల శ్యామల మేచకాః॥ ౧౫౩॥	కృష్ణః- నీలః- అసితః- శ్యామః-కాలః- శ్యామలః- మేచకః॥౭- నలుపువర్ణముపేళ్లు, Black, or dark blue.
పీతో గౌరో హరిద్రాభః పాలాశో హరితో హరిత్।	పీతః-గౌరః-హరిద్రాభః ॥౩- పసుపువన్నె పేళ్లు, Yellow. పాలాశః (పా) పలాశః-హరితః- హరిత్॥ ౩-ఆకుపచ్చవర్ణముపేళ్లు, Green.
లోహితో రోహితో రక్త శ్శోణః (కోకనదచ్ఛవిః) ॥ ౧౫౪॥	లోహితః-రోహితః-రక్తః॥ ౩- ఎఱుపువన్నెపేళ్లు, Red. శోణః॥౧- కోకనదచ్ఛవిః = ఎఱ్ఱకలువవంటికాంతిగలయెఱుపువర్ణముపేరు, Crimson.
(అవ్యక్తరాగ) స్త్వరుణః	అరుణః॥౧-వ్యక్తముగానియెఱుపుపేరు, Dark red.
(శ్వేతరక్తస్తు)పాటలః[తామ్రో విపీతరక్తస్తు పిఞ్జరః పరికీర్తితః॥] శ్యావ(స్స్యా) త్కపిశో	పాటలః॥ ౧ - తెలుపునెఱుపుఁగూడిన వర్ణముపేరు, Pale red. [తామ్రః-విపీతరక్తః-పిఞ్జరః ॥ ౩- పసుపు నెఱుపు కలిసినవర్ణముపేళ్లు.] శ్యావః - కపిశః॥౨-మర్కటవర్ణమువంటివర్ణముపేళ్లు, Brown.
ధూమ్ర ధూమలౌ కృష్ణలోహితే॥ ౧౫౫॥	ధూమ్రః- ధూమలః- కృష్ణలోహితః ॥౩-నలుపును నెఱుపును గలిసిన వర్ణము పేళ్లు, Purple.

కడారః కపిలః పిఙ్గ పి
శఙ్గౌ కద్రు పిఙ్గలౌ।

కడారః-కపిలః-పిఙ్గః-పిశఙ్గః-కద్రుః- పిఙ్గలః॥౬.- గోరోచనవర్ణమువంటివర్ణముపేళ్లు, Tawny.

చిత్ర కిర్మీర కల్మాష
శబ లైతాశ్చ కర్బురే॥
(గుణే శుక్లాదయః
పుంసి)
(గుణిలిఙ్గాస్తు తద్వతి)॥

చిత్రః- కిర్మీరః- కల్మాషః- శబలః- ఏతః- కర్బురః॥౬.- నానావర్ణములపేళ్లు, Variegated.

శుక్లశబ్దము మొదలుకొని కర్బురశబ్దమువఱకుఁ గల- ౨౮- శబ్దములును వర్ణవాచకములైనప్పుడు పుల్లింగములు. వర్ణము గలవస్తువును జెప్పునపుడు విశేష్యముయొక్క లింగముగలవి.

ఇతి ధీవర్గః.

బుద్ధితోఁ జేరినపదసమూహము ముగిసెను.

బ్రాహ్మీతు భారతీ భా
షా గీ ర్వా గ్వాణీ సర
స్వతీ॥ ౧౫౭॥ వ్యాహా
ర ఉక్తి ర్లపితం భాషి
తం వచనం వచః।

బ్రాహ్మీ-భారతీ - భాషా-గీః ॥ర్॥-వాక్॥ చ్॥-వాణీ-సరస్వతీ॥సీ॥- వ్యాహారః॥ పు॥- ఉక్తిః॥సీ॥-లపితమ్-భాషితమ్-వచనమ్-వచః॥ స్॥ న॥ ౧౩-వాక్కు పేళ్లు. ఇందులో మొదటియేడు సరస్వతీదేవికిని పేళ్లు, Speech ; Goddess of speech.

అపభ్రంశో౽ పశబ్ద
(స్స్యాత్)

అపభ్రంశః-అపశబ్దః॥పు॥౨- అపశబ్దముపేళ్లు, Ugrammatical word or language.

(చ్ఛాస్త్రే) శబ్దస్తు
(వాచకః) ॥ ౧౫౮ ॥

శబ్దః॥పు॥౧- వ్యాకరణాదిశాస్త్రములం దర్థవాచకముగా వ్యవహరింపఁబడుసుశబ్దము పేరు, A word.

(తిఙ్సుబన్తచయో)
వాక్యం (క్రియావా
కారకాన్వితా)

వాక్యమ్॥న॥౧-తిఙన్తమనఁగాఁ క్రియ,సుబన్తమనఁగా శబ్దము,కాన నివి సంబంధించినయర్థముగల పదసమూహము వాక్యమనంబడును, Sentence. ద్వితీయాదికారకములతోఁ గూడియున్న క్రియయైననువాక్యమనంబడును॥ ఉదా॥ ఘటమానయ.

శ్రుతిః(స్త్రీ) వేద ఆ
మ్నాయ స్త్రయీధర్మ
స్తు (తద్విధిః) ॥ ౧౫౯॥

శ్రుతిః॥సీ॥-వేదః-ఆమ్నాయః॥ పు॥౩- వేదముపేళ్లు, Holy writ. త్రయీధర్మః॥పు॥౧- తద్విధిః= ఆవేదమునందుఁ జెప్పఁబడియున్న యజ్ఞాదివిధులపేరు, Duty enjoined by *Vedas*.

(స్త్రియా)మృక్సామ
యజుషీ (ఇతి వేదా

ఋక్॥చ్,సీ॥-సామ॥న్॥-యజుః॥ స్॥న॥౩- వరుసగా ఋక్సామయజుర్వేదములపేళ్లు.

స్త్రయ) స్త్రయీ। (శిక్షేత్యాదిశ్రుతే)రఙ్గ	త్రయీ॥స్త్రీ॥ ౧-మూఁడువేదములసమూహము. [శిక్షా వ్యాకరణం ఛన్దో నిరుక్తం జ్యోతిషం తథా। కల్పశ్చేతి షడఙ్గాని వేదస్యాహుర్మనీషిణః॥] శిక్షా, Pronunciation. వ్యాకరణమ్, Grammar. ఛన్దః॥ స్,న॥, Prosody. నిరుక్తమ్, Explanation of obscure terms. జ్యోతిషమ్, Astronomy. కల్పః, Religious rites. ఈయాఱును వేదాంగములు.
మోఙ్కార ప్రణవౌ (సమౌ)॥ ౧౬౦॥	ఓంకారః- ప్రణవః॥పు॥-౨-ప్రణవముపేళ్లు.
ఇతిహాసఃపురావృత్త	ఇతిహాసః॥పు॥-పురావృత్తమ్॥న॥-౨-భారతము మొదలయినయితిహాసములపేళ్లు, Heroic history.
(ముదాత్తాద్యాస్త్రయ) స్స్వరాః।	స్వరాః॥పు, బ॥ ౧-ఉదాత్తాద్యాః=ఉదాత్తానుదాత్తస్వరితములపేరు, Acute, grave or circumflex accents.
ఆన్వీక్షికీ దణ్డనీతి(స్తర్కవిద్యార్థశాస్త్రయోః) ౧౬౧॥	ఆన్వీక్షికీ॥స్త్రీ॥౧-గౌతమాదిప్రణీతమైనతర్కశాస్త్రమునకును(Logic), దణ్డనీతిః॥ స్త్రీ॥ ౧-చాణక్యాదిప్రణీతమైననీతిశాస్త్రమునకును (Politics) పేరు.
ఆఖ్యాయికోపలబ్ధార్థా	ఆఖ్యాయికా-ఉపలబ్ధార్థా॥ స్త్రీ॥-౨-ఎఱుఁగఁబడినయర్థముఅనఁగాసత్యమైన విషయముగలిగినహర్షచరితమువంటికృతిపేళ్లు, A true or probable story.
పురాణం పఞ్చలక్షణమ్॥[సర్గశ్చ ప్రతిసర్గశ్చ వంశో మన్వన్తరాణిచ। వంశానుచరితంచేతి లక్షణానాంతు పఞ్చకమ్]	పురాణమ్- పఞ్చలక్షణమ్॥ న॥ ౨- సర్గము, ప్రతిసర్గము, వంశము, మన్వంతరము, వంశానుచరితము అనెడి పంచలక్షణములతోఁ గూడిన మాత్స్యాదిపురాణముల పేళ్లు, Theogony under five heads : the creation ; the destruction and renovation of worlds ; genealogy of gods and heroes; the reigns of *Manus* ; and the transactions of their descendants.
ప్రబన్ధకల్పనా కథా	ప్రబన్ధకల్పనా - కథా॥ స్త్రీ॥ ౨ - ఇంచుకసత్యమైనయర్థముగల కాదంబర్యాదిరచనలపేళ్లు, A feigned story.
ప్రవహ్లికా ప్రహే	ప్రవహ్లికా - ప్రహేలికా॥ స్త్రీ॥ ౨- గూఢార్థ

లికా॥ ౧౬-౨॥	ముగల ప్రబన్ధము పేళ్లు, A riddle.
స్మృతిస్తు ధర్మసంహితా	స్మృతిః-ధర్మసంహితా॥ స్త్రీ॥ ౨-మానవాదిధర్మశాస్త్రముల పేళ్లు, A code of laws.
సమాహృతిస్తు సఙ్గ్రహః॥	సమాహృతిః॥ స్త్రీ॥ -సంగ్రహః॥ పు॥ ౨-అనేకస్థలములయందుండు నర్థములనొకటిగాఁ గూర్చిన గ్రంథము, A compilation and abridgment.
సమస్యా తు సమాసార్థా	సమస్యా-సమాసార్థా॥ స్త్రీ॥ ౨-కవిశక్తిపరిజ్ఞానార్థమై యియ్యంబడుపద్యాంశము పేళ్లు, A part of a stanza. [పేళ్లు, A rumour.
కింవదన్తీ జనశ్రుతిః॥	కింవదన్తీ-జనశ్రుతిః ॥స్త్రీ॥ ౨- లోకప్రవాదము
వార్తాప్రవృత్తిర్వృత్తాన్త ఉదన్తస్స్యాదథాహ్వయః। ఆఖ్యాహ్వే అభిధానంచ నామధేయంచ నామచ॥	వార్తా-ప్రవృత్తిః॥ స్త్రీ॥- వృత్తాన్తః- ఉదన్తః॥ పు॥ ౪-వృత్తాంతము పేళ్లు, Tidings. News. ఆహ్వయః॥ పు॥ -ఆఖ్యా- ఆహ్వా॥ స్త్రీ॥ -అభిధానమ్-నామధేయమ్-నామ॥ న్॥న॥ ౬-నామధేయము పేళ్లు, A name or appellation.
హూతి రాకారణాఽహ్వానం	హూతిః-ఆకారణా॥ స్త్రీ॥ -ఆహ్వానమ్ ॥ న॥ ౩-పిలుచుట పేళ్లు, A call or summons.
సంహూతి (ర్బహుభిః కృతా)	సంహూతిః॥స్త్రీ॥౧-బహుభిఃకృతా= పెక్కండ్రు చేరి పిలుచుట పేరు, Clamour; or Citation by many at once.
వివాదో వ్యవహార (స్స్యాత్)	వివాదః- వ్యవహారః॥ పు॥ ౨- తగవు పేళ్లు, A contest or law suit.
దుపన్యాసస్తు వాఙ్ముఖమ్॥ ౧౬-౫॥	ఉపన్యాసః॥పు॥ -వాఙ్ముఖమ్॥ న॥ -౨-వాక్యారంభము పేళ్లు, The exordium.
ఉపోద్ఘాత ఉదాహారః	ఉపోద్ఘాతః- ఉదాహారః॥ పు॥ (ప) ఉదాహరణమ్ ॥ -౨- ఉదాహరించుట పేళ్లు, An example; Introduction; Preface. [An oath.
శపనంశపథఃపుమాన్,	శపనమ్॥న॥-శపథః॥ పు॥ -౨-ఒట్టుపెట్టుకొనుట,
ప్రశ్నోఽనుయోగః	ప్రశ్నః-అనుయోగః॥ పు ॥ -పృచ్ఛా ॥ స్త్రీ॥ ౩-

పృచ్ఛాచ	అడుగుటపేళ్లు, A question.
ప్రతివాక్యోత్తరే (సమే) ॥ ౧౬౬॥	ప్రతివాక్యమ్-ఉత్తరమ్॥ న ॥ ౨ - ఉత్తరమిచ్చుటపేళ్లు, An answer.
మిథ్యాభియోగో౽భ్యాఖ్యాన	మిథ్యాభియోగః॥పు॥-అభ్యాఖ్యానమ్॥ న॥ ౨- లేనిదానినాక్షేపించుట, A groundless demand.
(మథ) మిథ్యాభిశంసనమ్। అభిశాపః	మిథ్యాభిశంసనమ్॥న॥-అభిశాపః॥ పు॥ ౨- లేనిదోషమునుపైఁబెట్టుటపేళ్లు, A false accusation.
ప్రణాదస్తు(శబ్దస్స్యాదనురాగజః) ॥ ౧౬౭॥	ప్రణాదః॥ పు ॥ ౧ - అనురాగజః = అనురాగమువలనఁబుట్టిన, శబ్దః = శబ్దముపేరు, A sound indicating affection.
యశః కీర్తి స్సమజ్ఞాచ	యశః॥స్,న॥-కీర్తిః- సమజ్ఞా (పా) సమాఖ్యా ॥స్త్రీ॥౩- కీర్తిపేళ్లు, Fame, reputation.
స్తవః స్తోత్రం స్తుతిర్నుతిః।	స్తవః॥ పు॥- స్తోత్రమ్॥ న॥- స్తుతిః-నుతిః॥స్త్రీ॥ ౪- స్తోత్రముపేళ్లు, Praise.
ఆమ్రేడితం (ద్విస్త్రిరుక్తమ్)	ఆమ్రేడితమ్॥న॥౧-ద్విః త్రిః ఉక్తమ్=(హర్షాదులచేత) రెండుమూఁడుమాఱులు పలుకఁబడిన శబ్దము పేరు, Repetition.
ముచ్చైర్ఘుష్టంతు ఘోషణా॥ ౧౬౮॥	ఉచ్చైర్ఘుష్టమ్॥న॥-ఘోషణా॥ స్త్రీ॥ ౨- గట్టిగాఁబలుకుట పేళ్లు, Making a loud noise.
కాకుః (స్త్రియాం వికారో య శ్శోకభీత్యాదిభి ర్ధ్వనేః)।	కాకుః॥ స్త్రీ॥౧-శోకభీత్యాదిభిః ధ్వనేః వికారః= శోకభయాదులచేత నయినధ్వనియొక్క వికారముపేరు, Change of voice in grief, fear &c.
అవర్ణాక్షేప నిర్వాద పరీవా దాపవాద (వత్) ॥౧౬౯॥ఉపక్రోశో జుగుప్సాచ కుత్సా నిన్దాచ గర్హణే।	అవర్ణః - ఆక్షేపః - నిర్వాదః - పరీవాదః-(పా) పరివాదః- అపవాదః- ఉపక్రోశః॥ పు॥- జుగుప్సా-కుత్సా-నిన్దా॥ స్త్రీ॥-గర్హణమ్॥ న ॥ ౧౦ - నిందపేళ్లు, Censure, blame, or contempt.
పారుష్య మతివాద (స్స్యాత్)	పారుష్యమ్ ॥న॥-అతివాదః ॥పు॥ ౨- అప్రియముగాఁబలుకుట పేళ్లు, Opprobrious speech.

భ_ర్త్సనం (త్వపకారగీః)॥ ౧౭౦॥

భ_ర్త్సనమ్ ॥న॥౧-అపకారగీః=పరునికి భయమునుబుట్టించు నపకారవాక్యము పేరు, Menace.

(య స్సనిన్ద ఉపాలమ్భ_స్తత్ర స్యా) త్పరిభాషణమ్।

పరిభాషణమ్॥న॥౧-నిందతోఁ గూడిన యుపాలంభము పేరు. ఉపాలంభ మనఁగా ఎ_త్తిపొడుచుట, మర్మ ముదూఅనాడుట, Reproof attended with insult or disparagement.

(త త్ర)త్స్వా త్క్షారణా (య స్స్యా దాక్రోశో మైథునం ప్రతి)॥ ౧౭౧॥

ఆక్షారణా॥ సీ॥ (ప) ఆక్షారణమ్॥న॥౧- మైథునం ప్రతి యః ఆక్రోశః తత్స్యాత్ =పరస్త్రీపురుషసంయోగనిమి_త్తమువలనఁ గలుగునింద పేరు, A calumnious accusation of adultery.

(స్యా)దాభాషణ మాలాపః

ఆభాషణమ్॥న॥ - ఆలాపః॥పు॥ ౨ - గమనాగమనాది సమయమునందలి మంచిమాటపేళ్లు, Speaking of; addressing.

ప్రలాపోఽనర్థకంవచః।

ప్రలాపః॥పు॥౧ - అనర్థకంవచః = అప్రయోజకమైనమాట పేరు, Incoherent speech.

అనులాపో (ముహుర్భాషా)

అనులాపః ॥పు॥౧ - ముహుర్భాషా=పలుమాఱుపలుకుట పేరు, Repetition, tautology.

విలాపః పరిదేవనమ్॥ ౧౭౨॥

విలాపః ॥పు॥ - పరిదేవనమ్ ॥న॥ ౨-దుఃఖముతోడిమాటపేళ్లు, Lamentation.

విప్రలాపో (విరోధో_క్తిః)

విప్రలాపః॥పు॥ ౧-విరోధముగఁబలుకుట పేరు. Quarrel, or mutual contradiction.

స్సంలాపో (భాషణం మిథః)।

సంలాపః (పా) సల్లాపః॥పు॥౧ - ప్రీతిచేతఁబరస్పరము సంభాషించుట పేరు, Conversation.

సుప్రలాప స్సువచన

సుప్రలాపః॥పు॥ - సువచనమ్॥ న॥ ౨- పరిశుద్ధమైనమాట పేరు, Elegant discourse.

మపలాప_స్తు నిహ్నవః॥

అపలాపః-నిహ్నవః॥పు॥ ౨- మోసపుచ్చుమాట, Denial, or concealment of knowledge.

సందేశవా గ్వాచికం స్యాత్

సందేశవాక్ ॥చ్,సీ॥- వాచికమ్ ॥న॥ ౨-చెప్పిపంపుమాట పేళ్లు, A verbal message.

(వాగ్భేదా_స్తు త్రిషూ_త్తరే)।

రుశతీశబ్దము మొదలు సమ్యక్శబ్దమువఱకు వాగ్విశేషములు॥ త్రి॥

రుశతీ (వా గకల్యాణీ
స్యా) త్కల్యా తు (శు
భాత్మికా)॥ ౧౭౪॥ (అ
త్యర్థమధురం) సాన్త్వం
సంగతం హృదయంగ
మమ్।నిష్ఠురం పరుషం
గ్రామ్య మశ్లీలం సూ
నృతం (ప్రియే॥ ౧౭౫॥
సత్యేఽథ) సఙ్కుల క్లి
ష్టే(పరస్పరపరాహతే)।
(లుప్తవర్ణపదం) గ్రస్తం
నిరస్తం (త్వరితోదిత
మ్) ॥ ౧౭౬॥

రుశతీ-(పా) ఉషతీ॥సీ॥ ౧- అకల్యాణీ=అశుభ
మైనవాక్కు, Unauspicious discourse. కల్యా॥
౧ - శుభాత్మికా=శుభమైనవాక్కు, Auspicious
discourse. సాన్త్వమ్॥ ౧ అత్యర్థమధురమ్=మి
క్కిలిప్రియమైనవాక్యము,Sweet& conciliating.
సంగతమ్-హృదయంగమమ్॥న॥ ౨-మనస్సునకు
సరిపోయినవాక్యము, Apposite & proper. నిష్ఠు
రమ్-పరుషమ్॥న॥ ౨-కఠినమైనమాట, Harsh.
గ్రామ్యమ్-అశ్లీలమ్॥ ౨ - పామరజనవాక్యము,
Vulgar,coarse.సూనృతమ్॥౧-ప్రియే సత్యే=ప్రియ
మును సత్యమునైన వాక్యము, Pleasing & true.
సఙ్కులమ్-క్లిష్టమ్॥ ౨ - పరస్పరపరాహతే=పూ
ర్వోత్తరవిరుద్ధమైనవాక్యము, Inconsistent.
గ్రస్తమ్॥ ౧-లుప్తవర్ణపదమ్ = అశక్త్యాదులచే
త వర్ణముగాని పదముగాని లోపించినవాక్యము,
Imperfectly pronounced. నిరస్తమ్॥౧-త్వరితో
దితమ్=త్వరచేతఁ బుట్టినవాక్కు, spoken fast.

అమ్బూకృతం (సని
ష్ఠీవ)మబద్ధం స్యా దన
ర్థకమ్ । అనక్షర మవా
చ్యం స్యా దాహతంతు
మృషార్థకమ్॥ ౧౭౭॥
(అథ)మ్లిష్ట మవిస్పష్టంవి
తథం(త్వనృతం వచః)।
[సోల్లుణ్ఠనంతు సోత్ప్రా
సం మణితం రతికూజి
తమ్।] సత్యం తథ్యమృ
తం సమ్య (గమూని
త్రిషు తద్వతి) ॥౧౭౮॥

అమ్బూకృతమ్॥౧-సనిష్ఠీవమ్=తుంపురులతోఁ
గూడినవాక్యము, Sputtered. అబద్ధమ్- అనర్థక
మ్॥ ౨-పొసగనిమాట, Unmeaning discourse,.
అనక్షరమ్ - అవాచ్యమ్॥ ౨ - ఉచ్చరింపరానితి
ట్టు, unfit to be uttered. ఆహతమ్-మృషార్థక
మ్॥ ౨-మిక్కిలియు నసంభావితమైనయర్థముగల
మాట, An assertion of impossibility.మ్లిష్టమ్-
అవిస్పష్టమ్॥ ౨-అర్థము తెలియరానిమాట, An
indistinct speech. వితథమ్॥ ౧-అనృతమ్వచః=
అసత్యవాక్కు, Falsehood. సత్యమ్ - తథ్యమ్-
ఋతమ్-సమ్యక్ ॥ చ్ ॥ ౪-సత్యవాక్కు, Truth.
ఈ సత్యాది శబ్దములు నాలుగును సత్యవాక్కు

గల వస్తువును జెప్పునపుడు॥ త్రి॥

ఇతి వాగ్వర్గః.

వాక్కుతోఁ జేరినపదసమూహము ముగిసెను.

శబ్దే నినాద నినద ధ్వని ధ్వానరవస్వనాః। స్వాన నిర్ఘోష నిర్హ్రాద నాదనిస్వాననిస్వనాః ॥ ఆరవారావ సంరావ విరావా

శబ్దః-నినాదః - నినదః-ధ్వనిః - ధ్వానః - రవః- స్వనః - స్వానః - నిర్ఘోషః - నిర్హ్రాదః - నాదః-నిస్వానః-నిస్వనః-ఆరవః - ఆరావః - సంరావః - విరావః॥ పు॥ ౧౭-మ్రోఁతపేళ్లు, Sound.

(అథ) మర్మరః। (స్వనితే వస్త్ర పర్ణానాం)(భూషణానాంతు) శిఞ్జితమ్॥

మర్మరః ॥పు॥ ౧ - వస్త్రపర్ణానామ్ స్వనితే= కోకలు ఆకులు వీనిమ్రోఁత, Rustling. శిఞ్జితమ్ ॥న॥ (పా) శింజా ॥స్త్రీ॥ ౧-భూషణములధ్వని, The tinkling of ornaments.

నిక్వాణో నిక్వణః క్వాణః క్వణః క్వణన (మిత్యపి)।

నిక్వాణః- నిక్వణః - క్వాణః - క్వణః॥పు॥-క్వణనమ్॥ న ॥ ౫ - వీణాదిసకలవాద్యధ్వనులపేళ్లు, A tone, or musical sound.

వీణాయాః క్వణతే ప్రాదేః ప్రక్వాణప్రక్వణాదయః॥ ౧౮౧॥ The sound of a lute.

ప్రాదేః క్వణతేః (నిష్పన్నాః) = ప్రఅనునది మొదలయిన యుపసర్గలకుం బరమైన క్వణధాతువుమీఁదఁబుట్టిన, ప్రక్వాణ ప్రక్వణాదయః= ప్రక్వాణ ప్రక్వణాది శబ్దములు, వీణాయాః = వీణయొక్క, స్వనితే = ధ్వనియందు వర్తించును.

కోలాహలః కలకల

కోలాహలః - కలకలః ॥పు॥ ౨ - గుంపులోఁ బుట్టిన గొప్పరొదపేళ్లు, A confused sound.

(స్తిరశ్చాం) వాశితం రుతమ్।

వాశితమ్-రుతమ్ ॥న॥ ౨-తిరశ్చామ్=మృగపక్ష్యాదులయొక్కధ్వనిపేళ్లు, The cry of birds &c.

(స్త్రీ) ప్రతిశ్రుత్ప్రతిధ్వానే

ప్రతిశ్రుత్ ॥స్త్రీ॥- ప్రతిధ్వానః ॥పు॥ ౨-ప్రతిధ్వనిపేళ్లు, An echo.

గీతం గాన (మిమేసమే)॥ ౧౮౨॥

గీతమ్-గానమ్ ॥న॥ ౨-పాటపేళ్లు, Singing.
ఇమే=ఈరెండును, సమే=సమార్థకములు.

ఇతి శబ్దాదివర్గః.

మ్రోఁతమొదలైన పదసమూహము ముగిసెను.

నిషాదర్షభ గాన్ధార షడ్జమధ్యమ ధైవతాః। పఞ్చమ (శ్చే త్యమీ సప్త తన్త్రీకణ్ఠోత్థితా స్స్వరాః)॥ ౧౮౩॥

The seven musical notes.

నిషాదః - ఋషభః - గాన్ధారః - షడ్జః - మధ్యమః - ధైవతః-పఞ్చమః ॥పు॥ ౭-అమీసప్త= ఈయేడును, తన్త్రీకణ్ఠోత్థితాః = వీణయందును కంఠమునందును బుట్టు, స్వరాః=స్వరములపేళ్లు.

[షడ్జం మయూరో వదతి గావ స్త్వృషభభాషిణః । అజావికంతు గాన్ధారం క్రౌఞ్చః క్వణతి మధ్యమమ్ ॥ పుష్పసాధారణే కాలే పికః కూజతి పఞ్చమమ్ । ధైవతం హేషతే వాజీ నిషాదం బృంహతే గజః ॥ మయూరాదయ ఏతే హి మత్తా గాయన్తి పఞ్చమమ్।] అధికపాఠము.

కాకలీ(తు కలే సూక్ష్మే) (ధ్వనౌ తు మధురాస్ఫుటే) ।కలో మన్ద్ర స్తు(గమ్భీరే) తారో౽ (త్యుచ్చై) స్త్రయ స్త్రిషు॥ ౧౮౪॥

కాకలీ॥స్త్రీ॥ ౧ - సూక్ష్మేకలే=సూక్ష్మమైన కలధ్వనిపేరు, Minute tone.

కలః॥ ౧-మధురాస్ఫుటే ధ్వనౌ = శ్రోత్రసుఖమును అస్పష్టవర్ణమునైనధ్వనిపేరు, An inarticulate but sweet tone. మన్ద్రః॥౧-గమ్భీరే=గంభీరధ్వనిపేరు, A low tone. తారః॥ ౧-అత్యుచ్చైః= మిక్కిలియు నధికమైన ధ్వనిపేరు, A high tone. ఈమూఁడుశబ్దములును త్రిలింగకములు.

[నృణాముర సిమధ్యస్థో ద్వావింశతివిధో ధ్వనిః। సమన్ద్రః కణ్ఠమధ్యస్థ స్తార శ్శిరసి గీయతే॥]

సమన్వితలయ స్త్వేకతాలో

సమన్వితలయః - ఏకతాలః ॥ పు ॥ ౨ - నృత్తగీతవాద్యములను సరిగా ముగించుట పేళ్లు, Harmony.

వీణా తు వల్లకీ।విపఞ్చీ

వీణా-వల్లకీ-విపఞ్చీ॥స్త్రీ॥ ౩-వీణపేళ్లు, A lute.

(సాతు తన్త్రీభి స్సప్తభిః) పరివాదినీ॥౧౮౫॥

పరివాదినీ॥స్త్రీ॥ ౧- సప్తభిఃతన్త్రీభిఃయుక్తాసా= ఏడుతంతులతోఁ గూడినయావీణ పేరు, A lute with seven strings.

తతం (వీణాదికం వాద్య)మానద్ధం (మురజాదికమ్)। (వంశాదికంతు)

తతమ్ ॥న॥ ౧ - వీణమొదలైన తంత్రీవాద్యము, Any stringed instrumeut. ఆనద్ధమ్॥న॥౧- మద్దెలమొదలయిన చర్మవాద్యము, A drum or

సుషిరం (కాంస్య తాలాదికం)ఘనమ్॥ ౧౭౬ (చతుర్విధ మిదం) వాద్యం వాదిత్రాతోద్య నామకమ్।

tympan. సుషిరమ్ ॥న॥ ౧-పిల్లనగ్రోవి మొదలైన ముఖవాద్యము, A wind instrument. ఘనమ్॥న॥ ౧- తాళము మొదలయిన కంచువాద్యముల పేరు, A cymbal, bell &c. వాద్యమ్-వాదిత్రమ్-ఆతోద్యమ్ ॥ న ॥ ౩-పూర్వోక్త చతుర్విధ వాద్యముల పేళ్లు, A musical instrument.

మృదఙ్గా మురజా

మృదఙ్గాః-మురజాః ॥పు॥ ౨ - మద్దెల పేళ్లు. Drums and tabour.

(భేదా) స్త్వఙ్క్యాలిఙ్గ్యోర్ధ్వకా (స్త్రయః)॥

అఙ్క్యః-ఆలిఙ్గ్యః - ఊర్ధ్వకః (పా) ఊర్ధకః ॥పు॥ ౩-మద్దెలయొక్క భేదములు, Three sorts of drums.

(స్యా) ద్యశఃపటహో ఢక్కా భేరీ (స్త్రీ) దున్దుభిః (పుమాన్)। ఆనకః పటహో (ఽస్త్రీ) స్యా

యశః-పటహః ॥పు॥- ఢక్కా॥స్త్రీ॥ ౩ - డవిణ పేళ్లు, A double drum. భేరీ॥స్త్రీ॥-దున్దుభిః॥పు॥౨-భేరి పేళ్లు, A kettle-drum. ఆనకః-పటహః ॥పు॥ ౨-తమ్మట పేళ్లు, A large kettle-drum.

త్కోణో (వీణాదివాదనమ్)॥ ౧౭౭॥

కోణః॥పు॥ ౧ - వీణాదివాదనమ్ = వీణ మొదలయినవానిని వాయించుకోడపు పేరు, Bow.

(వీణాదణ్డః) ప్రవాల (స్స్యాత్)

ప్రవాలః॥పు॥ ౧ – వీణయొక్క రొుళవు పేరు. The neck of a lute.

కకుభ స్తు ప్రసేవకః।

కకుభః-ప్రసేవకః॥పు॥౨-వీణయొక్క కరివె పేళ్లు, The belly below the neck of a lute.

కోలమ్బక (స్తు కాయో ఽస్యా) ఉపనాహో నిబన్ధనమ్॥ ౧౭౮॥

కోలమ్బకః॥పు॥ ౧-వీణతంత్రి ఒళగు మొదలయిన శరీరము పేరు, The body of the lute. ఉపనాహః॥పు॥-నిబన్ధనమ్॥న॥ ౨-వీణతంత్రి కట్టుచోటికిని బిరడలకును పేళ్లు, The tie.

(వాద్యప్రభేదా) డమరు మడ్డు డిణ్డిమ ఝర్ఝరాః। మర్దలః పణవో ఽ(న్యేచ)

డమరుః- మడ్డుః - డిణ్డిమః-ఝర్ఝరః-మర్దలః-పణవః ॥పు॥ ౬-వరుసగా డమరుగము-గుమ్మెట-రాయగిడిగిళ్లు - కైమళ్లు - మద్దెల - ఉడుక అను వాద్య భేదముల పేళ్లు. అన్యేచ అనుటచే గోముఖాది వాద్యభేదములుం గలవని భావము,

నర్తకీ లాసికే(సమే)॥ ౧౯౦॥	నర్తకీ - లాసికా॥ సీ॥ ౨ - ఆడునట్టిస్త్రీ పేళ్లు, A female dancer.
(విలమ్బితంద్రుతంమధ్యం) తత్త్వ మోఘో ఘనం (క్రమాత్)	తత్త్వం॥న॥-ఓఘః॥పు॥-ఘనమ్ ॥న॥ ఈ 3 ను వరుసగా నృత్తగీతవాద్యములయొక్క విలంబ ద్రుతమధ్యమానముల పేళ్లు, slow, quick and mean time.
తాలః (కాలక్రియామానమ్)	తాలః ॥ పు ॥ ౧-కాలమునకును హస్తకుంచన ప్రసరణాదిక్రియకును గలిగిన ప్రమాణము, Beating time.
లయ (స్సామ్య) (మథా స్త్రియామ్) ॥ ౧౯౧॥	లయః ॥ పు ॥ ౧-సామ్యమ్= నృత్తగీతవాద్యములు సమముగానుండుటపేరు, Equal time in music and dance.
తాణ్డవం నటనం నాట్యం లాస్యం నృత్యం చ నర్తనమ్।	తాణ్డవమ్ ॥ న॥ - నటనమ్-నాట్యమ్ - లాస్యమ్-నృత్యమ్ (పా) నృత్తమ్-నర్తనమ్ ॥న॥ ౬-ఆటపేళ్లు, Dancing.
తౌర్యత్రికం (నృత్యగీతవాద్యం) నాట్య (మిదంత్రయమ్) ॥౧౯౨	తౌర్యత్రికమ్॥- నాట్యమ్॥న॥ ౨-నృత్యగీతవాద్యములు మూఁడును కూడుటపేళ్లు, Symphony or union of song; dance and instrumental music.
భ్రకుంసశ్చ భ్రుకుంసశ్చ భ్రూకుంస(శ్చేతినర్తకః । స్త్రీవేషధారీ పురుషో)	భ్రకుంసః-భ్రుకుంసః - భ్రూకుంసః ॥పు॥ 3-స్త్రీవేషధారీ=స్త్రీవేషధారియైన, నర్తకః=నృత్యము చేయు, పురుషః=పురుషునిపేళ్లు, A male dancer in woman's apparel.
(నాట్యోక్తా)	నాట్యోక్తా=నాట్యపరిభాషయందు - అనఁగా అజ్జుకాశబ్దము- మొదలు "ఆర్యికసాత్త్వికే" అనువఱకు ముందు చెప్పంబడు పేళ్లు నాట్యపరిభాషయందు వర్తించుననుట. Theatrical lauguage.
గణికాఽజ్జుకా॥ ౧౯౩॥ (భగినీపతి)రావుత్తో భావో (విద్వాన) థావుకః। (జనకో యువరా	అజ్జుకా (పా) అజ్జుకా ॥ సీ ॥ ౧ - వేశ్య, A courtesan. ఆవుత్తః ॥ పు ॥ ౧-తోఁడఁబుట్టినదానిమగఁడు. భావః ॥ పు॥ ౧-విద్వాంసుఁడు. ఆవుకః ॥పు॥ ౧-తండ్రి. కుమారః - భర్తృదారకః॥

జస్తు) కుమారో భర్తృ
దారకః॥౧౯౦ (రాజా)
భట్టారకో దేవ (స్తత్సు
తా) భర్తృదారికా। దే
వీ (కృతాభిషేకాయా)
(మితారాసు తు)భట్టినీ॥
౧౯౧॥ అబ్రహ్మణ్య (మ
వధ్యోక్తౌ (రాజ్ఞ) స్స్యా
లస్తు) రాష్ట్రియః। అ
మ్బా (మాతాఽథ బా
లాస్యా) ద్వాసూ (రా
ర్యస్తు)మారిషః॥ ౧౯౨
అత్తికా (భగినీ జ్యేష్ఠా)
నిష్ఠా నిర్వహణే (సమే)।
హణ్డే హఞ్జే హలాఽఽ
(హ్వానే నీచాం చేటీం
సఖీం ప్రతి) ॥ అఙ్గహా
రోఽఙ్గవిక్షేపో వ్యఞ్జకా
భినయౌ (సమౌ)।(నిర్వృ
త్తేత్వఙ్గసత్త్వాభ్యాం ద్వే
త్రి)ష్వాఙ్గికసాత్త్వికే॥
శృఙ్గారవీరకరుణాద్భు
త హాస్య భయానకాః।
బీభత్సరౌద్రే (చరసాః)

పు ॥ ౨- యువరాజు. భట్టారకః-దేవః ॥ పు ॥ ౨ - రాజు. భర్తృదారికా ॥ స్త్రీ ॥ ౧ - ఆరాజు కూఁతుపేరు. దేవీ॥స్త్రీ॥ ౧-పట్టాభిషిక్తురాలైనరాణి పేరు, Queen. భట్టినీ॥స్త్రీ॥ ౧- తక్కినరాజుభార్యల పేరు. అబ్రహ్మణ్యమ్॥ న॥ ౧-చంపఁదగనివాఁడను మాట,Alas! woe.రాష్ట్రియః॥పు॥౧-రాజుయొక్క బావమఱఁది పేరు.అమ్బా॥స్త్రీ॥౧-తల్లి పేరు.వాసూః స్త్రీ॥౧-చిన్నపడుచుపేరు, మారిషః॥పు॥౧-పూజ్యుని పేరు.అత్తికా(పా)అన్తికా॥స్త్రీ॥౧-అక్క పేరు.నిష్ఠా॥ స్త్రీ॥- నిర్వహణమ్॥న॥౨- నాటకకథనుముగించుట, The Catastrophe or conclusion. హణ్డే-హఞ్జే-హలా॥ అవ్య॥ ఈ3ను వరుసగా నీచురాలినిదాసిని చెలికత్తెనుగూర్చిపిలుచుట.అఙ్గహారః-అఙ్గవిక్షేపః॥ పు॥౨ఆడునప్పుడుశరీరమునుకదలించుట,Gesture. వ్యఞ్జకః-అభినయః॥పు॥౨-హస్తవిన్యాసాదులచేత భావార్థమును తెలుపుట, Indication of a passion. ఆఙ్గికమ్-సాత్త్వికమ్॥ త్రి॥ ౨-కనుబొమలు మొదలయిన యంగములచేతను(assumed bodily posture) మనోవృత్తిరూపమయిన సత్త్వము చేతను (sincere emotion) పుట్టింపఁబడిన క్రియలకును స్వేదరోమాంచాదులకును పేళ్లు, Tokens.

శృఙ్గారః-వీరః-కరుణః-అద్భుతః- హాస్యః-భయానకః॥పు॥- బీభత్సమ్-రౌద్రమ్॥న॥ ౮ - రసములపేళ్లు, Tastes or sentiments.శాన్తః,Devotion and resignation. వాత్సల్యః,Parental affection.

శృఙ్గార శ్శుచి రుజ్జ్వలః॥ ౧౯౩॥

శృఙ్గారః - శుచిః - ఉజ్జ్వలః ॥పు॥ ౩ - శృంగార రసముపేళ్లు, Love.

ఉత్సాహవర్ధనో వీరః

ఉత్సాహవర్ధనః-వీరః॥పు॥ ౨-వీరరసముపేళ్లు, Heroism.

కారుణ్యం కరుణాఘృణా। కృపా దయాఽనుకమ్పా స్యా దనుక్రోశో (ఽన్యతో) హసః॥	కారుణ్యమ్ ॥న॥- కరుణా-ఘృణా-కృపా - దయా-అనుకమ్పా ॥స్త్రీ॥-అనుక్రోశః ॥పు॥౭-కరుణరసము పేళ్లు, Tenderness.
హాసో హాస్యంచ	హసః-హాసః ॥పు॥-హాస్యమ్॥ న॥ 3 - హాస్యరసము పేళ్లు, Laughter.
బీభత్సం వికృతం (త్రిష్విదం ద్వయమ్)।	బీభత్సమ్-వికృతమ్ ॥-౨- బీభత్సరసము పేళ్లు, [Disgust. ఈ రెండు శబ్దములును బీభత్సరసహేతువులయిన మాంసాదులను జెప్పునపుడు॥ త్రి॥
విస్మయోఽద్భుతమాశ్చర్యం చిత్ర మప్యథ భైరవమ్॥-౨౦౧॥ దారుణం భీషణం భీష్మం ఘోరం భీమం భయానకమ్। భయంకరం ప్రతిభయం రౌద్రం తూగ్రం (మమీ త్రిషు॥ చతుర్దశ)	విస్మయః॥పు॥- అద్భుతమ్-ఆశ్చర్యమ్-చిత్రమ్॥ ౪-అద్భుతరసము పేళ్లు, Surprise. భైరవమ్- దారుణమ్-భీషణమ్-భీష్మమ్- ఘోరమ్ - భీమమ్ - భయానకమ్ - భయంకరమ్ - ప్రతిభయమ్॥ ౯- భయానకరసము పేళ్లు, Horror. రౌద్రమ్-ఉగ్రమ్॥-౨ - రౌద్రరసము పేళ్లు, Anger. అద్భుతశబ్దము మొదలీపదునాలుగుశబ్దములును రసహేతువస్తువాచకములైనపుడు॥ త్రి॥
దర స్త్రాసో భీతి ర్భీః స్సాధ్వసం భయమ్।	దరః-త్రాసః॥పు॥-భీతిః-భీః॥స్త్రీ॥-సాధ్వసమ్ - భయమ్ ॥న॥ (పా) భియా॥ ౬-భయము పేళ్లు, Fear or terror.
(వికారో మానసో) భావోఽ	భావః॥పు॥ ౧ - రసములఁబుట్టించెడు స్థాయిభావవ్యభిచారిభావసాత్త్వికభావము లనుమనోవికారము పేళ్లు, Sentiment or passion.
నుభావో (భావబోధకః)॥ ౨౦౩॥	అనుభావః॥పు॥ ౧-భావబోధకః = ఆభావము నెఱిఁగించెడి ముఖవికారాదులపేరు, Indication of sentimeut.
గర్వోఽభిమానోఽహఙ్కారో	గర్వః-అభిమానః-అహఙ్కారః॥ పు॥ 3-అహంకారము పేళ్లు, Pride. [దర్పోఽవలేపోఽవష్టమ్భ శ్చిత్తోద్రేకః స్మయో మదః]
మాన (శ్చిత్తసమున్న	మానః ॥పు॥ ౧- చిత్తసమున్నతిః= నేనుత్కృ

తిః।
అనాదరః పరిభవః ప
రీభావ స్తిరస్క్రియా॥
౨౦౮ ॥ రీఢాఽవమాన
నాఽవజ్ఞా ఽవహేలన
మసూర్క్షణమ్। [నికార
శ్చాప్యభీభావో న్యక్కా
రశ్చ పరాభవః॥]
మన్దాక్షం హ్రీ స్త్రపా
వ్రీడా లజ్జా
(సా)ఽపత్రపాఽ(న్య
తః)॥ ౨౦౯॥
క్షాన్తి స్తితిక్షాఽ
భిధ్యాతు (పరస్యవిష
యే స్పృహా)।
అక్షాన్తి రీర్ష్యా
ఽసూయాతు (దోషా
రోపో గుణేష్వపి)॥
వైరం విరోధో విద్వే
షో
మన్యుశ్శోకాతు శుక్
(స్త్రియామ్)।
పశ్చాత్తాపోఽనుతాప
శ్చవిప్రతీసార (ఇత్యపి)॥
కోప క్రోధామర్ష రో
ష ప్రతిఘా రుట్క్రుధౌ
(స్త్రియౌ)॥

ష్టుఁడ ననుచితౌన్నత్యము పేరు, Arrogance.

అనాదరః-పరిభవః - పరీభావః॥పు॥-తిరస్క్రియా - రీఢా - అవమాననా-అవజ్ఞా॥సీ॥-అవహేలనమ్ (పా) వహేలనమ్-అసూర్క్షణమ్(పా) అనుర్క్షణమ్-అసూక్షణమ్ - అనుక్షణమ్॥న॥౯ - తిరస్కారము పేళ్లు, Disrespect.

[నికారః - అభీభావః - న్యక్కారః - పరాభవః ॥పు॥] అధికపాఠము.

మన్దాక్షమ్ ॥న॥-హ్రీః-త్రపా - వ్రీడా-లజ్జా॥సీ॥౫-సిగ్గు పేళ్లు.వ్రీడాశబ్దము పుల్లింగమును గలదు. Modesty or shame.

అపత్రపా॥సీ॥౧ - అన్యతః=పరులవలనవచ్చిన, సా=ఆసిగ్గు పేరు. Bashfulness.

క్షాన్తిః-తితిక్షా॥సీ॥౨-ఓర్పు పేళ్లు,Forbearance.

అభిధ్యా॥సీ॥౧ - (పరధనాపహరణవిషయమైన) యభిలాష పేరు, Coveting another's property.

అక్షాన్తిః - ఈర్ష్యా॥సీ॥౨-పరునియొక్కయుత్కర్షమునకు నోర్వకుండుట పేళ్లు, Envy.

అసూయా॥సీ॥౧-మంచిగుణములు గలిగియున్నను దోషమునారోపించుట పేరు, Detraction.

వైరమ్॥న॥-విరోధః - విద్వేషః॥పు॥ 3 - వైరము పేళ్లు, Enmity.

మన్యుః-శోకః॥పు॥ - శుక్॥చ్,సీ॥3 - శోకము పేళ్లు, Grief or sorrow.

పశ్చాత్తాపః-అనుతాపః-విప్రతీసారః॥ పు॥ 3 - పశ్చాత్తాపము పేళ్లు, Repentance.

కోపః-క్రోధః-అమర్షః-రోషః - ప్రతిఘః॥పు॥-రుట్॥ష్,సీ॥-క్రుత్॥ధ్, సీ॥౭-కోపము పేళ్లు,Rage.

(శుచౌతు చరిత్రే)శీల
మున్మాద శ్చిత్తవిభ్ర
మః॥ ౨౦౮॥

శీలమ్॥న॥౧-పవిత్రచరితము పేరు, Good conduct.

ఉన్మాదః-చిత్తవిభ్రమః॥పు॥౨-భూతావేశాదులచేతఁగలిగినచిత్తచాంచల్యము, infatuation.

ప్రేమా(నా) ప్రియ
తా హార్దం ప్రేమ స్నే
హో౽థ

ప్రేమా ॥న్,పు॥- ప్రియతా ॥స్త్రీ॥ - హార్దమ్- ప్రేమ ॥న్,న॥- స్నేహః ॥పు॥౫- స్నేహము పేళ్లు, Affection or kindness.

దోహదమ్(ఇచ్ఛా) కా
ఙ్క్షా స్పృహేహా తృడ్వా
ఞ్ఛా లిప్సా మనోరథః ॥
౨౦౯॥ కామో౽భిలా
ష స్తర్షశ్చ

దోహదమ్॥న॥- ఇచ్ఛా - కాఙ్క్షా - స్పృహా - ఈహా-తృట్॥ష్॥- వాఞ్ఛా - లిప్సా॥స్త్రీ॥ - మనోరథః- కామః- అభిలాషః- తర్షః॥పు॥ ౧౨ - కోరికపేళ్లు, Desire or longing.

(స మహాన్) లాలసా
(ద్వయోః)।

లాలసా ॥ స్త్రీ ॥ ౧ - అధికమైన కోరిక పేరు, [Ardent desire.

ఉపాధి
(ర్నా) ధర్మచిన్తా

ఉపాధిః॥పు॥-ధర్మచిన్తా॥స్త్రీ॥౨- ధర్మచింత పేళ్లు, Virtuous reflection.

(పుం)స్యాధి (ర్మానసీ
వ్యథా)॥ ౨౧౦॥

ఆధిః॥పు॥౧- మానసీవ్యథా=మనస్సంబంధమయినవ్యథ పేరు, Mental pain; affliction.

(స్యా) చ్చిన్తా స్మృతి
రాధ్యాన

చిన్తా-స్మృతిః॥స్త్రీ॥-ఆధ్యానమ్॥న॥౩ - చింతించుట పేళ్లు, Recollection.

ముత్కణ్ఠోత్కలికే
(సమే)।

ఉత్కణ్ఠా-ఉత్కలికా॥స్త్రీ॥౨ - ఇష్టవస్తుప్రాప్తియందలి కాలవిళంబము నోర్వఁజాలక తహతహపడుట పేళ్లు, Anxiety; uneasiness.

ఉత్సాహో వ్యవ
సాయ (స్స్యాత్)

ఉత్సాహః-వ్యవసాయః (పా) అధ్యవసాయః ॥పు॥౨- మహాకార్యవిషయకమయిన యుద్యోగము పేళ్లు, Perseverance; ardour.

(స) వీర్య (మతిశక్తి
భాక్)॥ ౨౧౧॥

వీర్యమ్॥న॥౧-అతిశక్తిభాక్ = మిక్కిలిదృఢమయిన, సః=ఆయుత్సాహము పేరు, Fortitude.

కపటో౽(స్త్రీ)వ్యాజ
దమ్భోపధయ శ్ఛద్మ
కైతవే।

కపటః॥పు॥ వ్యాజః- దమ్భః - ఉపధిః ॥పు॥- ఛద్మ॥న్॥-కైతవమ్॥ న ॥-కుసృతిః-నికృతిః॥స్త్రీ॥- శాఠ్యమ్॥న॥ ౯- కపటము పేళ్లు. కపటమునఁ బరద్రో

కుసృతిర్నికృతి శ్శాఠ్యం	హార్థమొకటిను ద్దేశించినట్లు తెలిపి యొకటిసేయుట, Deceit, or fraud.
ప్రమాదోఽనవధాన తా॥ ౨౧౨॥	ప్రమాదః॥పు॥-అనవధానతా॥స్త్రీ॥_౨- ఎచ్చరిక తప్పుటపేళ్లు, Inadvertency, carelessness.
కౌతూహలం కౌతు కంచ కుతుకంచ కుతూ హలమ్। (స్త్రీణాం)విలా సబిబ్బోక విభ్రమా ల లితం తథా॥_౨౧౩॥ హే లా లీలే (త్యమీహావాః క్రియా శ్శృఙ్గార భావ జాః)	కౌతూహలమ్-కౌతుకమ్-కుతుకమ్- కుతూహ లమ్॥న॥ ౪-అపూర్వవస్తువునుగోరుట, Eagerness. విలాసః-బిబ్బోకః - విభ్రమః॥పు॥-లలితమ్॥న॥- హేలా-లీలా॥స్త్రీ॥, ఇతి=ఇవిమొదలైన, అమీ=ఈ, హావాః=అనుభావములు, స్త్రీణామ్=స్త్రీలయొక్క శృఙ్గారభావజాః = శృంగారభావమువలనఁబుట్టిన, క్రియాః=చేష్టలు. ఇతిఅన్నందున విచ్ఛిత్తి కిలికించి తాదులుంగలవు, Dalliance or blandishment.
ద్రవ కేళి పరీహాసాః క్రీడా లీలాచ నర్మచ॥ _౨౧౪॥	ద్రవః - కేళిః-పరీహాసః॥పు॥-క్రీడా-లీలా॥స్త్రీ॥- నర్మ॥ న్, న ॥ ౬- స్త్రీపురుషులపరిహాసముపేళ్లు, Sport or amusement.
వ్యాజోఽపదేశో ల క్ష్యంచ	వ్యాజః-అపదేశః॥పు॥-లక్ష్యమ్(పా) లక్షమ్॥న॥ ౩-వ్యాజముపేళ్లు. వ్యాజమనఁగా స్వార్థమొకటి యుద్దేశించినట్లు తెలిపి యొకటిసేయుట, Pretext.
క్రీడా ఖేలాచ కుర్దనమ్।	క్రీడా-ఖేలా॥స్త్రీ॥ - కుర్దనమ్(పా) కూర్దనమ్॥న॥ ౩-కందుకాదిక్రీడ, A play or game.
ఘర్మో నిదాఘ స్స్వేద	ఘర్మః-నిదాఘః-స్వేదః॥ పు॥ ౩-చెమటపేళ్లు, Perspiration, sweat.
(స్స్యా)త్ప్రళయో (న ష్టచేష్టతా) ॥ ౨౧౫ ॥	ప్రళయః ॥పు॥౧-హర్షాదులచేత దేహచేష్టలు మానియుండుటపేరు. ఇదేసొమ్మసిలుట, Fainting.
అవహిత్థా(ఽఽకార గుప్తిః)	అవహిత్థా॥స్త్రీ॥(ప) అవహిత్థమ్॥న॥౧-అనురా గాదులచేతఁబుట్టురోమాంచాది శరీరవికారముల ను లజ్జాదులచేతఁ గప్పుటపేరు, Dissimulation.
(సమౌ) సంవేగ సం భ్రమౌ।	సంవేగః - సంభ్రమః॥పు॥_౨ - హర్షాదులచేత కర్మములయందుత్వర, Hurry, haste.
(స్యా) దాచ్ఛురితకం	ఆచ్ఛురితకమ్॥ న ॥ ౧ - సోత్ప్రాసః హాసః

(హాస స్సోత్ప్రాసస)	స్యాత్ = ఎత్తిపొడుచుటతోఁగూడిన నవ్వుపేరు, A horse-laugh.
(స్మమనాక్)స్మితమ్॥	స్మితమ్॥న॥ ౧-ఇంచుకంతనవ్వుపేరు, A smile.
(మధ్యమ స్స్యాత్) ద్విహసితం	విహసితమ్॥ న॥ ౧- ఇంచుకంతనవ్వునకును గొప్పనవ్వునకును మధ్యమమైన పరిపాటినవ్వుపేరు, A laugh.
రోమాఞ్చో రోమహర్షణమ్।	రోమాఞ్చః॥పు॥-రోమహర్షణమ్॥న॥_౨-రోమములు గగురుపొడుచుటపేళ్లు, Horripilation.
క్రన్దితం రుదితం క్రుష్టం	క్రన్దితమ్-రుదితమ్- క్రుష్టమ్॥న॥3-రోదనముపేళ్లు, Weeping.
జృమ్భస్తు(త్రిషు) జృమ్భణమ్॥ ౨౧౭॥	జృమ్భః॥ త్రి॥- జృమ్భణమ్॥ న॥ ౨ - ఆవలించుటపేళ్లు, Gaping, yawning.
విప్రలమ్భో విసంవాదో	విప్రలమ్భః-విసంవాదః॥ పు॥ ౨-విపరీతముగాఁబలుకుటపేళ్లు, Deceiving by a false affirmation.
రిఙ్ఖణం స్ఖలనం(సమే)।	రిఙ్ఖణమ్ (పా) రిఙ్గణమ్-స్ఖలనమ్॥ న॥ ౨-జారుటకుఁగాని స్వధర్మము విడుచుటకుఁగాని పేళ్లు, Tumbling; deviating from duty.
(స్యా)న్నిద్రా శయనం స్వాపస్స్వప్నస్సంవేశ (ఇత్యపి) ॥౨౧౮॥	నిద్రా॥ స్త్రీ॥-శయనమ్॥ న॥ - స్వాపః- స్వప్నః - సంవేశః॥పు॥ ౫-నిద్రపేళ్లు, Sleep.
తన్ద్రీ ప్రమీలా	తన్ద్రీ(పా)తన్ద్రా- ప్రమీలా॥ స్త్రీ॥ ౨-కునికిపాటు [పేళ్లు, Lassitude.
భ్రుకుటి ర్భ్రుకుటి ర్భ్రూకుటిః(స్త్రియామ్)	భ్రుకుటిః - భ్రుకుటిః - భ్రూకుటిః॥ స్త్రీ ॥ 3 - బొమముడిపేళ్లు, A frown.
అదృష్టి (స్స్యా దసౌమ్యే౽క్షిణి)	అదృష్టిః॥స్త్రీ॥౧-అసౌమ్యే= (రోషముచేత)సౌమ్యముగాని,అక్షిణి=దృష్టిపేరు,A look of displeasure.
సంసిద్ధి ప్రకృతీ (సమే) ॥౨౧౯॥ స్వరూపంచ స్వభావశ్చ నిసర్గశ్చ	సంసిద్ధిః - ప్రకృతిః ॥ స్త్రీ ॥ - స్వరూపమ్ ॥ న॥- స్వభావః – నిసర్గః ॥ పు ॥ ౫ – స్వభావముపేళ్లు, The natural state; disposition.
(అథ) వేపథుః। కమ్పో౽	వేపథుః-కమ్పః॥పు॥_౨-వడఁకుపేళ్లు, A tremour.
(అథ) క్షణ ఉద్ధర్షో మహ	క్షణః - ఉద్ధర్షః-మహః - ఉద్ధవః - ఉత్సవః॥పు॥

ఉద్ధవఉత్సవః॥ ౨౨౦॥	౫-ఉత్సవము పేళ్లు, A festival; celebration.
ఇతి నాట్యవర్గః.	నాట్యముతోఁ జేరినపదసమూహము ముగిసెను.
అధోభువన పాతాల బలిసద్మ రసాతలమ్। నాగలోకో	అధోభువనమ్-పాతాలమ్- బలిసద్మ॥ న॥ రసాతలమ్॥ న॥-నాగలోకః॥ పు॥౫- పాతాళము పేళ్లు, The infernal region; the nether world.
థ కుహరం సుషిరం వివరం బిలమ్॥ ఛిద్రం నిర్వ్యథనం రోకం రన్ధ్రం శ్వభ్రం వపా సుషిః।	కుహరమ్-సుషిరమ్-వివరమ్ - బిలమ్- ఛిద్రమ్-నిర్వ్యథనమ్ - రోకమ్ - రన్ధ్రమ్ - శ్వభ్రమ్॥న॥-వపా-సుషిః ॥ స్త్రీ ॥ ౧౧ - రంధ్రము పేళ్లు, A hole, or vacuity; a ravine.
గర్తావటౌ (భువి శ్వభ్రే)	గర్తః (వ) గర్తా॥ స్త్రీ ॥ - అవటః ॥ పు॥ ౨ - భువి= భూమియందుండు, శ్వభ్రే = బొక్క పేళ్లు, A hole in the ground.
(సరన్ధ్రే) సుషిరం (త్రిషు)॥ ౨౨౨॥	సుషిరమ్ ॥ ౧ - రంధ్రముతోఁ గూడిన వస్తువాచకమయినపుడు త్రిలింగము, Having holes.
అన్ధకారో (ఽస్త్రియాం) ధ్వాన్తం తమిస్రం తిమిరం తమః।	అన్ధకారః॥ పు॥-ధ్వాన్తమ్ -తమిస్రమ్ - తిమిరమ్-తమః ॥ స్॥ న ॥ ౫- చీఁకటి పేళ్లు, Darkness; gloom.
(ధ్వాన్తేగాఢే) ఽన్ధతమసం	అన్ధతమసమ్॥ న॥ ౧ - గాఢేధ్వాన్తే = గాఢాంధకారము పేరు, Intense darkness.
(క్షీణే)ఽవతమసం	అవతమసమ్॥ న॥౧- (క్షీణేధ్వాన్తే) = క్షీణమయిన చీఁకటి పేరు, Imperfect darkness.
(తమః॥ ౨౨౩॥ విష్వ)క్సన్తమసమ్	సన్తమసమ్॥ న॥ ౧-విష్వక్ ధ్వాన్తే=అంతటవ్యాపించిన, తమః=చీఁకటి పేరు, Universal darkness.
ఇతి పాతాలవర్గః.	పాతాలముతోఁ జేరినపదసమూహము ముగిసెను.
నాగాః కాద్రవేయా	నాగాః- కాద్రవేయాః॥ పు, బ॥ ౨- పడగలను తోఁకలనుగలిగి మనుష్యాకారములైన కద్రూపుత్రులయిన నాగుఁబాముల పేళ్లు.
స్తదీశ్వరః। శేషో	శేషః- అనన్తః॥ పు॥ ౨-తదీశ్వరః = ఆనాగుఁ

నన్తో	బాములకురాజయిన యాది శేషుని పేళ్లు.
వాసుకి స్తుసర్ప రాజోఽ	వాసుకిః - సర్పరాజః॥ పు॥ ౨ - వాసుకి పేళ్లు.
థగోనసః॥తిలిత్స(స్సా న్స్య)	గోనసః- తిలిత్సః॥ పు॥ ౨-కొండచిలువ పేళ్లు.
దజగరే శయు ర్వా హాస (ఇత్యభా)।	అజగరః- శయుః - వాహసః ॥పు॥ 3 - పెనుం బాము పేళ్లు, Boa Constrictor.
అలగర్దో జలవ్యాల	అలగర్దః (పా)అళిగర్దః, అజగర్దః- జలవ్యాలః॥ పు॥ ౨-నీరుకట్టుపాము పేళ్లు, A water-snake.
(స్సమా)రాజిలదుణ్డుభౌ ॥౨౨౫॥	రాజిలః-డుణ్డుభః॥ పు॥ ౨- ఇరుదలశిఖండి పేళ్లు, Amphisbæna.
మాలుధానో మాతులాహి	మాలుధానః-మాతులాహిః॥ పు॥ ౨-ఉమ్మెత్తలలోనిముళ్ళుంబాము పేళ్లు. అది ఖట్వాంగాకారమై దీర్ఘదేహాలాంగూలమై చతుష్పాత్తునై యుండును.
న్నిర్ముక్తో ముక్తకఞ్చుకః॥	నిర్ముక్తః-ముక్తకఞ్చుకః॥పు॥ ౨-కుబుసము విడిచినపాము, A snake that has cast his slough.
సర్పః పృదాకు ర్భుజగో భుజఙ్గోఽహి ర్భుజఙ్గమః ॥ ఆశీవిషో విషధర శ్చక్రీ వ్యాలస్సరీసృపః। కుణ్డలీ గూఢపా చ్చక్షుశ్శ్రవాః కాకోదరః ఫణీ॥ దర్వీకరో దీర్ఘపృష్ఠో దన్దశూకో బిలేశయః । ఉరగః పన్నగో భోగీ జిహ్మగః పవనాశనః॥	సర్పః - పృదాకుః - భుజగః - భుజఙ్గః-అహిః - భుజఙ్గమః-ఆశీవిషః- విషధరః- చక్రీ॥న్॥- వ్యాలః- సరీసృపః- కుణ్డలీ॥న్॥- గూఢపాత్ ॥ద్॥- చక్షుశ్శ్రవాః॥స్॥-కాకోదరః-ఫణీ॥న్॥- దర్వీకరః - దీర్ఘపృష్ఠః - దన్దశూకః - బిలేశయః - ఉరగః - పన్నగః - భోగీ॥న్॥-జిహ్మగః- పవనాశనః॥ పు॥ ౨౫- సామాన్యముగా పాముల పేళ్లు, A snake or serpent.
[లేలిహానో ద్విరసనో వ్యాళః కుమ్భీనసో హరిః॥]	(లేలిహానః - ద్విరసనః - వ్యాళః - కుమ్భీనసః-హరిః॥పు॥] అధికపాఠము.
(త్రిష్వ) హేయం (విషాస్థ్యాది)	ఆహేయమ్ ॥ త్రి ॥ ౧ - పాముయొక్క విషము అస్థి చర్మము మొదలయినవాని పేరు, Belonging to a snake.
స్ఫటాయాం తు ఫణా	స్ఫటా ॥ స్త్రీ ॥ - ఫణా ॥ స్త్ర ॥ ౨ - పడగ పేళ్లు,

(ద్వయోః)।	The expanded hood of a serpent. [Slough.
(సమౌ)కఞ్చుక నిర్మోకౌ	కఞ్చుకః - నిర్మోకః ॥ పు॥ ౨ - కుబుసముపేళ్లు.
క్ష్వేడస్తు గరలం విషమ్॥ ౨౯॥ (పుంసిక్లీబే చ) కాకోల కాలకూట హాలాహలాః। సౌరాష్ట్రికశ్శౌక్లికేయో బ్రహ్మపుత్త్రః ప్రదీపనః॥ దారదో వత్సనాభ(శ్చ విషభేదా అమీ నవ)।	క్ష్వేడః॥ పు॥ - గరలమ్॥న॥- విషమ్॥ ప్న ॥ ౩- సామాన్యముగా విషము పేళ్లు, Venom. కాకోలః - కాలకూటః - హాలాహలః (ప) హాలాహలః, హాలహాలః, హాలహలః-సౌరాష్ట్రికః-శౌక్లికేయః-బ్రహ్మపుత్త్రః- ప్రదీపనః- దారదః- వత్సనాభః॥ పు॥ అమీనవ= ఈతొమ్మిది,విషభేదాః= విషభేదములపేళ్లు, Nine sorts of fixed poison.
విషవైద్యో జాఙ్గులికో	విషవైద్యః-జాఙ్గులికః ॥ పు ॥ ౨ - విషమును దించు వైద్యునిపేళ్లు, Conjurer using charms against poison.
వ్యాలగ్రాహ్యహితుణ్డికః॥ ౩౦॥	వ్యాలగ్రాహిన్॥ (పా) వ్యాళగ్రాహః - అహితుణ్డికః॥పు॥౨-పాములవాఁడు, A snake-catcher.
ఇతి భోగివర్గః.	సర్పముతోఁ జేరిన పదసమూహము ముగిసెను.
(స్యా) న్నారకస్తు నరకో నిరయో దుర్గతిః (స్త్రియామ్)।	నారకః - నరకః - నిరయః॥పు॥ -దుర్గతిః ॥ స్త్రీ ॥ ౪ - సామాన్యముగా నరకము పేళ్లు, Hell; the infernal regions.
(తద్భేదా) స్తపనావీచి మహారౌరవ రౌరవాః॥ సఙ్ఘాతః కాలసూత్రం (చేత్యాద్యాః)	తపనః- అవీచిః - మహారౌరవః - రౌరవః - సఙ్ఘాతః (పా) సంహారః॥పు॥- కాలసూత్రమ్॥ న ॥౬- ఇత్యాద్యాః=ఇవి మొదలయినవి, తద్భేదాః= ఆనరకభేదములపేళ్లు, Various hells.
(సత్త్వాస్తు)నారకాః। ప్రేతాః	నారకాః - ప్రేతాః (పా) పరేతాః ॥ పు॥ బ ॥ ౨ - సత్త్వాః = నరకమునందుండు ప్రాణులపేళ్లు, Departed souls in hell.
వైతరణీ (సిన్ధుః)	వైతరణీ॥స్త్రీ॥౧- సిన్ధుః= నరకమునందలినదిపేరు, The river of hell. [Misfortune, or misery.
స్యాదలక్ష్మీస్తునిరృతిః॥	అలక్ష్మీః - నిరృతిః॥ స్త్రీ॥౨ - అభాగ్యముపేరు,

విష్టి రాజూః

విష్టిః-ఆజూః॥ సీ ॥ ౨-వెట్టిపేళ్లు. నరకమునందుఁ ద్రోయుటపేళ్లని కొందఱందురు.

కారణా(తు)యాతనా తీవ్రవేదనా ।

కారణా-యాతనా-తీవ్రవేదనా॥సీ॥ 3 - అతిశయమయిన వేదనపేళ్లు, Agony; excessive pain.

పీడాబాధావ్యథాదుఃఖ మామనస్యం ప్రసూతిజమ్॥ (స్యా)త్కష్టంకృచ్ఛ్రమాభీలం (త్రిష్వేషాంభేద్యగామియత్) ।

పీడా-బాధా - వ్యథా ॥సీ॥ -దుఃఖమ్ - ఆమనస్యమ్(పా) అమానస్యమ్-ప్రసూతిజమ్ - కష్టమ్-కృచ్ఛ్రమ్-ఆభీలమ్ ॥న॥౯ - సామాన్యముగాదుఃఖముపేళ్లు. ఈశబ్దములలో ఏది విశేష్యనిఘ్నమవుచున్నదో యది త్రిలింగములు గలది, Pain.

ఇతి నరకవర్గః.

నరకముతోఁ జేరిన పదసమూహము ముగిసెను.

—❖—

సముద్రోఽబ్ధిరకూపారః పారావారస్సరిత్పతిః॥ ఉదన్వానుదధిస్సిన్ధుస్సరస్వాన్ సాగరోఽర్ణవః । రత్నాకరో జలనిధిర్యాదఃపతిరపాంపతిః॥ ౨౩౬॥

సముద్రః - అబ్ధిః - అకూపారః- పారావారః-సరిత్పతిః - ఉదన్వాన్॥ త్ ॥- ఉదధిః - సిన్ధుః - సరస్వాన్॥త్ ॥- సాగరః - అర్ణవః-రత్నాకరః - జలనిధిః-యాదఃపతిః-అపాంపతిః॥ పు॥ ౧౫- సముద్రుని పేళ్లు, The sea or ocean.

(తస్య ప్రభేదాః) క్షీరోదో లవణోద(స్తథాపరే)।

క్షీరోదః - లవణోదః॥తథా = అట్లే, పరే=ఇతరమయిన, దధ్యుదః - ఘృతోదః - ఇక్షూదః- సురోదః-స్వాదూదః॥ ఈపదును, తస్య = ఆసముద్రముయొక్క, ప్రభేదాః=భేదములు.

ఆపః (స్త్రీభూమ్ని) వార్వారి సలిలం కమలం జలమ్॥ పయఃకీలాలమమృతం జీవనం భువనం వనమ్। కబన్ధముదకం పాథఃపుష్కరం సర్వతోముఖమ్॥ అమ్భోఽర్ణస్తోయ పానీయ నీర

ఆపః॥ప్,స్త్రీ,బ ॥- వాః॥ర్ ॥- వారి-సలిలమ్-కమలమ్-జలమ్-పయః॥ స్॥ - కీలాలమ్ - అమృతమ్-జీవనమ్ - భువనమ్-వనమ్ - కబన్ధమ్ - ఉదకమ్ - పాథః॥స్ ॥-పుష్కరమ్- సర్వతోముఖమ్ - అమ్భః॥స్ ॥-అర్ణః॥ స్ ॥-తోయమ్ - పానీయమ్ - నీరమ్-క్షీరమ్-అమ్బు-శమ్బరమ్ (పా) సంవరమ్ - మేఘపుష్పమ్॥న॥- ఘనరసమ్॥ప్న॥ ౨౭-ఉదకముపేళ్లు.

క్షీరామ్బుశమ్బరమ్[కృ
పీటం కాణ్డ(మస్త్రీస్యా)
జ్జీవనీయంకుశంవిషమ్]॥
మేఘపుష్పం ఘనరసం

[కృపీటమ్॥ న॥ - కాణ్డమ్॥ప్న॥- జీవనీయమ్ - కుశమ్ - విషమ్ ॥న॥] అధికపాఠము, Water.

(త్రిషు ద్వే) ఆప్య మ
మ్మయమ్॥ ౨౩౯॥

ఆప్యమ్-అమ్మయమ్॥ త్రి ॥ ౨- జలవికారము పేళ్లు, Watery or consisting of water.

భఙ్గ స్తరఙ్గ ఊర్మి(ర్వా
స్త్రియాం) వీచి

భఙ్గః- తరఙ్గః॥ పు॥-ఊర్మిః॥ప్న॥- వీచిః॥ ప్న॥ ౪- కరుళ్ల పేళ్లు, A wave.

(రథోర్మిషు । మహ
త్సు) ల్లోలకల్లోలౌ

ఉల్లోలః- కల్లోలః॥పు॥౨- మహత్సుఊర్మిషు= గొప్పకరుళ్ల పేళ్లు, A surge or billow.

(స్యా)దావర్తో(ఽమ్భ
సాం భ్రమః)॥ ౨౪౦॥

ఆవర్తః॥పు॥ ౧- అమ్భసామ్ = ఉదకములయొక్క, భ్రమః=సుడిపేరు, A whirl-pool.

పృషన్తి బిన్దుపృషతాః
(పుమాంసో) విప్రుషః
(స్త్రియః) ।

పృషన్తి॥త్,న,బ॥-బిన్దుః-పృషతః॥పు॥-విప్రుషః॥ష్,స్త్రీ,బ॥౪-జలబిందువుల పేళ్లు, A drop of water.

చక్రాణి
పుటభేదా (స్స్యు)

చక్రాణి(పా)వక్రాణి॥ న ॥-పుటభేదాః॥ పు ॥ ౨ - నదీవక్రము పేళ్లు. నీళ్లూరివచ్చు బుగ్గ పేరును, A winding course; or a reach of the river.

ర్భ్రమాశ్చ జలనిర్గ
మాః॥ ౨౪౧॥

భ్రమాః-జలనిర్గమాః॥పు॥౨- నీళ్లుపాఱుటకుఁ గట్టినతూము మొదలయినవాని పేళ్లు. చక్రాదులు నాలుగును జలమార్గము పేళ్లని కొందఱందురు, A drain or pipe.

కూలం రోధశ్చ తీరం చ
ప్రతీరం చ తటం(త్రిషు)।

కూలమ్-రోధః॥ స॥ - తీరమ్-ప్రతీరమ్॥ న॥ - తటమ్॥ త్రి ॥౫-దరి పేళ్లు, A shore or bank.

పారావారే (పరా
ర్వాచీ తీరే)

పారమ్ - అవారమ్ ॥ న ॥ ౨ - పరార్వాచీ తీరే = వరుసగా నీవలి యావలి దరుల పేళ్లు, The opposite, and the near bank.

పాత్రం(తదన్తరమ్)॥

పాత్రమ్॥ న ॥ ౧ - ఆ రెండుదరులనడుము పేరు, The channel; basin.

ద్వీపో(ఽస్త్రియా)మ
న్తరీపం (యదన్తర్వారి
ణస్తటమ్)।

ద్వీపః॥ప్న॥- అన్తరీపమ్॥న॥౨-అన్తర్వారిణః = నీళ్లనడుమ, యత్తటమ్ = ఏదిబ్బకలదో దాని పేళ్లు, An island.

(తోయోత్థితం త)త్పులినం

పులినమ్ ॥ న॥ ౧-నీళ్లలోండి కనిపించు తిన్నె పేరు, An islet formed by alluvium.

సైకతం సికతామయమ్॥ ౨౮౩॥

సైకతమ్ - సికతామయమ్ ॥ న ॥ ౨-ఇసుకదిన్నెలపేళ్లు, A sand-bank.

నిషద్వరస్తు జమ్బాలః పఙ్కో-(ఽస్త్రీ) శాదకర్దమౌ।

నిషద్వరః-జమ్బాలః॥పు॥-పఙ్కః ॥ ప్న॥ - శాదః-కర్దమః॥పు॥౫-అడుసుపేళ్లు, Mud or mire.

జలోచ్ఛ్వాసాః పరీవాహాః

జలోచ్ఛ్వాసాః-పరీవాహాః ॥పు,బ॥ ౨-అలుంగులపేళ్లు, Inundation; channel for carrying off an excess of water.

కూపకా(స్తు) విదారకాః॥ ౨౮౪॥

కూపకాః-విదారకాః॥ పు॥ ౨-చెలమలు, పల్లనూతులు మొదలైనవి, A temporary well.

నావ్యం (త్రిలిఙ్గం నౌతార్యే)

నావ్యమ్ ॥ త్రి॥ ౧-నౌతార్యే=ఓడచేత దాటం దగిననద్యాదులపేరు, Navigable.

(స్త్రియాం) నౌస్తరణి స్తరిః।

నౌః॥ఔ॥-తరణిః-తరిః(పా)తరీ॥ సీ॥ ౩-ఓడపేళ్లు, A boat.

ఉడుపం తు ప్లవః కోలః

ఉడుపమ్ ॥న॥ -ప్లవః-కోలః ॥పు॥౩- తెప్పపేళ్లు, [A raft or float.

స్రోతో (ఽమ్బుసరణం స్వతః)॥ ౨౮౫॥

స్రోతః ॥ స్, న ॥ ౧ - స్వతః= తనంతట పాఱుచున్న, అమ్బుసరణమ్ = జలప్రవాహము పేరు, A natural stream.

ఆతర స్తరపణ్యం(స్యాత్)

ఆతరః ॥ పు ॥-తరపణ్యమ్॥న॥౨-ఓడనడపువానికిచ్చు కూలిపేళ్లు, Fare, or freight.

ద్రోణీ కాష్ఠామ్బువాహినీ।

ద్రోణీ-కాష్ఠామ్బువాహినీ॥సీ॥ ౨-దోనెపేళ్లు, An oval basin.

సాంయాత్రికః పోతవణిక్

సాంయాత్రికః-పోతవణిక్॥ జ్॥ పు॥ ౨ - ఓడబేరగానిపేళ్లు, A voyaging merchant.

కర్ణధార(స్తు)నావికః॥ ౨౮౬॥

కర్ణధారః - నావికః ॥పు ॥ ౨-ఓడనడపువానిపేళ్లు, The pilot or helmsman.

నియామకాః పోతవాహాః

నియామకాః - పోతవాహాః ॥పు,బ॥ ౨-ఓడస్తంభముపైనుండి యుపాయము చెప్పువారిపేళ్లు, The steersman.

కూపకో గుణవృక్షః

కూపకః - గుణవృక్షకః॥ పు॥ ౨ - ఓడమీఁద

కః॥	ఒక్కెము గట్టు స్తంభము పేళ్లు, The mast.
నౌకాదణ్డః క్షేపణీ (స్యా) దరిత్రం కేనిపాతకః॥ ౨౮౭॥	నౌకాదణ్డః॥ పు॥-క్షేపణీ॥స్త్రీ॥ ౨-ఓడనడపుగడ పేళ్లు, The oar. అరిత్రమ్॥ న॥-కేనిపాతకః॥ పు॥ ౨- ఓడనడపు తెడ్డు పేళ్లు, The rudder; helm.
అభ్రిః (స్త్రీ) కాష్ఠకుద్దాలః	అభ్రిః॥స్త్రీ॥-కాష్ఠకుద్దాలః॥పు॥ ౨- లవణాదులు త్రవ్వు మ్రానిగుద్దలి పేళ్లు, A scraper or shovel.
సేకపాత్రం తు సేచనమ్।	సేకపాత్రమ్-సేచనమ్ ॥న॥ ౨-ఓడలోఁజొచ్చిన నీళ్లను వెడలఁజల్లు పాత్రము పేళ్లు, A bucket.
యానపాత్రం తు పోతో	యానపాత్రమ్ ॥న॥- పోతః ॥పు॥ ౨-ఓడ పేళ్లు, A ship.
(ఽబ్ధిభవే త్రిషు) సముద్రియమ్॥ ౨౮౮॥	సముద్రియమ్ ॥ త్రి ॥ ౧-అబ్ధిభవే=సముద్రమునందుఁ బుట్టినవస్తువు పేరు, Marine.
(క్లీబే)ఽర్ధనావం (నావోఽర్ధే)	అర్ధనావమ్॥న॥ ౧-నావః=ఓడయొక్క, అర్ధే=సగము పేరు, A boat's half.
(ఽతీతనౌకే) ఽతిను (త్రిషు)।	అతిను ॥ త్రి ॥ ౧ - ఓడను దాఁటినవస్తువు పేరు, Landed from a boat. [నన్నియు త్రిలింగకములు.
(త్రిష్వాగాధాత్)	ప్రసన్నశబ్దము మొదలు అగాధశబ్దపర్యంతము
ప్రసన్నోఽచ్ఛః	ప్రసన్నః - అచ్ఛః॥ ౨ - నిర్మలవస్తువు పేళ్లు, Transparent, clear. [Turbid,muddy.
కలుషోఽనచ్ఛ ఆవిలః॥	కలుషః-అనచ్ఛః-ఆవిలః॥ ౩-కలఁగినదాని పేళ్లు,
నిమ్నం గభీరం గమ్భీరమ్	నిమ్నమ్-గభీరమ్-గమ్భీరమ్॥౩-లోఁతైనదాని పేళ్లు, Deep. [Shallow.
ముత్తానం తద్విపర్యయే। అగాధ మతలస్పర్శే	ఉత్తానమ్ ॥ ౧ - లోఁతుకానిదాని పేరు, అగాధమ్-అతలస్పర్శః॥ ౨-మిక్కిలి లోఁతైన దాని పేళ్లు, Very deep, unfathomable.
కైవర్తే దాశధీవరౌ॥ ౨౯౦॥	కైవర్తః-దాశః(పా) దాసః-ధీవరః ॥పు॥ ౩-మత్స్యములం బట్టుజాలరివాని పేళ్లు, A fisherman.
ఆనాయః(పుంసి) జాలం	ఆనాయః॥పు॥-జాలమ్॥న॥౨-వల పేళ్లు, A net.
(స్యాత్) శణసూత్రం	శణసూత్రమ్-(పా) సణసూత్రమ్-పవిత్రకమ్॥

పవిత్రకమ్।	న॥ ౧-వలత్రాటిపేళ్లు, The rope of a net.
మత్స్యాధానీ కువేణీ (స్యాత్)	మత్స్యాధానీ-కువేణీ॥సీ॥౨-చేఁపలబుట్టపేళ్లు, A fish-basket.
బడిశం మత్స్యబన్ధనమ్॥ ౨౧౧॥	బడిశమ్ - మత్స్యబన్ధనమ్ (పా) మత్స్యవేధనమ్॥న॥౨-గాలముపేళ్లు, A fish hook.
పృథురోమా ఝషో మత్స్యో మీనో వైసారిణోఽణ్డజః। విసార శ్శకులీ	పృథురోమా॥న్॥-ఝషః - మత్స్యః-మీనః-వైసారిణః - అణ్డజః - విసారః - శకులీ ॥న్॥పు॥ ౮-సామాన్యముగా మత్స్యములపేళ్లు, A fish.
(చాథ) గడక శ్శకులార్భకః॥ ౨౧౨॥	గడకః - శకులార్భకః॥పు॥ ౨-చేఁపపిల్లలపేళ్లు, శల్లపేళ్లని కొందఱు, Sparus emarginatus.
సహస్రదంష్ట్రః పాఠీన	సహస్రదంష్ట్రః-పాఠీనః ॥పు॥ ౨- వేయికోఱల మీను, కొఱ్ఱ, A sheat fish; Silurus Pelorius.
ఉలూపీ శిశుక (స్సమౌ)।	ఉలూపీ ॥న్॥ - శిశుకః ॥పు॥౨- శిశువువలె చపలమయినయులసమీనుపేళ్లు, A porpoise.
నడమీన శ్చిలిచిమః	నడమీనః - చిలిచిమః ॥పు॥ ౨-కాలువగసువులోఁ దిరుగు మీనుపేళ్లు, A sort of sprat.
ప్రోష్ఠీతు శఫరీ (ద్వయోః)॥ ౨౧౩॥	ప్రోష్ఠీ ॥సీ॥-శఫరీ॥స్త్రీ॥౨-మొట్ట, ఎగిరిపడుమీను, A sort of carp, Cyprinus Chrysoparcius.
క్షుద్రాణ్డమత్స్యస ఙ్ఘాతః పోతాధాన	క్షుద్రాణ్డమత్స్యసఙ్ఘాతః ॥పు॥-పోతాధానమ్॥న॥౨-మీనుపిల్లలగుంపుపేళ్లు, Small fry.
(మథోర్ఝషాః)। రోహితో మద్గుర శ్శాలో రాజీవ శ్శకుల స్తిమిః॥ ౨౧౪॥ తిమిఙ్గిలాదయ (శ్చాథ)	రోహితః = ఎఱ్ఱమీను, మద్గురః = బొమ్మమీను, శాలః=ఉరుజమీను, రాజీవః = చాఁలమీను, శకులః = బేడిసమీను, తిమిః = నూఱుయోజనములమీను, తిమింగిలః = తిమినిమ్రింగునట్టి మీను ॥పు॥ ౭ ను ఆదిశబ్దముచేత తిమింగిలగిలసంద్యావర్తాదులును మత్స్యవిశేషములు.
యాదాంసి జలజన్తవః।	యాదాంసి॥స్, న॥ - జలజన్తవః॥ ఉ, పు॥ బ॥ ౨- జలజంతువులపేళ్లు, Aquatic animals.

(తద్భేదా) శ్శిశుమారోద్ర శఙ్కవో మకరాదయః॥ ౨౧౫॥	శిశుమారః= మొసలి, porpoise; ఉద్రః = నీరుపిల్లి, Otter; శఙ్కుః= నీరుపంది, Scate; మకరః= చొఱమీను, Seal. ౪ - ఇవియు ఆదిశబ్దముచేత జలహస్త్యాదులును జలజంతువిశేషములు.
(స్యా)త్కులీరః కర్కటకః	కులీరః-కర్కటకః (పా) కర్కటః ॥ పు ॥ ౨- ఎండ్రకాయపేళ్లు, A crab.
కూర్మే కమఠ కచ్ఛపౌ।	కూర్మః-కమఠః-కచ్ఛపః॥ పు॥ ౩-తాఁబేటిపేళ్లు, A turtle or tortoise.
గ్రాహో౽వహారో	గ్రాహః-అవహారః॥ పు॥ ౨-ప్రాణిహింసఁజేయు మహామత్స్యముపేళ్లు, A shark.
నక్రస్తు కుమ్భీరో౽థ	నక్రః-కుమ్భీరః॥పు॥౨-ఏనుఁగునుబట్టియీడ్చు జలచరముపేళ్లు, A crocodile.
మహీలతా॥ ౨౧౬॥ గణ్డూపదః కిఞ్చులకో	మహీలతా॥స్త్రీ॥-గణ్డూపదః- కిఞ్చులకః॥ పు॥ ౩- ఎఱ్ఱపేళ్లు, A worm. [The Gangetic alligator.
నిహాకా గోధికా(సమే)।	నిహాకా-గోధికా ॥ స్త్రీ ॥ ౨ - నీరుడుముపేళ్లు,
రక్తపా తు జలూకాయాం (స్త్రియాం భూమ్ని) జలౌకసః ॥౨౧౭॥	రక్తపా-జలూకా-జలౌకసః ॥ స్త్రీ, స్త్రీ, బ ॥ ౩ - జలగపేళ్లు. రక్తపాశబ్దమునకు సోమపాశబ్దమువలెను రూపముగలదు. A leech.
ముక్తాస్ఫోటః (స్త్రియాం) శుక్తిః	ముక్తాస్ఫోటః॥పు॥- శుక్తిః॥స్త్రీ॥ ౨-ముత్తెపుచిప్పపేళ్లు, A pearl oyster.
శఙ్ఖః (స్యా)త్కమ్బు (రస్త్రియామ్)।	శఙ్ఖః ॥పు॥-కమ్బుః॥ పు॥ ౨ - శంఖముపేళ్లు, A conch. [పేళ్లు, small shell.
క్షుద్రశఙ్ఖాః శఙ్ఖనఖా శ్శమ్బూకా జలశుక్తయః॥ ౨౧౮॥	క్షుద్రశఙ్ఖాః-శఙ్ఖనఖాః॥ పు, బ ॥ ౨ - గుల్లల శమ్బూకాః॥పు॥-జలశుక్తయః॥ ఇ,స్త్రీ,బ ॥ ౨- కప్పచిప్పలపేళ్లు, bivalve shell.
భేకే మణ్డూక వర్షాభూ శాలూర ప్లవ దర్దురాః।	భేకః-మణ్డూకః-వర్షాభూః- శాలూరః- (పా)సాలూరః-ప్లవః-దర్దురః॥పు॥ ౬ - కప్పపేళ్లు, A frog.
శిలీ గణ్డూపదీ	శిలీ - గణ్డూపదీ ॥ స్త్రీ ॥ ౨ - ఆఁడుఎఱ్ఱపేళ్లు, A female worm.

భేకీ వర్షాభ్వీ	భేకీ - వర్షాభ్వీ ॥ స్త్రీ ॥ ౧ - ఆఁడుకప్ప పేళ్లు, A female frog.
కమఠీ డులిః॥ ౨౫౯॥	కమఠీ-డులిః ॥ స్త్రీ ॥ ౨ - ఆఁడుతాఁబేటి పేళ్లు, [A female turtle.
(మద్గురస్యప్రియా) శృఙ్గీ	శృఙ్గీ॥ స్త్రీ॥ ౧ - మద్గురమను మీనుభార్యపేరు, Silurus Pungentisimus.
దుర్నామా దీర్ఘకోశికా।	దుర్నామా-దీర్ఘకోశికా॥ స్త్రీ॥ ౨-ఏనుఁగుజలగ [పేళ్లు, A cockle.
జలాశయో జలాధార	జలాశయః-జలాధారః ॥పు॥ ౨-నీళ్లుండుతావు పేళ్లు, A reservoir; a pond.
(స్తత్రాగాధ జలే) హ్రదః॥ ౨౬౦॥	హ్రదః ॥పు॥ ౧-అగాధజలే=అగాధమైన జలము గల, తత్ర=ఆస్థలముపేరు, A deep lake.
ఆహావస్తు నిపానం (స్యా దుపకూప జలాశయే)। (పుంస్యేవా) న్ధుః	ఆహావః॥పు॥-నిపానమ్॥ న॥ ౨ - నూతియొద్ద పశువులు నీళ్లుత్రాగుటకుఁ గట్టియున్న తొట్టిపేళ్లు, A trough near a well for watering cattle.
ప్రహిః కూప ఉదపానం తు(పుంసివా) ॥ ౨౬౧॥	అన్ధుః-ప్రహిః-కూపః ॥పు॥ - ఉదపానమ్॥ ప్న ॥ ౪-నూతిపేళ్లు, A well.
నేమి స్త్రికా (౭స్య)	నేమిః - త్రికా॥ స్త్రీ॥ ౨-నూతియందునీళ్లెత్తుటకై యేర్పఱచిన రాట్నము మొదలైన దారుయంత్రముపేళ్లు, A contrivance for raising water.
వీనాహో (ముఖబన్ధన మస్యయత్)।	వీనాహః ॥ పు ॥ ౧ - నూతిహంసపాది మొదలయిన వాయికట్టుపేరు, The cover of a well.
పుష్కరిణ్యాంతు ఖాతం (స్యా)	పుష్కరిణీ॥స్త్రీ॥-ఖాతమ్ ॥న॥ ౨- నలుచదరముగాఁ ద్రవ్వఁబడిన గుంటపేళ్లు, A square pond.
దఖాతం దేవఖాతకమ్॥ ౨౬౨॥	అఖాతమ్-దేవఖాతకమ్ ॥న॥ ౨ - దేవతలచేత ద్రవ్వఁబడిన తీర్థములపేళ్లు, A natural pond.
పద్మాకర స్తటాకో (౭స్త్రీ) కాసార స్సరసీ సరః।	పద్మాకరః॥ పు॥-తటాకః (పా) తడాగః॥ప్న॥౨-తామరలు గల చెఱువుపేళ్లు, A lake. కాసారః॥ పు॥-సరసీ॥ స్త్రీ ॥ - సరః ॥ స్,న॥ 3 - కొలనిపేళ్లు, A pond or pool. పద్మాకరాదులైదు నేకార్థకములని కొంద ఱందురు.

వేశన్తః పల్వలం చాల్పసరో

వేశన్తః॥పు॥ - పల్వలమ్ - అల్పసరః॥స్॥న॥ 3-పడియపేళ్లు, A basin.

వాపీతుదీర్ఘికా॥ ౨౬౩॥

వాపీ - దీర్ఘికా ॥ సీ ॥ ౨ - నడబావిపేళ్లు, A well with steps.

ఖేయంతు పరిఖా

[A ditch.
ఖేయమ్॥న॥ - పరిఖా ॥ సీ ॥ ౨- అగడ్తపేళ్లు,

ఽఽధార (స్త్వమ్భసాం యత్ర ధారణమ్)।

ఆధారః॥పు॥ ౧-యత్ర=ఏస్థలమునందు, అమ్భసామ్=(కట్టగట్టి)నీళ్లకు, ధారణమ్=నిల్పుటకలదో యట్టిమడుఁగుపేరు, A dike.

(స్యా)దాలవాల మావాల మావాపోఽథ

ఆలవాలమ్-ఆవాలమ్॥న॥ - ఆవాపః॥ పు॥ 3-చెట్లపాదులపేళ్లు, A basin round the foot of a tree.

నదీ సరిత్ ॥౨౬౪॥ తరఙ్గిణీ శైవలినీ తటినీ హ్రాదినీ ధునీ। స్రోతస్వినీ ద్వీపవతీ స్రవన్తీ నిమ్నగాఽఽపగా॥ ౨౬౫॥

నదీ - సరిత్ - తరఙ్గిణీ - శైవలినీ - తటినీ-హ్రాదినీ-ధునీ-స్రోతస్వినీ - ద్వీపవతీ - స్రవన్తీ - నిమ్నగా-ఆపగా॥సీ॥౧౨-నదిపేళ్లు, A river.

[కూలఙ్కషా నిర్ఝరిణీ రోధోవక్రా సరస్వతీ]

[కూలఙ్కషా - నిర్ఝరిణీ - రోధోవక్రా -సరస్వతీ॥సీ॥] అధిక పాఠము.

గఙ్గా విష్ణుపదీ జహ్నుతనయా సురనిమ్నగా।భాగీరథీ త్రిపథగా త్రిస్రోతా భీష్మసూ రపి॥

గఙ్గా - విష్ణుపదీ - జహ్నుతనయా - సురనిమ్నగా-భాగీరథీ-త్రిపథగా - త్రిస్రోతాః ॥స్॥ - భీష్మసూః॥ సీ॥ ౮-గఙ్గానదిపేళ్లు, The Ganges.

కాలిన్దీ సూర్యతనయా యమునాశమనస్వసా ।

కాలిన్దీ - సూర్యతనయా - యమునా - శమనస్వసా॥బు॥సీ॥ ౪-యమునానదిపేళ్లు.

రేవాతు నర్మదా సోమోద్భవా మేఖలకన్యకా ॥ ౨౬౭ ॥ కరతోయా సదానీరా

రేవా-నర్మదా - సోమోద్భవా - మేఖలకన్యకా॥సీ॥౪-నర్మదానదిపేళ్లు.

కరతోయా - సదానీరా॥ సీ॥ ౨-గౌరీవివాహమున నీశ్వరునిహస్తోదకమువలనఁబుట్టిన నదిపేళ్లు.

బాహుదా సైతవాహినీ।

బాహుదా-సైతవాహినీ॥ సీ॥ ౨ - బాహుదా నదిపేళ్లు.

శతద్రుస్తు శుతుద్రి (స్స్యాత్)	శతద్రుః-శుతుద్రిః॥ సీ ॥ ౨- వసిష్ఠునికి వెఱచి నూఱుపాయలై ప్రవహించిననదిపేళ్లు.
విపాశా తు విపాట్ (స్త్రియామ్)॥ ౨౬౮॥	విపాశా-విపాట్॥శ్॥ సీ॥ ౨- వసిష్ఠునిపాశములను విడిపించిననదిపేళ్లు.
శోణో హిరణ్యవాహ	శోణః-హిరణ్యవాహః॥పు॥౨-శోణనదముపేళ్లు.
(స్స్యా)త్కుల్యా (ఽల్పా కృత్రిమా సరిత్)	కుల్యా॥సీ॥౧-అల్పా= కొంచెమై, కృత్రిమా= త్రవ్వఁబడిన, సరిత్ = కాలువపేరు, A canal.
శరావతీ వేత్రవతీ చన్ద్రభాగా సరస్వతీ॥ [గోదావరీ భీమరథీ కృష్ణవేణీచ గౌతమీ] కావేరీ (సరితోఽన్యాశ్చ)	శరావతీ - వేత్రవతీ - చన్ద్రభాగా - సరస్వతీ-కావేరీ ॥ సీ॥ ౫ - అన్యాశ్చ = కృష్ణవేణీగోదావరీ సరయూప్రముఖములు, సరితః= నదీవిశేషములు. [గోదావరీ - భీమరథీ - కృష్ణవేణీ - గౌతమీ॥ ౪,సీ॥] అధికపాఠము.
సంభేద (స్సిన్ధుసంగమః)।	సంభేదః॥పు॥౧-నదులయొక్కకూటమిపేరు,The mouth of a river; confluence of two rivers.
(ద్వయోః) ప్రణాలీ (పయసః పదవ్యాం) (త్రిషుతూత్తరౌ)॥	ప్రణాలీ॥స్త్రీ॥౧- పయసఃపదవ్యామ్ = గోముఖసూత్రము మొదలగుజలమార్గముపేరు, A drain. ముందఱ చెప్పఁబడు దావికసారవశబ్దములు॥త్రి॥
(దేవికాయాం సరయ్వాంచ భవే) దావిక సారవౌ।	దావికః-సారవః॥౨ -వరుసగా దేవికానదియందును సరయూనదియందును బుట్టినవస్తువులపేళ్లు.
సౌగన్ధికం తు కహ్లారం	సౌగన్ధికమ్ - కహ్లారమ్ (పా) కల్హారమ్ ॥న॥ ౨ - ఇంచుకయెఱుపును మిక్కిలి పరిమళమును గలకలువపేళ్లు, The fragrant water-lily.
హల్లకంరక్తసన్ధ్యకమ్॥ ౨౭౧॥	హల్లకమ్-రక్తసన్ధ్యకమ్॥ న॥ ౨- చెంగలువపేళ్లు, The red water-lily.
(స్యా) దుత్పలం కువలయ	ఉత్పలమ్-కువలయమ్॥ న॥ ౨- సామాన్యముగాఁ గలువపేళ్లు, Any water-lily.
(మథ)నీలామ్బుజన్మ చ। ఇన్దీవరం(చ నీలేఽస్మిన్)	నీలామ్బుజన్మ॥న్॥-ఇన్దీవరమ్॥న॥౨- నల్లగలువపేళ్లు, The blue water-lily.

(సితే) కుముదకైరవే॥	కుముదమ్-కైరవమ్॥ న॥ ౨ - తెల్లకలువపేళ్లు, The esculent white water-lily.
శాలూక (మేషాం కన్ద స్స్యాత్)	శాలూకమ్॥న॥ ౧-ఏషామ్ = ఈసౌగన్ధికాదుల యొక్క, కన్దఃస్యాత్ =దుంపపేరు. The root of a water-lily.
వారిపర్ణీ తు కుమ్భికా।	[Pistra stratiotes. వారిపర్ణీ - కుమ్భికా ॥ సీ ॥ ౨ - నాఁచుపేళ్లు.
జలనీలీ తు శైవాలం శైవలోఽ	జలనీలీ॥ సీ॥ - శైవాలమ్॥ న ॥ - శైవలః (పా) శేవలః॥ పు॥ ౩-పాఁచిపేళ్లు, Moss.
థ కుముద్వతీ॥ ౨౩॥ కుముదిన్యాం నలిన్యాం తు బిసినీ పద్మినీముఖాః।	కుముద్వతీ-కుముదినీ॥సీ॥ ౨ - తెల్ల కలువతీఁగె పేళ్లు, నలినీ-బిసినీ-పద్మినీ॥సీ॥ ఈ ౩ - ను, ముఖమన్నందువలన, అబ్జినీ- కమలినీ - సరోజినీ - మొదలైనవియుఁ దామరతీఁగెపేళ్లు, The stalk of a lotus; or a collection of lotuses.
(వాపుంసి)పద్మం నలినమరవిన్దం మహోత్పలమ్॥ సహస్రపత్త్రం కమలం శతపత్త్రం కుశేశయమ్। పఙ్కేరుహం తామరసం సారసం సరసీరుహమ్ ॥ ౨౪॥ బిసప్రసూనరాజీవ పుష్కరామ్భోరుహాణిచ ।	పద్మమ్॥ ష్ప ॥ - నలినమ్-అరవిన్దమ్ - మహోత్పలమ్ - సహస్రపత్త్రమ్ - కమలమ్ - శతపత్త్రమ్-కుశేశయమ్ - పఙ్కేరుహమ్ - తామరసమ్-సారసమ్ - సరసీరుహమ్ - బిసప్రసూనమ్ - రాజీవమ్-పుష్కరమ్-అమ్భోరుహమ్॥న॥ ౧౬-తామరపువ్వుపేళ్లు, A lotus. Nelumblum speciosum.
పుణ్డరీకం సితామ్భోజ (మథ)	పుణ్డరీకమ్-సితామ్భోజమ్॥ న॥ ౨ - తెల్లతామరపువ్వుపేళ్లు, A white lotus.
రక్తసరోరుహమ్ ॥ రక్తోత్పలం కోకనదం	రక్తసరోరుహమ్ - రక్తోత్పలమ్ - కోకనదమ్॥ న ॥ ౩-ఎఱ్ఱతామరపువ్వు పేళ్లు, A red lotus.
నాలో నాల	నాలః॥పు॥ (పా)నాళా॥సీ॥ - నాలమ్॥న॥ ౨-తామరకలువమొదలైనవానికాడపేళ్లు, The stalk.
(మథాస్త్రియామ్)।మృణాలం బిస	మృణాలమ్॥ ష్ప॥ - బిసమ్॥న॥ ౨ - తామరతూండ్లపేళ్లు, A lotus-fibre.

(మఙ్జాదికదమ్బే) షణ్డ (మస్త్రియామ్)॥ ౨౭౭॥	షణ్డమ్ (పా) శణ్డమ్॥ న్న॥౧-తామరపువ్వులు మొదలైనవాని సమూహముపేరు, An assemblage of water-lilies.
కరహాట శ్శిఫా కన్దః	కరహాటః॥ పు ॥ - శిఫా॥ స్త్రీ॥- కన్దః॥పు॥ ౩-తామరదుంపపేళ్లు. శిఫాకన్దః-అని యేకపదమును, The root of a lotus.
కిఞ్జల్కః కేసరో (౨ స్త్రియామ్)।	కిఞ్జల్కః ॥పు॥ - కేసరః॥ న్న ॥ ౨ - అకరువు పేళ్లు, A filament.
సంవర్తికా నవదలం	సంవర్తికా॥స్త్రీ॥-నవదళమ్॥ న॥౨- లేఁతరేకుల పేళ్లు, Tender leaves.
బీజకోశో వరాటకః॥ [౨౭౮॥	బీజకోశః - వరాటకః॥పు॥ ౨- తామరపువ్వులోని దుద్దుపేళ్లు,The seed vessel of the lotus.
ఇతి వారివర్గః.	ఉదకముతోఁ జేరిన పదసమూహము ముగిసెను.

ఉక్తం స్వ ర్వ్యోమ దిక్కాల ధీ వాక్ఛబ్దాది నాట్యకమ్ ।
పాతాల భోగి నరకం వారి చైషాంచ సఙ్గతమ్॥ ౨౭౯॥

టీ. స్వర్వ్యోమదిక్కాలధీ వాక్ఛబ్దాది నాట్యకమ్-స్వః=స్వర్గమును, వ్యోమ=ఆకాశమును, దిక్=దిక్కును, కాల=కాలమును, ధీ=బుద్ధియు, వాక్=వాక్కును, శబ్దాది= శబ్దములు మొదలైనవియు, నాట్యకమ్=నాట్యమును, పాతాలభోగినరకంవారిచ-పాతాల= పాతాలమును, భోగి=సర్పమును, నరకం=నరకమును, వారిచ = జలమును, ఏషామ్ = ఈస్వర్గాదులయొక్క, సంగతంచ=(వానివానితో) సంబంధించినదియు-సంబంధించినవస్తువులనుట, ఉక్తమ్=చెప్పఁబడెను.

ఈకాండమునందు స్వర్గవర్గ మొదలుగా పండ్రెండువర్గలును ఆ యావర్గలయందు స్వర్గము మొదలయిన యాయావస్తువులును ఆయా స్వర్గాదివస్తువులతోఁ జేరినదేవతాదివస్తువులును జెప్పఁబడియున్నవనుట.

ఇత్యమరసింహకృతౌ నామలిఙ్గానుశాసనే ।
స్వర్గాదికాణ్డః ప్రథమ స్సాఙ్గఏవ సమర్థితః॥ ౫౮౦॥

టీక. అమరసింహకృతౌ=అమరసింహుని కృతిగానుండు, నామలిఙ్గానుశాసనే=నామలింగానుశాసన మనునిఘంటువునందు, ఇతి = ఈపూర్వోక్తప్రకారమున, ప్రథమః= మొదటిదైన, స్వర్గాదికాణ్డః=స్వర్గము మొదలయినవానిని దెలియంజెప్పుభాగము, సాఙ్గఏవ = సమగ్రముగానే, సమర్థితః= నెఱవేర్పంబడెను.

నామలింగానుశాసనము - ప్రథమకాండము.

స ం పూ ర్ణ ము.

అమరకోశము - ప్రథమకాండము

పర్యాయపదశేషము.

శ్లో.

36. విభూతిః, Superhuman power consisting in preternatural faculties of Eight sorts as below:-

అణిమా, the power of assuming an imperceptible form. మహిమా, the power of increasing one's size at will. గరిమా, the faculty by which one can make himself heavy or great. లఘిమా, the supernatural power of assuming excessive lightness at will. ప్రాప్తిః, the power of obtaining anything. ప్రాకామ్యం, the attribute of irresistible will. ఈశిత్వం, the power of commanding. వశిత్వం, the power of subjugating.

75. ఇన్ద్రః, Regent of East; వహ్నిః,-of South-east; పితృపతిః,-of South ; నైరృతః,-of South-west; వరుణః,-of West; మరుత్,-of North-west; కుబేరః,- of North ; ఈశః, - of North-east.

82. స్ఫూర్జథుః, The noise attending a stroke of lightning.

115. పక్షాంతౌ, The two last days of the half-month.

116. సినీవాలీ=The day on which the moon rises with a scarcely visible crescent.

116. కుహూః=The last day of a lunar month when the the moon is invisible.

128. మార్గశీర్షః, month in which the moon is full, nearly in the longitude of Orion's head. తపాః, near the lion's heart. ఫాల్గునః, near the lion's tail. చైత్రః, near the virgin's spike. వైశాఖః, near the southern scale. జ్యేష్ఠః, near the scorpion.

శుచిః, near the bow of Sagittarius. శ్రావణః, nearly in the longitude of the eagle. శతభిషక్, nearly in the longitude of the wing of pegasus. అశ్విన్యః, near the head of Aries. కృత్తికః, near the Pleiades.

138. సత్త్వం, The principle of existence which enlightens, constitutes knowledge and is the cause of truth.

137. రజః, The principle of foulness or passion, which occasions coveting and is the cause of pain.

తమః=The principle of darkness which overspreads, and is the cause of error and illusion.

147. రూపం, Colour, figure. శబ్దః, Sound. గంధః, Smell, odour. రసః, Taste, flavour. స్పర్శః, Touch, contact.

148. పాయుః, The organ of excretion. ఉపస్థం, The organ of generation. వాక్, The voice. పాణిః, The hand. పాదః, The foot. మనః, The mind. నేత్రం, The eye. జిహ్వ The tongue. ఘ్రాణం, The nose. త్వక్, The skin. శ్రోత్రం, The ear.

166. Preface, prologue.

178. సోల్లుంఠనం, Ironical, taunting, sarcastic.

మణితం, An inarticulate murmuring sound uttered at cohabitation.

213. విలాసః, Change of place, posture, gait or look on the approach of the lover.

బిబ్బోకః, Affection of indifference. విభ్రమః, Wantonness of youth : caprice. లలితం, Languid gestures and signs. హేలా, Lasciviousness. లీలా, Imitation of the lover's manner to beguile the time in his absence.

224. నాగాః, Demi-goods in human shape with a serpent's tail and dilated neck.

234. విష్టిః, Compulsory and unrewarded labour; or the person executing such labour; casting into hell.

శ్రీరస్తు.

సటీక నామలింగానుశాసనము.

ద్వితీయకాండము.

గ్రంథకర్త చదువువారికి ముందు విషయపరిజ్ఞానము గలుగఁ జేయఁదలంచి ద్వితీయకాండమునఁ జెప్పువర్గలయనుక్రమమును సంగ్రహముగాఁ జెప్పుచున్నాఁడు.

వర్గాః పృథ్వీ పుర క్ష్మాభృ ద్వనౌషధి మృగాదిభిః ।
నృబ్రహ్మ క్షత్ర విట్ఛూద్రైః స్సాఙ్గోపాఙ్గై రిహోదితాః॥ ౧॥

టీక. ఇహ=ఈభూమికాండమను రెండవకాండమునందు, సాఙ్గోపాఙ్గైః=అంగప్రత్యంగములతోఁ గూడుకొనియున్న, పృథ్వీపురక్ష్మాభృద్వనౌషధిమృగాదిభిః=భూపుర శైలవనౌషధి సింహాదులతోడను, నృబ్రహ్మక్షత్రవిట్ఛూద్రైః=మనుష్యబ్రహ్మ క్షత్త్రియ వైశ్య శూద్రులతోడను, (ఉపలక్షితాః=కూడుకొనియున్న,) వర్గాః=వర్గలు, ఉదితాః=చెప్పఁబడియున్నవి.

తాత్పర్యము. ఈకాండమునందు భూవర్గ పురవర్గ శైలవర్గ వనౌషధివర్గ సింహాదివర్గ మనుష్యవర్గ బ్రహ్మవర్గ క్షత్త్రియవర్గ వైశ్యవర్గ శూద్రవర్గలని పదివర్గలు నాయావర్గలయందు నాయాభూమ్యాదిపదార్థములకు నంగములైన మృత్తికాదిపదార్థములును నుపాంగములయిన అర్ధ్యాదిపదార్థములును జెప్పంబడి యున్నవనుట.

భూర్భూమిరచలాఽనన్తా రసా విశ్వమ్భరా స్థిరా। ధరాధరిత్రీ ధరణిః క్షోణి ర్జ్యా కాశ్యపీ క్షితిః ॥ ౨॥ సర్వంసహా వసుమతీ వసుధోర్వీ వసున్ధ

భూః॥సీ॥- (ప) భూర్ ॥అవ్య॥-భూమిః- అచలా-అనన్తా - రసా - విశ్వమ్భరా - స్థిరా-ధరా - ధరిత్రీ- ధరణిః (పా) ధరణీ - క్షోణిః (పా) క్షోణీ - జ్యా- కాశ్యపీ - క్షితిః - సర్వంసహా - వసుమతీ - వసుధా-ఉర్వీ-వసున్ధరా - గోత్రా - కుః -పృథివీ (ప) పృథవీ - పృథ్వీ - క్ష్మా - అవనిః - మేదినీ-

రా। గోత్రా కుః పృథివీ పృథ్వీ క్ష్మాఽవనిర్మేదినీ మహీ ॥౩॥ [విపులా గహ్వరీ ధాత్రీ గౌ రిలా కుమ్భినీ క్షమా । జగతీ రత్నగర్భాచ భూతధాత్ర్యబ్ధిమేఖలా॥]	మహీః (పా) మహీ ॥ సీ ॥ ౨౭ - భూమిపేళ్లు, Earth. [విపులా - గహ్వరీ - ధాత్రీ-గౌః ॥ఓ॥-ఇలా-కుమ్భినీ - క్షమా - జగతీ - రత్నగర్భా - భూతధాత్రీ-అబ్ధిమేఖలా ॥సీ॥ అధికపాఠము.]
మృన్మృత్తికా	మృత్ ॥ద్॥-మృత్తికా॥సీ॥౨-మన్నుపేళ్లు, Soil.
(ప్రశస్తాతు)మృత్సా మృత్స్నాచ(మృత్తికా।)	మృత్స్నా-మృత్సా ॥సీ॥౨-ప్రశస్తా=ప్రశస్తమైన, మృత్తికా=మన్ను, An excellent soil.
ఉర్వరా (సర్వసస్యాఢ్యా)	ఉర్వరా ॥ సీ ॥ ౧ - సర్వసస్యాఢ్యా = సకలమయిన సస్యములతోఁ గూడియున్నభూమిపేరు, Fertile with crop.
(స్యా) దూషః క్షారమృత్తికా॥ ౪॥	ఊషః ॥పు॥-క్షారమృత్తికా ॥సీ॥ ౨-చౌటిమన్నుపేళ్లు, Saline soil.
ఊషవా నూషరో	ఊషవాన్ ॥త్॥-ఊషరః॥౨-చవుటినేలపేళ్లు, Barren ground with saline soil.
(ద్వావ ప్యన్యలిఙ్గౌ)	ద్వావపి = ఈరెండుశబ్దములును, అన్యలిఙ్గౌ=విశేష్యముయొక్క లింగములు గలవి.
స్థలం స్థలీ ।	స్థలమ్॥న॥-స్థలీ ॥సీ॥ ౨ - తనంతట చదరమైయుండునేలపేళ్లు, A place.
(సమానౌ) మరు ధన్వానౌ	మరుః-ధన్వా॥న్॥పు॥ ౨-నీళ్లులేనిభూమిపేళ్లు, A region devoid of water.
(ద్వే) ఖిలాప్రహతే (సమే ॥ ౫ ॥	ఖిలమ్-అప్రహతమ్ ॥త్రి॥౨-దున్ననినేలపేళ్లు, Untilled or waste land.
త్రి(ష్వథో) జగతీ లోకో విష్టపం భువనం జగత్।	జగతీ॥ సీ॥ - లోకః॥ పు॥ - విష్టపమ్-భువనమ్ - జగత్॥న॥౫ - జగత్తుపేళ్లు, A world.
(లోకోఽయం) భారతం వర్షం	భారతం వర్షమ్॥న॥ ౧-అయం లోకః=హిమవత్పర్వతమునకు దక్షిణమును దక్షిణసముద్రమునకు నుత్తరమునైన యీదేశముపేరు, India.

(శరావత్యాస్తు యోఽవధేః ॥౬॥ దేశః ప్రాగ్దక్షిణః) ప్రాచ్య	ప్రాచ్యః॥పు॥౧ - అవధేః=ఎల్లయయిన, శరావత్యాః = శరావతి యనియెడునదికి, ప్రాగ్దక్షిణః యః దేశః=తూర్పుతోఁగూడినదక్షిణ దేశము పేరు. శరావతీనది యీశాన్యపుదిక్కుననుండి నైరృతి మూల పడమటిసముద్రమునఁ గలిసియున్నదియని తెలియువలయును. The south-eastern region.
ఉదీచ్యః (పశ్చిమోత్తరః)।	ఉదీచ్యః॥పు॥౧-ఆనది యేయెల్ల గాఁగల,పశ్చిమోత్తరః=పడమరతోఁగూడిన యుత్తరదేశము పేరు, The north-western region.
(ప్రత్యన్తో) మ్లేచ్ఛదేశః (స్స్యాత్)	మ్లేచ్ఛదేశః॥పు॥౧-ప్రత్యన్తః=భారతవర్షమునకు తుదనుండు కామరూపాది ప్రత్యంత దేశము పేరు, A country of barbarians.
(మధ్యదేశస్తు)మధ్యమః॥ ౭॥	మధ్యమః ॥పు॥ ౧-మధ్యదేశః = వినశనతీర్థమునకుఁ దూర్పును ప్రయాగకుఁ బడమరయునై నహిమవద్వింధ్యపర్వతముల మధ్య దేశము పేరు. కురుక్షేత్రము, The middle region.
ఆర్యావర్తః పుణ్యభూమి (ర్మధ్యం విన్ధ్య హిమాగయోః)।	ఆర్యావర్తః॥పు॥-పుణ్యభూమిః॥స్త్రీ॥ ౨-తూర్పు పడమర సముద్రములెల్ల గాఁగల, విన్ధ్యహిమాగయోః=వింధ్యహిమవత్పర్వతములయొక్క, మధ్యమ్=మధ్యదేశము పేళ్లు, The region of sanctity.
నీవృ జ్జనపదో దేశవిషయౌ తూపవర్తనమ్॥ ౮॥	నీవృత్-జనపదః ॥పు॥ ౨ - వాసయోగ్యమైన దేశము పేళ్లు, An inhabited country. దేశః - విషయః॥పు॥-ఉపవర్తనమ్॥న॥౩-గ్రామసమూహము పేళ్లు, A country.
(త్రిష్వాగోష్ఠాత్)	ఆగోష్ఠాత్ త్రిషు=ఇది మొదలు గోష్ఠశబ్దము వఱకు నడుమనుండు నామపదములలో విశేష విధిలేనివి॥ త్రి॥
(న్నడప్రాయే) నడ్వాన్నడ్వల (ఇత్యపి)।	నడ్వాన్॥త్ ॥-నడ్వలః॥ ౨-నడప్రాయే=కిక్కసపు తఱుచుగాఁగల దేశము పేళ్లు, A country abounding in reeds.

కుముద్వాన్ (కుముద ప్రాయే)

కుముద్వాన్ ॥ త్ ॥ ౧ - కుముదప్రాయే = తెల్లకలువలు తఱుచుగాఁగల దేశముపేరు, A country abounding in water lilies.

వేతస్వాన్ (బహువేతసే)॥ ౯॥

వేతస్వాన్॥త్ ॥౧ = బహువేతసే=ప్రబ్బలిచెట్లు తఱుచుగాఁగలదేశముపేరు, A country abounding in ratans.

శాద్వల(శ్శాదహరితే)

శాద్వలః ॥ ౧ - శాదహరితే = లేఁతకసవుచేతఁ బచ్చగానుండు దేశముపేరు, A country abounding in green grass.

(సజమ్బాలేతు)పఙ్కిలః।

పఙ్కిలః॥౧- సజమ్బాలే= అడుసుతోఁ గూడిన దేశముపేరు, A clayey and marshy region.

(జలప్రాయ) మనూపం (స్యాత్)

అనూపమ్॥౧-జలప్రాయమ్ = నీళ్లుతఱుచుగాఁగలదేశముపేరు, A watery or wet country.

(పుంసి) కచ్ఛ (స్తథావిధః)॥ ౧౦॥

కచ్ఛః॥పు॥౧-తథావిధః=అట్లు నీళ్లుతఱుచుగాఁగల నదీసరస్సుల సమీపదేశములపేరు, Contiguous to water.

(స్త్రీ) శర్కరాశర్కరిలశ్శార్కరశ్శర్కరావతీ।

శర్కరా॥స్త్రీ॥-శర్కరిలః - శార్కరః - శర్కరావాన్॥త్ ॥ ౪ - మొరముగలదానిపేళ్లు, Full of stony nodules.

(దేశ ఏ వాదిమా)

ఆదిమా = మొదటనున్న, శర్కరాశర్కరిలశబ్దములు, దేశేఏవ- మొరముగలదేశమునకేపేళ్లు.

(దేవ మున్నేయాః స్సికతావతీ)॥ ౧౧॥

ఏవం= ఇటువలెనే, సికతావతి = ఇసుకగలదేశమునందు, సికతా-సికతిలః, అనియు, ఇసుకగలదానియందు, సైకతః-సికతావాన్, అనియు, ఉన్నేయాః=ఊహింపఁదగినవి. Sandy.

(దేశో నద్యమ్బు వృష్ట్యమ్బు సంపన్నవ్రీహిపాలితః । స్యా) న్నదీమాతృకో దేవమాతృకశ్చ (యథాక్రమమ్)॥

నదీమాతృకః= watered from a river; దేవమాతృకః = watered by rain. ఈ రెండును, వరుసగా నదీజలముచేతను వర్షజలముచేతను పండునట్టి వరి పైరుగలదేశముపేళ్లు.

(సురాజ్ఞి దేశే) రాజ

రాజన్వాన్॥త్ ॥౧-సురాజ్ఞి = మంచిరాజుగల,

న్వాన్	దేశే=దేశముపేరు, Ruled by a just king.
(స్యాత్తతోఽన్యత్ర) రాజవాన్ ।	రాజవాన్ ॥త్॥ ౧ - తతః = ఆదేశముకంటె, అన్యత్ర = వేఱైనసామాన్యరాజుగలదేశముపేరు, Governed by a king.
గోష్ఠం గోస్థానకం	గోష్ఠమ్-గోస్థానకమ్ ॥న॥ ౨-ఆవు లుండుమంద పేళ్లు, A fold for kine.
(తత్తు) గౌష్ఠీనం (భూతపూర్వకమ్)॥ ౧౩॥	గౌష్ఠీనమ్॥న॥౧-భూతపూర్వకంతత్=పురాతనమైనయామంద పేరు, The site of a former fold.
(పర్యన్తభూః) పరిసరః	పరిసరః ॥ పు ॥ ౧ - పర్యన్తభూః=గ్రామనగరాదులయొక్క సమీపభూమిపేరు, Skirts; ground contiguous to a town &c.
సేతురాలౌ (స్త్రియాం పుమాన్)।	సేతుః ॥ పు ॥ - ఆలిః ॥ స్త్రీ ॥ ౨ - కట్టపేళ్లు. A dam or mound; a bridge.
వామలూరుశ్చ నాకుశ్చ వల్మీకం (పున్నపుంసకమ్)॥ ౧౪॥	వామలూరుః (పా) వామలూరః - నాకుః ॥పు॥ వల్మీకమ్ (పా) వల్మికమ్ ॥ ప్న ॥ ౩ - పుట్టపేళ్లు, An ant-hill or a mole hill.
అయనం వర్త్మమార్గాధ్వపన్థానః పదవీ సృతిః। సరణిః పద్ధతిః పద్యా వర్తన్యేకపదీతి చ॥ ౧౫॥	అయనమ్-వర్త్మ ॥న్॥న॥ - మార్గః - అధ్వా॥న్॥ పన్థాః॥న్॥పు॥ - పదవీ - సృతిః - సరణిః - పద్ధతిః - పద్యా-వర్తనీ - ఏకపదీ ॥ స్త్రీ ॥ ౧౨ - త్రోవపేళ్లు, A road, path, or way.
అతిపన్థాస్సుపన్థాశ్చ సత్పథ(శ్చార్చితేఽధ్వని)।	అతిపన్థాః॥న్॥ - సుపన్థాః ॥న్॥ - సత్పథః॥పు॥ 3-మంచిత్రోవపేళ్లు, A good road.
వ్యధ్వో దురధ్వో విపథః కదధ్వా కాపథ (స్సమాః)॥ ౧౬॥	వ్యధ్వః - దురధ్వః-విపథః - కదధ్వా ॥ న్ ॥ - కాపథః ॥ పు ॥ ౫ - చెడ్డత్రోవపేళ్లు. విపథకాపథశబ్దములు నపుంసకములును, A bad road.
అపన్థాస్త్వపథం	అపన్థాః ॥న్, పు॥ - అపథమ్॥న॥ ౨-తప్పుత్రోవపేళ్లు, A wrong road or the want of a road.
(తుల్యే) శృఙ్గాటకచతుష్పథే।	శృఙ్గాటకమ్- చతుష్పథమ్ ॥న॥ ౨-నాలుగుత్రోవలుగూడినచోటుపేళ్లు, Crossing of roads.

ప్రాన్తరం (దూరశూన్యోఽధ్వా) — ప్రాన్తరమ్ ॥ న ॥ ౧ - దూరశూన్యః అధ్వా= ఎడారియై నడచుటలేని త్రోవపేరు, A long and lonesome way without trees, water &c.

కాన్తారం (వర్త్మ దుర్గమమ్)॥ ౧౭॥ — కాన్తారమ్ ॥ న ॥ ౧ - దుర్గమం వర్త్మ=చోర కంటకాదులచేత నడువ శక్యముగాని త్రోవపేరు, A difficult or a dangerous road; wilderness.

గవ్యూతిః (స్త్రీ క్రోశయుగం) A league. — గవ్యూతిః॥స్త్రీ॥౧-క్రోశయుగమ్= రెండు క్రోశముల త్రోవపేరు. ౨౪అంగుళములొకహస్తము. ౮౦౦ హస్తము లొక క్రోశము. క్రోశమనఁగా కోసు.

నల్వః (కిష్కు-చతుశ్శతమ్)। A furlong. — నల్వః ॥పు॥ ౧ - కిష్కు-చతుశ్శతమ్=నన్నూఱు హస్తముల ప్రమాణముగల త్రోవపేరు.

ఘణ్టాపథ స్సంసరణం — ఘణ్టాపథః॥పు॥-సంసరణమ్॥న॥-౨-పదివిండ్లపట్టు గలరాజమార్గముపేరు, Chief road in a village.

(తత్పుర) స్యోపనిష్కరమ్॥ ౧౮॥ — ఉపనిష్కరమ్ (పా) ఉపనిష్కరమ్ ॥ న ॥ ౧- పురస్యతత్ = దుర్గముగానుండు పురముయొక్క రాజమార్గముపేరు. A highway.

[ద్యావాపృథివ్యౌ రోదస్యౌ ద్యావాభూమీ చరోదసీ।దివస్పృథివ్యౌ — ద్యావాపృథివీ-రోదసీ-ద్యావాభూమిః॥స్త్రీ॥-రోదః ॥స్,న॥దివస్పృథివీ॥స్త్రీ॥౫-భూమ్యాకాశముల పేళ్లు. The earth and the sky.

గుంజా తు రుమా (స్యా)ల్లవణాకరః] — గుంజా-రుమా॥స్త్రీ॥-లవణాకరః॥పు॥3-చవిటిపఱ్ఱ, ఉప్పళము, A salt marsh, the salt-producing soil.

ఇతిభూమివర్గః. — భూమితోఁజేరిన పదసమూహము ముగిసెను.

పూః (స్త్రీ) పురీ నగర్యా (వా)పత్తనం పుటభేదనమ్।స్థానీయం నిగమో — పూః॥ర్,స్త్రీ॥-పురీ-నగరీ ॥ష్ణ॥ - పత్తనమ్ (పా) పట్టనమ్-పుటభేదనమ్-స్థానీయమ్ ॥ న ॥ - నిగమః॥ పు॥౭-పట్టణముపేళ్లని యొకపక్షము. వీనిలో మొదటిమూఁడు ౮౦౦ గ్రామముల వ్యవహారమునకు స్థానమైయుండు ప్రధానపురమునకును, కడమ రెండు కోటలయగడ్తలచేత దుర్గమములైన పట్టణములకును పేళ్లనియొకపక్షము. A town or city.

(ఉన్యత్తు యన్మూలనగ రా త్పురమ్॥ ౧౯॥ త) చ్ఛాఖానగరం

శాఖానగరమ్॥న॥ ౧ - మూలనగరాత్ =రాజధానికంటె, అన్యత్ = దానిసమీపమునందుఁ గట్టఁబడియన్యమైన,పురమ్=పట్టణము, A suburb.

వేశో (వేశ్యాజనస మాశ్రయః)।

వేశః॥పు॥౧ - వేశ్యాజనసమాశ్రయః = వేశ్యాసమూహపుస్థానముపేరు, The abode of harlots.

ఆపణస్తునిషద్యాయాం

ఆపణః॥పు॥ - నిషద్యా ॥ సీ॥ ౨-మళిగపేళ్లు, A shop.

విపణిః పణ్యవీథికా॥ ౨౦॥ రథ్యా ప్రతోలి ర్విశిఖా

విపణిః-పణ్యవీథికా ॥సీ॥ ౨-అంగడివీథిపేళ్లు, A market street.

రథ్యా-ప్రతోలీః(పా)ప్రతోలీ-విశిఖా॥సీ॥౩-గ్రామమున ప్రధానమైనరచ్చమిట్ట, A high street.

(స్యా) చ్చయో వప్ర (మస్త్రియామ్)।

చయః॥పు॥ - వప్రమ్॥ప్న॥౨ - కోటయడుగునం బెట్టినకోఁడు మట్టిదిన్నె మొదలగువానిపేళ్లు, A rampart.

ప్రాకారో వరణస్సాలః ప్రాచీనం (ప్రాన్తతో వృతిః)॥ ౨౧॥ భిత్తిః (స్త్రీ) కుడ్య మేడూకం (తదన్త ర్న్యస్తకీకసమ్)।

ప్రాకారః-వరణః - సాలః ॥ పు ॥ ౩-కోటపేళ్లు, A surrounding wall.

ప్రాచీనమ్(పా)ప్రాచీరమ్॥న॥౧-ప్రాన్తతఃవృతిః= ఊరిచుట్టువేయు వెలుగు, A bound hedge.

భిత్తిః॥సీ॥-కుడ్యమ్॥న॥౨-గోడపేళ్లు, A wall.

ఏడూకమ్ (పా) ఏడుకమ్॥న॥ ౧-నడుమ నెముకలు కొయ్యలుమొదలైనవివేసి గట్టిగాఁగట్టినగోడ, Wall strengthened by bones and other hard substances within, బౌద్ధాదులు పూజార్థమెముకలుంచి కట్టుగోడమొదలైనవానిపేరు, A tomb. A sanctuary filled with relics.

గృహం గేహోదవసి తం వేశ్మ సద్మ నికేత నమ్॥ ౨౨॥ నిశాన్తవ స్త్యసదన భవనాగార మన్దిరమ్। గృహాః (పుంసిచ భూమ్న్యేవ) నికా య్యా నిల యాలయాః॥

గృహమ్ - గేహమ్ - ఉదవసితమ్-వేశ్మ ॥ న్ ॥ - సద్మ ॥ న్ ॥-నికేతనమ్-నిశాన్తమ్ - వస్త్యమ్ (పా) పస్త్యమ్-సదనమ్-భవనమ్-అగారమ్ - మన్దిరమ్ ॥ న॥-గృహాః॥పు, బ॥-నికాయ్యః - నిలయః-ఆలయః-వాసః ॥పు॥-కుటీ ॥సీ॥-శాలా॥ప్న॥-సభా॥ సీ॥ ౧౦-ఇంటిపేళ్లు, A house; a hall. గృహాశబ్దము పుల్లింగమైనపుడు నిత్యబహువచనము.

[ధిష్ణ్యమోకో నివసనం స్థానావసథ వాస్తుచ। సంస్త్యాయముటజం ధామ నివేశశ్శరణం క్షయః] వాసగి కుటీ (ద్వయో) శ్శాలా సభా

[ధిష్ణ్యమ్ - ఓకః ॥ స ॥ - నివసనమ్-స్థానమ్-ఆవసథమ్-వాస్తు ॥ ఉ ॥ - సంస్త్యాయమ్ - ఉటజమ్-ధామ॥ న్॥ న॥ - నివేశః ॥పు॥ - శరణమ్॥న॥-క్షయః ॥పు॥] అధికపాఠము.

సంజవనం (త్విదమ్)। చతుశ్శాలం

సంజవనమ్-చతుశ్శాలమ్॥న॥౨-నలుదిక్కులనభిముఖముగా నడుమ నెడమువిడిచికట్టిన యింటిపేళ్లు, A quadrangle.

(మునీనాంత)త్పర్ణశాలోటజో(ఽస్త్రియామ్)॥

పర్ణశాలా॥స్త్రీ॥-ఉటజః॥పు॥౨-మునీనాంతత్ = మునులయొక్కయింటిపేళ్లు, A hermitage; a hut.

చైత్య మాయతనం (తుల్యే)

చైత్యమ్-ఆయతనమ్ ॥న॥ ౨-యజ్ఞశాలపేళ్లు, బౌద్ధాలయమనియు రచ్చచెట్లనియుం గొందఱు. An altar; a monument; a sacred tree.

వాజిశాలా తు మన్దురా।

వాజిశాలా - మన్దురా ॥ స్త్రీ॥ ౨-గుఱ్ఱపుశాలపేళ్లు, A stable.

ఆవేశనం శిల్పిశాలా

ఆవేశనమ్॥న॥-శిల్పిశాలా॥స్త్రీ॥ ౨ - కంసాలకొట్టము, A workshop.

ప్రపా పానీయశాలికా॥

ప్రపా-పానీయశాలికా ॥స్త్రీ॥౨-చలిపందిరిపేళ్లు, A place of refreshment.

మఠ (శ్ఛాత్త్రాది నిలయో)

మఠః॥ పు॥ ౧ - ఛాత్త్రాదినిలయః = శిష్యులు సన్న్యాసులు మొదలగువారిగృహముపేరు, A convent of ascetics. A school of students.

గఞ్జా తు మదిరాగృహమ్।

గఞ్జా॥స్త్రీ॥-మదిరాగృహమ్ ॥ న॥ ౨-మద్యము చేయుసింటిపేరు, A tavern.

గర్భాగారం వాసగృహ

గర్భాగారమ్-వాసగృహమ్॥ న॥౨-పడుకటిల్లు మొదలైన యింటిలోపలిభాగముపేళ్లు, An inner and private room. ఇందు మొదటిది దేవునిగర్భగృహమని కొందఱు.

మరిష్టం సూతికాగృహమ్॥౨౬॥ [కుట్టిమో ఽస్త్రీ నిబద్ధా భూశ్చన్ద్రి

అరిష్టమ్ - సూతికాగృహమ్ ॥ న ॥ ౨ - పురిటింటిపేళ్లు, The lying-in-chamber.

[కుట్టిమః॥పు॥౧-ఱాతికట్టనపు నేలపేరు. చన్ద్రి

శాలా శిరోగృహమ్]।	శాలా॥ సీ॥ - శిరోగృహమ్॥ న॥ ౨-పై మేడపేళ్లు,] An apartment on the house top.
వాతాయనం గవాక్షః (స్సా ౭)స్మణ్డపో (౽ స్త్రీ) జనాశ్రయః॥	A window. వాతాయనమ్॥న॥-గవాక్షః॥పు॥-౨-కిటికీల పేళ్లు, మణ్డపః॥ ష్ణ॥-జనాశ్రయః॥పు॥ ౨-ఆస్థానము మొదలయినమండపము పేళ్లు, A temporary hall; a sanctuary.
హర్మ్యాది (ధనినాం వాసః)	హర్మ్యమ్॥న॥౧-ధనినామ్ = ధనికులయొక్క, వాసః = గృహము పేరు, ఆదిశబ్దముచేత అట్టాలకాది నామములును గలవు. The abode of the wealthy. A grand edifice.
ప్రాసాదో (దేవ భూభుజామ్)॥ ౨౭॥	ప్రాసాదః॥పు॥౧-దేవభూభుజామ్= దేవగృహమునకును రాజగృహమునకును పేరు,A temple or palace.
సౌధో(౽ స్త్రీ)రాజసదనముపకార్యోపకారికా	సౌధః॥ష్ణ॥-రాజసదనమ్॥ న॥-ఉపకార్యా-ఉపకారికా ॥ సీ ॥ ౪ - రాజగృహము పేళ్లు, A royal residence. ఉపాకార్యోపకారికాశబ్దములు గుడారము పేళ్లనికొందఱు, A tent.
స్వస్తిక స్సర్వతో భద్రో నన్ద్యావర్తాద యో (౽ పిచ)॥ ౨౮॥(విచ్ఛన్దకః ప్రభేదా హి భవన్తీశ్వరసద్మనామ్) ।	స్వస్తికః-సర్వతోభద్రః-నన్ద్యావర్తః-విచ్ఛన్దకః ॥ పు ॥ ౪ - ఆదిశబ్దముచేత రుచకవర్ధమానములు మొదలైనవియు, ఈశ్వరసద్మనామ్=రాజదేవగృహములయొక్క, ప్రభేదాః=ద్వారభేదాదిభేదములచేతఁబుట్టినరచనావిశేషములు,భవన్తి=అగుచున్నవి.
(స్త్ర్యగారంభూభుజా)మన్తఃపురం (స్యా) దవరోధనమ్॥ ౨౯॥ శుద్ధాన్త శ్చావరోధశ్చ	అన్తఃపురమ్- అవరోధనమ్॥న॥-శుద్ధాన్తః-అవరోధః॥పు॥౪-భూభుజామ్=రాజులయొక్క,స్త్ర్యగారమ్=స్త్రీలున్న యింటిపేరు, Seraglio; harem.
(స్యా) దట్టః క్షౌమ (మస్త్రియామ్)। A fortified place in front of a building; The back of an edifice.	అట్టః॥పు॥-క్షౌమమ్- (పా) క్షోమమ్॥ ష్ణ॥౨-యుద్ధము చేయుటకయి వాకిట మణ్డపముమీఁదఁగాని కొత్తళముమీఁదఁగాని కట్టినయిండ్లపేళ్లని కొందఱందురు. మేడలకు వెనుకదిక్కునఁ గట్టియుండు గృహము పేళ్లని కొందఱందురు.

ప్రఘాణ ప్రఘణాలిన్దా బహిర్ద్వార ప్రకోష్ఠకే॥

ప్రఘాణః- ప్రఘణః-అలిన్దః (పా)ఆలిన్దః ॥ పు ॥ 3- తలవాకిటిముందటి నుండు ప్రకోష్ఠము పేళ్లు, A terrace before the house door; portico.

గృహావగ్రహణీ దేహ

గృహావగ్రహణీ- దేహలీ॥స్త్రీ॥ ౨-కడపపేళ్లు, The threshold. [ముంగిలిపేళ్లు, A court or yard.

ల్యఙ్గణం చత్వరాజిరే।

అఙ్గణమ్(పా)అఙ్గనమ్- చత్వరమ్-అజిరమ్॥న॥3-

(అధస్తాద్దారుణి) శిలా

శిలా॥స్త్రీ॥౧-అధస్తాద్దారుణి=కడపక్రింది త్రొక్కుడుమ్రాను, అడ్డకమ్మి, The lower timber of a gate.

నాసా (దారూపరి స్థితమ్)॥ 3౧॥

నాసా॥స్త్రీ॥౧-ఉపరిస్థితమ్‌దారు=కడపకుపైనుండు మ్రాను, లక్ష్మికమ్మి, The upper timber.

ప్రచ్ఛన్న మన్తర్ద్వారం (స్యాత్)

ప్రచ్ఛన్నమ్-అన్తర్ద్వారమ్॥ న॥౨-లోపలివాకిటిపేళ్లు, A private door. [A back door.

పక్షద్వారం తు పక్షకః।

పక్షద్వారమ్॥న॥-పక్షకః॥పు॥౨-దిడ్డివాకిలిపేళ్లు,

వలీక నీధ్రే పటలప్రాన్తే(౨థ)

వలీకమ్ - నీధ్రమ్ - పటలప్రాన్తమ్ ॥ న ॥ 3-చూరుకొణిగ పేళ్లు, The edge of the thatch.

పటలం ఛదిః ॥ 3౨॥

పటలమ్-ఛదిః ॥ న్, స్త్రీ॥ ౨-కప్పు పేళ్లు, Roof.

గోపానసీ (తు వలభీచ్ఛాదనే వక్రదారుణి)।

గోపానసీ ॥ స్త్రీ ॥ ౧ - వలభీచ్ఛాదనే = కొణిగకాధారమైనపట్టెను గప్పుచున్న, వక్రదారుణి = వంకరమ్రానిపేరు. కొందఱు గోపానసీవలభీశబ్దములు రెండును గృహమునకు కప్పైన వక్రదారువు పేళ్లందురు, The wood of a thatch.

కపోతపాలికాయాం తు విటఙ్కం (పున్నపుంసకమ్)॥ 33॥

కపోతపాలికా॥ స్త్రీ॥-విటఙ్కమ్ ॥ ప్న ॥ ౨ - హర్మ్యవిహారస్థానాదులయందుఁ జతురమైన పక్షులుండు మ్రాఁకు పేళ్లు, Aviary or dovecot.

(స్త్రీ) ద్వార్ద్వారం ప్రతీహారః

ద్వాః॥ ర్,స్త్రీ॥-ద్వారమ్॥ న॥- ప్రతీహారః ॥ పు ॥ 3-వాకిటి పేళ్లు, A gate; entrance. [seat.

(స్యా)ద్వితర్ది స్తు వేదికా।

వితర్దిః-వేదికా॥స్త్రీ॥౨-అరుఁగు పేళ్లు, A raised

తోరణో (౨స్త్రీ) బహిర్ద్వారమ్

తోరణః॥ ప్న॥- బహిర్ద్వారమ్॥ న ॥ ౨-పుష్పమాలికాదులు గట్టుటకొఱకు గృహము వెలుపల

	స్తంభద్వయముచేఁ గట్టంబడిన ద్వారముపేళ్లు, The outer gate; an ornamental arch.
(పురద్వారంతు) గోపురమ్॥ ౩౮॥	గోపురమ్ ॥ న ॥ ౧ - పురద్వారమ్ = పట్టణపు వాకిలిపేరు, A city gate or temple gate.
(కూటం పూర్ద్వారి యు) ద్ధస్తినఖ (స్తస్మి)	హస్తినఖః॥ పు॥ ౧-పట్టణపువాకిట శత్రువులు గొబ్బునరాకుండ నిమ్నోన్నతముగా వేసినమంటి దిన్నెపేరు, A turret protecting the approach to the gate of a city or fort.
(న్నథత్రిషు) । కవాట మరరం (తుల్యే)	కవాటమ్ (పా) కపాటమ్-అరరమ్॥ త్రి ॥ ౨- తలుపుపేళ్లు, A door.
(తద్విష్కమ్భే) ఽర్గలం (ననా)॥ ౩౫॥	అర్గలమ్॥ స్న॥ ౧ - తద్విష్కమ్భే = ఆతలుపు యొక్క గడియమ్రానిపేరు, Door-bolt or bar.
ఆరోహణం (స్యా) త్సోపానం	ఆరోహణమ్-సోపానమ్॥ న ॥ ౨-సోపానముల పేళ్లు, Stairs; steps of a staircase.
నిశ్రేణి స్త్వధిరోహణీ।	నిశ్రేణిః - అధిరోహణీ॥ స్త్రీ ॥ ౨ - నిచ్చెనపేళ్లు, A ladder.
సమ్మార్జనీ శోధనీ (స్యా)	సమ్మార్జనీ-శోధనీ॥ స్త్రీ ॥ ౨ - చీపురుకట్టపేళ్లు, A broom.
త్సంకరో ఽవకర (స్తయా॥ ౩౬॥ క్షిప్తే)	సంకరః-అవకరః ॥పు॥ ౨-తయా = ఆచీపురుకట్టచే, క్షిప్తే = తుడువఁబడిన ధూళి మొదలైన దానిపేళ్లు, Dust or sweepings.
ముఖం నిస్సరణమ్	ముఖమ్-నిస్సరణమ్॥ న ॥ ౨- ఇంటివాకిటనుండు ప్రదేశముపేళ్లు, The entrance of a house.
సన్నివేశో నికర్షణమ్।	సన్నివేశః॥ పు॥- నికర్షణమ్॥ న॥ ౨-పట్టణము చుట్టువాఱినబయలుపేళ్లు, An open space in a town or village.
(సమౌ) సంవసథ గ్రామౌ	సంవసథః-గ్రామః ॥పు॥ ౨ - గ్రామముపేళ్లు, A village.
వేశ్మభూ ర్వాస్తు (రస్త్రియామ్)॥ ౩౭॥	వేశ్మభూః॥స్త్రీ॥-వాస్తుః ॥పు॥ ౨-ఇల్లుగట్టుటకు యోగ్యమయినభూమిపేళ్లు, Building-ground. The site of a habitation.
గ్రామాన్త ముపశ	గ్రామాన్తమ్ - ఉపశల్యమ్ ॥ న॥ ౨-గ్రామ

ల్యం (స్యాత్)
సీమసీమే (స్త్రియా
ముభే)।
ఘోష ఆభీరపల్లీ (స్యా)
త్పక్కణశ్శబరాలయః॥

ఇతి పురవర్గః.

మహీధ్రశిఖరిక్ష్మాభృ
దహార్య ధర పర్వతాః।
అద్రి గోత్ర గిరి గ్రా
వాచల శైల శిలోచ్చ
యాః॥౧౯॥ లోకాలోక
శ్చక్రవాల
స్త్రికూట స్త్రికకు
(త్సమౌ)।
అస్తస్తుచరమక్ష్మాభృ
దుదయః పూర్వపర్వ
తః ॥ ౨౦ ॥
[హిమాలయోఽద్రి
రాజ స్స్యా న్మలయ
శ్చన్దనాలయః॥]
హిమవాన్నిషధో వి
న్ధ్యో మాల్యవాన్ పా
రియాత్రికః। గన్ధమాద
న మన్యేచ హేమకూ
టాదయో నగాః॥ ౨౧ ॥

సమీపప్రదేశముల పేళ్లు, Space near a village.

సీమా॥న్॥-సీమా॥ ఆ, స్త్రీ॥ ౨- పొలిమేరగుఱుతుపేళ్లు, The boundary or limit.

ఘోషః॥పు॥-ఆభీరపల్లీ॥ స్త్రీ॥ ౨-గొల్లపల్లెపేళ్లు, A station of cow-herds.

పక్కణః-శబరాలయః॥పు॥ ౨-బోయపల్లెపేళ్లు, The abode of the lowest men.

పట్టణముతోఁ జేరిన పదసమూహము ముగిసెను.

మహీధ్రః-శిఖరీ॥ న్ ॥- క్ష్మాభృత్ - అహార్యః- ధరః- పర్వతః- అద్రిః - గోత్రః- గిరిః- గ్రావా॥ న్॥ అచలః- శైలః-శిలోచ్చయః॥ పు ॥ ౧౩- కొండపేళ్లు, A mountain or hill.

లోకాలోకః-చక్రవాలః॥ పు ॥ ౨- భూమికిఁ గోటవలెఁ జుట్టుకొనియుండు పర్వతము పేళ్లు, A range surrounding the earth.

త్రికూటః- త్రికకుత్ ॥ ద్ ॥ పు ॥ ౨-త్రికూట పర్వతముపేళ్లు, A hill with three peaks.

అస్తః-చరమక్ష్మాభృత్ ॥ పు॥ ౨ - అస్తపర్వతముపేళ్లు, The western mountain.

ఉదయః - పూర్వపర్వతః ॥పు॥ ౨ - ఉదయ పర్వతముపేళ్లు, The eastern mountain.

హిమాలయః-అద్రిరాజః॥ పు॥ ౨ - హిమవత్పర్వతముపేళ్లు. మలయః - చన్దనాలయః ॥ పు॥ ౨-మలయపర్వతముపేళ్లు.

హిమవాన్॥ త్ ॥- నిషధః - విన్ధ్యః - మాల్యవాన్ ॥ త్ ॥-పారియాత్రికః॥ పు ॥-గన్ధమాదనమ్ ॥న॥ ౬ - మఱియు హేమకూటము మొదలైనవి ప్రత్యేకపర్వతములు.

పాషాణ ప్రస్తర గ్రావోపలాశ్మాన శ్శిలా దృషత్।	పాషాణః - ప్రస్తరః - గ్రావా ॥ న్॥- ఉపలః - అశ్మా॥ న్॥ పు॥ - శిలా - దృషత్ -[పా] దృశత్॥ ద్॥ స్త్రీ॥ ౭- రాతిపేళ్లు, A stone or rock.
కూటో (౽స్త్రీ) శిఖరం శృఙ్గం	కూటః॥ ప్న॥- శిఖరమ్॥ ప్న॥ - శృఙ్గమ్ ॥ న॥౩- పర్వతశిఖరముపేళ్లు, A peak or summit.
ప్రపాతస్తు తటో భృగుః॥ ౪౨॥	ప్రపాతః- తటః-భృగుః॥పు॥౩- కొండచఱిపేళ్లు, A precipice; a slope.
కటకో (౽స్త్రీ) నితమ్బో౽ద్రేః)	కటకః॥ప్న॥౧-అద్రేః నితమ్బః = కొండనడుముపేరు, The side or ridge of a mountain.
స్నుః ప్రస్థస్సాను (రస్త్రియామ్)।	స్నుః-ప్రస్థః॥పు॥-సానుః॥ ప్న॥ ౩ - పర్వతముయొక్క సమమయిన భూమిపేళ్లు, Table land.
ఉత్సః ప్రస్రవణం	ఉత్సః॥పు॥-ప్రస్రవణమ్॥ న॥౨- కొండయూటపేళ్లు, A fountain or spring.
వారిప్రవాహో నిర్ఝరో ఝరః॥ ౪౩॥	వారిప్రవాహః - నిర్ఝరః-ఝరః ॥పు॥ - [పా] ఝరీ॥స్త్రీ॥ ౩-కొండయందుఁ బుట్టిన జలప్రవాహము పేళ్లు, A cascade, waterfall.
దరీతు కన్దరో(వా స్త్రీ) (దేవఖాతబిలే)గుహా। గహ్వరం	దరీ॥ స్త్రీ॥- కన్దరః॥ ప్న॥ ౨- పర్వతబిలముపేళ్లు, [An artificial cave. గుహా॥ స్త్రీ॥ - గహ్వరమ్ ॥ న ॥ ౨- దేవఖాతబిలే = దేవతలచేతఁ ద్రవ్వంబడిన బిలముపేళ్లు, A natural cave; a den.
గణ్డశైలా(స్త్వచ్యుతాః స్థూలోపలాగిరేః) ॥౪౪॥	గణ్డశైలాః ॥ పు ॥ ౧-గిరేః= పర్వతమునుండి, చ్యుతాః=జాఱిన, స్థూలోపలాః=గొప్పరాళ్లపేళ్లు, Huge rocks fallen from a mountain.
ఖనిః (స్త్రియా) మాకరః (స్యాత్)	ఖనిః [ప] ఖానిః॥ స్త్రీ॥- ఆకరః॥ పు॥ ౨-లోహరత్నాదులు పుట్టుగనిపేళ్లు, A mine.
పాదాః ప్రత్యన్తపర్వతాః।	పాదాః-ప్రత్యన్తపర్వతాః॥ పు॥ ౨- పెద్దకొండసమీపమునందుఁ జుట్టుకొనియున్న తిప్పలపేళ్లు, Hillocks near a mountain.
ఉపత్యకా (౽ద్రేరా	ఉపత్యకా॥స్త్రీ॥౧-అద్రేః=పర్వతముయొక్క, ఆ

సన్నా భూమి)	సన్నాభూమిః = సమీపమైన క్రిందటి భూమిపేరు, Land near the foot of a mountain.
(రూర్ధ్వ) మధిత్యకా॥ ౮౫॥	అధిత్యకా॥ స్త్రీ ॥ ౧ - ఊర్ధ్వమ్=పర్వతముయొక్క మీఁది భూమిపేరు, Land on a mountain.
ధాతు (ర్మనశ్శిలా ద్యద్రేః)	ధాతుః॥ పు॥ ౧- అద్రేః= పర్వతముయొక్క, మనశ్శిలా = హరినాళము, ఆది = మొదలయిన శిలావికారముల కన్నిటికిని సామాన్యనామము, A mineral or fossil. [Red chalk.
గైరికం(తువిశేషతః)।	గైరికమ్ ॥ న ॥ ౧ - వాని విశేషనామము,
నికుఞ్జకుఞ్జౌ (వాక్లీబే లతాదిపిహితోదరే) ॥ ౮౬॥	నికుఞ్జః-కుఞ్జః॥ ప్న॥౨- లతాదిపిహితోదరే = తీఁగెలు మొదలయిన వానిచేతఁ గప్పంబడి గృహమువలెనున్న పొదలపేళ్లు, A bower; a place overgrown with creepers, &c.
ఇతిశైలవర్గః.	పర్వతములతోఁజేరిన పదసమూహము ముగిసెను.
అట వ్యరణ్యం విపినం గహనంకాననంవనమ్। A grove.	అటవీ॥ స్త్రీ॥- అరణ్యమ్- విపినమ్- గహనమ్-కాననమ్-వనమ్॥ న ॥ ౬- అడవిపేళ్లు. కాననవనశబ్దములు తోఁటకును పేళ్లని కొందఱందురు, A forest.
మహారణ్య మరణ్యానీ	మహారణ్యమ్॥న॥-అరణ్యానీ॥ స్త్రీ ॥ ౨ - దొడ్డయడవిపేళ్లు, A large forest.
గృహారామస్తు నిష్కుటః॥ ౮౭॥	గృహారామః-నిష్కుటః॥ పు॥ ౨- ఇంటిచేరువనున్న తోఁటపేళ్లు, A grove near a house.
ఆరామ (స్స్యా)దుపవనం (కృత్రిమంవనమేవతత్)।	ఆరామః॥ పు॥-ఉపవనమ్॥ న॥౨-కృత్రిమమ్=మనుష్యులుపెట్టిన, తద్వనమ్ = ఆవనము పేళ్లు, A garden.
(అమాత్య గణికాగేహోపవనే) వృక్షవాటికా॥ ౮౮॥	వృక్షవాటికా ॥ స్త్రీ ॥ ౧ - అమాత్యగణికాగేహోపవనే = ప్రధానులయొక్కయు వేశ్యలయొక్కయు యిండ్లలోపలి తోఁటపేరు.
(పుమా) నాక్రీడ ఉద్యానం (రాజ్ఞస్సాధా	ఆక్రీడః॥పు॥-ఉద్యానమ్॥ న॥౨-సాధారణమ్=సకలజనులకు సాధారణమయిన, రాజ్ఞః = రాజు

రణం వనమ్)।

యొక్క,వనమ్=ఉపవనము పేళ్లు, A public park.

(స్యాదేతదేవ) ప్రమ
దావన (మన్తఃపురోచి
తమ్) ॥ ౪౯॥

ప్రమదావనం [పా] ప్రమదవనమ్ ॥ న ॥ ౧-అన్తఃపురోచితమ్ = అంతఃపురమునకు మాత్ర ముచితమైన, ఏతదేవ = ఈరాజుతోఁట పేరు, A royal pleasure garden.

వీథ్యాలి రావలిః ప
ఙ్క్తిః శ్రేణీ
రేఖా స్తు రాజయః ।

వీథిః-ఆలిః - ఆవలిః - పఙ్క్తిః-శ్రేణీ ॥ సీ ॥ ౫-పఙ్క్తిమాత్రము పేళ్లు, A row or range.

రేఖా (పా) లేఖా-రాజిః ॥ సీ ॥ ౨- ఎడతెగక దట్టమైన పఙ్క్తి పేళ్లు, A continuous line.

వన్యా (వనసమూహే
స్యా)

వన్యా ॥ సీ ॥ ౧ - వనసమూహము పేరు, A multitude of groves.

దఙ్కురో ౽భినవో
ద్భిది॥ ౫౦॥

అఙ్కురః[వ]అఙ్కూరః-అభినవోద్భిత్ ॥ ద్ ॥ పు॥ ౨-క్రొత్తమొలక పేళ్లు, A germin or sprout.

వృక్షో మహీరుహశ్శా
ఖీ విటపీ పాదప స్తరుః। అ
నోకహః కుటస్సాలః ప
లాశీద్రుద్రుమాగమాః॥

వృక్షః-మహీరుహః-శాఖీ॥ న్ ॥ - విటపీ ॥న్॥-పాదపః-తరుః - అనోకహః-కుటః - సాలః - పలాశీ-న్ ॥-ద్రుః-ద్రుమః-అగమః ॥ పు ॥ ౧౩-వృక్షము పేళ్లు, A tree.

వానస్పత్యః (ఫలైః
పుష్పాత్)

వానస్పత్యః॥ పు॥ ౧-పుష్పాత్ =పుష్పమువలనంబుట్టిన, ఫలైః=ఫలములతోఁగూడిన మామిడి మొదలయిన వృక్షములపేరు, A tree fructifying form blossoms: as the mango &c.

(తై రపుష్పా) ద్వన
స్పతిః ।

వనస్పతిః॥ పు॥ ౧-అపుష్పాత్ = పువ్వులులేక కలిగిన ఫలములతోఁగూడిన పనస మొదలయిన వృక్షముల పేరు, A tree fructifying without apparent blossoms: as the bread-fruit &c.

ఓషధ్యః(ఫలపాకాన్తాః)

ఓషధ్యః॥సీ॥౧-ఫలపాకాన్తాః=పండుచు నేనశించు అరఁటి వరి మొదలైనవాని పేరు, An annual plant.

(స్యా) దవన్ధ్యః ఫలే
గ్రహిః॥ ౫౨॥

అవన్ధ్యః-ఫలేగ్రహిః॥౨ - గొడ్డుపోక ఫలించు మాఁకు పేళ్లు, Fruitful.

వన్ధ్యో ఽఫలోఽవకేశీ చ	వన్ధ్యః-అఫలః-అవకేశీ॥ స॥ 3-గొడ్డుమ్రాని పేళ్లు, Barren; fruitless.
ఫలవాన్ ఫలినః ఫలీ।	ఫలవాన్॥త్॥-ఫలినః-ఫలీ॥ స॥ 3-తత్కాలమునం బండియున్నమ్రానిపేళ్లు, Bearing fruit.
ప్రఫుల్లోత్ఫుల్ల సంఫుల్ల వ్యాకోశ వికచ స్ఫుటాః ॥ ౫౩ ॥ ఫుల్ల (శ్చైతే) వికసితే	ప్రఫుల్లః - ఉత్ఫుల్లః - సంఫుల్లః - వ్యాకోశః-[పా] వ్యాకోషః-వికచః-స్ఫుటః-ఫుల్లః - వికసితః॥ ౮-వికసించినదానిపేళ్లు, Blown as a flower.
(స్యురవన్ధ్యాదయ స్త్రిషు)।	అవంధ్య శబ్దము మొదలు వికసితశబ్దము వఱకు నన్నిశబ్దములును త్రిలింగములు.
స్థాణు (ర స్త్రీ) ధ్రువ శ్శఙ్కుః	స్థాణుః॥ ప్న॥-ధ్రువః-శఙ్కుః॥ పు॥ 3-మోటు పేళ్లు, The trunk of a lopped tree.
(హ్రస్వశాఖాశిఫః) క్షుపః॥ ౫౪॥	క్షుపః॥ పు॥ ౧-కుఱుచకొమ్మలును ఊడలును గలిగియున్న గుజ్జుమ్రానుకు పేరు, A small tree with short branches.
(అప్రకాణ్డే) స్తమ్బ గుల్మౌ	స్తమ్బః-గుల్మః॥పు॥-౨-ప్రకాండము లేక ఆకులుతఱుచుగాఁగలదానిపేళ్లు. ప్రకాండమనవేళ్లకును కొమ్మలకునునడుమనుండుభాగము, A shrub.
వల్లీతు వ్రతతిర్లతా।	వల్లి[ప]వల్లీ-వ్రతతిః-లతా॥ సీ॥ 3-తీఁగపేళ్లు, A creeper.
(లతా ప్రతానినీ) వీరు ద్గుల్మి న్యులప ఇత్యపి ॥ ౫౫॥	వీరుత్॥ధ్॥-గుల్మినీ॥సీ॥-ఉలపః॥పు॥ 3-తీఁగెల గుంపుగల పొదపేళ్లు. ఆకులసమూహము గల తీఁగపేళ్లని కొందఱు, A spreading creeper.
(నగాద్యారోహ) ఉచ్ఛ్రాయ ఉత్సేధ శ్చోచ్ఛ్రయశ్చ (సః)।	ఉచ్ఛ్రాయః-ఉత్సేధః-ఉచ్ఛ్రయః ॥ పు ॥ 3-నగాద్యారోహః = పర్వతాదుల పొడవు పేళ్లు, The height of a tree, hill, &c.
(అస్త్రీ) ప్రకాణ్డస్స్కన్ధ(స్స్యాన్మూలా చ్ఛాఖావధే స్తరోః) ॥౫౬॥	ప్రకాణ్డః॥ప్న॥-స్కన్ధః॥పు॥-౨-మూలాత్ = వేరు మొదలు, శాఖావధేః=కొమ్మలవఱకుఁగల, తరోః=చెట్టుయొక్క మధ్యభాగము పేళ్లు, The trunk.
(సమే) శాఖా లతే	శాఖా-లతా॥సీ॥-౨-కొమ్మపేళ్లు, A branch.

స్కన్ధశాఖా శాలే	స్కన్ధశాఖా-శాలా ॥స్త్రీ॥ ౨-మ్రాఁకు మొదటి కొమ్మపేళ్లు, A principal branch.
శిఫా జటే।	శిఫా-జటా॥స్త్రీ॥ ౨-చెట్టుమొదటియూడలపేళ్లు, A fibrous root.
(శాఖా శిఫా)ఽవరోహ (స్స్యాన్మూలాచ్చాగ్రంగతా లతా)॥ ౫౭॥	అవరోహః॥పు॥ ౧-శాఖాశిఫా = చెట్టుకొమ్మలయందలి యూడలకును, మూలాత్ = చెట్టు మొదటనుండి, అగ్రమ్=కొనవఱకు, గతా = పోయిన, లతా=తీఁగెకును పేరు, A scandent fibre.
శిరోఽగ్రం శిఖరం (వానా)	శిరః॥స్॥-అగ్రమ్ ॥న॥-శిఖరమ్॥ షం॥ ౩-చెట్టుకొనపేళ్లు, The top or crown of a tree.
మూలం బుధ్నోఽఙ్ఘ్రినామకః ।	మూలమ్॥న॥ - బుధ్నః [పా] బ్రధ్నః - అఙ్ఘ్రినామకః॥పు॥౩-చెట్టుమొదటిపేళ్లు, The root.
సారో మజ్జా (నమా)	సారః-మజ్జా॥న్,పు॥ [ప] మజ్జా ॥స్త్రీ॥ ౨-చెట్టులోనుండు చేవపేళ్లు, The pith.
త్వక్ (స్త్రీ) వల్కం వల్కల (మస్త్రియామ్॥)	త్వక్॥ చ్, స్త్రీ॥-వల్కమ్-వల్కలమ్॥ షం॥ ౩-నారపేళ్లు, The bark.
కాష్ఠం దా	కాష్ఠమ్-దారు॥న॥౨-కొయ్యపేళ్లు, Wood.
ర్విన్ధనం త్వేధ ఇధ్మ మేధస్సమిత్ (స్త్రియామ్)।	ఇన్ధనమ్ - ఏధః॥ స్ ॥న॥ - ఇధ్మమ్ ॥న॥ - ఏధః॥పు॥-సమిత్ ॥ ధ్, స్త్రీ॥ ౫-సమిధలపేళ్లు, Fuel.
నిష్కుహః కోటరం (వా నా)	నిష్కుహః॥పు॥-కోటరమ్॥ షం॥౨-మ్రానితొఱ్ఱపేళ్లు, The hollow of a tree.
వల్లరీ మఞ్జరీ (స్త్రియా)॥ ౫౮॥	వల్లరీ-మఞ్జరీ॥స్త్రీ॥ ౨-పువ్వులగుత్తికేఁగాని పూచిన కొమ్మకుఁగాని పేళ్లు. ఇవి ఇకారాంతములును, A flower-stalk; a compound pedicel.
పత్త్రం పలాశం ఛదనం దలం పర్ణం ఛదః (పుమాన్) ।	పత్త్రమ్-పలాశమ్ - ఛదనమ్-దలమ్- పర్ణమ్॥న॥-ఛదః॥పు॥ ౬-ఆకులపేళ్లు, A leaf; foliage.
పల్లవో (ఽస్త్రీ) కిసలయం	పల్లవః॥షం॥ - కిసలయమ్ ॥న॥౨-చిగురుపేళ్లు. ఆకులతోఁగూడిన గంటుపేళ్లని కొందఱందురు. A sprout or shoot. A twig full of young leaves.
విస్తారో విటపో (ఽస్త్రి	విస్తారః ॥పు॥ - విటపః ॥ షం ॥ ౨-కొమ్మలు

యామ్)॥ ౬౦॥	చిగుళ్లు మొదలయిన వాని సమూహము పేళ్లు. The branch & its shoot.
(వృక్షాదీనాం ఫలం) సస్యం	సస్యమ్ [పా]శస్యమ్॥న॥౧-వృక్షములు మొదలయినవానిఫలముపేరు, Fruit; crops; harvest.
వృన్తం ప్రసవబన్ధనమ్।	వృన్తమ్-ప్రసవబన్ధనమ్ ॥న॥ ౨-తొడిమపేళ్లు, The foot stalk of a leaf or fruit; the peduncle.
(ఆమే ఫలే) శలాటు	శలాటుః॥త్రి॥౧-పండనికాయ, Unripe fruit.
(స్స్యా చ్ఛుష్కే)వా న(ముభే త్రిషు)॥ ౬౧॥	వానమ్ ॥ త్రి ॥ ౧ - ఎండుకాయపేరు, Dried fruit.
క్షారకో జాలకం (క్లీబే)	క్షారకః॥ పు॥ - జాలకమ్॥ న॥ ౨ - కొందఱు పసరుమొగ్గలకును, కొందఱు పసరుకాయలకును, కొందఱు మొగ్గలగుమికిని పేళ్లని చెప్పిరి. A bud or germ.
కలికా కోరకో(ఽ స్త్రియామ్) ।	కలికా॥స్త్రీ॥-కోరకః ॥ పు ॥ ౨-ఇంచుకంతవృద్ధి నొందిన మొగ్గలపేళ్లు, An unblown flower.
(స్యా) ద్గుచ్ఛక స్తు స్తబకః	గుచ్ఛకః- స్తబకః ॥పు॥ ౨ - గన్నేరుమొదలైన వానియందు నొకకొమ్మయందుఁ గానంబడు ననేక పుష్పములగుత్తిపేళ్లు, A cluster of blossoms.
కుట్మలో ముకులో (ఽ స్త్రియామ్)॥ ౬౨॥	కుట్మలః॥పు॥ - ముకులః॥పు॥ ౨-అప్పుడువికసింపఁ గలమొగ్గలపేళ్లు, An opening bud.
(స్త్రియః) స్సుమనసః పుష్పం ప్రసూనం కుసుమం సుమమ్ ।	సుమనసః॥ స్త్రీ, బ॥ - పుష్పమ్-ప్రసూనమ్-కుసుమమ్-సుమమ్॥ న॥ ౫ - పువ్వులపేళ్లు, సుమనశ్శబ్దము ఏకవచనమునుగలదు, A flower.
మకరన్దః పుష్పరసః	మకరన్దః-పుష్పరసః ॥పు॥ ౨ - పూఁదేనెపేళ్లు, The honey of flowers.
పరాగ స్సుమనోరజః॥ ౬౩॥	పరాగః॥పు॥ - సుమనోరజః॥ స్త్రీ,న॥ ౨-పుప్పొడిపేళ్లు, The pollen of a flower; farina.
(ద్విహీనం ప్రసవే సర్వం)	సర్వమ్=(రాఁగలవృక్షలతాదులు)అన్నియు, ప్రసవే=పుష్పఫలవాచకమైనపుడు, ద్విహీనమ్ = స్త్రీలింగపుల్లింగములులేనిది. నపుంసకమేయనుట.

(హరీతక్యాదయః స్త్రియామ్) ।	హరీతక్యాదయః=హరీతకి కోశాతకి మొదలైనవి, ప్రసవే = పుష్పఫలవాచకమైనపుడు, స్త్రియామ్=స్త్రీలింగమునందు వర్తించును.
ఆశ్వత్థ వైణవ ప్లాక్ష నైయగ్రోధైఙ్గుదం (ఫలే)॥ ౬౮॥ బార్హతంచ	ఆశ్వత్థమ్ - వైణవమ్ - ప్లాక్షమ్ - నైయగ్రోధమ్-ఐఙ్గుదమ్-బార్హతమ్ ॥ న ॥ ౬-వరుసగా అశ్వత్థాది వృక్షముల ఫలము పేళ్లు.
(ఫలేజమ్బ్వా)జమ్బూః (స్త్రీ)జమ్బుజామ్బవమ్।	జమ్బూః॥స్త్రీ॥-జమ్బు-జామ్బవమ్॥3 - జమ్బ్వాః ఫలే= నేరేడిపండు పేళ్లు. The rose-apple fruit.
(పుష్పేజాతీ ప్రభృతయ స్స్వలిఙ్గా)	జాతీప్రభృతయః= జాతీ మల్లికా శేఫాలికాది శబ్దములు, పుష్పే = పుష్పవాచకములైనపుడు, స్వలిఙ్గాః = తమలింగములుగలవి, స్త్రీలింగములే యనుట.
(వ్రీహాయః ఫలే) ॥ ౬౯॥	వ్రీహయః = వ్రీహిమాషముద్గయవాదిశబ్దములు, ఫలే=ఫలవాచకమయినపుడు, స్వలిఙ్గాః=తమలింగములుగలవి. పుల్లింగములే యనుట.
(విదార్యాద్యా స్తుమూలేఽపి)	విదార్యాద్యాః=విదారీ గమ్భారీ మొదలైన శబ్దములు, మూలేఽపి= పుష్పమునకేకాక మూలమునకు వాచకములయినపుడును, స్వలిఙ్గాః= తమలింగములుగలవి. స్త్రీలింగములేయనుట.
(పుష్పేక్లీబేఽపి పాటలా)।	పాటలా=పాటలాశబ్దము,పుష్పే=పుష్పవాచకమయినపుడు, క్లీబేఽపి=నపుంసకలింగమునందును, అపిశబ్దమువలన స్త్రీలింగమునందును వర్తించును.
బోధిద్రుమశ్చలదలః పిప్పలః కుఞ్జరాశనః॥ అశ్వత్థే	బోధిద్రుమః-చలదలః-పిప్పలః - కుఞ్జరాశనః - అశ్వత్థః॥పు॥ ౫-రావిచెట్టుపేళ్లు, The holy fig-tree; Ficus religiosa.
ఽథకపిత్థే (స్యు)ర్దధిత్థగ్రాహిమన్మథాః॥(తస్మిన్) దధిఫలః పుష్పఫలదన్తశఠావపి ॥	కపిత్థః - దధిత్థః-గ్రాహీ ॥న్॥ - మన్మథః-దధిఫలః-పుష్పఫలః -దన్తశఠః॥ పు॥ ౭- వెలగచెట్టు, The wood-apple tree. Feronia elephantium.
ఉదుమ్బరే జన్తుఫలో	ఉదుమ్బరః - జన్తుఫలః - యజ్ఞాఙ్గః- హేమదు

యజ్ఞాఙ్గో హేమదుగ్ధకః॥

గ్ధకః॥పు॥౪-అత్తిచెట్టుపేళ్లు, Glomerous fig-tree.

కోవిదారే చమరికః కుద్దాలో యుగపత్రకః॥

కోవిదారః - చమరికః-కుద్దాలః - యుగపత్రకః ॥పు॥ ౪-ఎఱ్ఱకాంచనపుచెట్టుపేళ్లు, Mountain ebony. Bauhinia vatiegata.

సప్తపర్ణో విశాలత్వ క్చారదో విషమచ్ఛదః॥

సప్తపర్ణః॥ పు॥-విశాలత్వక్॥చ్, సీ॥- శారదః॥ పు॥ [పా] శారదీ॥సీ॥-విషమచ్ఛదః॥ పు॥౪-ఏడాకులరఁటిపేళ్లు, Echites scholaris.

ఆరగ్వధే రాజవృక్ష శమ్యాక చతురఙ్గులాః॥ ఆరేవత వ్యాధిఘాత కృతమాల సువర్ణకాః।

ఆరగ్వధః [ప] ఆరుగ్వధః - రాజవృక్షః - శమ్యాకః [పా] శమ్పాకః-సమ్పాకః-చతురఙ్గులః- ఆరేవతః - వ్యాధిఘాతః-కృతమాలః - సువర్ణకః॥ పు॥౯- రేలచెట్టుపేళ్లు, Cassia fistula.

(స్యు)ర్జమ్బీరే దన్తశఠజ మ్భజమ్బీరజమ్భలాః ॥

జమ్బీరః-దన్తశఠః - జమ్భః-జమ్భీరః - జమ్భలః॥పు॥౫-నిమ్మచెట్టుపేళ్లు, Lemon tree.

వరుణో వరణ స్సేతు స్తిక్తశాకః కుమారకః॥

వరుణః-వరణః - సేతుః-తిక్తశాకః - కుమారకః॥పు॥౫-ఉలిమిరిచెట్టుపేళ్లు, Cratæva Tapia.

పున్నాగే పురుష స్తుఙ్గః కేసరో దేవవల్లభః॥

పున్నాగః-పురుషః - తుఙ్గః- కేసరః - దేవవల్లభః॥పు॥౫-సురపొన్నపేళ్లు, Rottlera tinctoria.

పారిభద్రే నిమ్బతరు ర్మన్దారః పారిజాతకః ॥

పారిభద్రః-నిమ్బతరుః-మన్దారః- పారిజాతకః॥ పు॥ ౪-పారిజాతముపేళ్లు, Coral tree.

తినిశే స్యన్దనో నేమీ రథద్రు రతిముక్తకః ॥ వఞ్జుల శ్చిత్రకృచ్చా (థద్వౌ)

తినిశః-స్యన్దనః - నేమిః-రథద్రుః - అతిముక్తకః-వఞ్జులః - చిత్రకృత్ ॥ పు॥ ౭-నెమ్మిచెట్టుపేళ్లు, Dalbergia Oujeinensis.

పీతన కపీత నౌ। ఆమ్రాతకే

పీతనః-కపీతనః-ఆమ్రాతకః॥పు॥౩-అంబాళపుచెట్టుపేళ్లు, Spondias Mangifera.

మధూకే తు గుడపుష్పమధుద్రుమౌ ॥ ౨౩॥ వానప్రస్థ మధుష్ఠీలౌ

మధూకః-గుడపుష్పః - మధుద్రుమః - వానప్రస్థః - మధుష్ఠీలః ॥ పు ॥ ౫ - ఇప్పమానిపేళ్లు. Bassia latifolia.

జలజేఽత్ర మధూలకః॥

మధూలకః ॥పు॥ ౧-నీటఁబుట్టిన యిప్పమాని పేరు.

పీలౌ గుడఫల స్స్రంసీ

పీలుః-గుడఫలః-స్రంసీ॥న్॥పు॥౩ - గోఁగుపేళ్లు, Cannabis sativa, or Careya arborea.

(తస్మింస్తుగిరిసమ్భవే)॥ అక్షోట కన్దరాలౌ (ద్వౌ)	అక్షోటః-కన్దరాలః (పా) కర్పరాలః ॥ పు ॥ ౨-గిరిసమ్భవే తస్మిన్=కొండగోఁగుపేళ్లు, Juglans regia. [పేళ్లు, Alangium.
అఙ్కోలేతు నికోచకః।	అఙ్కోలః-నికోచకః॥ పు॥ ౨ - ఊడుగుచెట్టు
పలాశే కింశుకః పర్ణో వాతపోథో	పలాశః-కింశుకః-పర్ణః-వాతపోథః ॥ పు ॥ ౪ - మోదుగుచెట్టుపేళ్లు, Butea frondosa.
(ఽథ)వేతసే॥౭౫॥రథా భ్రపుష్ప విదుల శీతవానీర వఞ్జులాః।	వేతసః-రథః-అభ్రపుష్పః-విదులః (పా) విదురః-శీతః-వానీరః-వఞ్జులః ॥ పు ॥ ౭- ప్రబ్బలిచెట్టుపేళ్లు, The rattan plant.
(ద్వౌ)పరివ్యాధ విదులౌ నాదేయీ చామ్బువేతసే॥ ౭౬॥	పరివ్యాధః-విదులః-నాదేయీ ॥ సీ ॥ - అమ్బువేతసః॥పు॥౪-నీరుప్రబ్బలిచెట్టుపేళ్లు.
శోభాఞ్జనే శిగ్రు తీక్ష్ణగన్ధకాక్షీబమోచకాః। (రక్తోఽసౌ)	శోభాఞ్జనః - శిగ్రుః - తీక్ష్ణగన్ధకః - అక్షీబః - (ప) అక్షీబః- మోచకః॥పు॥ ౫- మునగచెట్టుపేళ్లు, Hyperanthera Morunga.
మధుశిగ్రుస్స్యా దరిష్టః ఫేనిల స్సమౌ॥	మధుశిగ్రుః॥ పు ॥ ౧-ఎఱ్ఱపువ్వులమునగపేరు. అరిష్టః- ఫేనిలః॥ పు॥ ౨- కుంకుడుచెట్టు పేళ్లు, Soapnut tree.
బిల్వే శాణ్డిల్య శైలూషౌ మాలూర శ్రీఫలా వపి॥	బిల్వః-శాణ్డిల్యః-శైలూషః-మాలూరః- శ్రీఫలః ॥పు॥ ౫ - మారేడుచెట్టుపేళ్లు,Aegle Marmelos.
ప్లక్షో జటీ పర్కటీ (స్యాత్)	ప్లక్షః-జటీ॥ న్ ॥-పర్కటీ ॥ న్ ॥ పు॥ (ప) జటీ-పర్కటీ॥ సీ॥ ౩- జువ్విచెట్టుపేళ్లు, Ficus venosa.
న్యగ్రోధో బహుపాద్వటః॥ ౭౮॥	న్యగ్రోధః - బహుపాత్ ॥ ద్ ॥-వటః ॥ పు॥ ౩- మఱ్ఱిచెట్టుపేళ్లు, Banyan, or the Indian fig tree.
గాలవ శ్శాబరో లోధ్ర స్తిరీట స్తిల్వమార్జనౌ।	గాలవః - శాబరః (పా) సాబరః - లోధ్రః-తిరీటః-తిల్వః- మార్జనః॥ పు ॥ ౬- లొద్దుగుచెట్టుపేళ్లు, Symplocos racemosa.
ఆమ్రశ్చూతో రసాలో	ఆమ్రః- చూతః- రసాలః॥ పు॥ ౩ - మామిడిచెట్టుపేళ్లు, Mango tree.

(ఉసౌ) సహకారో (ఽతిసౌరభః)॥ ౭౯॥

సహకారః॥పు॥౧-అతిసౌరభః అసౌ=మిక్కిలిపరిమళముగల మామిడి, A very fragrant of mango.

కుమ్భోలూఖలకే (క్లీబే) కౌశికో గుగ్గులుః పురః।

కుమ్భమ్ - ఉలూఖలకమ్ ॥ న ॥- కౌశికః - గుగ్గులుః - పురః ॥ పు ॥ ౫ - గుగ్గిలపుచెట్టుపేళ్లు, The baubul tree. Bdellium. కుమ్భోలూఖలకమ్-అని యేకనామముగాఁగొందఱందురు.

శేలుః శ్లేష్మాతకశ్శీతఉద్దాలో బహువారకః ॥

శేలుః- శ్లేష్మాతకః - శీతః - ఉద్దాలః-బహువారకః॥ పు॥౫-విరిగిచెట్టుపేళ్లు, Cordia myxa.

రాజాదనం ప్రియాలశ్చ సన్నకద్రు ర్ధనుఃపటః।

రాజాదనమ్॥ న॥- ప్రియాలః (పా) పియాలః- సన్నకద్రుః-ధనుఃపటః (ప) ధనుపటః ॥ పు ॥ ౪- మోరటిచెట్టుపేళ్లు, Chironjia Sapida.

గమ్భారీ సర్వతో భద్రా కాశ్మరీ మధుపర్ణికా॥ ౮౧॥ శ్రీపర్ణీ భద్రపర్ణీ చ కాశ్మర్యశ్చా

గమ్భారీ- సర్వతోభద్రా- కాశ్మరీ - మధుపర్ణికా-శ్రీపర్ణీ-భద్రపర్ణీ-॥స్త్రీ॥-కాశ్మర్యః ॥ పు॥ ౭- గుమ్ముడుచెట్టుపేళ్లు, Gmelina arborea.

(ప్యథ ద్వయోః)। కర్కన్ధూ ర్బదరీ కోలీ ఘోణ్టా

కర్కన్ధూః॥ప్స॥-బదరీ-కోలీ- ఘోణ్టా॥ స్త్రీ ॥ ౪- రేఁగుచెట్టుపేళ్లు. మొదటి 3 ను గంగరేఁగునకును ఘోణ్టాశబ్దము రేఁగుపండునకును పేళ్లందురు.

కువలం ఫేనిలే॥౮౨॥ సౌవీరం బదరం కోల

కువలమ్- ఫేనిలమ్-సౌవీరమ్- బదరమ్- కోలమ్ ॥న॥ ౫ - రేఁగుపండుపేళ్లు, Zizyphus jujuba.

(మథ స్యా)త్స్వాదుకణ్టకః। వికఙ్కతస్స్రువావృక్షో గ్రన్థిలో వ్యాఘ్రపాదపి॥ ౮౩॥

స్వాదుకణ్టకః - వికఙ్కతః - స్రువావృక్షః - గ్రన్థిలః-వ్యాఘ్రపాత్ ॥ ద్ ॥పు॥ ౫- పుల్లవెలఁగపేళ్లు, Flacourtia Sapida.

ఐరావతో నాగరఙ్గో నాదేయీ భూమిజమ్బుకా।

ఐరావతః- నాగరఙ్గః॥ పు॥ ౨- నారదపుచెట్టు [పేళ్లు, Orange. నాదేయీ-భూమిజమ్బుకా॥స్త్రీ॥౨- కాకినేరేడుపేళ్లు. ఈ ౪-ను నారదముపేళ్లందురు.

తిన్దుకః స్ఫూర్జకః కాలస్కన్ధశ్చ శితిసారకే ॥

తిన్దుకః- స్ఫూర్జకః- కాలస్కన్ధః- శితిసారకః॥ పు॥౪-తుమికిచెట్టుపేళ్లు, Diospyros glutionsa.

కాకేన్దుః కులకః కాకపీలుకః కాకతిన్దుకః।	కాకేన్దుః-కులకః - కాకపీలుకః - కాకతిన్దుకః॥ పు॥ ౪-నల్లతుమికిపేళ్లు, Diospyros tomentosa.
గోలీఢో ఝాటలో ఘణ్టా పాటలి ర్మోక్షముష్కకౌ॥ ౮౫॥	గోలీఢః (పా) గోలీహః-ఝాటలః॥ పు॥-ఘణ్టా-పాటలిః (పా) పాటలా॥ సీ॥-మోక్షః- ముష్కకః (పా) ముష్కరః॥పు॥౬- మొక్కపుచెట్టుపేళ్లు.
తిలకః క్షురకః శ్రీమాన్	తిలకః- క్షురకః- శ్రీమాన్ ॥ త్ ॥ పు॥ 3-తిలకపుచెట్టు. [The tamarix tree.
(సమౌ) పిచులఝాబుకౌ। శ్రీపర్ణికాకుముదికా కుమ్భీకైడర్యకట్ఫలౌ॥	పిచులః-ఝాబుకః॥ పు ॥ ౨-పక్కెచెట్టుపేళ్లు, శ్రీపర్ణికా-కుముదికా-కుమ్భీ ॥ సీ॥-కైడర్యః-కట్ఫలః॥పు॥౫- టేకుచెట్టుపేళ్లు, Teak.
క్రముకః పట్టికాఖ్య (స్స్యా)త్పట్టీ లాక్షా ప్రసాదనః।	క్రముకః - పట్టికాఖ్యః - పట్టీ॥న్॥-లాక్షాప్రసాదనః॥పు॥౪-ఎఱ్ఱలొద్దుగుపేళ్లు.
తూదస్తు యూపః క్రముకో బ్రహ్మణ్యో బ్రహ్మదారు చ॥ తూలంచ	తూదః - యూపః (పా) పూగః - క్రముకః - బ్రహ్మణ్యః॥ పు॥- బ్రహ్మదారు-తూలమ్॥ న ॥ ౬-గంగరావిపేళ్లు, Hibiscus populneus.
నీపప్రియకకదమ్బా స్తు హలిప్రియే।	నీపః-ప్రియకః - కదమ్బః - హలిప్రియః॥ పు॥ ౪-కడపచెట్టుపేళ్లు, Nauclea orientalis.
వీరవృక్షో ఽరుష్కరో ఽగ్నిముఖీభల్లాతకీ(త్రిషు)	వీరవృక్షః- అరుష్కరః॥ పు॥- అగ్నిముఖీ ॥ సీ॥-భల్లాతకీ॥ త్రి॥౪-జీడిచెట్టుపేళ్లు, Marking nut.
గర్దభాణ్డే కన్దరాల కపీతన సుపార్శ్వకాః। ప్లక్షశ్చ	గర్దభాణ్డః - కన్దరాలః-కపీతనః - సుపార్శ్వకః-ప్లక్షః॥పు॥౫-కలుజువ్విపేళ్లు, Ficus tuberculata.
తిన్త్రిడీ చిఞ్చాఽమ్లికాఽ	తిన్త్రిడీ (పా) తిన్త్రిణీ -చిఞ్చా - ఆమ్లికా ॥ సీ॥ 3-చింతచెట్టుపేళ్లు, Tamarind tree.
(థో)పీతసారకే॥౮౬॥ సర్జకాఽసన బన్ధూకపుష్పప్రియక జీవకాః।	పీతసారకః-సర్జకః-అసనః (ప) ఆసనః - బన్ధూకపుష్పః - ప్రియకః - జీవకః॥ పు ॥ ౬ - వేగిచెట్టుపేళ్లు, Terminalia Alata tomentosa.
సాలేతుసర్జకార్శ్యాశ్వకర్ణకా స్సస్యసంవరః॥	సాలః- సర్జః- కార్శ్యః (పా) కార్శ్యః - అశ్వకర్ణకః - సస్యసంవరః ॥ పు॥ ౫ - మద్దిచెట్టుపేళ్లు,

Pentaptera Arjuna.

నదీసర్జో వీరతరు రిన్ద్రద్రుః కకుభోఽర్జునః।

నదీసర్జః - వీరతరుః - ఇన్ద్రద్రుః - కకుభః- అర్జునః॥పు॥ ౫-ఏఱుమద్దిచెట్టుపేళ్లు.

రాజాదన ఫలాధ్యక్షే క్షీరికాయా (మథద్వయోః)॥ ౯౧॥

రాజాదనమ్ - ఫలాధ్యక్షమ్ ॥న॥-క్షీరికా॥ స్త్రీ॥ ౩-పాలచెట్టుపేళ్లు.

ఇఙ్గుదీ తాపసతరు

ఇఙ్గుదీ॥స్త్రీ॥-తాపసతరుః ॥ పు ॥ ౨-గారచెట్టుపేళ్లు- పుల్లింగమునందు ఇఙ్గుదః, Bramble.

ర్భూర్జే చర్మి మృదుత్వచా।

భూర్జః - చర్మీ ॥ న్ ॥-మృదుత్వక్॥ చ్॥పు॥ ౩-భుజపత్త్రపుచెట్టుపేళ్లు, The birch tree.

పిచ్ఛిలా పూరణీ మోచా చిరాయు శ్శాల్మలి (ర్ద్వయోః) ॥ ౯౨॥

పిచ్ఛిలా - పూరణీ - మోచా॥ స్త్రీ॥-చిరాయుః (పా) స్థిరాయుః ॥ స్, న ॥- శాల్మలిః (పా) శల్మలిః॥స్త్రీ॥౫- బూరుగుచెట్టుపేళ్లు, Silk-cotton tree.

పిచ్ఛా తు శాల్మలీవేష్టే

పిచ్ఛా ॥ స్త్రీ॥-శాల్మలీవేష్టః॥ పు ॥ ౨-బూరుగుబంకపేళ్లు, its gum. [బూరుగుపేళ్లు.

రోచనః కూటశాల్మలిః।

రోచనః॥ పు॥-కూటశాల్మలిః॥ పు॥ ౨ - కొండ

చిరిబిల్వో నక్తమాలః కరజశ్చకరఞ్జకే॥ ౯౩॥

చిరిబిల్వః - నక్తమాలః (పా) నక్తమారః - కరజః-కరఞ్జకః॥ పు ॥ ౪-కానుగుపేళ్లు, Galedupa Arborea.

ప్రకీర్యః పూతికరజః పూతికః కలిమారకః ।

ప్రకీర్యః (పా) ప్రకీరః-పూతికరజః - పూతికః- కలిమారకః (పా) కలికారకః ॥ పు ॥ ౪ - నెమిలియడుగుచెట్టుపేళ్లు, Gray Bonduc.

(కరఞ్జభేదాః) షడ్గ్రన్థో మర్కట్యఙ్గారవల్లరీ॥ ౯౪॥

షడ్గ్రన్థః॥పు॥-మర్కటీ-అఙ్గారవల్లరీ ॥ స్త్రీ ॥ ఈ ౩ను వరుసగా ఆఱుగంట్లుగలకానుగునకును, తీఁగకానుగునకును, నిప్పవన్నెగుత్తులుగల కానుగునకును పేళ్లు.

రోహీ రోహితకః ప్లీహశత్రుర్దాడిమపుష్పకః ।

రోహీ ॥ న్ ॥- రోహితకః- ప్లీహశత్రుః-దాడిమపుష్పకః॥పు॥౪-ములుమోదుగుపేళ్లు.

గాయత్రీ బాలతనయః ఖదిరో దన్తధావనః ॥

గాయత్రీ ॥స్త్రీ॥ (ప)గాయత్రీ ॥న్॥-బాలతనయః- ఖదిరః- దన్తధావనః ॥ పు ॥ ౪ -చండ్రచెట్టుపేళ్లు, Mimosa Catechu.

అరిమేదో విట్ఖదిరే	అరిమేదః-విట్ఖదిరః॥ పు॥ ౨- దుర్గంధముగల చేండ్రపేళ్లు. వెలితుమ్మపేళ్లని కొందఱందురు. A fetid mimosa. [A white mimosa.
కదరః (ఖదిరేసితే)। సోమవల్కోఽ	కదరః-సోమవల్కః ॥పు॥ ౨- వెలిచండ్రపేళ్లు.
(పృథ) వ్యాఘ్రపుచ్ఛ గన్ధర్వహస్తకౌ॥ ౯౬॥ ఏరణ్డ ఉరుబూకశ్చరుచ కశ్చిత్రకశ్చ(సః)। చఞ్చుః పఞ్చాఙ్గులో మణ్డవర్ధ మానవ్యడమ్బకాః॥	వ్యాఘ్రపుచ్ఛః-గన్ధర్వహస్తకః - ఏరణ్డః- ఉరుబూకః-రుచకః (పా) రుబుకః- చిత్రకః - చఞ్చుః- పఞ్చాఙ్గులః-మణ్డః- వర్ధమానః-వ్యడమ్బకః ॥ పు ॥ ౧౧-ఆముదపుచెట్టుపేళ్లు, Palma christi, Ricinus communis.
(అల్పాశమీ) శమీ ర (స్స్యాత్)	శమీరః॥ పు॥ ౧-అల్పాశమీ = పిన్నజమ్మిచెట్టుపేరు. [Mimosa albida.
శమీసక్తుఫలాశివా। పిణ్డీతకో మరువకశ్శ్వసనః కరహాటకః॥ ౯౮॥ శల్యశ్చ మదనే	శమీ-సక్తుఫలా-శివా॥ సీ॥౩ - జమ్మిచెట్టుపేళ్లు, పిణ్డీతకః - మరువకః - శ్వసనః- కరహాటకః - శల్యః - మదనః ॥ పు ॥ ౬ - మంగచెట్టుపేళ్లు, Vangueria spinosa or Gardenia dumetorum.
శక్రపాదపః పారిభద్రకః।భద్రదారు ద్రుకిలిమం పీతదారుచ దారుచ॥ పూతికాష్ఠంచ(సప్తస్యుర్దేవదారు) (ణ్యథద్వయోః)।	శక్రపాదపః-పారిభద్రకః॥ పు॥ - భద్రదారు-ద్రుకిలిమమ్-పీతదారు-దారు॥న॥-పూతికాష్ఠమ్॥న॥ ౭-దేవదారువృక్షముపేళ్లు. దేవదారుశబ్దము॥ ప్న॥ Uvaria longifolia: commonly called *deodar.*
పాటలిః పాటలాఽమోఘా కాచస్థాలీఫలేరుహా॥ ౧౦౦॥ కృష్ణవృన్తా కుబేరాక్షీ	పాటలిః॥ప్న॥- పాటలా - అమోఘా (ప) మోఘా-కాచస్థాలీ (పా) కాలస్థాలీ-ఫలేరుహా - కృష్ణవృన్తా-కుబేరాక్షీ ॥ సీ ॥ ౭- కలిగొట్టుచెట్టుపేళ్లు, The trumpet flower. Bignonia suave-olens.
శ్యామాతు మహిలాహ్వయా। లతాగోవన్దినీగున్ద్రా ప్రియఙ్గుః ఫలినీ	శ్యామా-మహిలాహ్వయా - లతా-గోవన్దినీ-గున్ద్రా - ప్రియఙ్గుః-ఫలినీ- ఫలీ - విష్వక్సేనా - గన్ధఫలీ-కారమ్భా॥ సీ॥-ప్రియకః॥ పు॥ ౧౨- ప్రేం

ఫలీ ॥ ౧౧౧ ॥ విష్వక్సే నా గన్ధఫలీ కారమ్భా ప్రియక శ్చ (సా)।	కణపుచెట్టుపేళ్లు, Nauclea cadamba, A fragrant seed so named.
మణ్డూకపర్ణ పత్త్రోర్ణ నట కట్వాఙ్గ డుణ్డుకాః॥ శ్యోనాక శుకనా సర్క్ష దీర్ఘవృ న్తకుటన్నటాః। శోణక శ్చారలా	మణ్డూకపర్ణః- పత్త్రోర్ణః- నటః - కట్వాఙ్గః - డుణ్డుకః- శ్యోనాకః - శుకనాసః- ఋక్షః - దీర్ఘవృన్తః- కుటన్నటః- శోణకః (పా) శోనకః - అరలుః (పా) అరటుః॥పు॥ ౧౨-దుండిగపుచెట్టుపేళ్లు. పెద్దమానిపేళ్లని కొందఱందురు. Bignonia Indica.
తిష్యఫలాత్వామలకీ (త్రిషు) ॥ ౧౦౩॥ అమృతాచ వయస్థాచ	తిష్యఫలా॥సీ॥ - ఆమలకీ॥త్రి॥-అమృతా-వయస్థా॥సీ॥౩-ఉసిరికచెట్టుపేళ్లు, Emblic myrobalan. Terminrlia belerica.
(త్రిలిఙ్గస్తు) విభీతకః॥ అక్ష స్తుషః కర్షఫలో భూతావాసః కలిద్రుమః ॥	విభీతకః ॥ త్రి ॥ - అక్షః - తుషః- కర్షఫలః- భూతావాసః- కలిద్రుమః ॥ పు ॥ ౬ - తాండ్రచెట్టు, Beleric myrobalan.
అభయా త్వవ్యథా పథ్యా వయస్థా పూతనా ఽమృతా। హరీతకీ హైమవతీ రేచకీ శ్రేయసీ శివా॥౧౦౪॥ పీతద్రుస్స రలః పూతికాష్ఠం (చాథ) ద్రుమోత్పలః । కర్ణికారః పరివ్యాధో	అభయా - అవ్యథా- పథ్యా - వయస్థా (పా) కాయస్థా-పూతనా- అమృతా - హరీతకీ - హైమవతీ - రేచకీ (పా) చేతకీ - శ్రేయసీ - శివా ॥ సీ ॥ ౧౧ - కరకచెట్టుపేళ్లు, Yellow myrobalan. Terminalia citrina. [సరళపుచెట్టుపేళ్లు. పీతద్రుః-సరలః॥పు॥- పూతికాష్ఠమ్॥ న ॥ ౩-ద్రుమోత్పలః-కర్ణికారః-పరివ్యాధః ॥ పు ॥ ౩-కొండగోఁగుపేళ్లు, Pentapetes acerifolia.
లకుచో లికుచో డహుః॥ ౧౦౬॥	లకుచః - లికుచః- డహుః॥ పు॥ ౩-కమ్మరేఁగుపేళ్లు. గజనిమ్మపేళ్లు, Artocarpus Lucucha.
పనసః కణ్టకిఫలో Bread fruit.	పనసః(పా)పణసః-కణ్టకిఫలః॥పు॥౨- పనసచెట్టుపేళ్లు, The Jaka tree. Artocarpus integrifolia.
నిచులో ఽమ్బుజ ఇజ్జలః ।	నిచులః-అమ్బుజః-ఇజ్జలః (పా) హిజ్జలః ॥ పు॥ ౩-గన్నేరుచెట్టుపేళ్లు, Eugenia acutangula.
కాకోదుమ్బరికా ఫల్గు	కాకోదుమ్బరికా-ఫల్గుః-మలపూః (పా) మల

ర్మలపూ ర్జఘనేఫలా ॥

అరిష్ట స్సర్వతోభద్ర హిఙ్గునిర్యాసమాలకాః పిచుమన్దశ్చ నిమ్బో (ఽథ) పిచ్ఛిలాఽ గురు శింశపా॥ ౧౦౫॥

కపిలా భస్మగర్భా (సా)

శిరీషస్తు కపీతనః । భణ్డిలో (ఽప్యథ) చామ్పేయ శ్చమ్పకో హేమపుష్పకః ॥౧౦౬॥

(ఏతస్యకలికా) గన్ధఫలీ (స్యా దథ) కేసరే । వకులో వఞ్జులో ఽశోకే (సమౌ) కరకదాడిమౌ॥

చామ్పేయః కేసరో నాగకేసరః కాఞ్చనాహ్వయః । జయాజయన్తీతర్కారీనాదేయీ వైజయన్తికా॥ శ్రీపర్ణమగ్నిమన్థ (స్స్యాత్) కణికా గణికారికా।జయోఽ

థ కుటజశ్శక్రో వత్సకో గిరిమల్లికా॥౧౧౦॥

(ఏతస్యైవ) కలిఙ్గేన్ద్రయవభద్రయవం(ఫలే)।

యాః-జఘనేఫలా॥ స్త్రీ ॥ ౪ - కుక్కమేడి పేళ్లు, Opposite leaved fig-tree.

అరిష్టః - సర్వతోభద్రః - హిఙ్గునిర్యాసః - మాలకః-పిచుమన్దః(పా)పిచుమర్దః - నిమ్బః॥పు॥౬- వేపచెట్టుపేళ్లు, Margosa tree. Melia Azadirachta.

పిచ్ఛిలా॥ స్త్రీ॥-అగురు॥న॥- శింశపా (పా) శింశుపా॥ స్త్రీ ॥ 3 - ఇరుగుడుచెట్టుపేళ్లు. కపిలా- భస్మగర్భా॥స్త్రీ॥ ౨ - కంపుగలయిరుగుడుపేళ్లు. ౫ను ఇరుగుడు పేళ్లని కొందఱందురు. Dalbergis Sissoo.

శిరీషః-కపీతనః- భణ్డిలః (పా) భణ్డిరః ॥ పు॥ 3- దిరిసెనపుచెట్టుపేళ్లు, Mimosa Sirisha.

చామ్పేయః-చమ్పకః-హేమపుష్పకః॥పు॥ 3- సంపెఁగచెట్టుపేళ్లు, Michelia Champaca.

గన్ధఫలీ॥స్త్రీ॥౧-ఏతస్య = ఈసంపెఁగయొక్క, కలికా = మొగ్గపేరు. [musops Elengi.

కేసరః-వకులః॥ పు॥ ౨-పొగడచెట్టుపేళ్లు. Mi-

వఞ్జులః-అశోకః॥పు॥ ౨-అశోకముపేళ్లు.

కరకః॥-దాడిమః॥ పు॥ ౨- దానిమ్మచెట్టుపేళ్లు, Pomegranate.

చామ్పేయః - కేసరః - నాగకేసరః- కాఞ్చనాహ్వయః॥పు॥౪- నాగకేసరముపేళ్లు, Mesualferrea.

జయా-జయన్తీ-తర్కారీ-నాదేయీ - వైజయన్తికా॥స్త్రీ॥౫-తక్కిలిచెట్టు, Æschynomene Sesban.

శ్రీపర్ణమ్॥ న॥-అగ్నిమన్థః ॥పు॥ -కణికా-గణికారికా - జయః॥ పు॥ ౫-నెల్లిచెట్టు, Premna spinosa, and longifolia.

కుటజః - శక్రః - వత్సకః॥ పు ॥-గిరిమల్లికా॥ స్త్రీ॥ ౪-కొడిసెచెట్టుపేళ్లు, Nerium antidysentericum.

కలిఙ్గమ్॥ న॥ (ప) కలిఙ్గా-కాలిఙ్గీ॥ స్త్రీ॥- ఇన్ద్రియవమ్-భద్రయవమ్॥న॥3-ఏతస్యైవఫలే= ఈకొడిసె

కృష్ణపాకఫ లావిఘ్న
సుషేణాః కరమర్దకే ॥
౧౧౩॥

కాలస్కన్ధ స్తమాల
(స్స్యా)త్తాపిఞ్ఛో(ఽప్య
థ)సిన్దుకః। సిన్దువారేన్ద్ర
సురసౌ నిర్గుణ్డీన్ద్రాణికే
(త్యపి)॥ ౧౧౪॥
వేణీగరాగరీ దేవతా
లో జీమూత (ఇత్యపి)।
శ్రీహస్తినీతు భూరుణ్డీ
తృణశూల్యం తు మ
ల్లికా॥౧౧౫॥ భూపదీ శీ
తభీరుశ్చ
(సైవా)ఽస్ఫోటా (వ
నోద్భవా)।
శేఫాలికాతు సువహా
(నిర్గుణ్డీ నీలికాచ సా)॥
(సితాఽసౌ) శ్వేతసు
రసా భూతవే(శ్య
థ)మాగధీ। గణికా
యూథికాఽమ్బష్ఠా
(సాపీతా) హేమపుష్పి
కా ॥౧౧౬॥ అతిముక్తః
పుణ్డ్రక (స్స్యా) ద్వాస
న్తీ మాధవీ లతా।
సుమనా మాలతీ జాతి

చెట్టుయొక్క ఫలము పేళ్లు.

కృష్ణపాకఫలః-అవిఘ్నః-సుషేణః - కరమర్దకః॥ పు॥౪ - కలివెచెట్టు పేళ్లు. కృష్ణపాకఫలశబ్దమునకు కృష్ణపాకః - పాకకృష్ణః - అనునివి మొదలగు నానా రూపములును గలవు, Carissa Carandas.

కాలస్కన్ధః-తమాలః-తాపిఞ్ఛః॥పు॥౩-సముద్రతీరమునందలినల్లనియాకులుగల చీకటిచెట్టు పేళ్లు.

సిన్దుకః-సిన్దువారః-ఇన్ద్రసురసః ॥పు ॥- నిర్గుణ్డీ - ఇన్ద్రాణికా॥ స్త్రీ ॥ ౫ - వావిలిచెట్టు పేళ్లు, Vitex trifolia and Nigundo.

వేణీ-గరాగరీ(పా)ఖరాగరీ॥స్త్రీ॥- దేవతాలః(పా) దేవతాడః-జీమూతః॥ పు ॥ ౪-దేవతాళవృక్షము.

శ్రీహస్తినీ-భూరుణ్డీ॥ స్త్రీ॥౨- గురుగుచెట్టు పేళ్లు.

తృణశూల్యమ్(పా) తృణశూన్యమ్॥న॥ (ప) తృణశూల్యా-తృణశూన్యా-మల్లికా- భూపదీ - శీతభీరుః॥స్త్రీ॥౪-మల్లెచెట్టు పేళ్లు, Jasmin.

ఆస్ఫోటా (పా) ఆస్ఫోతా॥స్త్రీ॥౧- వనోద్భవా = అడవియందుఁబుట్టిన, సైవ=ఆమల్లె పేరు.

శేఫాలికా-సువహా॥ స్త్రీ॥౨- నీలికా సా నిర్గుణ్డీ= నల్లవావిలిచెట్టు పేళ్లు, Justicia Ganderusa.

శ్వేతసురసా-భూతవేశీ॥ స్త్రీ॥ ౨- సితా అసౌ= తెల్లపువ్వులుగల వావిలిచెట్టు పేళ్లు.

మాగధీ - గణికా - యూథికా - అమ్బష్ఠా ॥స్త్రీ॥౪-అడవిమొల్ల, Jasminum Auriculatum.

హేమపుష్పికా॥స్త్రీ॥౧-పచ్చపువ్వులమొల్ల పేరు.

అతిముక్తః-పుణ్డ్రకః॥ పు॥- వాసన్తీ- మాధవీ - లతా॥ స్త్రీ॥ ౫ - పువ్వులగురువెంద పేళ్లు, Gærtnera racemosa. [Jasminum Grandiflorum.

సుమనాః॥స్త్రీ॥-మాలతీ-జాతిః॥ స్త్రీ॥ ౩-జాజిపేళ్లు,

స్స ప్తలానవమాలికా॥	సప్తలా-నవమాలికా ॥ సీ ॥ ౨-విరజాజిపేళ్లు,
౧౧౮॥	Double Jasmin.
మాఘ్యం కున్దం	మాఘ్యమ్ - కున్దమ్ ॥ న ॥ ౨ - మొల్ల పేళ్లు,
	Jasminum multiflorum.
రక్తకస్తు బన్ధూకో బ	రక్తకః-బన్ధూకః-బన్ధుజీవకః ॥ పు ॥ ౩-మంకెన
న్ధుజీవకః ।	పేళ్లు, Pentapetes phœnica. [పేళ్లు, Aloe.
సహా కుమారీ తరణి	సహా-కుమారీ - తరణిః ॥ సీ ॥ ౩ - పిన్నగోరంట
రమ్లాన స్తుమహాసహా॥	అమ్లానః॥పు॥-మహాసహా॥ సీ॥ ౨-పెద్దగోరంట
౧౧౯॥	పేళ్లు, Globe amaranth:
(తత్ర శోణే) కురవక	కురవకః॥పు॥౧ - ఎఱ్ఱపువ్వులగోరంటపేరు.
(స్తత్ర పీతే) కురణ్టకః॥	కురణ్టకః॥పు॥౧ - పచ్చపువ్వుల గోరంటపేరు.
నీలీ ఝిణ్టీ (ద్వయో)	నీలీ-ఝిణ్టీ॥సీ॥ - బాణా ॥ ప్స॥ - దాసీ॥సీ॥-ఆర్త
ర్బాణాదాసీ చార్తగల	గలః॥పు॥౫-నల్ల పువ్వులగోరంటపేళ్లు.
శ్చసా॥౧౨౦॥ సైరేయ	సైరేయకః॥పు॥-ఝిణ్టీ ॥ సీ ॥ ౨-ములుగోరంట
కస్తు ఝిణ్టీ (స్యా)	పేళ్లు, Barleria cristata.
(త్తస్మిన్)కురవకో(౽	కురవకః॥ పు॥ ౧-ఎఱ్ఱపువ్వులములుగోరంటపేరు.
రుణే)। (పీతా) కురణ్టకో	కురణ్టకః॥పు॥-సహాచరీ ॥ ప్స ॥ ౨-పీతాఝిణ్టీ=
(ఝిణ్టీతస్మిన్) సహాచరీ	పచ్చపువ్వులములుగోరంటపేళ్లు.
(ద్వయోః॥) ఉడుపుష్పం	ఉడుపుష్పమ్ (పా) ఓఢ్రపుష్పమ్॥న॥-జపా॥ సీ॥
జపా	౨ - దాసనపుచెట్టుపేళ్లు, China rose.
వజ్రపుష్పం (పుష్పం	వజ్రపుష్పమ్॥న॥౧-తిలస్యయత్పుష్పమ్=నువ్వు
తిలస్యయత్) ।	పువ్వులపేరు, The blossom of sesamum.
ప్రతిహాస శతప్రాస చ	ప్రతిహాసః-శతప్రాసః-చణ్డాతః-హయమారకః -
ణ్డాత హయమారకాః ॥	కరవీరః॥ పు॥ ౫ - గన్నేరుపేళ్లు. కొందఱు మొదటి
౧౨౨॥ కరవీరే	రెండుశబ్దములు తెల్లగన్నేరునకును తక్కినమూఁడు
	నెఱ్ఱగన్నేరునకును పేళ్లందురు, Oleandar.
కరీరేతు క్రకరగ్రన్థి	కరీరః-క్రకరః-గ్రన్థిలః॥పు॥ ౩ - వెఱుతురుచెట్టు
లా (వుభౌ) ।	పేళ్లు.
ఉన్మత్తఃకితవో ధూ	ఉన్మత్తః - కితవః - ధూర్తః-ధత్తూరః - కనకా
ర్తో ధత్తూరః కనకాహ్వ	హ్వాయః-మాతులః-మదనః ॥ పు॥ ౭-ఉమ్మెత్తపేళ్లు,

యః॥ మాతులో మదన
(శ్చాస్య ఫలే) మాతు
లపుత్రకః ।
ఫలపూరో బీజపూరో
రుచకో మాతులుఙ్గకే॥
సమీరణో మరువకః
ప్రస్థపుష్పః ఫణిజ్ఝకః । జ
మ్బీరో(ఽప్య
థ)పర్ణాసే కఠిఞ్జరకుఠేర
కౌ॥(సితే)ఽర్జకో(ఽత్ర
పాఠీతు చిత్రకో వహ్ని
సంజ్ఞకః॥ ౧౨౫॥
అర్కాహ్వవసుకా ఽఽ
స్ఫోటగణరూపవికీరణాః
మన్దార శ్చార్కపర్ణే
(ఽత్ర శుక్లే) ఽలర్క
ప్రతాపసౌ ।
శివమల్లీ పాశుపత ఏ
కాష్ఠీలో బకో వసుః ॥
వన్దా వృక్షాదనీవృక్ష
రుహా జీవన్తి (కేత్యపి)।
వత్సాదనీ ఛిన్నరుహా
గుడూచీ తన్త్రికాఽమృ
తా॥ జీవన్తికాసోమవల్లీ
విశల్యా మధుపర్ణ్యపి ।
మూర్వా దేవీ మధుర
సా మోరటా తేజనీస్ర
వా॥ మధూలికా మధు
శ్రేణీగోకర్ణీ పీలుపర్ణ్యపి।

Thorn apple. (Datura fastuosa.)

మాతులపుత్రకః॥ పు॥ ౧- అస్యఫలే=దీనిఫలముపేరు.

ఫలపూరః-బీజపూరః-రుచకః - మాతులుఙ్గకః॥ పు॥౪-మాదీఫలపుచెట్టుపేళ్లు, Citron.

సమీరణః - మరువకః-ప్రస్థపుష్పః - ఫణిజ్ఝకః-(పా)ఫణిజ్జకః-జమ్బీరః ॥ పు॥ ౫ - మరువముపేళ్లు, Sweet marjoram.

పర్ణాసః॥-కఠిఞ్జరః - కుఠేరకః॥ పు॥ ౩-నల్లగగ్గెర.
అర్జకః॥పు॥౧-తెల్లగగ్గెరపేళ్లు.

పాఠీ॥న్॥-చిత్రకః-వహ్నిసంజ్ఞకః ॥పు॥ ౩-చిత్రమూలముపేళ్లు, Ceylon Lead-wort.

అర్కాహ్వః - వసుకః - ఆస్ఫోటః (పా) ఆస్ఫోతః-గణరూపః - వికీరణః - మన్దారః - అర్కపర్ణః॥ పు॥ ౭-జిల్లేడుచెట్టుపేళ్లు, Swallow wort.

అలర్కః-ప్రతాపసః ॥పు॥ ౨-అత్రశుక్లే=తెల్లజిల్లేడుపేళ్లు, The white swallow wort.

శివమల్లీ ॥సీ॥పాశుపతః - ఏకాష్ఠీలః - బకః-(పా) బుకః-వసుః॥పు॥ ౫-బకపుష్పముపేళ్లు.

వన్దా-వృక్షాదనీ - వృక్షరుహా - జీవన్తికా॥ సీ॥ ౪-బదనికపేళ్లు, A parasite plant.

వత్సాదనీ-ఛిన్నరుహా - గుడూచీ-తన్త్రికా - అమృతా-జీవన్తికా - సోమవల్లీ - విశల్యా-మధుపర్ణీ॥ సీ॥౯-తిప్పతీఁగపేళ్లు, Menispermum glabrum.

మూర్వా-దేవీ - మధురసా - మోరటా- తేజనీ-స్రవా (పా) స్రువా-మధూలికా-మధుశ్రేణీ(పా) ధనుఃశ్రేణీ-గోకర్ణీ-పీలుపర్ణీ॥ సీ ॥ ౧౦-చాఁగచెట్టుపేళ్లు, Dracona nervosa.

పాఠాఽమ్బష్ఠా విద్ధకర్ణీ స్థాపనీ శ్రేయసీ రసా ॥ ఏకాష్ఠీలా పాపచేలీ ప్రాచీనా వనతిక్తికా।

పాఠా-అమ్బష్ఠా-విద్ధకర్ణీ - స్థాపనీ - శ్రేయసీ-రసా - ఏకాష్ఠీలా-పాపచేలీ-ప్రాచీనా- వనతిక్తికా॥ సీ॥౧౦-అగరుసాంటిపేళ్లు, Cissampelos hexandra.

కటుః కటుమ్భరాఽశోకా రోహిణీ కటురోహిణీ॥ మత్స్యపిత్తా కృష్ణభేదీ చక్రాఙ్గీ శకులాదనీ।

కటుః-కటుమ్భరా (పా) కటమ్భరా- అశోకా-రోహిణీ-కటురోహిణీ- మత్స్యపిత్తా - కృష్ణభేదీ - చక్రాఙ్గీ-శకులాదనీ॥ సీ॥౯-కటుకరోహిణిపేళ్లు, అశోకరోహిణీ యనియుంగలదు, Black hellebore.

ఆత్మగుప్తాఽజహాఽవ్యణ్డా కణ్డూరా ప్రావృషాయణీ॥౧౩౨॥ ఋష్యప్రోక్తా శూకశిమ్బిః కపికచ్ఛుశ్చ మర్కటీ।

ఆత్మగుప్తా- అజహా - అవ్యణ్డా-కణ్డూరా - ప్రావృషాయణీ - ఋష్యప్రోక్తా - శూకశిమ్బిః - కపికచ్ఛుః-మర్కటీ॥ సీ॥ ౯- దురదగొండిచెట్టుపేళ్లు, Dohichos pruriens.

చిత్రోపచిత్రా న్యగ్రోధీ ద్రవన్తీ శమ్బరీ వృషా ॥ ౧౩౩ ॥ ప్రత్యక్శ్రేణీ సుతశ్రేణీ రణ్డా మూషికపర్ణ్యపి।

చిత్రా-ఉపచిత్రా-న్యగ్రోధీ-ద్రవన్తీ - శమ్బరీ (పా) సమ్బరీ-వృషా- ప్రత్యక్శ్రేణీ- సుతశ్రేణీ - రణ్డా-మూషికపర్ణీ॥ సీ॥ ౧౦ - ఎలుకచెవిచెట్టుపేళ్లు, Ahthericum tuberosum.

అపామార్గశ్శైఖరికో ధామార్గవమయూరకౌ॥ ప్రత్యక్పర్ణీ కీశపర్ణీ కిణిహీ ఖరమఞ్జరీ।

అపామార్గః-శైఖరికః- ధామార్గవః- మయూరకః॥పు॥- ప్రత్యక్పర్ణీ (పా) ప్రత్యక్పుష్పీ - కీశపర్ణీ (పా) కీశపర్ణీ -కిణిహీ-ఖరమఞ్జరీ॥ సీ॥ ౮- ఉత్తరేణిపేళ్లు, Achyranthes aspera.

హఞ్జికా బ్రాహ్మణీ పద్మా భార్గీ బ్రాహ్మణయష్టికా॥౧౩౪॥ అఙ్గారవల్లీ బాలేయశాక బర్బర వర్ధకాః।

హఞ్జికా(పా)భఞ్జికా- బ్రాహ్మణీ- పద్మా- భార్గీ-బ్రాహ్మణయష్టికా-అఙ్గారవల్లీ॥ సీ॥-బాలేయశాకః-బర్బరః-వర్ధకః॥ పు ॥ ౯- బారంగిపేళ్లు, చిరుతేకుపేళ్లని కొందఱందురు, Ovieda verticellata.

మఞ్జిష్ఠా వికసా జిఙ్గీ సమఙ్గా కాలమేషికా ॥

మఞ్జిష్ఠా- వికసా-జిఙ్గీ- సమఙ్గా- కాలమేషికా-మణ్డూకపర్ణీ-మణ్డీరీ-భణ్డీ- యోజనవల్లీ ॥ సీ ॥ ౯-

మఞ్జిష్ఠా వికసా జిఙ్గీ సమఙ్గా కాలమేషికా। మణ్డూకపర్ణీ భణ్డీరీ భణ్డీ యోజనవల్ల్యపి।

మంజిష్ఠపేళ్లు, Madder.

యాసో యవాసో దుఃస్పర్శో ధన్వయాసః కునాశకః ॥ ౧౩౮ ॥ రోదనీ కచ్ఛురానన్తా సముద్రాన్తా దురాలభా।

యాసః- యవాసః- దుఃస్పర్శః - ధన్వయాసః- కునాశకః॥పు॥- రోదనీ - కచ్ఛురా- అనన్తా- సముద్రాన్తా-దురాలభా॥ సీ ॥ ౧౦ - తీఁటకసిందపేళ్లు, Prickly scopolia.

పృశ్నిపర్ణీ పృథక్పర్ణీ చిత్రపర్ణ్యఙ్ఘ్రిపర్ణికా ॥

పృశ్నిపర్ణీ- పృథక్పర్ణీ- చిత్రపర్ణీ - అఙ్ఘ్రిపర్ణికా॥సీ॥౪-కోలపొన్నపేళ్లు, Hoemonites cordifolia.

క్రోష్టువిన్నా సింహపుచ్ఛీ కలశీ ధావనీ గుహా।

క్రోష్టువిన్నా-సింహపుచ్ఛీ-కలశీ- (పా) కలశిః-ధావనీ(పా) ధావనిః-గుహా ॥ సీ॥ ౫ - నక్కతోఁక కసవుపేళ్లు. నక్కతోఁకపొన్నపేళ్లనియు.

నిదిగ్ధికా స్పృశీ వ్యాఘ్రీ బృహతీ కణ్టకారికా॥ ౧౩౯॥ ప్రచోదనీ కులీ క్షుద్రా దుఃస్పర్శా రాష్ట్రికేత్యపి।

నిదిగ్ధికా-స్పృశీ- వ్యాఘ్రీ- బృహతీ- కణ్టకారికా- ప్రచోదనీ-కులీ-క్షుద్రా- దుఃస్పర్శా - రాష్ట్రికా॥ సీ॥ ౧౦ - వాఁకుడుపేళ్లు, A sort of prickly nightshade (solanum jacquini.)

నీలీ కాలా క్లీతకికా గ్రామీణా మధుపర్ణికా॥రఞ్జనీ శ్రీఫలీ తుత్థా ద్రోణీ దోలా చ నీలినీ।

నీలీ-కాలా - క్లీతకికా - గ్రామీణా - మధుపర్ణికా-రఞ్జనీ-శ్రీఫలీ - తుత్థా -ద్రోణీ-డోలా [పా] దోలా-నీలినీ॥సీ॥ ౧౧॥-నీలిచెట్టుపేళ్లు, Indigo.

అవల్గుజ స్సోమరాజీ సువల్లి స్సోమవల్లికా॥ కాలమేషీ కృష్ణఫలా వాగుజీ పూతిఫల్యపి ।

అవల్గుజః॥పు॥-సోమరాజీ - సువల్లిః - సోమవల్లికా-కాలమేషీ-కృష్ణఫలా-వాగుజీ [పా] వాకూచీ - పూతిఫలీ॥సీ॥ ౮-కారుగచ్చపేళ్లు, Conyza anthelmintica.

కృష్ణోపకుల్యా వైదేహీ మాగధీ చపలా కణా॥ ౧౪౦॥ ఊషణా పిప్పలీ శౌణ్డీ కోలా(౭

కృష్ణా-ఉపకుల్యా - వైదేహీ - మాగధీ- చపలా-కణా-ఊషణా- పిప్పలీ - శౌణ్డీ-కోలా॥ సీ॥ ౧౦-పిప్పలిచెట్టుపేళ్లు, Long pepper.

థ)కరిపిప్పలీ । కపివల్లీ కోలవల్లీ శ్రేయసీ వసిరః (పుమాన్)॥ చవ్యం తు చవికా	కరిపిప్పలీ - కపివల్లీ - కోలవల్లీ - శ్రేయసీ॥సీ ॥-వసిరః॥ పు॥ ౫. గజపిప్పలిపేళ్లు, Pothos officinalis. చవ్యమ్॥న॥-చవికా॥సీ॥[పా] చవికమ్॥ న॥_౨_ చవ్యము, The wood of the long pepper plant.
కాకచిఞ్చీ గుఞ్జా తు కృష్ణలా।	కాకచిఞ్చీ [పా] కాకచిఞ్చా-గుఞ్జా - కృష్ణలా ॥సీ ॥3-పూసలగురువెంద, Abrus precatorius.
పలఙ్కషా త్విక్షుగన్ధా శ్వదంష్ట్రా స్వాదుకణ్టకః॥ గోకణ్టకో గోక్షురకో వనశృఙ్గాట (ఇత్యపి)।	పలఙ్కషా-ఇక్షుగన్ధా-శ్వదంష్ట్రా॥ సీ॥- స్వాదుకణ్టకః-గోకణ్టకః-గోక్షురకః-వనశృఙ్గాటః ॥ పు॥ ౭-పల్లేరుపేళ్లు, Pedalium murex.
విశ్వా విషా ప్రతివిషాऽతివిషోపవిషాऽరుణా॥ శృఙ్గీ మహౌషధం (చాథ)క్షీరావీదుగ్ధికే(సమే)।	విశ్వా- విషా - ప్రతివిషా- అతివిషా- ఉపవిషా [పా] అపవిషా-అరుణా-శృఙ్గీ॥సీ॥మహౌషధమ్॥ న॥ ౮-అతివసపేళ్లు, Atis or betula. క్షీరావీ-దుగ్ధికా॥సీ॥_౨- చిఱుపాలచెట్టు, Asclepias rosea.
శతమూలీ బహుసుతాऽభీరురిన్దీవరీ వరీ ॥ ఋశ్యప్రోక్తాऽభీరుపత్త్రీ నారాయణ్యశ్శతావరీ । అహేరు	శతమూలీ- బహుసుతా - అభీరుః (ప) భీరుః - ఇన్దీవరీ- వరీ - ఋశ్యప్రోక్తా (పా) ఋష్యప్రోక్తా-అభీరుపత్త్రీ-నారాయణీ-శతావరీ - అహేరుః (పా) ఆహేరుః॥ సీ॥ ౧౦ - పిల్లపిచ్చరపేళ్లు. చల్లగడ్డ, Asparagus racemosus.
రథ పీతద్రు కాలేయక హరిద్రవః ॥ ౧౪౭ ॥ దార్వీపచంపచా దారుహరిద్రా పర్జనీత్యపి ।	పీతద్రుః-కాలేయకః- హరిద్రుః॥ పు ॥-దార్వీ-పచంపచా-దారుహరిద్రా-పర్జనీ॥సీ॥ ౭-మ్రానిపసుపుపేళ్లు, Amomum Zanthorhizon.
వచోగ్రగన్ధా షడ్గ్రన్థా గోలోమీ శతపర్వికా॥	వచా- ఉగ్రగన్ధా - షడ్గ్రన్థా- గోలోమీ- శతపర్వికా॥సీ॥ ౫-వసపేళ్లు, Orris root.
(శుక్లా) హైమవతీ	హైమవతీ॥సీ॥ ౧- తెల్లనివస, Acorus calamus.
వైద్యమాతృ సింహ్యౌతు వాశికా । వృషోऽటరూష స్సింహా	వైద్యమాతా॥ ఋ॥ - సింహీ - వాశికా (పా) వాసికా-॥ సీ॥- వృషః- అటరూషః (పా) అటరుషః- సింహాస్యః-వాశకః (పా) వాసకః - వాజిదన్తకః॥పు॥

స్యా వాశకో వాజిదన్తకః॥

౮-అడ్డసరపుచెట్టు, Justicia adhatoda.

ఆస్ఫోటా గిరికర్ణీ(స్యా) ద్విష్ణుక్రాన్తా ఽపరాజితా ।

ఆస్ఫోటా(పా) ఆస్ఫోతా- గిరికర్ణీ - విష్ణుక్రాన్తా - అపరాజితా ॥ స్త్రీ ॥ ౪ - విష్ణుక్రాంతము పేళ్లు, Clitoria ternatea.

ఇక్షుగన్ధా తు కాణ్డేక్షు కోకిలాక్షేక్షుర క్షురాః॥ శాలేయస్స్యాచ్ఛీతశివా ఛత్రా మధురికా మిసిః । మిశ్రేయా (ప్యథ) సీహుణ్డో వజ్రద్రుః స్నుక్స్నుహీ గుడాః ॥ ౧౫౧॥ సమన్తదుగ్ధాఽథో వేల్లమమోఘా చిత్రతణ్డులా।తణ్డులశ్చ క్రిమిఘ్నశ్చ విడఙ్గం (పున్నపుంసకమ్)॥ ౧౫౨॥

ఇక్షుగన్ధా ॥ స్త్రీ ॥- కాణ్డేక్షుః - కోకిలాక్షః - ఇక్షురః-క్షురః॥పు॥౫-గొలిమిడి, Barleria Longifolia.

శాలేయః॥పు॥ - శీతశివా॥స్త్రీ॥(పా) శీతశివః॥ పు॥- ఛత్రా-మధురికా-మిసిః-మిశ్రేయా ॥స్త్రీ॥ ౬-సదాప పేళ్లు, Anethum Sowa.

సీహుణ్డః - వజ్రద్రుః॥ పు॥ - స్నుక్॥ హ్, స్త్రీ॥- స్నుహీ-గుడా - సమన్తదుగ్ధా॥స్త్రీ॥ ౬ - జెముడుపేళ్లు, Euphorbia Tirucalli.

వేల్లమ్॥ న॥ - అమోఘా - చిత్రతణ్డులా॥ స్త్రీ॥ - తణ్డులః- క్రిమిఘ్నః॥ పు॥-విడఙ్గమ్॥ ప్న॥ ౬ - వాయువిళంగము పేళ్లు.

బలా వాట్యాలకో ఘణ్టారవా తు శణపుష్పికా ।

[చెట్టుపేళ్లు, Ricinus christi.

బలా॥ స్త్రీ॥ - వాట్యాలకః॥ పు॥ ౨-చిట్టాముదపు ఘణ్టారవా - శణపుష్పికా॥ స్త్రీ ॥౨- గిలకచెట్టు పేళ్లు, Crotalaria retusa.

మృద్వీకా గోస్తనీ ద్రాక్షా స్వాద్వీ మధురసేతి చ ॥ ౧౫౩॥

మృద్వీకా-గోస్తనీ - ద్రాక్షా స్వాద్వీ - మధురసా॥స్త్రీ॥ ౫-ద్రాక్షపేళ్లు, Grape.

సర్వానుభూతిస్సరలా త్రిపుటా త్రివృతా త్రివృత్ । త్రిభణ్డీ రేచనీ

సర్వానుభూతిః - సరలా - త్రిపుటా - త్రివృతా - త్రివృత్ - త్రిభణ్డీ-రేచనీ [పా] రోచనీ॥ స్త్రీ॥ ౭- తెల్లతెగడపేళ్లు, Convolvulus Turpethum.

శ్యామా పాలిన్ద్యాతు సుషేణికా॥ ౧౫౪॥ కాలా మసూరవిదలాఽర్ధచన్ద్రా కాలమేషికా ।

శ్యామా - పాలిన్దీ - సుషేణికా - కాలా - మసూరవిదలా - అర్ధచన్ద్రా - కాలమేషికా॥స్త్రీ॥౭- నల్లతెగడపేళ్లు.

మధుకం క్లీతకం యష్టి మధుకం మధుయష్టికా	మధుకమ్-క్లీతకమ్-యష్టిమధుకమ్॥న॥ - మధుయష్టికా॥సీ॥ర-అతిమధురము, Liquorice.
విదారీ క్షీరశుక్లేక్షుగన్ధా క్రోష్ట్రీతు (యాసితా)। (అన్యా)	విదారీ-క్షీరశుక్లా - ఇక్షుగన్ధా-క్రోష్ట్రీ॥ సీ॥ ౪-తెల్లనేలగుమ్ముడుపేళ్లు, Convolvulus paniculatus.
క్షీరవిదారీస్యాన్మహాశ్వేతర్క్షగన్ధికా॥ ౧౫౬॥	క్షీరవిదారీ-మహాశ్వేతా - ఋక్షగన్ధికా॥ సీ॥ 3-అన్యా = నల్లనేలగుమ్ముడుపేళ్లు.
లాఙ్గలీ శారదీ తోయపిప్పలీ శకులాదనీ।	లాఙ్గలీ - శారదీ-తోయపిప్పలీ - శకులాదనీ॥సీ॥ ౪-నీరుపిప్పలిపేళ్లు, Jussieua repens.
ఖరాశ్వా కారవీ దీప్యో మయూరో లోచమస్తకః॥ ౧౫౭॥	ఖరాశ్వా-కారవీ॥సీ॥ - దీప్యః-మయూరః - లోచమస్తకః॥పు॥ ౫-ఓమముపేళ్లు, (Celosia cristata) The seed of bishop's-weed.
గోపీశ్యామా శారిబా స్యాచ్ఛన్దనోత్పలశారిబా। యోగ్య మృద్ధిస్సిద్ధి లక్ష్మ్యౌ (వృద్ధేరప్యాహ్వయా ఇమే)॥	గోపీ-శ్యామా-శారిబా-చన్దనా [పా] అనన్తా-ఉత్పలశారిబా॥ సీ॥ ౫ - సుగంధిపాలపేళ్లు, Periploca indica. యోగ్యమ్॥ న॥- ఋద్ధిః-సిద్ధిః-లక్ష్మీః॥ సీ ॥ ర - ఋద్ధియను గ్రంథ్యముపేళ్లు. వృద్ధియను గ్రంథ్యమునకును పేళ్లు.
కదలీ వారణబుసా రమ్భా మోచాంశుమత్ఫలా। కాష్ఠీలా	కదలీ-వారణబుసా-రమ్భా - మోచా - అంశుమత్ఫలా - కాష్ఠీలా ॥ సీ ॥ ౬-అరఁటిపేళ్లు, The banana or plantain tree.
ముద్గపర్ణీ తు కాకముద్గా సహేత్యపి॥ ౧౫౮॥	ముద్గపర్ణీ-కాకముద్గా - సహా॥ సీ॥ 3-పిల్లపెసరపేళ్లు, Asparagus racemosus.
వార్తాకీ హిఙ్గులీ సింహీ భణ్టాకీ దుష్ప్రధర్షిణీ।	వార్తాకీ-హిఙ్గులీ- సింహీ - భణ్టాకీ - దుష్ప్రధర్షిణీ॥సీ॥ ౫-ములకచెట్టుపేళ్లు, Egg plant.
నాకులీ సురసా నాగసుగన్ధా గన్ధనాకులీ॥ నకులేష్టా భుజఙ్గాక్షీ ఛత్రాకీ సువహా (చ సా।)	నాకులీ - సురసా - నాగసుగన్ధా - గన్ధనాకులీ- నకులేష్టా-భుజఙ్గాక్షీ-ఛత్రాకీ - సువహా॥సీ॥ ౮-సర్పాక్షిచెట్టుపేళ్లు. కొందఱు నాగసుగన్ధా అనుచోట రాస్నా-సుగన్ధా, అనియుంజెప్పుదురు.
విదారిగన్ధాంశుమతీ	విదారిగన్ధా-అంశుమతీ- సాలపర్ణీ [పా] శాలప

సాలపర్ణీ స్థిరా ధ్రువా॥ ౧౬౧॥

ర్ణీ-స్థిరా-ధ్రువా॥ స్త్రీ॥ ౫ - ముయ్యాకుపొన్న పేళ్లు, Hedysarum Gaujeticum.

తుణ్డికేరీ సముద్రాన్తా
కార్పాసీబదరేతి చ। భా
రద్వాజీ (తు సావన్యా)
శృఙ్గీతువృషభోవృషః॥ ౧౬౨॥

తుణ్డికేరీ-సముద్రాన్తా- కార్పాసీ [పా] కర్పాసీ బదరా॥ స్త్రీ॥ ౪-ప్రత్తిచెట్టు, Cotton tree.

భారద్వాజీ॥స్త్రీ॥౧-అడవిప్రత్తి, Wild cotton.

శృఙ్గీ॥స్త్రీ॥-వృషభః ॥పా॥ ఋషభః- వృషః॥ పు॥ ౩-వృషభమను నౌషధము పేళ్లు.

గాఙ్గేరుకీ నాగబలా ఝ
షా హ్రస్వగవేధుకా।
ధామార్గవో ఘోష
క(స్స్యా)
న్మహాజాలీ (సపీతకః)॥
జ్యోత్స్నీ పటోలికా
జాలీ

గాఙ్గేరుకీ- నాగబలా-ఝషా - హ్రస్వగవేధుకా ॥స్త్రీ॥ ౪-బీరచెట్టు పేళ్లు.

ధామార్గవః - ఘోషకః॥ పు॥ ౨- ఆవడచెట్టు పేళ్లు.

మహాజాలీ॥స్త్రీ॥౧ - పీతకః సః= పచ్చనిపువ్వులు గల యావడచెట్టు పేరు.

జ్యోత్స్నీ-పటోలికా - జాలీ॥ స్త్రీ॥ ౩- పొట్లచెట్టు పేళ్లు, The snake-gourd plant.

నాదేయీ భూమిజ
మ్బుకా।
స్యాల్లాఙ్గలీ క్యగ్నిశిఖా
కాకాఙ్గీ కాకనాసికా॥ ౧౬౪॥

నాదేయీ- భూమిజమ్బుకా॥ స్త్రీ॥ ౨ - నేలనేరేడు పేళ్లు, Premna herbacea.

లాఙ్గలికీ-అగ్నిశిఖా॥ స్త్రీ॥ ౨-తరిగొట్టుచెట్టు పేళ్లు.

కాకాఙ్గీ - కాకనాసికా॥స్త్రీ ॥ ౨-కాకిదొండపేళ్లు, Wild cherry.

కాథాపదీతు సువహా
ముసలీతాలమూలికా।
అజశృఙ్గీవిషాణీ (స్యా)
ద్గోజిహ్వా దార్వికే(స
మే)॥ ౧౬౫॥

కాథాపదీ - సువహా॥ స్త్రీ॥ ౨-చెప్పతట్టచెట్టుపేళ్లు, Cissus pedata.

ముసలీ - తాలమూలికా॥ స్త్రీ ॥ ౨-నేలతాటిపేళ్లు, Curculigo orchioides.

అజశృఙ్గీ - విషాణీ॥ స్త్రీ ॥ ౨-దుష్టుపుచెట్టుపేళ్లు, Odina wodier.

గోజిహ్వా - దార్వికా॥ స్త్రీ॥ ౨-ఎద్దునాలుకచెట్టు పేళ్లు. బెండచెట్టును, Phlomis esculenta.

తామ్బూలవల్లీ తా
మ్బూలీ నాగవల్ల్యప్య
థ ద్విజా। హరేణూ
రేణుకా కౌన్తీ కపిలా

తామ్బూలవల్లీ-తామ్బూలీ - నాగవల్లీ॥ స్త్రీ॥ ౩- తమలపాకుతీగెపేళ్లు, Betel.

ద్విజా-హరేణుః - రేణుకా - కౌన్తీ-కపిలా-భస్మగన్ధినీ॥ స్త్రీ ॥ ౬ - రేణుక అను గ్రంథ్యము పేళ్లు.

భస్మగన్ధినీ॥ ౧౬౬॥
ఏలావాలుక మైలే
యం సుగన్ధి హరివాలు
కమ్। వాలుకం చా
థ పాలఙ్క్యాముకున్దక
కున్దకున్దురూ॥ ౧౬౭॥
బాలంహ్రీబేర బర్హిష్ఠో
దీచ్యం కేశామ్బు నామ
చ। కాలానుసార్య వృ
ద్ధాఽశ్మపుష్పశీతశివాని
తు॥ ౧౬౮॥ శైలేయం
తాలపర్ణీ తు దైత్యా
గన్ధకుటీ మురా। గన్ధినీ
గజభక్ష్యాతు సువహా
సురభీరసా॥ మహేరణా
కున్దురుకీ సల్లకీ హ్లాదినీ
తిచ। అగ్నిజ్వాలాసుభి
క్షాతు ధాతకీ ధాతృపు
ష్పికా॥ ౧౭౦॥
పృథ్వీకా చన్ద్రబాలై
లా నిష్కుటి ర్బహులా
(ఉథ సా।సూక్ష్మో) ప
కుఞ్చి కా తుత్థా కోరఙ్గీ
త్రిపుటా త్రుటిః॥ ౧౭౧॥
వ్యాధిః కుష్ఠం పారిభా
వ్యం వాప్యం పాకలము
త్పలమ్॥
శఙ్ఖినీ చోరపుష్పీస్యా

తక్కోలము.

ఏలావాలుకమ్ [పా]ఏలవాలుకమ్- ఐలేయమ్ ॥న॥-సుగన్ధి ॥న్॥ హరివాలుకమ్-వాలుకమ్॥ న ॥ ౫ - కూఁతురుబుడుమపేళ్లు. నూఁగుదోసచెట్టు, Bryonia Scabra.

పాలఙ్క్యా॥సీ॥-ముకున్దః-కున్దః [పా] కున్దుః-కున్దురుః॥పు॥౪-కుందురుష్క మను గంధద్రవ్యము.

బాలమ్-హ్రీబేరమ్-బర్హిష్ఠమ్ - ఉదీచ్యమ్ - కేశామ్బునామ॥న॥౫-కురువేరుపేళ్లు, Andropogon muricatum.

కాలానుసార్యమ్ - వృద్ధమ్ - అశ్మపుష్పమ్ - శీతశివమ్-శైలేయమ్॥ న ॥ ౫- రాతిపువ్వుపేళ్లు, Benzoin; stone flower.

తాలపర్ణీ-దైత్యా-గన్ధకుటీ-మురా - గన్ధినీ॥సీ॥ ౫-మురయను గ్రంథ్యముపేళ్లు.

గజభక్ష్యా-సువహా - సురభిః-రసా - మహేరణా-కున్దురుకీ [పా]కున్దరుకీ-సల్లకీ-హ్లాదినీ॥ సీ ॥ ౮- అందుగుచెట్టు, Boswellia serrata.

అగ్నిజ్వాలా-సుభిక్షా-ధాతకీ - ధాతృపుష్పికా ॥సీ॥౪-ధాతకీకుసుమ మను గ్రంథ్యముపేళ్లు. ఆరెపువ్వు, Lythrum fruticosum.

పృథ్వీకా- చన్ద్రబాలా- ఏలా - నిష్కుటిః- బహులా॥సీ॥౫-పెద్దయేలకులు, Large cardamoms.

ఉపకుఞ్చికా- తుత్థా [పా] తుచ్ఛా- కోరఙ్గీ-త్రిపుటా-త్రుటిః॥ సీ॥ ౫-సన్నయేలకులపేళ్లు, Small cardamoms.

వ్యాధిః॥పు॥-కుష్ఠమ్- పారిభావ్యమ్- వాప్యమ్-పాకలమ్- ఉత్పలమ్॥ న॥ ౬ - చెంగల్వకోష్టుపేళ్లు, Costus.

శఙ్ఖినీ-చోరపుష్పీ- కేశినీ॥సీ॥ 3 - కడిలపుచెట్టు

త్కేశి(న్య

పేళ్లు, Andropogon aciculetum.

థ) వితున్నకః॥౧౭౩॥ ఝటా౽మలా౽జ్ఝటా తాలీశివా తామలకీ

వితున్నకః॥ పు॥-ఝటా-అమలా- అజ్ఝటా- తాలీ-శివా-తామలకీ॥సీ॥౭- నేలయుసిరిక పేళ్లు.

తిచ। ప్రపౌణ్డరీకం పౌణ్డర్య

ప్రపౌణ్డరీకమ్- పౌణ్డర్యమ్ [పా] పుణ్డర్యమ్॥ న॥ ౨-పుండరీకమను గ్రంథ్యముపేళ్లు.

(మథ)తున్నః కుబేరకః॥ కుణిః కచ్ఛః కాన్తలకో నన్దివృక్షో౽

తున్నః- కుబేరకః- కుణిః- కచ్ఛః- కాన్తలకః- నన్దివృక్షః॥ పు॥౬ - నందివృక్షముపేళ్లు, Cedrela Toona.

థరాక్షసీ। చణ్డా ధనహారీ క్షేమ దుష్పత్ర్ర గణహాసకాః॥ ౧౭౪॥

రాక్షసీ-చణ్డా-ధనహారీ॥ సీ॥- క్షేమః- దుష్పత్త్రః- గణహాసకః॥ పు॥౬ - నల్లకచోరముపేళ్లు. బలరక్కసిపేళ్లని కొందఱందురు, Zedoary.

వ్యాలాయుధం వ్యాఘ్రనఖం కరజం చక్రకారకమ్।

వ్యాలాయుధమ్ [పా] వ్యాడాయుధమ్ - వ్యాఘ్రనఖమ్-కరజమ్[పా] కరజ్ఞమ్ - చక్రకారకమ్॥ న॥౪ - వ్యాఘ్రనఖ మనుగంధద్రవ్యము పేళ్లు. పులిగోరుచెట్టు, A perfume.

సుషిరా విద్రుమలతా కపోతాఙ్ఘ్రి ర్నటీ నలీ॥ ధమ న్యఞ్జన కేశీచ

సుషిరా [పా] శుషిరా-విద్రుమలతా-కపోతాఙ్ఘ్రిః-నటీ-నలీ-ధమనీ - అఞ్జనకేశీ॥ సీ॥౭-నళియను గంధద్రవ్యముపేళ్లు. గువ్వగుత్తిక.

హను ర్హట్టవిలాసినీ। శుక్తి శ్శఙ్ఖః ఖురః కోలదలం నఖ

హనుః-హట్టవిలాసినీ-శుక్తిః॥సీ॥-శఙ్ఖః-ఖురః॥ పు॥ కోలదలమ్-నఖమ్ ॥న॥౭- నఖమనుగంధద్రవ్యముపేళ్లు. కొందఱుసుషిరాదులు ౫-నళికిని, ధమని మొదలు ౪-బెత్తమునకును,శుక్తిమొదలు ౫- నఖమునకును పేళ్లందురు.

మథాఢకీ॥ కాక్షీ మృత్స్నా తువరికా మృత్తాలక సురాష్ట్రజే।

ఆఢకీ-కాక్షీ-మృత్స్నా - తువరికా॥సీ॥ - మృత్తాలకమ్ [ప] మృత్ ॥ద్॥ - తాలకమ్ - సురాష్ట్రజమ్॥న॥౬-తొవరిమన్ను, A fragrant earth.

కుటన్నటం దాశపురం వానేయంపరి పేలవమ్॥

కుటన్నటమ్-దాశపురమ్ - వానేయమ్- పరిపేలవమ్-ప్లవమ్ - గోపురమ్-గోనర్దమ్- కైవర్తీము

ప్లవ గోపుర గోనర్ద కై వర్తీ ముస్తకాని చ।

...స్తకమ్॥ న॥ ౮ - తుంగముస్తలపేళ్లు, Cyperus rotundus.

గ్రన్థిపర్ణం శుకం బర్హం పుష్పం స్థౌణేయ కుక్కురే॥ ౧౭౮॥

గ్రన్థిపర్ణమ్- శుకమ్ - బర్హమ్-పుష్పమ్ (ప) బర్హపుష్పమ్ [పా] బర్హిపుష్పమ్-స్థౌణేయమ్-కుక్కురమ్॥ న॥౬ - స్థౌణేయక మనుగంధద్రవ్యము. పచ్చాకును మాచిపత్రియు, A perfume.

మరున్మాలా తు పిశునా స్పృక్కా దేవీ లతా లఘుః। సముద్రాన్తా వధూః కోటివర్షా లఙ్కోపి కేత్యపి॥ ౧౭౯॥

మరున్మాలా (ప) మరుత్ - మాలా - పిశునా - స్పృక్కా [పా] పృక్కా - దేవీ - లతా-లఘుః-సముద్రాన్తా-వధూః- కోటివర్షా-లఙ్కోపికా [పా] లఙ్కాసికా॥ సీ॥౧౦-స్పృక్క యనుగంధద్రవ్యముపేళ్లు, Medicago esculenta.

తపస్వినీ జటామాంసీ జటిలా లోమశా మిశీ।

తపస్వినీ- జటామాంసీ- జటిలా- లోమశా- మిశీ॥ సీ॥౬- జటామాంసిపేళ్లు, Indian Spikenard.

త్వక్పత్ర ముత్కటం భృఙ్గం త్వచం చోదం వరాఙ్గకమ్॥ ౧౮౦॥

త్వక్॥చ్,సీ॥-పత్రమ్- ఉత్కటమ్- భృఙ్గమ్ - త్వచమ్-చోదమ్[పా] చోచమ్-వరాఙ్గకమ్॥ న॥ ౭- లవంగచెక్కపేళ్లు, Cassia lignea.

కర్చూరకో ద్రావిడకః కాల్పకో వేధముఖ్యకః।

కర్చూరకః- ద్రావిడకః- కాల్పకః- వేధముఖ్యకః॥పు॥౪-గంధకచోలము, Curcuma Zerumbet.

ఓషధ్యో (జాతిమాత్రేస్యు)

ఓషధ్యః(ప) ఓషధయః॥ సీ,బ॥ ౧ - ఆకారభేదములచే వేర్వేఱుగాఁ దెలియఁబడు లతాదిజాతులయందవర్తించును, A herb, or deciduous plant.

(రజాతౌ సర్వ) మౌషధమ్॥ ౧౮౧॥

ఔషధమ్॥న॥౧- జాతివ్యతిరిక్తములై రోగహరములైనవానికన్నిటికిని పేరు, A drug.

శాకా (ఖ్యంపత్త్రపుష్పాది)

శాకమ్॥ న॥౧-భోజనార్హములైనయాకులు పువ్వులు మొదలైనవానిపేరు, An esculent plant.

తణ్డులీయో౽ల్పమారిషః।

తణ్డులీయః - అల్పమారిషః॥పు॥ ౨ - చిర్రికూరపేళ్లు, Amaranthus polygamus.

విశల్యా౽గ్నిశిఖా౽నన్తా ఫలినీ శక్రపుష్పి

విశల్యా-అగ్నిశిఖా - అనన్తా-ఫలినీ [పా] హాలినీ-శక్రపుష్పికా॥ సీ॥ ౫ - నాగేటిచాలుకూరపేళ్లు.

కా॥ ౧౯౩॥

వెన్న వెదురుకూర.

స్యా ద్భూతికగన్ధా భగ
లా ణ్డ్యావేగీ వృద్ధదార
కః । జుజ్గో

భూతికగన్ధా - భగలాణ్డీ [పా] భగలాన్త్రీ - ఆవేగీ ॥సీ॥-వృద్ధదారకః-జుజ్గః ॥ పు॥ ౫ - బొద్దికూర పేళ్లు. కొందఱు ఆవేగిశబ్దము త్తరపదసాహచర్యముచేత నకారాంతపుల్లింగమనిరి.

బ్రాహ్మీతు మత్స్యా
క్షీ వయస్థా సోమవల్లరీ॥
పటుపర్ణీ హైమవతీ ।
స్వర్ణక్షీరీ హిమావతీ ।

బ్రాహ్మీ(పా) బ్రహ్మీ-మత్స్యాక్షీ-వయస్థా-సోమవల్లరీ॥ సీ॥౪-పొన్నగంటికూర, Illecebrum Sessile.

పటుపర్ణీ - హైమవతీ-స్వర్ణక్షీరీ - హిమావతీ॥ సీ॥౪-కంకోష్టుపేళ్లు.

హయపుచ్ఛీ తు కా
మ్బోజీ మాషపర్ణీ మ
హాసహా॥ ౧౯౪॥

హయపుచ్ఛీ - కామ్బోజీ - మాషపర్ణీ-మహాసహా॥సీ॥౪-కారుమినుము పేళ్లు.

తుణ్డికేరీ ర క్తఫలా బి
మ్బికా పీలుపర్ణ్యపి ।
బర్బరా కబరీ తుజ్గీ
ఖరపుష్పాఽజగన్ధికా॥

తుణ్డికేరీ - ర క్తఫలా - బిమ్బికా-పీలుపర్ణీ॥ సీ॥ ౧-దొండచెట్టుపేళ్లు, Bryonia grandis.

బర్బరా - కబరీ - తుజ్గీ - ఖరపుష్పా-అజగన్ధికా॥ సీ॥ ౫-వాయింటచెట్టు, Ocymum gratissimum.

ఏలాపర్ణీ తు సువహా
రాస్నా యు క్తరసా (చ
సా) । చాజ్గేరీ చుక్రికా
ద న్తశఠాఽ మ్బష్ఠాఽ
మ్లలోణికా॥ ౧౯౬॥

ఏలాపర్ణీ - సువహా - రాస్నా-యు క్తరసా॥ సీ॥ ౪-సన్నరాస్నముపేళ్లు, Mimosa octandra.

చాజ్గేరీ-చుక్రికా - ద న్తశఠా-అమ్బష్ఠా - అమ్లలోణికా॥సీ॥పులిచింత పేళ్లు, Oxalis monadelpha.

సహస్రవేధీ చుక్రోఽ
మ్లవేతస శ్శతవేధ్యపి ।
నమస్కారీ గణ్డకాలీస
మజ్గాఖదిరేత్యపి॥౧౯౭॥

సహస్రవేధీ॥ న్॥ - చుక్రః - అమ్లవేతసః-శతవేధీ॥న్,పు॥ ౪-పుల్లప్రబ్బలిపేళ్లు, Sorrel.

నమస్కారీ-గణ్డకాలీ-సమజ్గా-ఖదిరా ॥సీ॥౪-ముడుగుదామర పేళ్లు, Lycopodium imbricatum.

జీవన్తీ జీవనీ జీవా జీ
వనీయా మధుః స్రవా।
కూర్చశీర్షో మధురకః
శృజ్గహ్రస్వాజ్గజీవకాః ॥

జీవన్తీ-జీవనీ-జీవా-జీవనీయా-మధుః-స్రవా[ప] మధుస్రవా॥సీ॥ ౫-పాలకూర, Minusops Kauki.

కూర్చశీర్షః-మధురకః-శృజ్గః -హ్రస్వాజ్గః-జీవకః॥ పు॥ ౬-జీవకమను నౌషధముపేళ్లు.

కిరాతతిక్తోభూనిమ్బో ఽనార్యతిక్తో ఽ	కిరాతతి క్తః-భూనిమ్బః - అనార్యతి క్తః ॥ పు॥ ౩-నేలవేముపేళ్లు, Gentiana cherayta.
థస ప్తలా । విమలాసాతలా భూరిఫేనా చర్మకషేత్యపి॥ ౧౮౯॥	స ప్తలా-విమలా - సాతలా-భూరిఫేనా - చర్మకషా॥ సీ॥ ౫-సంబరేణిపేళ్లు.
వాయసోలీ స్వాదురసా వయస్థా ఽ	వాయసోలీ - స్వాదురసా - వయస్థా [పా] కాయస్థా॥సీ॥౩-కాకోలిపేళ్లు. కారుగోలిమి.
థ మకూలకః । నికుమ్భో దన్తికా ప్రత్యక్ శ్రేణ్యుదుమ్బరపర్ణ్యపి॥	మకూలకః [పా] ముకూలకః - నికుమ్భః॥పు॥ దన్తికా - ప్రత్యక్ శ్రేణీ - ఉదుమ్బరపర్ణీ॥ సీ॥ ౫-దంతిచెట్టుపేళ్లు.
అజమోదాతూగ్రగన్ధా బ్రహ్మదర్భా యవానికా।	అజమోదా-ఉగ్రగన్ధా-బ్రహ్మదర్భా - యవానికా॥సీ॥౪-ఒకదినుసు ఓమముపేళ్లు, Carum carui.
(మూలే) పుష్కరకాశ్మీర పద్మపత్రాణి (పౌష్కరే)॥ ౧౯౧॥	పుష్కరమ్-కాశ్మీరమ్ - పద్మపత్రమ్॥ న॥ ౩-పౌష్కరేమూలే = పుష్కరమూలము. కాశ్మీరదేశపుమెట్టతామరదుంప, Costus speciosus.
అవ్యథాతిచరా పద్మాచారటీ పద్మచారిణీ ।	అవ్యథా-అతి చరా-పద్మా-చారటీ-పద్మచారిణీ॥ సీ॥౫-కాశ్మీరదేశపుతామర, Hibiscus mutabilis.
కామ్పిల్యఃకర్కశశ్చన్ద్రో రక్తాఙ్గో రోచనీత్యపి॥ ౧౯౨॥	కామ్పిల్యః-కర్కశః-చన్ద్రః - రక్తాఙ్గః॥ పు॥ - రోచనీ ॥ సీ॥ ౫ - కంపిలముపేళ్లు- రోచని యనునౌషధము.
ప్రపున్నాడ స్త్వేడగజో దద్రుఘ్న శ్చక్రమర్దకః । పద్మాటఉరణాకుశ్చ	ప్రపున్నాడః - ఏడగజః-దద్రుఘ్నః - చక్రమర్దకః-పద్మాటః - ఉరణాకుః [పా] ఉరణాఖ్యః॥ పు॥ ౬-తగిరిసచెట్టుపేళ్లు, Cassia Alata.
పలాణ్డుస్తు సుకన్దకః ॥ ౧౯౩॥	పలాణ్డుః-సుకన్దకః॥ పు॥ ౨ - నీరుల్లిపేళ్లు. ఎఱ్ఱయుల్లి, Onion. Allium cepa.
లతార్కః దుద్రుమౌ (తత్ర హరితే)	లతార్కః-దుద్రుమః॥ పు॥ ౨ - హరితేతత్ర = పచ్చనీరుల్లిపేళ్లు, A green onion.
(ఽథ)మహౌషధమ్।	మహౌషధమ్-లశునమ్॥న॥-గృఞ్జనః - అరిష్టః-

లశునం గృఞ్జనారిష్ట మహాకన్ద రసోనకాః॥

మహాకన్దః-రసోనకః॥ పు॥ ౬-వెల్లుల్లి పేళ్లు. తెల్లయుల్లి, Garlick. [Hogweed.

పునర్నవాతు శోథఘ్నీ వితున్నం సునిషణ్ణకమ్।

పునర్నవా - శోథఘ్నీ ॥ సీ ॥ ౨-గలిజేరు పేళ్లు, వితున్నమ్ - సునిషణ్ణకమ్॥ న॥ ౨-నీరుచెంచలి పేళ్లు, Marsilea dentata.

(స్యా)ద్వాతకశ్శీతలో ఽపరాజితా శణపర్ణ్యపి॥ ౧౯౫॥

వాతకః॥పు॥ [పా] వాతకీ॥సీ॥-శీతలః॥ పు॥ [పా] శీతలా-అపరాజితా - శణపర్ణీ [పా] అసనపర్ణీ॥ సీ॥ ౪-సోమిదపుచెట్టు పేళ్లు, Pentaptera tomentosa.

పారావతాఙ్ఘ్రిః కటభీ పణ్యా జ్యోతిష్మతీ లతా।

పారావతాఙ్ఘ్రిః॥సీ॥ - కటభీ-పణ్యా - జ్యోతిష్మతీ-లతా॥సీ॥౫-ఎక్కుడుదీఁగె పేళ్లు. మానేరుతీఁగె-మెఱపుతీఁగె. Heart-pea.

వార్షికం త్రాయమాణా(స్యా)త్త్రాయన్తీ బలభద్రికా॥ ౧౯౬॥

వార్షికమ్॥ న॥- త్రాయమాణా- త్రాయన్తీ-బలభద్రికా॥సీ॥౪-కలుగానుగు పేళ్లు.

విష్వక్సేనప్రియాఘృష్టి ర్వారాహీ బదరేత్యపి।

విష్వక్సేనప్రియా- ఘృష్టిః [పా] గృష్టిః-వారాహీ-బదరా॥సీ॥౪-పందితీఁగె పేళ్లు, Dioscorea.

మార్కవో భృఙ్గరాజ (స్స్యా)

మార్కవః-భృఙ్గరాజః ॥ పు ॥ ౨ - గుంటగలిజేరు పేళ్లు. Trailing Eclipta.

త్కాకమాచీతు వాయసీ॥ ౧౯౭॥

కాకమాచీ-వాయసీ॥సీ॥ ౨- కాఁచిచెట్టు పేళ్లు, Solanum trilobatum.

శతపుష్పాసితచ్ఛత్త్రాఽతిచ్ఛత్త్రామధురామిసిః। అవాక్పుష్పీ కారవీ చ

శతపుష్పా - సితచ్ఛత్త్రా - అతిచ్ఛత్త్రా - మధురా-మిసిః [పా] మసిః- అవాక్పుష్పీ - కారవీ॥ సీ॥ ౭-పెద్దసదాప పేళ్లు. అడవిసదాప. Anise.

సారణీ తు ప్రసారణీ॥ (తస్యాం) కటమ్భరారాజబలా భద్రబలేతి చ।

సారణీ [పా] సారణా - ప్రసారణీ - కటమ్భరా-రాజబలా - భద్రబలా-॥ సీ ॥ ౫ - గొంతెమగోరుచెట్టు పేళ్లు, Pæderia fœtida.

జనీ జతూకా జననీ జతుకృ చ్చక్రవర్తినీ ॥ ౧౯౮ ॥ సంస్పర్శాఽ

జనీ- జతూకా [పా] జనూకా- జననీ [పా] రజనీ-జతుకృత్ [పా] జన్తుకృత్ -చక్రవర్తినీ- సంస్పర్శా॥సీ॥౬-కోరిందచెట్టు పేళ్లు

థ శటీ గన్ధమూలీ షడ్గ్రన్థి(కేత్యపి)। కర్చూరోఽపి పలాశోఽ	శటీ-గన్ధమూలీ-షడ్గ్రన్థికా ॥ స్త్రీ ॥- కర్చూరః [పా] కర్బురః- పలాశః॥ పు॥ ౫ - గంట్లకచోరము పేళ్లు, A species of Curcuma.
థ కారవేల్లః కటిల్లకః॥ ౨౦౦॥ సుషవీ(చా	కారవేల్లః-కటిల్లకః[పా] కఠిల్లకః॥పు॥- సుషవీ [పా]సుశవీ॥ స్త్రీ॥౩- కాఁకరచెట్టుపేళ్లు, Momordica charantia.
థ) కులకం పటోలస్తిక్తకః పటుః।	కులకమ్॥న॥-పటోలః-తిక్తకః-పటుః ॥ పు ॥ ౪-చేదుపొట్లపేళ్లు, Trichosanthes dioeca.
కూశ్మాణ్డకస్తు కర్కారు	కూశ్మాణ్డకః [పా] కూష్మాణ్డకః-కర్కారుః॥ పు॥ ౨-గుమ్మడుచెట్టుపేళ్లు, A pumpkin gourd.
రుర్వారుః కర్కటీ (స్త్రియౌ) ॥౨౦౧॥	ఉర్వారుః-కర్కటీ ॥ స్త్రీ॥ ౨ - దోసచెట్టుపేళ్లు, Cucumber.
ఇక్ష్వాకుః కటుతుమ్బీ (స్యాత్)	ఇక్ష్వాకుః-కటుతుమ్బీ ॥స్త్రీ ॥ ౨- వదరుచెట్టుపేళ్లు, చేదుసొర, A bitter gourd.
తుమ్బ్యలాబూ (రుభే సమే)।	తుమ్బీ-అలాబూః[పా]అలాబుః (ప) అలాబుః ॥స్త్రీ॥ఆనుగపుచెట్టుపేళ్లు, సొర,Cucurbita legeneris.
చిత్రా గవాక్షీ గోడుమ్బా	చిత్రా-గవాక్షీ-గోడుమ్బా॥ స్త్రీ॥ ౩- పిల్లపాపరచెట్టుపేళ్లు. బుడమపేళ్లును.
విశాలాత్విన్ద్రవారుణీ॥ ౨౦౨॥	విశాలా-ఇన్ద్రవారుణీ॥ స్త్రీ॥ ౨- పెద్దపాపరపేళ్లు, Coloquintida. Cucumis Colocynthis.
అర్శోఘ్న స్సూరణః కన్దో	అర్శోఘ్నః-సూరణః-కన్దః॥ పు॥ ౩-కందపేళ్లు, Arum campanulatum.
గణ్డీరస్తు సమష్ఠిలా ।	గణ్డీరః॥పు॥ -సమష్ఠిలా॥ స్త్రీ॥ ౨-ఏఱువంగపేళ్లు.
కలమ్బ్యుపోదకా (ఽ స్త్రీతు) మూలకం హిలమోచికా॥౨౦౩॥వాస్తుకం (శాకభేదాఃస్యుః)	కలమ్బీ ॥స్త్రీ ॥- ఉపోదకా [ప] ఉపోదకీ॥ స్త్రీ ॥- మూలకమ్॥ ష్న॥-హిలమోచికా ॥ స్త్రీ॥-వాస్తుకమ్ (ప) వాస్తూకమ్॥ న ॥- ఈ ౫ ను పరుసగా తీఁగ బచ్చలి (Convolvulus repenes), దుంప బచ్చలి (Basella rubra), ముల్లంగి (Radish), చిలుకకూర (Hingtsha repens), చక్రవర్తికూర (Chenopodi-

um album) అను నైదు శాక భేదముల పేళ్లు.

దూర్వా తు శతపర్వికా।సహస్రవీర్యా భార్గవ్యౌ రుహాఽనన్తాఽ (థ సాసితా)॥ ౧౫౮॥

దూర్వా - శతపర్వికా - సహస్రవీర్యా - భార్గవీ - రుహా - అనన్తా ॥ స్త్రీ॥ ౬ - గఱిక పేళ్లు, Bent grass. (Agrotis linearis.)

గోలోమీ శతవీర్యా చ గణ్డాలీ శకులాక్షకః।

గోలోమీ - శతవీర్యా॥ స్త్రీ॥ ౨ - సితా సా = తెల్ల గఱిక పేళ్లు. గణ్డాలీ॥ స్త్రీ॥ - శకులాక్షకః॥ పు॥ ౨ - తీఁగె గఱిక పేళ్లు. ఈరను తెల్లగఱిక పేళ్లని కొందఱు.

కురువిన్దో మేఘనామా ముస్తా ముస్తక(మ స్త్రియామ్)॥ ౧౫౯॥

కురువిన్దః - మేఘనామా ॥ న్॥ పు॥ - ముస్తా॥ స్త్రీ॥ - ముస్తకమ్॥ న॥ ౪ - నిడుపు తుంగముస్తల పేళ్లు, Cyperus rotundus.

(స్యా) ద్భద్రముస్తకో గున్ద్రా

భద్రముస్తకః॥ పు॥ గున్ద్రా॥ స్త్రీ॥ ౨ - రాగముస్తల పేళ్లు. భద్రముస్తలు, Cyperus pertinuis.

చూడాలా చక్రలోచ్చటా।

చూడాలా - చక్రలా - ఉచ్చటా॥ స్త్రీ॥ ౩ - వట్రువ ముస్తల పేళ్లు.

వంశే త్వక్సారకర్మార త్వచిసార తృణధ్వజాః॥ శతపర్వా యవఫలో వేణు మస్కర తేజనాః॥

వంశః - త్వక్సారః - కర్మారః - త్వచిసారః - తృణ ధ్వజః - శతపర్వా॥ న్॥ - యవఫలః - వేణుః - మస్కరః - తేజనః॥ పు॥ ౧౦ - వెదురు పేళ్లు, A bamboo.

(వేణవః) కీచకా (స్తే స్యు ర్యే స్వన న్త్యనిలో ద్ధతాః)॥ ౧౬౦॥

కీచకాః॥ పు, బ॥ ౧ - వాయువుచేతఁ గొట్టఁబడి శబ్దించుచున్న వెదుళ్ల పేరు, The whistling bamboos.

గ్రన్థి(ర్నా)పర్వపరుషీ

గ్రన్థిః॥ పు॥ - పర్వ ॥ న్॥ - పరుః ॥ స్॥ న॥ ౩ - వెదురు గణుపుల పేళ్లు. పరుశబ్దము కారాంత పుల్లింగము నుంగలదని కొందఱందురు. A knot or joint.

గున్ద్రస్తేజనక శ్శరః।

గున్ద్రః - తేజనకః - శరః॥ పు॥ ౩ - కాకివెదురు పేళ్లు, Saccharum Sara.

నడ స్తు ధమనః పోటగలోఽ

నడః - ధమనః - పోటగలః॥ పు॥ ౩ - కిక్కసకసవు పేళ్లు. గనుపదంటు, A reed.

థో కాశ(మస్త్రియామ్)

కాశమ్॥ న్న॥ - ఇక్షుగన్ధా॥ స్త్రీ॥ - పోటగలః ॥ పు॥ ౩ -

౨౦౮ ॥ ఇక్షుగన్ధా పోటగలః (పుంభూమనితు) బల్బజాః ।	తెల్లుకసవుపేళ్లు. బల్బజాః॥పు, బ॥ ౧-మోదయపుకసవుపేరు, ఈరను తెల్లుకసవుపేళ్లని కొందఱందురు. Saccharum Spontaneum.
రసాల ఇక్షు	రసాలః-ఇక్షుః॥పు॥-౨-చెఱకుపేళ్లు, Sugarcane.
(స్తద్భేదాః) పుణ్డ్రకాన్తారకాదయః॥ ౨౦౯॥	పుణ్డ్రః-కాన్తారకః-ఆదిపదముచే, కోశకారః॥పు॥ మొదలైనవి, తద్భేదాః=చెఱకువిశేషములు.
స్యాద్వీరణం వీరతరం	వీరణమ్-వీరతరమ్॥ న ॥ -౨-అవురుకసవుపేళ్లు, Andropogon muricatum.
(మూలేఽస్యో) శీర(మస్త్రియామ్)। అభయంనలదంసేవ్య మమృణాలం జలాశయమ్॥ ౨౧౦ ॥ లామజ్జకం లఘులయ మవదాహేష్టకాపథే ।	ఉశీరమ్॥ప్న॥-అభయమ్ - నలదమ్ - సేవ్యమ్-అమృణాలమ్-జలాశయమ్-లామజ్జకమ్ - లఘులయమ్-(ప) లఘు-లయమ్- అవదాహమ్ - ఇష్టకాపథమ్॥ న॥ ౧౦- అస్య=ఈయవురుకసవుయొక్క, మూలే=వేరుపేళ్లు. అవేవట్టివేళ్లు, Cas-cus.
(నడాదయ) స్తృణం (గర్ముచ్ఛ్యామాక ప్రముఖా అపి)॥ -౨౧౧॥	నడాదయః=నడశబ్దము మొదలిదివఱకునైన శబ్దములచేతఁ జెప్పఁబడినవియు; గర్ముచ్ఛ్యామాకప్రముఖా అపి,గర్ముత్ =ఊడలు,శ్యామాకః=చామలు, ప్రముఖాఅపి=ఇవి మొదలైన తృణధాన్యవాచకశబ్దములచేతఁజెప్పఁబడఁగలవియు,తృణమ్॥ న॥ తృణమని చెప్పఁబడును, A gramineous plant.
(అస్త్రీ) కుశం కుథో దర్భః పవిత్ర	కుశమ్॥ప్న॥-కుథః - దర్భః॥పు॥ - పవిత్రమ్॥న॥ ౪-దర్భలపేళ్లు, Sacrificial grass.
(మథ) కత్తృణమ్।పౌర సౌగన్ధిక ధ్యామ దేవజగ్ధక రౌహిషమ్॥	కత్తృణమ్-పౌరమ్- సౌగన్ధికమ్ - ధ్యామమ్-[పా]ధ్యాయమ్- దేవజగ్ధకమ్- రౌహిషమ్॥ న॥ ౬ - కామంచికసవుపేళ్లు, A fragrant grass.
ఛత్త్రాతిచ్ఛత్త్ర పాలఘ్నౌ మాలాతృణక భూస్తృణే।	ఛత్త్రా॥స్త్రీ॥-అతిచ్ఛత్త్రః [ప] ఛత్త్రాతిచ్ఛత్త్రః - పాలఘ్నః॥పు॥ 3 - ఛత్త్రాకారమైనకసవుపేళ్లు, A mushroom, మాలాతృణకమ్-భూస్తృణమ్॥ న ॥ -౨-చిప్పకసవు, Andropogon schœnanthus.

శష్పం బాలతృణం

శష్పమ్ [పా] శస్యమ్-బాలతృణమ్ ॥ న ॥ ౨-లేఁతకసవుపేళ్లు, Young grass.

ఘాసో యవసం

ఘాసః-యవసం(ప)యావసః॥ పు॥.౨-పశువులు మొదలైనవితినఁదగినకసవుపేళ్లు, Meadow grass.

తృణ మర్జునమ్॥ ౧౬౫॥

తృణమ్-అర్జునమ్॥ న ॥ ౨ - సామాన్యముగా కసవుపేళ్లు, Grass.

(తృణానాం సంహతి) స్తృణ్యా

తృణ్యా॥సీ॥ ౧-తృణానామ్=కసవుయొక్క, సంహతిః=సమూహముపేరు, Abundance of grass.

నడ్యాతు (నడసంహతిః)।

నడ్యా॥సీ॥ ౧-నడసంహతిః = గనుపకసవుగుంపుపేరు. కిక్కసకసవుగుంపు. Abundance of reeds.

తృణరాజా (హ్వాయ) స్తాలో

తృణరాజః-తాలః॥ పు ॥_౨ - తాటిచెట్టుపేళ్లు, Palmyra.

నాలికేర స్తు లాఙ్గలీ॥ ౧౬౬॥

నాలికేరః[పా] నారికేలః॥పు॥-లాఙ్గలీ॥న్,పు-ఈ, స్త్రీ॥ ౨-టెంకాయచెట్టుపేళ్లు, Cocoanut.

ఘోణ్టాతుపూగః క్రముకో గువాకః ఖపురో

ఘోణ్టా॥ సీ॥ పూగః - క్రముకః - గువాకః-(ప) గూవాకః-ఖపురః॥పు॥ ౫ - పోకచెట్టు, Areca Faufel. [canut.

(౽స్యతు। ఫల)ముద్వేగ

ఉద్వేగమ్॥ న॥౧ - ఈపోకచెట్టుఫలము, Are-

(మే తేచ హిన్తాలసహితా స్త్రయః ॥ ౧౬౭ ॥ ఖర్జూరః కేతకీ తాలీ ఖర్జూరీ చ)తృణద్రుమాః।

హిన్తాలసహితాః=గిఱకతాటి (Marshy date) తోఁగూడుకొనియున్న, ఏతేత్రయశ్చ=ఈ చెప్పఁబడిన తాలనారికేల క్రముకములు మూఁడును, ఖర్జూరః=ఖర్జూరవృక్షము (Date,), కేతకీ= మొగలిచెట్టు (Pandanus odoratissimus), తాలీ=శ్రీతాళివృక్షము (Corypha Talliera),ఖర్జూరీ=ఈఁతచెట్టు (Wild date) ఈరను కూడి యెనిమిదియు తృణవృక్షము లనంబడును, A palm.

ఇతి వనౌషధివర్గః.

అరణ్యముతోను ఓషధులతోను జేరిన పదసమూహము ముగిసెను.

సింహో మృగేన్ద్రః

సింహః-మృగేన్ద్రః - పఞ్చాస్యః - హర్యక్షః-

పఞ్చాస్యోహర్యక్షః కేసరీ హరిః॥ ౨౧౬॥	కేసరీ॥న్॥-హరిః॥పు॥౬-సింహముపేళ్లు, A lion.
[కణ్ఠీరవోగజరిపుః పిఙ్గదృష్టిర్మృగాధిపః॥]	[కణ్ఠీరవః-గజరిపుః-పిఙ్గదృష్టిః-మృగాధిపః॥పు॥౪] అధికపాఠము.
శార్దూలద్వీపినౌవ్యాఘ్రే	శార్దూలః - ద్వీపీ॥న్॥-వ్యాఘ్రః॥పు॥ ౩ - పెద్దపులిపేళ్లు, A tiger.
తరక్షుస్తుమృగాదనః।	తరక్షుః-మృగాదనః ॥ పు॥౨ - సివంగిపేళ్లు, A hyena.
వరాహః సూకరో ఘృష్టిః కోలః పోత్రీ కిరిః కిటిః॥ ౨౧౭॥ దంష్ట్రీ ఘోణీ స్తబ్ధరోమా క్రోడో భూదార(ఇత్యపి)	వరాహః-సూకరః[పా]శూకరః - ఘృష్టిః[పా]గృష్టిః-కోలః-పోత్రీ॥న్॥-కిరిః - కిటిః - దంష్ట్రీ॥న్॥-ఘోణీ॥న్॥- స్తబ్ధరోమా॥ న్॥-క్రోడః - భూదారః॥పు॥౧౨-అడవిపందిపేళ్లు, A hog.
కపి ప్లవఙ్గ ప్లవగ శాఖామృగ వలీముఖాః ॥ మర్కటోవానరః కీశో వనౌకాః	కపిః-ప్లవఙ్గః-ప్లవగః-శాఖామృగః - వలీముఖః-మర్కటః-వానరః-కీశః-వనౌకాః॥స్॥ పు॥౯-కోతిపేళ్లు, A monkey or ape.
(అథ)భల్లుకే। ఋక్షాచ్ఛభల్ల· భాలూకా	భల్లుకః (ప) భల్లూకః-ఋక్షః - అచ్ఛభల్లః-(ప) అచ్ఛః-భల్లః-భాలూకః-॥పు॥౪- ఎలుఁగుగొడ్డుపేళ్లు, A bear.
గణ్డకే ఖడ్గ ఖడ్గినౌ॥	గణ్డకః-ఖడ్గ-ఖడ్గి॥న్, పు॥౩,ఖడ్గమృగముపేళ్లు,A rhinoceros.
లులాయో మహిషోవాహద్విషత్కాసరసైరిభాః।	లులాయః-మహిషః-వాహద్విషన్ ॥ త్॥-కాసరః-సైరిభః॥పు॥౫-కారెనుపోతుపేళ్లు, A buffalo.
(స్త్రియాం)శివా భూరిమాయు గోమాయుమృగధూర్తకాః॥ సృగాల వఞ్చక క్రోష్టు ఫేరు ఫేరవ జమ్బుకాః।	శివా॥ స్త్రీ॥-భూరిమాయుః [పా] భూరిమాయః-గోమాయుః-మృగధూర్తకః-సృగాలః- [పా]శృగాలః-వఞ్చకః-క్రోష్టుః- ఫేరుః- ఫేరవః - జమ్బుకః॥ పు॥౧౦-నక్కపేళ్లు. క్రోష్టుశబ్దమునకు ఋకారాంతమునకువలెరూపము, A jackal.
ఓతుర్బిడాలో మార్జారో వృషదంశక ఆఖు	ఓతుః-బిడాలః- మార్జారః[పా]మార్జాలః-వృషదంశకః [పా] పృషదంశకః - ఆఖుభుక్ ॥ జ్॥ పు॥

భుక్॥ ౨౨౧॥

౫-పిల్లి పేళ్లు, A cat.

(త్రయో) గాధేర గాధారగాధేయా (గోధికాత్మజే)।

గౌధేరః-గౌధారః-గౌధేయః ॥పు॥ ౩-ఉడుము పిల్ల పేళ్లు, An iguana.

శ్వావిత్తు శల్య (స్త్రల్లోమ్ని) శలీ శలలం శలమ్॥ ౨౨౨॥

[A porcupine.

శ్వావిత్ ॥ధ్॥-శల్యః ॥పు॥ ౨- ఏదుపంది పేళ్లు, శలలీ॥స్త్రీ॥-శలలమ్-శలమ్॥న॥ ౩-తల్లోమ్ని = ఆయేదుపందిముండ్ల పేళ్లు, Porcupine quills.

వాతప్రమీ ర్వాతమృగః

వాతప్రమీః-వాతమృగః ॥పు॥ ౨-గాలికి నెదురు నడచునిట్టివంటి మృగము, పొడయిట్టి. వాతప్రమీశబ్దము స్త్రీలింగమును, A swift antelope.

కోక స్త్వీహామృగో వృకః।

కోకః-ఈహామృగః-వృకః ॥పు॥ ౩- తోఁడేలు పేళ్లు, A wolf.

మృగే కురఙ్గ వాతాయు హరిణాజినయోనయః॥

మృగః-కురఙ్గః - వాతాయుః- హరిణః - అజినయోనిః॥పు॥౫-ఇట్టి పేళ్లు, A deer or antelope.

ఐణేయ (మేణ్యాశ్చర్మాద్యమేణ)మైణ (ముభే త్రిషు)।

ఏణ్యాః=ఆఁడు లేడియొక్కయు, ఏణస్య = మగదుప్పియొక్కయు, చర్మాద్యమ్=చర్మము మొదలైనవి, వరుసగా- ఐణేయమనియు (Belonging to a doe), ఐణమనియు (Belonging to a buck), చెప్పఁబడును ॥త్రి॥

కదలీ కన్దలీ చీన శ్చమూరు ప్రియకావపి॥ ౨౨౩॥ సమూరు (శ్చేతిహరిణా అమీ అజినయోనయః)।

కదలీ॥స్త్రీ॥ (ప) కదలీ॥న్ - పు॥ బొల్లి చాయ మెడచారలుగలిగి బిలములోనుండు మృగము. కన్దలీ॥స్త్రీ॥ (ప) కన్దలీ ॥న్, పు॥ దొడ్డకడుపును నల్లనిముందరికాళ్లునుగలమృగము. చీనః ॥పు॥ గువ్వవన్నెగలిగి ౩౦ అంగుళముల పొడవుగల మృగము. చమూరుః॥ పు॥ తోఁక లేనిమృగము. ప్రియకః॥ పు॥ దట్టమై యెఱ్ఱని నల్లనిరోమములుగల మృగము. సమూరుః॥ పు॥ తెల్లనిరోఁన వెంట్రుకలతోఁగూడిన దొడ్డమెడగలమృగము. ఇత్యమీ = ఈయాఱును, అజినయోనయః=ఆ స్తరణాదులకు నుపయోగించు

చర్మములకుఁగారణములయిన, హారిణాః = ఇఱ్ఱిజాతులలో విశేషములు.

కృష్ణసారరురున్యఙ్కురఙ్కుశమ్బరరౌహిషాః॥ ౨౫॥
గోకర్ణపృషతైణర్శ్యరోహితాశ్చమరో (మృగాః)।

కృష్ణసారః [పా] కృష్ణశారః=నల్లయిఱ్ఱి, The spotted antelope. రురుః=నల్లచారలదుప్పి, The stag. న్యఙ్కుః = తలవంచుకొనిపోవు జింకపోతు. రఙ్కుః=తెల్లరోమములుగల యిఱ్ఱి, The spotted axis. శమ్బరః=ఎఱ్ఱవన్నెగల సన్నపుజింక. రౌహిషః=కొండగొఱ్ఱె. గోకర్ణః=కణితి. పృషతః=దుప్పి, The porcine deer. ఏణః=పెద్దకండ్లుగలనల్లయిఱ్ఱి. ఋష్యః [పా] ఋశ్యః=మనుఁబోతు, White-footed antelope. రోహితః=కేసరియనుమృగము. చమరః=సవరపుమృగము, Bos grunniens. ఈ ౧౧ను ॥పు॥- మృగాః=తమతమపేళ్లచేతఁ బ్రసిద్ధములైన మృగభేదములు.

గన్ధర్వశ్శరభో రామస్సృమరో గవయశ్శశః॥ ౨౬॥

గన్ధర్వః = దొడ్డకడుపును వట్రువతోఁకయును గలమృగము. శరభః = ఎనిమిదికాళ్లుగలిగి సింహమును చంపెడిమృగము. రామః=పెద్దదుప్పి. సృమరః=పెద్దసవరపు మృగము. గవయః=గురుపోతు, Bos Gavœus. శశః=కుందేలు, A hare.

ఇత్యాదయో మృగేన్ద్రాద్యా గవాద్యాఃపశుజాతయః।

A beast.

ఇత్యాదయః = గన్ధర్వశబ్దము మొదలయినవియూఱును, మృగేన్ద్రాద్యాః = సింహశబ్దము మొదలు చమరశబ్దపర్యంతము లయినవియు, గవాద్యాః =వైశ్యవర్గయందుఁజెప్పఁబడు గోవులు మొదలైనవియు, పశుజాతయః=పశువులనిచెప్పఁబడును.

[అధోగంతా తు ఖనకో వృకః పుంధ్వజ ఉందురః] ఉన్దురుర్మూషికోఽప్యాఖుర్గిరికా బాలమూషికా॥

[అధోగంతా - ఖనకః - వృకః - పుంధ్వజః- ఉందురః.] ఎలుకపేళ్లు. అధికపాఠము.

ఉన్దురుః-మూషికః [పా] మూషకః - ఆఖుః॥పు॥౩-ఎలుకపేళ్లు, A rat. [A small rat.

గిరికా - బాలమూషికా॥స్త్రీ॥౨-చిట్టెలుకపేళ్లు,

[చుచున్దరీ గన్ధమూషీ దీర్ఘదేహీ తు మూషికా।]	[చుచున్దరీ - గన్ధమూషీ ॥సీ॥ ౨-చుంచు పేళ్లు, A mouse. దీర్ఘదేహీ - మూషికా॥సీ॥౨ - పంది కొక్కు పేళ్లు, The Bandicoot.]
సరటఃకృకలాస (స్సాన్యౌ)	సరటః-కృకలాసః॥పు॥ ౨-తొండ పేళ్లు, Cameleon.
స్ముసలీగృహగోధికా ॥	ముసలీ-గృహగోధికా॥సీ॥ ౨-బల్లి, A lizard.
లూతా(స్త్రీ)తన్తువాయోర్ణనాభ మర్కటకా (స్సమాః)।	లూతా॥సీ॥- తన్తువాయః-ఊర్ణనాభః-మర్కటకః॥పు॥ ౪- సాలెపురుగు పేళ్లు, A spider.
నీలఙ్గు స్తు క్రిమిః	నీలఙ్గుః-క్రిమిః॥పు॥ ౨-పురుగుల పేళ్లు. మానిమీఁదినల్లనిపురుగులనికొందఱందురు, An insect.
కర్ణజలూకా శతప(ద్యుభే)॥ ౨౨౯॥	కర్ణజలూకా(పా)కర్ణజలౌకా- శతపదీ॥సీ॥ ౨-జెఱ్ఱి పేళ్లు. చెవిదూఱుపామును. రోఁకటిబండయు, A centipede.
వృశ్చిక శ్శూకకీట (స్సాన్యౌ)	వృశ్చికః-శూకకీటః॥ పు॥౨ - నల్ల తేలు పేళ్లు. కణుదురు పేరును. A caterpillar.
దలిద్రోణౌ తు వృశ్చికే।	అలీ॥ న్॥ [పా] ఆలీ॥ న్॥-ద్రోణః [పా] ద్రూణః-వృశ్చికః॥ పు ॥ ౩- ఎఱ్ఱ తేలు పేళ్లు. సామాన్యముగా తేలు పేళ్లనికొందఱందురు. A scorpion.
పారావతః కలరవః కపోతోఽథ	పారావతః- కలరవః - కపోతః॥ పు॥ ౩- పావురము పేళ్లు, A dove or pigeon.
శశాదనః పత్త్రి శ్యేన	శశాదనః-పత్త్రీ॥న్॥ - శ్యేనః॥పు॥ ౩-డేగ పేళ్లు, A hawk or falcon.
ఉలూక స్తు వాయసారాతి పేచకౌ। [దివాన్ధః కౌశికో ఘూకో దివాభీతో నిశాటనః]	ఉలూకః - వాయసారాతిః - పేచకః॥ పు॥౩- గూబ పేళ్లు, An owl. [దివాన్ధః- కౌశికః-ఘూకః- దివాభీతః - నిశాటనః॥] అధిక పాఠము.
వ్యాఘ్రాట స్తు భరద్వాజః	వ్యాఘ్రాటః - భరద్వాజః॥పు॥ ౨ - ఏట్రింత పేళ్లు. భారద్వాజపక్షి, A sky-lark.
ఖఞ్జరీట స్తు ఖఞ్జనః ॥ ౨౩౧ ॥	ఖఞ్జరీటః-ఖఞ్జనః ॥పు॥ ౨ - మందపిచ్చిక పేళ్లు. కాటుకపిట్ట. రువ్వపులుఁగు. కాజు, A wagtail.

లోహపృష్ఠ స్తు క
ఙ్కః (స్స్యా)
(దథ) చాషః కికీదివిః।
కలిఙ్గ భృఙ్గ ధూమ్యా
టా
(అథస్యా) చ్ఛతపత్త్ర
కః ॥ దార్వాఘాటో౽
థసారఙ్గః స్తోకక శ్చా
తక (స్సమాః)।
కృకవాకుస్తామ్రచూ
డః కుక్కుట శ్చరణా
యుధః॥ ౨౩౩॥
చటకః కలవిఙ్కః (స్స్యా
త్తస్యస్త్రీ) చటకా
(తయోః పుమపత్యే)
చాటకైరః (స్త్ర్యపత్యే)
చటకై (వసా)॥ ౨౩౪॥

కర్కరేటుః కరేటు స్స్యా
త్కృకణక్రకరా(సమాః)।
వనప్రియః పరభృతః
కోకిలః పిక (ఇత్యపి) ॥
కాకేతు కరటారిష్టబలి
పుష్ట సకృత్ప్రజాః। ధ్వా
ఙ్క్షాత్మఘోష పరభృద్బ
లిభు గ్వాయసా అపి ॥
౨౩౬॥ [చిరజీవీచైకదృ
ష్టిః కాకులిః పికవర్ధనః।]
ద్రోణకాక స్తుకాకోలో

లోహపృష్ఠః-కఙ్కః ॥పు॥ ౨- రాపులుఁగుపేళ్లు.
మల్లెజేగుఱును, A heron.

చాషః-కికీదివిః॥పు॥ ౨-పాలపక్షి, A blue jay.

కలిఙ్గః-భృఙ్గః-ధూమ్యాటః ॥ పు॥ ౩- కూఁకటి
మూఁగయను పక్షిపేళ్లు, A fork-tailed shrike.

శతపత్త్రకః - దార్వాఘాటః॥ ౨-మానుగో
యిలపులుఁగు. బెగ్గురుపులుఁగును, A wood-pecker.

సారఙ్గః [సా] శారఙ్గః - స్తోకకః - చాతకః ॥
పు॥ ౩-వానకోయిలపేళ్లు. చాతకపక్షి.

కృకవాకుః-తామ్రచూడః- కుక్కుటః - చర
ణాయుధః ॥ పు ॥ ౪-కోడిపేళ్లు, A gallinaceous
fowl. [sparrow.

చటకః-కలవిఙ్కః ॥ పు॥ ౨-పిచ్చికపేళ్లు, A
చటకా॥స్త్రీ॥౧-ఆఁడుపిచ్చిక,A female sparrow.

చాటకైరః॥పు॥-చటకా॥ స్త్రీ॥-౨ను- వరుసగా,
తయోః=ఆపిచ్చుకలయొక్క, పుమపత్యే=మగపిల్ల
యందును, స్త్ర్యపత్యే-ఆఁడుపిల్లయందును వర్తిం
చును. [పేళ్లు, Numidian crane.

కర్కరేటుః- కరేటుః॥ పు॥ ౨- పెద్దకొక్కెర
కృకణః-క్రకరః॥ పు॥ ౨-కొక్కెరపేళ్లు.

వనప్రియః-పరభృతః-కోకిలః- పికః ॥ పు ॥ ౪-
కోకిలపేళ్లు, The black cuckoo.

కాకః- కరటః - అరిష్టః- బలిపుష్టః- సకృత్ప్ర
జాః- ధ్వాఙ్క్షః-ఆత్మఘోషః-పరభృత్ ॥ త్ ॥- బలి
భుక్ ॥ జ్ ॥-వాయసః-చిరజీవీ॥ న్ ॥- ఏకదృష్టిః-కా
కులిః-పికవర్ధనః॥ పు॥ ౧౪- కాకిపేళ్లు. చిరజీవి మొ
దలునాలుగు నధికనామములు, A crow.

[పేళ్లు, A raven.

ద్రోణకాకః-కాకోలః ॥ పు॥ ౨ - మాలకాకి

దాత్యూహః కాలకణ్ఠకః॥ ౨౩౭॥	దాత్యూహః- కాలకణ్ఠకః॥ పు॥ ౨- కూఁకురు గుడ్డంగి పిట్టపేళ్లు. భరతపక్షి, A gallinule.
ఆతాయి చిల్లౌ	ఆతాయీ॥న్॥(పా)ఆతాపీ॥న్॥-చిల్లః॥ పు॥౨- పిన్నగద్దపేళ్లు. జెముడుకాకియు,చీరపిట్టయు,A kite.
దాక్షాయ్య గృధ్రౌ	దాక్షాయ్యః-గృధ్రః॥ పు॥౨- గద్దపేళ్లు. బోరువయును, A vulture.
కీర శుకౌ (సమౌ)।	కీరః-శుకః॥ పు॥ ౨ - చిలుకపేళ్లు, A parrot.
క్రుఙ్ క్రౌఞ్చోఽథ	క్రుఙ్॥చ్॥-క్రౌఞ్చః॥పు॥౨-కొంగ, A curlew.
బకః కహ్వః	బకః-కహ్వః॥ పు॥౨-వక్కుకొంగ, A crane.
పుష్కరాహ్వస్తు సారసః॥ ౨౩౮॥	పుష్కరాహ్వః- సారసః॥ పు॥ ౨-బెగ్గురుపేళ్లు, The Indian crane.
కోకశ్చక్రశ్చక్రవాకో రథాఙ్గా (హ్వయనామకః)।	కోకః - చక్రః-చక్రవాకః-రథాఙ్గః ॥ పు ॥౪- జక్కవపిట్టపేళ్లు, The ruddy goose.
కాదమ్బః కలహంస (స్స్యాత్)	కాదమ్బః-కలహంసః॥ పు॥౨-ధూమ్రవర్ణములయిన ముక్కుకాళ్లుగల హంసలపేళ్లు, A drake.
ఉత్క్రోశ కురరౌ (సమౌ)॥ ౨౩౯॥	ఉత్క్రోశః-కురరః ॥ పు॥౨- పెన్నడపులుఁగుపేళ్లు, An osprey.
హంసాస్తు శ్వేతగరుత శ్చక్రాఙ్గామానసౌకసః।	హంసః- శ్వేతగరుత్ ॥ త్॥- చక్రాఙ్గః- మానసౌకాః॥స్॥ పు॥ ౪-హంసపేళ్లు, A swan.
రాజహంసా (స్తు తే చఞ్చుచరణై ర్లోహితైః సితాః) ॥ ౨౪౦॥	రాజహంసః ॥ పు ॥ ౧ - లోహితైః చఞ్చుచరణైః=ఎఱ్ఱనిముక్కు కాళ్లతోఁగూడి, సితాః= తెల్లనై యుండు ఆహంసలపేళ్లు.
(మలినై) ర్మల్లికాఖ్యా (స్తే)	మల్లికః (పా) మల్లికాక్షః ॥ పు ॥ ౧ - మలినైః=కొంచెముధూమ్రవర్ణముగలముక్కు కాళ్లతోఁగూడి తెల్లనై యుండు హంసలపేరు.
ధార్తరాష్ట్రాః (సితేతరైః)।	ధార్తరాష్ట్రః॥పు॥౧- సితేతరైః=నల్లనిముక్కుకాళ్లతోఁగూడి తెల్లనై యుండు హంసలపేరు.
శరారి రాటి రాడిశ్చ	శరారిః-ఆటిః-ఆడిః॥స్త్రీ॥౩- ఆఁడేలుఅనుపక్షిపేళ్లు.

బలాకా బిసకణ్ఠికా ॥ ౨౪౧॥	బలాకా-బిసకణ్ఠికా ॥ స్త్రీ ॥ ౨- తెల్లకొక్కెర పేళ్లు, A small crane.
(హంసస్య యోషి) ద్వరటా	వరటా॥స్త్రీ॥౧- హంసస్య= హంసయొక్క, యోషిత్ = స్త్రీ పేరు, A duck or goose.
(సారసస్యతు) లక్ష్మణా।	లక్ష్మణా(పా)లక్షణా॥ స్త్రీ॥౧-సారసస్య= బెగ్గురుపక్షియొక్క స్త్రీ పేళ్లు.
జతుకా ఽజినపత్త్రా (స్యా)త్పరోష్ణీ తైలపాయికా॥ ౨౪౨॥	జతుకా(పా) జతూకా-అజినపత్త్రా ॥ స్త్రీ ॥ ౨- గబ్బిలాయి పేళ్లు, A bat. పరోష్ణీ - తైలపాయికా ॥స్త్రీ॥౨- బరిణెపురుగు పేళ్లు, A cock-roach.
వర్వణా మక్షికా నీలీ	వర్వణా-మక్షికా-నీలీ॥స్త్రీ॥ 3-నల్లనియీఁగ పేళ్లు, A blue fly.
సరఘా మధుమక్షికా ।	సరఘా-మధుమక్షికా॥ స్త్రీ ॥ ౨-జుంటియీఁగ పేళ్లు, తేనెటీఁగ, A bee.
పతఙ్గికాపుత్తికాస్యా	పతఙ్గికా-పుత్తికా॥ స్త్రీ ॥ ౨ తెరయీఁగ పేళ్లు, A small bee.
ద్దంశస్తు వనమక్షికా॥	దంశః ॥ పు॥- వనమక్షికా॥స్త్రీ॥౨-అడవియీఁగ [పేళ్లు, A gadfly.
దంశీ (తజ్జాతి రల్పా స్యా)	దంశీ॥స్త్రీ॥౧-అల్పా=అల్పమైన, తజ్జాతిఃస్యాత్ = ఆయడవియీఁగలజాతి పేరు. అడవిదోమ.
ద్గణ్డోలీ వరటా (ద్వయోః)।	గణ్డోలీ[పా]గన్ధోలీ-వరటా॥ ద్వ ॥ ౨- ఎఱ్ఱతుమ్మెద పేళ్లు. కణుఁదురీఁగ, A wasp.
భృఙ్గారీ చీరుకా చీరీ ఝిల్లికాచ (సమా ఇమాః)॥ ౨౪౪॥	భృఙ్గారీ-చీరుకా [పా] ఝీరుకా- చీరికా- చీరీ- ఝిల్లికా ॥ స్త్రీ ॥ ౪ - చిమటపేళ్లు. ఈలపురుగును, A cricket.
(సమా) పతఙ్గశలభౌ	పతఙ్గః-శలభః॥ పు॥౨-మిడత పేళ్లు, A grass-[hopper.
ఖద్యోతో జ్యోతిరిఙ్గణః ।	ఖద్యోతః-జ్యోతిరిఙ్గణః॥ పు॥ ౨- మిణుఁగురుబూచి పేళ్లు, A firefly.
మధువ్రతో మధుకరో మధులిణ్మధుపాలినః॥ ౨౪౫॥ ద్విరేఫ పు	మధువ్రతః-మధుకరః-మధులిట్॥ హ॥- మధుపః-అలీ॥ న్॥- ద్విరేఫః- పుష్పలిట్॥ హ॥-భృఙ్గః-షట్పదః-భ్రమరః-అలిః- [ఇన్దిన్దిరః - చఞ్చరీకః-రో

ష్పలిడ్భృఙ్గషట్పదభ్రమరాలయః। [ఇన్దిన్దిరశ్చఞ్చరీకోరోలమ్బో బమ్భరశ్చసః]॥ ౨౮౭॥	లమ్బః-బమ్భరః]॥ పు॥ ౧౫ - తుమ్మెదపేళ్లు. ఇన్దిన్దిరశబ్దము మొదలు ౪ అధికనామములు, A large black bee.
మయూరో బర్హిణో బర్హీ నీలకణ్ఠో భుజఙ్గభుక్। శిఖావలశ్శిఖీ కేకీ మేఘనాదానులాస్యపి॥ కేకా (వాణీమయూరస్య) (సమౌ)చన్ద్రికమేచకౌ। శిఖా చూడా	మయూరః-బర్హిణః-బర్హీ॥ న్॥-నీలకణ్ఠః-భుజఙ్గభుక్॥జ్॥-శిఖావలః-శిఖీ॥న్॥ - కేకీ॥ న్ - మేఘనాదానులాసీ॥న్॥ పు॥౯ - నెమిలిపేళ్లు, A peacock. [పేళ్లు, His cry కేకా॥స్త్రీ॥౧- మయూరస్యవాణీ= నెమిలికూఁత చన్ద్రికః-మేచకః॥ పు ॥ ౨- నెమిలిపురికన్ను. శిఖా-చూడా॥ స్త్రీ॥ ౨- నెమిలికూఁకటి, Crest.
శిఖణ్డస్తు పిఞ్ఛబర్హే (నపుంసకే)॥ ౨౮౮॥	శిఖణ్డః॥పు॥-పిఞ్ఛమ్-బర్హమ్॥న॥ 3- నెమలిపురిపేళ్లు, Peacock's tail.
ఖగే విహఙ్గవిహగవిహఙ్గమవిహాయసః। శకున్తి పక్షి శకుని శకున్త శకునద్విజాః॥ ౨౮౯॥ పతత్త్రి పత్త్రి పతగ పతత్పత్త్రరథాణ్డజాః। నగౌకో వాజి వికిర వి విష్కిర పతత్త్రయః॥ నీడోద్భవా గరుత్మన్తః పిత్సన్తో నభసఙ్గమాః।	ఖగః-విహఙ్గః- విహగః- విహఙ్గమః - విహాయాః॥స్॥- శకున్తిః-పక్షీ॥న్॥- శకునిః-శకున్తః-శకునః-ద్విజః-పతత్త్రీ॥న్॥-పత్త్రీ॥న్॥ - పతగః-పతన్॥త్॥-పత్త్రరథః- అణ్డజః- నగౌకాః॥ స్॥- వాజీ॥న్॥- వికిరః-విః- విష్కిరః- పతత్త్రిః- నీడోద్భవః- గరుత్మాన్॥త్॥-పిత్సన్॥త్॥-నభసఙ్గమః॥ పు॥ ౨౭- సామాన్యముగాఁ బక్షులపేళ్లు, A bird.
(తేషాం విశేషా) హారీతో మద్గుః కారణ్డవః ప్లవః॥ ౨౯౦॥ తిత్తిరిః కుక్కుభోలావో జీవంజీవశ్చకోరకః। కోయష్టికష్టిట్టిభకో వర్తకో వ	హారీతః॥పు॥=పచ్చనిపిట్ట, The green pigeon. మద్గుః॥పు॥=నీరుకాకి,The shag. కారణ్డవః॥పు॥=కన్నెలేడు. ప్లవః॥పు॥=నీరుకోడి.తిత్తిరిః॥పు॥=తీతువు. The francoline partridge. కుక్కుభః॥పు॥=బెళవ్వ, A wild cock. లావః॥పు॥=లావుక, A quail. జీవంజీవః॥పు॥= వన్నెపులుఁగు, A pheasant. చ

ర్తికాదయః॥ ౨౪౨ ॥	కోరకః॥పు॥= వెన్నెల పులుఁగు, Perdix rufa. కోయష్టికః॥ పు॥=చీఁకుకొక్కెర, గుడ్డికొంగ. టిట్టిభకః॥పు॥=లకుముకిపిట్ట, Jacana. వర్తకః॥పు॥= వెలిచెపిట్ట, దొట్లపులుఁగు. వర్తికా॥స్త్రీ॥= మాలవల్లంకి॥- ఈ ౧౩ - శబ్దములును, తేషాంవిశేషాః= ఆపక్షులలో భేదములు. ఇచటఁ గొందఱు జీవంజీవచకోరకశబ్దములు పర్యాయములనియు వర్తకశబ్దమును స్త్రీలింగముగా పఠించి వర్తకావర్తికాశబ్దములు పర్యాయములనియుం జెప్పిరి.
గరుత్పక్షచ్ఛదాః ప త్త్రం పతత్త్రంచ తనూరుహమ్।	గరుత్-పక్షః-ఛదః॥ పు॥- పత్త్రమ్-పతత్త్రమ్-తనూరుహమ్॥ న॥ ౬-ఱెక్కలపేళ్లు, A wing.
(స్త్రీ) పక్షతిః పక్షమూలం	పక్షతిః॥స్త్రీ॥-పక్షమూలమ్॥ న॥౨- ఱెక్కలమొదటిపేళ్లు, The root of a wing.
చఞ్చు స్త్రోటి (రుభే స్త్రియా)॥ ౨౪౩॥	చఞ్చుః - త్రోటిః॥ స్త్రీ ॥ ౨- పక్షిముక్కుపేళ్లు, The beak.
ప్రడీ నోడ్డీన సణ్డీనా (న్యేతాః ఖగగతిక్రియాః)।	ప్రడీనమ్॥న॥=ఎగయుట, Taking flight. ఉడ్డీనమ్॥న॥=పాఱుట, Soaring. సణ్డీనమ్॥ న॥ =వ్రాలుట, Perching ౩ - ను, ఏతాః = ఇవి, ఖగగతిక్రియాః=పక్షులగతి భేదములు.
పేశీ కోశౌ (ద్విహీనే) ఽణ్డం	పేశీ॥స్త్రీ॥-కోశః॥పు॥-అణ్డమ్॥ న॥ ౩- గుడ్డుపేళ్లు. పేశీకోశః-ఒకపదమనికొందఱు. An egg.
కులాయో నీడ (మస్త్రియామ్)॥ ౨౪౪॥	కులాయః॥పు॥-నీడమ్॥పు॥౨-పక్షిగూఁటిపేళ్లు, A nest.
పోతః పాకోఽర్భకో డిమ్భః పృథుక శ్శావక శ్శిశుః।	పోతః-పాకః-అర్భకః-డిమ్భః- పృథుకః- శావకః-శిశుః ॥ పు ॥ ౭- సామాన్యముగా శిశువు పేళ్లు, Young of any animal.
స్త్రీపుంసౌ మిథునం ద్వన్ద్వం	స్త్రీపుంసౌ- మిథునమ్ ద్వన్ద్వమ్ ॥ న॥ ౩- స్త్రీపురుషులజంటపేళ్లు, A couple, male and female.

యుగ్మంతు యుగలం యుగమ్॥ ౨౫౫॥

యుగ్మమ్-యుగలమ్-యుగమ్॥న॥౩ - జంట పేళ్లు, A pair or brace.

సమూహానివహావ్యూహ సన్దోహ విసర వ్రజాః। స్తోమౌఘ నికర వ్రాత వార సఙ్ఘాత సఞ్చయాః॥ ౨౫౬॥ సముదాయ స్సముదయ స్సమవాయశ్చయోగణః। (స్త్రియాంతు) సంహతి ర్బృన్దం నికురమ్బం కదమ్బకమ్॥ ౨౫౭॥

సమూహః- నివహః- వ్యూహః- సన్దోహః- విసరః- వ్రజః-స్తోమః- ఓఘః- నికరః- వ్రాతః- వారః-సఙ్ఘాతః- సఞ్చయః- సముదాయః- సముదయః-సమవాయః-చయః - గణః॥పు॥- సంహతిః॥స్త్రీ॥ - బృన్దమ్- నికురమ్బమ్- కదమ్బకమ్॥ న॥ ౨౨- గుంపు పేళ్లు, A flock or multitude.

(బృన్దభేదాః)

(స్సమై) ర్వర్గః

బృన్దభేదాః=ఇకఁ జెప్పఁబడునవి సమూహవిశేషములపేళ్లు. వర్గః॥పు॥ ౧-సమైః = ఒకతీరువస్తువులగుంపుపేరు, A multitude of similar things.

సఙ్ఘ సార్థౌతు (జన్తుభిః)।

సఙ్ఘః- సార్థః॥పు॥౨- జన్తుభిః=ప్రాణిసమూహముపేరు, An assembly of animals.

(సజాతీయైః) కులం

కులమ్॥న॥ ౧-సజాతీయైః = సజాతీయములైన ప్రాణిసమూహముపేరు. A multitude of homogeneous animals.

యూథం (తిరశ్చాం పున్నపుంసకం)॥

యూథమ్॥ ప్న॥ ౧-తిరశ్చామ్=తిర్యగ్జంతుసమూహము, A flock of birds or beasts.

(పశూనాం)సమజో౽

సమజః॥పు॥౧- పశూనామ్ = పశువులగుంపుపేరు, A herd of beasts.

(న్యేషాం)సమాజో౽

సమాజః॥పు॥ ౧- అన్యేషామ్= పశువులకంటె నన్యమయిన నరపశ్వాదిసమూహముపేరు, An assembly of men &c.

(థసధర్మిణామ్)।(స్యా)న్నికాయః

నికాయః॥పు॥ ౧ - సధర్మిణామ్ = ఒకవిధమయిన నడకగలవారియొక్క గుంపుపేరు, An association of persons performing like duties.

పుఞ్జరాశీ తూత్కరః కూట (మస్త్రియామ్)॥

పుఞ్జః-రాశిః - ఉత్కరః॥పు॥-కూటమ్॥ప్న॥ ౪-ధాన్యాదిసమూహము పేళ్లు, A heap of grain.

కాపోత శౌక మాయూర తైత్తిరాదీని (తద్గణే)।

కాపోతమ్॥న॥= పావురములగుంపు, A flock of doves. శౌకమ్॥న॥= చిలుకలగుంపు,-of parrots. మాయూరమ్॥న॥ = నెమిళ్లగుంపు,-of peacocks. తైత్తిరమ్॥న॥తీతువులగుంపు,-of francoline partridges. ఆదిపదముచేత మఱియు, తద్గణే = ఆయాగుంపునకీలాగు తెలియునది.

(గృహాసక్తాః పక్షిమృగా) శ్ఛేకాః(స్యు) ర్గృహ్యకా (శ్చ తే)॥ ౨౬౦॥

ఛేకాః [పా] సేకాః-గృహ్యకాః॥పు॥ ౨-గృహాసక్తాః= పెంపఁబడి యిల్లుమరగిన, పక్షిమృగాః=పక్షులకును మృగములకును పేళ్లు, Domesticated birds or beasts.

ఇతి సింహాదివర్గః.

సింహము మొదలైనవానితోఁ జేరిన పదసమూహము ముగిసెను.

మనుష్యా మానుషా మర్త్యా మనుజా మానవా నరాః।(స్యుః)పుమాంసః పఞ్చజనాః పురుషాః పూరుషా నరః॥ ౨౬౧॥

మనుష్యః-మానుషః- మర్త్యః-మనుజః- మానవః-నరః-పుమాన్ ॥ స్ ॥ - పఞ్చజనః - పురుషః-పూరుషః-నా॥ ఋ॥ పు ॥ ౧౧ - మనుష్యులపేళ్లు, Man ; mankind.

స్త్రీ యోషిదబలా యోషా నారీ సీమన్తినీ వధూః। ప్రతీపదర్శినీ వామా వనితా మహిలా (తథా)॥ ౨౬౨॥

స్త్రీ-యోషిత్ ॥త్,సీ॥ (ప) యోషితా॥ఆ॥-అబలా-యోషా (పా) జోషా-నారీ-సీమన్తినీ-వధూః-ప్రతీపదర్శినీ-వామా-వనితా-మహిలా- ॥సీ॥ ౧౧-సామాన్యముగా స్త్రీ పేళ్లు, A woman or female.

(విశేషా) స్త్వఙ్గనా భీరుః కామినీ వామలోచనా। ప్రమదా భామినీ కాన్తా లలనా చ నితమ్బినీ॥ ౨౬౩ ॥సున్దరీ

అఙ్గనా = మంచి అవయవములుగలది, well-shaped. భీరుః= భయముగలది, timid. కామినీ-మిగులఁ గామముగలది, loving. వామలోచనా= మంచికన్నులుగలది, having fine eyes. ప్రమదా = మిక్కిలిమదముగలది. భామినీ = శృంగార

రమణీ రామా	చేష్టగలది (పా) మానినీ = ప్రణయకోపముగలది. కాన్తా=మిక్కిలిచక్కనిది. లలనా = వేడుకగలది. నితమ్బినీ = గొప్పపిఱుఁదులుగలది. సున్దరీ = రూపలావణ్యముగలది, handsome. రమణీ = నాయకుని రమింపఁజేయునది, రామా=గీతకళాదులు నేర్చి రమించునది॥ సీ॥ ౧౩ - స్త్రీవిశేషములపేళ్లు.
కోపనా(సైవ) భామినీ।	కోపనా-భామినీ॥ సీ ॥ ౨-కోపముగలస్త్రీపేళ్లు, A passionate woman.
వరారోహామత్తకాశి న్యుత్తమా వరవర్ణినీ॥	వరారోహా - మత్తకాశినీ (పా) మత్తకాసినీ- ఉత్తమా-వరవర్ణినీ ॥సీ॥ ౪ - ఉత్తమస్త్రీపేళ్లు, A handsome, healthy and affectionate woman.
(కృతాభిషేకా) మహిషీ	మహిషీ॥సీ॥ ౧.కృతాభిషేకా = రాజుపట్టపుదేవిపేరు, A queen.
భోగిన్యో (౽న్యాన్నృపస్త్రియః)।	భోగిన్యః॥సీ॥ ౧-అన్యాః నృపస్త్రియః = పట్టపుదేవికంటెఁ దక్కిన రాజస్త్రీలపేరు, Other wives of a king.
పత్నీ పాణిగృహీతీ చ ద్వితీయా సహధర్మిణీ॥ ౨౬౫ ॥ భార్యా జాయా (౽థ పుంభూమ్ని) దారాః	పత్నీ - పాణిగృహీతీ - ద్వితీయా- సహధర్మిణీ- భార్యా-జాయా॥సీ॥ - దారాః ॥ పు, బ॥ ౭-అగ్నిసాక్షికముగా వివాహముచేసికొన్న దానిపేళ్లు. మొదటి ౪.ను యజ్ఞాధికారముగల పెండ్లామునకును, తక్కిన 3.ను సామాన్యమయిన పెండ్లామునకును పేళ్లనికొందఱందురు, A wife.
(స్యాత్తు) కుటుమ్బినీ। పురన్ధ్రీ	కుటుమ్బినీ-పురన్ధ్రీ॥సీ॥ ౨ - పుత్రభృత్యాదికుటుంబముగల స్త్రీపేళ్లు, A matron.
సుచరిత్రాతు సతీ సాధ్వీ పతివ్రతా॥ ౨౬౬ ॥	సుచరిత్రా - సతీ - సాధ్వీ-పతివ్రతా॥ సీ ॥ ౪-పతివ్రతపేళ్లు, A virtuous and faithful wife.
కృతసాపత్నికా ౽ధ్యూఢా౽ధివిన్నా౽	కృతసాపత్నిక - అధ్యూఢా - అధివిన్నా ॥ సీ ॥ 3-పెద్దపెండ్లాముపేళ్లు, The first wife.
థ స్వయంవరా। పతిం	స్వయంవరా- పతింవరా- వర్యా ॥సీ॥ 3-తనంత

వరాచ వర్యా౽	టనేమగనివరించు స్త్రీ పేళ్లు, A bride choosing her husband.
అథ కులస్త్రీ కులపాలికా॥ ౨౬౭॥	కుల స్త్రీ-కులపాలికా ॥ సీ॥ ౨ - వ్యభిచారము లేమిచేత కులమును కాపాడుకొను స్త్రీ పేళ్లు, A chaste womon.
కన్యా కుమారీ	కన్యా(ప)కన్యకా-కుమారీ ॥సీ॥ ౨ - మొదటి వయసునున్న పెండ్లికానిపడుచుపేళ్లు, A virgin.
గౌరీ తు నగ్నికా౽నాగతార్తవా।	గౌరీ-నగ్నికా-అనాగతార్తవా॥ సీ॥ 3-సమర్తాడని పడుచు, A girl who has not menstruated.
(స్యా)న్మధ్యమా దృష్టరజా	మధ్యమా-దృష్టరజాః॥ స్, సీ॥ ౨-క్రొత్తగా సమర్తాడిన పడుచుపేళ్లు, A girl arrived at puberty.
స్తరుణీ యువతి (స్సమే)॥ ౨౬౮॥	తరుణీ (పా) తలునీ-యువతిః॥సీ॥ ౨-జవ్వని. ౩౦ ఏండ్లకులోఁబడినవయస్సుగలది, A young woman.
(సమా)స్స్నుషా జనీ వధ్వ	స్నుషా-జనీ-వధూః॥ సీ ॥ 3 - కోడలిపేళ్లు, A daughter-in-law.
శ్చిరణ్టీతు సువాసినీ।	చిరణ్టీ-సువాసినీ (పా) స్వవాసినీ॥ సీ॥ ౨- పేరంటాలిపేళ్లు. స్వవాసినీ యనుపాఠమునందుఁ బుట్టినింటనున్న స్త్రీ పేళ్లు, A married woman staying in her father's house.
ఇచ్ఛావతీ కాముకా (స్యా)	ఇచ్ఛావతీ-కాముకా॥ సీ॥ ౨ - ధనాదులయందు ఆశగల స్త్రీ పేళ్లు, A woman covetous of wealth, eager for food, etc.
ద్వృషస్యన్తీ తు కాముకీ॥ ౨౬౯॥	వృషస్యన్తీ-కాముకీ ॥సీ॥ ౨ - రతియందాసక్తిగల స్త్రీ పేళ్లు, A lustful woman.
(కాన్తార్థినీ తు యా యాతి సఙ్కేతంసా) ౽భిసారికా।	అభిసారికా॥సీ॥౧- కాన్తార్థినీ= పురుషునిఁ గోరినదై, సంకేతమ్= సంకేతస్థలమును గూర్చి, యాయాతి సా=పోవుచున్న స్త్రీపేరు, A woman going to an assignation.
పుంశ్చలీ ధర్షణీ బన్ధక్యసతీ కులటేత్వరీ ॥ స్వైరిణీ పాంసులా౽	పుంశ్చలీ - ధర్షణీ (పా) చర్షణీ- బన్ధకీ- అసతీ - కులటా-ఇత్వరీ-స్వైరిణీ-పాంసులా॥ సీ॥౮ - అంకులాఁడిపేళ్లు, An unchaste woman.

(ధస్యా) దశిశ్వీ (శిశు నా వినా) ।	అశిశ్వీ॥ స్త్రీ॥ ౧- శిశునావినా= బిడ్డలేని స్త్రీ పేరు, A childless woman.
అవీరా (నిష్పతిసుతా)	అవీరా॥ స్త్రీ॥ ౧- నిష్పతిసుతా= మగఁడును బిడ్డలును లేని స్త్రీ పేరు, A woman having neither husband nor children. [A widow.
విశ్వస్తావిధవే(సమే) ॥	విశ్వస్తా-విధవా॥ స్త్రీ॥ ౨- పెనిమిటిలేని స్త్రీ పేళ్లు,
ఆలిస్సఖీ వయస్యా చ	ఆలిః - సఖీ- వయస్యా॥ స్త్రీ॥ ౩- చెలికత్తె పేళ్లు, A woman's female friend.
పతివత్నీ సభర్తృకా ।	పతివత్నీ-సభర్తృకా॥ స్త్రీ॥ ౨- మగనాలి పేళ్లు, A woman whose husband is living.
వృద్ధా పలిక్నీ	వృద్ధా-పలిక్నీ॥ స్త్రీ॥ ౨- ముదిసిన స్త్రీ పేళ్లు, An old or grey-haired woman.
ప్రాజ్ఞీతు ప్రజ్ఞా	ప్రాజ్ఞీ- ప్రజ్ఞా॥ స్త్రీ॥ ౨-లౌకికవ్యవహారమునందు మిక్కిలియెఱుకగల స్త్రీ, An intelligent woman.
ప్రాజ్ఞాతు ధీమతీ॥ ౨౭౨॥	ప్రాజ్ఞా - ధీమతీ॥ స్త్రీ ॥ ౨ - ఎక్కువ బుద్ధిగల స్త్రీ పేళ్లు, A wise woman.
శూద్రీ (శూద్రస్య భార్యాస్యా)	శూద్రీ॥ స్త్రీ॥ ౧-శూద్రస్య భార్యా = శూద్రజాతి కానిదైనను శూద్రుని పెండ్లాము పేరు, The wife of a *sudra*.
చూ్ఛద్రా (తజ్జాతి రజ్గనా) ।	శూద్రా॥ స్త్రీ॥ ౧-తజ్జాతిః అఙ్గనా = శూద్రజాతి యందుఁ బుట్టిన స్త్రీ పేరు, A woman of the *Sudra* tribe.
ఆభీరీతు మహాశూద్రీ (జాతిపుంయోగయోస్సమే)॥ ౨౭౩॥	ఆభీరీ - మహాశూద్రీ॥ స్త్రీ॥ ౨- జాతిపుంయోగయోఃసమే = గొల్లజాతి స్త్రీకిని గొల్లని పెండ్లామునకును పేళ్లు, A milk-woman or milkman's wife.
అర్యాణీ (స్వయ) మర్యా (స్యాత్)	అర్యాణీ- అర్యా॥ స్త్రీ॥ ౨- వైశ్యజాతియందుఁ బుట్టిన స్త్రీ పేరు, A *Vaisya* woman.
క్షత్త్రియా క్షత్త్రియా ణ్యపి।	క్షత్త్రియా-క్షత్త్రియాణీ॥ స్త్రీ॥ ౨-క్షత్త్రియజాతి యందుఁబుట్టి క్షత్త్రియునికిఁగాని మఱియొకనికిఁగాని పెండ్లామయిన స్త్రీ, A *Kshatriya* woman.
ఉపాధ్యాయా ప్యుపా	ఉపాధ్యాయా-ఉపాధ్యాయీ॥ స్త్రీ॥ ౨-తనంత

ధ్యాయీ	టనే చదువుచెప్పెడి స్త్రీ, A female teacher.
స్యాదాచార్యా (పి చ స్వతః)॥ ౨౭౪॥	ఆచార్యా॥ సీ॥ ౧-తనంతటనేమంత్రవ్యాఖ్యానముచేసెడి స్త్రీ, A spiritual instructress.
ఆచార్యానీ (తుపుంయోగే)	ఆచార్యానీ॥ సీ॥ ౧-తానుమాధురాలైనను, పుంయోగే=ఆచార్యునిపెండ్లామైన స్త్రీ, The wife of a sp}itual preceptor.
(స్యా) దర్యీ	అర్యీ॥సీ॥ ౧-తానుశూద్రదియయినను వైశ్యునిపెండ్లాముపేరు, Wife of a *Vaisya*.
క్షత్త్రియా(తథా)।	క్షత్రియా॥ సీ॥ ౧-తానువైశ్యరాలయినను క్షత్త్రియునిపెండ్లాముపేరు. Wife of a *Kshatria*.
ఉపాధ్యాయా న్యుపాధ్యాయీ	ఉపాధ్యాయానీ-ఉపాధ్యాయీ॥సీ॥ ౨-ఉపాధ్యాయునిపెండ్లాముపేళ్లు, Wife of a tutor.
పోటా (స్త్రీపుంసలక్షణా)॥ ౨౭౫॥	పోటా॥సీ॥ ౧-స్త్రీపుంసలక్షణా = స్త్రీపురుషలక్షణములుగల స్త్రీపేరు, A masculine woman.
వీరపత్నీ వీరభార్యా	వీరపత్నీ-వీరభార్యా॥ సీ॥ ౨-వీరునిపెండ్లాముపేళ్లు, A hero's wife.
వీరమాతా తువీరసూః।	వీరామాతా॥ఋ॥-వీరసూః॥సీ॥ ౨-వీరునితల్లి [పేళ్లు, A hero's mother.
జాతాపత్యా ప్రజాతాచ ప్రసూతాచ ప్రసూతికా॥ ౨౭౬॥	జాతాపత్యా - ప్రజాతా-ప్రసూతా - ప్రసూతికా (ప) ప్రసూతకా॥ సీ॥ ౪-బాలింతరాలిపేళ్లు, A woman recently delivered.
(స్త్రీ) నగ్నికా కోటవీ (స్యా)	నగ్నికా (పా) లగ్నికా-కోటవీ॥సీ॥ ౨-దిసమొలతోనుండు స్త్రీపేళ్లు, A naked woman.
ద్దూతీసంచారికే (సమే)।	దూతీ-సంచారికా॥సీ॥౨-దూతికపేళ్లు, A female messenger or go-between.
కాత్యాయ (న్యర్ధవృద్ధా యా కాషాయవసనాఽధవా)॥ ౨౭౭॥	కాత్యాయనీ॥సీ॥ ౧ - యా అర్ధవృద్ధా = సగముముదిసి, కాషాయవసనా = కావిచీరకట్టి, అధవా=విధవమైయున్న స్త్రీపేరు.
సైరన్ధ్రీ (పరవేశ్మస్థా స్వవశా శిల్పకారికా)।	సైరన్ధ్రీ॥సీ॥౧-స్వవశా = స్వతంత్రురాలై, పరవేశ్మస్థా=పరగృహముననుండి, శిల్పకారికా=గంధ

లేపనతిలకనిర్మాణాదులగుపనులుచేయు స్త్రీపేరు.

అసిక్నీ (స్యా దవృద్ధా యా ప్రేష్యా న్తఃపుర చారిణీ) ॥ ౧౮॥

అసిక్నీ॥సీ॥ ౧-అవృద్ధా=ముదుసలిగాక, ప్రేష్యా = రాజస్త్రీలుచెప్పినపనిచేయుచు, అన్తఃపురచారిణీ = అంతఃపురమునసుండు స్త్రీపేరు.

వారస్త్రీ గణికా వేశ్యా రూపాజీవాఽ (థసాజనైః । సత్కృతా) వారముఖ్యా(స్యా) త్కుట్టనీ శమ్భలీ (సమే) ౧౯॥

వారస్త్రీ-గణికా-వేశ్యా-రూపాజీవా ॥సీ॥ ౪-లంజెపేళ్లు, A courtesan or harlot.

వారముఖ్యా ॥సీ॥ ౧ - జనైః = జనులచేత, సత్కృతా = సత్కరింపఁబడిన, సా =ఆ లంజెపేరు.

కుట్టనీ-శమ్భలీ (పా) సమ్భలీ॥సీ॥౨-కుంటెనకత్తెపేళ్లు.లంజెనువిటునికిఁదార్చునది,A procuress.

విప్రశ్నికాత్వీక్షణికా దైవజ్ఞాఽ

విప్రశ్నికా - ఈక్షణికా-దైవజ్ఞా॥ సీ॥ 3-వేల్పుసానిపేళ్లు. శుభాశుభములను దెలిసినది. A fortune-teller.

థ రజస్వలా । స్త్రీధర్మిణ్యవి రాత్రేయీ మలినీ పుష్పవత్యపి ॥ ఋతుమ త్యప్యుదక్యాపి

రజస్వలా-స్త్రీధర్మిణీ-అవిః - ఆత్రేయీ-మలినీ-పుష్పవతీ - ఋతుమతీ - ఉదక్యా ॥సీ॥౮-ముట్టయిన స్త్రీపేళ్లు, A woman in her courses.

(స్యా) ద్రజః పుష్పమార్తవమ్।

రజః॥స॥-పుష్పమ్-ఆర్తవమ్ ॥న॥ 3-ముట్టునెత్తురుపేళ్లు, The courses.

శ్రద్ధాలు ర్దోహదవతీ

శ్రద్ధాలుః-దోహదవతీ॥సీ॥౨ - గర్భవశమున మంచివస్తువులను గోరు స్త్రీపేళ్లు. వేవిళ్లుగలది, A pregnant woman longing for anything.

నిష్కలా విగతార్తవా॥ ౨౧

నిష్కలా (ప) నిష్కలీ-విగతార్తవా॥సీ॥౨-ముట్టుడిగినస్త్రీపేళ్లు,A woman past child-bearing.

ఆపన్నసత్త్వా (స్యా) ద్గుర్విణ్యన్తర్వత్నీ చ గర్భిణీ।

ఆపన్నసత్త్వా-గుర్విణీ-అన్తర్వత్నీ-గర్భిణీ॥సీ॥౪-గర్భిణీస్త్రీపేళ్లు, A pregnant woman.

(గణికాదేస్తు) గాణిక్యం గార్భిణం యౌవతం (గణే)॥ ౨౨॥

గాణిక్యమ్ - గార్భిణమ్ - యౌవతమ్ ॥ న ॥ 3-గణికాదేః గణే = వరుసగా గణికాసమూహమునకును (An assemblage of harlots); గర్భిణీ

సమూహమునకును,— of pregnant women; యువతీసమూహమునకును,—of young women.

పునర్భూర్దిధిషూ(రూఢా ద్వి)

పునర్భూః-దిధిషూః॥స్త్రీ॥ ౨-ద్విః=రెండుమాఱులు, ఊఢా=పెండ్లాడినస్త్రీపేళ్లు, A virgin widow re-married.

(_స్తస్యా)దిధిషుః(పతిః)।

దిధిషుః ॥ పు॥ ౧ - తస్యాఃపతిః= దానిరెండవమగనిపేరు, Her second husband.

(సతు ద్విజో) ఽగ్రేదిధిషుః (సైవయస్య కుటుమ్బినీ)॥ ౨౩॥

అగ్రేదిధిషుః॥ పు॥ ౧-ఆమాఱుమనువు దానియందు బిడ్డలఁగన్న ద్విజునిపేరు, One to whom she has borne children.

కానీనః(కన్యకాజాతస్సుతో)

కానీనః॥ ౧-కన్యకాజాతః సుతః= పెండ్లికానిపడుచుకొడుకు, Son of an unmarried woman.

(ఽథ) సుభగాసుతః। సౌభాగినేయః

సుభగాసుతః-సౌభాగినేయః॥ పు॥ ౨- భాగ్యవంతురాలికొడుకు,Son of an auspicious mother.

(స్యా) త్పారస్త్రైణేయ (స్తుపరస్త్రియాః)॥

పారస్త్రైణేయః॥పు॥౧- పరస్త్రియాః=పరస్త్రీకిఁబుట్టిన కొడుకుపేరు, Son by another's wife.

పైతృష్వసేయః (స్యాత్) పైతృష్వస్రీయశ్చ (పితృష్వసుః)।

పైతృష్వసేయః-పైతృష్వస్రీయః ॥ పు॥ ౨ - పితృష్వసుః = తండ్రితోఁబుట్టినదాని కొడుకుపేళ్లు. మేనత్తకొడుకు, Paternal aunt's son.

(సుతో మాతృష్వసుశ్చైవం)

మాతృష్వసుః సుతశ్చైవమ్= తల్లితోఁబుట్టినదానికొడుకును ఇట్లే, మాతృష్వసేయః - మాతృష్వస్రీయః, అనఁబడును, Maternal aunt's son.

వైమాత్రేయో విమాతృజః॥ ౨౪॥

వైమాత్రేయః-విమాతృజః॥ పు॥ ౨ - సవతితల్లికొడుకుపేళ్లు, Step-mother's son.

(అథ)బాన్ధకినేయస్స్యాద్బన్ధుల శ్చాసతీసుతః। కౌలటేయః కౌలటేరో

బాన్ధకినేయః - బన్ధులః - అసతీసుతః - కౌలటేయః-కౌలటేరః ॥ పు॥ ౫- ఱంకులాఁడికొడుకుపేళ్లు, A bastard. Son of a disloyal wife.

(భిక్షుకీతు సతీ యది॥ తదా) కౌలటినేయో

కౌలటినేయః-కౌలటేయః॥పు॥౨-పతివ్రతయై, భిక్షార్థముగా గృహములనుగూర్చి సంచారము

(ఉస్యాగ్) కౌలటేయో (ఉపిచాత్మజః)।	చేయు స్త్రీయొక్క కొడుకునకును పేళ్లు, A son of a female beggar.
ఆత్మజ స్తనయస్సూను స్సుతః పుత్త్రః (స్త్రియాం త్వమీ॥ ౨౮॥ ఆహుర్దుహితరం సర్వే)	ఆత్మజః-తనయః-సూనుః-సుతః-పుత్త్రః॥ పు॥ ౫-కొడుకుపేళ్లు, A son. అమీ సర్వే = ఈ ౫-ను, స్త్రియామ్=స్త్రీలింగమందును వర్తించి, దుహితరమాహుః = కూఁతుపేళ్లగును. అపుడు, ఆత్మజా-తనయా-సూనుః-సుతా-పుత్త్రీ-పుత్త్రికా-దుహితా॥ఋ॥ అని రూపంబులు, A daughter.
అపత్యం తోకం (తయో స్సమే)।	అపత్యమ్-తోకమ్॥ న॥ ౨-కొడుకునకును కూఁతునకును సమానమైనపేళ్లు, Offspring.
(స్వజాతే) త్వౌరసౌరస్యౌ	ఔరసః-ఔరస్యః॥ పు॥ ౨-స్వజాతే=సవర్ణవివాహస్త్రీయందుఁ దనవలనఁబుట్టిన కొడుకుపేళ్లు, A legitimate son.
తాత స్తుజనకః పితా॥	తాతః-జనకః-పితా॥ ఋ॥ పు॥ ౩-తండ్రిపేళ్లు, Father.
జనయిత్రీ ప్రసూర్మాతా జననీ	జనయిత్రీ-ప్రసూః-మాతా॥ ఋ॥-జననీ॥ స్త్రీ॥ ౪-తల్లిపేళ్లు, Mother.
భగినీ స్వసా।	భగినీ-స్వసా॥ ఋ॥ స్త్రీ॥ ౨-తోఁబుట్టినదానిపేళ్లు, Sister.
ననాందా తు (స్వసా పత్యుః)	ననన్దా[పా] ననాన్దా॥ ఋ॥ స్త్రీ॥ ౧-మగనికితోఁబుట్టినదానిపేరు. ఆఁడుబిడ్డ, Husband's sister.
నప్త్రీ పౌత్త్రీ (సుతాత్మజా)॥ ౨౯॥	నప్త్రీ[పా]నప్తా॥ఋ॥-పౌత్త్రీ॥ స్త్రీ॥ ౨-సుతాత్మజా = కొడుకుకూఁతునకును, కూఁతుకూఁతునకును పేళ్లు. మనుమరాలు, Grand-daughter.
(భార్యాస్తుభ్రాతృవర్గస్య) యాతరః (స్యుః పరస్పరమ్)।	యాతరః॥ఋ, స్త్రీ, బ॥ ౧-భ్రాతృవర్గస్య=తోఁడఁబుట్టినవారియొక్క, భార్యాస్తు=పెండ్లాలు, పరస్పరమ్=తమలోఁదమకు పేరు. తోడికోడండ్రు.
ప్రజావతీ భ్రాతృజాయా (brother's wife)	ప్రజావతీ-భ్రాతృజాయా॥ స్త్రీ ॥౧-తోఁడఁబుట్టినవాని పెండ్లాముపేళ్లు. అన్నపెండ్లామని కొందఱు.
మాతులానీ తు మాతులీ॥ ౩౦॥	మాతులానీ-మాతులీ॥ స్త్రీ॥ ౨-మేనమామ పెండ్లాముపేళ్లు, Maternal uncle's wife.

(పతిపత్న్యోః ప్రసూః) శ్వశ్రూః	శ్వశ్రూః॥ స్త్రీ॥ ౧-పతిపత్న్యోః ప్రసూః = మగని తల్లికిని పెండ్లాముతల్లికిని పేరు. అత్త, Mother-in-law.
శ్వశుర (స్తుపితా తయోః)।	శ్వశురః॥ పు॥ తయోఃపితా = మగనితండ్రికిని పెండ్లాముతండ్రికిని పేరు. మామ, Father-in-law.
(పితు ర్భ్రాతా) పితృవ్య(స్స్యాత్)	పితృవ్యః॥ పు॥ ౧ - పితుర్భ్రాతా = తండ్రితోఁ బుట్టినవానిపేరు, Paternal uncle.
(మాతుర్భ్రాతా తు) మాతులః॥ ౨౯౧॥	మాతులః॥ పు॥ ౧ - మాతుర్భ్రాతా=తల్లితోఁ బుట్టినవానిపేరు. మేనమామ, Maternal uncle.
స్యాలా (స్స్యుర్భ్రాతరః పత్న్యాః)	స్యాలాః [పా] శ్యాలాః॥ పు, బ॥ ౧-పత్న్యాః భ్రాతరః=పెండ్లాముతోఁ బుట్టినవారిపేరు. బావమఱఁదులు, Wife's brothers.
(స్వామినో) దేవృదేవరౌ।	దేవా॥ ఋ॥-దేవరః॥ పు॥ ౨-స్వామినః=పెనిమిటితోఁబుట్టినవారిపేళ్లు, Husband's brother.
స్వస్రీయో భాగినేయ (స్స్యాత్)	స్వస్రీయః-భాగినేయః॥ పు॥ ౨ - తోడఁబుట్టినదానికొడుకుపేళ్లు. మేనల్లుఁడు, Sister's son.
జామాతా(దుహితుః పతిః)॥ ౨౯౨॥	జామాతా॥ పు, ఋ॥ ౧ - దుహితుః పతిః = కూఁతుమగనిపేరు. అల్లుఁడు, Son-in-law.
పితామహః పితృపితా	పితామహః॥ పు॥ - పితృపితా॥ ఋ॥ ౨-తండ్రితండ్రిపేళ్లు. తాత, Paternal grand-father.
(తత్పితా) ప్రపితామహః।	ప్రపితామహః॥ పు॥ ౧-తత్పితా=తాతతండ్రి. ముత్తాత, Paternal great grand-father.
(మాతు)ర్మాతామహా(ద్యేవం)	ఏవమ్ = ఇట్లే, మాతామహః = తల్లితండ్రి, Maternal grand-father; ప్రమాతామహః తల్లితాత, Maternal great grand-father, అనఁబడుదురు. ఇవి॥ పు॥
సపిణ్డా (స్తు) సనాభయః॥ ౨౯౩॥	సపిణ్డాః-సనాభయః॥ పు॥ ౨ - ఏడుతరములకు లోఁబడినజ్ఞాతులపేళ్లు, Kinsmen.
సమానోదర్య సోదర్య సగర్భ్య సహజా	సమానోదర్యః- సోదర్యః - సగర్భ్యః-సహజః॥ పు॥ ౪ - ఒకతల్లికొడుకులపేళ్లు, A brother of the

(స్సమాః) ।

whole blood.

సగోత్రబాన్ధవజ్ఞాతిబన్ధుస్వస్వజనా (స్సమాః)॥

సగోత్రః-బాన్ధవః-జ్ఞాతిః-బన్ధుః - స్వః-స్వజనః-పు॥ ౬-ఒక గోత్రముగలజ్ఞాతులపేళ్లు, A distant kinsmen.

జ్ఞాతేయం బన్ధుతా (తేషాం క్రమా ద్భావసమూహయోః) ।

జ్ఞాతేయమ్॥ న॥౧-బన్ధుతా॥ సీ॥ ౧-ఈ రెండును క్రమాత్ =వరుసగా, తేషాంభావసమూహయోః = జ్ఞాతిభావమునకును (Relationship), బంధుసమూహమునకును (Aggregate of kinsmen). జ్ఞాతిభావమనఁగా దాయాదత్వము. [పేళ్లు, Husband.

ధవః ప్రియః పతిర్భర్తా జార స్తూపపతి (స్సమౌ)॥ ౨౯౫॥

ధవః-ప్రియః - పతిః - భర్తా॥ ఋ॥ పు॥ మగని జారః - ఉపపతిః॥ పు ॥ ౨-అంకుమగనిపేళ్లు, Paramour.

(అమృతే జారజః) కుణ్డో An adulterine.

కుణ్డః॥ పు॥ ౧-అమృతే = మగఁడుజీవించియుండఁగా, జారజః = అంకుమగనికిఁ బుట్టినకొడుకు.

(మృతేభర్తరి)గోలకః। A widow's bastard.

గోలకః॥ పు॥ ౧-భర్తరిమృతే = మగఁడు చనిపోయిన వెనుక అంకుమగనికిఁ బుట్టిన కొడుకు.

భ్రాత్రీయో భ్రాతృజో

భ్రాత్రీయః(షా)భ్రాతృవ్యః-భ్రాతృజః॥ పు॥ ౨-తోడఁబుట్టినవానికొడుకుపేళ్లు, A brother's son.

(భ్రాతృ భగిన్యౌ) భ్రాతరౌ(పుభౌ॥) ౨౯౬

భ్రాతరౌ॥ ఋ, పు, ద్వి॥ ౧- భ్రాతృభగిన్యౌఉభౌ = తోడఁబుట్టిన యన్నచెల్లెండ్రకుఁ గాని, తమ్ముఁడు అక్కలకుఁగానిపేరు, Brother & sister.

మాతాపితరౌ పితరౌ మాతరపితరౌ ప్రసూజనయితారౌ ।

మాతాపితరౌ॥ ఋ॥-పితరౌ॥ ఋ॥-మాతరపితరౌ॥అ॥[ప]ఋ॥- ప్రసూజనయితారౌ॥ఋ, పు, ద్వి॥ ౪-తల్లిదండ్రులపేళ్లు, Father and mother.

శ్వశ్రూశ్వశురౌ శ్వశురౌ

శ్వశ్రూశ్వశురౌ-శ్వశురౌ॥పు,ద్వి॥ ౨-అత్తమామలకు పేళ్లు, Husband's or wife's father & mother.

పుత్రౌ (పుత్రశ్చ దుహితా చ)॥ ౨౯౭॥

పుత్రౌ॥ పు,ద్వి॥ ౧-పుత్రశ్చదుహితాచ=కొడుకునకును కూతునకును పేళ్లు, Son and daughter.

దమ్పతీ జమ్పతీజాయా పతీభార్యాపతీ (చతౌ)।

దమ్పతీ - జమ్పతీ - జాయాపతీ - భార్యాపతీ॥ పు, ద్వి, ౪ - ఆలుమగలపేళ్లు, Husband & wife.

గర్భాశయో జరాయుః(పుం) స్యుల్బంచ కలలో (ఽస్త్రియామ్)॥ ౨౯౫॥

గర్భాశయః-జరాయుః॥ ఉ[ప]స్॥పు॥ ౨-గర్భమును చుట్టుకొనియున్న మావిపేళ్లు, Womb. ఉల్బమ్॥న॥-కలలః ॥ పు॥ ౨- శుక్లశోణితములుగూడినపిండము, Embryo. ౪ - మావిపేళ్లనికొందఱు.

సూతిమాసో వైజననో

సూతిమాసః-వైజననః ॥పు॥ ౨- బిడ్డగను నెల The last month of gestation.

గర్భో భ్రూణ (ఇమౌ సమౌ)। తృతీయా ప్రకృతి శ్శణ్ఢః క్లీబః పణ్డో నపుంసకమ్॥ ౨౯౬॥

గర్భః-భ్రూణః॥ పు॥ ౨-గర్భముపేళ్లు, Fetus. తృతీయాప్రకృతి ॥ స్త్రీ॥-శణ్ఢః [పా] షణ్ఢః॥ పు॥-క్లీబః-పణ్డః ॥ పు॥- నపుంసకమ్॥ న॥౫- నపుంసకునిపేళ్లు, A eunuch.

శిశుత్వం శైశవం బాల్యం

శిశుత్వమ్- శైశవమ్ - బాల్యమ్॥ న ॥ ౩- పదియాఱేండ్లకు లోపలివయస్సుపేళ్లు, Childhood.

తారుణ్యం యౌవనం (సమే)।

తారుణ్యమ్-యౌవనమ్ ॥న॥ ౨ మంచివయస్సుపేళ్లు, Youth or manhood.

(స్యాత్) స్థావిరం(తు) వృద్ధత్వం (వృద్ధసఙ్ఘేఽపి) వార్ధకమ్॥ ౩౦౦

స్థావిరమ్ - వృద్ధత్వమ్ - వార్ధకమ్ (ప) వార్ధక్యమ్॥ న॥ ౩- ఏఁబదియేండ్లకుమీఁది ముదిమి వయస్సుపేళ్లు, Old age. వార్ధకమ్॥౧-వృద్ధసఙ్ఘేఽపి=వృద్ధులసమూహమునకును పేరు, Assemblage of old men.

పలితం (జరసా శౌక్ల్యం కేశాదౌ)

పలితమ్॥ న॥ ౧- కేశాదౌ=వెండ్రుకలు మొదలయినవానియందలి, జరసా=ముదిమిచేత, శౌక్ల్యమ్=తెల్లఁదనము పేరు, Greyness of hair.

విస్రసా జరా।

విస్రసా- జరా॥ స్త్రీ॥ ౨- మిక్కిలి ముదిమిపేళ్లు, Decrepitude.

ముందుఁజెప్పఁగల ఉత్తానశయాది శబ్దములకు "త్రిషుజరావరాః" అనుచో లింగము వ్రాయఁబడును.

(స్యా) దుత్తానశయా డిమ్భా స్తనపా (చ) స్త

ఉత్తానశయా - డిమ్భా- స్తనపా॥ ఆ॥- స్తనంధయీ॥ ౪- చన్నుగుడుచు చిన్నపాపపేళ్లు, An

నంధయీ॥ ౩౦౧

infant.

బాల (స్తుస్యా) న్మాణవకో

బాలః-మాణవకః॥౨-పదియారేండ్ల కులోఁబడి నవయస్సుగలవాని పేళ్లు, A child.

వయస్థ స్తరుణో యువా।

వయస్థః-తరుణః-యువా॥న్॥ ౩- ప్రాయపువాని పేళ్లు, A young man.

ప్రవయాః స్థవిరో వృద్ధో జీనో జీర్ణో జరన్నపి॥

ప్రవయాః॥స్॥-స్థవిరః - వృద్ధః - జీనః - జీర్ణః-జరన్॥త్॥౬-ముదిసినవాని పేళ్లు, An old man.

వర్షీయా న్దశమీ జ్యాయాన్

వర్షీయాన్॥స్॥-దశమీ॥న్॥-జ్యాయాన్ ॥ స్ ॥ ౩-మిక్కిలిముదిసిన వాని పేళ్లు, One very aged.

పూర్వజ స్త్వగ్రియో ఽగ్రజః।

పూర్వజః-అగ్రియః [పా] అగ్రిమః- అగ్రజః ॥ ౩-అన్న పేళ్లు, Elder brother; first born. అగ్ర్యః-అగ్రీయః, అనియు రూపములు.

జఘన్యజే (స్యుః) కనిష్ఠ యవీయో ఽవరజానుజాః॥ ౩౦౩॥

జఘన్యజః- కనిష్ఠః - యవీయాన్ ॥ స్॥ - అవరజః-అనుజః॥౫-తమ్ముని పేళ్లు, Younger brother. కనీయాన్-కన్యసః-యవిష్ఠః, అనియు రూపములు.

అమాంసో దుర్బల శ్ఛాతో

అమాంసః-దుర్బలః-ఛాతః [పా] శాతః ॥ ౩ - బక్కవాని పేళ్లు, చిక్కినవాఁడు. Feeble; thin.

బలవాన్ మాంసలో ఽంసలః।

బలవాన్॥త్॥-మాంసలః-అంసలః ॥ ౩ - బలిసినవాని పేళ్లు, Strong; lusty.

తున్దిల స్తున్దిభ స్తున్దీ బృహత్కుక్షిః పిచణ్డిలః॥ ౩౦౪॥

తున్దిలః-తున్దిభః [పా] తున్దికః-తున్దీ॥న్॥-బృహత్కుక్షిః-పిచణ్డిలః [పా] పిచిణ్డిలః॥౫- పెద్దకడుపుగల వాని పేళ్లు, Corpulent; pot-bellied.

అవటీటో ఽవనాట శ్చావభ్రటో నతనాసికే।

అవటీటః-అవనాటః-అవభ్రటః- నతనాసికః॥౪-చప్పిడి ముక్కుగలవాని పేళ్లు, Flat-nosed.

కేశవః కేశికః కేశీ

కేశవః- కేశికః- కేశీ॥ న్॥ ౩ - మంచి వెండ్రుకలు గలవాని పేళ్లు, Having much or fine hair.

వలినో వలిభ (స్సమా)॥ ౩౦౫॥

వలినః-వలిభః॥ ౨-ముదిమిచేత ముడతలుపడిన చర్మముగలవాని పేళ్లు, Flaccid.

వికలాఙ్గస్తు పోగణ్డః

వికలాఙ్గః-పోగణ్డః [పా] అపోగణ్డః॥ ౨- అంగ

హీనునిపేళ్లు, Deformed.

ఖర్వో హ్రస్వశ్చ వామనః।

ఖర్వః-హ్రస్వః-వామనః ॥ ౩- పొట్టివానిపేళ్లు, A dwarf.

ఖరణాస్స్యాత్ ఖరణసో విగ్ర (స్తు) గతనాసికః॥ ౩౦౬॥

ఖరణాః॥స్॥-ఖరణసః॥ ౨ - వాఁడిముక్కుగల వానిపేళ్లు, Sharp-nosed.

విగ్రః [పా] విఖ్యః-గతనాసికః॥ ౨ - ముక్కు-పోయినవానిపేళ్లు, Noseless.

ఖురణా (స్స్యా) త్ఖురణసః

ఖురణాః॥స్॥-ఖురణసః॥ ౨ - బుఱ్ఱముక్కుగల వానిపేళ్లు, Potato-nosed.

ప్రజ్ఞుః ప్రగతజానుకః।

ప్రజ్ఞుః [పా] ప్రజ్ఞః-ప్రగతజానుకః॥ ౨- ఒకటి కొకటి మెడముగల మోఁకాళ్లుగల వానిపేళ్లు, Bandy-legged.

ఊర్ధ్వజ్ఞు రూర్ధ్వజానుః (స్యాత్)

ఊర్ధ్వజ్ఞుః [పా] ఊర్ధ్వజ్ఞః-ఊర్ధ్వజానుః॥ ౨ పొడుగుమోఁకాళ్లుగలవానిపేరు, Long-shanked.

సంజ్ఞు స్సంహతజానుకః॥ ౩౦౭॥

సంజ్ఞుః [పా] సంజ్ఞః-సంహతజానుకః॥ ౨ - ముట్టిమోఁకాళ్లుగలవానిపేళ్లు, Knock-kneed.

స్యా దేడే బధిరః

ఏడః-బధిరః॥ ౨-చెవిటివానిపేళ్లు, Deaf.

కుబ్జే గడులః

కుబ్జః - గడులః॥ ౨- ఱొమ్మునఁగాని వీఁపునఁగాని కణితిగలపొట్టివాఁడు, Hump-backed.

కుకరే కుణిః।

కుకరః-కుణిః (ప) కూణిః॥ ౨ - ఈచఁబోయిన చేతులుగలవానిపేళ్లు, Having a withered arm.

పృశ్ని రల్పతనౌ

పృశ్నిః - అల్పతనుః॥ ౨ - అల్పదేహముగల వానిపేళ్లు. కుఱుమట్టపు అలిపిరివాఁడు, Small, Short or thin.

శ్రోణః పఙ్గౌ

శ్రోణః-పఙ్గుః ॥ ౨- పిచ్చుకుంటువానిపేళ్లు, A cripple.

ముణ్డస్తు ముణ్డితే॥

ముణ్డః-ముణ్డితః॥ ౨ - బోడివానిపేళ్లు, Bald; close-shaved.

వలిరః కేకరే

వలిరః- కేకరః ॥ ౨-మెల్లకంటివాఁడు, Squint-eyed.

ఖోడే ఖఞ్జః

ఖోడః-ఖఞ్జః॥ ౨- కాలుకుంటివానిపేళ్లు, Lame.

(త్రిషు జరావరాః)।

జరావరాః త్రిషు=జరా శబ్దమునకు వెనుకఁ జెప్పిన శబ్దములన్నియు ఖఞ్జశబ్దమువఱకు॥ త్రి ॥

జటులః కాలకః పిప్లుస్తిలక స్తిలకాలకః ॥ ౩౦౯॥

జటులః [పా] జడులః-కాలకః-పిప్లుః-తిలకః- తిలకాలకః॥పు॥౫ - తిలకాకారములయిన నల్లమచ్చల పేళ్లు. పుట్టుమచ్చలు, A freckle or mole.

అనామయం(స్యా)దారోగ్యం

అనామయమ్-ఆరోగ్యమ్ ॥న॥ ౨-రోగము లేకయుండుట పేళ్లు, Health.

చికిత్సా (రుక్ప్రతిక్రియా)।

చికిత్సా-రుక్ప్రతిక్రియా॥స్త్రీ॥౨ - రోగమునకుం బ్రతిక్రియచేయుట పేరు, Medical treatment.

భేషజౌషధ భైషజ్యా న్యగదోజాయు(రిత్యపి)॥

భేషజమ్-ఔషధమ్-భైషజ్యమ్॥న॥ - అగదః-జాయుః॥పు॥౫-మందు పేళ్లు, Medicament.

(స్త్రీ) రుగ్రుజాచోపతాప రోగ వ్యాధి గదాఽమయాః॥

రుక్॥జ్॥-రుజా॥స్త్రీ॥-ఉపతాపః-రోగః - వ్యాధిః-గదః-ఆమయః॥పు॥౭-రోగము పేళ్లు, A disease.

(పుమాన్)యక్ష్మా క్షయ శ్శోషః

యక్ష్మా॥న్॥-క్షయః-శోషః॥పు॥౩-క్షయరోగము పేళ్లు, Pulmonary consumption.

ప్రతిశ్యాయస్తు పీనసః॥ ౩౧౧॥

ప్రతిశ్యాయః-పీనసః॥పు॥ ౨ - పీనసపడిసెము పేళ్లు, Catarrh.

(స్త్రీ) క్షుత్క్షుతం క్షవః (పుంసి)

క్షుత్॥ధ్,స్త్రీ॥-క్షుతమ్॥న॥-క్షవః॥పు॥౩ - తుమ్ము పేళ్లు, Sneezing.

కాసస్తు క్షవథుః (పుమాన్)।

కాసః [పా] కాశః-క్షవథుః॥పు॥౨ - దగ్గు పేళ్లు, Cough.

శోఫస్తు శ్వయథుశ్శోథః

శోఫః-శ్వయథుః-శోథః [పా] శోషః॥ పు॥ ౩-వాపు పేళ్లు, Intumescence.

పాదస్ఫోటో విపాదికా॥ ౩౧౨॥

పాదస్ఫోటః॥పు॥-విపాదికా॥స్త్రీ॥౨- కాళ్లుపగులు కుష్ఠభేదము పేళ్లు, Kibe.

కిలాసం సిధ్మ

కిలాసమ్-సిధ్మ॥న్॥[పా]సిధ్మమ్॥న॥౨-సిబ్బెము, Blotch. సిధ్మమ్ అనుచో కిలాససిధ్మే యనిపాఠము.

కచ్ఛ్వాం(తు) పామ పామే విచర్చికా ।

కచ్ఛూః-పామా॥న్॥-పామా॥ఆ॥- విచర్చికా॥స్త్రీ॥౪-గజ్జి పేళ్లు, Scab.

కణ్డూః ఖర్జూశ్చ క

కణ్డూః-ఖర్జూః-కణ్డూయా॥స్త్రీ॥౩-తీఁట పేళ్లు, Itch.

ణ్డూయా
విస్ఫోటః పిటక (స్త్రిషు)॥ ౩౧౩॥

విస్ఫోటః॥ పు॥-పిటకః॥ త్రి॥ ౨-పొక్కులపేళ్లు, బొబ్బలు, Boil.

వ్రణో (ఽస్త్రియా) మీర్మమరుః (క్లీబే)

వ్రణః॥ పు॥ - ఈర్మమ్-అరుః॥న॥ ౩-పుంటిపేళ్లు, Sore or wound.

నాడీవ్రణః(పుమాన్)।

నాడీవ్రణః॥పు॥౧-సెలవేసినపుంటిపేరు, Ulcer.

కోఠో మణ్డలకం

కోఠః॥పు॥ - మణ్డలకమ్॥న॥ ౨-మండలాకారమయినకుష్ఠుపేళ్లు. ఎఱ్ఱపులుము, Leprosy with round spots. [పులుము, Leprosy.

కుష్ఠ శ్విత్రే

కుష్ఠమ్-శ్విత్రమ్॥ న॥ ౨-తెల్లకుష్ఠుపేళ్లు. తెల్ల

దుర్నామకాఽర్శసీ॥ ౩౧౪॥

దుర్నామకమ్-అర్శః॥ న॥ ౨-మూలవ్యాధిపేళ్లు, Hemorrhoids.

ఆనాహ (స్తు) విబన్ధ (స్స్యాత్) Epistasis.

ఆనాహః-విబన్ధః [పా] నిబన్ధః॥ పు॥ ౨-ఇరువాయిగట్టురోగముపేళ్లు, మలమూత్రములుగట్టుట.

గ్రహణీరు క్ప్రవాహికా।

గ్రహణీరుక్॥జ॥-ప్రవాహికా॥ స్త్రీ॥ ౨-గ్రహణిపేళ్లు, Diarrhœa.

ప్రచ్ఛర్దికా వమి (శ్చ స్త్రీ పుమాంస్తు) వమథు (స్సమాః)॥ ౩౧౫॥

ప్రచ్ఛర్దికా-వమిః[పా] వమీ॥స్త్రీ॥-వమథుః॥పు॥ ౩-వాంతిపేళ్లు. కక్కువ్యాధి, Vomitting.

(వ్యాధిభేదా) విద్రధిః (స్త్రీ) జ్వర మేహ భగన్దరాః।

విద్రధిః॥స్త్రీ॥కడుపులోఁబుట్టుబల్లగడ్డ, An internal abscess. జ్వరః॥పు॥ జ్వరము, Fever. మేహః॥పు॥ ప్రమేహము, Gonorrhœa. భగన్దరః॥పు॥ చూడరానితావునఁ బుట్టు భగందరమను వ్రణము, Fistula in ano, ఈ ౪ను, వ్యాధిభేదములు.

అశ్మరీ మూత్రకృచ్ఛ్రం (స్యాత్)

అశ్మరీ ॥స్త్రీ॥=Stone. మూత్రకృచ్ఛ్రమ్॥ న॥ = Strangury, ౨ - మూత్రకృచ్ఛ్రముపేళ్లు. నీరువిడువఁగూడని తెవులు.

(పూర్వే శుక్రావధేస్త్రిషు)॥ ౩౧౬॥

ఇది మొదలుకొని శుక్రావధేః='శుక్రం తేజో రేతసీచ' అనుశుక్రశబ్దమువఱకు, పూర్వే = ముం

	దుఁజెప్పఁగల శబ్దములన్నియు॥ త్రి॥
రోగహార్యగదఙ్కారో భిషగ్వైద్యాచికిత్సకే ।	రోగహారీ॥న్॥-అగదఙ్కారః - భిషక్॥జ్॥ - వైద్యః-చికిత్సకః॥ ౫-వైద్యునిపేళ్లు, Physician.
వార్తో నిరామయఃకల్య ఉల్లాఘో (నిర్గతో గదాత్)॥ ౩౧౭॥	వార్తః-నిరామయః - కల్యః॥౩-రోగములేనివానిపేళ్లు, Healthy. ఉల్లాఘః॥౧-గదాత్ నిర్గతః=రోగముతీఱినవానిపేళ్లు, Recovered from sickness.
గ్లాన గ్లాస్నూ ఆమయావీ వికృతో వ్యాధితో ఽపటుః । ఆతురో ఽభ్యమితో ఽభ్యాన్తః	గ్లానః - గ్లాస్నుః ॥ ౨ - చిక్కినవానిపేళ్లు, Emaciated or weak. ఆమయావీ ॥ న్ ॥ - వికృతః-వ్యాధితః - అపటుః - ఆతురః - అభ్యమితః-అభ్యాన్తః॥ పు॥ ౭-తెవులుగలవానిపేళ్లు, Diseased.
(సమౌ)పామన కచ్ఛురౌ॥ ౩౧౮॥	పామనః - కచ్ఛురః॥ ౨ - గజ్జిగలవానిపేళ్లు, Scabby.
దద్రుణో దద్రురోగీ (స్యాత్)	దద్రుణః-దద్రురోగీ॥ న్॥ ౨-దద్రువనుకుష్ఠభేదముగలవానిపేళ్లు, Afflicted with herpes.
అర్శోరోగయుతో ఽర్శసః ।	అర్శోరోగయుతః-అర్శసః ॥ ౨ - మూలరోగముగలవానిపేళ్లు.—with hemorrhoids.
వాతకీ వాతరోగీ (స్యాత్)	వాతకీ॥న్॥ - వాతరోగీ॥ న్॥ ౨-వాతరోగముగలవానిపేళ్లు.—with gout or rheumatism.
సాతిసారో ఽతిసారకీ॥ ౩౧౯॥	సాతిసారః - అతిసారకీ ॥న్॥ ౨-అతిసారరోగముగలవానిపేళ్లు.—with dysentery.
(స్యుః) క్లిన్నాక్షే చుల్ల చిల్ల పిల్లాః (క్లిన్నే ఽక్ష్ణి చాప్యమీ) ।	క్లిన్నాక్షః - చుల్లః - చిల్లః - పిల్లః॥ ౪-తడిసిన కన్నులుగలవానిపేళ్లు, Blear-eyed. అమీ=ఈ ౪ శబ్దములు, క్లిన్నే అక్ష్ణి = తడిసిన కంటియందును వర్తించును, Diseased eye. [వానిపేళ్లు, Insane.
ఉన్మత్త ఉన్మాదవతి	ఉన్మత్తః-ఉన్మాదవాన్ ॥ త్॥ ౨-వెఱ్ఱియెత్తిన
శ్లేష్మలః శ్లేష్మణః కఫీ॥ ౩౨౦॥	శ్లేష్మలః-శ్లేష్మణః - కఫీ॥ న్॥ ౩-శ్లేష్మవ్యాధిగలవానిపేళ్లు. తెమడతెవులు, Phlegmatic.
న్యుబ్జో (భుగ్నే రుజా)	న్యుబ్జః॥ ౧॥ రుజా=రోగముచేత, భుగ్నే=వక్రమయినవానిపేరు, Gibbous from disease.

వృద్ధనాభౌ తుణ్డిల తుణ్డిభౌ।	వృద్ధనాభిః- తుణ్డిలః- తుణ్డిభః ॥ ౩- పొడవైన బొడ్డుగలవానిపేళ్లు, Having an elevated navel.
కిలాసీ సిధ్మలో	కిలాసీ॥ న్॥- సిధ్మలః॥ ౨- సిబ్బెముగలవాని పేళ్లు, Having blotches.
ఽన్ధోఽదృ	అన్ధః-అదృక్॥ శ్॥ ౨- గుడ్డివానిపేళ్లు, Blind.
ఙ్మూర్ఛాలే మూర్త మూర్ఛితౌ॥ ౬౧॥	మూర్ఛాలః-మూర్తః- మూర్ఛితః॥ ౩- మూర్ఛరోగముగలవానిపేళ్లు, Fainting.
శుక్రం తేజో రేతసీచ బీజ వీర్యేన్ద్రియాణిచ।	శుక్రమ్[పా]శుక్లమ్- తేజః॥ స్॥-రేతః॥స్॥- బీజమ్-వీర్యమ్-ఇన్ద్రియమ్॥ న॥ ౬- రేతస్సుపేళ్లు, Seed.
మాయుః పిత్తం	మాయుః॥పు॥-పిత్తమ్॥ న॥-౨-పైత్తము, Bile.
కఫః శ్లేష్మా	కఫః-శ్లేష్మా॥ న్॥పు॥-౨-కఫముపేళ్లు, Phlegm.
(స్త్రియాంతు) త్వగ సృగ్ధరా॥ ౬౨॥	త్వక్॥చ్॥- అసృగ్వరా [పా] అసృగ్ధరా॥ స్త్రీ॥-౨-చర్మముపేళ్లు, The skin.
పిశితం తరసం మాంసం పలలం క్రవ్య మామిషమ్।	పిశితమ్- తరసమ్ - మాంసమ్ - పలలమ్- క్రవ్యమ్-ఆమిషమ్॥ న॥౬- మాంసముపేళ్లు, Flesh. మాంసామిషశబ్దములు-౨-ను॥ ప్న॥ అనికొందఱు.
ఉత్తప్తంశుష్కమాంసం (స్యాత్త) ద్వల్లూరం ((తిలిఙ్గకమ్))॥ ౬౩॥	ఉత్తప్తమ్- శుష్కమాంసమ్॥ న॥ -వల్లూరమ్॥ త్రి॥ ౩- ఎండినమాంసముపేళ్లు, Dry flesh.
రుధిరే ఽసృ గ్లోహితా స్ర రక్త క్షతజ శోణితమ్।	రుధిరమ్- అసృక్॥జ్॥- లోహితమ్-అస్రమ్- రక్తమ్-క్షతజమ్- శోణితమ్॥ న॥ ౭-నెత్తురుపేళ్లు, Blood.
వృక్కా గ్రమాంసం	వృక్కా [పా] బుక్కా॥ స్త్రీ॥- అగ్రమాంసమ్॥ న ॥ ౨ - శ్రౌతమునందు వృక్యమని ప్రసిద్ధమైన మంచిమాంసముపేళ్లు, The thorax.
హృదయం హృత్	హృదయమ్-హృత్॥ ద్, న॥ ౨- గుండెకాయపేళ్లు, హృదయకమలము, The heart. వృక్కాదులు ౪ ను గుండెకాయపేళ్లని కొందఱందురు.
మేదస్తు వపా వసా॥ ౬౪॥	మేదః॥ స్, న॥ ౧- హృదయమునన స్థులయందుండెడుమెదడు, The marrow of bones. వపా॥

	స్త్రీ॥ ౧- బొడ్డుక్రింద కోకవలెనుండు పొరమాంసము, The skin of the intestines. వసా॥స్త్రీ॥౧-అన్ని మాంసములలో మేలైనక్రొవ్వు, The serum of flesh. ఈ 3 ను పర్యాయములని కొందఱందురు.
పశ్చాద్గ్రీవాసిరా మన్యా	మన్యా॥స్త్రీ॥౧-పశ్చాద్గ్రీవాసిరా=పెడతలనుండు బోలు నరము, Muscle at the nape of the neck.
నాడీతు ధమని స్సిరా।	నాడీ-ధమనిః[పా]ధమనీ-సిరా [పా] శిరా॥ స్త్రీ॥ 3- సామాన్యముగాబోలునరముల పేళ్లు, A nerve.
తిలకం క్లోమ	తిలకమ్-క్లోమ॥ న్॥[ప]క్లోమమ్॥న॥ ౨- కడుపులో నొకప్రక్క నెత్తురైయుండు మాంసవిశేషము పేళ్లు. నీరుతిత్తియనికొందఱు, The bladder.
మస్తిష్కం గోర్దం	మస్తిష్కమ్-గోర్దమ్॥ న॥౨-మెదడు,The brain.
కిట్టం మలో (ఽస్త్రియామ్)॥ 3౨౫॥	కిట్టమ్॥ న॥- మలః॥ పు॥ ౨- క్రొవ్వు, రేతస్సు, నెత్తురు, మెదడు, మూత్రము, విష్ఠ, గులిమి, చీమిడి, తెమడ, కన్నీరు, కంటిపుసి, చెమట, అను పండ్రెండు మలములపేళ్లు, An excretion.
అన్త్రం పురీతత్	అన్త్రమ్[పా]ఆన్త్రమ్- పురీతత్॥ న॥ ౨-పేగుల పేళ్లు. పురీతచ్ఛబ్దము పుంలింగమును, Entrails.
గుల్మస్తు ప్లీహా (పుంస్యథ)	గుల్మః- ప్లీహా॥ న్॥ పు॥ ౨- కడుపున నెడమదిక్కున పచ్చనై యుండు మాంసవిశేషము, Spleen.
వస్నసా। స్నాయుః (స్త్రియాం)	వస్నసా[ప]స్నసా- స్నాయుః॥ స్త్రీ॥ ౨- సన్నపు నరములపేళ్లు, A tendon or muscle.
కాలఖణ్డ యకృతీ (తు సమే ఇమే)॥ 3౨౬॥	కాలఖణ్డమ్- యకృత్॥ న॥ ౨- కడుపున కుడిప్రక్కనున్న నల్లని మాంసవిశేషము, The liver.
సృణికాస్యన్దినీ లాలా	సృణికా [పా] సృణీకా- స్యన్దినీ- లాలా॥ స్త్రీ॥ 3- నోటిజొల్లుపేళ్లు, Saliva.
దూషికా (నేత్రయోర్మలమ్)।	దూషికా[పా] దూషీకా॥ స్త్రీ॥ ౧- నేత్రయోః మలమ్=కంటిపుసిపేరు, The rheum of the eyes.
[నాసామలంతు సిం	సింఘాణమ్॥న॥౧-చీమిడి,the mucus of the nose.

ఘాణం పింజూషం కర్ణయో ర్మలమ్]

పింజూషమ్॥న॥౧-గుమిలి, Ear-wax.

మూత్రం ప్రస్రావ

[పేళ్లు, Urine.

మూత్రమ్॥న॥-ప్రస్రావః॥పు॥౨-మూత్రము

ఉచ్చారావస్కరౌ శమలం శకృత్ ॥ పురీష గూథే వర్చస్క(మస్త్రీ) విష్ఠా విషౌ (స్త్రియాం)।

ఉచ్చారః-అవస్కరః॥పు॥-శమలమ్ - శకృత్-పురీషమ్-గూథమ్॥న్న॥-వర్చస్కమ్॥న్న॥ - విష్ఠా-విట్॥ష॥[ప] విట్॥శ్॥ సీ॥ ౯ - అమేధ్యముపేళ్లు, Fæces.

(స్యా) త్కర్పరః కపాలో(ఽస్త్రీ)

కర్పరః॥పు॥-కపాలః॥న్న॥౨-తలయెముకతునుక పేళ్లు, The skull-bone.

కీకసం కుల్య మస్థిచ॥

కీకసమ్-కుల్యమ్-అస్థి॥న॥ ౩ - ఎముక, Bone.

(స్యా చ్ఛరీరాస్థ్ని) కజ్కాలః

కజ్కాలః॥పు॥౧ - (చర్మమాంసరహితమై ఒకటితోనొకటికూడుకొనియున్న) శరీరాస్థ్ని = ఒడలి యెముకలసమూహముపేరు, The skeleton.

(పృష్ఠాస్థ్ని తు) కశేరుకా।

కశేరుకా॥ సీ॥ ౧-పృష్ఠాస్థ్ని = వెన్నెముకపేరు, The back-bone.

(శిరోస్థ్నితు) కరోటిః (స్త్రీ)

కరోటిః ॥ సీ ॥ ౧ - శిరోస్థ్ని= తలపుఱ్ఱెపేరు, The skull; cranium.

(పార్శ్వాస్థని తు) పర్శుకా॥ ౩_౭౯॥

పర్శుకా॥సీ॥౧- పార్శ్వాస్థని= ప్రక్కయెముక పేరు, A rib.

అఙ్గం ప్రతీకో వయవో ఽపఘనో ఽథ

అఙ్గమ్॥న॥-ప్రతీకః-అవయవః-అపఘనః॥పు॥౪-కరచరణాద్యవయవములపేరు, A limb.

కలేబరమ్। గాత్రం వపుస్సంహననం శరీరం వర్ష్మ విగ్రహః ॥ కాయో దేహః (క్లీబ పుంసోః స్త్రియాం)మూర్తి స్తను స్తనూః।

కలేబరమ్-గాత్రమ్-వపుః ॥ స్ ॥-సంహననమ్-శరీరమ్-వర్ష్మ॥న్॥న॥-విగ్రహః-కాయః॥పు॥ -దేహః॥న్న॥-మూర్తిః-తనుః-తనూః॥సీ॥౧౨ - ఒడలిపేళ్లు. తనుశబ్దము సాంతనపుంసకమును కలదు, The body.

పాదాగ్రం ప్రపదం

పాదాగ్రమ్-ప్రపదమ్॥న॥౨-పాదముయొక్క కొనపేళ్లు. మీఁగాళ్లు, Point of the foot.

పాదః పదఙ్ఘ్రి శ్చర

పాదః-పత్ ॥ద్॥-అఙ్ఘ్రిః॥పు॥-చరణః॥న్న॥౪-పా

ణో(ఽ స్త్రియామ్)॥
(తద్గ్రన్థీ) ఘుటికే గుల్ఫౌ
(పుమా) న్పార్ష్ణి (స్తయో రధః)।
జఙ్ఘాతు ప్రసృతా
జా నూరుపర్వాష్ఠీవ (ద స్త్రియామ్)॥ 33౨॥
సక్థి(క్లీ బేపుమా)నూరు
(స్తత్సన్ధిః పుంసి) వఙ్క్షణః।
గుదంత్వపానం పాయు (ర్నా)
వస్తి(ర్నాభే రధో ద్వయోః)॥ 333॥
కటో(నా)శ్రోణిఫలకం
కటిః శ్రోణిః కకుద్మతీ।
(పశ్చా) న్నితమ్బః (స్త్రీకట్యాః)
(క్లీ బేతు) జఘనం (పురః)॥ 33౪॥
(కూపకౌతునితమ్బస్థౌ ద్వయహీనే) కుకున్దరే।
(స్త్రియాం) స్ఫిచౌ కటిప్రోథా
వుపస్థో (వక్ష్యమాణ

దము పేళ్లు, A foot.

ఘుటికా॥సీ॥-గుల్ఫః॥పు॥ ౨-పాదముయొక్క పార్శ్వ ములయందుండు బుడిపి. చీలమండ, The ancles.

పార్ష్ణిః॥ పు॥ [ప]పార్ష్ణీ॥సీ॥ ౧-తయోరధః=ఆచీల మండక్రింది ప్రదేశము పేరు, మడమ, A heel.

జఙ్ఘా-ప్రసృతా॥ సీ॥-౨-పిక్క పేళ్లు, The shank.

జాను॥న॥ [ప] జానుః॥పు॥-ఊరుపర్వ ॥న్॥ న॥ అష్ఠీవత్ ॥ష్న॥3-మోంకాలి పేళ్లు, A knee.

సక్థి॥ న॥-ఊరుః॥ పు॥ ౨-తొడ పేళ్లు, A thigh.

వఙ్క్షణః॥ పు॥ ౧-తత్సన్ధిః = ఆతొడలకును పిఱుందులకును సంధిపేరు, గజ్జలనుట, The groin.

గుదమ్ - అపానమ్॥న॥-పాయుః॥ పు॥ 3 - గుద స్థానము, The anus.

వస్తిః॥ ప్న॥ ౧-నాభేరధః = బొడ్డుక్రిందిపొత్తి కడుపు పేరు, The abdomen. [The hip.

కటః॥పు॥ - శ్రోణిఫలకమ్॥న॥ ౨-మొల పేళ్లు, కటిః[పా]కటీ-శ్రోణిః [పా] శ్రోణీ - కకుద్మతీ॥సీ॥ ౨ - పిఱుందుల పేళ్లు, Loins. ఈ ౫ మొల పేళ్లును.

నితమ్బః ॥ పు ॥ ౧-స్త్రీకట్యాః = స్త్రీలయొక్క మొలకు, పశ్చాత్ = వెనుకదిక్కున నున్న ప్రదేశమునకు పేరు. పిఱుందు, A woman's buttocks.

జఘనమ్॥ న॥ ౧ - పురః=స్త్రీల మొలముందరి ప్రదేశము పేరు, మడికట్టు, Mons veneris.

కుకున్దరమ్॥న॥౧-నితమ్బస్థౌ = ఆడుదానిపిఱుందులమీఁదనుండు, కూపకౌ = గుంతల పేళ్లు, Cavities of the loins.

స్ఫిక్॥చ్,సీ॥-కటిప్రోథః॥ పు॥ ౨-పిఱుందులపైని యున్నత ప్రదేశముల పేళ్లు, The buttocks.

ఉపస్థః॥ పు[ప] న॥ - వక్ష్యమాణయోః = ముం

యోః)॥ ౩౩౫॥	దుఁజెప్పఁగల యోనిశిశ్నముల పేరు, Organs of generation of either sex.
భగంయోని(ర్ద్వయోః)	భగః॥న॥-యోనిః॥ష్ట॥ ౨-యోనిపేళ్లు, Vulva.
శిశ్నో మేఢ్రో మేహన శేఫసీ ।	శిశ్నః-మేఢ్రః॥పు॥[ప]మేఢ్రమ్॥న॥-మేహనమ్-శేఫః॥స॥[ప] శేఫమ్॥న॥౪-శిశ్నముపేళ్లు, Penis.
ముష్కో ఽణ్డకోశో వృషణః	ముష్కః-అణ్డకోశః [ప] అణ్డః-కోశః - వృషణః ॥పు॥౩-వృషణముల పేళ్లు, The scrotum and the testicles.
(పృష్ఠవంశాధరే) త్రికమ్॥ ౩౩౬॥	త్రికమ్॥న॥౧-పృష్ఠవంశాధరే = వెన్నెముకకు దిగువనున్న ప్రదేశముపేరు, The end of the spine.
పిచణ్డ కుక్షీ జఠరోదరం తున్దం	పిచణ్డః[పా]పిచిణ్డః-కుక్షిః॥పు॥ -జఠరమ్॥ ష్ట ॥ ఉదరమ్-తున్దమ్॥న॥౫-కడుపుపేళ్లు, The belly.
స్తనౌ కుచౌ।	స్తనః-కుచః॥పు॥౨-చన్నులపేళ్లు, The paps.
చూచుకంతు కుచాగ్రం (స్యాత్)	చూచుకమ్॥ష్ట॥-కుచాగ్రమ్॥న॥౨ - చనుమొనపేళ్లు, A nipple.
(ననా) క్రోడం భుజాన్తరమ్ ॥ ౩౩౭ ॥	క్రోడమ్॥ష్ట॥-భుజాన్తరమ్॥న॥౨-చేతులనడుము. [The bosom.
ఉరో వత్సం చ వక్షశ్చ	ఉరః॥స॥-వత్సమ్-వక్షః॥స॥న॥ ౩-ఱొమ్ముపేళ్లు,
పృష్ఠం (తు చరమం తనోః)।	పృష్ఠమ్॥న॥౧-తనోః = శరీరముయొక్క. చరమమ్= వెనుకటిపార్శ్వముపేరు, The back.
స్కన్ధో భుజశిరోంఽసో (ఽస్త్రీ)	స్కన్ధః॥పు॥-భుజశిరః॥స, న॥ -అంసః॥ష్ట॥ ౩ - మూఁపుపేళ్లు, The shoulder; Scapula.
(సన్ధీతస్యైవ) జత్రుణీ॥ ౩౩౮॥	జత్రు॥న॥౧-తస్యైవ=ఆమూఁపుయొక్క, సన్ధీ= సంధులపేరు, The collar bones.
బాహుమూలే(ఉభౌ) కక్షౌ	బాహుమూలమ్॥న॥-కక్షః॥పు॥౨- చంకపేళ్లు, The arm-pit.
పార్శ్వ (మస్త్రీ తయోరధః)।	పార్శ్వమ్॥ష్ట॥౧-తయోరధః = ఆచంకలకు దిగువనున్న ప్రదేశముపేరు, ప్రక్క, A side.
మధ్యమంచావలగ్నం చ మధ్యో (ఽస్త్రీ)	మధ్యమమ్-అవలగ్నమ్-మధ్యః॥ష్ట॥ ౩-నడుముపేళ్లు, The waist.

(ద్వౌపరౌద్వయోః)॥ ౩౩౯॥	పరౌద్వౌ=ముందుఁజెప్పఁబడు భుజబాహుశబ్దములు ౨-ను, ద్వయోః=పుంస్త్రీలింగములు.
భుజబాహూ ప్రవేష్టో దోః	భుజః-బాహుః- ప్రవేష్టః - దోః॥స్॥ పు॥ [ప] దోః॥స్,న॥[ప]దోషా॥స్త్రీ॥-౪- చేతులపేళ్లు, The arm.
(స్యా) త్కఫోణి (స్తు) కూర్పరః।	కఫోణిః॥పు(ప) స్త్రీ॥-కూర్పరః[పా]కర్పరః॥పు॥-౨- మోఁచేతిపేళ్లు, The elbow.
(అస్యోపరి) ప్రగణ్డ (స్స్యాత్)	ప్రగణ్డః॥పు॥౧-అస్యోపరి = చంకవఱకునున్న మోఁచేతి మీఁదిచేతిపేరు, Humerus.
ప్రకోష్ఠ (స్తస్య చాప్యధః)॥ ౩౪౦॥	ప్రకోష్ఠః॥పు॥౧-తస్యఅధః= మణికట్టువఱకునున్న మోఁచేతిక్రిందటి ముంజేతిపేరు, A fore-arm.
(మణిబన్ధా దాకనిష్ఠం కరస్య)కరభో(బహిః)।	కరభః॥పు॥౧-మణిబన్ధాత్ =మణికట్టుమొదలు, ఆకనిష్ఠమ్=చిటికెనవ్రేలివఱకు, కరస్య = చేతియొక్క, బహిః=వెలుపలిభాగము, Metacarpus.
పఞ్చశాఖశ్శయః పాణి	పఞ్చశాఖః-శయః [పా] శమః-పాణిః॥పు॥౩- మణికట్టునుండి వ్రేళ్లతోఁగూడినచేయి, A hand.
స్తర్జనీస్యాత్ప్రదేశినీ॥	తర్జనీ-ప్రదేశినీ[పా]ప్రదేశనీ॥స్త్రీ॥-౨-జుట్టనవ్రేలిపేళ్లు, A fore-finger.
అఙ్గుల్యః కరశాఖా (స్స్యుః)।	అఙ్గులీ[ప]అఙ్గులిః-కరశాఖా॥స్త్రీ॥-౨ - సామాన్యముగా వ్రేళ్లపేళ్లు, Fingers.
(పుంస్య)ఙ్గుష్ఠః ప్రదేశినీ।మధ్యమా ఽనామికా(చాపి) కనిష్ఠా (చేతి తాః క్రమాత్) ౩౪౨॥	అఙ్గుష్ఠః॥పు॥ పెనువ్రేలు, The thumb. ప్రదేశినీ॥స్త్రీ॥జుట్టనవ్రేలు, Fore finger. మధ్యమా॥స్త్రీ॥నడిమివ్రేలు,Middle finger. అనామికా॥స్త్రీ॥ దర్భవ్రేలు,Ring finger. కనిష్ఠా॥స్త్రీ॥[పా] కనిష్ఠికా,కన్యసా, కనీనీ, కనీనికా=చిటికెనవ్రేలు, Little finger.
పునర్భవః కరరుహో నఖో (ఽస్త్రీ) నఖరో (ఽస్త్రియామ్)।	పునర్భవః [పా] పునర్నవః-కరరుహః॥పు॥-నఖః॥ష్న॥-నఖరః॥ష్న॥[ప]త్రి॥౪-గోరుపేళ్లు, A nail.
ప్రాదేశ తాల గోకర్ణా (స్తర్జన్యాదియుతేతతే। ౩౪౩॥ అఙ్గుష్ఠే)	ప్రాదేశః॥పు॥=లొడితెడు, Spithama. తాలః॥పు॥,గోకర్ణః॥పు॥=జుత్తిలి,ఈ౩-ను.తర్జన్యాదియుతే=వరుసగా, జుట్టనవ్రేలు, నడిమివ్రేలు, దర్భవ్రేళ్ల

తోఁగూడి, తతే=పఱుపఁబడిన,అఙ్గుష్ఠే= పెనువ్రేలి చేతఁగొలిచిన, 3-కొలతలకు పేళ్లు, A short span.

(సకనిష్ఠే స్యా)ద్వితస్తి ర్ద్వాదశాఙ్గులః।
A long span.

వితస్తిః॥పు[ప]సీ॥-ద్వాదశాఙ్గులః॥ పు ॥ ౧-సకనిష్ఠేస్యాత్= చిటికెనవ్రేలితోఁగూడపఱుపఁబడిన పెనువ్రేలిచేఁ గొలిచిన కొలతపేళ్లు. జానెడు.

(పాణౌ) చపేటప్రతల ప్రహస్తా (విస్తృతాఙ్గులౌ)॥ ౩౮౪॥

చపేటః-ప్రతలః-ప్రహస్తః॥ పు॥ 3- విస్తృతాఙ్గులౌ= చాఁచినవ్రేళ్లుగల యఱచేతి పేళ్లు, The palm with extended fingers.

(ద్వౌసంహతౌ) సంహతలః (ప్రతలౌ వామదక్షిణౌ)।

సంహతలః[పా]సింహతలః॥పు॥౧-సంహతౌ=చాఁచిన వ్రేళ్లుగలిగి కూడియున్న, ద్వౌవామదక్షిణౌ ప్రతలౌ= ఎడమ కుడిచేతులు రెంటికినిపేరు. అనఁగా మొక్కుడుచేతులు,Both such palms joined.

(పాణి ర్నికుబ్జః) ప్రసృతిః

ప్రసృతిః ॥సీ[ప] పు॥౧-నికుబ్జః = వంపఁబడిన, పాణిః = అఱచేతిపేరు, చేర, పుడిసిలియు, The palm bent as if to hold a liquid.

(తౌయుతౌ) వఞ్జలిః (పుమాన్) ॥ ౩౮౫॥

అఞ్జలిః॥పు॥౧-యుతౌ= వంచికూర్పఁబడిన, తౌ= ఆరెండుచేతులు, దోసిలి, Both such palms joined.

(ప్రకోష్ఠే విస్తృతకరే) హస్తో

హస్తః॥పు॥౧-విస్తృతకరే=చాఁపఁబడినయఱచేయిగల, ప్రకోష్ఠే=ముంజేయి, మూర, A cubit.

(ముష్ట్యాతుబద్ధయా। స) రత్ని (స్స్యా) దరత్ని(స్తు నిష్కనిష్ఠేన ముష్టినా)॥ ౩౮౬॥

రత్నిః॥పు [ప] సీ॥ ౧- ముడువఁబడినయఱచేతితోఁగూడినమూరపేరు, పిడిమూర, A short cubit.

అరత్నిః॥పు [ప] సీ॥౧-నిష్కనిష్ఠేన= చాఁచిన చిటికెనవ్రేలుగల, ముష్టినా = పిడికిలితోఁగూడిన యామూరపేరు, A cubit from the elbow to the tip of the little finger.

వ్యామో (బాహ్వో స్సకరయో స్తతయో స్తిర్యగన్తరమ్)।

వ్యామః॥ పు॥౧- సకరయోః= అఱచేతులతోఁగూడుకొని, తిర్యక్=అడ్డముగా, తతయోః= చాఁపఁబడిన, బాహ్వోః = భుజములయొక్క, అన్తరమ్=నడుముపేరు, బార, A fathom. Orgya.

(ఊర్ధ్వవిస్తృతదోః

పౌరుషమ్॥త్రి॥ ౧- ఊర్ధ్వవిస్తృతదోఃపాణిన

పాణిన్నృమానే) పౌరుషంత్రిషు॥ ౩౮౭॥	మానే= మీఁదికిఁజాఁపఁబడిన బాహువులతోఁగూడిన యుఱ్ఱచేతులుగలపురుషుని ప్రమాణమునకు పేరు, మానిసిచేయెత్తుపొడవు, The measure of a man's reach.
కణ్ఠో గలో (ఽథ)	కణ్ఠ-గలః॥పు॥౨ - కుత్తుకపేళ్లు, The throat.
గ్రీవాయాం శిరోధిః కన్ధరే (త్యపి) ।	గ్రీవా-శిరోధిః॥స్త్రీ॥- కన్ధరా॥ స్త్రీ॥ ౩- మెడపేళ్లు, The neck.
కమ్బుగ్రీవా (త్రిరేఖా సా)	కమ్బుగ్రీవా॥స్త్రీ॥ ౧-త్రిరేఖాసా= మూఁడురేఖలుగల యామెడపేరు, A conch-shaped neck.
(ఽ)వటు ర్ఘాటా కృకాటికా॥ ౩౮౮॥	అవటుః॥పు॥- ఘాటా- కృకాటికా॥స్త్రీ॥ ౩- పెడతల పేళ్లు, Back of the neck.
వక్త్రాస్యే వదనం తుణ్డమాననం లపనం ముఖమ్। (క్లీబే)	వక్త్రమ్- ఆస్యమ్ - వదనమ్ - తుణ్డమ్ - ఆననమ్-లపనమ్- ముఖమ్॥న॥౭- నోటిపేళ్లు, మోము, The mouth ; the face.
ఘ్రాణంగన్ధవహా ఘోణా నాసాచ నాసికా॥	ఘ్రాణమ్॥న॥-గన్ధవహా- ఘోణా-నాసా [పా] నస్యా-నాసికా॥స్త్రీ॥౫-ముక్కుపేళ్లు, The nose.
ఓష్ఠాధరౌ (తు) రదనచ్ఛదౌ దశనవాససీ ।	ఓష్ఠః- అధరః- రదనచ్ఛదః॥ పు॥- దశనవాసః॥ స,న॥౪- పెదవిపేళ్లు, The lips.
(అధస్తా) చ్చిబుకం	చిబుకమ్॥న॥౧- అధస్తాత్ = పెదవిదిగువనున్న గడ్డముపేరు, The chin.
గణ్డౌ కపోలౌ	గణ్డః- కపోలః॥పు॥ ౨-చెక్కిళ్లు, The cheeks.
(తత్పరా) హనుః॥ ౧౫౦॥	హనుః॥ స్త్రీ(ప) పు॥ ౧- తత్పరా - ఆచెక్కిళ్ల మీఁదిభాగమునకుఁగాని వెనుకటిభాగమునకుఁగాని పేరు, వెలిదవుడలును, The jaw.
రదనా దశనా దన్తా రదా	రదనాః- దశనాః- దన్తాః- రదాః॥ పు, బ॥ ౪- పండ్లపేళ్లు, Teeth.
స్తాలు తు కాకుదమ్।	తాలు॥ న్॥- కాకుదమ్॥న॥ ౨- దవుడలపేళ్లు, తాలువులు, The palate.
రసజ్ఞా రసనా జిహ్వా	రసజ్ఞా-రసనా-జిహ్వా॥ స్త్రీ॥౩- నాలుకపేళ్లు, The tongue.

(ప్రాన్తావోష్ఠస్య) సృక్వణీ॥ 3౫౧॥	సృక్వ॥ న్॥ [పా]సృక్వి॥న॥౧-ఓష్ఠస్య=పెదవియొక్క,ప్రాన్తౌ=కడపటిభాగములపేరు. సెలవులు, The corners of the mouth.
లలాట మలికం గోధి	లలాటమ్-అలికమ్ (ప) అళీకమ్॥న॥-గోధిః॥పు॥ 3-నుదురుపేళ్లు, The forehead.
(రూర్ధ్వే దృగ్భ్యాం) భ్రువౌ (స్త్రియామ్)।	భ్రూః॥స్త్రీ॥ ౧-దృగ్భ్యామూర్ధ్వే = కంటిమీఁది భాగములపేరు, కనుబొమలు, The eye-brows.
కూర్చ (మస్త్రీ భ్రువో ర్మధ్యం)	కూర్చమ్॥ ప్న॥౧-భ్రువోర్మధ్యమ్=కనుబొమల నడుముపేరు, The space between the eye-brows.
తారకా(ఉక్ష్ణః) కనీనికా॥ 3౫౨॥	తారకా-కనీనికా॥ స్త్రీ॥ ౨-కంటినల్లగ్రుడ్డుపేళ్లు, Pupil of the eye.
లోచనం నయనం నేత్ర మీక్షణం చక్షు రక్షిణీ। దృ గ్దృష్టీ	లోచనమ్-నయనమ్ - నేత్రమ్ - ఈక్షణమ్ - చక్షుః॥స్॥ - అక్షి॥న॥-దృక్॥శ్॥-దృష్టిః॥ స్త్రీ॥ ౮-కన్నులపేళ్లు, An eye.
చాశ్రు నేత్రామ్బు రోదనం చాస్ర మస్రు చ॥	అశ్రు-నేత్రామ్బు-రోదనమ్-అస్రమ్ (ప)అశ్రమ్-అస్రు॥౫-కన్నీళ్లపేళ్లు, A tear.
అపాఙ్గౌ (నేత్రయో రన్తౌ)	అపాఙ్గః॥పు॥౧-నేత్రయోః=నేత్రములయొక్క, అన్తౌ=కడలపేరు, కడగన్ను, The outer corner of the eye.
కటాక్షో ఽపాఙ్గదర్శనే।	కటాక్షః॥పు॥ ౧ - అపాఙ్గదర్శనే=కడగంటిచూపుపేరు, A glance or side-look.
కర్ణ శ్శబ్దగ్రహౌ శ్రోత్రం శ్రుతిః (స్త్రీ) శ్రవణం శ్రవః॥ 3౫౪॥	కర్ణః-శబ్దగ్రహః॥పు॥-శ్రోత్రమ్॥న॥-శ్రుతిః॥స్త్రీ॥-శ్రవణమ్-శ్రవః॥ స్॥న॥ ౬-చెవులపేళ్లు, The ear.
ఉత్తమాఙ్గం శిర శ్శీర్షం మూర్ధా(నా)మస్తకో(ఽస్త్రియామ్)।	ఉత్తమాఙ్గమ్-శిరః॥స్॥ - శీర్షమ్॥న॥- మూర్ధా॥న్,పు॥-మస్తకః॥ ప్న॥ (ప) మస్తః॥౫ - తలపేళ్లు. శిరః-అని అకారాంతపుల్లింగమును, The head.
చికురః కున్తలో వాలః కచః కేశ శ్శిరోరుహః॥	చికురః-కున్తలః - వాలః - కచః- కేశః-శిరోరుహః॥పు॥౬-తలవెండ్రుకలపేళ్లు, The hair.
(తద్బృన్దే) కైశికం	కైశికమ్ - కైశ్యమ్ ॥ న॥ ౨-తద్బృన్దే=ఆవె

కైశ్య	వెండ్రుకలయొక్క సమూహము పేళ్లు, The head of hair.
మలకా శ్చూర్ణకున్తలాః ।	అలకాః॥పు॥(ప)న॥-చూర్ణకున్తలాః॥పు॥ ౨-కురులపేళ్లు, ముంగురులు, Curls.
(తే లలాటే) భ్రమరకాః	భ్రమరకాః॥పు॥ ౧-లలాటే=నొసటిమీఁదవ్రాలెడి, తే=ఆముంగురులపేరు, నెఱికురులు, Curls on the forehead.
కాకపక్షః శిఖణ్డకః॥ 3౫౬॥	కాకపక్షః - శిఖణ్డకః॥ పు॥ ౨ - కూఁకటిపేళ్లు, చిప్పకూఁకటినెఱులు, Locks of hair left at the tonsure. [A braid or tress.
కబరీ కేశవేశో౽థ ధమ్మిల్లః (స్సంయతాః కచాః) ।	కబరీ॥స్త్రీ॥-కేశవేశః॥పు॥ ౨-తుఱుముపేళ్లు, కొప్పు, ధమ్మిల్లః॥పు॥ ౧-సంయతాః=(ముత్తికదామాదులచే)కట్టఁబడిన, కచాః = వెండ్రుకలపేరు, కీలుగంటు, Braided and ornamented hair.
శిఖా చూడా కేశపాశీ	శిఖా-చూడా-కేశపాశీ॥స్త్రీ॥3-సిగపేళ్లు, A lock on the crown of the head.
(వ్రతినాం తు) జటా సటా॥ 3౫౭॥	జటా-సటా॥స్త్రీ॥ ౨- వ్రతినామ్=వ్రతులయొక్క జడపేళ్లు, An ascetic's clotted hair.
వేణీ ప్రవేణీ	వేణీ[పా]వేణిః-ప్రవేణీ [పా] ప్రవేణిః॥ స్త్రీ॥ ౨ - అల్లినజడపేళ్లు, Braided and unornamented hair.
శీర్షణ్యా శిరస్యా (విశదే కచే) ।	శీర్షణ్యః-శిరస్యః॥పు॥ ౨-విశదే = ఒకటినొకటి గలియని,కచే=వెండ్రుకలపేళ్లు, unentangled hair.
పాశః పక్షశ్చ హస్తశ్చ (కలాపార్థాః కచాత్పరే)॥ 3౫౮॥	పాశః-పక్షః-హస్తః॥పు॥ ఈ3 ను, కచాత్పరే=కేశపర్యాయములపైఁ బ్రయోగింపఁబడి, కలాపార్థాః=కేశసమూహవాచకములౌను ॥ ఉ॥ కచపాశః, కేశపక్షః, కున్తలహస్తః, Much hair.
తనూరుహం రోమ లోమ	తనూరుహమ్-రోమ॥ న్॥-లోమ॥న్॥న॥3-శరీరమునందుఁబుట్టిన వెండ్రుకలపేళ్లు, Hair of the body.
(తద్వృద్ధౌ) శ్మశ్రు (పుమ్ముఖే) ।	శ్మశ్రు॥న॥ ౨ - పుమ్ముఖే=పురుషునిముఖమందు, తద్వృద్ధౌ=ఆవెండ్రుకలవృద్ధియందు వర్తించును, అనఁగా గడ్డమును మీసమును, The beard.

ఆకల్పవేషౌ నేపథ్యం ప్రతికర్మప్రసాధనమ్ ॥ ౩౯ ॥

ఆకల్పః- వేషః (ప) వేశః॥ పు॥ - నేపథ్యమ్ ప్రతికర్మ॥న్॥- ప్రసాధనమ్॥న॥ ౫ - సువర్ణవస్త్ర మాల్యాదులచేతనయిన యొప్పిదముపేళ్లు. ప్రతికర్మప్రసాధనశబ్దములు తిలకపత్త్ర రచనాదులకు పేళ్లని కొందఱందురు, Dress or embellishment.

(దశైతే త్రి)ష్వలంకర్తాఽలంకరిష్ణుశ్చ మణ్డితః॥ ప్రసాధితోఽలంకృతశ్చ భూషితశ్చ పరిష్కృతః॥ ౪౦॥ విభ్రాడ్భ్రాజిష్ణు రోచిష్ణూ

అలంకర్తా ॥ ఋ॥- అలంకరిష్ణు॥ ౨-అలంకరించువాఁడు, Skilled in adorning. మణ్డితః- ప్రసాధితః-అలంకృతః-భూషితః-పరిష్కృతః॥౫- అలంకరింపఁబడినవానిపేళ్లు, Adorned. విభ్రాట్॥జ్॥-భ్రాజిష్ణుః- రోచిష్ణుః-౩- భూషణాదులచేతఁ బ్రకాశించుచున్నవానిపేళ్లు, Resplendent. ఈ ౧౦ యు॥ త్రి ॥.

భూషణం(స్యా)దలంక్రియా।

భూషణమ్॥న॥ [పా] భూషా- అలంక్రియా॥స్త్రీ॥ ౨-అలంకరించుట పేళ్లు, Act of adorning.

అలంకార స్త్వాభరణం పరిష్కారో విభూషణమ్॥ మణ్డనం(చాథ)

అలంకారః॥ పు॥- ఆభరణమ్॥న॥- పరిష్కారః॥ పు॥-విభూషణమ్-మణ్డనమ్॥ న॥ ౫ - సొమ్ములపేళ్లు, Ornaments; jewels.

మకుటం కిరీటం (పున్నపుంసకమ్) ।

మకుటమ్ [పా] ముకుటమ్॥న॥-కిరీటమ్ ॥ పు ॥ ౨-కిరీటముపేళ్లు, A crest, or crown.

చూడామణి శ్శిరోరత్నం

చూడామణిః ॥పు॥- శిరోరత్నమ్॥న॥ ౨- తలమానికముపేళ్లు, A gem on the crest.

తరలో (హారమధ్యగః) ॥ ౪౧॥

తరలః॥పు॥౧-హారముయొక్క నడిమినాయకముపేరు, The central gem of a necklace.

బాలపాశ్యా పారితథ్యా

బాలపాశ్యా-పారితథ్యా॥ స్త్రీ॥ ౨- కొప్పుననలంకారార్థమై పెట్టుసువర్ణాదిరచితవలయము పేళ్లు.

పత్త్రపాశ్యా లలాటికా ।

పత్త్రపాశ్యా- లలాటికా॥ స్త్రీ॥౨- నొసటఁగట్టు బాసికముపేళ్లు, పాపటబొట్టును.

కర్ణికా తాలపత్త్రం (స్యాత్)

కర్ణికా॥స్త్రీ॥- తాలపత్త్రమ్॥ న॥౨- చెవులకమ్మలపేళ్లు, An ear-ring worn by women.

కుణ్డలం కర్ణవేష్టనమ్॥

కుణ్డలమ్-కర్ణవేష్టనమ్ ॥ న॥ ౨- పోఁగులపేళ్లు,

౩౬౩॥ | An ear-ring worn by men.

గ్రైవేయకం కణ్ఠభూషా (A short necklace.) | గ్రైవేయకమ్ [పా] గ్రైవేయమ్, గ్రైవం॥న॥- కణ్ఠభూషా॥సీ॥.౨-మెడనంటుకొన్న సొమ్ముల పేళ్లు.

లమ్బనం(స్యా)ల్లలన్తికా। | లమ్బనమ్॥న॥-లలన్తికా॥ సీ॥ ౨-మెడయందు వ్రేలుచున్న పేరుల పేళ్లు, A loose necklace.

(స్వర్ణైః)ప్రాలమ్బికాఽ | ప్రాలమ్బికా॥ సీ॥ ౧- స్వర్ణైః = బంగారుచేతఁ జేయఁబడిన పేరులపేరు, A golden necklace.

థోరసూత్రికా(మౌక్తికైః కృతా)॥ ౩౬౪॥ | ఉరసూత్రికా ॥సీ॥ ౧-మౌక్తికైః కృతా=ముత్యములచేత చేయఁబడినపేరులపేరు, A necklace of pearls. [A garland of pearls.

హారో ముక్తావలీ | హారః॥పు॥-ముక్తావలీ॥సీ॥౨- ముత్యములదండ,

దేవచ్ఛన్దోఽ (సౌ శతయష్టికః)। | దేవచ్ఛన్దః॥ పు॥౧- శతయష్టికః = నూఱుసరములుగల, అసౌ = ఈముత్యములదండపేరు, A garland composed of 100 strings.

(హారభేదా యష్టిభేదా) ద్గుత్సగుత్సార్ధ గోస్తనాః॥ ౩౬౫॥ అర్ధహారో మాణవక | గుత్సః-గుత్సార్ధః- గోస్తనః-అర్ధహారః- మాణవకః॥పు॥-ఈ౫ను, యష్టిభేదాత్ = సరములభేదమువలన, హారభేదాః= వేర్వేఱుహారములపేళ్లు. అవి వరుసగా ౩౨,౨౪,౪,౧౨, ౨౦ సరములుగలవి.

ఏకావ(ల్యేకయష్టికా)। | ఏకావలీ॥సీ॥౧-ఒంటిసరముగలహారము పేరు.

(సైవ)నక్షత్రమాలా (స్యా త్సప్తవింశతిమౌక్తికా)॥ ౩౬౬॥ | నక్షత్రమాలా॥ సీ॥౧-సప్తవింశతిమౌక్తికా = ౨౭ ముత్యములుగల, సైవ = ఆహారము పేరు, A garland containing 27 pearls.

ఆవాపకః పారిహార్యః | ఆవాపకః-పారిహార్యః॥పు॥౨-సూడిగము పేళ్లు.

కటకో వలయో (ఽస్త్రియామ్)। | కటకః॥ప్న॥వలయః ॥ప్న॥ ౨- కడియము పేళ్లు. ౪-కడియము పేళ్లని కొందఱందురు, A bracelet.

కేయూరమఙ్గదం (తుల్యే) | కేయూరమ్-అఙ్గదమ్॥న॥ ౨- బాహుపురిపేళ్లు, Ornament of the arm.

అఙ్గులీయక మూర్మికా॥ ౩౬౭॥ | అఙ్గులీయకమ్॥న (ప) పు॥- ఊర్మికా ॥ సీ॥ ౨- ఉంగరము పేళ్లు, A finger-ring.

(సాక్షరా) అఙ్గులిముద్రా (సా)

అఙ్గులిముద్రా॥ స్త్రీ॥ ౧-సాక్షరా = అక్షరములతోఁగూడిన, సా = ఆయుంగరముపేరు, ముద్దుటుంగరము, A seal-ring.

కఙ్కణం కరభూషణమ్ ।

కఙ్కణమ్॥ ప్న॥ -కరభూషణమ్॥న॥౨-మౌక్తికాదులతోఁగూడినకడియము, A wrist ornament.

(స్త్రీకట్యాం) మేఖలా కాఞ్చీ సప్తకీ రశనా తథా॥౩౬౮॥ (క్లీబే)సారసనం (చాథ)

మేఖలా-కాఞ్చీ [పా] కాఞ్చిః-సప్తకీ - రశనా [పా]రసనా॥స్త్రీ॥-సారసనమ్॥ న॥ ఇవి, స్త్రీకట్యామ్= స్త్రీలయొక్క ౫ విధములయిన మొలనూళ్లపేళ్లు. వీనికి వరుసగా, ౮, ౧, ౭, ౧౬, ౩-సరములుండును, A woman's girdle.

(పుంస్కట్యాం) శృఙ్ఖలం (త్రిషు) ।

శృఙ్ఖలమ్॥ త్రి॥ ౧=పుంస్కట్యామ్ = పురుషుని మొలనూలుపేరు, A man's belt.

పాదాఙ్గదం తులాకోటిర్మఞ్జీరో నూపురో౽ (స్త్రియామ్) ॥ ౩౬౯॥ హంసకః పాదకటకః Ornament of the feet.

పాదాఙ్గదమ్॥ న॥ - తులాకోటిః॥ స్త్రీ॥-మఞ్జీరః॥ ప్న॥- నూపురః॥ప్న॥-హంసకః - పాదకటకః॥ పు॥ ౬-అందెపేళ్లు. ఇచట కొందఱు పాదాంగదతులాకోటిశబ్దములు పెండెరముపేళ్లనియు, హంసక పాదకటక శబ్దములు కాలిసొమ్ముపేళ్లనియు పలికిరి.

కిఙ్కిణీ క్షుద్రఘణ్టికా।

కిఙ్కిణీ-క్షుద్రఘణ్టికా॥స్త్రీ॥ ౨ - చిఱుగంటల పేళ్లు, గజ్జెలును, Bells or tinkling ornaments.

(త్వక్ఫల క్రిమి రోమాణి) వస్త్రయోని

త్వక్=నార, ఫలమ్=కాయ, క్రిమిః=పురుగు, రోమ॥న్॥=వెండ్రుకలు. ఈ ౪ను, వస్త్రయోనిః= వస్త్రమునకుఁ గారణములు, Materials of cloth.

(ర్దశ త్రిషు) ॥ ౩౭౦ ॥ వాల్కం క్షౌమాది

ముందుఁజెప్పఁగలవాల్కాదిశబ్దములు౧౦॥త్రి॥ వాల్కమ్-క్షౌమమ్॥౨-నారచీర, Made of bark.

ఫాలంతు కార్పాసం బాదరం (చతత్) ।

ఫాలమ్-కార్పాసమ్ - బాదరమ్॥ ౩-నూలుచీర పేళ్లు, Made of cotton.

కౌశేయం (క్రిమికోశోత్థం)

కౌశేయమ్॥ ౧-క్రిమికోశోత్థమ్ = పురుగులచేతనైన బుజ్జలనూలుచేతఁ జేయఁబడినపట్టుచీర మొదలగువానిపేరు, Silken.

రాఙ్కవం (మృగరోమజమ్)॥ 32౧॥ Wollen.	రాఙ్కవమ్॥౧-మృగరోమజమ్=మృగరోమము లచేఁ జేయఁబడిన శాలూలు మొదలగువాని పేరు.
అనాహతం నిష్ప్రవాణి తన్త్రకం (చ నవామ్బరే)।	అనాహతమ్-నిష్ప్రవాణి - తన్త్రకమ్॥ 3-నవామ్బరే=క్రొత్తచీరపేళ్లు, New and unbleached cloth.
(తత్స్యా) దుద్గమనీయం (యద్ధౌతయోర్వస్త్రయో ర్యుగమ్)॥	ఉద్గమనీయమ్॥న॥౧-ధౌతయోః = ఉదుకఁబడిన, వస్త్రయోః=వస్త్రములయొక్క, యుగంతత్ = జంటపేరు, A pair of bleached cloths.
పత్త్రోర్ణం ధౌతకౌశేయం	పత్త్రోర్ణమ్॥ న॥ ౧-ధౌతకౌశేయమ్ = కడిగిన పట్టుచీర మొదలయినవాని పేరు, Bleached silk.
(బహుమూల్యం) మహాధనమ్)।	మహాధనమ్॥న॥ ౧-బహుమూల్యమ్ = గొప్ప వెలగలచీరపేరు, దొడ్డవెలగల వస్తువులకన్నిటికిని పేళ్లనికొందఱందురు, Anything precious.
క్షౌమందుకూలం(స్యా)	క్షౌమమ్ [పా] క్షోమమ్ - దుకూలమ్॥న॥ ౨-వెలిపట్టుచీరపేళ్లు, తెల్లనివలువయును, Wove silk.
(ద్వే తు) నివీతం ప్రావృతం (త్రిషు)॥ 323॥	నివీతమ్-ప్రావృతమ్॥ త్రి॥ ౨ - కప్పుకొనుకోక పేళ్లు, A veil or mantle.
(స్త్రియాం బహుత్వే వస్త్రస్య) దశా స్స్యు ర్వస్తయో(ర్ద్వయోః)।	దశాః॥ స్త్రీ, బ॥ - వస్తిః॥ పు॥ ౨-వస్త్రస్య= వస్త్రముయొక్క కొనపేళ్లు, బద్దె. Ends of a cloth.
దైర్ఘ్య మాయామ ఆరోహః	దైర్ఘ్యమ్॥న॥-ఆయామః-ఆరోహః [పా]ఆనాహః॥పు॥3-నిడుపుపేళ్లు, Length.
పరిణాహో విశాలతా॥ 32౪॥	పరిణాహః॥పు॥ - విశాలతా॥ స్త్రీ॥ ౨-వెడల్పుపేళ్లు, Width.
పటచ్చరం జీర్ణవస్త్రం (సమౌ)నక్తకకర్పటౌ।	పటచ్చరమ్-జీర్ణవస్త్రమ్॥ న॥ ౨ - పాతవస్త్రముపేళ్లు, Old cloth. నక్తకః-కర్పటః॥పు॥౨-చినిఁగినవస్త్రముపేళ్లు, మాసినకోకయనియు, Dirty or tattered cloth.
వస్త్ర మాచ్ఛాదనం వాస శ్చేలం వసన మం	వస్త్రమ్, ఆచ్ఛాదనమ్ - వాసః॥ న॥-చేలమ్-వసనమ్-అంశుకమ్॥ న॥ ౬ - కోకపేళ్లు, నక్తకశబ్ద

శుకమ్॥ 3౨౫॥	ము మొదలు ౮ యు కోకపేళ్లని కొందఱు, Cloth.
సుచేలకః పటో౽ (స్త్రీస్యాత్)	సుచేలకః॥పు॥-పటః॥ ష్ణ॥౨- మంచికోకపేళ్లు, Fine cloth.
వరాశిః స్థూలశాట కః।	వరాశిః [పా] వరాసిః-స్థూలశాటకః॥ పు॥౨- ముదుగుకోకపేళ్లు, Coarse cloth.
నిచోలః ప్రచ్ఛదపట	నిచోలః- ప్రచ్ఛదపటః॥ పు॥౨- పఱుపుపైఁబ ఱచుకోకపేళ్లు, A cover or wrapper.
(స్సమౌ)రల్లకకమ్బలౌ॥	రల్లకః-కమ్బలః॥పు॥౨-కంబళిపేళ్లు,A blanket.
అన్తరీ యోపసంవ్యాన పరిధానాన్యధోంశుకే।	అన్తరీయమ్-ఉపసంవ్యానమ్ - పరిధానమ్- అధోంశుకమ్॥న॥౪-కట్టువస్త్రము, Lower garment.
(ద్వౌ) ప్రావారోత్త రాసఙ్గౌ(సమౌ) బృహ తికా(తథా)॥ 3౨౭॥ సం వ్యానముత్తరీయంచ	ప్రావారః-ఉత్తరాసఙ్గః॥ పు॥- బృహతికా॥ సీ॥- సంవ్యానమ్- ఉత్తరీయమ్॥ న॥ ౫- ఉత్తరీయము పేళ్లు, పైనివేసికొను నంగవస్త్రము, Upper garment.
చోలఃకూర్పాసకో౽ (స్త్రియామ్)।	చోలః॥పు॥- కూర్పాసకః॥ ష్ణ॥౨-స్త్రీపురుషు ల కుబుసము పేళ్లు.అవికపేళ్లనికొందఱు,A bodice.
నీశార(స్స్యాత్ప్రావ రణే హిమానిలనివార ణే)॥ 3౨౮॥	నీశారః॥పు॥౧- హిమానిలనివారణే = మంచు ను గాలినిపోఁగొట్టు, ప్రావరణే = పచ్చడముపేరు, A warm cloak.
(అర్ధోరుకం వరస్త్రీ ణాం స్యా) చ్చణ్డాతక (మంశుకమ్)।	చణ్డాతకమ్॥ష్ణ॥౧-వరస్త్రీణామ్=వారస్త్రీలయొ క్క,అర్ధోరుకమ్=తొడలనుసగముకప్పుచున్న, అం శుకమ్=వస్త్రముపేరు,చల్లాడము, A petticoat.
(స్యాత్త్రి) ష్వాప్రప దీనం (తత్ప్రాప్నోత్యా ప్రపదంహియత్॥)॥ 3౨౯॥	ఆప్రపదీనమ్॥త్రి॥౧-యత్ =ఏవస్త్రము, ఆప్ర పదమ్ = మీఁగాలువఱకు, ప్రాప్నోతి= వ్యాపించు నో, తత్ = ఆవస్త్రముపేరు. అంగీ పావడ మొ దలైనది, A dress reaching to the feet.
(అస్త్రీ) వితాన ము ల్లోచో.	వితానమ్॥ష్ణ॥- ఉల్లోచః [పా] ఉల్లాభః॥పు॥ ౨-మేల్కట్టుపేళ్లు, చందువ, An awning.
దూష్యాద్యం వస్త్ర	దూష్యమ్-వస్త్రవేశ్మ॥ న్॥ వ॥ఈ౨ ను అద్య

వేశ్మని।

పదముచేఁ బటకుటీరాదిశబ్దములును గుడారము పేళ్లు, A tent.

ప్రతిసీరా యవనికా స్యాత్తిరస్కరిణీ(చసా)

ప్రతిసీరా- యవనికా [పా] జవనికా- తిరస్కరిణీ॥సీ॥౩- తెరబట్టపేళ్లు, A screen.

పరికర్మాఙ్గసంస్కారః Personal decoration.

పరికర్మ॥న్,న॥-అఙ్గసంస్కారః॥పు॥౨- చందన కుంకుమాదులచే దేహము నలంకరించుకొనుట.

(స్యా) న్మార్ష్టి ర్మార్జనా మృజా।

మార్ష్టిః-మార్జనా- మృజా॥సీ॥౩- దేహమునందలిముఱికిపోఁగొట్టుటపేళ్లు, Cleaning the body.

ఉద్వర్తనోత్సాదనే (ద్వే నమే)

ఉద్వర్తనమ్- ఉత్సాదనమ్॥ న ॥ ౨- నలుఁగు పేళ్లు, Cleaning with perfumes.

ఆప్లావఆప్లవః॥ ౩౮౧॥ స్నానం

ఆప్లావః-ఆప్లవః॥ పు॥- స్నానమ్॥ న॥౩- స్నానముపేళ్లు, Bathing.

చర్చా తుచార్చిక్యం స్థాసకో౽

చర్చా॥సీ॥- చార్చిక్యమ్॥ న॥- స్థాసకః॥ పు॥౩- కుంకుమము మొదలైనవానిపూఁతపేళ్లు, Smearing the body with fragrant unguents.

థ ప్రబోధనమ్। అనుబోధః Reviving the scent of a perfume.

ప్రబోధనమ్॥న॥- అనుబోధః॥పు॥౨- సుగంధద్రవ్యములయందు నణఁగియున్న పరిమళమును తైలాదులచే ప్రకాశింపఁజేయుట.

పత్త్రలేఖాపత్త్రాఙ్గులి (రిమేసమే)॥ ౩౮౨॥

పత్త్రలేఖా [పా] పత్త్రరేఖా-పత్త్రాఙ్గులిః॥ సీ॥ ౨-స్త్రీల స్తనాదులయందు కస్తూరికాదులచేవ్రాయఁబడు మకరికాపత్త్రాదులపేళ్లు, Delineations with saffron &c on the b.reast, cheeks, &c.

తమాలపత్త్ర తిలక చిత్రకాణి విశేషకమ్। (ద్వితీయం చ తురీయం చ నస్త్రియా)

తమాలపత్త్రమ్॥న॥-తిలకమ్॥ ప్న॥- చిత్రకమ్॥న॥- విశేషకమ్॥ ప్న॥ ౪ – నొసటిబొట్టుపేళ్లు, A beauty-spot on the forehead.

(మథ) కుఙ్కుమమ్॥ ౩౮౩॥ కాశ్మీరజన్మాగ్నిశిఖం వరం బాహ్లీకపీత

కుఙ్కుమమ్-కాశ్మీరజన్మ॥ న్ ॥- అగ్నిశిఖమ్-వరమ్- బాహ్లీకమ్- పీతనమ్- రక్తమ్- సంకోచపిశునమ్[ప]సంకోచమ్-పిశునమ్- ధీరమ్- [పా] వీర

నే। రక్తసంకోచపిశునం ధీరలోహితచన్దనమ్॥	రమ్-లోహితమ్-చన్దనమ్[ప]లోహితచన్దనమ్॥ న॥ ౧౧-కుంకుమపువ్వుపేళ్లు, Saffron.
లాక్షా రాక్షా జతు (క్లీబే) యావోఽలక్తో ద్రుమామయః।	లాక్షా-రాక్షా [పా] రక్షా॥ స్త్రీ॥-జతు॥న॥-యావః-అలక్తః-ద్రుమామయః॥ పు॥ ౬ - లక్కపేళ్లు, Lac.
లవఙ్గం దేవకుసుమం శ్రీసంజ్ఞ	లవఙ్గమ్-దేవకుసుమమ్-శ్రీసంజ్ఞమ్॥న॥ ౩-కరాపువుపేళ్లు, లవంగము, Cloves.
(మథ) జాపకమ్॥౩౮౫॥ కాలీయకం చ కాలానుసార్యం చా	జాపకమ్ [పా] జాయకమ్-కాలీయకమ్- కాలానుసార్యమ్॥న॥౩-పచ్చవంటిగంధముపేళ్లు, నల్లనిగంధద్రవ్యమని కొందఱు.
(థసమార్థకమ్)। వంశకాగురు రాజార్హం లోహం క్రిమిజ జోఙ్గకమ్॥	వంశకమ్(పా)వంశికమ్-అగురు - రాజార్హమ్-లోహమ్-క్రిమిజమ్-జోఙ్గకమ్॥న॥ ౬ - అగురుపేళ్లు, A gallochum.
కాలాగు ర్వగురుః	కాలాగురు॥న॥-అగురుః॥ పు॥౨- కృష్ణాగురువు, Black gallochum.
(స్యాత్తు) న్మఙ్గల్యా (మల్లిగన్ధియత్)।	మఙ్గల్యా॥న॥౧- మల్లెపువ్వులవాసనగల కృష్ణాగురుపేరు, A fragrant sort.
యక్షధూప స్సర్జరసో ఽరాల స్సర్వరసావపి॥ ౩౮౬ ॥ బహురూపోఽ	యక్షధూపః-సర్జరసః-అరాలః [ప] రాలః-సర్వరసః-బహురూపః॥పు॥౫-సజ్జరసముపేళ్లు, Resin.
(వృథ) వృకధూపకృత్రిమధూపకౌ।	వృకధూపః-కృత్రిమధూపకః॥ పు ॥ ౨-అనేకపరిమళవస్తువులచేఁ జేయఁబడిన ధూపముపేళ్లు, Compounded perfume.
తురుష్కః పిణ్డకః సిహ్లో యావనోఽ(వృథ)	తురుష్కః-పిణ్డకః-సిహ్లః-యావనః॥ పు॥ ౪ -తురుష్కదేశమునందుఁ బుట్టు అందుగుబంకపేళ్లు, Incense.
పాయసః॥౩౮౭ ॥ శ్రీవాసో వృకధూపోఽపి శ్రీవేష్ట సరలద్రవౌ।	పాయసః-శ్రీవాసః - వృకధూపః- శ్రీవేష్టః-సరలద్రవః ॥ పు ॥ ౫ - సరళదేవదారువులబంకపేళ్లు, Terpentine.
మృగనాభి ర్మృగమద	మృగనాభిః॥పు॥-మృగమదః॥పు ॥ -కస్తూరీ॥స్త్రీ

దః కస్తూరీ (చాథ) కోలకమ్॥ ౩౮౯॥ తక్కోలకం కోశఫల

౩-కస్తూరిపేళ్లు, Musk.

కోలకమ్-తక్కోలకమ్ [పా] కంకోలకమ్ [పా] కక్కోలకమ్-కోశఫలమ్॥ న॥ ౩ - తక్కోలపుచెట్టుపేళ్లు, దానియొక్కఫలమని కొందఱు. Bdellium.

(మథ)కర్పూర(మస్త్రియామ్)।ఘనసారశ్చన్ద్రః (సంజ్ఞః) స్సితాభ్రో హిమవాలుకా ॥ గన్ధసారో మలయజో భద్రశ్రీశ్చన్దనో౽ (స్త్రియామ్)।

కర్పూరమ్॥ప్న॥-ఘనసారః-చన్ద్రః - సితాభ్రః (పా)సితాభః॥పు॥-హిమవాలుకా॥స్త్రీ॥ ౫- కర్పూరముపేళ్లు, Camphor.

గన్ధసారః-మలయజః-భద్రశ్రీః॥ పు ॥ -చన్దనః॥ప్న॥౪-చందనముపేళ్లు, Sandal wood.

తైలపర్ణిక గోశీర్షే హరిచన్దన(మస్త్రియామ్)॥ ౩౯౧॥

తైలపర్ణికమ్॥న॥౧- మిక్కిలిచల్లనైన తెల్లచందనము, white & cool sort. గోశీర్షమ్॥న॥౧-మిక్కిలి వాసనగలచందనము, very fragrant sort. హరిచన్దనమ్॥ప్న॥ ౧ -మామిడిపండువాసనగల పసుపువన్నెచందనము,yellow sort smelling like a ripe mango. ఈ ౩ ను పసుపువన్నెచందనము పేళ్లని కొందఱు.

తిలపర్ణీ తు పత్త్రాఙ్గం రఞ్జనం రక్తచన్దనమ్ । కుచన్దనం

తిలపర్ణీ॥స్త్రీ॥ [ప] తిలపర్ణి॥న్,పు॥-పత్త్రాఙ్గమ్-రఞ్జనమ్-రక్తచన్దనమ్-కుచన్దనమ్॥ న ॥ ౫-ఎఱ్ఱనిచందనముపేళ్లు, Red sanders.

(చాథ) జాతికోశ జాతిఫలే (సమే)॥ ౩౯౨॥

జాతికోశమ్-జాతిఫలమ్॥ న॥ ౨ - జాజికాయపేళ్లు, Mace.

(కర్పూరాగరుకస్తూరీ) తక్కోలై)ర్యక్షకర్దమః॥

యక్షకర్దమః॥పు॥౧-కర్పూరాగరు కస్తూరీతక్కోలములతోఁగూడిన గంధముపేరు, Perfumed paste.

గాత్రానులేపనీ వర్తిర్వర్ణకం (స్యా) ద్విలేపనమ్॥ ౩౯౩॥

గాత్రానులేపనీ-వర్తిః॥స్త్రీ॥౨- సుగంధద్రవ్యములనుజేర్చి మెదిపినముద్దపేళ్లు. వర్ణకమ్-విలేపనమ్॥న॥ ౨-మైపూఁతకై మెదిపినగంధాదులు, ఈ ౪ మైపూఁతయని కొందఱు. Perfume for the person.

చూర్ణాని వాసయో

చూర్ణమ్॥న॥-వాసయోగః॥పు॥ ౩ - గంధపొడి

గా (స్స్రజి)
ర్భావితం వాసితం (త్రి
షు) । (సంస్కారో గన్ధ
మాల్యాద్యై ర్యస్స్యా
త్త) దధివాసనమ్॥
౩౯౪॥

పేళ్లు, Perfumed powder. [వుపేళ్లు, Perfumed.

భావితమ్-వాసితమ్-॥త్రి॥ ౨-వాసనగట్టినవస్తు

అధివాసనమ్॥ న॥ ౧-గన్ధమాల్యాద్యైః=గంధమాల్యాదులచే వస్త్రాదులకు, యః సంస్కారః స్యాత్=ఏసంస్కారముగలదో, తత్=దానిపేరు, Adjusting with perfumes.

మాల్యం మాలా స్ర
జౌ (మూర్ధ్ని)
(కేశమధ్యేతు) గర్భ
కః।

మాల్యమ్॥న॥-మాలా- స్రక్॥ జ॥స్త్రీ॥౩- మూర్ధ్ని=శిరస్సునందలి పువ్వులదండపేళ్లు, A chaplet.

గర్భకః॥పు॥ ౧ - కేశమధ్యే = వెండ్రుకలలో బయటికి తెలియనట్లు ముడిచిన పూదండ పేరు, A chaplet worn in the hair.

ప్రభ్రష్టకం (శిఖాల
మ్బి)
(పురోన్యస్తం) లలా
మకమ్॥

ప్రభ్రష్టకమ్॥న॥౧-శిఖాలమ్బి = సిగనువ్రేలెడి పూదండపేరు,Suspended from the middle lock.

లలామకమ్ ॥ న ॥ ౧-పురోన్యస్తమ్= నొసటి మీఁదఁ బడునట్లు ముందుగట్టిన పూదండపేరు, Falling over the forehead.

ప్రాలమ్బ (మృజులమ్బి
స్యాత్కణ్ఠాత్)

ప్రాలమ్బమ్॥న॥ ౧-కణ్ఠాత్ =మెడనుండి, ఋజులమ్బి = చక్కఁగాఁ జొమ్మున వ్రేలుపూదండ పేరు, Hung round the neck

వైకక్షకం (తుతత్ ।
య త్తిర్యక్ క్షిప్తము
రసి)

వైకక్షకమ్[పా]వైకక్ష్యకమ్॥ న॥ ౧- ఉరసి=ఱొమ్మున,తిర్యక్=జందెమువలెనడ్డముగా,క్షిప్తం=వైచికొన్న,తత్=ఆపూదండపేరు,Worn as a scarf.

(శిఖాస్వా) పీడ శేఖ
రౌ॥ ౩౯౬॥

ఆపీడః- శేఖరః॥పు॥౨ - శిఖాసు = శిఖమీఁదఁ జుట్టఁబడిన పూదండపేరు, Tied on the crest.

రచనాస్యాత్పరిస్పన్ద
Decoration of hair.

రచనా॥స్త్రీ॥-పరిస్పన్దః॥పు॥౨ - మాల్యాదులచేనైన శృంగారవిశేషమును బుట్టించుట పేళ్లు,

ఆభోగః పరిపూర్ణ
తా । Completion.

ఆభోగః॥పు॥-పరిపూర్ణతా॥స్త్రీ॥౨-(వస్తువులయొక్కగాని గుణాదులయొక్కగాని) నిండియుండుట పేరు.

ఉపధానం తూపబర్హః

ఉపధానమ్॥న॥-ఉపబర్హః॥పు ॥ ౨ - తలగడ, A pillow.

శయ్యాయాం శయనీయవత్ ॥౩౯౭॥ శయనం	శయ్యా॥ స్త్రీ॥-శయనీయమ్-శయనమ్ ॥ న॥ ౩-పఱుపు పేళ్లు, పానుపు, A bed.
మఞ్చ పర్యఙ్క పల్యఙ్కాః ఖట్వయా (సమాః)॥	మఞ్చః-పర్యఙ్కః-పల్యఙ్కః॥పు॥ - ఖట్వా॥స్త్రీ॥ ౪-మంచము పేళ్లు, A bedstead.
గేన్దుకః కన్దుకో	గేన్దుకః-కన్దుకః॥పు॥ ౨-చెండు పేళ్లు, బంతి, A ball [to play with.
దీపః ప్రదీపః	దీపః- ప్రదీపః॥పు॥ ౨-దీపము పేళ్లు, A lamp.
పీఠమాసనమ్॥ ౩౯౮॥	పీఠమ్-ఆసనమ్॥ న॥ ౨-పీట పేళ్లు, A stool.
సముద్గక స్సంపుటకః	సముద్గకః - సంపుటకః॥ పు॥ ౨ - కరాటము పేళ్లు, సంపుటము, A casket.
ప్రతిగ్రాహః పతద్గ్రహః।	ప్రతిగ్రాహః-పతద్గ్రహః॥ పు॥ ౨-తమ్మపడిగము పేళ్లు, A spitting pot.
ప్రసాధనీ కఙ్కతికా	ప్రసాధనీ-కఙ్కతికా॥ స్త్రీ॥ ౨ - దువ్వెన పేళ్లు, [A comb.
పిష్టాతః పటవాసకః ॥ ౩౯౯॥	పిష్టాతః-పటవాసకః॥ పు॥ ౨ - చీరలు వాసన కట్టు ద్రవ్యము పేళ్లు, Perfumed powder.
దర్పణేముకురాదర్శా	దర్పణః-ముకురః [పా] మకురః - ఆదర్శః॥పు॥ ౩-అద్దము పేళ్లు, A mirror.
వ్యజనం తాలవృన్తకం।	వ్యజనమ్- తాలవృన్తకమ్॥న॥ ౨- విసనకఱ్ఱ, [పేళ్లు, A fan,
ఇతి మనుష్యవర్గః.	మనుష్యులతోఁ జేరిన పదసమూహము ముగిసెను.
సన్తతిర్గోత్రజనన కులాన్యభిజనాన్వయౌ ॥ ౪౦౦ ॥ వంశో ఽన్వవాయ స్సన్తానో	సన్తతిః॥స్త్రీ॥-గోత్రమ్-జననమ్-కులమ్॥ న॥-అభిజనః-అన్వయః-వంశః-అన్వవాయః- సంతానః॥ పు॥ ౯-వంశము పేళ్లు, Race or lineage.
వర్ణాః (స్యు ర్బ్రాహ్మణాదయః)। [విప్రక్షత్రియ విట్ఛూద్రా శ్చాతుర్వర్ణ్యమితిస్మృతం] ।	వర్ణః॥పు॥౧-జాతి పేరు, Tribe or class. బ్రాహ్మణ క్షత్రియ వైశ్యశూద్ర వర్ణములుగూడి చాతుర్వర్ణ్యమనఁబడును.
రాజబీజీ రాజవంశ్యో	రాజబీజీ॥న్॥-రాజవంశ్యః॥ పు॥ ౨ - రాజవంశమునఁబుట్టినవాఁడు, Sprung from a royal family.

బీజ్య స్తుకులసమ్భవః॥ ౪౦౧॥	బీజ్యః-కులసమ్భవః॥ పు॥ ౨-ఏదైననొకవంశము నందుఁబుట్టినవాఁడు, Sprung from any family.
మహాకుల కులీ నార్య సభ్య సజ్జన సాధవః।	మహాకులః - కులీనః - ఆర్యః-సభ్యః - సజ్జనః-సాధుః॥ పు॥ ౬ - మంచికులమునఁబుట్టినవాని పేళ్లు, of honorable parentage.
బ్రహ్మచారీ గృహీ వానప్రస్థో భిక్షు	బ్రహ్మచారీ॥ న్॥ - గృహీ॥ న్॥ - వానప్రస్థః॥- భిక్షుః॥ పు॥ ఈ ౪ ను వరుసగా బ్రహ్మచారికిని(the unmarried religious student), గృహస్థునకును (the married householder), తపస్వికిని (the hermit), సన్యాసికిని (the ascetic) పేళ్లు.
(శ్చతుష్టయే)॥ ౪౦౨॥ ఆశ్రమోఽ(స్త్రీ)	ఆశ్రమః॥ ప్న॥ ౧-ఇది, చతుష్టయే=బ్రహ్మచర్యము మొదలగు నాల్గింటికిని పేరు, Religious state.
ద్విజాత్యగ్రజన్మ భూదేవ బాడబాః। విప్రశ్చ బ్రాహ్మణోఽ	ద్విజాతిః-అగ్రజన్మా॥న్॥ - భూదేవః-బాడబః॥- విప్రః-బ్రాహ్మణః॥ పు॥ ౬-బ్రాహ్మణుని పేళ్లు, A man of the sacerdotal class. ద్విజః-ద్విజన్మా,అనియును.
(సౌ) షట్కర్మా (యాగాదిభి ర్యుతః)॥ ౪౦౩॥	షట్కర్మా॥ న్, పు॥ ౧-యాగాదిభిః = యజన (Sacrifice), యాజన (assisting to sacrifice), అధ్యయన (study), అధ్యాపన (teaching), దాన (benefaction), ప్రతిగ్రహ(accepting alms) ములతో, యుతః=కూడిన, అసౌ=బ్రాహ్మణుని పేరు.
విద్వాన్విపశ్చిద్దోషజ్ఞ స్సన్ సుధీః కోవిదో బుధః। ధీరో మనీషీ జ్ఞః ప్రాజ్ఞ స్సఙ్ఖ్యావా న్పణ్డితః కవిః ॥ ౪౦౪ ॥ ధీమాన్ సూరిః కృతీ కృష్టి ర్లబ్ధవర్ణో విచక్షణః। దూరదర్శీ దీర్ఘదర్శీ	విద్వాన్॥ స్॥-విపశ్చిత్॥ త్॥ - దోషజ్ఞః-సన్॥ త్॥-సుధీః-కోవిదః-బుధః-ధీరః - మనీషీ॥న్॥-జ్ఞః - ప్రాజ్ఞః-సఙ్ఖ్యావాన్॥త్॥-పణ్డితః - కవిః-ధీమాన్॥ త్॥-సూరిః [ప] సూరీ ॥న్॥ - కృతీ॥ న్॥-కృష్టిః- లబ్ధవర్ణః - విచక్షణః॥ పు॥ ౨౦-విద్వాంసుని పేళ్లు, Wise or learned man. దూరదర్శీ॥న్॥ - దీర్ఘదర్శీ॥ న్॥ పు ॥ ౨ - దూరపు ఆలోచనగలవాని పేళ్లు, Provident. ఈ ౨౨ను విద్వాంసుని పేళ్లనియు.
శ్రోత్రియ చ్ఛాన్దసౌ	శ్రోత్రియః-ఛాన్దసః॥ పు॥ ౨-వేదముఁజదివిన

(సమా॥) ౪౦౫॥	వానిపేళ్లు, A priest conversant with scripture.
ఉపాధ్యాయోఽధ్యాపకోఽ	ఉపాధ్యాయః - అధ్యాపకః॥ పు॥ ౨-వేదముఁ జదివించువానిపేళ్లు, A teacher.
(థస్యాన్నిషేకాదికృ)ద్గురుః।	గురుః॥ పు॥ ౧-నిషేకాదికృత్ =గర్భాధానము పుంసవనము మొదలయిన కర్మములను చేయించు తండ్రిపేరు, A spiritual parent.
(మన్త్రవ్యాఖ్యాకృ)దాచార్య An instructor in holy writ.	ఆచార్యః॥ పు॥ ౧ - మన్త్రవ్యాఖ్యాకృత్ = కల్పసూత్రసహితముగా వేదముఁ జదివించి దాని యర్థమును దెలియఁజెప్పువానిపేరు.
ఆదేష్టా (త్వధ్వరే) వ్రతీ॥ ౪౦౬॥ యష్టాచ యజమానశ్చ	ఆదేష్టా॥ఋ,పు॥౧-అధ్వరే=యజ్ఞవిషయమయిన యుపదేశముఁజేయువానిపేరు. వ్రతీ॥న్॥ - యష్టా॥ ఋ॥-యజమానః॥ పు॥ ౩-యజ్ఞముఁ జేయువాని పేళ్లు. ఈ రశబ్దములును యజ్ఞకర్తపేళ్లనికొందఱు.
(ససోమవతి) దీక్షితః।	దీక్షితః॥ పు॥ ౧-సోమవతి=సోమముగల యజ్ఞమునందుకర్తయైన, సః=వానిపేరు.
ఇజ్యాశీలో యాయజూకో	ఇజ్యాశీలః - యాయజూకః॥ పు॥ ౨-పలుమాఱు యజ్ఞముఁజేయుస్వభావముగలవానిపేరు.
యజ్వా (తు విధినేష్టవాన్)॥ ౪౦౭॥	యజ్వా॥ న్, పు॥ ౧-విధినా=యథాశాస్త్రముగా, ఇష్టవాన్ =యజ్ఞముచేసినవానిపేరు.
(సగీష్పతీష్ట్యా) స్థపతిః	స్థపతిః॥పు॥ ౧-గీష్పతీష్ట్యా = బృహస్పతిపేరుగల ఇష్టిచేత యజ్ఞముచేసినవానిపేరు.
సోమపీథీతు సోమపాః।	సోమపీథీ॥న్॥[పా]సోమపీతీ॥న్॥-సోమపాః॥ పు॥ ౨ - యజ్ఞముచేసి సోమపానముంజేసినవానిపేళ్లు.
సర్వవేదా (స్స యేనేష్టో యాగస్సర్వస్వదక్షిణః)॥ ౪౦౮॥	సర్వవేదాః॥ స్, పు॥ ౧ - సర్వస్వదక్షిణః=తన సొమ్మంతయు దక్షిణగాఁగల విశ్వజిత్తు మొదలయిన, యాగః=జన్నము, యేన=ఎవనిచేత, ఇష్టః=చేయఁబడినదో వానిపేరు.
అనూచానః (ప్రవచనే సాఙ్గేఽధీతీ గురో	అనూచానః॥పు॥ ౧-గురోః = ఒకగురువువలన, సాఙ్గే ప్రవచనే = షడంగములతోఁగూడిన వేదము

స్తు యః)।	నుజెప్పఁగా, అధీతీ యః=చదివినవాని పేరు.
(లబ్ధానుజ్ఞ) స్సమావృత్తః	సమావృత్తః॥ పు॥ ౧-లబ్ధానుజ్ఞః = వేదాధ్యయనముచేసిన వెనుక గురువుచేత గృహస్థాశ్రమముకొఱకు ననుమతిఁబొందిన వాని పేరు.
సుత్వా (త్వభిషవేకృతే)॥ ౪౯॥	సుత్వా॥ న్, పు॥ ౧-అభిషవేకృతే = జన్నమునందలి సోమలతనుకొట్టి పిడిచినవాని పేరు.
ఛాత్రాన్తేవాసినౌ శిష్యే	ఛాత్రః-అన్తేవాసీ॥ న్॥ - శిష్యః॥ పు॥ ౩ - శిష్యుని పేళ్లు, A pupil.
శైక్షాః ప్రాథమకల్పికాః।	శైక్షః-ప్రాథమకల్పికః॥ పు॥ ౨-అపుడుచదువనారంభించిన శిష్యునిపేళ్లు, A novice in Vedas.
(ఏకబ్రహ్మవ్రతాచారా మిథ) స్సబ్రహ్మచారిణః॥ ౪౧॥	సబ్రహ్మచారీ॥ న్,పు॥ ౧-ఒకగురువునొద్ద నొకవేదము చదువ నొకవ్రతమునే యాచరించువారికి తమలోఁ దమకు పేరు, Fellow students.
సతీర్థ్యా స్త్వేకగురవః Spiritual brethren.	సతీర్థ్యః-ఏకగురుః॥పు॥ ౨-ఒకగురువునొద్దవేదముగాని మఱియొక విద్యగాని చదువువారిపేళ్లు.
(చితవా నగ్ని) మగ్నిచిత్।	అగ్నిచిత్॥ పు॥ ౧ - అగ్నిం చితవాన్ = అగ్నిచయనముచేసినవానిపేరు, ఆహితాగ్ని, One who has consecrated the sacrificial fire.
(పారంపర్యోపదేశే స్యా) దైతిహ్య మితి హాఽ(వ్యయమ్) ౪౧॥	ఐతిహ్యమ్॥ న॥-ఇతిహ॥అవ్య॥౨ - పారంపర్యోపదేశే = పారంపర్యముచేత వచ్చిన యుపదేశము పేళ్లు, Traditional instruction.
ఉపజ్ఞా(జ్ఞానమాద్యం స్యాత్)	ఉపజ్ఞా॥ స్త్రీ॥ ౧ - స్త్రీఆద్యంజ్ఞానమ్=ఉపదేశములేక తనంతటనే మొదటఁ బుట్టినజ్ఞానము పేరు, Untaught knowledge.
(జ్ఞాత్వాఽఽరమ్భ) ఉపక్రమః।	ఉపక్రమః॥పు॥ ౧ -జ్ఞాత్వా= ఇదియీలాగున సిద్ధించునని యుపాయముదెలిసి, ఆరమ్భః = ఆరంభించుటకుపేరు, Deliberate commencement.
యజ్ఞ స్సవోఽధ్వరో యాగ స్సప్తతన్తు ర్మ	యజ్ఞ- సవః- అధ్వరః- యాగః - సప్తతన్తుః- మఘః [పా] మఖః- క్రతుః॥ పు॥ ౭ - యజ్ఞము

ఘుః క్రతుః॥ ౪౧౨ ॥

పేళ్లు, A sacrifice.

(పాఠో హోమ శ్చాతిథీనాం సపర్యా తర్పణం బలిః । ఏ తేపఞ్చమహాయజ్ఞా బ్రహ్మయజ్ఞాదినామకాః॥ ౪౧౩॥

పాఠః = వేదపాఠము, study of scripture; హోమః = వైశ్వదేవాదిహోమము, presenting of oblations to the gods ; అతిథీనాం సపర్యా = అతిథిపూజ, hospitable reception of guests; తర్పణమ్ = పితృతర్పణము, libation of water to the manes of ancestors; బలిః = భూతబలి, casting of food on the ground for gods or mundane beings; ఏతే = అనునివి, పఞ్చమహాయజ్ఞాః = పంచమహాయజ్ఞము లనఁబడును. (Five daily sacrifices)ఇవేవరుసగా, బ్రహ్మయజ్ఞాదినామకాః = బ్రహ్మయజ్ఞము దేవయజ్ఞము మనుష్యయజ్ఞము పితృయజ్ఞము భూతయజ్ఞమని పేళ్లుగలవి.

సమజ్యా పరిష ద్గోష్ఠీ సభా సమితిసంసదః । ఆస్థానీ (క్లీబ) మాస్థానం (స్త్రీనపుంసకయోః) స్సదః॥ ౪౧౪॥

సమజ్యా - పరిషత్ ॥ద్॥ - గోష్ఠీ-సభా - సమితిః-సంసత్ ॥ద్॥-ఆస్థానీ॥సీ॥ - ఆస్థానమ్ ॥న॥-సదః॥స్, స్న॥ ౭ - సామాన్యముగా సభపేళ్లు, ఆస్థానీ శబ్దము మొదలు ౩ ను దొరలున్న సభపేళ్లని కొందఱందురు, An assembly or meeting.

ప్రాగ్వంశః (ప్రాగ్ఘవిర్గేహాత్)

A room in front of the offerings.

ప్రాగ్వంశః ॥ పు ॥ ౧ - హవిర్గేహాత్ = హవిస్సులను బెట్టియున్న గృహముకంటె, ప్రాక్ = పూర్వభాగమునందు యజమానుఁడు మొదలయిన వారుండుటకొఱకు నిర్మింపఁబడిన గృహము పేరు.

సదస్యా విధిదర్శినః ।

సదస్యాః-విధిదర్శీ ॥న్, పు॥ ౨ - యజ్ఞమునందు హెచ్చుతక్కువలు రాకుండ కనిపెట్టియున్న ఋత్విక్కులపేళ్లు, By-standers whose business it is to notice and correct mistakes.

సభాసద స్సభాస్తారా స్సభ్యా స్సామాజికా (శ్చతే)॥ ౪౧౫॥

సభాసత్ ॥ద్॥- సభాస్తారః - సభ్యః - సామాజికః ॥పు॥ ౪-సభయందుండువానిపేళ్లు, A member of the assembly.

అధ్వర్యూద్గాతృహోతారో (యజుస్సామర్గ్విదః క్రమాత్)।

అధ్వర్యుః - ఉద్గాతా॥ ఋ॥- హోతా॥ ఋ, పు॥ ఈ 3 ను, క్రమాత్ = వరుసగా, యజుస్సామర్గ్విదః= యజుర్వేదమును సామవేదమును ఋగ్వేదమును నెఱిఁగినఋత్విక్కులపేళ్లు, Reciters of the prayers.

ఆగ్నీధ్రాద్యా ధనైర్వార్యా) ఋత్విజో యాజకాశ్చ తే॥ ౪౧౬॥

ఋత్విక్॥జ్॥- యాజకః॥ పు॥_౨ - ధనైః=యజ్ఞకర్త్రధనముచేత, వార్యాః= వరింపఁదగిన, ఆగ్నీధ్రాద్యాః = ఆగ్నీధ్రుఁడు మొదలయిన పదునార్వురకును పేళ్లు, Officiating priest.

వేదిః పరిష్కృతా భూమిః The altar.

వేదిః[స్త్రీ]వేదీ॥స్త్రీ॥౧ - పరిష్కృతా= యజ్ఞముకొఱకు పరిష్కరింపఁబడిన, భూమిః= భూమిపేళ్లు.

(సమే)స్థణ్డిలచత్వరే।

స్థణ్డిలమ్ - చత్వరమ్॥న॥ _౨ - అగ్నిహోత్రమునుంచుకొఱకు సంస్కారముచేయఁబడిన స్థానముపేళ్లు, Sacrificial ground.

చషాలో యూపకటకః

చషాలః-యూపకటకః॥ పు॥_౨ - యూపస్తంభమునందలి కొయ్యతోఁజేసిన కడియము పేళ్లు, A wooden ring on the sacrificial post.

కుమ్బా (సుగహనావృతిః)॥ ౪౧౭॥

కుమ్బా॥స్త్రీ॥౧ - యజ్ఞశాలచుట్టును బెట్టినమిక్కిలి గహనమయిన వెలుగుపేరు, An enclosure round the place of sacrifice.

యూపాగ్రం తర్మ

యూపాగ్రం-తర్మ॥న్॥న॥౧- యూపముకొన, [Top of the post.

(నిర్మన్థ్యదారుణి) త్వరణి(ర్ద్వయోః)।

అరణిః॥ స్త్రీ॥ ౧- నిర్మన్థ్యదారుణి = అగ్నిని బుట్టించుటకై మథింపఁదగినమ్రానిపేరు, Wood for producing fire by attrition.

దక్షిణాగ్ని ర్గార్హపత్యాఽఽహవనీయౌ (త్రయోఽగ్నయః॥ ౪౧౮॥

దక్షిణాగ్నిః- గార్హపత్యః - ఆహవనీయః ॥ పు॥ ఈ 3 ను ప్రత్యేకముగాఁదమతమపేళ్లచేతఁబ్రసిద్ధములయిన మూఁడగ్నులపేళ్లు.

(అగ్నిత్రయమిదం) త్రేతా

త్రేతా॥స్త్రీ॥ ౧-ఒకమాటచేతమూఁడగ్నులపేరు, The three sacred fires collectively.

ప్రణీత (స్సంస్కృ

ప్రణీతః॥పు॥౧- మంత్రముచేత సంస్కరింపఁ

తో౽నలః) ।	బడినఅగ్ని పేరు, Fire consecrated by prayers.
సమూహ్యః పరిచాయ్యోపచాయ్యా (వగ్నౌ ప్రయోగిణః ॥	సమూహ్యః-పరిచాయ్యః- ఉపచాయ్యః॥ పు॥ 3-యజ్ఞాగ్ని పేళ్లు, Sacrificial fire.
(యో గార్హపత్యాదానీయ దక్షిణాగ్నిః ప్రణీయతే। తస్మి)న్నానాయ్యో౽	ఆనాయ్యః॥ పు॥౧- గార్హపత్యాత్ = గార్హపత్యాగ్నినుండి, ఆనీయ= తెచ్చి, యః = ఏ, దక్షిణాగ్నిః=దక్షిణాగ్ని, ప్రణీయతే= ప్రణయింపఁబడునో, తస్మిన్ =దానిపేరు.
థాగ్నాయీ స్వాహా చ హుతభుక్ప్రియా ॥	అగ్నాయీ - స్వాహా - హుతభుక్ప్రియాః॥ స్త్రీ॥ ౩-అగ్నిహోత్రుని పెండ్లాముపేళ్లు.
(ఋక్) సామిధేనీ ధాయ్యా (చ యా స్యాదగ్నిసమిన్ధనీ) ॥ ౪౨౧॥	సామిధేనీ-ధాయ్యా॥ స్త్రీ॥ ౨ - అగ్నిసమిన్ధనీ= అగ్నిని మొదట ప్రజ్వలింపఁజేయు, ఋక్ = వేదఋక్కు, Prayer uttered to excite fire.
(గాయత్రీప్రముఖం) ఛన్దో	ఛన్దః॥ న్,న॥ ౧- గాయత్రి మొదలయిన యిరువదియూఱు ఛందస్సులపేరు, Metre.
(హవ్యపాకే) చరుః (పుమాన్)॥ ౪౨౨॥	చరుః॥పు॥ ౧-హవ్యపాకే = అగ్నియందు వేల్వఁదగిన పక్వాన్నముపేరు, A prepared oblation.
ఆమిక్షా (సా శృతోష్ణే యా క్షీరే స్యాద్దధియోగతః)।	ఆమిక్షా॥స్త్రీ॥౧- శృతోష్ణే = కాచఁబడి వేఁడియైన, క్షీరే=పాలయందు, దధియోగతః= పెరుఁగుకూర్చుటవలననైన వికారముపేరు, A mixture of boiled and coagulated milk.
ధవిత్రం (వ్యజనం తద్యద్రచితం మృగచర్మణా)॥ ౪౨౩॥	ధవిత్రమ్ [పా] ధువిత్రమ్॥న॥ ౧- యజ్ఞమునం దగ్ని ప్రజ్వలనముకొఱకు, మృగచర్మణా=ఇఱ్ఱితోలుచేత, రచితమ్ = చేయఁబడిన, వ్యజనమ్ = విసనకఱ్ఱపేరు, A fan made of antelope's hide.
పృషదాజ్యం (సదధ్యాజ్యే)	పృషదాజ్యమ్॥న॥౧-సదధ్యాజ్యే=పెరుఁగుతోఁగూడిన నేతిపేరు, Oblation of butter and curds.
పరమాన్నం తు పాయసమ్।	పరమాన్నమ్॥ న॥- పాయసమ్॥ న॥ (ప) ॥పు॥ ౨-పాలుపోసివండిన యన్నముపేళ్లు.

హవ్యకవ్యే (దైవపైత్రే అన్నే)	హవ్యమ్- కవ్యమ్॥ న॥ ౨- వరుసగా దేవతలకును పితృదేవతలకును యోగ్యమయిన అన్నము పేళ్లు, Food of the gods and manes.
పాత్రం (స్రువాదికమ్)॥ ౪_౨౪॥	పాత్రమ్॥న॥౧- స్రువాదికమ్=స్రువముచమసము మొదలైనయజ్ఞపాత్రలకన్నిటికినిపేరు, A vessel.
ధ్రువోపభృజ్జుహూ (ర్నాతు) స్రుచో (భేదాః స్రుచః స్త్రియః)।	ధ్రువా-ఉపభృత్-జుహూః॥ సీ॥- స్రువః॥ పు॥ ౪- స్రుచః భేదాః=స్రుక్కుభేదములపేళ్లు.
ఉపాకృతః (పశురసౌ యోఽభిమన్త్ర్య క్రతౌ హతః)॥ ౪_౨౫॥	ఉపాకృతః ॥ ౧ - క్రతౌ = యజ్ఞమునందు, యః=ఏపశువు, అభిమన్త్ర్య= అభిమంత్రించి, హతః = చంపఁబడినదో, అసౌపశుః = ఈపశువు పేరు, A victim of sacrifice.
పరమ్పరాకం శసనం ప్రోక్షణం (చ వధార్థకమ్)।	పరమ్పరాకమ్- శసనమ్[పా] శమనమ్-ప్రోక్షణమ్॥ న॥౩- వధార్థకమ్ = యజ్ఞమునందలిపశువధ పేళ్లు, Immolation.
(వాచ్యలిఙ్గాః) ప్రమీతోపసమ్పన్నప్రోక్షితా (హతే)॥ ౪_౨౬॥	ప్రమీతః-ఉపసమ్పన్నః-ప్రోక్షితః॥ త్రి॥౩- హతే = యజ్ఞమున హింసింపఁబడిన పశువు మొదలైనదానిపేళ్లు, Slain or immolated.
సాన్నాయ్యం హవి The thing to be offered.	సాన్నాయ్యమ్-హవిః॥ స్, న॥౨- అగ్నియందు వేల్వఁదగినహవిస్సుపేళ్లు. సాన్నాయ్యశబ్దము దధిపయోరూపమైన హవిస్సుపేళ్లని కొందఱు.
(రగ్నౌ తు హుతం త్రిషు) వషట్కృతమ్।	వషట్కృతమ్॥ త్రి॥ ౧ - అగ్నౌ=అగ్నియందు, హుతమ్=వేల్వఁబడినహవిస్సు, Sacrificed in fire.
దీక్షాన్తో ఽవభృథో (యజ్ఞే)	దీక్షాన్తః-అవభృథః॥ పు॥ ౨-యజ్ఞే=యజ్ఞాంతమునందలి న్యూనాతిరిక్తదోషపరిహారముకొఱకుఁ జేయునిష్టి, Supplemental sacrifice performed to atone for any defect in the principal one.
(తత్కర్మార్హం తు)యజ్ఞియమ్। (త్రిష్వ)	యజ్ఞియమ్॥ త్రి॥౧-తత్కర్మార్హమ్=ఆయజ్ఞకర్మమునకుఁదగినవస్తువుపేరు, Suitable to a sacrifice.

(థ క్రతుక) ర్మేష్టం

ఇష్టమ్॥ న ॥ ౧- క్రతుకర్మ = క్రతువునందలి హోమదానాదిక్రియపేరు, Sacrificial presents.

పూర్తం (ఖాతాది కర్మయత్)।

పూర్తమ్॥ న॥- ఖాతాదికర్మయత్ = గుంటలు గుళ్లు తోఁటలు మొదలైనవాని నిర్మించుటపేరు, An act of pious liberality.

అమృతం విఘసో (యజ్ఞశేషభోజన శేషయోః)॥ ౭-౨౯॥

అమృతమ్॥న॥- విఘసః॥పు॥ ఈ౨- వరుసగా, యజ్ఞశేష భోజన శేషయోః= జన్నమును జేయఁగా మిగిలినయాజ్యాదులకును దేవబ్రాహ్మణులు భుజింపఁగా మిగిలిన యన్నాదులకును పేళ్లు, Remains of a sacrifice or oblation.

త్యాగోవిహాపితం దాన ముత్సర్జన విసర్జనే। విశ్రాణనం వితరణంస్పర్శనం ప్రతిపాదనమ్ ॥ ప్రాదేశనం నిర్వపన మపవర్జన మంహతిః ।

త్యాగః॥ పు॥- విహాపితమ్ [పా] విహాయితమ్- దానమ్ - ఉత్సర్జనమ్ - విసర్జనమ్ - విశ్రాణనమ్- వితరణమ్- స్పర్శనమ్- ప్రతిపాదనమ్ - ప్రాదేశనమ్- నిర్వపనమ్- అపవర్జనమ్॥ న॥- అంహతిః॥ స్త్రీ॥ ౧౩- ఈవిపేళ్లు, Gift or donation.

(మృతార్థంతదహర్దానం త్రిషుస్యాత్) ఔర్ధ్వదైహికమ్॥ ౭౩౦॥

ఔర్ధ్వదైహికమ్ [పా] ఔర్ధ్వదేహికమ్॥ త్రి॥ ౧-మృతార్థమ్= మృతులయినవారినిగుఱించి, తదహర్దానమ్ = ఆమృతదినములయందుఁ జేయఁబడు దానము పేరు, నెలమాసికములకును పేరు, Obsequies of a deceased person.

పితృదానం నివాప (స్స్యాత్)

పితృదానమ్॥న॥-నివాపః॥ పు॥ ౨- పితరలనుద్దేశించి చేయంబడు జలాంజల్యాది దానము పేరు, Gifts in honor of the deceased.

శ్రాద్ధం (తత్కర్మశాస్త్రతః)।
An obsequial oblati n.

శ్రాద్ధమ్॥న॥౧- శాస్త్రతః= శాస్త్రోక్తమయిన దేశకాలపాత్రాది నియమముచేత, తత్కర్మ = ఆ పితృదేవతలనుగూర్చి చేయంబడు బ్రాహ్మణ భోజనము మొదలయినదానిపేరు, తద్దినము.

అన్వాహార్యం మాసికే

అన్వాహార్యమ్-మాసికమ్॥ న॥౨- నెలనెలకుం జేయంబడు పిండపితృయజ్ఞముపేరు, అమావాస్య

శ్రాద్ధము, Monthly obsequies.

(ఉంశో౽ష్టమో౽హ్నః కుతపో (ఽస్త్రియామ్)॥౮౩౧॥

కుతపః[పా]కుతుపః॥పు॥౧-అహ్నః= పగటియొక్క,అష్టమోఽంశః=ఎనిమిదవపాలు. అనఁగా పగలు ౧౫పాళ్లలో ౭ పాళ్లుపోఁగాఁ దవపాలనుట,Towards midday(the eighth *muhurta* of the day).

పర్యేషణా పరీష్టిశ్చాన్వేషణాచ గవేషణా।

పర్యేషణా-పరీష్టిః॥ సీ॥౨- శ్రాద్ధాదులయందుద్విజభక్తిశు... Homage. అన్వేషణా-గవేషణా॥ సీ॥౨- ధర్మమునరయుట, Investigation. ఈ ౪-సామాన్యముగా వెదకుటపేళ్లనియును, Search.

సనిస్త్వధ్యేషణా

సనిః-అధ్యేషణా॥ సీ ॥ ౨- పూజ్యుల నొకప్రయోజనమునందు సత్కారపూర్వకముగా నియోగించుటపేళ్లు, Request or solicitation.

యాచ్ఞాఽభిశస్తిర్యాచనాఽర్థనా॥ ౮౩౨॥ (షట్సు త్రి)

యాచ్ఞా - అభిశస్తిః - యాచనా - అర్థనా॥సీ॥ ౪-అడుగుటపేళ్లు, Asking or begging.

ముందు చెప్పఁగల అర్ఘ్యశబ్దము మొదలు ఆగంతుశబ్దమువఱకు నాఱుశబ్దములను॥త్రి॥

షడర్ఘ్యాదే (మర్ఘార్థే)

అర్ఘ్యమ్॥త్రి॥-అర్ఘార్థే=పూజకొఱకైన జలాదులు.అర్ఘ్యోదకము, A respectful oblation of water.

పాద్యం (పాదాయవారిణి)।

పాద్యమ్॥త్రి॥ ౧-పాదాయ = పాదముకొఱకైన, వారిణి= ఉదకముపేరు, పాదోదకము, Water for ablution of the feet.

(క్రమా) దాతిథ్యాతిథేయే (అతిథ్యర్థేఽత్ర సాధుని)॥ ౮౩౩॥

ఆతిథ్యమ్-ఆతిథేయమ్॥ త్రి॥ ౨- క్రమాత్ = వరుసగా, అతిథ్యర్థే = అతిథులకొఱకైన యన్నాదులకును, అత్ర సాధుని = అతిథులయందుమంచిదైన భక్త్యాదులకునుపేళ్లు, Hospitality.

స్యాదావేశిక ఆగన్తురతిథిర్నా (గృహాగతే)।

ఆవేశికః- ఆగన్తుః॥త్రి॥- అతిథిః॥ పు॥- గృహాగతః॥ ౪-ఇంటికివచ్చిన యతిథిపేళ్లు, A guest.

పూజా నమస్యాఽపచితి స్సపర్యాఽర్చాఽర్హణా(స్సమాః)॥౮౩౪॥

పూజా- నమస్యా- అపచితిః- సపర్యా-అర్చా-అర్హణా ॥ సీ ॥ ౬- పూజించుటపేళ్లు, Worship, reverence.

వరివస్యాతు శుశ్రూషా పరిచర్యా ప్యుపాసనమ్।	వరివస్యా-శుశ్రూషా- పరిచర్యా॥ స్త్రీ॥- ఉపాసనమ్॥న॥[ప] ఉపాసనా-ఉపాస్తిః॥స్త్రీ॥౪-శుశ్రూష పేళ్లు, Service, propitiation.
వ్రజ్యాఽటాఽట్యా పర్యటనం	వ్రజ్యా-అటా- అట్యా॥ స్త్రీ॥- పర్యటనమ్॥ న॥ ౪ - భిక్షాద్యర్థమై పలుమాఱు దిరుగుట పేళ్లు, Wandering for alms.
చర్యా (త్వీర్యాపథస్థితిః)॥ ౪౩౫॥	చర్యా॥ స్త్రీ॥ ౧-ఈర్యాపథస్థితిః=ధ్యానమౌనాది వ్రతములయందుస్థిరత్వైయుండుట, Perseverance in austerities.
ఉపస్పర్శస్త్వాచమనం	ఉపస్పర్శః॥పు॥- ఆచమనమ్॥ న॥౨- శుద్ధాచమనము పేళ్లు, Rinsing the mouth.
(మథ) మౌన మభాషణమ్।	మౌనమ్- అభాషణమ్॥ న॥ ౨- మాట్లాడకుండుట పేరు, Silence, taciturnity.
ఆనుపూర్వీ(స్త్రియాం వా) ఽఽవృత్పరిపాటీఅనుక్రమః॥ పర్యాయ శ్చా	ఆనుపూర్వీ॥ స్త్రీ॥ - ఆవృత్ - పరిపాటిః॥ [ప] పరిపాటీ॥స్త్రీ॥-అనుక్రమః-పర్యాయః॥ పు॥ ౫- స్వాధ్యాయక్రమము పేళ్లు, Order, method.
తిపాత (స్తుస్యా) త్పర్యయ ఉపాత్యయః।	అతిపాతః-పర్యయః - ఉపాత్యయః ॥ పు ॥ ౩- క్రమముదప్పుట, Violation of the order.
నియమో వ్రత (మస్త్రీ తచ్చోపవాసాది) పుణ్యకమ్॥ ౪౩౬॥	నియమః-వ్రతమ్॥ ప్న॥ ౨ - శాస్త్రోక్తనియమము పేరు, A vow. పుణ్యకమ్॥న॥౧- ఉపవాసాదిరూపమైన ఆవ్రతము పేరు, A penance.
ఉపవస్తం త్పూపవాసో	ఉపవస్తమ్[పా] ఔపవస్తమ్॥న॥- ఉపవాసః॥ [ప] ఉపోషణమ్॥పు॥౨-ఉపవాసము పేళ్లు, A fast.
వివేకః (పృథగాత్మతా)।	వివేకః॥పు॥-పృథగాత్మతా॥స్త్రీ॥౨- ప్రకృతిపురుషులు వేఱని యెఱుంగుట పేరు, Discriminating between matter & spirit. True knowledge.
(స్యా) ద్బ్రహ్మవర్చసం వృత్తాధ్యయనర్ధి	బ్రహ్మవర్చసమ్॥న॥-వృత్తాధ్యయనర్ధిః॥ స్త్రీ॥ ౨- మంచినడత వేదపాఠములయు సమృద్ధి, Holiness.
(రథాఞ్జలిః॥ ౪౩౭॥	బ్రహ్మాఞ్జలిః॥పు॥ ౧ వేదపాఠసమయమునందు

పాఠే) బ్రహ్మాఞ్జలిః

ప్రణవోచ్చారణపూర్వకమైన యంజలిపేరు.

(పాఠే విప్రుషో) బ్రహ్మబిన్దవః।

బ్రహ్మబిన్దవః॥ పు॥ ౧-పాఠే = వేదపాఠసమయమునందలి, విప్రుషః॥= నోటవెడలుతుంపరలపేళ్లు, Sanctified saliva.

(ధ్యానయోగాసనే) బ్రహ్మాసనం
A holy posture.

బ్రహ్మాసనమ్॥ న॥ ౧-ధ్యానయోగాసనే = ధ్యానము చేయుటకొఱకు యోగమునందలి స్వస్తికము పద్మకము మొదలైనయాసనముపేరు.

కల్పో విధి క్రమౌ ॥ ౪౩౯ ॥

కల్పః-విధిః-క్రమః॥ పు॥ ౩- ఇది యిట్లుచేయవలెననెడి వేదోక్తమయినవిధానముపేళ్లు, A sacred precept or rite prescribed by religion.

ముఖ్యః (స్యాత్ప్రథమః కల్పో)ఽనుకల్ప (స్తతోఽధమః)।

ముఖ్యః ॥ పు॥ ౧-ప్రథమః = మొదటచేయు, కల్పః=వేదవిధానముపేరు, A chief injunction.

అనుకల్పః॥ పు॥ ౧-తతః=దానికంటె,అధమః= వెనుకఁజెప్పఁబడు వేదవిధానముపేరు, A secondary or succedaneous injunction.

(సంస్కారపూర్వం గ్రహణం స్యా) దుపాకరణం (శ్రుతేః)॥ ౪౪౦॥
obeisance.

ఉపాకరణమ్॥ న॥ ౧ - సంస్కారపూర్వమ్ = ఉపనయనసంస్కారము మొదలుగా, శ్రుతేః గ్రహణమ్ = వేదమును చదువ దొరఁకొనుట పేరు, Holy study of the *Vedas* after initiation.

(సమేతు) పాదగ్రహణమభివాదన (మిత్యుభే)।

పాదగ్రహణమ్ - అభివాదనమ్॥ న॥ ౨-గోత్రనామములు చెప్పి మ్రొక్కుటపేళ్లు, A bow or prostration to a person addressed by name.

భిక్షుః పరివ్రాట్ కర్మన్దీ పారాశర్యపి మస్కరీ॥౪౪౧॥ తపస్వీ తాపసః పారికాఙ్క్షీ వాచంయమో మునిః।

భిక్షుః-పరివ్రాట్॥జ్॥ - కర్మన్దీ॥న్॥ - పారాశరీ॥న్॥ - మస్కరీ॥ న్॥ పు॥ ౫ - సన్న్యాసిపేళ్లు, A mendicant. తపస్వీ॥న్॥- తాపసః - పారికాఙ్క్షీ॥ న్॥ పు॥ ౩ - తపస్సుగలవానిపేళ్లు, An ascetic. వాచంయమః - మునిః॥ పు॥ ౨-మౌనవ్రతిపేళ్లు, A holy sage practising rigid taciturnity. ఈ ౧౦ సన్న్యాసిపేళ్లనికొందఱు.

(తపఃక్లేశసహో)

దాన్తః॥పు॥ ౧ - తపఃక్లేశసహః=తపస్సువలనఁ

దాన్తో
వర్ణినో బ్రహ్మచారి
ణః॥ ౪౪౨॥

గలుగుశ్రమనోర్చువాఁడు, Patient of austerity.
వర్ణీ॥ న్॥ - బ్రహ్మచారీ॥ న్॥ పు॥ ౨ - బ్రహ్మచారిపేళ్లు, A religious student practising austerity; an unmarried man. [పేళ్లు, A saint.

ఋషయ స్సత్యవచసః
ఋషిః[ప]రిషిః - సత్యవచాః॥స్॥ పు॥౨-ఋషి

స్నాతక స్త్వాప్లుతో
(వ్రతీ)
స్నాతకః-ఆప్లుతః॥పు॥౨-వ్రతీ=వేదమును చదివినమీఁద నాశ్రమాంతరమును బొందక వ్రతముగలవాఁడై తీర్థస్నానశీలుఁడై యున్న బ్రహ్మచారిపేళ్లు.

(యే నిర్జి తే న్ద్రియ
గ్రామా) యతినో య
తయ (శ్చ తే)॥ ౪౪౩॥
యతీ॥ న్॥ - యతిః॥పు॥ ౨-నిర్జితేన్ద్రియగ్రామాః = జయింపఁబడిన యింద్రియ సమూహము గలవానిపేళ్లు, A man with subdued senses.

(యః స్థణ్డిలే వ్రతవశా
చ్ఛేతే) స్థణ్డిలశాయ్య
(సౌ)। స్థాణ్డిల (శ్చా
స్థణ్డిలశాయీ॥న్॥-స్థాణ్డిలః॥పు॥ ౨-వ్రతవశాత్ =వ్రతాధీనత్వమువలన,స్థణ్డిలే=నేలను, యః=ఎవఁడు, శేతే=శయనించునోవాఁడు, One who sleeps on the bare ground by way of mortification.

థ) విరజ స్తమస(స్స్యు)
ర్ద్వయాతిగాః॥ ౪౪౪॥
విరజ స్తమాః॥స్॥ - ద్వయాతిగః॥పు॥౨-రజస్తమోగుణములను విడిచియున్న సాత్త్వికులపేళ్లు, Men perfectly virtuous.

పవిత్రః ప్రయతః
పూతః
పవిత్రః - ప్రయతః-పూతః॥ పు॥ ౩-పవిత్రుఁడయినవానిపేళ్లు, Holy, pious, or sacred person.

పాషణ్డా స్సర్వలిఙ్గినః।
Heretices.
పాషణ్డః[పా]పాఖణ్డః-సర్వలిఙ్గీ॥ న్॥పు॥ ౨-వేదబాహ్యులైన బౌద్ధకాపాలికక్షపణకాదులపేళ్లు.

(పాలాశో దణ్డ) ఆషా
ఢో (వ్రతే)
ఆషాఢః॥ పు॥ ౧-పాలాశః దణ్డః = వ్రతమునందుఁ బట్టుమోదుగుకోలపేరు, A student's staff.

రామ్భ(స్తు వైణవః)॥
రామ్భః॥ పు॥ ౧ - వైణవః=వెదురుకోలపేరు.

(అస్త్రీ)కమణ్డలుః కుణ్డీ
కమణ్డలుః॥ ష్న॥-కుణ్డీ॥ సీ॥ ౨ - కమండలువుపేళ్లు, A wooden water-pot of an ascetic.

(వ్రతినా మాసనం)
బృసీ।
బృసీ [ప] బృషీ॥ సీ॥ ౧ - వ్రతినామ్=వ్రతస్థులయొక్క, ఆసనమ్ = దర్భాదులచేతఁ జేయఁబడిన యాసనముపేళ్లు.

అజినం చర్మకృత్తిః స్త్రీ

అజినమ్-చర్మ॥న్,న॥-కృత్తిః॥స్త్రీ॥3 = చర్మము పేళ్లు, Deer skin.

భైక్షం భిక్షా కదమ్బకమ్॥ ౨౨౬॥

భైక్షమ్-భిక్షాకదమ్బకమ్॥న॥౨-బిచ్చమెత్తిన పదార్థములయొక్క-గుంపు, Aggregate of alms.

స్వాధ్యాయ(స్స్యా)జ్జప Readinginaudibly, or muttering prayers.

స్వాధ్యాయః-జపః [పా] జాపః॥పు॥౨ - తమ వేదమునుజదువుటపేళ్లు, అవృత్తిచేత వేదమును జదువుటయని కొందఱందురు.

స్సుత్యాఽభిషవ స్సవనం (చసా)।

సుత్యా॥స్త్రీ॥-అభిషవః॥పు॥-సవనమ్॥న॥ 3- స్నానమునకును సోమలతను దంచుటకును పేళ్లు.

(సర్వైనసా మపధ్వంసి జప్యం త్రిష్వ) ఘమర్షణమ్॥ ౨౨౭॥

అఘమర్షణమ్॥త్రి॥౧-సర్వైనసామ్= సమస్త పావములను, అపధ్వంసి=పోఁగొట్టు, జప్యమ్= మంత్రముపేరు, An expiatory prayer.

దర్శశ్చ పౌర్ణమాసశ్చ (యాగౌ పక్షాన్తయోః పృథక్)।

దర్శః-పౌర్ణమాసః [పా] పూర్ణమాసః ॥ పు॥ ఈ-౨, పక్షాన్తయోః=అమావాస్యాపౌర్ణమాసులయందుఁజేయంబడు, పృథక్‌యాగౌ=వేర్వేఱుయాగములపేళ్లు, Half-monthly sacrifice.

(శరీరసాధనాపేక్షం నిత్యం యత్కర్మ త) ద్యమః॥ ౨౨౮॥

యమః॥పు॥౧-శరీరసాధనాపేక్షమ్= శరీరమును మాత్రము సాధనముగా నపేక్షించునదై, నిత్యం యత్కర్మ=నిత్యముగాఁజేయఁదగిన సత్యాహింసాదికర్మములపేరు, A perpetual duty.

నియమ(స్తుసయత్కర్మానిత్య మాగన్తుసాధనమ్)।
A voluntary duty.

నియమః॥పు॥౧-ఆగన్తుసాధనమ్= శరీరముకంటె బాహ్యములయిన మృజ్జలాదులను సాధనముగాఁ గలిగినదై, అనిత్యంయత్కర్మనః = సమయవిశేషములయందు కామనాదులచేత చేయఁదగిన అనిత్యమైన స్నానోపవాసజపాది కర్మములపేరు.

క్షౌరంతు భద్రాకరణం ముణ్డనం వపనం తథా॥

క్షౌరమ్-భద్రాకరణమ్-ముణ్డనమ్-వపనమ్ ॥ న॥ ౪-క్షౌరముపేళ్లు, Shaving.

ఉపవీతం యజ్ఞసూత్రం (ప్రోద్ధృతేదక్షిణే

ఉపవీతమ్॥న॥౧-దక్షిణేకరే=కుడిభుజము,ప్రోద్ధృతేసతి = తొడుగఁబడుచుండఁగా, యజ్ఞసూత్రమ్=

కరే)।

ఎడమ భుజముమీఁది జందెము పేరు, The seered thread passed over the left shoulder.

ప్రాచీనావీత (మన్యస్మిన్)

ప్రాచీనావీతమ్॥న॥౧-అన్యస్మిన్ = ఎడమభుజము, ప్రోద్ధృతేసతి=తోడుగఁబడుచుండఁగా, యజ్ఞసూత్రమ్=కుడిభుజముమీఁది జందెము పేరు.

నివీతం (కణ్ఠలమ్బితమ్)॥ ౪౫౦॥

నివీతమ్॥న॥౧-కణ్ఠలమ్బితమ్ = మెడనుహారము వలెవ్రేలాడు, యజ్ఞసూత్రమ్=జందెము పేరు.

అఙ్గుల్యగ్రే తీర్థం దైవం స్వల్పాఙ్గుల్యో ర్మూలే కాయమ్। మధ్యేఽఙ్గుష్ఠాఙ్గుల్యోః పైత్రం మూలే త్వఙ్గుష్ఠస్య బ్రాహ్మమ్॥ ౪౫౧॥

దైవంతీర్థమ్ = దేవసంబంధమైన తీర్థము, అఙ్గుల్యగ్రే=వ్రేళ్లతుదయందును, కాయమ్=ఋషిసంబంధమైనతీర్థము, స్వల్పాఙ్గుల్యోః=చిటికెనవ్రేలు దర్భవ్రేళ్లయొక్క, మూలే=మొదటను, పైత్రమ్=పితృసంబంధమయినతీర్థము, అఙ్గుష్ఠాఙ్గుల్యోః=పెనువ్రేలు జుట్టనవ్రేళ్లయొక్క, మధ్యే=నడుమను, బ్రాహ్మమ్=బ్రహ్మసంబంధమయిన తీర్థము, అఙ్గుష్ఠస్య = పెనువ్రేలియొక్క, మూలే=మొదటనునుండును, అనఁగా నాయా ప్రదేశములయందు వారివారికిఁ దర్పణములు చేయవలయుననుట.

(స్యా)ద్బ్రహ్మభూయం బ్రహ్మత్వం బ్రహ్మసాయుజ్య(మిత్యపి)।

బ్రహ్మభూయమ్-బ్రహ్మత్వమ్-బ్రహ్మసాయుజ్యమ్॥న॥3-బ్రహ్మస్వరూప మౌట పేళ్లు, Identification with Brahma, Godhead.

దేవభూయాదికం (తద్వత్)

Becoming identified with a god.

దేవభూయాదికమ్=దేవభూయశబ్దము మొదలయినశబ్దజాతము అనఁగా దేవభూయమ్, దేవత్వమ్, దేవసాయుజ్యమ్, అనుశబ్దములు, తద్వత్ = అట్లే దేవస్వరూపమౌట. ఈ 3 ను-॥న॥.

కృచ్ఛ్రం (సాన్తపనాదికమ్)॥ ౪౫౨॥

కృచ్ఛ్రమ్॥న॥౧-సాన్తపనాదికమ్ = సాంతపన చాంద్రాయణాదివ్రతములపేరు, A penance.

(సన్న్యాసవత్యనశనే పుమాన్) ప్రాయో

ప్రాయః॥పు॥౧-సన్న్యాసవతి = సర్వసంగపరిత్యాగముతోఁ గూడుకొని, అనశనే=ప్రాణపరిత్యాగపర్యంత మాహారము లేక యుండుట పేరు. Fasting to die.

ఽథ వీరహా । నష్టాగ్నిః

వీరహా॥ న్॥-నష్టాగ్నిః॥ పు॥ ౨- ఉత్సర్గేష్టి జేసి గార్హపత్యాగ్నిని విడిచినవానిపేళ్లు.

కుహనా (లోభాన్మిథ్యేర్యాపథకల్పనా) ॥ ౪౫౩॥

కుహనా॥ స్త్రీ॥ ౧-లోభాత్ = ఆశవలన, మిథ్యేర్యాపథకల్పనా = అసత్యభిక్షు ధర్మమార్గమును కల్పించుకొని తిరుగుటపేరు, Hypocrisy. Practice of religious austerities through avarice.

వ్రాత్య (స్సంస్కారహీన స్స్యాత్)

వ్రాత్యః॥ పు॥౧-సంస్కారహీనః = ఉపనయనాది సంస్కారములు లేనివానిపేరు, An uninitiated person.

దస్వాధ్యాయో నిరాకృతిః ।

అస్వాధ్యాయః-నిరాకృతిః॥ పు॥ ౨- వేదముచదువనివాఁడు, One who has not duly read the *Vedas*.

ధర్మధ్వజీ లిఙ్గవృత్తి

An imposter.

ధర్మధ్వజీ॥న్॥- లిఙ్గవృత్తిః॥ పు॥ ౨- రిత్తవేషమున బ్రదుకువానిపేళ్లు, A hypocrite.

రవకీర్ణీ (క్షతవ్రతః)॥ ౪౫౪॥

అవకీర్ణీ॥ న్॥- క్షతవ్రతః॥పు॥౨- పరస్త్రీగమనాదులచేత నష్టమయిన వ్రతముగలవాని పేరు, A violator of his vow through incontinence.

(సుప్తే యస్మిన్నస్తమేతి సుప్తే యస్మిన్నుదేతి చ । అంశుమా) నభినిర్ముక్తాభ్యుదితౌ(తౌ యథాక్రమమ్) ॥ ౪౫౫॥

యస్మిన్ = ఏద్విజుఁడు, సుప్తేసతి = నిద్రపోవుచుండఁగా, అంశుమాన్ = సూర్యుఁడు, అస్తమ్= అస్తమయమును, ఏతి = పొందుచున్నాఁడో, యస్మిన్ =ఏద్విజుఁడు, సుప్తేసతి=నిద్రపోవుచుండఁగా, ఉదేతిచ= ఉదయించుచున్నాఁడో, తౌ =ఆద్విజులిద్దఱును, యథాక్రమమ్=వరుసగా, అభినిర్ముక్తాభ్యుదితౌ=అభినిర్ముక్తుఁడనియును, One who is asleep at sun-set. అభ్యుదితుఁడనియును,—at sun-rise.

పరివేత్తా౽ (నుజో౽నూఢే జ్యేష్ఠే దారపరిగ్రహాత్)॥

జ్యేష్ఠే=అన్న, అనూఢేసతి = పెండ్లియాడకయుండఁగా, అనుజః = తమ్ముఁడు, దారపరిగ్రహాత్ =తాను పెండ్లియాడుటవలన, పరివేత్తా = పరివేత్తయనఁబడును. పరివేత్తా॥ ఋ, పు॥

పరివిత్తి (స్తుతజ్జ్యాయాన్)

పరివిత్తిః॥పు॥౧-తజ్జ్యాయాన్ = ఆపరివేత్తయొక్క యన్నపేరు, An unmarried elder broth

వివాహోపయమౌ (సమౌ ॥ తథా) పరిణయోద్వాహోపయామాః పాణిపీడనమ్ ।	వివాహః - ఉపయమః-పరిణయః - ఉద్వాహః-ఉపయామః॥ పు॥ -పాణిపీడనమ్॥ న॥ ౬ - పెండ్లిపేళ్లు, Marriage.
వ్యవాయో గ్రామ్యధర్మో మైథునం నిధువనం రతమ్॥ ౭౫౭॥	వ్యవాయః-గ్రామ్యధర్మః॥ పు॥ - మైథునమ్ - నిధువనమ్-రతమ్ [ప] సురతమ్॥౫-స్త్రీసంగమము పేళ్లు, Copulation; sexual intercourse.
త్రివర్గో(ధర్మకామార్థై)	త్రివర్గః॥పు॥౧-ధర్మకామార్థైః= ధర్మకామార్థములుమూఁటికినొకపేరు, The aggregate of the three ends of human life: viz. duty,love and wealth.
శ్చతుర్వర్గ (స్సమోక్షకైః) ।	చతుర్వర్గః॥ పు॥౧ - సమోక్షకైః=మోక్షముతోఁగూడుకొనియున్న ధర్మకామార్థములు నాల్గును, The above three with final beatitude.
(సబలైస్తైః) శ్చతుర్భద్రమ్	చతుర్భద్రమ్॥న॥౧ - సబలైః=బలవంతులైన, తైః=ఆ నాల్గింటికి నొకపేరు, The four ends of human life equally potent.
జన్యాః (స్నిగ్ధా వరస్య యే)॥ ౭౫౮॥	జన్యాః॥పు॥౧ - వరస్య=పెండ్లికొడుకుయొక్క, స్నిగ్ధాః=చెలికాండ్రు, The bridegroom's friends.
ఇతి బ్రహ్మవర్గః.	బ్రాహ్మణులతోఁ జేరిన పదసమూహము ముగిసెను.
మూర్ధాభిషిక్తో రాజన్యో బాహుజః క్షత్రియో విరాట్ ।	మూర్ధాభిషిక్తః - రాజన్యః - బాహుజః - క్షత్రియః [ప] క్షత్త్రః - విరాట్॥ జ్॥ పు॥ ౬-పట్టబద్ధుఁడయిన క్షత్త్రియునికిని ఆవంశమునఁ బుట్టినవారికిని పేళ్లు, A man of the military tribe.
రాజా రాట్పార్థివ క్ష్మాభృన్నృప భూప మహీక్షితః॥ ౭౫౯॥	రాజా॥న్॥ - రాట్॥ జ్॥ - పార్థివః-క్ష్మాభృత్॥ త్॥-నృపః-భూపః - మహీక్షిత్॥ త్॥ పు॥ ౭-ప్రజలను పాలించు క్షత్త్రియునికిని ఆకార్యమును చేయు మఱియొకనికి పేళ్లు, A king, a prince.
(రాజాతు ప్రణతాశే	అధీశ్వరః॥పు॥౧-ప్రణతాశేషసామన్తః=తనకుప

మసామన్త స్సాన్య) దధీశ్వరః ।

మ్రొక్కుచున్న సకలసామంతులుగల, రాజా=రాజుపేరు. సామంతు లనఁగా తనదేశముచుట్టు నుండు రాజులు, An emperor paramount over all the neighbouring princes.

చక్రవర్తీ సార్వభౌమౌ

చక్రవర్తీ॥న్॥-సార్వభౌమః॥ పు॥ ౨-సమస్త భూమినేలు రాజుపేళ్లు, A universal monarch.

(నృపోఽన్యో) మణ్డలేశ్వరః॥ ౪౬౦॥

మణ్డలేశ్వరః ॥ పు॥ ౧ - సార్వభౌమునికంటె, అన్యః = వేఱైన కొంతభూమినేలు, నృపః = రాజుపేరు, A tributary prince.

(యే నేష్టం రాజసూయేన మణ్డల స్యేశ్వర శ్చ యః । శాస్తి య శ్చాజ్ఞయా రాజ్ఞ స్స) సమ్రాట్

యేన=ఎవనిచేత, రాజసూయేన = రాజసూయమను యాగముచేత, ఇష్టమ్=యజింపఁబడెనో, యః=ఎవ్వఁడు, మణ్డలస్య=హిమవత్సేతుమధ్యభూమికి, ఈశ్వరః=ప్రభువై యున్నాఁడో, యః=ఎవఁడు, ఆజ్ఞయా=తనయాజ్ఞచేత, రాజ్ఞః=సకలరాజులను, శాస్తి=శిక్షించుచున్నాఁడో, సః=వారుముగ్గురును సమ్రాట్టులనఁబడుదురు. ఈమూఁడువిధములుగల యొకఁడే సమ్రాట్టనికొందఱు. సమ్రాట్॥ జ్,పు॥ A paramount sovereign who has performed a *Rajasuya* sacrifice.

(డథ) రాజకమ్॥౪౬౧॥ రాజన్యకం (చ నృపతి క్షత్త్రియాణాం గణే క్రమాత్) ।

రాజకమ్ - రాజన్యకమ్॥ న॥ ౨-క్రమాత్=వరుసగా, నృపతిగణే=ప్రజలనేలు రాజుల సమూహమునకును, An assemblage of princes; క్షత్త్రియాణాంగణే = క్షత్త్రియజాతివారి సమూహమునకును పేళ్లు, An assemblage of warriors.

మన్త్రీ ధీసచివో ఽమాత్యో ఽ

మన్త్రీ॥న్॥-ధీసచివః॥-అమాత్యః॥ పు॥ 3-ఆలోచనఁజెప్పుమంత్రిపేళ్లు, A minister, a counsellor.

(న్యే) కర్మసచివా (స్తతః)॥ ౪౬౨॥

కర్మసచివః॥పు॥౧-తతః=ఆమంత్రికంటె,అన్యే=వేఱైన చిల్లరపనులవారిపేరు, Other ministers.

మహామాత్రాః ప్రధానాని

మహామాత్రః॥పు॥-ప్రధానమ్॥ న॥ [ప] ॥పు॥ ౨ - అధికులును హీనులును గాక నడితరమైన

సేనాపతి మొదలయినవారిపేళ్లు, The king's companions. [తులు, The priest or chaplain

పురోధాస్తుపురోహితః|

పురోధాః॥ స॥-పురోహితః॥ పు॥ ౨-పురోహి

(ద్రష్టరి వ్యవహారాణాం) ప్రాడ్వివాకాక్షదర్శకౌ॥ ౪౬౩॥

ప్రాడ్వివాకః - అక్షదర్శకః॥ పు॥ ౨-వ్యవహారాణాం ద్రష్టరి = వ్యవహారములను విచారించు ధర్మాధికారిపేళ్లు, The judge.

ప్రతీహారే ద్వారపాల ద్వాఃస్థ ద్వాఃస్థిత దర్శకాః।

ప్రతీహారః [ప] ప్రతిహారః- ద్వారపాలః-ద్వాఃస్థః-ద్వాఃస్థితః-దర్శకః॥ పు ॥ ౫ - వాకిటికావలివాని పేళ్లు. 'ద్వాఃస్థితదర్శకః' అని యొక పేరుగాఁ గొందఱందురు, Door-keeper, porter.

రక్షివర్గస్త్వనీకస్థో

రక్షివర్గః - అనీకస్థః॥ పు॥ ౨ - అంగరక్షకుల సమూహము పేళ్లు, The royal body-guard.

ఽధ్యక్షాధికృతౌ (సమౌ)॥ ౪౬౪॥

అధ్యక్షః-అధికృతః॥ పు॥ ౨-ఎందు నేని యొక దానియందు నధికారముగలవానిపేళ్లు, Officer.

స్థాయుకో (ధికృత్రో గ్రామే)

స్థాయుకః॥పు॥౧-గ్రామే=ఒక గ్రామమునందు, అధికృతః = అధికారముగలవానిపేరు, An overseer of a village.

గోపో (గ్రామేషు భూరిషు)।

గోపః॥పు॥౧-భూరిషు గ్రామేషు= అనేక గ్రామములయం దధికారము గలవానిపేరు, The superintendent of a district.

భౌరికః (కనకాధ్యక్షో)

భౌరికః॥ పు॥ ౧-కనకాధ్యక్షః= బంగారమునందలి యధికారముగలవానిపేరు, The treasurer.

రూప్యాధ్యక్షస్తు నైష్కికః॥ ౪౬౫॥

రూప్యాధ్యక్షః-నైష్కికః॥ పు॥ ౨-టంకసాల యధికారిపేళ్లు, The master of the mint.

(అన్తఃపురే త్వధికృతస్స్యా) దన్తర్వంశికో (జనః)

అన్తర్వంశికః॥ పు॥ ౧-అన్తఃపురే=అంతఃపురమునందు,అధికృతః=అధికారియైన, జనః=జనుఁడు, The chamberlain.

సౌవిదల్లాః కఞ్చుకినః స్థాపత్యాస్సౌవిదా (శ్చ తే)॥ ౪౬౬॥

సౌవిదల్లః - కంచుకీ॥ న॥-స్థాపత్యః - సౌవిదః॥ పు ॥ ౪ - అంతఃపురమునందలి కావలివానిపేళ్లు, Attendants guarding the king's harem.

శణ్ఢో వర్షవర(స్తుల్యౌ)

శణ్ఢః [పా] షణ్డః-వర్షవరః॥ పు॥ ౨ - వృషణహీనులుగాని యన్యులుగాని స్త్రీస్వభావముగలవారి పేళ్లు, నపుంసకులు, A eunuch.

సేవకార్థ్యనుజీవినః।

సేవకః-అర్థీ॥న్॥ - అనుజీవీ॥ న్॥పు॥ ౩-సేవకుని పేళ్లు, కొలువుగాఁడు, A servant.

(విషయానన్తరో రాజా)శత్రు ర్మిత్ర(మతః పరమ్)॥ ౪౬౭॥ ఉదాసీనః (పరతరః)

విషయానన్తరః=తనదేశమునకంటెచేరిన యావలిదేశమునందుండు, రాజా=రాజు, శత్రుః॥ పు॥=శత్రువు, అతఃపరం=ఆశత్రుదేశమునకు నావలదేశమునందుండెడిరాజు, మిత్రమ్॥న॥=మిత్రుఁడు, పరతరః॥పు॥=ఆమిత్రుని దేశమునకు నావలదేశమునందుండురాజు,ఉదాసీనః=ఉదాసీనుఁడు, Neutral.

పార్ష్ణిగ్రాహ (స్తుపృష్ఠతః)।

పార్ష్ణిగ్రాహః॥పు॥౧-ఒకదిక్కును గెలువఁబోవు రాజునకు, పృష్ఠతః=వెనుక నుండు శత్రువు పేరు, An enemy in the rear.

రిపౌ వైరి సపత్నారి ద్విషద్ద్వేషణదుర్హృదః॥ద్విడ్విపక్షాహితామిత్రదస్యుశాత్రవశత్రవః। అభియాతిపరారాతి ప్రత్యర్థి పరిపన్థినః॥

రిపుః-వైరీ॥న్॥-సపత్నః - అరిః - ద్విషత్॥ద్॥-ద్వేషణః - దుర్హృత్॥ ద్॥-ద్విట్॥ ష్॥-విపక్షః-అహితః-అమిత్రః - దస్యుః - శాత్రవః - శత్రుః-అభియాతిః [పా] అభిఘాతిః [ప] అభిఘాతీ॥ న్ ॥ - పరః-అరాతిః- ప్రత్యర్థీ॥న్॥-పరిపన్థీ॥న్॥పు॥౧౯-శత్రువు పేళ్లు, An enemy; a hostile party.

స్నిగ్ధో వయస్య స్సవయా।

స్నిగ్ధః-వయస్యః-సవయాః॥ స్॥పు॥౩ - సమానవయస్సుగలచెలికాని పేళ్లు, A companion.

(అథ) మిత్త్రం సఖా సుహృత్।

మిత్త్రమ్॥న॥-సఖా॥ఇ,పు॥ - సుహృత్॥ద్,పు॥౩-స్నేహితుని పేళ్లు, A friend, an ally. [Friendship.

సఖ్యం సాప్తపదీనం (స్యా) దనురోధోఽనువర్తనమ్॥ ౪౭౦॥

సఖ్యమ్-సాప్తపదీనమ్॥ న॥ ౨-చెలిమి పేళ్లు, అనురోధః॥ పు॥ - అనువర్తనమ్॥న॥ ౨ - అనుకూలించుట పేళ్లు, Compliance. Serving.

యథార్హవర్ణః ప్రణిధి రపసర్ప శ్చరః స్ప

యథార్హవర్ణః - ప్రణిధిః - అపసర్పః - చరః - స్పశః-చారః - గూఢపురుషః॥ పు॥ ౭ - వేగులవాని

శః। చారశ్చ గూఢపురుష	పేళ్లు, A spy, A secret agent in a disguise. ఇందులో మొదటి ౨ను - కృషీవలభిక్షుకాది రూపముచేతనుండు వేగులవానిపేళ్లని కొందఱు.
శ్చాప్తః ప్రత్యయితః (స్త్రిషు)॥ ౪౭౧॥	ఆప్తః - ప్రత్యయితః॥ త్రి॥ ౨ - ఆప్తునిపేళ్లు, Trusted, confidential.
సాంవత్సరో జ్యౌతిషికో దైవజ్ఞ గణకా(వపి। స్యు) ర్మౌహూర్తిక మౌహూర్త జ్ఞాని కార్తాన్తికా (అపి)॥ ౪౭౨॥	సాంవత్సరః-జ్యౌతిషికః - దైవజ్ఞః - గణకః - మౌహూర్తికః-మౌహూర్తః - జ్ఞానీ॥న్॥ - కార్తాన్తికః॥ పు॥ ౮-జ్యోస్యునిపేళ్లు, An astrologer or an astronomer.
తాన్త్రికో జ్ఞాతసిద్ధాన్త	తాన్త్రికః - జ్ఞాతసిద్ధాన్తః॥పు॥ ౨-ఏదైననొక శాస్త్రముయొక్క తత్త్వము దెలిసినవానిపేళ్లు, A man versed in any science.
స్సత్త్రీ గృహపతి (స్సమౌ) ।	సత్త్రీ॥న్॥-గృహపతిః॥ పు॥ ౨ - సదాదానము చేయువానిపేళ్లు, A generous house-holder.
లిపికారోఽక్షరచణో ఽక్షరచుఞ్చుశ్చ లేఖకే॥	లిపికారః [పా] లిపింకరః-అక్షరచణః-అక్షరచుఞ్చుః- లేఖకః॥పు॥ ౪- లేఖకునిపేళ్లు, లేకరి, A scribe.
లిఖితాక్షరసంస్థానే లిపిర్లిబి(రుభే స్త్రియౌ)। A writing.	లిఖితమ్ - అక్షరసంస్థానమ్ - లిపిః [పా] లిపీ- లిబిః[పా] లిబీ॥సీ॥ ౨-వ్రాయఁబడిన యక్షరముల యాకారముపేళ్లు. 'అక్షరవిన్యాసే' అనెడి పాఠమునందు, లిఖితా - లిపిః-లిబిః॥ సీ॥ 3-వ్రాఁతపేళ్లు.
(స్యా) త్సందేశహరో దూతో	సందేశహరః - దూతః॥ పు॥ ౨ - దూత పేళ్లు, A messenger, envoy.
దూత్యం (తద్భావకర్మణీ)॥ ౪౭౪॥	దూత్యమ్ [ప] దౌత్యమ్॥న॥ ౧ - తద్భావకర్మణీ = ఆదూతయొక్క భావకర్మములకు పేరు, An embasy or message.
అధ్వనీనో ఽధ్వగో ఽధ్వన్యః పాన్థః పథిక (ఇత్యపి) ।	అధ్వనీనః-అధ్వగః - అధ్వన్యః - పాన్థః-పథికః॥ పు॥ ౫ - తెరువరిపేళ్లు, త్రోవనడచువాఁడు, A traveller.
(స్వా మ్యమాత్య సు	స్వామీ॥న్॥ = రాజు, అమాత్యః=మంత్రి, సు

హృత్కోశరాష్ట్ర దుర్గ బలానిచ)॥ ౪౭౫॥ రాజ్యాఙ్గాని (ప్రకృతయః పౌరాణాం శ్రేణయోఽపిచ)।

The requisites of regal administration.

హృత్॥ద॥=చెలికాఁడు, కోశః=భండారము, ౨ను॥పు॥, రాష్ట్రమ్=పట్టణముతోఁగూడిన దేశము, దుర్గమ్ = పర్వతాదులచేత పోశక్యముగానిపట్టణము, బలమ్=సేన, ౩ ను॥న॥ ఈ ౭ను, రాజ్యాఙ్గాని=రాజ్యాంగములు. ప్రకృతయః ॥స్త్రీ॥=ఇవి ప్రకృతులని చెప్పఁబడును. పౌరాణాం శ్రేణయోఽపిచ= ఒకఁడు ముఖ్యుఁడుగాఁ గలవారును సజాతీయులును నైన పురజనుల సమూహములు ప్రకృతులనఁబడును.

సన్ధి(ర్నా) విగ్రహో యాన మాసనం ద్వైధ మాశ్రయః॥ ౪౭౬॥ షడ్గుణాః

Six expedients in foreign politics.

సన్ధిః॥పు॥= శత్రువుతోసంధిపొసఁగుట, peace; విగ్రహః॥ పు॥=కలహించుట, war; యానమ్॥ న॥ దండెత్తుట; invading. ఆసనమ్॥న॥= యుద్ధమునకు సమయముఁజూచుట, maintaining a post; ద్వైధమ్॥న॥=భేదముపుట్టించుట, a stratagem; ఆశ్రయః॥పు॥=బలవంతునిఁ జేపట్టుట, recourse to help; ఈ ౬ ను, షడ్గుణాః=షడ్గుణము లనఁబడును.

శక్తయ (స్తిస్రః ప్రభావోత్సాహ మన్త్రజాః)।

ప్రభావః= కోశదండమువలనఁబుట్టిన తేజస్సు, majesty; ఉత్సాహః = ఎక్కువైనపరాక్రమచేష్ట, perseverance; మన్త్రః = సంధివిగ్రహాదులను తగినట్లు ప్రయోగించెడునెఱుక, counsel; (వీనివలన) జాః=పుట్టిన, తిస్రః = మూఁడుబలములును, శక్తయః=శక్తులనఁబడును. అవి ప్రభుశక్తి, ఉత్సాహశక్తి,మంత్రశక్తి అనిచెప్పఁబడును.శక్తిః॥స్త్రీ॥, Power.

(క్షయః స్థానంచ వృద్ధిశ్చ) త్రివర్గో (నీతివేదినామ్)॥ ౪౭౭॥

The three states.

క్షయః॥ పు॥ = శత్రువుకంటె తానుతక్కువై యుండుట, loss; స్థానమ్॥న॥= శత్రువును తానును సమముగానుండుట, equality; వృద్ధిః॥స్త్రీ॥= శత్రువుకంటె తానెక్కువై యుండుట, success; ఈ ౩ను, త్రివర్గః॥పు॥=నీతివేదులకు త్రివర్గములనంబడును.

(స) ప్రతాపః ప్రభావ (శ్చ యత్తేజః కోశదండజమ్)

ప్రతాపః-ప్రభావః ॥పు॥ ౨-కోశదణ్డజమ్ = భండారమువలనను దండువలనను పుట్టిన, యత్తే

ణ్డజమ్) ।	జః = తేజస్సుపేళ్లు, The dignity arising from treasure and forces; Majesty.
(సామదానే భేదదణ్డా వి) త్యుపాయ (చతుష్ట యమ్)॥ ౪౦॥	సామ॥న్, న॥ = ప్రియముఁ జెప్పుట, దానమ్॥న॥ = దానమిచ్చుట, bribery. భేదః॥పు॥ = కూడియున్న వారిని వేఱుపఱుచుట, దణ్డః॥ పు॥ = పీడించుట, ఇతి ఉపాయ చతుష్టయమ్ = ఈ ౪ను ఉపాయములనఁబడును. ఉపాయః॥పు॥, Means of success.
సాహసం తు దమో దణ్డ	సాహసమ్॥న॥-దమః - దణ్డః॥ పు॥ 3-దండోపాయముపేళ్లు, Subduing, punishment.
స్సామసాన్త్వ(మథో	సామ॥న్॥ - సాన్త్వమ్॥న॥ ౨-సామోపాయముపేళ్లు, Conciliation, negotiation.
సమౌ)। భేదోపజాపా	భేదః-ఉపజాపః॥పు॥ ౨ - భేదోపాయముపేళ్లు, Disunion, sowing of dissention.
వుపధా (ధర్మాద్యై ర్యత్పరీక్షణమ్)॥ ౪౧॥	ఉపధా॥ స్త్రీ॥ ౧-ధర్మాద్యైః = ధర్మార్థకామముల చేత మంత్రులు మొదలైనవారిని, యత్ పరీక్షణమ్ = పరీక్షించుటపేరు, Trial or test of honesty.
(పఞ్చత్రి)	- పఞ్చ = ఈముందు చెప్పఁబడు 'అపడక్షీణ వివిక్త విజన చ్ఛన్న నిశ్శలాక' శబ్దములైదును ॥త్రి॥
వ్యపడక్షీణో(యస్తృ తీయా ద్యగోచరః) ।	అపడక్షీణః॥ త్రి॥ ౧ - తృతీయాద్యగోచరః = మూఁడవవాఁడు మొదలైనవారికి తెలియనట్టుగా నిద్దరాడుకొను, యః = ఏకాంతమేదిగలదో దానిపేరు, Secret unknown to a third person.
వివిక్త విజన చ్ఛన్న ని శ్శలాకాస్తథారహః॥ ర హశ్చోపాంశు (చాలిఙ్గే)	వివిక్తః-విజనః-ఛన్నః-నిశ్శలాకః ॥త్రి॥ - రహః॥స్, న॥- రహస్-ఉపాంశు॥ అవ్య॥ ౭ - ఏకాంతమునకుఁదగిన స్థలముపేళ్లు, Solitude.
రహస్యం (తద్భవేత్రి షు) ।	రహస్యమ్॥త్రి॥ ౧ - తద్భవే = ఆయేకాంతస్థలమునందుఁబుట్టినదానిపేరు, Occurring in private.
(సమౌ) విస్రమ్భవి శ్వాసౌ	విస్రమ్భః [పా] విశ్రమ్భః - విశ్వాసః॥ పు॥ ౨-విశ్వాసముపేళ్లు, నమ్మిక, Trust, confidence.
భ్రేషో (భ్రంశో య	భ్రేషః॥పు॥ ౧ - యథోచితాత్ = తనకుచితమైన

ధోచితాత్)॥ ౪౮౧॥

ధర్మమువలన, భ్రంశః =చలించుటపేరు, Falling from rectitude; betraying.

అభ్రేష న్యాయ కల్పాస్తు దేశరూపం సమఞ్జసమ్ ।

అభ్రేషః - న్యాయః-కల్పః॥పు॥ - దేశరూపమ్-సమఞ్జసమ్॥న॥ ౫ - తనకుచితమైన ధర్మమువలనఁ జలింపకయుండుటపేళ్లు, Propriety, fitness.

యుక్త మౌపయికం లభ్యం భజమా నాభినీత (వత్)॥౪౮౨॥ న్యాయ్యం(చ త్రిషు షట్)

యుక్తమ్-ఔపయికమ్ - లభ్యమ్ - భజమానమ్-అభినీతమ్ - న్యాయ్యమ్॥త్రి॥ ౬-న్యాయముతోఁగూడినదానిపేళ్లు, Right, fit or proper.

సంప్రధారణా తు సమర్థనమ్ ।

సంప్రధారణా॥స్త్రీ॥ - సమర్థనమ్॥న॥ ౨-యుక్తాయుక్తములయందు నిదియుక్తమని సమర్థించుటపేరు, Deliberation on the propriety or impropriety of any thing: a determination thereon.

అవవాద స్తు నిర్దేశో నిదేశ శ్శాసనం(చ సః)॥ ౪౮౩॥ శిష్టి శ్చాజ్ఞా చ

అవవాదః-నిర్దేశః-నిదేశః॥ పు॥ - శాసనమ్॥న॥-శిష్టిః-ఆజ్ఞా॥స్త్రీ॥౬-ఆజ్ఞ, An order or command.

సంస్థాతు మర్యాదా ధారణా స్థితిః ।

సంస్థా-మర్యాదా-ధారణా-స్థితిః॥స్త్రీ॥౪-మర్యాదపేళ్లు, మేరదప్పకయుండుట, Continuance in the right path.

ఆగోఽపరాధో మన్తుశ్చ

ఆగః॥స్,న॥-అపరాధః - మన్తుః॥పు॥ ౩-అపరాధముపేళ్లు, Offence, fault, transgression.

(సమేతూ)ద్దాన బన్ధనే॥

ఉద్దానమ్-బన్ధనమ్॥న॥ ౨-కట్టివైచుట, Binding.

ద్విపాద్యో (ద్విగుణో దణ్డో)

ద్విపాద్యః॥పు॥ ౧-ద్విగుణః=రెట్టింపగు, దణ్డః =దండుగగొనుటపేరు, Double penalty.

భాగధేయః కరో బలిః।

భాగధేయః-కరః - బలిః॥పు॥ ౩-రాజునకు నీఁదగిన యప్పనముపేళ్లు, Rents, tax, tribute.

(ఘట్టాదిదేయం) శుల్కో (ఽస్త్రీ)

శుల్కః॥ పు॥ ౧-ఘట్టాదిదేయమ్=సుంకపుచావిడిమొదలైనచోట్ల రాజునకీఁదగినద్రవ్యము, Toll.

ప్రాభృతం తు ప్రదేశనమ్॥ ౪౮౫॥

ప్రాభృతమ్-ప్రదేశనమ్॥ న॥ ౨-దేవతలకును, మిత్రులు మొదలగువారికినియ్యఁబడుకానుక పేరు

An oblation, or a present.

ఉపాయన ముపగ్రాహ్యౌ ముపహార (స్తథో) పదా।

ఉపాయనమ్-ఉపగ్రాహ్యమ్॥న॥-ఉపహారః॥పు॥-ఉపదా ॥స్త్రీ॥ ౪ - రాజదర్శనార్థమై తెచ్చు కానుక పేళ్లు, An humble offering to a king.

యౌతకా (దితు యద్దేయం) సుదాయో హరణం(చతత్)॥౨౬॥

యౌతకమ్॥న॥-సుదాయః ॥పు॥- హరణమ్॥ న॥ ౩.యత్ =ఏది, దేయమ్= వివాహమునందల్లునికిని ఆఁడుబిడ్డకును నీఁదగినదో ఆ వస్తువుపేళ్లు, A nuptial present: A special present.

తత్కాల (స్తు) తదాత్వం (స్యా)

తత్కాలః॥పు॥-తదాత్వమ్॥ న॥ ౨. వర్తమానకాలము పేళ్లు, Present time.

(దుత్తరః కాల) ఆయతిః ।

ఆయతిః॥స్త్రీ॥ ౧- ఉత్తరః కాలః = రాఁగలకాలము పేరు, Future time.

సాంద్రుష్టికం (ఫలం సద్య)

సాంద్రుష్టికమ్॥న॥౧-సద్యః ఫలమ్=తత్కాలమునందుఁగలుగు ఫలము, Immediate consequence.

ఉదర్కః (ఫలముత్తరమ్)॥ ౨౭॥

ఉదర్కః॥ పు॥ ౧-ఉత్తరం ఫలమ్ = ముందు రాఁగల ఫలము పేరు, Future consequence.

అదృష్టం (వహ్నితోయాది)

అదృష్టమ్॥ న॥ ౧- వహ్నితోయాది=అగ్ని జలము మొదలైనవానివలనఁబుట్టిన భయము పేరు, Casual and unseen danger.

దృష్టం (స్వపరచక్రజమ్) ।

Obvious danger.

దృష్టమ్॥న॥ ౧- స్వపరచక్రజమ్= తనవారివలనను పగవారివలనను బుట్టిన భయము పేరు. "దృష్టంత్వపరచక్రజమ్" అనియుపాఠముగలదు.

(మహీభుజా)మహిభయం (స్వపక్షప్రభవం భయమ్)॥ ౨౮॥

అహిభయమ్॥న॥౧- మహీభుజామ్= రాజులకు, స్వపక్షప్రభవమ్=మూలబలము మొదలుగా నేడు విధములైన స్వపక్షములవలనఁబుట్టిన, భయమ్ = భయము, Latent danger from one's own party.

ప్రక్రియా త్వధికార

ప్రక్రియా॥స్త్రీ॥-అధికారః॥ పు॥ ౨- అధికారము పేళ్లు, Bearing of royal insignia.

(స్స్యా)చ్చామరంతు ప్రకీర్ణకమ్ ।

చామరమ్-ప్రకీర్ణకమ్॥న॥ ౨-వింజామర, The bushy tail of the Bos grunniens used as a fan.

నృపాసనం (తు య) ద్భద్రాసనం	నృపాసనమ్ - భద్రాసనమ్॥ న॥ ౨-రాజులు కూర్చుండు నాసనముపేళ్లు, A throne.
సింహాసనం(తుతత్)॥ ౮౮౯॥ (హైమం)	సింహాసనమ్॥ న॥ ౧-హైమమ్= బంగారుతోఁ జేయఁబడిన, తత్ = ఆరాజు కూర్చుండు నాసనముపేరు, A throne made of gold. [A parasol.
ఛత్త్రం త్వాతపత్త్రం (రాజ్ఞస్తు) నృపలక్ష్మ (తత్)।	ఛత్త్రమ్-ఆతపత్త్రమ్॥ న॥ ౨-గొడుగుపేళ్లు, నృపలక్ష్మ॥ న్, న॥ ౧-రాజ్ఞః=రాజునకుపట్టెడు, తత్ =ఆగొడుగుపేరు, A royal parasol.
భద్రకుమ్భః పూర్ణకుమ్భో	భద్రకుమ్భః - పూర్ణకుమ్భః॥పు॥ ౨-రాజద్వారాదులయందుఁ బెట్టఁబడిన పూర్ణకలశముపేరు, A golden jar filled with holy water.
భృఙ్గారః కనకాలుకా॥ ౮౯౦॥	భృఙ్గారః॥ పు॥ - కనకాలుకా॥ స్త్రీ॥౨-బంగారుగిండిపేళ్లు, A golden vase.
నివేశ శ్శిబిరం (శణ్ఢే)	నివేశః॥పు॥ - శిబిరమ్॥ న॥ ౨-దండుదిగియున్నతావు, దండువిడిసినపాళెము, A camp.
సజ్జనం తూపరక్షణమ్। A sentry; an out-post.	సజ్జనమ్ - ఉపరక్షణమ్॥ న॥౨ - దండుకావలికొఱకు చుట్టుఁ బెట్టినవెలుగు మొదలైనదానిపేళ్లు.
(హస్త్యశ్వ రథ పాదాతం) సేనాఙ్గం (స్యాచ్చతుష్టయమ్)॥ ౮౯౧॥	సేనాఙ్గమ్॥న॥ ౧ - హస్త్యశ్వరథపాదాతమ్= ఏనుఁగులు గుఱ్ఱములు రథములు కాలుబలము ననెడి, చతుష్టయమ్=ఈ౪ను, సేనాంగము లనఁబడును, A component part of an army.
దన్తీ దన్తావలో హస్తీ ద్విరదోऽనేకపో ద్విపః। మతఙ్గజో గజో నాగః కుఞ్జరో వారణః కరీ ॥ ఇభః స్తమ్బేరమః పద్మీ	దన్తీ॥న్॥ - దన్తావలః-హస్తీ॥న్॥-ద్విరదః - అనేకపః - ద్విపః - మతఙ్గజః - గజః - నాగః-కుఞ్జరః-వారణః-కరీ॥న్॥ - ఇభః- స్తమ్బేరమః-పద్మీ॥ న్॥పు॥ ౧౫-ఏనుఁగుపేళ్లు, An elephant.
యూథనాథ(స్తు)యూథపః।	యూథనాథః-యూథపః॥ పు॥ ౨ - ఏనుఁగులగుంపులో ముఖ్యమయిన యేనుఁగుపేళ్లు, The leader of a herd of wild elephants.
మదోత్కటో మదకల	మదోత్కటః-మదకలః॥ పు॥ ౨-మదముపట్టిన

లః	యేనుఁగుపేళ్లు, A rutting elephant.
కలభః కరిశావకః॥	కలభః - కరిశావకః [పా] కరిపోతకః॥పు॥ ౨-
౮౯-౩॥	ఏనుఁగుగున్నపేళ్లు, A young elephant.
ప్రభిన్నో గర్జితో మత్తః	ప్రభిన్నః-గర్జితః-మత్తః॥పు॥ ౩-మదముగాఱు నేనుఁగుపేళ్లు, A furious elephant in rut.
(సమా) వుద్వాన్త నిర్మదా ।	ఉద్వాన్తః - నిర్మదః॥పు॥ ౨ - మదమువిడిచిన యేనుఁగుపేళ్లు, An elephant out of rut.
హాస్తికం గజతా బృన్దే	హాస్తికమ్॥న॥-గజతా॥స్త్రీ॥౨ - బృన్దే = ఏనుఁగులగుంపుపేళ్లు, A herd of elephants.
కరిణీ ధేనుకా వశా॥	కరిణీ-ధేనుకా-వశా॥ స్త్రీ॥ ౩-ఆఁడుఏనుఁగుపేళ్లు, A she-elephant. [elephant's temple.
గణ్డః కటో	గణ్డః-కటః॥పు॥ ౨ - ఏనుఁగుచెక్కిలిపేళ్లు, An
మదో దానం	మదః॥పు॥- దానమ్॥న॥౨ - మదముపేళ్లు, Rut.
వమథుః కరశీకరః ।	వమథుః-కరశీకరః॥ పు॥ ౨ - తొండమువలనఁ బుట్టిన తుంపరపేరు, Water emitted from the elephant's trunk.
కుమ్భౌ (తు) శిరసః పిణ్డౌ	కుమ్భః॥పు॥ ౧ - శిరసఃపిణ్డౌ=ఏనుఁగుశిరస్సుమీఁదగుండు మాంసఖండములు, కుంభస్థలము, The frontal globes on the forehead of an elephant.
(తయోర్మధ్యే) విదుః (పుమాన్) ॥ ౮౯-౪ ॥	విదుః॥ పు॥ ౧ - తయోః=ఆకుంభస్థలములయొక్క,మధ్యే=నడుము, The hollow between them.
అవగ్రహో (లలాటం స్యాత్)	అవగ్రహః॥పు॥౧-లలాటమ్ = ఏనుఁగునొసటిపేరు, Elephant's forehead.
ఈషికా (త్వక్షికూటకమ్) ।	ఈషికా [పా] ఇషీకా॥ స్త్రీ॥ ౧-అక్షికూటకమ్= ఏనుఁగుకనుగ్రుడ్డుపేరు, Elephant's eyeball.
(అపాఙ్గదేశో)నిర్యాణం	నిర్యాణమ్॥ న॥ ౧-అపాఙ్గదేశః = ఏనుఁగుకడకన్నుపేరు, Corner of his eye.
(కర్ణమూలంతు)చూలికా॥ ౮౯-౬॥	చూలికా॥ స్త్రీ॥ ౧-కర్ణమూలమ్ = ఏనుఁగుచెవిమొదటిపేరు, Root of his ear.
(అధః కుమ్భస్య) వా	వాహిత్థమ్॥ న॥ ౧ - కుమ్భస్య = ఏనుఁగుకుంభ

హిత్థం	స్థలమునకు, అధః = దిగువనున్న ప్రదేశము పేరు, Part below the frontal globes.
ప్రతిమాన (మధో౽స్య యత్) ।	ప్రతిమానమ్॥ న॥౧-అస్య = ఈవాహిత్థమునకు, అధః=దిగువనున్న, యత్ = ప్రదేశము పేరు, Part between the tusks.
ఆసనం (స్కన్ధదేశ స్స్యాత్)	ఆసనమ్॥ న॥౧-స్కన్ధదేశః = ఏనుఁగుయొక్క మూఁపుపేరు, Elephant's withers.
పద్మకం (బిన్దుజాలకమ్)॥ ౪౯-౭॥	పద్మకమ్॥ న॥౧- బిన్దుజాలకమ్ = ఏనుఁగునకు యౌవనమున దేహములోఁ బుట్టినబొట్లపేరు, ఏనుఁగుసిబ్బెము, Marks on his body.
పక్షభాగః (పార్శ్వభాగో)	పక్షభాగః॥ పు॥ ౧ - పార్శ్వభాగః = ఏనుఁగుయొక్క యుభయపార్శ్వముల పేరు, His flank.
దన్తభాగ (స్తు యో౽గ్రతః)।	దన్తభాగః॥ పు॥౧-అగ్రతఃయః = ఏనుఁగుయొక్క ముందుభాగము పేరు, His front.
(ద్వావపూర్వపశ్చాజ్జఙ్ఘాదిదేశౌ) గాత్రావరే (క్రమాత్)॥ ౪౯-౮॥	పూర్వపశ్చాజ్జఙ్ఘాదిదేశౌ = ముందఱను వెనుకనున్న మోఁకాళ్లక్రింది ప్రదేశములు రెండును, క్రమాత్ =వరుసగా, గాత్రావరే=గాత్రమ్(Shoulder) అవరమ్[పా]అపరమ్ (Thigh) అని చెప్పఁబడును.
తోత్త్రం వైణుక	తోత్త్రమ్-వైణుకమ్ [పా] వేణుకమ్॥ న॥ ౨- ఏనుఁగునుశిక్షించుకోలపేళ్లు, అంకుశము, A pike to drive an elephant.
మాలానం బన్ధస్తమ్భే (౽థ)	ఆలానమ్॥న॥-బన్ధస్తమ్భః॥ పు॥ ౨- ఏనుఁగును కట్టు స్తంభము, Post to which he is tied.
శృఙ్ఖలే । అన్దుకో నిగలో (౽స్త్రీ స్యాత్)	శృఙ్ఖలమ్॥త్రి॥-అన్దుకః॥ పు॥-నిగలః [పా] నిగడః॥పు॥3-ఏనుఁగునుగట్టుగొలుసుపేళ్లు, Chains.
అఙ్కుశో (౽స్త్రీ) సృణిః (స్త్రియామ్)॥	అఙ్కుశః॥పు॥-సృణిః॥స్త్రీ॥ ౨- అంకుశము పేళ్లు, The goad of an elephant.
దూష్యా కక్ష్యా వరత్రా Leathern girt.	దూష్యా[పా] చూషా-కక్ష్యా [ప] కక్షా-వరత్రా॥ స్త్రీ॥ 3 - ఏనుఁగునడుమునఁగట్టుతోలుమోకు.
(స్యా) త్కల్పనా సజ్జ	కల్పనా-సజ్జనా॥ స్త్రీ॥ ౨ - ఏనుఁగును శృంగా

నా (సమే)।	రించుటపేళ్లు, Equipping an elephant.
ప్రవేణ్యాస్తరణం వర్ణః పరిస్తోమః కుథో (ద్వయోః) ॥ ౫౦౦॥	ప్రవేణీ॥సీ॥-ఆస్తరణమ్॥ న॥-వర్ణః- పరిస్తోమః॥ పు॥-కుథః॥ప్స॥ [ప] ॥త్రి॥౫ - ఏనుఁగుమీఁదఁబఱచురత్నకంబళిపేళ్లు, His trappings.
వీతం (త్వసారం హస్త్యశ్వం)	వీతమ్॥ న॥ ౧-అసారమ్=బలములేని, హస్త్యశ్వమ్= ఏనుఁగునకును గుఱ్ఱమునకును పేరు. An elephant or horse unfit for riding.
వారీతు గజబన్ధనీ । An elephant-stable.	వారీ॥సీ॥-గజబన్ధనీ॥ ౨ - ఏనుఁగును పట్టుటకొఱకుఁ జేయఁబడిన యోఁదము(లేక)గజశాల, A hole or trap for catching elephants.
ఘోటకే వీతి తురగ తురఙ్గాశ్వ తురఙ్గమాః॥ వాజి వా హార్వ గన్ధర్వ హయ సైన్ధవ స ప్తయః।	ఘోటకః[ప] ఘోటః-పీతిః[పా] వీతిః[ప] వీతీ॥న్॥-తురగః-తురఙ్గః- అశ్వః- తురఙ్గమః- వాజీ॥న్॥-వాహః-అర్వా॥న్॥[ప] అర్వన్॥త్॥- గన్ధర్వః- హయః- సైన్ధవః-సప్తిః॥ పు॥ ౧౩- గుఱ్ఱముపేళ్లు, A horse.
ఆజానేయాః కులీనా	అజానేయః॥ పు॥౧- కులీనాః= మంచిజాతిగుఱ్ఱములపేరు, Horses of a good breed.
(స్స్యు) ర్వినీతా (స్సాధువాహినః)॥ ౫౦౨॥	వినీతాః॥పు॥౧-సాధువాహినః=లెస్సగమోయనేర్చినగుఱ్ఱములు, Horses trained for the manege.
వనాయుజాః పారసీకాః కామ్బోజా బాహ్లికా (హయాః)।	వనాయుజః [ప] వానాయుజః- పారసీకః- కామ్బోజః-బాహ్లికః॥పు॥-ఈరను వరుసగా వానాయుజము, పారసీకము, కాంబోజము, బాహ్లికము-అను నాల్గుదేశములలోఁబుట్టిన, హయాః = గుఱ్ఱములు.
యయు (రశ్వోఽశ్వమేధీయో)	యయుః॥పు॥౧- అశ్వమేధీయః= అశ్వమేధయాగమునకుఁదగిన, అశ్వః=గుఱ్ఱమునకు పేరు, A horse fit for sacrifice.
జవన (స్తుజవాధికః॥) ౫౦౩॥	జవనః॥ పు॥ ౧ - జవాధికః = వేగముచేతనధికమైనగుఱ్ఱము పేరు, A fleet horse; a courser.
పృష్ఠ్యః స్థౌరీ	పృష్ఠ్యః-స్థౌరీ॥న్॥[పా]స్థోరీ॥న్॥ పు॥ ౨- మోఁపుమోయుగుఱ్ఱము పేళ్లు, A pack horse.
(సితః) కర్కో	కర్కః॥పు॥౧-సితః= తెల్లనిగుఱ్ఱము, A white horse.

రథ్యో (వోఢారథస్య యః) ।

రథ్యః॥ పు॥౧-రథస్యవోఢా యః = రథమును వహించు గుఱ్ఱముపేరు, A chariot-horse.

(బాలః) కిశోరో

కిశోరః॥పు॥ ౧-బాలః=గుఱ్ఱపుపిల్లపేరు, A colt.

వామ్యశ్వా బడబా

వామీ - అశ్వా-బడబా॥ స్త్రీ॥ ౩- గోడిగపేళ్లు, ఆఁడుగుఱ్ఱము, A mare.

బాడబం(గణే)॥ ౫౦౪॥

బాడబమ్॥న॥ ౧-గణే=గోడిగలగుంపు, A stud.

(త్రిష్వా) శ్వీనం (యదశ్వేన దినేనై కేన గమ్యతే)।

అశ్వేన=గుఱ్ఱముచేత,ఏకేనదినేన = ఒకదినముచేత, యత్ =ఏత్రోవ, గమ్యతే=పొందఁబడుచున్నదో, తత్ = ఆత్రోవ, ఆశ్వీనమ్॥ త్రి॥=ఆశ్వీనమనంబడును, A day's journey for a horse.

కశ్యం (తు మధ్య మశ్వానాం)

కశ్యమ్॥ న॥ ౧- అశ్వానామ్ = గుఱ్ఱములయొక్క,మధ్యమ్=నడుముపేరు, A horse's flank.

హేషా హ్రేషా (చ నిస్వనః)॥ ౫౦౫॥

హేషా-హ్రేషా॥ స్త్రీ॥ ౨- నిస్వనః=గుఱ్ఱములు సగిలించుటపేళ్లు, గుఱ్ఱముల ధ్వని, Neighing.

నిగాలస్తు(గలోద్దేశే)

నిగాలః॥పు॥౧-గలోద్దేశే = గుఱ్ఱపుమెడదగ్గఱిచోటు, అచట దేవమణి యుండును, His throat.

(బృన్దే) త్వశ్వీయ మాశ్వ (వత్)।

అశ్వీయమ్-ఆశ్వమ్॥ న॥ ౨-బృన్దే= గుఱ్ఱముల గుంపుపేళ్లు, A multitude of horses.

ఆస్కన్దితం ధౌరితకం రేచితం వల్గితం ప్లుతమ్॥ ౫౦౬ ॥ (గత యోఽమూః పఞ్చధారా)

ఆస్కన్దితమ్॥ న॥ = సమమైననడపు, walk. ధౌరితకమ్॥ న ॥ = అధికమైచతురమైననడపు, trot. రేచితమ్॥న॥= తాళగతితో పెరెముగాఁ దిరుగుట, Sidling. వల్గితమ్॥ న ॥ = వేగముచేత విడువఁబడి మీఁదికి కాళ్లు కదలించుట, gallop. ప్లుతమ్॥ న ॥ = వేగము చేత నంతమేరయును సమముగాఁ బోవుట, vaulting. ఈ౫ ను, ధారాః॥ స్త్రీ॥=గుఱ్ఱపు గతివిశేషములు, Paces of a horse.

ఘోణా(తు) ప్రోథ (మస్త్రియామ్)।

ఘోణా - ప్రోథమ్॥ ప్న॥ ౨ - గుఱ్ఱపుముక్కుపేళ్లు, The nostrils of a horse.

కవికా తు ఖలీనో

కవికా॥స్త్రీ॥-ఖలీనః [ప] ఖలీనమ్॥ప్న॥ ౨-కళ్లెము

పేళ్లు, The bit of a bridle.

(ఉ స్త్రీ) శఫం (క్లీబే) ఖురః(పుమాన్)॥

శఫమ్॥ న॥-ఖురః॥ పు॥ ౨-గొరిసెల పేళ్లు, A horse's hoof.

పుచ్ఛో (ఉస్త్రీ) లూమ లాఙ్గూలే వాలహస్త శ్చ(వాలధిః)।

పుచ్ఛః॥ పు॥-లూమ॥ న్॥ [ప] లూమమ్-లాఙ్గూలమ్॥ న॥ ౩-గుఱ్ఱము మొదలయినవానితోఁక పేళ్లు, Tail. వాలహస్తః-వాలధిః॥ పు॥ ౨-కేశయుక్తమైనతోఁక పేళ్లు, A bushy tail.

(త్రిషూ)పావృత్త లుఠితౌ పరావృత్తే ముహుర్భువి॥ ౫౦౮॥

ఉపావృత్తః-లుఠితః॥ త్రి॥ ౨-భువి=భూమియందు, ముహుః=పలుమాఱును, పరావృత్తే=పొర్లాడిన గుఱ్ఱము పేళ్లు, A horse rolling himself.

(యానే చక్రిణి యుద్ధార్థే) శతాఙ్గ స్స్యన్దనో రథః।

శతాఙ్గః - స్యన్దనః - రథః॥ పు॥ ౩-యుద్ధార్థే=యుద్ధముకొఱకైన,చక్రిణి=బండికండ్లతోఁగూడిన, యానే = వాహనము. రథము. A war-chariot.

(అసౌ) పుష్యరథ (శ్చక్ర యానం న సమరాయ యత్)॥ ౫౦౯॥

పుష్యరథః[పా]పుష్పరథః॥పు॥౧-యచ్చక్రయానం=ఏరథము, సమరాయ=యుద్ధముకొఱకు,న=కాదో, అసౌ=ఇది. A car for travelling or for pleasure.

కర్ణీరథః ప్రవహణం డయనం (చ సమం త్రయమ్)।

కర్ణీరథః॥ పు॥ - ప్రవహణమ్-డయనమ్॥ న॥ ౩-మనుష్యులుమోయు విమానమను రథముపేళ్లు, A covered litter for women.

(క్లీబే)ఽ న శ్శకటో(ఽ స్త్రీ స్యా) ద్గన్త్రీ కమ్బలివాహ్యకమ్॥ ౫౧౦॥

అనః॥స్,న॥-శకటః॥పు॥ ౨-బండిపేళ్లు, A cart.

గన్త్రీ॥స్త్రీ॥-కమ్బలివాహ్యకమ్॥ న॥ ౨-దిద్దినయెద్దులుదీయుబండిపేళ్లు, A carriage drawn by oxen.

శిబికా యాప్యయానం (స్యాత్)

శిబికా॥ స్త్రీ॥ - యాప్యయానమ్॥ న॥ ౨-అందలముపేళ్లు. పల్లకియు, A palanquin.

దోలా ప్రేఙ్ఖా(ఽదికా స్త్రియాం)।

దోలా - ప్రేఙ్ఖా॥ స్త్రీ॥ ౨ - ఉయ్యాలపేళ్లు. ఆదిశబ్దముచే మంచాదులకును డోలయను పేరు కలదు. A hammock or swing.

(ఉభౌతు) ద్వైప వైయాఘ్రౌ (ద్వీపిచర్మా

ద్వైపః-వైయాఘ్రః॥ త్రి॥ ౨ - ద్వీపిచర్మావృతే=పులితోలుచేత కప్పఁబడిన, రథే=రథము పేళ్లు,

వృతేరథే)॥ ౫౧౧॥	A car covered with tiger skin.
(పాణ్డుకమ్బల సంవీత స్యన్దనః) పాణ్డుకమ్బలీ।	పాణ్డుకమ్బలీ॥ న్, త్రి॥ ౧-పాణ్డుకమ్బలసంవీత స్యన్దనః=తెల్లకంబళిచేతఁగప్పఁబడిన రథముపేరు.
(రథే) కామ్బలవాస్త్రా (ద్యాః కమ్బ లా ది భి రావృతే)॥ ౫౧౨॥ (త్రిషు ద్వైపాదయో)	కామ్బలమ్॥ త్రి॥౧,వాస్త్రమ్॥ త్రి॥౧-ఇవిమొదలయినవి వరుసగా, కంబళము వస్త్రము మొదలైనవానిచేత కప్పఁబడిన రథముపేళ్లు. ద్వైపాదయః=ద్వైపశబ్దము మొదలుకొని వాస్త్రశబ్దము వఱకు ౫-శబ్దములును॥ త్రి॥
రథ్యా రథకట్యా (రథ వ్రజే)।	రథ్యా-రథకట్యా॥ స్త్రీ॥ ౨-రథవ్రజే=రథసమూహముపేళ్లు, A multitude of cars.
ధూః(స్త్రీక్లీబే) యాన ముఖం	ధూః॥ ర్, స్త్రీ॥-యానముఖమ్॥ న॥ ౨-రథము మొదలయిన వాహనముల ముందుదిక్కు పేళ్లు, Fore-part of a carriage.
(స్యా)ద్రథాఙ్గ మ ప స్కరః॥ ౫౧౩॥	రథాఙ్గమ్-అపస్కరః [పా] అవస్కరః॥ పు॥ ౨-బండికన్ను కాఁడినొగ మొదలైన రథావయవముల పేళ్లు, Any part of a carriage.
చక్రం రథాఙ్గం	చక్రమ్-రథాఙ్గమ్॥ న॥ ౨-బండికంటి పేళ్లు, A wheel.
(తస్యాన్తే) నేమిః(స్త్రీ స్యాత్) ప్రధిః(పుమాన్)	నేమిః॥స్త్రీ॥[పా]నేమీ-ప్రధిః॥పు॥౨-తస్యాన్తే = ఆబండికంటికడకమ్మిపేళ్లు, Tire.
పిణ్డికా నాభి	పిణ్డికా-నాభిః॥ స్త్రీ॥ ౨-బండికంటి నడిమితూము పేళ్లు, Nave.
(రక్షాగ్రకీలకేతు ద్వయో)రణిః॥ ౫౧౪॥	అణిః॥ పు॥ ౧-అక్షాగ్రకీలకే = ఇరుసుకడపట బండి కండ్లుజాఱకుండనుంచినచీల, The pin of the axle.
రథగుప్తి ర్వరూథో (నా)	రథగుప్తిః-వరూథః॥ పు॥ ౨-రథమునురక్షించుకొఱకు పైఁగప్పిన లోహమయమైన కవచము, The fender of a carriage.
కూబరస్తు యుగన్ధరః।	కూబరః-యుగన్ధరః॥ పు॥ ౨- కాఁడికట్టు నొగ పేళ్లు, The pole to which the yoke is fixed.
అనుకర్షో (దార్వధః స్థం)	అనుకర్షః॥పు॥ [పా] అనుకర్షాన్॥ ౧-దార్వధఃస్థమ్=ఆనొగదిగువనుండు కోడిపీట యను మ్రాని పేరు, Axle-tree or bottom of a carriage.

ప్రాసఙ్గో (నా యుగా ద్యుగః)॥ ౫౧౫॥	ప్రాసఙ్గః॥ పు॥ ౧-యుగాత్ =కాఁడికంటె, యుగః=రెండవకాఁడిపేరు, A separate yoke.
(సర్వం స్యా ద్వాహనం)యానం యుగ్యం పత్త్రంచ ధోరణమ్।	యానమ్- యుగ్యమ్ - పత్త్రమ్-ధోరణమ్॥ న॥ ౪-సర్వమ్ = సకలమయిన, వాహనమ్ = వాహనములకును పేళ్లు, Any vehicle : horse &c.
పరంపరావాహనం (యత్త)ద్వైనీతక (మస్త్రియామ్)॥ ౫౧౬॥	పరంపరావాహనమ్॥ న॥-వైనీతకమ్॥ ప్న॥ ౨-తేరుమోఁకుపేళ్లు, A mediate vehicle: as a porter carrying a litter or a horse dragging a carriage.
ఆధోరణా హస్తిపకా	ఆధోరణః-హస్తిపకః॥ పు॥ ౨-ఏనుఁగుమావటివానిపేళ్లు, An elephant driver.
హస్త్యారోహా నిషాదినః।	హస్త్యారోహః-నిషాదీ॥ న్॥ పు॥ ౨ - ఏనుఁగునెక్కుదొర, A warrior riding an elephant.
నియన్తా ప్రాజితా యన్తా సూతః క్షత్తాచ సారథిః ॥ ౫౧౭ ॥ సవ్యేష్ఠ దక్షిణస్థౌ (చ సంజ్ఞా రథకుటుమ్బినః) ।	నియన్తా॥ఋ॥ - ప్రాజితా॥ ఋ॥ - యన్తా॥ ఋ॥-సూతః-క్షత్తా॥ ఋ॥-సారథిః - సవ్యేష్ఠః [ప] సవ్యేష్ఠా॥ఋ॥ [ప] సవ్యేష్ఠా॥న్॥-దక్షిణస్థః ॥పు॥ ౧౦-యు, రథకుటుమ్బినః = సారథికి, సంజ్ఞాః = పేళ్లు, A charioteer.
రథిన స్స్యన్దనారోహా	రథీ॥ న్॥-స్యన్దనారోహః॥ పు॥ ౨-రథికునిపేళ్లు. రథము నెక్కుదొర, A Warrior in chariot.
అశ్వారోహా(స్తు)సాదినః॥ ౫౧౮॥	అశ్వారోహః-సాదీ॥ న్॥ పు॥ ౨-గుఱ్ఱపురౌతుపేళ్లు, A horseman.
భటా యోధాశ్చ యోద్ధార	భటః-యోధః-యోద్ధా॥ ఋ॥ పు॥ 3-యుద్ధముచేయువానిపేళ్లు, A warrior.
స్సేనారక్షా(స్తు)సైనికాః।	సేనారక్షః - సైనికాః॥ పు॥ ౨-దండుకాచుతలారులపేళ్లు, Guards or sentinels.
(సేనాయాం సమవేతా యే) సైన్యా (స్తే) సైనికా(శ్చ తే)॥ ౫౧౯॥	సైన్యాః-సైనికాః॥ పు॥ ౨-సేనాయామ్=సేనయందు, యే = ఎవరు, సమవేతాః=కూడియున్నారో, తే=ఆచతురంగబలము, Arrayed troops.
(బలినో యే సహస్రే	సాహస్రః-సహస్రీ॥ న్॥ పు॥ ౨ - యే=ఎవరు,

ణ) సాహస్రా(స్త్రీ)సహస్రిణః।	సహస్రిణ = వేయింటిలెక్కను, బలినః=గుఱ్ఱము లు మొదలయిన బలముగలవారో, తే=వారిపేళ్లు, A thousand strong. [వానిపేళ్లు, A guard.
పరిధిస్థః పరిచరః సేనానీ ర్వాహినీపతిః॥ ౫౨౦॥	పరిధిస్థః-పరిచరః॥ పు॥ ౨-సేనచుట్టును కాచు సేనానీః॥ ఈ॥-వాహినీపతిః ॥పు॥ ౨-సేనాధిపతి పేళ్లు, దళవాయి, A commander or general.
కఞ్చుకో వారవాణో (౨ స్త్రీ)	కఞ్చుకః॥ పు॥ - వారవాణః [పా] బాణవారః॥ ష్ప॥ ౨-కుబుసమువలె మేనికి మఱుఁగయినదాని పేళ్లు, బొందలము, Breast-plate; hawberk.
(యత్తు మధ్యే సకఞ్చుకాః। బధ్నన్తి త) త్సారసన మధికాఙ్గో	సారసనమ్॥న॥ - అధికాఙ్గః॥ష్ప॥ ఈ౨-ను, సకఞ్చుకాః=కంచుకముతొడిగినవారు, యత్తు=దేనిని, మధ్యే = నడుమున, బధ్నన్తి=కట్టుదురో, తత్ = దానిపేళ్లు, త్రాడుదట్టిమొదలయినవి, A girdle.
(౨థ)శీర్షకమ్॥౫౨౧॥ శీర్షణ్యంచ శిరస్త్రే (౨థ)తనుత్రం వర్మ దంశనమ్।ఉరశ్ఛదః కఞ్చుకో జాగరః కవచో(౨ స్త్రియామ్)॥ ౫౨౨॥	శీర్షకమ్-శీర్షణ్యమ్ - శిరస్త్రమ్॥ న॥ 3 - తలబొమిడికము పేళ్లు, A helmet. తనుత్రమ్ - వర్మ॥న్॥ - దంశనమ్ [పా] దంసనమ్॥న॥ - ఉరశ్ఛదః-కఞ్చుకః - జాగరః॥పు॥-కవచః॥ష్ప॥౭ - జోడుపేళ్లు; జీరాపేళ్లు, Armour; coat of mail.
ఆముక్తః ప్రతిముక్త శ్చ పినద్ధ శ్చాపినద్ధ (వత్) । సన్నద్ధో వర్మిత స్సజ్జో దంశితో వ్యూఢకఞ్చుకః॥౫౨౩॥ (త్రిష్వాముక్తాదయో)	ఆముక్తః - ప్రతిముక్తః - పినద్ధః - అపినద్ధః॥ ౪ - కట్టఁబడిన వస్త్రము మొదలయినదానిపేళ్లు, clothed or accoutred. సన్నద్ధః - వర్మితః-సజ్జః - దంశితః-వ్యూఢకఞ్చుకః॥ ౫ - జోడుదొడిగినవాని పేళ్లు, Armed or mailed. ఆముక్తాదయః=ఆముక్త శబ్దము మొదలైన శబ్దములు తొమ్మిదియు॥త్రి॥
(వర్మభృతాం) కావచికం (గణే) ।	కావచికమ్॥న॥ ౧ - వర్మభృతామ్=జోడుదొడిగినవారియొక్క, గణే = సమూహముపేరు, Multitude of armed soldiers.
పదాతి పత్తి పదగ పా	పదాతిః - పత్తిః - పదగః - పాదాతికః - పదా

దాతిక పదాజయః ॥ ౫౭౪॥ పద్గశ్చ పదిక (శ్చాథ)పాదాతం(పత్తి సంహతిః) ।

జిః-పద్గః - పదికః ॥పు॥ ౭-కాలిబంటుపేళ్లు, A foot-soldier.

పాదాతమ్॥ న॥౧-పత్తిసంహతిః=కాలిబంట్లగుంపుపేరు, Infantry.

శస్త్రాజీవే కాణ్డపృష్ఠా యుధీయాయుధికా (స్స మాః)॥ ౫౭౫॥

శస్త్రాజీవః-కాణ్డపృష్ఠః [పా] కాణ్డస్పృష్టః [పా] స్పృష్టకాణ్డః-ఆయుధీయః-ఆయుధికః ॥ ౪-ఆయుధమునుధరించి జీవనముచేయువానిపేళ్లు, A soldier by profession.

కృతహస్తస్సుప్రయో. గవిశిఖః కృతపుఙ్ఖ(వత్)

కృతహస్తః-సుప్రయోగవిశిఖః-కృతపుఙ్ఖః॥ 3 - అమ్ములు గుఱిదప్పక వేయనేర్చినవానిపేళ్లు, Skilled in archery.

అపరాద్ధపృషత్కోఽ (సౌ లక్ష్యా ద్య శ్చ్యు తసాయకః)॥ ౫౭౬॥

అపరాద్ధపృషత్కః॥౧-యః=ఎవఁడు,లక్ష్యాత్ = గుఱివలన, చ్యుతసాయకః=జాఱిపోయిన బాణము కలవాఁడో, అసౌ=వానిపేరు, Unskilled; missing the butt.

ధన్వీ ధనుష్మాన్ ధాను ష్కో నిష జ్గ్యస్త్రీ ధను ర్ధరః ।

ధన్వీ॥న్॥-ధనుష్మాన్॥త్॥-ధానుష్కః-నిషఙ్గీ॥న్॥-అస్త్రీ॥న్॥-ధనుర్ధరః॥౬-విలుకానిపేళ్లు, An archer or bowman.

(స్యా)త్కాణ్డవాంస్తు కాణ్డీర

కాణ్డవాన్॥త్॥-కాణ్డీరః॥౨-అమ్ములేయాయుధము గాఁగలవాఁడు, One fighting only with arrows.

శ్శాక్తీక శ్శక్తి హేతి కః॥ ౫౭౭॥

శాక్తీకః - శక్తిహేతికః॥ ౨-శక్తియేయాయుధముగాఁగలవానిపేళ్లు, A spearman.

యాష్టీక పారశ్వధికా (యష్టిస్వధితి హేతికా)।

యాష్టీకః=Armed with a club. పారశ్వధికః= Armed with a battle-axe. ఈరెండును వరుసగా యష్టిస్వధితి హేతికా=దుడ్డుకట్టెయును గండ్రగొడ్డలియు నాయుధముగాఁ గలవారిపేళ్లు.

నైస్త్రింశికోఽ(సిహే తిస్స్యాత్)(సమా)

నైస్త్రింశికః॥౧- అసిహేతిః=అడ్డకత్తియే యాయుధముగాఁగలవానిపేరు, Armed with a sword.

ప్రాసికకౌన్తికౌ॥౫౭౮

ప్రాసికః-కౌన్తికః॥౨-ఈఁటెవాఁడు, A lancer.

చర్మీ ఫలకపాణి (స్స్యాత్)	చర్మీ॥ న్॥-ఫలకపాణిః ॥ ౨- అరిగవానిపేళ్లు. కేడెముగలవాఁడు, A shield-bearer.
పతాకీ వైజయన్తికః।	పతాకీ॥న్॥-వైజయన్తికః॥ ౨- పడగగలవాని పేళ్లు, టెక్కెముగలవాఁడు, A flag-bearer.
అనుప్లవ స్సహాయ శ్చానుచరో౽ భిచర (స్సమాః)॥ ౨౯॥	అనుప్లవః - సహాయః - అనుచరః - అభిచరః [పా]అభిసరః॥౪- తోడువచ్చినవానిపేళ్లు, A companion or follower.
పురోగాగ్రేసర ప్రష్ఠాగ్రతస్సర పురస్సరాః। పురోగమః పురోగామీ	పురోగః-అగ్రేసరః-ప్రష్ఠః- అగ్రతస్సరః- పురస్సరః-పురోగమః- పురోగామీ॥ న్॥౭- ముందరనడచువానిపేళ్లు, A leader.
మన్దగామీతు మన్థరః॥ ౩౦॥	మన్దగామీ॥న్॥- మన్థరః॥ ౨- మెల్లగానడచువానిపేళ్లు, Marching slow.
జఙ్ఘాలో౽తిజవ (స్తుల్యౌ)	జఙ్ఘాలః - అతిజవః॥౨- వడిగానడచువానిపేళ్లు, Marching fast.
జఙ్ఘాకరిక జాఙ్ఘికౌ।	జఙ్ఘాకరికః- జాఙ్ఘికః॥ ౨- దూరముగాఁబోయి యక్కడి వార్తల నెఱింగించుచు బ్రదుకువాని పేళ్లు, A runner or express.
తరస్వీ త్వరితో వేగీ ప్రజవీ జవనో జవః॥౩౧॥	తరస్వీ॥ న్॥-త్వరితః-వేగీ॥ న్॥- ప్రజవీ॥ న్॥-జవనః-జవః॥౬- వేగముగలవానిపేళ్లు, Expeditious.
జయ్యో (యశ్శక్యతే జేతుం)	జయ్యః॥ ౧ - యఃజేతుంశక్యతే = అవశ్యము గెలువశక్యమయిన వానిపేరు, Conquerable.
జేయో (జేతవ్యమాత్రకే)।	జేయః॥౧ - జేతవ్యమాత్రకే = సామాన్యముగ గెలువఁదగినవాఁడు, Fit for conquest.
జైత్ర(స్తు) జేతా	జైత్రః-జేతా॥ఋ॥ ౨- గెలుచువానిపేళ్లు, A conqueror.
(యో గచ్ఛత్యలం విద్విషతః ప్రతి॥ ౩౨॥ సో) ౽భ్యమిత్ర్యో౽భ్యమిత్రీయో౽ప్యభ్యమిత్రీణ (ఇత్యపి)।	అభ్యమిత్ర్యః - అభ్యమిత్రీయః- అభ్యమిత్రీణః॥౩-యః=ఎవఁడు, విద్విషతః ప్రతి= శత్రువులను గుఱించి, అలమ్=మిక్కిలియు, గచ్ఛతి= యుద్ధమునకుఁబోవుచున్నాఁడో, సః=వానిపేళ్లు, One who ably faces the foe.

ఊర్జస్వల(స్స్వ్య) దూర్జస్వీ (య ఊర్జో౽ తిశ యాన్వితః)॥౫౩౩॥(స్యా)	ఊర్జస్వలః-ఊర్జస్వీ,॥ న్ ॥ ౨ - ఊర్జో౽తిశయాన్వితః = బలాధిక్యముతోఁ గూడినవాని పేళ్లు, Strong; powerful; energetic.
దురస్వాను రసిలో Broad-chested. Strong.	ఉరస్వాన్॥త్॥-ఉరసిలః ॥ ౨-ఘనమయినఱొమ్ముగలవానికిని ఱొమ్ముబలము గలవానికిని పేళ్లు.
రథో౽థి రథిరో రథీ ।	రథికః-రథిరః[పా]రథినః-రథీ॥ న్ ॥ ౩ - రథముమీఁదనుండువాఁడు, A person riding in a car.
కామంగా మ్య ను కామీనో	కామంగామీ (పా) కామగామీ॥న్॥- అనుకామీనః॥ ౨-(యుద్ధాదులయందు)యథేష్టముగాపోవువాని పేళ్లు, One who goes or acts as he lists.
హ్యాత్యన్తీన (స్తథా భృశమ్)॥ ౫౩౪॥	అత్యన్తీనః॥౧-తథాభృశమ్=మిక్కిలియుంబోవు స్వభావముగలవాఁడు, One who moves much.
శూరో వీరశ్చ విక్రాన్తో	శూరః-వీరః-విక్రాన్తః॥౪-శూరుని పేరు, A hero.
జేతా జిష్ణుశ్చ జిత్వరః।	జేతా॥ఋ॥-జిష్ణుః-జిత్వరః॥౩-గెలుచుస్వభావముగలవాఁడు, Victorious; used to conquer.
సాంయుగీనో (రణేసాధు)	సాంయుగీనః॥౧-రణే=యుద్ధమునందు, సాధుః=నేర్పరియైనవాని పేరు, Skilled in war.
(శ్శస్త్రాజీవాదయస్త్రిషు)॥ ౫౩౫॥	శస్త్రాజీవాదయః = శస్త్రాజీవశబ్దము మొదలు సాంయుగీనశబ్దమువఱకు నన్నిశబ్దములును॥ త్రి॥
ధ్వజినీ వాహినీ సేనా పృతనా౽నీకినీ చమూః । వరూథినీ	ధ్వజినీ-వాహినీ - సేనా-పృతనా - అనీకినీ-చమూః-వరూథినీ॥ స్త్రీ ॥ ౭-చతురంగములతోఁగూడిన సేనపేళ్లు, An army; or forces.
బలం సైన్యం చక్రం చానీక (మస్త్రియామ్) ౫౩౬॥	బలమ్-సైన్యమ్-చక్రమ్ ॥ న॥-అనీకమ్॥ పు॥ ౪-గజాదిసేనాంగములకును సేనకును పేళ్లు. Part of an army. An army.
వ్యూహస్తు బలవిన్యాసో	వ్యూహః-బలవిన్యాసః॥పు॥ ౨ - సేనయొడ్డుటపేళ్లు, Array of troops.
(భేదా), దణ్డాదయో (యుధి)।	యుధి = యుద్ధకాలమునఁ జేయంబడు, దణ్డాదయః=దండ భోగ మండలా సంహతములు మొద

లయినవి, భేదాః=వ్యూహభేదములు. బలము నడ్డముగానిలుపుట దండము, in line. ఒకటికి. వెనుక నొకటినిలుపుట భోగము, in column. గుండ్రము గానిలుపుట మండలము, in a circle. వేఱువేఱు గానిలుపుట అసంహతము, in separate order.

Different forms of array.

ప్రత్యాసారో (వ్యూహపార్ష్ణిః) ప్రత్యాసారః॥పు॥౧-వ్యూహపార్ష్ణిః = వ్యూహమునకు వెనుకనుండుసేనపేరు, The rear.

(సైన్యపృష్ఠే) ప్రతిగ్రహః॥ Reserve. ప్రతిగ్రహః॥పు॥౧-సైన్యపృష్ఠే=సేనకు వెనుకనన్నూఱువిండ్లపట్టున నుండు ప్రత్యేకమైనసేన.

(ఏకేభైకరథత్ర్యశ్వా) పత్తిః (పఞ్చపదాతికా) A platoon. పత్తిః॥స్త్రీ॥౧-ఏకేభైకరథత్ర్యశ్వా = ఒకయేనుంగు నొకరథమును మూఁడుగుఱ్ఱములునుగలిగి, పఞ్చపదాతికా=ఐదుగురు కాలిబంట్లునుగలసేన.

(పత్త్యఙ్గై స్త్రిగుణైస్సర్వైః క్రమాదాఖ్యా యథోత్తరమ్)॥ ౫౩౮॥ సేనాముఖంగుల్మగణౌ వాహినీ. పృతనా చమూః। అనీకినీ

పత్త్యఙ్గైః=పత్త్యవయవములయిన, యథోత్తరమ్=ఉత్తరోత్తరమును, త్రిగుణైః=ముమ్మడింపఁబడిన, సర్వైః=సమస్తములయిన గజరథతురగపదాతులతోఁగూడియున్న యేడుసేనలకు, క్రమాత్=వరుసగా, సేనాముఖము మొదలయిన యేడును, ఆఖ్యాః=పేళ్లు. అనఁగా, 3- పత్తులుసేనాముఖము. 3-సేనాముఖములుగుల్మము. 3- గుల్మములు గణము. 3-గణములువాహిని. 3-వాహినులు పృతన.3-పృతనలుచమువు. 3-చమువులు అనీకిని. అనియర్థము. సేనాముఖమ్॥న॥-గుల్మః-గణః ॥ పు॥-వాహినీ-పృతనా-చమూః-అనీకినీ॥ స్త్రీ॥

(దశానీకి) న్యోక్షౌహిణ్యా A complete army. అక్షౌహిణీ॥స్త్రీ॥౧-దశ=పది, అనీకిన్యః=అనీకినులు గూడినసేనపేరు. అనగా ౨౧౮౭౦ ఏనుఁగులు-అన్నిరథములు-౬౫౬౧౦ గుఱ్ఱములు - ౧౦౯౩౫౦ కాలిబంట్లును గలసేన యక్షౌహిణి.

(థ)సంపది॥౫౩౯॥ సం సంపత్॥ద్॥-సంపత్తిః-శ్రీః-లక్ష్మీః॥ స్త్రీ॥ ౪ - సం

వత్తిః శ్రీ (శ్చ) లక్ష్మీశ్చ విపత్త్యాం విపదాపదౌ॥

పదపేళ్లు, Success or prosperity.

విపత్తిః॥-విపత్॥ద్॥-ఆపత్॥ద్॥స్త్రీ॥ 3 - ఆపద పేళ్లు, Adversity; poverty.

ఆయుధం(తు)ప్రహరణం శస్త్ర మస్త్ర (మథా స్త్రియాం॥) ౫౮౦॥ ధను శ్చాపౌ ధన్వ శరాసన కోదణ్డ కార్ముకమ్। ఇష్వాసో

ఆయుధమ్-ప్రహరణమ్-శస్త్రమ్ - అస్త్రమ్॥న॥ ౪-ఆయుధముపేళ్లు, A weapon.

ధనుః॥స్,న॥[ప]ధనుః॥ఉ, పు॥[ప]ధనూః॥స్త్రీ॥-చాపః॥పు॥-ధన్వ॥న్॥-శరాసనమ్-కోదణ్డమ్- కార్ముకమ్॥న॥-ఇష్వాసః॥పు॥౭-వింటిపేళ్లు, A bow.

(౨ పృథకర్ణస్య) కాలపృష్ఠం(శరాసనమ్)॥ (కపిధ్వజస్య) గాణ్డీవ గాణ్డివౌ(పున్నపుంసకౌ)। కోటి (రస్యా)టనీ

కాలపృష్ఠమ్॥న॥౧-కర్ణస్య=కర్ణునియొక్క,శరాసనమ్=వింటిపేరు, The bow of *Karna.*

గాణ్డీవః-గాణ్డివః॥పు॥ ౨- కపిధ్వజస్య=అర్జునుని యొక్క, శరాసనమ్=వింటిపేరు.

కోటిః-అటనీ[పా]అటనిః॥స్త్రీ॥౨-అస్య=ఈ వింటి కొప్పుపేరు, Notched extremity of a bow.

గోధాతలం (జ్యాఘాతవారణే)॥ ౫౮౨॥

గోధా॥స్త్రీ॥-తలమ్॥న॥-౨- జ్యాఘాతవారణే= వింటినారిదెబ్బతప్పించుటకై చేతఁగట్టుకొనుతోలు పేళ్లు, Leathern fence for the arm.

లస్తక(స్తుధనుర్మధ్యం)

లస్తకః॥పు॥ ౧-ధనుర్మధ్యమ్=వింటినడుముపేరు, Middle of the bow.

మౌర్వీ జ్యా శిఞ్జినీ గుణః।

మౌర్వీ-జ్యా-శిఞ్జినీ॥స్త్రీ॥-గుణః॥పు॥ ౪- వింటినారి పేళ్లు, The bow-string.

(స్యా) త్ప్రత్యాలీఢ మాలీఢ (మిత్యాదిస్థాన పఞ్చకమ్) ౫౮౩॥

Five attitudes in shooting.

ప్రత్యాలీఢమ్-ఆలీఢమ్॥న॥ ౨ను - ఇత్యాది అన్నందుచేత, సమపదమ్, వైశాఖమ్, మణ్డలమ్॥న॥ 3-ను, స్థానపఞ్చకమ్=ఈ౫ను అయిదువిధములైన విలుకాండ్ర నిలుకడపేళ్లు. ఎడమకాలు ముందరికి చాఁచినిలుచుట ప్రత్యాలీఢము. కుడికాలుముందరికి చాఁచినిలుచుట యాలీఢము. రెండుకాళ్లు సమముగానిలుచుట సమపదము. రెండుకాళ్లకు నడుమ

	జానెడుఎడముగలుగనిలుచుట వైశాఖము. రెండు కాళ్లను మండలాకారముగనిలుచుట మండలము.
లక్ష్యంలక్షంశరవ్యం (చ)	లక్ష్యమ్-లక్షమ్-శరవ్యమ్॥ న॥ 3 - గుఱిపేళ్లు, A butt or mark.
శరాభ్యాస ఉపాసనమ్।	శరాభ్యాసః॥పు॥-ఉపాసనమ్॥ న॥౨- విలువిద్య నేర్చుకొనుటపేళ్లు, Archery.
పృషత్క బాణ విశిఖా అజిహ్మగ ఖ గాశు గాః॥౨౮౭॥ కలమ్బమార్గణ శరాః పత్త్రీ రోప ఇషు (ర్ద్వయోః)।	పృషత్కః - బాణః- విశిఖః- అజిహ్మగః - ఖగః - ఆశుగః-కలమ్బః-మార్గణః-శరః [పా] సరః-పత్త్రీ॥ న్॥-రోపః॥ పు॥ - ఇషుః॥ ప్స॥ ౧౨ - అమ్ముపేళ్లు. An arrow.
ప్రక్ష్వేడనా(స్తు)నారాచాః	ప్రక్ష్వేడనః-నారాచః॥ పు॥ ౨ - నారసము పేళ్లు, An iron arrow.
పక్షో వాజ (స్త్రిషూత్తరే)॥౨౮౮॥	పక్షః-వాజః ॥పు॥ ౨- గఱులపేళ్లు, ఱెక్కలు, Feather of an arrow. ముందుచెప్పఁగల నిరస్త దిగ్ధలిప్తకశబ్దములు-3॥ త్రి॥
నిరస్తః(ప్రహితే బాణే)	నిరస్తః ॥ ౧-ప్రహితే = వేయఁబడిన, బాణే = బాణముపేరు, Shot, as an arrow.
(విషాక్తే)దిగ్ధలిప్తకౌ।	దిగ్ధః-లిప్తకః॥౨- విషాక్తే= విషముచేతఁబూయఁబడిన బాణముపేరు, Poisoned arrow.
తూణోపాసఙ్గ తూణీరనిషఙ్గా ఇషుధి (ర్ద్వయోః) ౨౮౯॥ తూణ్యాం	తూణః-ఉపాసఙ్గః - తూణీరః - నిషఙ్గః ॥ పు॥-ఇషుధిః॥ ప్స॥-తూణీ [ప] తూణా॥ స్త్రీ॥౬- అమ్ముల పొదిపేళ్లు, A quiver.
ఖడ్గే(తు)నిస్త్రింశచన్ద్రహాసాసిరిష్టయః। కౌక్షేయకో మణ్డలాగ్రః కరవాలః కృపాణ (వత్)॥	ఖడ్గః- నిస్త్రింశః- చన్ద్రహాసః - అసిః - రిష్టిః- కౌక్షేయకః - మణ్డలాగ్రః-కరవాలః [పా] కరపాలః-కృపాణః ॥ పు ॥ ౯ - ఖడ్గముపేళ్లు, పెద్దకత్తి, A scimitar.
త్సరుః (ఖడ్గాదిముష్టౌ స్యాత్)	త్సరుః॥పు॥౧-ఖడ్గాదిముష్టౌ= ఖడ్గము జముదాడి మొదలయినయాయుధముల పిడిపేరు, పరుజులు.

A hilt or handle.

మేఖలా (తన్నిబన్ధనమ్)।
మేఖలా॥ స్త్రీ॥ ౧-తన్నిబన్ధనం=ఆయాయుధముజారకుండమణికట్టునఁగట్టుకట్టుపేరు, A sword knot.

ఫలకో (౽స్త్రీ) ఫలం చర్మ
ఫలకః॥ప్న॥- ఫలమ్-చర్మ॥న్॥ న॥౩-అరిగపేళ్లు, కేడెము, A shield.

సంగ్రాహో (ముష్టిరస్య యః)॥ ౫౮౮॥
సంగ్రాహః॥ పు॥ ౧-అస్యయఃముష్టిః= ఈయరిగపట్టు పిడిపేరు, The gripe of a shield.

ద్రుఘణేముద్గరఘనౌ
ద్రుఘణః-ముద్గరః- ఘనః-॥పు॥ ౩ - ఇనుపగుదియపేళ్లు, A mallet.

(స్యా) ఈలీ కరవాలికా।
ఈలీ[పా] ఈలిః-కరవాలికా [పా] కరపాలికా॥ స్త్రీ॥ ౨ తులువకత్తిపేళ్లు, A short sword.

భిన్దిపాల స్సృగ (స్తుల్యౌ) A short arrow.
భిన్దిపాలః[పా] భిణ్డిపాలః-సృగః॥ పు॥౨- హస్తప్రమాణమైన విడిచివాటుగుదియపేళ్లు.

పరిఘః పరిఘాతనః॥ ౫౮౯॥ (ద్వయోః)
పరిఘః-పరిఘాతనః॥ పు॥౨- ఇనుపకట్లగుదియపేళ్లు, A bludgeon.

కుఠార స్స్వధితిః పరశు (శ్చ) పరశ్వధః।
కుఠారః॥ప్న॥-స్వధితిః॥ పు॥-పరశుః - పరశ్వధః॥ పు॥౪-గండ్రగొడ్డలిపేళ్లు, An axe.

(స్యా) చ్ఛస్త్రీ చాసిపుత్రీ(చ)చ్ఛురికాచాసిధేనుకా॥ ౫౯౦॥
శస్త్రీ- అసిపుత్రీ - ఛురికా - అసిధేనుకా॥స్త్రీ॥ ౪-సురియకత్తిపేళ్లు, చూరకత్తి, A knife.

(వాపుంసి) శల్యం శఙ్కు (ర్నా)
శల్యమ్॥ప్న॥శఙ్కుః॥ పు॥౨. వసిపేళ్లు, సెలకట్టు, A javelin, the pointed end of an arrow.

సర్వలా తోమరో(౽స్త్రియామ్)।
- సర్వలా [పా] శర్వలా॥ స్త్రీ॥- తోమరః॥ ప్న॥ ౨-నేజాపేళ్లు, చిల్లకోల, An iron crow.

ప్రాస(స్తు) కున్తః
ప్రాసః-కున్తః॥ పు॥ ౨- ఈఁటెపేళ్లు. బల్లెము, A bearded dart.

కోణ(స్తుస్త్రియః) పాల్యశ్రికోటయః॥ ౫౯౧॥
కోణః॥పు॥పాలిః- అశ్రిః-కోటిః ॥ స్త్రీ॥ ౪- అంచుపేళ్లు. కొన, Sharp edge of a sword.

సర్వాభిసార స్సర్వౌఘ స్సర్వసన్నహ నా
సర్వాభిసారః- సర్వౌఘః- సర్వసన్నహనః॥ పు॥ ౩ - సకలసేనయు యుద్ధమునకు నాయత్తపడుట

(ర్థకః)।

పేళ్లు, Assembling of a complete army.

లోహాభిసారో౽ (స్త్రభృతాం రాజ్ఞాం నీరాజనావిధిః)॥ ౫౫-౨॥

లోహాభిసారః॥ పు॥ ౧ - యుద్ధప్రయాణాదుల యందు, అస్త్రభృతామ్ = ఆయుధముసుధరించిన, రాజ్ఞామ్=రాజులయొక్క, నీరాజనావిధిః = ఆయుధములనివాళింపుపేరు, Lustration of arms.

(యత్సేన యా౽భిగమన మరౌ త) దభిషేణనమ్।

అభిషేణనమ్॥న॥ ౧-సేనయా=సేనతో, అరౌ= పగవానికి, అభిగమనంయత్ తత్ = ఎదురుగాఁబోవుటపేరు, March to repel an army.

యాత్రా వ్రజ్యా౽భినిర్యాణం ప్రస్థానం గమనం గమః॥ ౫౫౩॥

యాత్రా-వ్రజ్యా॥సీ॥-అభినిర్యాణమ్-ప్రస్థానమ్-గమనమ్॥ న॥-గమః॥ పు॥ ౬- గెలువ నిశ్చయించిన రాజుయొక్కపయనము, March of an assailant.

(స్యా) దాసారః ప్రసరణం

ఆసారః॥పు॥-ప్రసరణమ్॥ న॥ [ప] ప్రసరణీ॥సీ॥ ౨-అంతట సేనవ్యాపించుట, Surrounding a foe.

ప్రచక్రం చలితా (ర్థకమ్)।

ప్రచక్రమ్ - చలితమ్॥ ౨ - కదలినసేనపేరు. ఇదిఅమరమాలోక్తిచేత॥త్రి॥An army in motion.

(అహితాన్ప్రత్యభీతస్య రణే యాన) మభిక్రమః॥ ౫౫౪॥

అభిక్రమః [పా] అతిక్రమః॥పు॥ ౧-అహితాన్ ప్రతి=శత్రువులనుగూర్చి, అభీతస్య = భయములేని పురుషునియొక్క, రణే = యుద్ధవిషయమై, యానమ్=పోవుటపేరు, A gallant attack.

వైతాలికా బోధకరాః

వైతాలికః-బోధకరః॥పు॥ ౨ - వేకువనురాజుల మేలుకొలుపు పాఠకులపేళ్లు, Minstrels that awaken kings at dawn.

చాక్రికా ఘాణ్టికా (ర్థకాః)।

చాక్రికః-ఘాణ్టికః॥ పు॥ ౨-అనేకులుగాఁగూడి స్తోత్రముచేయువారిపేళ్లు, Bards in throngs, who chant in chorus. ఘంటావాద్యముచేత నిద్రమేలుకొలుపు వారిపేళ్లని కొందఱు.

(స్యు) ర్మాగధా స్తు మగధా

మాగధః-మగధః [పా] మధుకః॥ పు॥ ౨-వంశావళిని జదువువారిపేళ్లు, A bard by birth.

వన్దినః స్తుతిపాఠకాః॥

వన్దీ॥న్॥- స్తుతిపాఠకః॥ పు॥ ౨- పరాక్రమాదు

౫౫౫॥ లను స్తుతించువారిపేళ్లు, A panegyrist.

సంశప్తకా (స్తున్సమయా త్సంగ్రామా దనివర్తినః)।

సంశప్తకః॥ పు॥ ౧-సమయాత్ = ఒట్టుపెట్టుకొనుటవలన, సంగ్రామాత్ = యుద్ధమునుండి, అనివర్తినః = మరలనివారిపేరు, Chosen soldiers sworn not to recede.

రేణు (ర్ద్వయోః స్త్రియాం) ధూలిః పాంసు (ర్నా న ద్వయో) రజః॥ ౫౫౬॥ చూర్ణే క్షోద

రేణుః॥ ఉ॥-ధూలిః॥ స్త్రీ॥-పాంసుః[ప]పాంశుః॥ పు॥ రజః॥ న, స॥ ౪-ధూళిపేళ్లు, Dust. చూర్ణః॥ పు॥-క్షోదః॥ పు॥ ౨-ఒకవస్తువును గొట్టిన పొడిపేళ్లు, Powder. మొకముతోఁగూడిన ధూళిపేళ్లని కొంద అందురు. ఈయాఱును ధూళిపేళ్లని కొందఱు.

స్సముత్పిఞ్జ పిఞ్జలౌ (భృశమాకులే)।

సముత్పిఞ్జః-పిఞ్జలః॥ పు॥ ౨-భృశమ్=మిక్కిలి, ఆకులే = కలఁగిన సేన మొదలయిన వస్తువు పేళ్లు, An army in great disorder.

పతాకా వైజయన్తీ (స్యా) త్కేతనం ధ్వజ (మస్త్రియామ్)॥ ౫౫౭॥

పతాకా-వైజయన్తీ॥ స్త్రీ॥ - కేతనమ్॥ న॥- ధ్వజమ్॥ప్న॥౪-టెక్కెముపేళ్లు, A flag or banner.

(సా) వీరాశంసనం (యుద్ధభూమి ర్యాఽతిభయప్రదా।)

వీరాశంసనమ్॥ న॥ ౧-అతిభయప్రదా=మిక్కిలి భయంకరమైన, యా = ఏయుద్ధభూమి గలదో, సా=ఆయుద్ధభూమిపేరు, The post of danger.

(అహంపూర్వమహం పూర్వ మి) త్యహంపూర్వికా (స్త్రియాం) ॥౫౫౮॥

అహంపూర్వికా॥ స్త్రీ॥ ౧-అహంపూర్వమ్= నేను ముందుచేసెద, అహంపూర్వమ్ = నేను ముందుచేసెదనని ముందు చొచ్చు, క్రియా = క్రియపేరు, Emulation for precedence.

ఆహోపురుషికా (దర్పా ద్యా స్యా త్సంభావనాత్మని)।

ఆహోపురుషికా॥ స్త్రీ॥ ౧-దర్పాత్ =గర్వమువలన, ఆత్మని=తనయందు, సంభావనా = అడ్డములేని సామర్థ్యముగలదని తలంచుట, Self-exultation.

అహమహమికా(తుసా స్యా త్పరస్పరం యో భవ త్యహంకారః)॥ ౫౫౯॥

అహమహమికా॥ స్త్రీ॥ ౧-పరస్పరమ్= నేనె సమర్థుఁడను నేనె సమర్థుఁడనని వీరుల కొకరి కొకరికి, యః అహంకారః = ఏయహంకారము గలదో, సా=దానిపేరు, Military vaunting.

ద్రవిణం తరస్సహో బల శౌర్యాణి స్థామ శుష్మంచ। శక్తిః పరాక్రమః ప్రాణో

ద్రవిణమ్-తరః॥ న॥ - సహః॥ న॥ - బలమ్ - శౌర్యమ్-స్థామ॥న॥-శుష్మమ్॥న॥ - శక్తిః॥స్త్రీ॥-పరాక్రమః-ప్రాణః॥ పు॥ ౧౦-బలిమిపేళ్లు, Strength; bravery.

విక్రమ స్త్వతిశక్తితా॥ ౫౬౦॥

విక్రమః॥పు॥-అతిశక్తితా॥ స్త్రీ॥౨-అధికమయిన బలిమి, Heroic valour, Extraordinary prowess.

వీరపాణం (తుయత్పానం వృత్తే భావినివా రణే)।

వీరపాణమ్॥న॥ ౧-రణే=యుద్ధము, వృత్తేవా = నడచియుండఁగా నయిన, భావినివా = నడవఁబోవుచునుండఁగానయిన, పానమ్ = వీరులుచేయుమద్యపానము పేరు, Drink of warriors.

యుద్ధ మాయోధనం జన్యం ప్రధనం ప్రవిదారణమ్॥ మృధ మాస్కన్దనం సఙ్ఖ్యం సమీకం సాంపరాయికమ్। (అస్త్రియాం) సమరానీక రణాః కలహ విగ్రహౌ॥ సంప్రహారాభిసంపాత కలి సంస్ఫోట సంయుగాః। అభ్యామర్ద సమాఘాత సంగ్రామాభ్యాగమాఽహవాః॥ సముదాయః (స్త్రియ) స్సంయ త్సమి త్యాజి సమి ద్యుధః।

యుద్ధమ్ - ఆయోధనమ్ - జన్యమ్-ప్రధనమ్-ప్రవిదారణమ్ - మృధమ్-ఆస్కన్దనమ్-సఙ్ఖ్యమ్ - సమీకమ్ - సాంపరాయికమ్ [పా] సంపరాయికమ్॥ న॥-సమరః - అనీకః-రణః॥ పు॥ - కలహః - విగ్రహః - సంప్రహారః - అభిసంపాతః - కలిః-సంస్ఫోటః - సంయుగః - అభ్యామర్దః - సమాఘాతః - సంగ్రామః - అభ్యాగమః - ఆహవః - సముదాయః॥ పు॥ - సంయత్ - సమితిః - ఆజిః - సమిత్॥త్॥ - యుత్॥ధ్॥స్త్రీ॥ ౩౧ - యుద్ధముపేళ్లు, సంయచ్ఛబ్దమును ఆజిశబ్దమును పుల్లింగములును గలవు, War, battle, combat.

నియుద్ధం బాహుయుద్ధే(ఽథ)

నియుద్ధమ్-బాహుయుద్ధమ్॥ న॥ ౨-భుజయుద్ధముపేరు, పెనఁగులాడుట, Close fight, struggle.

తుములం(రణసంకులే)॥ A confused combat.

తుములమ్॥ న॥ ౧-రణసంకులే = రెండుసేనలు దొమ్మిగాఁ దాఁకుట పేరు, దొమ్మియుద్ధమును.

క్ష్వేడా(తు) సింహనాద (స్స్యాత్)	క్ష్వేడా॥స్త్రీ॥-సింహనాదః॥పు॥-౨-శత్రువును భంగపెట్టుటకై చేయంబడు బొబ్బరింతపేళ్లు, War-whoop.
(కరిణాం) ఘటనా ఘటా ।	ఘటనా - ఘటా ॥ స్త్రీ॥ ౨-ఏనుఁగులయొక్క గుంపుపేరు, Troop of elephants.
క్రన్దనం యోధసంరావో	క్రన్దనమ్॥న॥ - యోధసంరావః॥ పు॥ ౨-యుద్ధమున భటుల మ్రోఁతపేళ్లు, వీరాలాపములని కొందఱు, Mutual defiance of combatants.
బృంహితం కరిగర్జితమ్॥ ౫౬౫॥	బృంహితమ్॥న॥ - కరిగర్జితమ్॥ న॥ ౨-ఏనుఁగుల మ్రోఁతపేరు, Roaring of elephants.
విస్ఫారో (ధనుషః స్వానః)	విస్ఫారః॥ పు॥ ౧-ధనుషః = వింటియొక్క, స్వానః= మ్రోఁతపేరు, Twang of a bow.
పటహాఽడమ్బరౌ (సమౌ) ।	పటహః - ఆడమ్బరః॥ పు॥ ౨-యుద్ధమునందలి సంరంభము పేళ్లు, యుద్ధమునందలి నిస్సాణపు మ్రోఁతయని కొందఱు, Drum used in battle.
ప్రసభం (తు) బలాత్కారో హఠో(ఽథ)	ప్రసభమ్॥న॥ - బలాత్కారః-హఠః॥ పు॥ 3-బలాత్కారముపేళ్లు, Violence, force.
స్ఖలితం ఛలమ్ ॥ ౫౬౬॥	స్ఖలితమ్ - ఛలమ్॥ న॥ ౨-యుద్ధమునమర్యాద తప్పుటపేళ్లు, Fraud; stratagem; circumvention.
అజన్యం(క్లీబ) ఉత్పాత ఉపసర్గ (స్సమం త్రయమ్) ।	అజన్యమ్॥న॥ - ఉత్పాతః - ఉపసర్గః॥పు॥ 3-ఉత్పాతము పేళ్లు, A portent. Any unusual phenomenon boding calamity.
మూర్ఛా(తు)కశ్మలం మోహో(ఽ	మూర్ఛా॥స్త్రీ॥-కశ్మలమ్॥ న॥-మోహః॥ పు॥ 3-సొమ్మసిలుటపేళ్లు, మెయిమఱచుట, Fainting.
ప్యవమర్ద(స్తు)పీడనమ్। Devastation. ౫౬౭॥	అవమర్దః॥పు॥-పీడనమ్॥ న॥ ౨-పరచక్రముచేతనైన దేశముయొక్క రాయిడిపేళ్లు, ఒరసికొనుట.
అభ్యవస్కన్దనం త్వభ్యాసాదనం	అభ్యవస్కన్దనమ్ - అభ్యాసాదనమ్॥ న॥ ౨-మోసముచేఁ బరచక్రము నాక్రమించుటపేళ్లు, దోఁపుడు, Striking to disable the foe, Assault.
విజయో జయః ।	విజయః-జయః॥పు॥ ౨-గెలుపుపేళ్లు, Victory.

వైరశుద్ధిః ప్రతీకారో వైరనిర్యాతనం(చ సా)॥

వైరశుద్ధిః॥ స్త్రీ॥- ప్రతీకారః॥ పు ॥-వైరనిర్యాతనమ్॥న॥3-పగదీర్చికొనుట పేళ్లు, Revenge.

ప్రద్రావోద్ద్రావ సంద్రావ సందావా విద్రవో ద్రవః। అపక్రమోఽపయానం(చ)

ప్రద్రావః-ఉద్ద్రావః- సంద్రావః - సందావః- విద్రవః-ద్రవః-అపక్రమః॥ పు॥-అపయానమ్॥ న ॥ ౮-పాఱిపోవుటపేళ్లు, Flight; retreat.

(రణేభఙ్గః) పరాజయః॥

[భఙ్గః=ఓటమిపేరు, ఓడుట, Defeat.

పరాజయః॥ పు॥ ౧ - రణే=యుద్ధమునందలి, భ

పరాజిత పరాభూతౌ

పరాజితః-పరాభూతః॥ త్రి॥ ౨-ఓడినవానిపేళ్లు, Defeated; vanquished.

(త్రిషు)నష్టతిరోహితౌ।

నష్టః - తిరోహితః ॥ త్రి॥ ౨ - ఓడిదాఁగినవాని పేళ్లు, Missing; having disappeared.

ప్రమాపణం నిబర్హణం నికారణం నిశారణమ్॥ ప్రవాసనం పరాసనం నిషూదనం నిహింసనమ్। నిర్వాపణం సంజ్ఞపనం నిర్గ్రన్థన మపాసనమ్ ॥ నిస్తర్హణం నిహాననం క్షణనం పరివర్జనమ్। నిర్వాసనం విశసనం మారణం ప్రతిఘాతనమ్ ॥ ఉద్వాసన ప్రమథన క్రథనోజ్జాసనానిచ। ఆలమ్భ పిఞ్జ విశర ఘాతోన్మాథ వధా (అపి॥ స్యాత్) ॥23॥

ప్రమాపణమ్-నిబర్హణమ్- నికారణమ్- నిశారణమ్ [పా] విశారణమ్- ప్రవాసనమ్ - పరాసనమ్-నిషూదనమ్ - నిహింసనమ్ - నిర్వాపణమ్ - సంజ్ఞపనమ్ - నిర్గ్రన్థనమ్ - అపాసనమ్ - నిస్తర్హణమ్ - నిహననమ్ - క్షణనమ్ - పరివర్జనమ్ - నిర్వాసనమ్ - విశసనమ్ - మారణమ్ - ప్రతిఘాతనమ్ - ఉద్వాసనమ్-ప్రమథనమ్-క్రథనమ్ - ఉజ్జాసనమ్॥న॥-ఆలమ్భః-పిఞ్జః- విశరః- ఘాతః- ఉన్మాథః [పా] ఉన్మంథః-వధః॥ పు॥-ఈ 3౦ దియు చంపుట పేళ్లు, Slaughter; killing; destroying.

పఞ్చతా కాలధర్మో దిష్టాన్తః ప్రలయోఽత్యయః। అన్తో నా

పఞ్చతా॥ స్త్రీ ॥ [ప] పఞ్చత్వమ్ - కాలధర్మః- దిష్టాన్తః - ప్రలయః-అత్యయః - అన్తః- నాశః ॥ పు॥-మృత్యుః॥ పు॥- మరణమ్॥ న॥ - నిధనః॥ పు॥

శో (ద్వయో) ర్మృత్యు ర్మరణం నిధనో (౽స్త్రియామ్)॥ ౫౭౪॥	౧౦-చావుపేళ్లు, Death.
పరాసు ప్రాప్తపఞ్చత్వ పరేత ప్రేత సంస్థితాః। మృత ప్రమీతౌ (త్రిష్వేతే)	పరాసుః - ప్రాప్తపఞ్చత్వః - పరేతః - ప్రేతః-సంస్థితః - మృతః - ప్రమీతః॥త్రి॥ ౭ - చచ్చినవాని పేళ్లు, Dead, perished.
చితా చిత్యా చితిః (స్త్రియామ్)॥ ౫౭౫॥	చితా-చిత్యా-చితిః॥ సీ ॥ 3॥ సొద, A funeral pile.
కబన్ధో (౽స్త్రీ క్రియాయుక్త మపమూర్ధకలేబరమ్)।	కబన్ధః॥ప్న॥౧ - క్రియాయుక్తమ్=నర్తనక్రియతోఁగూడిన, అపమూర్ధకలేబరమ్ = తలపోయినశరీరము పేరు, A headless trunk retaining life.
శ్మశానం (స్యా) త్పితృవనం	శ్మశానమ్-పితృవనమ్॥ న ॥ ౨- శ్మశానముపేళ్లు, ఒలికిమిట్ట, Cemetery; cremation ground.
కుణప శ్శవ (మస్త్రియామ్) ॥	కుణపః॥పు॥-శవమ్॥ప్న॥-౨-పీనుఁగు, Corpse.
ప్రగ్రహో పగ్రహౌ బన్ద్యాం	ప్రగ్రహః-ఉపగ్రహః॥ పు॥- బన్దీ॥సీ॥ ౪ - చెఱసాలనున్న మనుష్యాదుల పేళ్లు, A prisoner, A man or beast confined.
కారా (స్యా) ద్బన్ధనాలయే।	కారా॥ సీ॥-బన్ధనాలయః॥ పు॥ ౨ - చెఱసాలపేళ్లు, A prison or jail.
(పుంసి భూ) మ్న్యసవః ప్రాణా(శ్చైవం) జీవో౽సుధారణమ్॥ ౫౭౬॥	అసవః॥ఉ, బ॥- ప్రాణాః॥ అ,బ,పు॥-౨-ప్రాణముల పేళ్లు, Inspiration and respiration of five sorts. జీవః॥ పు॥- అసుధారణమ్॥ న॥ ౨ - ప్రాణముల ధరించుట పేళ్లు, Life.
ఆయు ర్జీవితకాలో (నా)	ఆయుః॥ స,న॥-జీవితకాలః॥ పు॥-౨ - ఆయుస్సు పేళ్లు, బ్రతికియుండు కాలము, Age; duration of life.
జీవాతుర్జీవనౌషధమ్।	జీవాతుః॥పు॥- జీవనౌషధమ్॥న॥ ౨-బ్రతికించు మందు, A drug to revive the dead.
ఇతి క్షత్త్రియవర్గః.	క్షత్త్రియులతోఁ జేరిన పదసమూహము ముగిసెను.

ఊరవ్యా ఊరుజా అర్యా వైశ్యా భూమిస్పృశో విశః॥ ౫౭॥

ఊరవ్యః - ఊరుజః - అర్యః-వైశ్యః - భూమిస్పృక్॥శ్॥ - విట్॥ శ్॥ పు॥ ౬ - వైశ్యులపేళ్లు, A man of the agricultural or mercantile tribe.

ఆజీవో జీవికా వార్తా వృత్తిర్వర్తన జీవనే।

ఆజీవః॥పు॥ - జీవికా-వార్తా- వృత్తిః॥స్త్రీ॥ - వర్తనమ్-జీవనమ్॥న॥ ౬-సామాన్యముగా జీవనోపాయముపేళ్లు, బ్రతుకు, Livelihood; profession.

(స్త్రియాం) కృషిః పాశుపాల్యం వాణిజ్యం (చేతి వృత్తయః)॥ ౫౮॥

కృషిః॥స్త్రీ॥ = దున్నిపైరుపెట్టుట, Agriculture; పాశుపాల్యమ్॥ న॥ = గోమహిష్యాదులనుపాలించుట, Pasture; వాణిజ్యమ్॥ న॥ = బేరమాడుట, Merchandize, ఇతి=ఈ3ను, వృత్తయః = ప్రత్యేకముగా వైశ్యవృత్తులపేళ్లు. [శూద్రవృత్తి, Service.

సేవా శ్వవృత్తిరనృతం కృషి

సేవా-శ్వవృత్తిః॥ స్త్రీ॥ ౨ - కొలువుగొలుచుట, అనృతమ్॥ న॥ - కృషిః॥ స్త్రీ॥ ౨-దున్నిపైరుపెట్టుట పేరు, Husbandry, agriculture.

(రుఞ్ఛశిలం)శ్చామృతమ్।

ఋతమ్॥ న॥ ౧-ఉఞ్ఛశిలమ్ = (ఊరులలోఁబడియున్నగింజల నేఱుకొని బ్రతుకుట యుంఛము, Gathering of grains; మళ్లలోఁబడిన యెన్నులు దెచ్చుకొని బ్రతుకుట శిలము, Gleaning ears of corn.) ఈ రెంటికినిపేరు.

(ద్వే యాచితాయాచితయో ర్యథాసంఖ్యం) మృతామృతే॥ ౫౯॥

మృతమ్, Alms solicited; అమృతమ్॥న॥, Alms unsolicited; ద్వే = ఈ ౨ను, యథాసంఖ్యమ్= వరుసగా, యాచితాయాచితయోః = ఒకరినడిగి బ్రతుకుటకును నొకరి నడుగక బ్రతుకుటకును పేళ్లు.

సత్యానృతం (వణిగ్భావః)

సత్యానృతమ్॥ న॥ ౧- వణిగ్భావః=బేరమాడుట, క్రయవిక్రయాదివ్యాపారము, Traffic; commerce.

(స్యా) దృణం పర్యుదఞ్చనమ్। ఉద్ధారో

ఋణమ్ - పర్యుదఞ్చనమ్॥న॥ - ఉద్ధారః॥పు॥ 3-అప్పుపేళ్లు, Debt.

ఽర్థప్రయోగస్తుకుసీదం వృద్ధిజీవికా॥ ౬౦॥

అర్థప్రయోగః॥పు॥-కుసీదమ్॥న॥-వృద్ధిజీవికా॥స్త్రీ॥ 3-వడ్డిపేళ్లు, Usury; profession of money lenders.

(యాచ్ఞయాప్తం) యాచితకం	యాచితకమ్॥ న॥ ౧-యాచ్ఞయా = అడుగుటచేత, ఆప్తమ్= పొందఁబడినవస్తువుపేరు, ఎరువును, A loan; a borrowed thing.
(నిమయా) దాపమిత్యకమ్।	ఆపమిత్యకమ్॥ న॥ ౧-నిమయాత్ = మార్చుకొనుటవలనఁబొందఁబడిన వస్తువుపేరు, A thing obtained by barter. ఉత్తమర్ణశబ్దము మొదలు ముందుచెప్పఁగల శబ్దములకు " ఉత్తమర్ణాదయస్త్రిషు" అని లింగము చెప్పఁబడును.
ఉత్తమర్ణాధమర్ణౌ (ద్వౌ ప్రయోక్తృగ్రాహకౌ క్రమాత్)॥	ఉత్తమర్ణః=creditor, అధమర్ణః= debtor, ఈ ౨ను,క్రమాత్ =వరుసగా,ప్రయోక్తృగ్రాహకౌ= అప్పిచ్చినవానికిని అప్పుపుచ్చుకొన్న వానికిని పేళ్లు.
కుసీదికో వార్ధుషికో వృద్ధ్యాజీవశ్చ వార్ధుషిః।	కుసీదికః- వార్ధుషికః - వృద్ధ్యాజీవః - వార్ధుషిః॥ ౪-వడ్డిచేత బ్రదుకువానిపేళ్లు, A usurer.
క్షేత్రాజీవః కర్షకశ్చ కృషికశ్చ కృషీవలః॥	క్షేత్రాజీవః-కర్షకః [పా] కార్షకః- కృషికః- కృషీవలః॥౪-దున్నిబ్రదుకువాఁడు, A husbandman.
(క్షేత్రం) వ్రైహేయ శాలేయం (వ్రీహిశాల్యుద్భవోచితమ్)।	వ్రైహేయమ్, A field fit for corn. శాలేయమ్,—for rice. ఈ ౨ను - వరుసగా, వ్రీహిశాల్యుద్భవోచితమ్ = వడ్లు రాజనాలు పండుటకుఁదగిన, క్షేత్రమ్=క్షేత్రముపేళ్లు.
యవ్యం యవక్యం షష్టిక్యం (యవాది భవనం హియత్)॥ ౨౮౪॥	యవ్యమ్-యవక్యమ్=షష్టిక్యమ్॥ ఈ౩ను-వరుసగా, యవాదిభవనమ్=యవలు యవకలు షష్టికలు పండుక్షేత్రములకు పేళ్లు.
తిల్యతైలీన(వన్మాషోమాణు భఙ్గా ద్విరూపతా)।	తిల్యమ్ - తైలీనమ్॥ ౨-నువ్వులుపండుక్షేత్రముపేళ్లు. మాష = మినుములు, ఉమా = నల్లయగిసెలు, అణు=చిఱువడ్లు, భఙ్గా=జనుము॥ ఈ ౪ను-పండుక్షేత్రములకును, ద్విరూపతా= (మాష్యమ్, మాషీణమ్, ఉమ్యమ్, ఔమీనమ్, అణవ్యమ్, ఆణవీనమ్, భఙ్గ్యమ్, భాఙ్గీనమ్, అని) రెండేసిపేళ్లు.
మాఙ్గీన కౌద్రవీణాది	మాఙ్గీనమ్-కౌద్రవీణమ్॥ ఈ ౨ను-ఆదిపదము

(శేషధాన్యోద్భవ్రౌచిత మ్)॥ ౫౮౫॥	చేత మాసూరీణాదిశబ్దములును, శేషధాన్యోద్భవ్రౌచితమ్=పెసలు,ఆళ్లు, మసూరీలు మొదలయిన యాయాధాన్యములు పండుక్షేత్రములకు పేళ్లు.
బీజాకృతం తూప్తకృష్టం	బీజాకృతమ్-ఉప్తకృష్టమ్॥౨-ముందువిత్తివెనుక దున్నినక్షేత్రము, Land ploughed after sowing.
సీత్యంకృష్టం(చ)హల్య (వత్)।	సిత్యమ్-కృష్టమ్-హల్యమ్ ॥ ౩ - దున్నినక్షేత్రముపేళ్లు, Ploughed, tilled.
త్రిగుణాకృతం తృతీయాకృతం త్రిహల్యం త్రిసీత్య (మపి తస్మిన్)॥	త్రిగుణాకృతమ్-తృతీయాకృతమ్- త్రిహల్యమ్- త్రిసీత్యమ్॥౪ - మూఁడుచాళ్లుదున్నినక్షేత్రముపేళ్లు, Thrice ploughed.
ద్విగుణాకృతే (తుతత్సర్వం ద్విపూర్వం) శమ్బాకృత (మపీహ) । Twice ploughed.	ద్విగుణాకృతమ్-ద్వితీయాకృతమ్- ద్విహల్యమ్- ద్విసీత్యమ్॥తత్ =అనునట్టి,పూర్వంసర్వమ్=ఈరను- శమ్బాకృతమ్ [పా] సమ్బాకృతమ్ - అనునది ౧ యు, ఈ ౫ ను, ద్విగుణాకృతే = రెండుచాళ్లు దున్నినభూమియందు వర్తించును.
(ద్రోణాఢకాది వాపాదౌ) ద్రౌణికాఢకికాదయః॥ ౫౮౭॥	ద్రౌణికః-ఆఢకికః॥ ఈ ౨ను, ఆదిపదముచేత ప్రాస్థికాదిశబ్దములును వరుసగా నిద్దుము విత్తెడు భూమికిని, తూముని త్తెడు భూమికిని, ఆదిపదముచేత కుంచెడు విత్తుభూమి మొదలయినవానికిని పేళ్లు.
(ఖారీవాపస్తు) ఖారీక	ఖారీకః॥౧ - ఖారీవాపః = పుట్టెడువిత్తులువిత్తు క్షేత్రమునకుపేరు. [జెప్పినశబ్దములు ॥ త్రి॥
ఉత్తమర్ణాదయస్త్రిషు।	ఉత్తమర్ణశబ్దము మొదలు ఖారీకశబ్దమువఱకుఁ
(పున్నపుంసకయో) ర్వప్రం కేదారః క్షేత్ర	వప్రమ్॥న్న॥- కేదారః॥పు॥-క్షేత్రమ్॥న॥ ౩- క్షేత్రముపేళ్లు, పరిపండునేల, A field.
(మస్యతు) ॥ కైదారకం (స్యాత్)కైదార్యం క్షైత్రం కైదారికం (గణే)।	కైదారకమ్-కైదార్యమ్ - క్షైత్రమ్ - కైదారికమ్॥న॥-ఈరను, అస్య=ఈక్షేత్రముయొక్క,గణే= సమూహాముపేళ్లు. వరిపండునేలలగుంపు, A multitude of fields. [A clod of earth.
లోష్టానిలోష్టవః(పుంసి)	లోష్టమ్॥న్న॥-లోష్టుః॥పు॥ ౨-మంటిగడ్డపేళ్లు,

కోటిశో లోష్టభేదనః ॥ ౫౮౯॥	కోటిశః [పా] కోటీశః-లోష్టభేదనః॥ పు ॥ ౨-మంటిగడ్డలుకొట్టు కొయ్యపేళ్లు, A harrow.
ప్రాజనం తోదనం తోత్త్రం	ప్రాజనమ్-తోదనమ్-తోత్త్రమ్॥న॥ ౩-మునికోల పేళ్లు, ములుకఱ్ఱ, A goad; a whip.
ఖనిత్ర మవదారణమ్।	ఖనిత్రమ్-అవదారణమ్॥న॥ ౨-గుద్దలిపేళ్లు, A spade or hoe.
దాత్రం లవిత్ర మాబన్ధో యోక్త్రం యోత్ర	[A sickle. దాత్రమ్-లవిత్రమ్॥ న ॥ ౨ - కొడవలిపేళ్లు, ఆబన్ధః॥పు॥-యోక్త్రమ్-యోత్రమ్ ॥ న ॥ ౩-పశువుల మెడనుగట్టుమోకుపేళ్లు.
(మథో౽ఫలమ్ ॥ నిరీషం) కూటకం The body of the plough exclusive of the pole and share.	కూటకమ్॥ న॥౧-అఫలమ్=కఱ్ఱులేనిదియు, నిరీషమ్=ఏఁడికోలలేనిదియునైన నాఁగేటిపేరు. అఫలమ్-నిరీషమ్ - కూటకమ్॥ న॥ ఈ౩ను-దీనికే పేళ్లని కొందఱు. అధోహలమనియుఁ బాఠముగలదు.
ఫాలః కృషికో లాఙ్గలం హలమ్ । గోదారణం(చ)సీరో(౽థ)	[The plough-share. ఫాలః-కృషికః[పా]కృషికా॥పు॥ ౨-కఱ్ఱుపేళ్లు, లాఙ్గలమ్-హాలమ్[పా]హాలః॥పు॥-గోదారణమ్॥న॥-సీరః॥పు॥౪-నాఁగేటి పేళ్లు, A plough.
శమ్యా(స్త్రీ) యుగకీలకః॥ ౫౯౧॥	శమ్యా॥స్త్రీ॥-యుగకీలకః॥పు॥౨-కాఁడిచీలపేళ్లు, The pin of the yoke.
ఈషా లాఙ్గలదణ్డ (స్స్యాత్)	ఈషా [పా] ఈశా ॥ స్త్రీ॥-లాఙ్గలదణ్డః ॥ పు॥ ౨-ఏఁడికోలపేళ్లు, The shaft of the plough.
సీతా లాఙ్గలపద్ధతిః।	సీతా[పా]శీతా-లాఙ్గలపద్ధతిః ॥ స్త్రీ॥౨-నాఁగేటి చాలుపేళ్లు, A furrow.
(పుంసి)మేథిః(ఖలే దారు న్యస్తం యత్పశుబన్ధనే)॥ ౫౯౨॥	మేథిః॥పు॥౧-ఇది,ఖలే=కళ్లమున, పశుబన్ధనే=పసులఁగట్టునిమిత్తము, న్యస్తమ్=పాతిపెట్టిన, యత్ దారు=కొయ్య, The post of the threshing floor.
ఆశుర్వ్రీహిః పాటలః	ఆశుః॥పు॥-వ్రీహిః-పాటలః॥పు॥౩-ఎఱ్ఱనివడ్లపేళ్లు, Rice ripening in the rains.
(స్స్యాత్) శితశూక య	శితశూకః-యవః॥పు॥ ౨-యవలపేళ్లు, Barley.

వా (సమా) । తోక్మ (స్తుతత్రహరితే)	తోక్మః॥పు॥ ౧- హరితే తత్ర=పచ్చయవలపేరు, Green or unripe barley.
కలాయ(స్తు)సతీనకః॥ ౫౯౩ ॥ హరేణుఖణ్డికౌ (చాస్మిన్)	కలాయః-సతీనకః[పా]సతీలకః-హరేణుః-ఖణ్డికః॥ పు॥౪-లంకలపేళ్లు, Peas.
కోరదూష స్తు కోద్రవః।	[Paspalum frumentaceum. కోరదూషః- కోద్రవః ॥ పు ॥ ౨ - ఆళ్లపేళ్లు,
మఙ్గల్యకో మసూరో	మఙ్గల్యకః-మసూరః [పా] మసురః॥ పు ॥ ౨- చిఱుసెనగలపేళ్లు, Lentil.
(థ)మకుష్టక మయుష్టకౌ॥౫౯౪ ॥ వనముద్గే	మకుష్టకః [పా] ముకుష్టకః- మయుష్టకః [పా] మయష్టకః [పా] మపుష్టకః-వనముద్గః॥ పు॥౩-అడవి పెసల పేళ్లు, Phaseolus lobatus.
సర్షపే (తుద్వౌ)తు స్తుభ కదమ్బకౌ ।	సర్షపః-తుస్తుభః [పా] తన్తుభః - కదమ్బకః॥ పు॥౩-ఆవాలపేళ్లు, Mustard.
సిద్ధార్థ (స్త్వేషధవలో)	సిద్ధార్థః॥పు॥౧-ధవలఃఏషః = తెల్లనియావాలపేరు, Sinapis glauca. White mustard.
గోధూమ స్సుమన (స్సమౌ)॥ ౫౯౫॥	గోధూమః - సుమనః ॥ పు ॥ ౨-గోదుమలు, Wheat.
(స్యా) ద్యావక(స్తు)కుల్మాష	యావకః [పా] యవకః-కుల్మాషః [పా] కుల్మాసః॥పు॥ ౨ - అలసందలపేళ్లు, కారుమినుములును Awnless barley.
శ్చణకో హరిమన్థకః।	చణకః-హరిమన్థకః॥పు॥ ౨-సెనగలు, Gram.
(ద్వావితిలే) తిలపిఞ్జశ్చ తిలపేజశ్చ (నిష్ఫలే)॥	తిలపిఞ్జః-తిలపేజః॥పు॥ద్వౌ=ఈ ౨ను, నిష్ఫలే తిలే=పొల్లునువ్వులపేళ్లు, Barren sesamum.
క్షవః క్షుతాభి జననో రాజికాకృష్ణికాఽసురీ।	క్షవః-క్షుతాభిజననః [పా] క్షుధాభిజననః ॥ పు॥ రాజికా-కృష్ణికా-అసురీ॥ స్త్రీ॥ ౫-నల్లయావాలపేళ్లు, Black Mustard.
(స్త్రియౌ) కఙ్గుప్రియఙ్గూ (ద్వే)	కఙ్గుః-ప్రియఙ్గుః॥స్త్రీ॥ ౨-కొఱ్ఱలు,Panick Seed.
అతసీ (స్యా) దుమా క్షుమా॥ ౫౯౬॥	అతసీ-ఉమా-క్షుమా॥ స్త్రీ॥ ౩ నల్లయగిసెపేళ్లు, Linseed.

మాతులానీ(తు)భఙ్గా యాం	మాతులానీ-భఙ్గా ॥ స్త్రీ ॥ ౨ - జనుముపేళ్లు, Hemp.
వ్రీహిభేద స్త్వణుః (పుమాన్)।	అణుః॥పు॥౧-వ్రీహిభేదః = చిఱువడ్లపేరు, Panicum pilosum.
కింశారుస్సస్యశూకం (స్యాత్)	కింశారుః॥పు॥-సస్యశూకమ్॥ న॥-౨- ధాన్యము యొక్క ముల్లుపేళ్లు, Beard of corn. [of corn.
కణిశం సస్యమఞ్జరీ॥	కణిశమ్॥న॥-సస్యమఞ్జరీ ॥ స్త్రీ॥ -౨-ఎన్ను, Ear
ధాన్యం వ్రీహిః స్తమ్బకరిః	ధాన్యమ్॥న॥-వ్రీహిః-స్తమ్బకరిః॥ పు॥౩- ధాన్యముపేళ్లు, Corn, grain, seed.
స్తమ్బో గుత్స (స్తృణాదినః)।	స్తమ్బః-గుత్సః॥పు॥-౨-తృణాదినః=కసవుపైరుమొదలైనవానిగంట్లు,A clump of grass;a sheaf of corn.
నాడీనాలం (చ కాణ్డో ఽస్య)	నాడీ॥స్త్రీ॥-నాలమ్॥న॥-౨- అస్య= ఈతృణాదుల యొక్క, కాణ్డః=కాడపేళ్లు, ఊఁచలు, Stalk.
పలాలో (ఽస్త్రీ సనిష్ఫలః)॥ ౫౯౯॥	పలాలః॥ష్ఠ॥౧-నిష్ఫలః=ధాన్యముపోయిన, సః =ఆపూరికట్టపేరు, Straw. [పొల్లుపేళ్లు, chaff.
కడఙ్గరో బుసం (క్లీబే) (ధాన్యత్వచి) తుషః (పుమాన్)।	కడఙ్గరః॥పు॥-బుసమ్ [పా] బుషమ్॥ న ॥ -౨- తుషః॥ పు ॥ ౧ - ధాన్యత్వచి = ఊకపేరు, Husk of corn.
శూకో (ఽస్త్రీ శ్లక్ష్ణతీక్ష్ణాగ్రే)	శూకః॥ ష్ఠ॥ ౧-ఇది, శ్లక్ష్ణతీక్ష్ణాగ్రే= సూక్ష్మమైవాఁడియు నయినవరిముల్లు పేరు, తేలుముల్లు మొదలయినవానిపేరును, Awn; bristle.
శమీ శిమ్బా	శమీ-శిమ్బా [పా] సిమ్బా॥స్త్రీ॥ -౨-కాయధాన్యములునురిచినపొట్టు, A legume or pod.
(త్రిషూత్తరే)॥ ౬౦౦॥	ఉత్తరే= ముందుచెప్పఁగల బుద్ధ ఆవసితపూతబహులీకృత శబ్దములు ఠను ॥ త్రి ॥
బుద్ధ మావసితం(ధాన్యం)	బుద్ధమ్-ఆవసితమ్[ప] అవసితమ్-౨- ధాన్యమ్ =నురిచినధాన్యము, Winnowed & stored grain.
పూతం (తు) బహులీకృతమ్।	పూతమ్- బహులీకృతమ్ ॥ -౨- తూర్పెత్తిన ధాన్యముపేళ్లు, Threshed out and winnowed.

(మాషాదయ)శ్శమీధాన్యే శూకధాన్యే (యవాదయః)॥ ౬౦౧॥ శాలయః (కలమాద్యాశ్చ షష్టికాద్యాశ్చ పుంస్యమీ)।

మినుములు పెసలు మొదలైనవి శమీధాన్యములనంబడును, Grain in pods. యవలు గోధుమలు మొదలైనవి శూకధాన్యము లనంబడును, Bearded corn. రాజనాలు ఎఱ్ఱరాజనాలు దొడ్డరాజనాలు మొదలయినవియు అఱువది దివసములకు పండుధాన్యములు మొదలైనవియు శాలిధాన్యములనంబడును, Rice. ఈమాష యవ శాలి కలమ షష్టికశబ్దములు॥ పు॥

(తృణధాన్యాని) నీవారాః

నీవారః॥ పు॥ ౧- తృణధాన్యాని = ఒకరువిత్తకయే పడి మొలచిపండు గునుకువరి దూసర్లు మొదలయినధాన్యముల పేరు, Wild grains.

(స్త్రీ)గవేధుర్గవేధుకా॥ ౬౦౨॥

గవేధుః- గవేధుకా॥ సీ॥ ౨- అడవిగోదుమల పేళ్లు, Coix barbata.

అయోగ్రం ముసలో (౽స్త్రీ స్యాత్)

అయోగ్రమ్॥న॥-ముసలః॥ ప్న॥ ౨- రోఁకలిపేళ్లు, A pestle for cleaning rice.

ఉదూఖల ములూఖలమ్।

ఉదూఖలమ్-ఉలూఖలమ్॥న॥ ౨- ఱోటిపేళ్లు, A mortar.

ప్రస్ఫోటనం శూర్ప (మస్త్రీ)

ప్రస్ఫోటనమ్॥న॥-శూర్పమ్॥ ప్న॥ ౨- చేటపేళ్లు, A winnowing basket.

చాలనీ తితఉః (పుమాన్)॥ ౬౦౩॥

చాలనీ॥ సీ॥- తితఉః॥ పు॥ ౨- జల్లెడపేళ్లు, A sieve or cribble.

స్యూత ప్రసేవౌ

[A sack or gunny bag. స్యూతః [పా] స్యోనః- ప్రసేవః॥పు॥ ౨-పల్లిక,

కణ్డోల పిటౌ

కణ్డోలః-పిటః॥పు॥ ౨-గంపపేళ్లు, A basket.

కటకిలిఞ్జకౌ।(సమానౌ)

కటః-కిలిఞ్జకః॥పు॥ ౨-చాఁపపేళ్లు, A mat.

రసవత్యాం(తు) పాకస్థానం మహానసమ్॥ ౬౦౪॥

రసవతీ॥సీ॥-పాకస్థానమ్- మహానసమ్॥ న ॥ ౩- వంటసాలపేళ్లు, A kitchen.

పౌరోగవ(స్తదధ్యక్షః) సూపకారా(స్తు) వల్లవాః। ఆరాలికా ఆన్ధసి

పౌరోగవః॥౧- తదధ్యక్షః = ఆవంటసాలయధికారిపేరు, An overseer of the kitchen. సూపకారః-వల్లవః - ఆరాలికః - ఆన్ధసికః-సూదః - ఔద

శా స్సూదా ఔదనికా గుణాః॥ ౬౦౫॥ ఆపూపి కః కాన్దవికో భక్ష్యకార (ఇమే త్రిషు)।	నికః- గుణః॥౭- వంటవానిపేళ్లు, A cook. ఆపూపికః- కాన్దవికః- భక్ష్యకారః॥ 3- పిండివంటలువండు వానికిఁగాని అమ్మువానికిఁ గాని పేళ్లు, A baker. పౌరోగవశబ్దము మొదలుకొని ఈ ౧౧ ॥త్రి॥
అశ్మన్తముద్ధానమధి శ్రయణీ చుల్లి ర న్తికా॥ ౬౦౬॥	అశ్మన్తమ్-ఉద్ధానమ్ [పా] ఉద్ధ్మానమ్॥ న॥- అధిశ్రయణీ-చుల్లిః [ప] చుల్లీః- అన్తికా॥ స్త్రీ॥ ౫- ప్రొయ్యి పేళ్లు, A furnace or fire-place.
అఙ్గారధానికా ౭ఙ్గా రశకట్యపి హసన్త్యపి హసన్య ప్య	అఙ్గారధానికా-అఙ్గారశకటీ- హసన్తీ- హసనీ॥ స్త్రీ॥౪-అగ్నిష్ఠ, కుంపటియు, A portable furnace.
(థన స్త్రీ స్యా) దఙ్గా రో౭లాత ముల్ముకమ్ ॥ ౬౦౭॥	అఙ్గారః॥ ప్న॥ ౧- నిప్పలపేరు, బొగ్గులపేర నికొందఱు, Charcoal. అలాతమ్- ఉల్ముకమ్ ॥ న॥ ౨-కొఱవిపేళ్లు, Half burnt wood. ఈ 3 ను, కొఱవిపేళ్లనికొందఱు, A fire brand.
(క్లీబే) ౭మ్బరీషం భ్రాష్ట్రో(నా)	అమ్బరీషమ్॥ న॥- భ్రాష్ట్రః॥ పు॥ ౨- మంగలము పేళ్లు, A frying pan.
కన్దు (ర్వా) స్వేదనీ (స్త్రియామ్)।	కన్దుః॥ప్న॥- స్వేదనీ॥ స్త్రీ॥ ౨- పెనముపేళ్లు, An iron plate or pan. [కాఁగుపేళ్లు, A large jar.
అలిఞ్జర (స్స్యా) న్మణికః కర్కర్యాలూ ర్గలన్తికా॥ ౬౦౮॥	అలిఞ్జరః-మణికః॥ పు॥ [ప] మణికమ్॥ న॥౨- కర్కరీ-ఆలూః [పా] ఆలుః- గలన్తికా॥ స్త్రీ॥3- గడి, గిండివంటికుండ, A pitcher. [డపేళ్లు, A pot.
పిఠరః స్థాల్యుఖా కుణ్డం కలశ (స్తు త్రిషుద్వ యోః)। ఘటః కుటనిపా	పిఠరః॥పు॥-స్థాలీ-ఉఖా॥ స్త్రీ॥- కుణ్డమ్॥ న॥౪-కుం కలశః॥త్రి॥-ఘటః॥ ప్న॥- కుటః- నిపః॥ పు॥౪- కడవపేళ్లు, A waterpot.
(వస్త్రీ)శరావో వర్ధమానకః॥ ౬౦౯॥	శరావః॥ ప్న॥-వర్ధమానకః॥ పు॥ ౨- మూఁకుడుపేళ్లు, A lid. [కుడుపేళ్లు, A seether or boiler.
ఋజీషం పిష్టపచనం	ఋజీషమ్- పిష్టపచనమ్॥ న॥౨- బూరెలమూఁ
కంసో(౭స్త్రీ)పానభాజనమ్।	కంసః॥ప్న॥- పానభాజనమ్॥ న॥ ౨- గిన్నెపేళ్లు, కంచము, A goblet; a metallic vessel.

కుతూః (కృత్తిస్స్నేహ పాత్రే)	కుతూః॥ స్త్రీ॥ ౧-కృత్తిః స్నేహపాత్రే=చర్మముతోఁ జేసిన తైలపాత్రమునకు పేరు, పెద్దసిద్దె, A leather bottle for oil.
(సైవాల్పా) కుతుపః (పుమాన్)॥ ౬౧౦॥	కుతుపః॥ పు॥ ౧-అల్పాసైవ = చిన్నసిద్దెపేరు, A small leather bottle.
(సర్వ మావపనం) భాణ్డం పాత్రా మత్రే(చ) భాజనమ్।	భాణ్డమ్ - పాత్రమ్-అమత్రమ్ - భాజనమ్॥ న॥ ౪,సర్వమ్ = సమస్తమయిన, ఆవపనమ్=ఒక వస్తువునుంచు గోనె కడవ మొదలయిన వస్తువుల పేళ్లు, A vessel.
దర్విః కమ్బిః ఖజాకాచ (స్యా) త్తర్దూ ర్దారుహస్తకః॥ ౬౧౧॥	దర్వీః-కమ్బిః-ఖజాకా॥ స్త్రీ॥౩-తెడ్డుపేళ్లు, గరిటె, [A ladle or spoon. తర్దూః॥ పు॥-దారుహస్తకః॥ పు॥ ౨-చట్టువముపేళ్లు, కొయ్యతెడ్డు, A wooden ladle.
(అస్త్రీ) శాకం హరితకం శిగ్రు	శాకం॥ ప్న॥-హరితకమ్॥ న॥-శిగ్రుః॥పు॥౩-కూరపేళ్లు, A potherb.
(రస్య తు నాడికా)। కడమ్బ(శ్చ)కలమ్బ(శ్చ)	కడమ్బః-కలమ్బః॥ పు॥ ౨-అస్యనాడికా = ఈకూరకాడపేళ్లు, Stalk of a potherb.
వేశవార ఉపస్కరః॥ ౬౧౨॥	వేశవారః [పా] వేసవారః-ఉపస్కరః॥ పు॥ ౨-ఇంగువ జీలకఱ్ఱ మొదలయిన సంబారాల పేళ్లు, A condiment; seasoning.
తిన్త్రిడీకం(చ)చుక్రం(చ)వృక్షామ్ల	తిన్త్రిడీకమ్ [పా] తిన్తిడీకమ్ - తిన్త్రిణీకమ్-చుక్రమ్-వృక్షామ్లమ్॥ న॥ ౩ - చింతపండు పేళ్లు, The tamarind fruit.
(మథ) వేల్లజమ్। మరీచం కోలకం కృష్ణ మూషణం ధర్మపత్తనమ్॥	వేల్లజమ్-మరీచమ్ [పా] మరిచమ్ - కోలకమ్-కృష్ణమ్ - ఊషణమ్ [పా] ఉషణమ్ - ధర్మపత్తనమ్॥ న॥ ౬-మిరియాలపేళ్లు, Pepper.
జీరకో జరణోఽజాజీ కణా	జీరకః-జరణః॥ పు॥-అజాజీ-కణా॥ స్త్రీ॥ ౪ - జీలకఱ్ఱపేళ్లు, Cumin.
(కృష్ణేతుజీరకే)। సుషవీ కారవీ పృథ్వీ పృథుః కాలోపకుఞ్చికా॥	సుషవీ [పా] సుశవీ - కారవీ - పృథ్వీ - పృథుః-కాలా - ఉపకుఞ్చికా॥ స్త్రీ॥ ౬ - నల్ల జీలకఱ్ఱపేళ్లు, Nigella Indica.

ఆర్ద్రకం శృఙ్గబేరం (స్యా దథ)

ఆర్ద్రకమ్ - శృఙ్గబేరమ్॥ న॥ ౨-అల్లము పేళ్లు, Ginger.

చ్ఛత్రా వితున్నకమ్। కుస్తుమ్బురుచ ధాన్యాక (మథ) శుణ్ఠీ మహౌషధమ్ ॥ ౩౫॥ (స్త్రీనపుంసకయో) ర్విశ్వం నాగరం విశ్వభేషజమ్।

ఛత్రా॥ స్త్రీ॥-వితున్నకమ్ - కుస్తుమ్బురు-ధాన్యాకమ్॥న॥౪-కొత్తిమిరిపేళ్లు, కొత్తమల్లి, Coriander.

శుణ్ఠీ॥ స్త్రీ॥-మహౌషధమ్ ॥ న॥ - విశ్వమ్॥ ష్న॥ - నాగరమ్ - విశ్వభేషజమ్॥ న॥ ౫ - సొంటిపేళ్లు, Dried ginger.

ఆరనాలక సౌవీర కుల్మాషాభిషుతాని(చ)॥ అవన్తిసోమ ధాన్యామ్ల కుఞ్జలాని(చ) కాఞ్జికే।

ఆరనాలకమ్-సౌవీరమ్-కుల్మాషాభిషుతమ్ [ప] కుల్మాషమ్ - అభిషుతమ్ - అవన్తిసోమమ్ - ధాన్యామ్లమ్-కుఞ్జలమ్-కాఞ్జికమ్ [పా] కాఞ్చికమ్॥ న॥౭-కలిపేళ్లు, కడుగునీళ్లును, Sour gruel.

సహస్రవేధి జతుకం బాహ్లీకం హిఙ్గు రామఠమ్॥ (తత్పత్రీ)కారవీ పృథ్వీ బాష్పికా కబరీ పృథుః॥

సహస్రవేధి-జతుకమ్-బాహ్లికమ్ [పా] బాహ్లీకమ్-హిఙ్గు-రామఠమ్॥ న॥౫-ఇంగువ, Asafœtida.

కారవీ-పృథ్వీ - బాష్పికా - కబరీ-పృథుః॥ స్త్రీ॥౫-తత్పత్రీ=ఆయింగువ మ్రానిపేళ్లు.

నిశాఖ్యా కాఞ్చనీ పీతా హారిద్రా వరవర్ణినీ॥

నిశాఖ్యా - కాఞ్చనీ - పీతా-హారిద్రా-వరవర్ణినీ॥ స్త్రీ॥ ౫ - పసుపుపేళ్లు, Turmeric.

(సాముద్రం యత్తు లవణ) మక్షీబం వశిరం (చతత్)।

అక్షీబమ్-వశిరమ్ [పా] వసిరమ్॥ న॥-౨-సాముద్రమ్=సముద్రమునఁ బుట్టిన, యత్తులవణమ్ = ఏ యుప్పుగలదో, తత్ =దాని పేళ్లు, Sea salt.

సైన్ధవో(ఒస్త్రీ) శీతశివం మాణిబన్ధం (చ సిన్ధుజే)॥ ౩౯॥

సైన్ధవః॥ పు॥-శీతశివమ్ [పా] సితసివమ్-మాణిబన్ధమ్[పా]మాణిమన్థమ్-సిన్ధుజమ్॥ న॥౪-సైంధవలవణము పేళ్లు, Rock salt.

రౌమకే బస్తకం

రౌమకమ్-బస్తకమ్॥ న॥ ౨ - శాంభరిదేశమునందు రుమయను గనిలోఁ బుట్టిన యుప్పుపేళ్లు. చౌటుప్పని కొందఱందురు.

పాక్యం బిడం (చ కృతకే ద్వయమ్)।

పాక్యమ్ - బిడమ్॥ న॥, ద్వయమ్ = ఈ ౨ను, కృతకే=అంటుప్పపేళ్లు, Factitious salt.

సౌవర్చలేఽక్షం రుచకే	సౌవర్చలమ్-అక్షమ్-రుచకమ్॥ న॥౩ - సౌవర్చలవణమను నుప్పుపేళ్లు. [వర్చలవణముపేరు.
తిలకం (తత్ర మేచకే)॥	తిలకమ్॥న॥ ౧-మేచకే=నల్లనైన, తత్ర=ఆ సౌ
మత్స్యణ్డీ ఫాణితం ఖణ్డవికారా	మత్స్యణ్డీ [పా] మత్స్యన్ధీ॥సీ॥ - ఫాణితమ్॥న॥-ఈ ౨ను, ఖణ్డవికారా = శర్కరావికారములు. ఘుటికయగునట్లు కాచినచెఱకుపాగు మత్స్యణ్డీ, Granulated sugar. అర్ధపాకముగాఁ గాచినపాగు ఫాణితము, Inspissated juice of sugar cane.
శర్కరా సితా।	శర్కరా-సితా॥సీ॥౨-పంచదార, Sugar.
కూర్చికా (క్షీరవికృతి స్స్యాత్)రసాలా తు మార్జితా॥ ౬౨౧॥	కూర్చికా ॥ సీ॥ ౧, క్షీరవికృతిః = జున్నుపేరు, Inspissated milk. రసాలా - మార్జితా॥సీ॥ ౨-సిగరిపేళ్లు, Curds with sugar & spices. దధిశర్కరామరీచాదికృతమైన లేహ్యముపే ళ్లనికొందఱు.
(స్యా) త్తేమనం(తు) నిష్ఠానం	తేమనమ్ - నిష్ఠానమ్॥ న॥ ౨ - మజ్జిగచారు, ఊరుబిండి, Sauce or condiment.
(త్రిలిఙ్గా వాసితావధేః)।	శూలాకృతశబ్దము మొదలు వాసితశబ్దము వఱకు ముందుచెప్పఁగల శబ్దములు॥ త్రి॥
శూలాకృతం భటిత్రం(చ) శూల్య	శూలాకృతమ్-భటిత్రమ్-శూల్యమ్॥ త్రి॥ ౩-కఱకుట్టుపేళ్లు. ఇనుపకత్తిని కుట్టి పక్వము చేయఁబడునది, Roasted on a spit.
ముఖ్యం(తు)పైఠరమ్॥ ౬౨౨॥	ఉఖ్యమ్-పైఠరమ్॥ త్రి॥ ౨ - కుండలోవండిన పిండిమొదలయినదానిపేళ్లు, Boiled in a caldron.
ప్రణీత ముపసంపన్నం	ప్రణీతమ్-ఉపసంపన్నమ్॥ త్రి॥౨- పాకముచేతను రసముచేతనుసమగ్రమైనశాకాదులు, Dressed.
ప్రశస్తం (స్యా త్సుసంస్కృతమ్)।	ప్రశస్తమ్ [పా] ప్రయస్తమ్ - సుసంస్కృతమ్॥ త్రి॥ ౨-ఇంగువ జీలకఱ్ఱ మొదలయినవిచేర్చి తిరగఁబోసిన పదార్థముపేరు, Seasoned.
(స్యా) త్పిచ్ఛిలం (తు) విజిలం	పిచ్ఛిలమ్ - విజిలమ్॥ త్రి॥ ౨ - మీఁగడగట్టిన దానిపేళ్లు, Greasy; moist; slimy.

సంమృష్టం శోధితం (సమే) ॥ ౬౩॥	సంమృష్టమ్ - శోధితమ్॥ త్రి॥ ౨-గాలించిన దానిపేళ్లు, రాళ్లులేక యేఱినది, Strained.
చిక్కణం మసృణం స్నిగ్ధం (తుల్యే)	చిక్కణమ్-మసృణమ్-స్నిగ్ధమ్॥ త్రి॥3 - మిసిమిగలదానిపేళ్లు. నిగ్గుగలది. దట్టమును, Unctuous; oily; smooth.
భావిత వాసితే ।	భావితమ్-వాసితమ్॥ త్రి॥ ౨ - వాసింపఁబడిన వస్తువుపేళ్లు, Scented.
ఆపక్వం పౌలి రభ్యూషో	ఆపక్వమ్॥న॥ - పౌలిః-అభ్యూషః॥ పు॥ 3-గుగ్గిళ్లపేళ్లు, Food half dressed.
లాజాః (పుం భూమ్ని చా) క్షతాః॥ ౬౪॥	లాజాః॥ ౧ - పేలాలపేరు, Fried grain. అక్షతాః॥౧-అక్షతలపేరు. ఈ ౨ను॥ పు, బ॥. లాజశబ్దము॥ స్త్రీ,ఏ॥; అక్షతశబ్దము॥న, ఏ॥ముం గలదు.
పృథుక (స్స్యా) చ్చిపిటకో	పృథుకః - చిపిటకః॥ పు॥ ౨ - అటుకులపేళ్లు, Rice flattened.
ధానా (భృష్టయవే స్త్రియామ్) ।	ధానాః॥ స్త్రీ॥౧-భృష్టయవే=బొరుగుపేరు, Fried barley or rice.
పూపో౽పూపః పిష్టక (స్స్యాత్) కరమ్భో (దధిసక్తవః)॥ ౬౫॥	పూపః - అపూపః - పిష్టకః॥ పు॥ 3 - పిండివంటపేళ్లు, A cake. కరమ్భః॥ పు॥ ౧-దధిసక్తవః = పెరుఁగుగలిపిన వేపుడుపిండిపేరు, Cake mixed with curds.
భిస్సా (స్త్రీ) భక్తమన్ధో౽న్న మోదనో (౽స్త్రీన) దీదివిః ।	భిస్సా॥స్త్రీ॥-భక్తమ్-అన్ధః॥ న॥-అన్నమ్॥ న॥-ఓదనః॥ప్న॥-దీదివిః॥ పు॥ ౬ - వంటకముపేళ్లు, Boiled rice.
భిస్సటా దగ్ధికా	భిస్సటా - దగ్ధికా॥ స్త్రీ॥ ౨ - మాడినవంటకముపేళ్లు, Boiled rice scorched.
(సర్వరసాగ్రే) మణ్డ (మస్త్రియామ్) ॥	మణ్డమ్॥ ప్న॥ ౧-సర్వరసాగ్రే = నెయ్యినూనె మొదలైన యన్నిరసములపై తేటపేరు, Scum.
మాసరాచామ నిస్రావా (మణ్డేభక్తసముద్భవే) ।	మాసరః-ఆచామః - నిస్రావః॥పు॥ 3 - భక్తసముద్భవే = అన్నమువండఁగా వార్చిన, మణ్డే = గంజిపేళ్లు, Scum of boiled rice.
యవాగూ రుష్ణికా శ్రాణావిలేపీతరలా (చసా)॥	యవాగూః-ఉష్ణికా-శ్రాణా - విలేపీ-తరలా॥స్త్రీ॥ ౫-కావుడుగంజిపేళ్లు, Rice gruel.

మ్రక్షణాభ్యఞ్జనే తైలం కృసర స్తు తిలౌదనః॥

మ్రక్షణమ్ - అభ్యంజనమ్॥ న॥ ౨-తైలము, తలంటు. కృసరః॥పు॥ = నువ్వులుకలసినయన్నము.

గవ్యం (త్రిషు గవాం సర్వం)

గవ్యమ్॥త్రి॥ ౧- గవామ్= గోవులయొక్క, సర్వమ్ = పాలుపెరుగుమొదలయిన వానికిని, అవయవములకును పేరు, Belonging to a cow.

గోవి డ్గోమయ (మస్త్రియామ్)।

గోవిట్॥ష్,స్త్రీ॥- గోమయమ్॥ ప్న॥౨- ఆవుపేడ పేళ్లు, Cow-dung.

(తత్తు శుష్కం) కరీషో

కరీషః॥ప్న॥౧- శుష్కం తత్ = ఎండినయాపేడ పేరు, Dry cow-dung.

(ఽస్త్రీ) దుగ్ధం క్షీరం పయ (స్సమమ్)॥

దుగ్ధమ్-క్షీరమ్-పయః॥ స్॥న॥౩- పాలు, Milk.

పయస్య (మాజ్య దధ్యాది)

పయస్యమ్॥ న॥౧-అజ్యదధ్యాది= నెయ్యి పెరుఁగు వెన్న మొదలైనదానిపేరు, Prepared from milk.

ద్రప్సం (దధి ఘనేతరత్।)

ద్రప్సమ్॥న॥౧- పెరుఁగులోనడుగుపెరుఁగు, నడిపెరుఁగు,మీఁదిపెరుఁగులకు, (ద్రవము, ఘనము, శరములని పేళ్లు; అందులో, ఘనేతరత్ = ఘనముదక్కఁ దక్కిన ద్రవముశరము అను పెరుఁగు ద్రప్సమనఁబడును, Thin or diluted curds.

ఘృత మాజ్యం హవి స్సర్పిః

ఘృతమ్-ఆజ్యమ్-హవిః॥ స్॥- సర్పిః॥ స్,న॥ ౪- నేతిపేళ్లు, Ghee; clarified butter.

నవనీతం నవోద్ధృతమ్॥ ౬౨౯॥

నవనీతమ్-నవోద్ధృతమ్-॥ న॥ ౨- వెన్నపేళ్లు, Fresh butter.

(తత్తు) హైయఙ్గవీనం (యత్ హ్యోగోదోహోద్భవం ఘృతమ్)

హ్యోగోదోహోద్భవమ్—హ్యః = తొలునాటి,గో=ఆవుయొక్క,దోహ=పాలవలన, ఉద్భవమ్ = పుట్టిన, ఘృతమ్= నెయ్యిగాని వెన్నగాని, యత్ =ఏదిగలదో, తత్ = అది, హైయఙ్గవీనమ్॥ న॥ ౧-హైయఙ్గవీనమనఁబడును, Butter of yesterday's milk.

దణ్డాహతం కాలశేయ మరిష్ట(మపి)గోరసః॥

దణ్డాహతమ్-కాలశేయమ్-అరిష్టమ్॥న॥-గోరసః॥ పు॥ ౪- మజ్జిగమాత్రము, Butter-milk.

తక్రం హ్యుదశ్విన్మ

తక్రమ్-ఉదశ్విత్-మథితమ్॥ న॥ ఈ౩ను.వరు

థితం (పాదామ్బ్వర్ధాంబు నిర్జలమ్)।

సగా, పాదామ్బు = నాలుగవపాలునీళ్లుగలసినమజ్జిగకును, అర్ధామ్బు = సగమునీళ్లుగలసినమజ్జిగకును, నిర్జలమ్=నీళ్లుగలియనిమజ్జిగకును పేళ్లు.

(మణ్డం దధిభవం) మస్తు

మస్తు॥న॥౧-దధిభవమ్= పెరుఁగువలనఁబుట్టిన, మణ్డమ్=పరక పేరు. పెరుఁగుమీఁది తేట. మీఁగడ యని కొందఱు, Whey of curds.

పీయూషో (ఽభినవం పయః)॥ ౬౩౧॥

పీయూషః॥పు॥౧- అభినవమ్= నూతనమయిన, పయః=పాలు, అనఁగా ఈనిన యేడుదినములలోని యావుపాలు పేరు. జున్నుపాలు.

అశనాయా బుభుక్షా క్షుత్

అశనాయా - బుభుక్షా - క్షుత్ ॥ ధ్॥ స్త్రీ॥ 3- ఆఁకలిపేళ్లు, Hunger.

గ్రాసస్తు కబలః (పుమాన్)।

గ్రాసః-కబలః॥పు॥౨-కడి పేళ్లు, A mouthful.

సపీతిః (స్త్రీ)తుల్యపానం

సపీతిః॥స్త్రీ॥- తుల్యపానమ్॥ ౨- కూడిపానముచే[యుట పేరు, Drinking together.

సగ్ధిః (స్త్రీ) సహభోజనమ్॥ ౬౩౨॥

సగ్ధిః[పా]జగ్ధిః॥స్త్రీ॥-సహభోజనమ్॥ న॥ ౨-పొత్తునఁగాని యొకబంతినిగాని కుడుచుటకు పేరు, Eating together.

ఉదన్యా (తు) పిపాసా తృట్తర్షో

ఉదన్యా-పిపాసా-తృట్॥ ష్॥స్త్రీ॥- తర్షః॥ పు॥౪- దప్పి పేళ్లు, Thirst.

జగ్ధి (స్తు) భోజనమ్। జేమనం లేప ఆహారో నిఘసో న్యాద (ఇత్యపి)॥

జగ్ధిః॥స్త్రీ॥-భోజనమ్- జేమనమ్॥న॥-లేపః [పా] లేహః-ఆహారః - నిఘసః [పా] నిఘాసః - న్యాదః॥ పు॥౭-భోజనము పేళ్లు, Food, Meal.

సౌహిత్యం తర్పణం తృప్తిః

సౌహిత్యమ్-తర్పణమ్॥న॥-తృప్తిః॥ స్త్రీ॥3- తనివి పేళ్లు, Satiety.

ఫేలా (భుక్తసముజ్ఝితమ్)।

ఫేలా॥ స్త్రీ॥౧-భుక్తసముజ్ఝితమ్ = భోజనమువలన విడువఁబడినది, భోజనము చేయఁగామిగిలిన యెంగిలి, Orts; leavings of a meal.

కామం ప్రకామం పర్యాప్తం నికామ మేష్టం

కామమ్- ప్రకామమ్-పర్యాప్తమ్-నికామమ్-ఇష్టమ్-యథేప్సితమ్॥ అవ్య॥ ఈ౬ను యథేష్టమైన

యథేప్సితమ్॥ ౬౩౪॥ To the heart's content.	దానిపేళ్లు. కడమశబ్దములు తఱచుగా క్రియావిశేషణములుగనుక॥ న॥, Sufficiently, enough.
గోపే గోపాల గోసంఖ్య గోధు గాభీర వల్లవాః।	గోపః-గోపాలః- గోసంఖ్యః-గోధుక్॥హ॥- ఆభీరః-వల్లవః॥ పు॥ ౬- గొల్లవానిపేళ్లు, Herdsman.
(గోమహిష్యాదికం) పాదబన్ధనం	పాదబన్ధనమ్॥ ౧-గోమహిష్యాదికమ్ = ఆవులు ఎనుములు మొదలయిన పసులపేరు, ఇచట 'యాదవంధనం' అని పాఠముగలదు, Stock of cattle.
(ద్వౌ గవీశ్వరే)॥ గోమాన్ గోమీ	గోమాన్॥త॥-గోమీ॥న॥పు॥ ౨, గవీశ్వరే= ఆవులకుఁగర్తయైనవానిపేళ్లు, Owner of kine.
గోకులం (తు) గోధనం (స్యాద్గవాం వ్రజే)।	గోకులమ్-గోధనమ్॥ న॥౨, గవామ్ = ఆవులయొక్క, వ్రజే=మందపేళ్లు, A cow-pen.
(త్రిష్వా)శిత జ్గవీనం (తద్గావో యత్రాశితాః పురా)॥ ౬౩౬॥ Where cattle have dwelt.	ఆశితజ్గవీనమ్॥ త్రి॥, పురా=మున్ను, గావః= ఆవులు, యత్ర=ఎచ్చట, ఆశితాః = మేపఁబడినవో, తత్ =ఆచోటికిపేరు, Formerly grazed by cattle. "త్రిష్వాసితంగవీనం తద్గావోయత్రోషితాఃపురా" అను పాఠమునందు, ఆశితజ్గవీనమ్॥ త్రి॥= పూర్వమావు లున్నస్థలము పేరు.
ఉక్షా భద్రో బలీవర్ద ఋషభో వృషభో వృషః। అనడ్వాన్ సౌరభేయో గౌః	ఉక్షా॥న॥-భద్రః-బలీవర్దః- ఋషభః - వృషభః-వృషః-అనడ్వాన్॥ హ॥- సౌరభేయః-గౌః॥ ఓ॥ పు॥ ౯-ఎద్దుపేళ్లు, A bull or ox.
(ఉక్ష్ణాం సంహతి) రౌక్షకమ్॥ ౬౩౭॥	ఔక్షకమ్॥న॥౧, ఉక్ష్ణామ్= ఎద్దులయొక్క, సంహతిః=సమూహముపేరు, A herd of oxen.
గవ్యా గోత్రా (గవాం)	గవ్యా-గోత్రా॥స్త్రీ॥౨ - గవామ్ = ఆవులగుంపుపేళ్లు, A herd of kine.
(వత్సధేన్వో) ర్వాత్సక ధైనుకే।	వాత్సకమ్॥న॥= A herd of calves. ధైనుకమ్॥ న॥=A herd of milch-cows. ఈ౨ను వరుసగా, వత్సధేన్వోః = దూడలసమూహమునకును లేగటియావులసమూహమునకును పేళ్లు.

(ఉక్షా మహా) న్మ
హోక్షః (స్యాత్)
వృద్ధోక్షః(స్తు)జరద్గవః ॥

మహోక్షః॥పు॥ ౧ - మహాన్ = గొప్పదైన, ఉక్షా=ఎద్దు, A large bull or ox. [An old bull.

వృద్ధోక్షః-జరద్గవః॥పు॥ ౨ - ముదిసినయెద్దు,

(ఉత్పన్నఉక్షా) జా
తోక్షః

జాతోక్షః॥పు॥ ౧-ఉత్పన్న ఉక్షా = మోయు వయస్సుగలిగి చిక్కపోనికోడెపేరు, A bullock.

(సద్యోజాతస్తు) త
ర్ణకః ।

తర్ణకః॥పు॥ ౧-సద్యఃజాతః = అపుడుపుట్టినదూడపేరు, A new-born calf.

శకృత్కరి (స్తు) వత్స
(స్స్యాత్)

శకృత్కరిః - వత్సః॥పు॥ ౨-ఏడాదిలోనిదూడపేరు, A calf.

దమ్య వత్సతరౌ (స
మౌ)॥ ౬౩॥

దమ్యః-వత్సతరః॥పు॥ ౨ - మోయనుదున్నను పనుపఱుపఁదగిన వయస్సుగలకోడెపేళ్లు, A steer.

ఆర్షభ్య(ష్షణ్డతాయో
గ్యః)

ఆర్షభ్యః॥ పు॥ ౧-షణ్డతాయోగ్యః=ఆఁబోతగుటకుఁ దగినకోడెపేరు, A steer fit to be set free.

షణ్డోగోపతి రిట్చరః ।

షణ్డః- గోపతిః - ఇట్చరః॥పు॥ 3 - ఆఁబోతుపేళ్లు, A bull at liberty.

(స్కన్ధప్రదేశోఽస్య)
వహః

వహః॥పు॥౧-అస్య = ఈయెద్దుయొక్క, స్కన్ధప్రదేశః=మూఁపుపేరు, A bull's shoulder.

సాస్నా(తు)గలకమ్బలః॥

సాస్నా॥స్త్రీ॥-గలకమ్బలః॥పు॥ ౨ - గంగడోలు, A bull's dew-lap.

(స్యా) న్నస్తిత(స్తు)న
స్యోతః

నస్తితః - నస్యోతః॥పు॥ ౨-ముక్కుత్రాడుగట్టిన యెద్దుపేళ్లు, An ox with a rein through his nose.

ప్రష్ఠవాడ్యుగపార్శ్వ
గః ।

ప్రష్ఠవాట్॥పుం॥-యుగపార్శ్వగః॥ పు॥౨-కాఁడిమోయ నెద్దులదాపున పనుపఱచుటకుఁ గట్టిన యెద్దుపేళ్లు, Young cattle in training.

(యుగాదీనాంతుప్రౌ
ఢారో) యుగ్య ప్రాస
జ్గ్యశాకటాః॥ ౬౪॥

యుగ్యః-ప్రాసజ్గ్యః - శాకటః॥ పు॥ - ఈ 3 ను, యుగాదీనామ్ ప్రౌఢారః = వరుసగా కాఁడిమోయు నెద్దునకును రెండవకాఁడి మోయు నెద్దునకును బండిసీడ్చు నెద్దునకును పేళ్లు.

(ఖనత్యనేన తద్వో
ఢాఽస్యేదం) హాలికసై

హాలికః-సైరికః ॥ పు॥ - ఈ ౨ను, అనేన=ఈ నాఁగేటిచేత, యః ఖనతి = ఎవఁడుదున్నుచున్నాఁ

రికా।

Belonging to a plough.

ణో వానికని, తద్వోఢాయః = దానిమోయువానికి ని, అస్య ఇదమ్=ఈనాఁగేటిసంబంధమయిన దానికిని పేళ్లు, A plough man ; a plough-cattle.

ధూర్వహే ధుర్య ధౌరేయ ధురీణా (స్స)ధురన్ధరాః॥ ౬౮౨॥

ధూర్వహః-ధుర్యః-ధౌరేయః- ధురీణః-ధురన్ధరః॥ పు॥౫-బండి నాఁగేలు మొదలైనభారము వహించు ఎద్దు మొదలైనదాని పేళ్లు, A beast of burden.

(ఉభా) వేకధురీణైకధురా వేకధురావహే।

ఏకధురీణః-ఏకధురః-ఏకధురావహః॥పు॥౩-బండి నాఁగేలు మొదలైనభారములలో నొక్కభారము నే మోయుదానిపేళ్లు, Cattle for special burden.

(స తు) సర్వధురీణో (యోభద్రస్సర్వ ధురావహః)॥ ౬౮౩॥

సర్వధురీణః॥ పు ॥ ౧-బండినాఁగేలుమొదలైన సకలభారమును వహించు వృషభము పేరు, Cattle for any carriage.

మాహేయీ సౌరభేయీ గౌ రుస్రా మాతాచ శృఙ్గిణీ। అర్జున్యఘ్న్యా రోహిణీ (స్యా)

మాహేయీ-సౌరభేయీ-గౌః॥ ఓ॥ -ఉస్రా-మాతా- శృఙ్గిణీ-అర్జునీ- అఘ్న్యా- రోహిణీ॥ స్త్రీ ॥ ౯-ఆవుపేళ్లు, A cow.

(దుత్తమాగోషు) నైచికీ॥ ౬౮౪॥

నైచికీ॥ స్త్రీ॥ ౧-గోషు=ఆవులలో, ఉత్తమా = ఉత్తమమయిన యావుపేరు, An excellent cow.

(వర్ణాది భేదాత్సంజ్ఞాస్స్యుశ్శబలీ ధవలాదయః)।

వర్ణాదిభేదాత్ = వర్ణములు ప్రమాణములు ఆకారములు మొదలయిన వానిభేదమువలన ఆవులకు,శబలీధవలాదయః=శబలీ (Spotted), ధవలా (White),వామనీ(Short),వక్రశృఙ్గా(With crooked horns),ఇవిమొదలైన,సంజ్ఞాః=పేళ్లు, స్యుః=అగును.

ద్విహాయనీ ద్వివర్షా (గౌః)

ద్విహాయనీ-ద్వివర్షా॥స్త్రీ॥౨-రెండేండ్ల వయస్సుగల యావుపేళ్లు, A heifer two years old.

ఏకాబ్దా త్వేకహాయనీ॥ ౬౮౫॥

ఏకాబ్దా-ఏకహాయనీ॥స్త్రీ॥౨-ఏడాదివయస్సుగల యావుపేళ్లు,—one year old.

చతురబ్దా చతుర్హాయ

చతురబ్దా-చతుర్హాయణీ॥స్త్రీ ॥౨ - నాలుగేండ్ల వయసుగల యావుపేళ్లు,—four years old.

(స్యేవం) త్య్రబ్దా త్రిహాయణీ|	త్య్రబ్దా-త్రిహాయణీ॥సీ॥ ౨-మూఁడేండ్లవయసుగలయావు, — three years old.
వశా వన్ధ్యా౽	వశా - వన్ధ్యా ॥ సీ ॥ ౨-గొడ్డుటావుపేళ్లు, A barren cow.
'వతోకా(తు) స్రవద్గర్భా(౽థ)	అవతోకా- స్రవద్గర్భా॥సీ॥ ౨-దైవికమునఁజూఁకొనిపోయినయావు, A cow miscarrying by accident.
సన్ధినీ ॥ ౬౮౬ ॥ (ఆక్రాన్తా వృషభేణా౽థ)	సన్ధినీ॥సీ॥౧(వెదమై)వృషభేణ = ఆఁబోతుచేత, ఆక్రాన్తా= వెంటాడఁబడిన యావు, A cow in heat.
వేహ ద్గర్భోపఘాతినీ|	వేహత్ ॥త్ ॥-గర్భోపఘాతినీ॥ సీ॥ ౨-ఆఁబోతుపాలఁగానీచుకొన్నయావుపేళ్లు, A cow miscarrying from unseasonable union with the bull.
(కాల్యో)పసర్యా(ప్రజనే)	ఉపసర్యా॥ సీ॥ ౧- ప్రజనే=ప్రథమ గర్భమునందు, కల్యా=ప్రాప్తమయిన ఋతుకాలముగలిగినయావుపేరు, A cow fit for the bull.
ప్రష్ఠౌహీ (బాలగర్భిణీ)॥ ౬౮౭॥	ప్రష్ఠౌహీ[పా]పష్ఠౌహీ॥సీ॥౧-బాలగర్భిణీ = బాల్యమునందే తొలిచూలుగల పడ్డపేరు, A pregnant heifer; a cow with calf for the first time.
(స్యా)దచణ్డీ తు సుకరా	అచణ్డీ - సుకరా॥ సీ॥ ౨- సాధువయినయావుపేళ్లు, A tractable cow.
బహుసూతిః పరేష్టుకా|	బహుసూతిః-పరేష్టుకా॥ సీ॥ ౨- పెక్కు ఈఁతలీనినయావుపేళ్లు, A cow bearing many calves.
చిరసూతా బష్కయణీ	చిరసూతా-బష్కయణీ॥ సీ॥ ౨- తఱపియావుపేళ్లు, A cow whose calf is full grown.
ధేను(స్స్యా) న్నవసూతికా॥ ౬౮౮॥	ధేనుః-నవసూతికా॥ సీ॥ ౨-లేగటియావుపేళ్లు, A cow recently calved.
సువ్రతా సుఖసన్దోహ్యా	సువ్రతా-సుఖసన్దోహ్యా॥ సీ॥ ౨-సులభముగాపితుకనిచ్చునావుపేళ్లు, A cow easily milked.
పీనోధ్నీ పీవరస్తనీ		పీనోధ్నీ-పీవరస్తనీ॥ సీ॥ ౨- పెద్దపొదుఁగుగలయావుపేళ్లు, A cow with a large udder.
ద్రోణక్షీరా ద్రోణ	ద్రోణక్షీరా-ద్రోణదుఘా॥ సీ ॥ ౨- ఇద్దుము

దుఘా

పాలుపితికెడి యావుపేళ్లు.

ధేనుష్యా (బన్ధకేస్థితా)॥ ౬౪౯॥

ధేనుష్యా॥ స్త్రీ॥ ౧. బన్ధకే=కుదవలో, స్థితా = ఉన్న యావుపేరు, A cow pledged.

సమాంసమీనా (సా యైవ ప్రతివర్షం ప్రసూయతే)।

సమాంసమీనా॥ స్త్రీ॥ ౧-యైవ=ఏయావు, ప్రతి వర్షమ్=ప్రతిసంవత్సరమును, ప్రసూయతే=ఈనుచున్నదో, సా = ఆయావుపేరు, A cow calving every year.

ఊధ (స్త్రీక్లీబ) మాపీనం

[Udder.

ఊధః॥న్॥ - ఆపీనమ్॥ న॥ ౨ - పొదుగుపేళ్లు,

(సమా) శివక కీలకా॥ ౬౫౦॥

శివకః-కీలకః॥ పు॥ ౨- పసులఁగట్టుగూటము పేళ్లు, A pillar for tying cattle.

(నపుంసి) దామ సన్దానం

దామ॥న్,స్త్రీ॥-సన్దానమ్॥ న॥౨- తలుగుపేళ్లు, త్రాడు, A rope or cord.

పశురజ్జు(స్త్రీ) దామనీ।

పశురజ్జుః-దామనీ [పా] బన్ధనీ॥ స్త్రీ॥ ౨-పసులఁగట్టుదామెన, A foot-rope for cattle.

వైశాఖ మన్థ మన్థాన మన్థానో మన్థదణ్డకే॥

వైశాఖః-మన్థః-మన్థానః-మన్థాః॥ న్॥- మన్థదణ్డకః॥పు॥౫-కవ్వము, A churning stick.

కుటరో దణ్డవిష్కమ్భో

కుటరః [పా] కుఠరః-దణ్డవిష్కమ్భః॥ పు॥ ౨- తరికంబము పేళ్లు. [A churning-vessel.

మన్థనీ గర్గరీ (సమే)।

మన్థనీ-గర్గరీ॥ స్త్రీ॥ ౨-పెరుఁగుద్రచ్చుకడవపేళ్లు,

ఉష్ట్రే క్రమేలక మయ మహాఙ్గాః

ఉష్ట్రః- క్రమేలకః- మయః- మహాఙ్గః॥పు॥ ౪- ఒంటెపేళ్లు, A camel. [young camel.

కరభ(శ్శిశుః)॥ ౬౫౨॥

కరభః ॥ పు ॥ ౧- శిశుః = ఒంటెపిల్లపేరు, A

(కరభాస్స్యు) శ్శృఙ్ఖలకా (దారవైః పాదబన్ధనైః)।

శృఙ్ఖలకాః॥ పు॥౧- దారవైః=మ్రానితోఁజేసిన, పాదబన్ధనైః = కాళ్లబందములతోఁ గూడిన, కరభాః=ఒంటెపిల్లలపేరు.

అజా ఛాగీ

అజా-ఛాగీ॥స్త్రీ॥ ౨-మేఁకపేళ్లు, A she-goat.

శుభ చ్ఛాగ బస్త చ్ఛగలకా అజే॥ ౬౫౩॥

శుభః- ఛాగః- బస్తః- ఛగలకః- అజః॥ పు ॥ ౫- మేఁకపోతు పేళ్లు, A he-goat.

మేఢ్రోరభ్రోరణోర్ణా

మేఢ్రః - ఉరభ్రః - ఉరణః - ఊర్ణాయుః-

యు మేష వృష్ణయ ఏడ కే। (ఉష్ట్రోరభ్రాజబృన్దే స్యా) దౌష్ట్ర కౌరభ్రకా జకమ్॥ ౬౫౪॥	మేషః-వృష్ణిః- ఏడకః॥ పు॥౭. గొఱ్ఱెపేళ్లు, A ram. ఔష్ట్రకమ్॥న॥-ఔరభ్రకమ్॥న॥-ఆజకమ్॥ న॥ ఈ 3 నువరుసగా, ఉష్ట్రోరభ్రాజబృన్దే=ఒంటెలయొక్కయు గొఱ్ఱెలయొక్కయు మేకలయొక్కయుగుంపు పేళ్లు.
చక్రీవన్త(స్తు)బాలేయా రాసభా గర్దభాః ఖరాః॥	చక్రీవాన్॥త్॥-బాలేయః- రాసభః- గర్దభః- ఖరః॥పు॥౫-గాడిదపేళ్లు, An ass.
వైదేహకః స్సార్థవాహో నైగమో వాణిజో వణిక్॥౬౫౫॥ పణ్యాజీవో ఽప్యాపణికః క్రయవిక్రయిక (శ్చ సః)।	వైదేహకః- సార్థవాహః- నైగమః - వాణిజః- వణిక్॥జ్॥-పణ్యాజీవః- ఆపణికః- క్రయవిక్రయికః॥పు॥౮-వర్తకుని పేళ్లు, A trader, merchant.
విక్రేతా (స్యా) ద్విక్రయికః	విక్రేతా॥ఋ॥-విక్రయికః॥ పు॥ ౨- అమ్మెడువాని పేళ్లు, A vender, seller.
క్రాయికః క్రయిక (స్స మా)॥	క్రాయికః-క్రయికః॥ పు॥ ౨- కొనువాని పేళ్లు, [A buyer.
వాణిజ్యంతు వణిజ్యా (స్యాత్)	వాణిజ్యమ్॥న॥-వణిజ్యా॥ సీ॥-౨- వర్తకము పేళ్లు, బేరము, Traffic.
మూల్యం వస్నో ఽప్య వక్రయః॥	మూల్యమ్॥ న॥ - వస్నః-అవక్రయః॥పు॥3- వెల పేళ్లు, Price; value.
నీవీ పరిపణో మూల ధనం	నీవీ॥సీ॥-పరిపణః॥పు॥-మూలధనమ్॥ న ॥ 3-మొదలిసొమ్ము పేళ్లు, Capital; principal.
లాభో (ఽధికంఫలమ్)॥ ౬౫౬॥	లాభః॥పు॥౧-అధికమ్= అధికమయిన, ఫలమ్= ఫలము పేరు, బేరమాడగామిగిలినసొమ్ము, Profit.
పరిదానం పరీవర్తో నైమేయ నిమయా (వపి)।	పరిదానమ్॥న॥-పరీవర్తః-నైమేయః-నిమయః॥ పు॥౪-ఒకసరకిచ్చి మఱియొకసరకు మార్చుకొనుట పేళ్లు, Barter; exchange.
(పుమా) నుపనిధి ర్న్యాసః	ఉపనిధిః-న్యాసః॥ పు॥ ౨- దాచఁబెట్టుటపేళ్లు A deposit.
ప్రతిదానం (తదర్పణమ్)॥ ౬౫౭॥	ప్రతిదానమ్॥ న॥౧- తదర్పణమ్= ఆదాచఁబెట్టిన వస్తువును తిరుగనిచ్చుట, Return of deposit

(క్రయే ప్రసారితం) క్రయ్యం క్రేయం (క్రేతవ్యమాత్రకే) । విక్రేయం పణితవ్యం(చ) పణ్యం (క్రయ్యాదయ స్త్రిషు)॥ ౬౫౯॥

క్రయ్యమ్॥౧-క్రయే = కొనుటకు, ప్రసారితమ్ = పచరింపఁబడినవస్తువుపేరు, మళిగలోఁబెట్టినది, Exposed for sale. క్రేయమ్॥ ౧-క్రేతవ్యమాత్రకే = కొనుటకుఁ బచరింపఁబడనికొనఁదగిన వస్తుమాత్రమునకుపేరు, Purchasable. విక్రేయమ్- పణితవ్యమ్- పణ్యమ్॥ 3 - అమ్మఁదగిన వస్తువుపేళ్లు, Saleable. క్రయ్యాదయః= క్రయ్యశబ్దము మొదలుగాఁగలవైదును॥ త్రి॥

(క్లీబే) సత్యాపనం సత్యంకార స్సత్యాకృతిః (స్త్రియామ్)।

సత్యాపనమ్॥న॥- సత్యంకారః॥ పు॥- సత్యాకృతిః॥ సీ॥ 3-ఒకవస్తువునమ్మెదననిగాని కొనెదననిగాని నత్యముగా వెళ్లనాడుటపేళ్లు, సంచకరము, Ratification of a bargain.

విపణో విక్రయ

విపణః-విక్రయః॥పు॥ ౨-అమ్ముటపేళ్లు, Sale.

(స్సంఖ్యాస్సంఖ్యేయే హ్యాదశ త్రిషు)॥ ౬౬౦॥

సంఖ్యాః=ఏకశబ్దము మొదలయినసంఖ్యావాచకశబ్దములు, ఆదశ= అష్టాదశశబ్దమువఱకు, సంఖ్యేయే=లెక్కపెట్టందగిన వస్తువులయందు వర్తించును. అవియన్నియు॥ త్రి॥ ఉదాహరణము, ఏకః పురుషః- ఏకా స్త్రీ- ఏకంకులమ్-అష్టాదశపురుషాః- అష్టాదశ స్త్రియః - అష్టాదశకులాని, మొదలైనవి.

(వింశత్యాద్యా స్సదైకత్వే సర్వా స్సంఖ్యేయసంఖ్యయోః) ।

వింశత్యాద్యాః = ఏకోనవింశతిశబ్దము మొదలయిన, సర్వాః = తక్కినసంఖ్యావాచకశబ్దములన్నియు,సంఖ్యేయసంఖ్యయోః= లెక్కపెట్టఁదగినవస్తువునందును లెక్కయందునువర్తించును, సదా= ఎల్లప్పుడును, ఏకత్వే= ఏకవచనాంతములై యుండును. ఉదాహరణము, వింశతిర్గావః-గవాంవింశతిః.

(సంఖ్యార్థే ద్విబహుత్వే స్తః)

ఆ వింశత్యాదులు, సంఖ్యార్థే సతి=మఱియొకసంఖ్యావాచకార్థము లగుచుండఁగా, ద్విబహుత్వే = ద్వివచనము బహువచనములందు నగును- ఉ. గవాం ద్వేవింశతీ- గవాం తిస్రో వింశతయః.

(తాసు చానవతేః స్త్రియః) ౬౬౧॥

తాసు = ఆవింశత్యాదులయందు, ఆ నవతేః = నవతిశబ్దపర్యంతము, అనఁగా వింశతి త్రింశ చ్చత్వారింశత్పఞ్చాశత్షష్టిసప్తత్యశీతి నవతిశబ్దములు, స్త్రియః = స్త్రీలింగములగును. వింశత్యాపురుషైః, వింశత్యాస్త్రీభిః, వింశత్యాకులైః-అని॥ ఉ॥

(పఙ్క్తేః శతసహస్రాదిక్రమా ద్దశగుణోత్తరమ్)।

పఙ్క్తేః = పది మొదలుకొని పరార్థమువఱకు, దశగుణోత్తరమ్ = పదింట గుణించిన లెక్కలు, క్రమాత్ = వరుసగా, శతసహస్రాది = శతము సహస్రము మొదలైనసంఖ్యలౌను. పదిపదులు శతము-పదిశతములు సహస్రమని యిట్లూహించునది.

యౌతవం ద్రువయం పాయ్యం (మితిమానార్థకత్రయమ్)॥ ౬౬౨॥

యౌతవమ్-ద్రువయమ్-పాయ్యమ్॥ న ॥ ఈ 3 ను, మానార్థకమ్ = మానశబ్దార్థముగలది. మానమనఁగా తూచుటకును, కొలుచుటకును సాధనములైన తులాఙ్గులిప్రస్థాదులకు సామాన్యనామము.

Measure.

మానం తులాఙ్గులిప్రస్థైః

మానమ్ = ఆమానము, తులాఙ్గులిప్రస్థైః = త్రాసుచేతను, అంగులము మొదలయినవానిచేతను, తూము మొదలయినవానిచేతను మూఁడువిధములుగానుండును. దానికి క్రమముగా, ఉన్మానము (by weight), ప్రమాణము (measure of length), పరిమాణము (measure of capacity), అనిపేళ్లు.

(గుఞ్జాః పఞ్చ)ఽద్యమాషకః।

ఆద్యమాషకః॥ పు॥ ౧- (వెండిగాక తక్కిన) గుఞ్జాఃపఞ్చ = ఐదుగురిగింజలయెత్తుగల బంగారము మొదలయిన దానిపేరు, Equal in weight to five seeds of abrus precatorius.

(తేషోడశా)క్షః కర్షో (ఽస్త్రీ)

అక్షః॥పు॥-కర్షః॥ప్న॥ ౨-షోడశ = పదాఱైన, తే = ఆయాద్యమాషకము ఎత్తుగలదానిపేళ్లు.

పలం (కర్షచతుష్టయమ్)॥ ౬౬౩

పలమ్॥ న॥౧-కర్షచతుష్టయమ్ = నాలుగుకర్షములయెత్తుగలదానిపేరు.

సువర్ణ బిస్తౌ (హే

సువర్ణః-బిస్తః[పా]విస్తః ॥ పు॥ ౨-హేమ్నః =

మ్నాఽక్షే)	బంగారముయొక్క, అక్షే=అక్షమెత్తుపేళ్లు. [రుపేరు.
కురుబిస్త(స్తత్పలే)।	కురుబిస్తః॥ పు॥ ౧-తత్పలే=ఆపలమెత్తు బంగా
తులా (స్త్రియాం ప లశతం)	తులా॥ స్త్రీ॥ ౧-పలశతమ్=నూఱుపలాలయెత్తు గలదానిపేరు.
భార (స్స్యాద్వింశతి స్తులాః) ౬౬౮॥	భారః[ప]భరః॥పు॥౧,వింశతిఃతులాః = ఇరువది తులములయెత్తుగల దానిపేరు.
ఆచితో (దశభారా స్స్యుః)	ఆచితః॥పు॥[ప]॥ న॥౧-దశభారాః=పదిబారువుల పేరు. [భారః=బరువుపేరు, A cartload.
(శాకటోభార) ఆచితః।	ఆచితః॥పు॥౧-శాకటః=బండిచేత మోయఁదగిన,
కార్షాపణః కార్షిక (స్స్యాత్)	కార్షాపణః-కార్షికః॥ పు॥ ౨-(రెండుగురిగింజల యెత్తువెండి యొకమాషకము, పదాఱుమాషక ములొకకర్షము,అట్టి)కర్ష మెత్తువెండిచేఁ జేయంబడి న టంకముద్రపేళ్లు. [రాగిముద్రపేరు.
(కార్షికేతామ్రికే)పణః॥	పణః॥పు॥౧-కార్షికే=కర్షమెత్తుగల, తామ్రికే=
(అస్త్రియా) మాఢ క ద్రోణౌ ఖారీ వా హో నికుఞ్చకః । కుడ వః ప్రస్థ (ఇత్యాద్యాః పరిమాణార్థకాః పృథ క్)॥ ౬౬౯॥	ఆఢకః॥ప్న॥౧=తూము. ద్రోణః॥ ప్న ॥ ౧ = నలుతుము. ఖారీ॥ స్త్రీ॥ ౧=పుట్టి. వాహః॥ పు॥ ౧= ఇరువదిపుట్లు. నికుఞ్చకః॥ పు॥ ౧=సోల. కుడవః॥ పు॥౧=మానిక. ప్రస్థః॥ పు॥ ౧=కుంచము, ఇత్యాద్యాః=ఇవి మొదలైనవియు, ఆదిపదముచేత మానప్రవర్తికాదులును, పృథక్=వేర్వేఱుగా, పరిమాణార్థకాః = పరిమాణవాచకములు. ఈయాఢకాదులాయాదేశములకుఁదగినట్టు సంజ్ఞలు గలిగినవి.
(భాగ స్తురీయః) పా ద (స్స్యాత్)	పాదః॥పు॥౧-తురీయః = (ఒక దానియందు) నాలవ, భాగః=భాగముపేరు, A quarter.
అంశభాగా(తు) వణ్టకః।	అంశః-భాగః-వణ్టకః॥ పు॥౩ పాలిపేళ్లు, part;share.
ద్రవ్యం విత్తం స్వాప తేయం రిక్థ మృక్థం ధ నం వసు॥ ౬౭౦॥ హిర ణ్యం ద్రవిణం ద్యుమ్న	ద్రవ్యమ్-విత్తమ్-స్వాపతేయమ్ - రిక్థమ్- ఋక్థమ్-ధనమ్-వసు-హిరణ్యమ్-ద్రవిణమ్-ద్యుమ్నమ్॥ న॥-అర్థః-రాః॥ ఐ॥-విభవః॥ పు॥ ౧౩ - ధనముపేళ్లు, Wealth; substance.

మర్థ రై విభవా (అపి)||	
(స్యా) త్కోశ (శ్చ) హిరణ్యం (చ హేమరూప్యే కృతాకృతే)|| ౭౭౮||	కోశః[పా]కోషః||పు||-హిరణ్యమ్|| న|| ౨ - కృతాకృతే=కరఁగినదియు సొమ్ముగాఁజేయబడినదియు నగు కృతమును,గనియందుఁబుట్టినపొడియగు అకృతమునగు, హేమరూప్యే = బంగారునకును వెండికిని, Wrought or unwrought gold or silver.
(తాభ్యాం య దన్య త్త) త్కుప్యం	కుప్యమ్||న||౧- తాభ్యామ్= ఆ వెండిబంగారములకంటె, యత్ అన్యత్ =ఇతరమయినరాగికంచు మొదలయిన లోహము పేరు, Base metals.
రూప్యం (తద్ద్వయమాహతమ్)|	రూప్యమ్||న||౧-ఆహతమ్=ముద్రవేయఁబడిన, తద్ద్వయమ్=ఆ వెండిబంగారములు, Stamped coin.
గారుత్మతం మరకతమశ్మగర్భో హరిన్మణిః||	గారుత్మతమ్ - మరకతమ్ || న||-అశ్మగర్భః-హరిన్మణిః||పు||౪ పచ్చలపేళ్లు, An emerald.
శోణరత్నం లోహితకః పద్మరాగో(ఽథ)	శోణరత్నమ్||న||-లోహితకః-పద్మరాగః|| పు|| 3- కెంపులపేళ్లు, A ruby.
మౌక్తికమ్|ముక్తా(ఽథ)విద్రుమః(పుంసి)ప్రవాలం(పున్నపుంసకమ్)||	మౌక్తికమ్ || న || - ముక్తా||స్త్రీ|| ౨-ముత్తెముపేళ్లు, A pearl. విద్రుమః||పు||-ప్రవాలమ్|| ప్న|| ౨- పగడము, Coral.
రత్నం మణి(ర్ద్వయోరశ్మజాతౌ ముక్తాదికేఽపిచ)|	రత్నమ్||న||-మణిః|| ప్న||-ఈ౨ను, అశ్మజాతౌ= శిలాజాతులయిన మరకతాదులకును, ముక్తాదికేఽపిచ=ముత్యమునకు పగడమునకును సామాన్యముగాపేళ్లు, A gem; a precious stone.
స్వర్ణం సువర్ణం కనకం హిరణ్యం హేమ హాటకమ్||తపనీయం శాతకుమ్భం గాఙ్గేయం భర్మ కర్బురమ్ | చామీకరం జాతరూపం మహారజతకాఞ్చనే|| రుక్మం కార్త	స్వర్ణమ్-సువర్ణమ్-కనకమ్ -హిరణ్యమ్ - హేమ||న్||-హాటకమ్-తపనీయమ్ - శాతకుమ్భమ్ - గాఙ్గేయమ్-భర్మ||న్||-కర్బురమ్-చామీకరమ్ - జాతరూపమ్- మహారజతమ్- కాఞ్చనమ్- రుక్మమ్ - కార్తస్వరమ్-జామ్బూనదమ్||న||-అష్టాపదః|| ప్న || ౧౯- బంగారుపేళ్లు, Gold.

స్వర్ణం జామ్బూనద మ ష్టాపదో (౽స్త్రియాం) (అలఙ్కార సువర్ణం య)చ్ఛృఙ్గీకనకమి (త్య దః)॥ ౬౭॥

శృఙ్గీకనకమ్॥న॥౧-ఇతిఅదః = ఈశబ్దము, అల ఙ్కారసువర్ణమ్ = సొమ్ముగాఁజేసిన బంగారముపే రు. శృంగీ యనిప్రత్యేకనామమును. Gold for ornaments.

దుర్వర్ణం రజతం రూ ప్యం ఖర్జూరం శ్వేత (మిత్యపి)।

దుర్వర్ణమ్-రజతమ్-రూప్యమ్- ఖర్జూరమ్ [పా] ఖర్జురమ్- శ్వేతమ్॥న॥౫- వెండిపేళ్లు, Silver.

రీతిః (స్త్రియా) మా రకూటో (నస్త్రియా)

రీతిః[పా]రీతీ॥సీ॥-ఆరకూటః॥ పు॥ ౨ - ఇత్తడి పేళ్లు, Brass.

(మథ)తామ్రకమ్॥శు ల్బంమ్లేచ్ఛముఖం ద్వ్య ష్ట వరిష్ఠోదుమ్బరాణిచ।

తామ్రకమ్ - శుల్బమ్- మ్లేచ్ఛముఖమ్-ద్వ్య ష్టమ్-వరిష్ఠమ్-ఉదుమ్బరమ్ [ప] ఔదుమ్బరమ్॥న॥ ౬-రాగిపేళ్లు, Copper.

లోహో (౽స్త్రీ)శ స్త్రకం తీక్ష్ణం పిణ్డం కా లాయసాయసీ॥ ౬౮॥ అశ్మసారో (౽థ)

లోహః॥ పు॥ -శస్త్రకమ్- తీక్ష్ణమ్- పిణ్డమ్-కా లాయసమ్[పా]కృష్ణాయసమ్- అయః॥ స॥ - అశ్మ సారః॥పు॥౭-ఇనుముపేళ్లు, Iron.

మణ్డూరం సింహాణ (మపి తన్మలే)।

మణ్డూరమ్-సింహాణమ్ - [పా] శిఙ్ఘాణమ్॥ న॥ ౨-ఆ యినుపచిట్టెము పేళ్లు, Rust of iron.

(సర్వంచ తైజసం) లోహం

Any thing metallic.

లోహమ్॥న॥౧ - తైజసమ్= తేజోయుక్తముల యిన, సర్వమ్ = సువర్ణ రజత తామ్ర రీతి కాంస్య త్రపు సీస ధీవరము అనుయెనిమిదికిని పేరు.

(వికార స్త్వయసః) కుశీ॥ ౬౯॥

కుశీ॥ సీ॥౧-అయసః వికారః = ఇనుమునఁజేసిన వానికి నన్నిటికిని పేరు, కఱ్ఱుకే పేరని కొందఱు. Bar iron; wrought iron.

క్షారః కాచో(౽థ)

క్షారః-కాచః॥పు॥౨ గాజుపేళ్లు, Glass.

చపలో రస స్సూత (శ్చ) పారదే।

చపలః- రసః- సూతః - పారదః [ప] పారతః॥ పు॥ ౪- పాదరసముపేళ్లు, Quicksilver.

గవలం (మాహిషం

గవలమ్॥ న॥౧-మాహిషమ్= ఎనుముసంబంధ

శృఙ్గి)

మయిన, శృఙ్గమ్=కొమ్ముపేరు, Buffalo's horn.

మభ్రకం గిరిజా మ
లే॥ Talc; mica.

అభ్రకమ్-గిరిజమ్-అమలమ్॥ న॥ 3-అభ్రకము పేళ్లు. "గిరిజామలమ్" అని యొక పేరనికొందఱు.

స్రోతోఞ్జనం (తు) సౌ
వీరం కాపోతాఞ్జన యా
మునే।

స్రోతోఞ్జనమ్-సౌవీరమ్-కాపోతాఞ్జనమ్ - యామునమ్॥న॥౪-సౌవీరాంజనము పేళ్లు, Antimony.

తుత్థాఞ్జనం శిఖిగ్రీ
వం వితున్నక మయూర
కే॥ ౬౭ ॥ కర్పరీ దార్వి
కా క్వాథోద్భవం తు
త్థం రసాఞ్జనమ్ । రసగ
ర్భం తార్క్ష్యశైలం

తుత్థాఞ్జనమ్ - శిఖిగ్రీవమ్ - వితున్నకమ్ - మయూరకమ్- కర్పరీ ॥ స్త్రీ ॥ ౫-తుత్థాంజనము - మైలుతుత్తము, Blue Vitriol. దార్వికా॥స్త్రీ॥-క్వాథోద్భవమ్-తుత్థమ్-రసాఞ్జనమ్ - రసగర్భమ్ - తార్క్ష్యశైలమ్॥ న॥ ౬- రసాంజనము, Collyrium. ఇచట తుత్థాంజనము మొదలు- ౪ - మైలుతుత్తమునకును, కర్పరీదార్వికాశబ్దములు ౨ - వంటవలనఁబుట్టినమైలుతుత్తమునకును, రసాంజనము మొదలు ౪-ను రసాంజనమునకును పేళ్లనికొందఱు.

గన్ధాశ్మని(తు) గన్ధక॥
౬౮ ॥ సౌగన్ధిక(శ్చ)

గన్ధాశ్మా॥ న్ ॥ - గన్ధకః [పా] గన్ధికః - సౌగన్ధికః॥పు॥ 3-గంధకముపేళ్లు, Sulphur.

చక్షుష్యా కులాల్యౌ
(తు) కులత్థికా।

చక్షుష్యా- కులాలీ - కులత్థికా॥ స్త్రీ॥ 3 - కుళుత్థాంజనముపేళ్లు.

రీతిపుష్పం పుష్పకేతు
పౌష్పకం కుసుమాఞ్జన
మ్॥ ౬౯ ॥

రీతిపుష్పమ్॥ న ॥ - పుష్పకేతు॥ న ॥ - పౌష్పకమ్[పా]పుష్పకమ్ - కుసుమాఞ్జనమ్॥ న॥ 3 -కుసుమాంజనముపేళ్లు, Calx of brass.

పిఞ్జరం పీతనం తాల
మాలం(చ)హరితాలకే।

పిఞ్జరమ్- పీతనమ్ - తాలమ్ - ఆలమ్ - హరితాలకమ్॥న॥౫-హరిదళము, Yellow orpiment,

గైరేయ మర్థ్యం గిరి
జమశ్మజం చ శిలాజతు॥

గైరేయమ్ - అర్థ్యమ్ - గిరిజమ్ - అశ్మజమ్- శిలాజతు॥న॥౫-సిలాజిత్తు, Red chalk; Bitumen.

బోల గన్ధరస ప్రాణ
పిణ్డ గోప రసా(స్సమాః)

బోలః - గన్ధరసః - ప్రాణః - పిణ్డః - గోపః [పా] గోసః-రసః [పా] శశః॥ పు॥ ౬ - బోళము పేళ్లు. గోపరసమనియొక పేరుగాకొందఱు. Myrrh.

డిణ్డీరో౽బ్ధికఫః ఫేనః	డిణ్డీరః [పు] హిణ్డీరః - అబ్ధికఫః- ఫేనః॥పు॥3-సముద్రపునురుగుపేళ్లు, Cuttle fish.
సిన్దూరం నాగసంభవమ్॥ ౬౮౨॥	సిన్దూరమ్-నాగసంభవమ్॥న॥ ౨-సిందూరము పేళ్లు, Minium, or red lead.
నాగ సీసక యోగేష్ట వప్రాణి	నాగమ్-సీసకమ్-యోగేష్టమ్-వప్రమ్॥న॥౪-సీసము పేళ్లు, Lead.
త్రపు పిచ్చటమ్। రఙ్గవఙ్గే౽	త్రపు-పిచ్చటమ్-రఙ్గమ్-వఙ్గమ్॥న॥౪ -తగరము పేళ్లు, Tin.
(పృథ) పిచు స్తూలో౽థ కమలోత్తరమ్॥ (స్యాత్) కుసుమ్భం వహ్నిశిఖం మహారజన(మిత్యపి)।	పిచుః-తూలః [పు] పిచుతూలః॥ పు॥ ౨-దూది పేళ్లు, Cotton. కమలోత్తరమ్-కుసుమ్భమ్-వహ్నిశిఖమ్ - మహారజనమ్॥ న॥ ౪- కుసుమపువ్వుపేళ్లు, Safflower; Carthamus.
మేషకమ్బల ఊర్ణాయు	మేషకమ్బలః-ఊర్ణాయుః॥పు॥ ౨-గొఱ్ఱెవెండ్రుకలచేత నేసినకంబళిపేళ్లు, A woollen blanket.
శ్శశోర్ణం శశలోమని॥ ౬౮౪॥	శశోర్ణమ్-శశలోమ॥న ॥ ౨-కుందేటివెండ్రుకల పేళ్లు, Hare's or rabbit's hair.
మధు క్షౌద్రం మాక్షికాది	మధు-క్షౌద్రమ్-మాక్షికమ్ ॥న ॥ - ఈ కను, మాక్షికాది=మాక్షిక, భ్రామర, పౌత్తికములను 3ను తేనెకు పేళ్లు, Honey.
మధూచ్ఛిష్టం(తు)సిక్థకమ్॥	మధూచ్ఛిష్టమ్-సిక్థకమ్॥ న॥ ౨-మైనము పేళ్లు, Wax.
మనశ్శిలా మనోగుప్తా మనోహ్వా నాగజిహ్వికా॥ ౬౮౫॥ నైపాలీ కునటీ గోలా	మనశ్శిలా - మనోగుప్తా- మనోహ్వా - నాగజిహ్వికా॥స్త్రీ॥౪-మణిశిలపేళ్లు,Red arsenic.నైపాలీ-కునటీ-గోలా॥ స్త్రీ॥ 3-నేపాళదేశమునందుఁ బుట్టిన మణిశిలపేళ్లు, మనశ్శిలాదులు, ౭- మణిశిలపేళ్లు.
యవక్షారో యవాగ్రజః। పాక్యో(౽థ)	యవక్షారః - యవాగ్రజః-పాక్యః॥పు॥3 - యవక్షారముపేళ్లు, Nitre; Saltpetre.
సర్జికాక్షారః కాపోత స్సుఖవర్చకః॥ సౌవ	సర్జికాక్షారః-కాపోతః-సుఖవర్చకః॥ పు॥ - సౌవర్చలమ్-రుచకమ్॥ న॥ ౫-సజ్జాకారముపేళ్లు.

ర్చలం (స్యాద్) రుచకం	Alkali; Natron.
త్వక్షీరీ వంశరోచనా।	త్వక్షీరీ॥ స్త్రీ॥-వంశరోచనా॥ స్త్రీ॥ ౨-తవక్షీరి పేళ్లు, Manna of bamboos. [లపేళ్లు.
శిగ్రుజం శ్వేతమరిచం	శిగ్రుజమ్-శ్వేతమరిచమ్॥ న॥ ౨-మునగవిత్తు
మోరటం (మూలమైక్షవమ్)॥ ౬౨౭॥	మోరటమ్॥ న॥ ౧ - చెఱకువేళ్ల పేరు, Root of sugarcane.
గ్రన్థికం పిప్పలీమూలం చటికాశిర (ఇత్యపి)।	గ్రన్థికమ్-పిప్పలీమూలమ్ - చటికాశిరః॥ న॥ [ప] చటికా॥స్త్రీ॥-శిరః [పా] సిరః॥ పు॥ ౩-పిప్పలీమూలము పేళ్లు, Root of long pepper.
గోలోమీ భూతకేశో (నా)	గోలోమీ॥స్త్రీ॥-భూతకేశః॥ పు॥ ౨-జటామాంసి పేళ్లు. భూతకేశమనుతృణము పేళ్లని కొందఱు, Root of sweet flag.
పత్త్రాఙ్గం రక్తచన్దనమ్॥ ౬౨౮॥	పత్త్రాఙ్గమ్ - రక్తచన్దనమ్॥న॥౨ - ఎఱ్ఱనిచందనము పేళ్లు, Red-wood.
త్రికటు త్ర్యూషణం వ్యోషం	త్రికటు-త్ర్యూషణమ్ [పా] త్ర్యుషణమ్-వ్యోషమ్॥న॥౩ - సొంటి పిప్పిలి మిరియాలకూటమి పేళ్లు.
త్రిఫలా (తు) ఫలత్రికమ్॥	త్రిఫలా॥స్త్రీ॥-ఫలత్రికమ్॥న॥ ౨-కరక తాడిఉసిరికలనెడి మూఁటికూటమి, Three myrobalans.
ఇతి వైశ్యవర్గః.	వైశ్యులతోఁ జేరిన పదసమూహము ముగిసెను.

శూద్రా శ్చావరవర్ణా (శ్చ) వృషలా(శ్చ) జఘన్యజాః॥ ౬౨౯॥	శూద్రః-అవరవర్ణః- వృషలః - జఘన్యజః॥ పు॥ ౪-శూద్రుల పేళ్లు, Men of the fourth tribe.
(ఆచణ్డాలాత్తు) సంకీర్ణా (అమ్బష్ఠకరణాదయః)।	సంకీర్ణాః॥ ౧ - చండాలశబ్దపర్యంతము ముందు చెప్పఁగల అంబష్ఠకరణాదిజాతులు సంకరజాతులనంబడుదురు, Men of mixed origin.
(శూద్రావిశో స్తు) కరణో	కరణః॥ పు॥ ౧ - శూద్రస్త్రీకిని వైశ్యునికినిఁ బుట్టి లేఖనవృత్తిగలవాని పేరు, A scribe.
ఽమ్బష్ఠో (వైశ్యాద్విజ	అమ్బష్ఠః॥ పు॥ ౧ - వైశ్యస్త్రీకిని బ్రాహ్మణుని

న్మనోః)॥ ౬౯౦॥	కిని పుట్టి చికిత్సావృత్తిగలవానిపేరు.
(శూద్రా క్షత్రియయో)రుగ్రో	ఉగ్రః॥పు॥ ౧-శూద్రస్త్రీకిని క్షత్రియునికిని పుట్టి శస్త్రవృత్తిగలవానిపేరు.
మాగధః (క్షత్రియావిశోః)।	మాగధః॥పు॥ ౧ - క్షత్రియస్త్రీకిని వైశ్యునికిని పుట్టి స్తుతిపాఠవృత్తిగలవానిపేరు.
మాహిష్యో (ఽర్యా క్షత్రియయోః)	మాహిష్యః॥పు॥ ౧ - వైశ్యస్త్రీకిని క్షత్రియునికిని పుట్టి జ్యోతిషశకునస్వరశాస్త్రములు జీవికగాఁ గల వానిపేరు.
క్షత్తా(ఽర్యాశూద్రయోస్సుతః)॥ ౬౯౧॥	క్షత్తా॥ఋ, పు॥౧ - క్షత్రియస్త్రీకిని శూద్రునికిని పుట్టి వేఁటవృత్తిగలవానిపేరు. ఆర్యాశబ్దము క్షత్రియస్త్రీవాచకము.
(బ్రాహ్మణ్యాం క్షత్రియా)త్సూతః	సూతః ॥ పు ॥ ౧ - బ్రాహ్మణస్త్రీయందు క్షత్రియునివలనఁ బుట్టి సారథ్యాదివృత్తిగల వానిపేరు, A charioteer.
(తస్యాం) వైదేహకో (విశః)।	వైదేహకః ॥ పు ॥ ౧ - బ్రాహ్మణస్త్రీయందు వైశ్యునివలనఁ బుట్టినవానిపేరు. వైశ్యస్త్రీకినిశూద్రునికిని పుట్టినవానిపేరని కొందఱు.
రథకార (స్తు)మాహిష్యాత్కరణ్యాం యస్య సమ్భవః)॥ ౬౯౨॥	రథకారః ॥ పు ॥ ౧-కరణ్యామ్=కరణస్త్రీయందు, మాహిష్యాత్ = మాహిష్యపురుషునివలన, యస్య=ఎవనికి, సంభవః = పుట్టుకకలదోవానిపేరు.
(స్యా) చ్చణ్డాల(స్తు జనితో బ్రాహ్మణ్యాం వృషలేన యః)।	చణ్డాలః[పా]చాణ్డాలః ॥పు॥ ౧-బ్రాహ్మణ్యామ్=బ్రాహ్మణస్త్రీయందు, వృషలేన = శూద్రునిచేత, యః జనితః=పుట్టింపఁబడినవానిపేరు.
కారు శ్శిల్పీ	కారుః - శిల్పీ ॥ న్॥పు॥ ౨ - కంసాలవానికిని, సాలెవానికిని, మంగలవానికిని, చాకలవానికిని, ముచ్చివానికినిపేళ్లు, An artisan.
(సంహతై స్తైర్ద్వయో) శ్శ్రేణి (స్సజాతిభిః)। ౬౯౩॥	శ్రేణిః॥పు॥ ౧ - సజాతీయులగు శిల్పులసంఘముపేరు, A guild or company of artisans.

కులిక (స్స్యాత్)కులశ్రేష్ఠీ	కులికః [పా] కులకః-కులశ్రేష్ఠీ ॥న్॥పు॥౧ - శిల్పికులములోఁ బ్రధానమైన వానిపేళ్లు, The chief of a guild. An artist of high birth.
మాలాకార(స్తు)మాలికః।	మాలాకారః-మాలికః॥పు॥ ౧ - పువ్వులుగట్టి యమ్మువానిపేళ్లు, A florist.
కుమ్భకారః కులాల (స్స్యాత్)	కుమ్భకారః-కులాలః ॥పు॥ ౧ - కుమ్మరవాని పేళ్లు, A potter.
పలగణ్డ(స్తు) లేపకః ॥ ౬౯౪॥	పలగణ్డః-లేపకః ॥పు॥ ౧ - సున్నపుగారచేయువాఁడు, A bricklayer or plasterer.
తన్తువాయః కువిన్ద (స్స్యాత్) తున్నవాయ (స్తు) సౌచికః।	తన్తువాయః-కువిన్దః ॥పు॥౧ - సాలెవానిపేళ్లు, [A weaver. తున్నవాయః - సౌచికః ॥పు॥ ౧ - చిప్పెవాని పేళ్లు, కుట్రపువాఁడు, A tailor.
రఙ్గాజీవ శ్చిత్రకరః	రఙ్గాజీవః-చిత్రకరః॥పు॥౧ - చిత్తరువువ్రాయు వానిపేళ్లు, A painter.
శస్త్రమార్జో ఽసిధావకః॥ ౬౯౫॥	శస్త్రమార్జః-అసిధావకః॥పు॥౧ - ఆయుధములుచికిలిచేయువాఁడు, An armourer. A furbisher.
పాదూకృ చ్చర్మకార (స్స్యాత్)	పాదూకృత్-చర్మకారః ॥పు॥౧ - గొడగరవాని పేళ్లు, పాదరక్షలుకుట్టువాఁడు, A shoe-maker.
వ్యోకారో లోహకారకః। An iron-smith.	వ్యోకారః-లోహకారకః॥ పు॥ ౧-కరమలవాని పేళ్లు. గనిలోనినుము దెచ్చి శుద్ధలోహముసేయు కోసలాదిదేశ ప్రసిద్ధలోహకారజాతి పేళ్లనియు.
నాడిన్ధమ స్స్వర్ణకారః కలాదో రుక్మకారకే॥	నాడిన్ధమః - స్వర్ణకారః - కలాదః - రుక్మకారకః॥పు॥ ౪-అగసాలవానిపేళ్లు, A goldsmith.
(స్యా) చ్ఛాఙ్ఖికః కామ్బవికః	శాఙ్ఖికః-కామ్బవికః॥పు॥౧ - శంఖముచేతకడియాలు మొదలైనవిచేసియమ్మువానిపేళ్లు, A shell-cutter.
శౌల్బిక స్తామ్రకుట్టకః।	శౌల్బికః-తామ్రకుట్టకః ॥పు॥ ౧ - రాగిపనిచేయువానిపేళ్లు, A copper-smith.
తక్షా(తు)వర్ధకి స్త్వష్టా	తక్షా॥న్॥-వర్ధకిః-త్వష్టా॥ఋ॥ - రథకారః - కా

రథకారశ్చ కాష్ఠతట్॥	ష్ఠతట్॥ష్॥పు॥౫ - వడ్లవానిపేళ్లు, A carpenter.
(గ్రామాధీనో) గ్రామతక్షః	గ్రామతక్షః॥ పు॥ ౧ - గ్రామాధీనః = గ్రామమునకు నధీనుఁడయిన కాఁపాచివడ్లవానిపేరు, A carpenter working for the village.
కౌటతక్షో (ఽనధీనకః) ।	కౌటతక్షః॥పు॥౧-అనధీనకః = ఒకరికినధీనుఁడుగాక కూలికి పనిచేయు వడ్లవానిపేళ్లు, An independent carpenter.
క్షురీ ముణ్డీ దివాకీర్తి నాపితాన్తావసాయినః॥	క్షురీ॥న్॥-ముణ్డీ॥ న్॥-దివాకీర్తిః- నాపితః -అన్తావసాయీ॥న్॥పు॥౫-మంగలవానిపేళ్లు, A barber.
నిర్ణేజక(స్స్యా)ద్రజకః	నిర్ణేజకః - రజకః॥పు॥ ౨ - చాకలవానిపేళ్లు, Washerman.
శౌణ్డికో మణ్డహారకః। A vintner.	శౌణ్డికః-మణ్డహారకః॥పు॥౨-కల్లమ్మువానిపేళ్లు, A distiller and seller of spirituous liquors.
జాబాల(స్స్యా)దజాజీవీ	జాబాలః - అజాజీవీ॥న్॥[పా] అజాజీవః ॥ పు॥ ౨-మేఁకలనుగాచువానిపేళ్లు, A goatherd.
దేవాజీవ(స్తు)దేవలః॥ ౬౯॥	దేవాజీవః [పా] దేవాజీవీ॥ న్॥- దేవలః॥ పు॥ ౨-కూలికి దేవరను బూజించువానిపేళ్లు.
(స్యా)న్మాయా శామ్బరీ	మాయా-శామ్బరీ॥ స్త్రీ॥ ౨ - ఇంద్రజాలము మొదలయిన మాయపేళ్లు, Jugglery.
మాయాకార(స్తు)ప్రతిహారకః।	మాయాకారః - [మాయావీ-మాయీ] -ప్రతిహారకః [పా] ప్రతిహారకః [ప] ప్రతిహారికః॥పు॥ ౨-మాయచేయువానిపేళ్లు, A Juggler.
శైలాలిన(స్తు)శైలూషా జాయాజీవాః కృశాశ్వినః॥ ౭౦॥ భరతా (ఇత్యపి) నటాః	శైలాలీ॥న్॥-శైలూషః - జాయాజీవః- కృశాశ్వీ॥ న్॥-భరతః-నటః॥ పు॥ ౬ - నట్టువవానిపేళ్లు, Dancers and tumblers.
చారణా(స్తు)కుశీలవాః॥	చారణః-కుశీలవః॥పు॥౨ - దిక్కులయందు సంచరించుబట్టువానికిఁగాని నట్టువవానికిఁగాని పేళ్లు, A wandering actor or singer.

మార్దఙ్గికా మౌరజికాః	మార్దఙ్గికః-మౌరజికః ॥పు॥ ౨ - మద్దెలగొట్టువానిపేళ్లు, A drummer.
పాణివాదా (స్తు) పాణిఘాః॥ ౨౦౧॥	పాణివాదః-పాణిఘః ॥పు॥ ౨ - చేతులతాళముగొట్టువానిపేళ్లు, Those who clap their hands to keep time in music.
వేణుధ్మాః (స్యు) ర్వైణవికా	వేణుధ్మాః ॥అ॥ - వైణవికః ॥పు॥ ౨-పిల్లనగ్రోవినూదువారిపేళ్లు, Players on the flute.
వీణావాదా (స్తు) ర్వైణికాః।	వీణావాదః - వైణికః ॥పు॥ ౨ - వీణవాయించువారిపేళ్లు, Players on the lute. Lutanists.
జీవాన్తక శ్శాకునికో	జీవాన్తకః-శాకునికః ॥పు॥ ౨ - పక్షులవేటాడువానిపేళ్లు, A fowler. A bird-catcher.
(ద్వౌ) వాగురిక జాలికౌ॥ ౨౦౨॥	వాగురికః - జాలికః ॥పు॥ ౨ - వల వేటకానిపేళ్లు, A hunter using nets.
వైతంసికః కౌటిక(శ్చ) మాంసిక (శ్చ సమం త్రయమ్) ॥	వైతంసికః-కౌటికః - మాంసికః ॥పు॥ 3 - మాంసము విక్రయించువానిపేళ్లు, A vender of flesh-meat.
భృతకో భృతిభుక్కర్మకరో వైతనిక (శ్చ సః)॥	భృతకః-భృతిభుక్ ॥జ॥ - కర్మకరః-వైతనికః ॥పు॥ ౪ - కూలివానిపేళ్లు. A hireling; labourer.
వార్తావహో వైవధికో	వార్తావహః-వైవధికః ॥పు॥ ౨ - కావడిమోయువాఁడు, A chandler; A carrier of loads on a pole.
భారవాహ స్తు భారికః॥	భారవాహః-భారికః ॥పు॥-౨-మోపుమోయువాఁడు, A porter.
వివర్ణః పామరో నీచః ప్రాకృత(శ్చ) పృథగ్జనః॥ నిహీనో ఽపశదో జాల్మః క్షుల్లక శ్చేతర (శ్చ సః)।	వివర్ణః-పామరః-నీచః - ప్రాకృతః - పృథగ్జనః-నిహీనః - అపశదః [పా] అపసదః - జాల్మః - క్షుల్లకః [ప] ఖుల్లకః - ఇతరః ॥పు॥ ౧౦ -అల్పునిపేళ్లు, A low man following a degrading profession.
భృత్యే దాసేర దాసేయ దాస గోప్యక చేటకాః॥ ౨౦౩ ॥ నియోజ్యా	భృత్యః-దాసేరః - దాసేయః - దాసః - గోప్యకః- చేటకః- నియోజ్యః - కింకరః - ప్రేష్యః [పా] ప్రైష్యః-భుజిష్యః - పరిచారకః ॥పు॥ ౧౧-బంటు

కింకర ప్రేష్య భుజిష్య పరిచారకాః।	పేళ్లు, చాకిరివాఁడు, A servant or slave.
పరాచిత పరిస్కన్ద పరజాత పరైధితాః ॥	పరాచితః- పరిస్కన్దః - పరిజాతః - పరైధితః॥ పు॥ ౪ - పెంపుడు బంటుపేళ్లు, A fostered slave.
మన్ద స్తున్దపరిమృజ ఆలస్య శ్శీతకో ఒలసో ఒనుష్ణః॥	మన్దః - తున్దపరిమృజః - ఆలస్యః - శీతకః - అలసః - అనుష్ణః॥ పు॥ ౬ - అలసునిపేళ్లు, A lazy man.
దక్షే(తు) చతుర పేశల పటవ స్సూత్థాన ఉష్ణ (శ్చ)॥ ౨౦౭॥	దక్షః - చతురః - పేశలః - పటుః-సూత్థానః- ఉష్ణః॥ పు॥ ౬-నేర్పరిపేరు, A dexterous person.
చణ్డాల ప్లవ మాతఙ్గ దివాకీర్తి జనంగమాః। నిషాద శ్వపచా వన్తే వాసి చాణ్డాల పుక్కసాః॥ ౨౦౮॥	చణ్డాలః - ప్లవః - మాతఙ్గః - దివాకీర్తిః- జనంగమః-నిషాదః - శ్వపచః - అన్తేవాసీ॥ న్॥ - చాణ్డాలః - పుక్కసః ॥ పు ॥ ౧౦ - మాలవానిపేళ్లు, A man of the lowest and most despised of the mixed castes.
(భేదాః)కిరాత శబర పులిన్దా (మ్లేచ్ఛజాతయః)।	కిరాతః॥ పు॥ ౧-నెమిలిపింఛము మొదలయినవి కట్టుకొనువాండ్ర పేరు. శబరః ॥పు॥ ౧-ఆకులుగట్టుకొనువాండ్ర పేరు. పులిన్దః॥ పు॥ ౧ - తమభాషయే కాని యొకరిభాష నెఱుంగనివాండ్ర పేరు. ఈ 3 ను, భేదాః = చండాలభేదములయిన, మ్లేచ్ఛజాతయః=మ్లేచ్ఛజాతులు, Barbarians.
వ్యాధో మృగవధాజీవో మృగయు ర్లుబ్ధక (శ్చసః)॥ ౨౦౯॥	వ్యాధః-మృగవధాజీవః - మృగయుః - లుబ్ధకః॥ పు॥౪-బోయవానిపేళ్లు, A hunter. A deer-killer.
కౌలేయక స్సారమేయః కుక్కురో మృగదంశకః। శునకో భషక శ్శ్వా(స్యాత్)	కౌలేయకః - సారమేయః - కుక్కురః - మృగదంశకః-శునకః - భషకః - శ్వా॥ న్॥ పు॥౭-కుక్కపేళ్లు, A dog.
అలర్క-(స్తు సయోగి	అలర్కః॥ పు॥ ౧-సయోగితః = ఔషధప్రయో

తః)॥ ౭౧౦॥	గమునవలన వెఱ్ఱికెట్టిన కుక్క పేరు, A mad dog.
(శ్వా) విశ్వకద్రు(ర్మృ గయాకుశలః)	విశ్వకద్రుః॥పు॥౧ - మృగయాకుశలః = వేఁట యందు నేర్పుగల, శ్వా=కుక్క పేరు, A hound.
సరమా శునీ।	సరమా-శునీ॥స్త్రీ॥౨-ఆఁడుకుక్క పేళ్లు, A bitch.
విట్చర (స్సూకరో గ్రామ్యో)	విట్చరః॥పు॥౧ -గ్రామ్యఃసూకరః = ఊరఁబంది పేరు, A village hog.
బర్కర (స్తరుణః ప శుః)॥ ౭౧౧॥	బర్కరః॥పు॥౧-తరుణః=ప్రాయపువయస్సుగల,ప శుః=పశుమాత్రమునకు పేరు, Any young animal.
ఆచ్ఛోదనం మృగవ్యం (స్యా) దాఖేటో మృగ యా (స్త్రియామ్)।	ఆచ్ఛోదనమ్ - మృగవ్యమ్॥ న॥ - ఆఖేటః॥పు॥- మృగయా॥స్త్రీ॥౪- వేఁటపేళ్లు, Chase ; hunting.
(దక్షిణారు ర్లుబ్ధయో గా)ద్దక్షిణేర్మా (కురఙ్గకః) ౭౧౨॥	దక్షిణేర్మా॥న్, పు॥ ౧-లుబ్ధయోగాత్ = వేఁట కానిబాణముతగులుటవలన, దక్షిణారుః = కుడిది క్కున గాయముగల, కురఙ్గః=మృగము పేరు, A deer wounded on its right side.
చోరై కాగారిక స్తేన దస్యు తస్కర మోష కాః। ప్రతిరోధిపరాస్కన్ది పాటచ్చర మలిమ్లు చాః॥ ౭౧౩॥	చోరః [పా] చౌరిః-ఐకాగారికః- స్తేనః-దస్యుః - తస్కరః- మోషకః - ప్రతిరోధీ॥న్॥ - పరాస్కన్దీ॥ న్॥,- పాటచ్చరః-మలిమ్లుచః॥ పు॥౧౦-దొంగపేళ్లు, A thief or robber.
చౌరికా స్తైన్య చౌ ర్యే (చ) స్తేయం	చౌరికా॥స్త్రీ॥ -స్తైన్యమ్ - చౌర్యమ్ - స్తేయమ్॥ న॥౪-దొంగతనముపేళ్లు, Theft.
లోప్త్రం (తు తద్ధనమ్)।	లోప్త్రమ్॥ న॥ ౧-తద్ధనమ్=దొంగలించినసొమ్ము పేరు, Booty.
వితంస (స్తూపకరణం బన్ధనే మృగపక్షిణామ్) ॥ ౭౧౪॥	వితంసః[పా]వీతంసః॥పు॥ ౧-మృగపక్షిణామ్ = మృగములనుపక్షులను, బన్ధనే=పట్టుటయందు, ఉ పకరణమ్ = సాధనమైనయురులు మొదలైనవాని పేరు, A net, chain, or cage.
ఉన్మాథః కూటయన్త్రం (స్యాత్)	ఉన్మాథః॥పు॥-కూటయన్త్రమ్॥ న॥ ౨ - బోను పేళ్లు. గాలమని కొందఱు, A snare or trap.

వాగురా మృగబన్ధనీ।

వాగురా- మృగబన్ధనీ॥ స్త్రీ॥ ౨-మృగములనుబట్టువలపేళ్లు, A net.

శుల్బం వరాటకః (స్త్రీతు) రజ్జు (స్త్రిషు) వటీ గుణః॥ ౭౦౫॥

శుల్బమ్॥ న॥-వరాటకః॥ పు॥- రజ్జుః॥ స్త్రీ॥-వటీ॥ త్రి॥-గుణః॥ పు॥౫-త్రాడుపేళ్లు, A cord, rope, or string.

ఉద్ఘాటనం ఘటీయన్త్రం (సలిలోద్వాహనం ప్రహేః)।

ఉద్ఘాటనమ్-ఘటీయన్త్రమ్॥ న॥- ఈ౨ను, ప్రహేః = నూతివలన, సలిలోద్వాహనమ్ = నీళ్లెత్తురాట్నముపేళ్లు, A contrivance for raising water.

(పుంసి)వేమా వాయదణ్డః

వేమా॥న్, పు॥ [ప]॥న॥- వాయదణ్డః॥ పు॥౨-కోకలునేయు తాఁకుపలకపేళ్లు, A loom.

సూత్రాణి (నరి)తన్తవః॥

సూత్రమ్॥న॥-తన్తుః॥పు॥ ౨-నూలు, Thread.

వాణి ర్వ్యూతిః (స్త్రియాం తుల్యే) పుస్తం (లేప్యాదికర్మణి)।

వాణిః-వ్యూతిః॥స్త్రీ॥౨- నేయుటపేళ్లు, Weaving.

పుస్తమ్॥న॥ ౧- లేప్యాదికర్మణి = లెప్పపుపని మొదలయినదానిపేరు, Plastering, modelling.

పాఞ్చాలికా పుత్త్రికా (స్యా ద్వస్త్రదన్తాదిభిః కృతా)॥ ౭౦౬॥

పాఞ్చాలికా - పుత్త్రికా॥ న॥౨ - వస్త్రదన్తాదిభిః = వస్త్రదంతకాష్ఠాదులచేత, కృతా = చేయఁబడిన బొమ్మపేళ్లు, A doll or puppet.

పిటకః పేటకః

పిటకః-పేటకః॥పు॥౨- బుట్టపేళ్లు, A basket.

పేటా మఞ్జూషా(ఽథ)

పేటా[పా] పేడా-మఞ్జూషా॥స్త్రీ॥౨-మందసముపేళ్లు, A box. ఈ ౪ను, పర్యాయములనికొందఱు.

విహఙ్గికా। భారయష్టి

విహఙ్గికా[పా]విహఙ్గమా-భారయష్టిః॥ స్త్రీ॥ ౨-కావడిబద్ద పేళ్లు, A pole for carrying burdens.

(స్తదాలమ్బి) శిక్యం కాచో(ఽథ)

శిక్యమ్॥న॥-కాచః॥ పు॥౨-తదాలమ్బి = ఆకావడిబద్దయందు వ్రేలెడి యుట్టిపేళ్లు, Its slings.

పాదుకా ॥ ౭౦౭ ॥ పాదూ రుపానత్ (స్త్రీ)

పాదుకా - పాదూః- ఉపానత్॥ హ్॥ స్త్రీ॥3- చెప్పుపేళ్లు, A shoe.

(సైవా) నుపదీనా (పదాయతా)।

అనుపదీనా॥స్త్రీ॥౧- అపదాయతా = కాలికిఁబొద్దైన, సైవ=ఆచెప్పుపేరు, A boot.

నద్ధ్రీ వర్ధ్రీ వరత్రా

నద్ధ్రీ-వర్ధ్రీ-వరత్రా॥స్త్రీ॥ 3-వారుపేళ్లు, A thong.

(స్యాదశ్వాదేస్తాడనీ) కశా॥ ౭౧౯॥	కశా॥ సీ॥ ౧-అశ్వాదేః=గుఱ్ఱము మొదలయినవానిని, తాడనీ=కొట్టుచబుకుపేరు, A whip.
చాణ్డాలికా(తు)కణ్డోలవీణా చణ్డాలవల్లకీ ।	చాణ్డాలికా - కణ్డోలవీణా [ప] కటోలవీణా - చణ్డాలవల్లకీ॥సీ॥3-మాలవానివీణెపేళ్లు, A vulgar lute.
నారాచీ(స్యా)దేషణికా	నారాచీ-ఏషణికా॥ సీ॥ ౨-త్రాసుపేళ్లు, Gold-smith's scales.
శాణ (స్తు)నికషః కషః॥ ౭౨౦॥	శాణః- నికషః- కషః॥ పు ॥ 3 - ఒరగల్లుపేళ్లు, సానయు, A touchstone.
వ్రశ్చనః పత్త్రపరశు	వ్రశ్చనః-పత్త్రపరశుః॥పు ॥ ౨ - చీర్ణముపేళ్లు, A small saw.
రీషికాతూలికా(సమే) ।	ఈషికా - తూలికా॥ సీ॥ ౨-చిత్తరువువ్రాయు కణికపేళ్లు, A pencil or brush.
తైజసావర్తనీ మూషా	తైజసావర్తనీ-మూషా॥సీ॥ ౨-బంగారు మొదలైనవికరఁగుమూసపేళ్లు, A crucible.
భస్త్రా చర్మప్రసేవికా॥	భస్త్రా-చర్మప్రసేవికా॥ సీ॥ ౨-కొలిమితిత్తిపేళ్లు, Bellows.
ఆస్ఫోటనీ వేధనికా A gimlet, or auger.	ఆస్ఫోటనీ [పా] లాస్ఫోటనీ- వేధనికా॥ సీ॥ ౨-రత్నాదులు తొలులువేయు పిడిసానపేళ్లు.
కృపాణీ కర్తరీ (సమే)।	కృపాణీ-కర్తరీ॥సీ॥ ౨-కత్తెరపేళ్లు, Scissors.
వృక్షాదనో వృక్షభేదీ A hatchet. A chisel.	వృక్షాదనః-వృక్షభేదీ॥న్ ॥ పు॥ ౨-మ్రాఁకులనఱకు గొడ్డలి కత్తి యులి మొదలయినవానిపేళ్లు.
టఙ్కః పాషాణదారణః॥ ౭౨౨॥	టఙ్కః-పాషాణదారణః॥పు ॥ ౨ - రాయినఱకెడు ఉలిపేళ్లు, A stone-cutter's chisel.
క్రకచో(ఽస్త్రీ) కరపత్త్రం	క్రకచః॥పు॥-కరపత్త్రమ్॥ న ॥ ౨ - అంపముపేళ్లు, A saw.
(స్యా) దారా చర్మభేదినీ ।	ఆరా-చర్మభేదినీ॥సీ॥ ౨-ఆరెపేళ్లు, ఇచట 'క్రకచః కరపత్త్రంస్యా దారాచర్మప్రభేదికా' అనియుం బాఠముగలదు. A shoemaker's knife.
సూర్మీ స్థూణాఽయఃప్రతిమా	సూర్మిః[పా]సూర్మీ-స్థూణా-అయఃప్రతిమా॥సీ॥ 3-డాగలిపేళ్లు. ఇనుపప్రతిమయు, An anvil; an image of iron.

శిల్పం (కర్మకలాదికమ్)॥ ౭౨౩॥

కలాదికమ్ = వాత్స్యాయనుఁడు చెప్పినన్నృత్తగీతాదిబాహ్యక్రియలు - ౬౪ను, ఆలింగనచుంబనాద్యాంతరక్రియలు- ౬౪ను కళలనఁబడును. అవి మొదలైనకర్మ-అనఁగా స్వర్ణకారాది క్రియలును, శిల్పమ్॥న॥-శిల్పమనంబడును, An art.

ప్రతిమానం ప్రతిబిమ్బం ప్రతిమా ప్రతియాతనా ప్రతిచ్ఛాయా। ప్రతికృతి రర్చా (పుంసి) ప్రతినిధి

ప్రతిమానమ్ - ప్రతిబిమ్బమ్॥ న॥-ప్రతిమా - ప్రతియాతనా-ప్రతిచ్ఛాయా-ప్రతికృతిః - అర్చా॥ స్త్రీ॥-ప్రతినిధిః ॥ పు ॥ ౮ - విష్ణువు మొదలయినవారి మూర్తులకు సమముగా శిలాదులచేతఁ జేసినప్రతిమపేళ్లు, A image; a statue or picture.

రుపమోపమానం (స్యాత్)॥ ౭౨౪॥

ఉపమా॥స్త్రీ॥-ఉపమానమ్॥న॥ ౨-సరిపోల్పఁబడువస్తువులకును సరిపోల్చుటకును పేళ్లు, Resemblance.

(వాచ్యలిఙ్గా) స్సమస్తుల్య స్సదృక్ష స్సదృశస్సదృక్ । సాధారణస్సమాన (శ్చ)

సమః-తుల్యః - సదృక్షః-సదృశః-సదృక్॥శ్ ॥ - సాధారణః - సమానః॥౭-సమానవస్తువుపేళ్లు, ఇవి విశేష్యములయొక్కలింగముగలవి, Like, similar.

(స్యురుత్తర పదేత్వమీ) ॥ ౭౨౫ ॥ నిభ సంకాశ నీకాశ ప్రతీకాశోపమాదయః ।

నిభః-సంకాశః-నీకాశః- ప్రతీకాశః॥ పు॥ - ఉపమా॥స్త్రీ॥౫ - ఆదిశబ్దచేత, కల్ప-భూత-రూప-శబ్దములును, అమీ=ఈ౫ యు, ఉత్తరపదేస్యుః=సమాసమునందు తుదపదములయి సమానవస్తువుపేళ్లవును. ఉదాహరణము:- చన్ద్రనిభః- లక్ష్మీసంకాశా-పద్మనీకాశమ్- సూర్యప్రతీకాశః, మొదలైనవి.

కర్మణ్యా(తు)విధాభృత్యా భృతయో భర్మ వేతనమ్॥ భరణ్యం భరణం మూల్యం నిర్వేశః పణ (ఇత్యపి) ।

కర్మణ్యా - విధా - భృత్యా - భృతిః॥స్త్రీ॥-భర్మన్॥-వేతనమ్ - భరణ్యమ్ - భరణమ్ - మూల్యమ్॥న॥-నిర్వేశః-పణః॥ పు॥ ౧౧-కూలిపేళ్లు, Wages or hire.

సురా హలిప్రియా హాలా పరిస్రుద్వరుణా

సురా-హలిప్రియా-హాలా-పరిస్రుత్ ॥ త్॥-వరుణాత్మజా - గన్ధోత్తమా - ప్రసన్నా-ఇరా - కాద

త్మజా॥గన్ధోత్తమా ప్రసన్నేరా కాదమ్బర్యః పరిస్రుతా। మదిరాకశ్య మద్యే (చా	మ్బరీ-పరిస్రుతా-మదిరా॥సీ॥-కశ్యమ్-మద్యమ్॥ న॥ ౧౩-కల్లుపేళ్లు, Spirituous liquor.
ప్య)వదంశ (స్తుభక్షణమ్)॥ ౨౨౮॥ A relish.A condiment.	అవదంశః [పా] ఉపదంశః॥ పు॥ ౧-మద్యపానముసేయునపుడు నంజుకొనుమాంసము మొదలయినదానిపేరు. భోజనమునందునంజుకొను ఊరుగాయ మొదలయినదియు.
శుణ్డాపానం మదస్థానం	శుణ్డా॥సీ॥-పానమ్ - మదస్థానమ్॥ న॥ ౩-కల్లుద్రాగునింటిపేళ్లు, A tavern.
మధువారా మధుక్రమాః।	మధువారః-మధుక్రమః॥పు॥-౨- పెక్కుమార్లు కల్లుద్రాగువరుసపేళ్లు, Tippling.
మధ్వాసవో మాధవకో మధు మార్ద్వీక (మద్యయోః)॥ ౨౨౯॥	మధ్వాసవః-మాధవకః॥పు॥-మధు॥న॥౩ - ఇప్పపువ్వులకల్లుపేళ్లు, మార్ద్వీకమ్॥న॥ ౧-ద్రాక్షపండ్లకల్లుపేరు, ఇచటమార్ద్వీకమనుపాఠమున నాలుగను ఇప్పపువ్వులకల్లుపేళ్లు, Spirit distilled from the blossoms of Bassialatifolia.
మైరేయమాసవశ్శీధు	మైరేయమ్ ॥ న॥౧-ఆరెపువ్వుబెల్లము కడుగునీళ్లచేతఁజేసినకల్లు, ఆసవః॥ పు॥ ౧ - పక్వముగానిచెఱకురసమునఁజేసినకల్లు, శీధుః॥పు॥౧-పక్వమయినచెఱకురసమునఁ జేసినకల్లు, Rum.
మేదకో జగల (స్సమౌ)।	మేదకః-జగలః॥ పు ॥ ౨-మద్యము సేయుటకు నానాద్రవ్యములుగూర్చినముద్దపేళ్లు.
సంధానం (స్యా) దభిషవః	సంధానమ్॥న॥-అభిషవః॥ పు॥ ౨-కల్లుసేయుటపేళ్లు, Distillation.
కిణ్వం (పుంసితు) నగ్నహూః॥ ౨౩౦॥	కిణ్వమ్॥న॥-నగ్నహూః[ప]నగ్నహుః॥ పు॥ ౨-మద్యముసేయు మొలకపేళ్లు, నానాద్రవ్యకృతసురాబీజము, Ferment.
కారోత్తర స్సురామణ్డ	కారోత్తరః॥ పు॥-సురామణ్డమ్॥న॥ ౨ - కల్లు

తేటపేళ్లు, Yest, froth.

మాపానం పానగోష్ఠికా।

ఆపానమ్॥న॥-పానగోష్ఠికా॥స్త్రీ॥ ౨ - అనేకులు కూడి మద్యపానముసేయుచోటి పేళ్లు, A place where people drink together.

చషకో(ఽస్త్రీ) పానపాత్రం సరకో(ఽప్య)నుతర్షణమ్॥ ౨౩౧॥

చషకః॥పు॥-పానపాత్రమ్॥న॥-సరకః॥ (ఇది అపిశబ్దముచేత)॥పు॥-అనుతర్షణమ్॥న॥ ౪ - కల్లు (ద్రాగుగిన్నె పేళ్లు, A drinking vessel. సరకానుతర్షణశబ్దములు ౨-ను మద్యమువడ్డించుట పేళ్లని కొందఱు, Distribution of liquor.

ధూర్తో ఽక్షదేవీ కితవో ఽక్షధూర్తో ద్యూతకృ(త్సమాః)। (స్యు)ర్లగ్నకాః ప్రతిభువః సభికా ద్యూతకారకాః॥ ౨౩౨॥

ధూర్తః-అక్షదేవీ॥న్॥-కితవః - అక్షధూర్తః-ద్యూతకృత్॥త్॥పు॥ ౫ - జూదమాడువాని పేళ్లు, A gamester.

లగ్నకః-ప్రతిభూః॥పు॥ ౨ - పూటనడువాని పేళ్లు, Surety.

సభికః-ద్యూతకారకః॥పు॥ ౨ - జూదమాడించువాని పేళ్లు, Keeper of a gaming house.

ద్యూతో(ఽస్త్రియా)మక్షవతీ కైతవం పణ(ఇత్యపి)।

ద్యూతః॥పు॥-అక్షవతీ॥స్త్రీ॥-కైతవమ్॥న॥-పణః॥పు॥౪-జూదముపేళ్లు, Gaming.

పణో(ఽక్షేషు) గ్లహో

పణః-గ్లహః॥పు॥ ౨-అక్షేషు=జూదములయందలి, పణః=పందెముపేరు, A stake, wager.

ఽక్షా(స్తు) దేవనాః పాశకా(శ్చ తే)॥ ౨౩౩॥

అక్షః-దేవనః [పా] దేవకః-పాశకః॥పు॥౩-పాచికలపేళ్లు, Dice.

పరిణాయ(స్తు శారీణాం సమన్తాన్నయనే)

పరిణాయః॥పు॥౧-శారీణామ్ = సారెలయొక్క, సమన్తాత్ = అంతట, నయనే = నడుపుటయందు వర్తించును, Moving a piece at play.

(ఽస్త్రియా)। అష్టాపదం శారిఫలం

అష్టాపదమ్-శారిఫలమ్॥న॥ ౨ - జూదమాడుపలక, A checkered board or cloth.

ప్రాణిద్యూతం సమాహ్వయః॥ ౨౩౪॥

ప్రాణిద్యూతమ్॥న॥-సమాహ్వయః॥పు॥ ౨ - కోడిపందెము మొదలైనది, A match of cocks &c.

మూ॥ ఉక్తా భూరిప్రయోగత్వా దేకస్మి న్యేఽత్ర యౌగికాః।
తాద్ధర్మ్యా దన్యతో వృత్తా స్తూహ్యా లిఙ్గాన్తరేఽపి తే॥ ౨౩౫॥

టీక॥ అత్ర=ఈ శూద్రవర్గయందు, యౌగికాః = యౌగికములైన, యే=ఏమాలాకార మార్దఙ్గిక వైణవికాది శబ్దములు, భూరిప్రయోగత్వాత్ = ప్రయోగబాహుళ్యమువలన, ఏకస్మిన్ =ఒక పుంలింగమునందు, ఉక్తాః = చెప్పంబడినవో, తే=ఆశబ్దములు, తాద్ధర్మ్యాత్ = ఆయాధర్మములు గలుగుటవలన, అన్యతః=స్త్ర్యాదులయందు, వృత్తాస్సన్తః=వర్తించుచున్నవై, లిఙ్గాన్తరేఽపి = స్త్రీలింగ నపుంసకలింగములయందును వర్తించుచున్నవి యని, ఊహ్యాః= తెలియందగినవి.

యౌగికములయి జాతివాచకములైన కుంభకారాదిశబ్దములు శూద్రాదిశబ్దములవలె పుంలింగస్త్రీలింగములయందును వర్తించుచున్నవనుట. ఉదాహరణము: మాలాకారః పురుషః- మాలాకారీ స్త్రీ - మాలాకారం బృన్దమ్. ఇత్యాదులు.

ఇతి శూద్రవర్గః = శూద్రులతోఁజేరిన పదసమూహము ముగిసెను.

మూ॥ ఇత్యమరసింహకృతౌ నామలిఙ్గానుశాసనే।
భూమ్యాదికాణ్డో-ద్వితీయః సాఙ్గఏవ సమర్థితః॥ ౨౩౬॥

టీక॥ ఇతి=ఈ పూర్వోక్తమయిన, నామలింగానుశాసనే=నామలింగానుశాసనమనెడి, అమరసింహకృతౌ = అమరసింహుని గ్రంథమునందు, ద్వితీయః = రెండవదయిన, భూమ్యాదికాణ్డః = భూమిమొదలైనవానిని దెలియఁజెప్పుభాగము, సాఙ్గఏవ = సమగ్రముగానే, సమర్థితః = నెరవేర్పంబడెను.

నామలింగానుశాసనము - ద్వితీయకాండము.

స ం పూ ర్ణ ము.

అమరకోశము - ద్వితీయకాండము.

పర్యాయపదశేషము.

శ్లో.

57. అవరోహః, a fibrous root from a radicant branch; a scandent plant climbing from the root to the top of a tree.

91. నదీసర్జః, Terminalia Alata glabra.

121. కురణ్టకః = Barleria prionitis.

125. పర్ణాసః = Ocimum sanctum. అర్జకః, Ocimum gratissimum.

163. గాంగేరుకీ, The sharp angled cucumber.

172. వితున్నకః, The dwarf myrobalan.

183. ఋష్యగన్ధా, Osyris Peltata.

184. హయపుచ్ఛీ, Phaseolus minimus.

202. చిత్రా, Bryonia callosa.

203. గండీరః, Solanum speciosum.

240. రాజహంసః = A white gander with red legs and bill.

241. మల్లికః,—with brown legs

శ్లో.

ధార్తరాష్ట్రః,—with black legs and bill. శరాటిః, Turdus ginginianus.

277. కాత్యాయనీ, A middle aged widow wearing a dress indicating the practice of austerity.

278. సైరంధ్రీ, A woman living in another's house and practising any art. అసిక్నీ = A young maid-servant of the harem.

279. వారముఖ్యా, The head of a set of harlots.

290. యాతా, Husband's brother's wife.

363. బాలపాశ్యా, An ornament for the hair. పత్రపాశ్యా,—for the forehead.

406. ఆదేష్టా, An employer of priests to perform a sacrifice.

శ్లో.

407. ఇజ్యాశీలః, One who frequently sacrifices.

409. అనూచానః, One who is completely learned in sacred knowledge. సమావృత్తః, One who has taken leave of his preceptor to become a householder.

418. దక్షిణాగ్నిః, A fire taken from the consecrated one, or from a domestic fire, and placed towards the south. గార్హపత్యః, The fire perpetually mainted by a householder. ఆహవనీయః, Fire thence taken and prepared for receiving oblations; a consecrated fire. ఆనాయ్యః, The southern fire taken from the householder's hearth and consecrated.

420. అగ్నాయీ, A goddess presiding over the prayers with which burnt-offerings are made.

424. పరమాన్నం, An oblation of rice, milk and sugar.

425. ధ్రువా, A vessel shaped

శ్లో.

like an Indian fig-leaf and made of the wood of Flacourtia sapida. ఉపభృత్, A round vessel made of the wood of a holy fig-tree. జుహూః=A semi-circular vessel made of the wood of Butea. స్రువః, A ladle made of the wood of Mimosa Catechu.

428. అమృతమ్, Butter &c. remaining of a sacrifice. విఘసః, Residue of food offered to the gods, to the manes, to a spiritual parent &c.

439. బ్రహ్మాంజలిః, A holy posture adapted to meditation and restraint of thought.

446. బృసీ, A seat made of *kusa* grass.

447. సుత్యా, Extracting the juice of acid asclepias.

456. పరివేత్తా, One married before his elder- brother.

584. యవ్యమ్, A field fit for producing barley. యవక్యమ్,— for forced rice. షష్టిక్యమ్,— for quick-growing rice.

శ్లో.

585. తిల్యమ్,—for sesamum. మాష్యమ్,—black kidney beans. ఉమ్యమ్,—for panic seed. భంగ్యమ్,—for hemp.

641. యుగ్యః, An ox yoked.

ప్రాసంగ్యః, An ox in training with a frame on his neck.

శాకటః, An ox trained to draught.

652. కుటరః, The post round which the string of the churning-stick passes.

653. శృంఖలకాః, Young camels clogged with wooden rings on their feet.

654. ఔష్ట్రకం, A herd of camels. ఔరభ్రకం, A flock of sheep. ఆజకమ్, A flock of goats.

699. దేవాజీవః, A low Brahmana subsisting by attendance upon an idol and upon the offerings made to it.

709. కిరాతః, A mountaineer wearing feathers and armed with a bow.

శబరః, A savage wearing leaves.

పులిందః, A mountaineer speaking no intellgible language.

728. అవదంశః, Anything which excites thirst or appetite.

730. మైరేయం, Rum distilled from blossoms of Lythrum fruticosum, with sugar &c. ఆసవః,—from the raw juice of sugar-cane. శీధుః,—from molasses.

మేదకః, Vinous liquor for distilling.

శ్రీరస్తు.

సటీకనామలింగానుశాసనము.

తృతీయకాండము.

గ్రంథకర్త చదువువారికి సులభముగాఁ దెలియుటకై యీసామాన్యకాండమునఁ జెప్పఁగలవర్గలను వానికిఁ బూర్వకాండములయందుఁ జెప్పఁబడినవర్గలతోఁ గలసంబంధమును జెప్పచున్నాఁడు.

మూ॥ విశేష్యనిఘ్నైస్సంకీర్ణైర్నానార్థైరవ్యయైరపి।

లిఙ్గాదిసంగ్రహైర్వర్గాస్సామాన్యే వర్గసంశ్రయాః॥

టీక॥ సామాన్యే=పూర్వకాండములకు సాధారణమైన యీసామాన్యకాండమునందు, విశేష్యనిఘ్నైః= పూర్వోక్తస్త్రీదారాదివిశేష్యములకు అధీనమైన లింగాదులుగల పదములచేతను,సంకీర్ణైః=పరస్పరవిరుద్ధములైన కర్మపారాయణపరస్పర ప్రభృతిశబ్దములచేతను, నానార్థైః = అనేకార్థములుగలనాకాదిపదములచేతను, అవ్యయైరపి=ఆఙ్ మొదలైన అవ్యయపదములచేతను, లిఙ్గాదిసంగ్రహైః=లింగసంగ్రహనామసంగ్రహములచేతను,వర్గాః=విశేష్యనిఘ్న సంకీర్ణ నానార్థ అవ్యయ లింగాదిసంగ్రహములనునైదువర్గలు, (ఉచ్యన్తే=చెప్పఁబడుచున్నవి.) (తే=ఆవర్గలు,)వర్గసంశ్రయాః=ప్రథమద్వితీయకాండవర్గలనే యాశ్రయించినవి. తఱచుగాఁ దమలో నవాంతరవర్గలు గలవి యనిగాని యర్థము.

ఈకాండమున విశేష్యనిఘ్నవర్గయందుఁజెప్పఁగల సుకృత్యాదులు పూర్వకాండములలోని స్వర్గాదులకు విశేషణములుగాను, సంకీర్ణవర్గయందుఁ జెప్పఁగల కర్మాదులు ఆస్వర్గాదులవ్యాపారములుగాను, ఇట్లే యిందలికడమవర్గలయందుఁ జెప్పఁగల నాకాదిశబ్దములు వానికి వాచకాదులుగాను నుండుట దెలియవచ్చును.కావున నీకాండము సామాన్యకాండ మనిపించుకొనును. రెండవపక్షము - నానార్థవర్గయందు కాంతాదివర్గలును అవ్యయవర్గయం దవ్యయవర్గావ్యయనానార్థవర్గలును నిట్లే లింగాదిసంగ్రహవర్గయందు నున్నవని తెలియవలయును.

ఈశాస్త్రమున "ప్రాయశోరూపభేదేన" అనుసంకేతముచేత తఱచుగా రూపభేదముచేత లింగమెఱుఁగఁదగినదియైనను నీవిశేష్యనిఘ్నవర్గయందు నట్టిసంకేతము లేదని చెప్పుచున్నాఁడు.

మూ॥ స్త్రీదారాద్యై ర్యద్విశేష్యం యాదృశైః ప్రస్తుతం పదైః।
గుణద్రవ్యక్రియాశబ్దా స్తథా స్యు స్తస్య భేదకాః॥ ౨॥

టీక॥ యద్విశేష్యమ్=ఏవిశేష్యమయినయర్థము, యాదృశైః=ఏలింగాదులుగల, స్త్రీదారాద్యైఃపదైః=స్త్రీదారమొదలయిన స్త్రీలింగపుల్లింగనపుంసకలింగపదములచేతను, ప్రస్తుతమ్=ప్రక్రమింపఁబడునో, తస్య=ఆవిశేష్యమునకు, భేదకాః=విశేషణములయిన, గుణద్రవ్యక్రియాశబ్దాః = గుణద్రవ్య క్రియావాచకశబ్దములు, తథాస్యుః = ఆవిశేష్యలింగాదులుగలవే యౌను.

అనఁగా, విశేష్యము ఏలింగమై ప్రక్రమింపఁబడునో గుణద్రవ్యక్రియావాచకములయిన సుకృత్యాదివిశేషణములును ఆలింగములు గలవే యౌనని తాత్పర్యము. ప్రవీణా స్త్రీ- ప్రవీణాఃదారాః - ప్రవీణం కళత్రమ్, అని గుణవాచక విశేషణములకును, ధనినీ స్త్రీ-ధనినో దారాః-ధని కళత్రమ్ అని ద్రవ్యవాచకవిశేషణములకును, క్షేమంకరా స్త్రీ-క్షేమంకరా దారాః-క్షేమంకరం కళత్రమ్అని క్రియావాచకవిశేషణములకునుదాహరణములు.

[క్షేమంకరో ౽రిష్టతాతి శ్శివతాతి శ్శివంకరః]	క్షేమంకరః-అరిష్టతాతిః-శివతాతిః - శివంకరః॥ ర-శుభమును జేయువాని పేళ్లు. ఈయర్థశ్లోకము ప్రక్షిప్తమని కొందఱు, Propitious.
సుకృతీ పుణ్యవా న్ధన్యో	సుకృతీ॥ న్॥-పుణ్యవాన్॥త్॥-ధన్యః॥ 3-పుణ్యముగలవాని పేళ్లు, Well-fated. Fortunate.
మహేచ్ఛ(స్తు)మహాశయః॥ Magnanimous.	మహేచ్ఛః-మహాశయః॥-౨-ఘనమైనమనస్సుగలవాని పేళ్లు. విరివియైన మనస్సుగలవాఁడు.
హృదయాలు స్సుహృదయో	హృదయాలుః-సుహృదయః॥ ౨ - మంచిమనస్సుగలవాని పేళ్లు, Good-hearted.
మహోత్సాహో మహోద్యమః।	మహోత్సాహః-మహోద్యమః॥ ౨-దుష్కరప్రయోజనములయం దుద్యోగము గలవాని పేళ్లు, Persevering; diligent; persistent.

ప్రవీణే నిపుణాభిజ్ఞ విజ్ఞ నిష్ణాత శిక్షితాః॥౪॥ వైజ్ఞానికః కృతముఖః కృతీ కుశల (ఇత్యపి)।	ప్రవీణః - నిపుణః - అభిజ్ఞః-విజ్ఞః-నిష్ణాతః - శిక్షితః-వైజ్ఞానికః(పా) విజ్ఞానికః-కృతముఖః- కృతీ॥న్॥-కుశలః॥౧౦-నేర్పరిపేళ్లు, Skilful;conversant.
పూజ్యః ప్రతీక్ష్య	పూజ్యః-ప్రతీక్ష్యః॥౨-పూజ్యుఁడు, Venerable.
స్సాంశయిక స్సంశయాపన్నమానసః॥ ౫॥	సాంశయికః - సంశయాపన్నమానసః ॥ ౨ - సందేహించువానిపేళ్లు, Irresolute; సంశయించిన వస్తువని కొందఱు, Uncertain; dubious.
దక్షిణీయో దక్షిణార్హ(స్తత్ర)దాక్షిణ్య (ఇత్యపి)।	దక్షిణీయః - దక్షిణార్హః - దాక్షిణ్యః (పా) దక్షిణ్యః॥ ౩- దక్షిణకు యోగ్యమయిన వానిపేళ్లు, Meriting a fee or reward.
(స్స్య) ర్వదాన్య స్థూలలక్ష దానశౌణ్డా బహుప్రదే॥ ౬॥	వదాన్యః (పా)వదన్యః-స్థూలలక్షః (పా) స్థూలలక్ష్యః-దానశౌణ్డః - బహుప్రదః॥౪-మిగుల నిచ్చునట్టివానిపేళ్లు, Munificent.
జైవాతృక (స్స్యా) దాయుష్మా	జైవాతృకః- ఆయుష్మాన్॥ త్॥ ౨- దీర్ఘాయుష్మంతునిపేళ్లు, Long-lived.
న్నన్తర్వాణి(స్తు)శాస్త్రవిత్।	అన్తర్వాణిః-శాస్త్రవిత్॥ద్॥ ౨ - శాస్త్రము నెఱింగినవానిపేళ్లు, Skilled in sacred sciences.
పరీక్షకః కారణికో	పరీక్షకః- కారణికః॥ ౨ - ప్రమాణములచేత నర్థమును నిశ్చయించువానిపేళ్లు, Investigating.
వరద(స్తు)సమర్థకః॥౭॥	వరదః- సమర్థకః॥ ౨ - అడిగినవస్తువుల నిచ్చు దేవతాదులపేళ్లు, Granting a prayer.
హర్షమాణో వికుర్వాణః ప్రమనా హృష్టమానసః।	హర్షమాణః-వికుర్వాణః- ప్రమనాః॥ స్॥- హృష్టమానసః ॥ ౪- సంతోషముతోఁగూడిన మనస్సుగలవానిపేళ్లు, Joyful, cheerful.
దుర్మనా విమనా అన్తర్మనా (స్స్యా)	దుర్మనాః॥స్॥-విమనాః॥స్॥- అన్తర్మనాః॥ స్॥ ౩ - దుఃఖముతోఁగూడిన మనస్సుగలవానిపేళ్లు, Sad; perplexcd.
దుత్క ఉన్మనాః॥౮॥	ఉత్కః-ఉన్మనాః॥ స్॥ ౨-ప్రియమయినవస్తు

	వెప్పుడు దొరకునాయని త్వరగలవానిపేళ్లు, Anxiously wishing for.
దక్షిణేసరలోదారౌ	దక్షిణః- సరలః- ఉదారః॥ ౩ - కుటిలముగాక చక్కనైనమనస్సు గలవానిపేళ్లు, Sincere,candid.
సుకలో(దాతృభోక్తరి)।	సుకలః॥౧-దాతృభోక్తరి = త్యాగభోగములు గలవానిపేరు, Liberal in giving and using.
తత్పరే ప్రసితాఽసక్తౌ	తత్పరః-ప్రసితః - ఆసక్తః॥ ౩ - ఒక పదార్థమునందుఁ దగిలినమనస్సుగలవానిపేళ్లు, Attentive. Closely intent on.
విష్టార్థోద్యుక్త ఉత్సుకః॥ ౯॥	ఇష్టార్థోద్యుక్తః - ఉత్సుకః ॥ ౨ - ఇష్టమైన ప్రయోజనమునం దుద్యోగము గలవాని పేరు, Zealously active. Anxiously striving for.
ప్రతీతే ప్రథిత ఖ్యాత విత్త విజ్ఞాత విశ్రుతాః।	ప్రతీతః - ప్రథితః - ఖ్యాతః - విత్తః - విజ్ఞాతః-విశ్రుతః ॥ ౬ - ధనాదులచేఁ బ్రసిద్ధుండయినవాని పేళ్లు, Celebrated, famous.
(గుణైః ప్రతీతే తు) కృతలక్షణా ఽఽహతలక్షణౌ॥ ౧౦॥	కృతలక్షణః-ఆహతలక్షణః॥ ౨- గుణైః= త్యాగశౌర్యాదిగుణములచేత, ప్రతీతే= ప్రసిద్ధుఁడయినవానిపేళ్లు, Noted for good qualities.
ఇభ్య ఆఢ్యో ధనీ	ఇభ్యః- ఆఢ్యః- ధనీ ॥ న్ ॥ ౩ - ధనికునిపేళ్లు, Opulent, wealthy.
స్వామీ(త్వీ)శ్వరః పతి రీశితా।అధిభూ ర్నాయకో నేతా ప్రభుః పరివృఢోఽధిపః॥ ౧౧॥	స్వామీ॥ న్॥- ఈశ్వరః- పతిః- ఈశితా॥ ఋ॥ అధిభూః-నాయకః- నేతా॥ ఋ॥ ప్రభుః- పరివృఢః- అధిపః॥ ౧౦-ఏలువానిపేళ్లు, An owner or master.
అధికర్ధిస్సమృద్ధ(స్స్యాత్) Prosperous	అధికర్ధిః-సమృద్ధః [పా] సమృద్ధిః॥ ౨ - అధికసంపదగలవానిపేళ్లు, Every way happy.
కుటుమ్బవ్యాపృత(స్తుయః।స్యా) దభ్యాగారిక (స్తస్మి)న్నుపాధి(శ్చపుమా నయమ్)॥ ౧౨॥	కుటుంబవ్యాపృతః- అభ్యాగారికః - ఉపాధిః ॥ ౩ - కుటుంబపోషణమునం దాసక్తుఁడై యుండువానిపేళ్లు, Attentive to support his family. ఉపాధిశబ్దము నియతపుల్లింగము.

(వరాఙ్గరూపోపేతో యః) స్సింహసంహననో (హి సః)

సింహసంహననః॥౧- వరాఙ్గరూపోపేతః=శ్రేష్ఠమయినయంగముతోను రూపముతోను గూడుకొన్నవానిపేరు, Handsome and well-shaped.

నిర్ధార్యః (కార్యకర్తా యః సమ్పన్నస్సత్త్వసమ్పదా)॥ ౧౩॥
Acting fearlessly.

నిర్ధార్యః[పా] నిర్వార్యః॥ ౧-సత్త్వసమ్పదా=ఆపదలయందును కలఁతనొందని ధైర్యసంపదతో, సమ్పన్నః=కూడుకొన్నవాఁడై, యః=ఎవఁడు, కార్యకర్తా=కార్యమును జేయునో, సః=వానిపేరు.

అవాచి మూకో(ఽథ) మనోజవసః (పితృసన్నిభః)।

అవాక్-మూకః॥౨-మూఁగవానిపేరు, Dumb.

మనోజవసః[ప] మనోజవః- పితృసన్నిభః॥ ౨-తండ్రినిబోలినవానిపేరు, Fatherly.

(సత్కృత్యాలంకృతాం కన్యాం యో దదాతి స)కూకుదః॥ ౧౪॥

కూకుదః॥౧- యః=ఎవఁడు, సత్కృత్య=సత్కరించి, అలంకృతామ్ = అలంకరింపఁబడిన, కన్యామ్=కన్యకను, దదాతి = దానము చేయుచున్నాఁడో, సః=వానిపేరు, One who gives a girl in marriage, decorating her with ornaments.

లక్ష్మీవాన్ లక్ష్మణః శ్రీలః శ్రీమాన్

లక్ష్మీవాన్॥త్॥ -లక్ష్మణః- శ్రీలః [పా] శ్లీలః- శ్రీమాన్॥ త్॥ ౪- సంపదగలవానికిని ఒప్పిదముగలవానికిని పేళ్లు, Prosperous, happy. [Affectionate.

స్నిగ్ధ(స్తు) వత్సలః।

స్నిగ్ధః-వత్సలః॥౨- స్నేహముగలవానిపేళ్లు.

(స్యా) ద్దయాలుః కారుణికః కృపాలు స్సూరతః(సమాః) ॥౧౫॥

దయాలుః- కారుణికః- కృపాలుః- సూరతః॥ ౪- దయగలవానిపేళ్లు, Compassionate.

స్వతన్త్రోఽపావృత స్స్వైరీ స్వచ్ఛన్దో నిరవగ్రహః।

స్వతన్త్రః-అపావృతః-స్వైరీ॥న్॥[పా] స్వైరః-స్వచ్ఛన్దః-నిరవగ్రహః ॥ ౫-స్వతంత్రునిపేళ్లు, Unrestrained. Independent.

పరతన్త్రః పరాధీనః పరవా న్నాథవా (నపి) ౧౬॥ అధీనో నిఘ్న ఆయత్తోఽస్వచ్ఛన్దో

పరతన్త్రః- పరాధీనః- పరవాన్॥ త్॥ - నాథవాన్॥త్॥ ౪-పరాధీనునిపేళ్లు, Dependent. అధీనః-నిఘ్నః-ఆయత్తః- అస్వచ్ఛన్దః - గృహ్యకః॥ ౫-అధీనునిపేళ్లు, Docile. ఈయు పర్యాయములని

గృహ్యాకో (౽వ్యసా)।	కొందఱు.
ఖలపూ (స్సాన్స్యా) ద్బహుకరో	ఖలపూః-బహుకరః॥౨-కళ్లమునూడుచువాని పేళ్లు, A sweeper.
దీర్ఘసూత్రశ్చిరక్రియః॥ ౧౭॥	దీర్ఘసూత్రః-చిరక్రియః॥ ౨ విచారించి మెల్లగా కార్యముఁజేయువానిపేళ్లు, Dilatory, slow.
జాల్మో౽సమీక్ష్యకారీ(స్యాత్)	జాల్మః-అసమీక్ష్యకారీ॥న్॥౨-విచారింపక కార్యముఁజేయువాఁడు, Acting inconsiderately.
కుణ్ఠో (మన్దః క్రియాసు యః)।	కుణ్ఠః॥౧-కార్యములయందు అలసుఁడైనవాని పేళ్లు, Indolent.
కర్మక్షమో౽లంకర్మీణః	కర్మక్షమః-అలంకర్మీణః॥౨-కార్యమును జేయ సమర్థుఁడైనవానిపేళ్లు, Competent to act.
క్రియావాన్ (కర్మసూద్యతః)॥ ౧౮॥	క్రియావాన్॥త్॥౧-కార్యమును జేయ నుద్యోగించినవానిపేరు, Engaged in a business.
(స)కార్మః కర్మశీలో(యః) Laborious.	కార్మః-కర్మశీలః॥౨- ఫలముగలిగినను లేకున్నను కార్యముఁజేయు స్వభావముగలవానిపేళ్లు.
కర్మశూర(స్తు)కర్మఠః। Finishing carefully.	కర్మశూరః-కర్మఠః॥ ౨-ఫలముగలుగువఱకును కార్యముఁజేయు తెగువగలవానిపేళ్లు.
కర్మణ్యభుక్కర్మకరః Working for hire.	కర్మణ్యభుక్(పా)భరణ్యభుక్ ॥ జ్ ॥-కర్మకరః॥ ౨-కూలిపుచ్చుకొని పనిచేయువానిపేరు.
కర్మకార(స్తు)తత్క్రియః॥ ౧౯॥	కర్మకారః-తత్క్రియః॥ ౨-కూలిలేక పనిచేయువానిపేళ్లు, Working without wages.
అపస్నాతో మృతస్నాతః	అపస్నాతః-మృతస్నాతః ॥ ౨ - బంధునుహృదాదిమరణనిమిత్తమయి స్నానముచేసినవానిపేళ్లు, Bathing after mourning.
ఆమిషాశీ (తు) శౌష్కలః।	ఆమిషాశీ॥న్॥-శౌష్కలః ॥ ౨-మత్స్యమాంసములుఁదినువానిపేళ్లు, Eating fish and flesh.
బుభుక్షిత (స్స్యా) త్క్షుధితో జిఘత్సు రశనాయితః॥ ౨౦॥	బుభుక్షితః-క్షుధితః-జిఘత్సుః - అశనాయితః॥ ౪-ఆఁకలిగొన్నవానిపేళ్లు, Hungry.

పరాన్నః పరపిణ్డాదో	పరాన్నః-పరపిణ్డాదః॥౨-పరాన్నమే భుజించువాని పేళ్లు, Feeding at another's cost.
భక్షకో ఘస్మరోఽద్మరః।	భక్షకః-ఘస్మరః-అద్మరః॥౩ - తిండిపోతు పేళ్లు, Gluttonous.
ఆద్యూన(స్స్యా)దౌదరికో (విజిగీషావివర్జితే) ॥	ఆద్యూనః-ఔదరికః ॥ ౨ - విజిగీషావివర్జితే= వేఱే యుద్యోగము లేక పొట్టపోసికొనువాని పేళ్లు, Shamelessly voracious.
(ఉభౌ) నాత్మమ్భరిః కుక్షిమ్భరి (స్స్వోదరపూరకే)।	ఆత్మమ్భరిః-కుక్షిమ్భరిః॥౨ - పోష్యవర్గమును విడిచి, స్వోదరపూరకే=తనకడుపునే నిండించుకొనువాని పేళ్లు, Selfishly voracious.
సర్వాన్నీన(స్తు)సర్వాన్నభోజీ	సర్వాన్నీనః-సర్వాన్నభోజీ॥న్॥౨- నియమము లేక యన్నితావుల భుజించువాని పేళ్లు, Eating all manner of food.
గృధ్ను(స్తు)గర్ధనః ॥ లుబ్ధోఽభిలాషుక స్తృష్ణక్	గృధ్నుః-గర్ధనః-లుబ్ధః-అభిలాషుకః-తృష్ణక్॥జ్॥ ౫-ఆశగలవాని పేళ్లు, Covetous, greedy.
(సమౌ) లోలుప లోలుభౌ।	లోలుపః-లోలుభః ॥ ౨-మిక్కిలియు నాశగలవాని పేళ్లు, Very covetous.
సోన్మాద(స్తూ)న్మదిష్ణు (స్స్యా) Frantic.	సోన్మాదః-ఉన్మదిష్ణుః॥౨ - భూతావేశాదులచేత నొడలెఱుఁగనివాని పేళ్లు, Mad, insane.
దవినీత స్సముద్ధతః ॥ ౨౩॥	అవినీతః-సముద్ధతః ॥ ౨ - వినయము లేనివాని పేళ్లు, Misbehaving.
మత్తే శౌణ్డోత్కటక్షీబాః Intoxicated.	మత్తః-శౌణ్డః-ఉత్కటః-క్షీబః॥౪-మద్యపానాదులచేత నొడలెఱుఁగనివాని పేళ్లు, Drunk.
కాముకే కమితాఽనుకః। కమ్రః కామయితాఽభీకః కమనః కామనోఽభికః॥ ౨౪॥	కాముకః-కమితా॥ఋ॥-అనుకః-కమ్రః-కామయితా ॥ ఋ ॥ - అభీకః - కమనః - కామనః - అభికః ॥ ౯ - కాముకుని పేళ్లు. కోరికగలవాఁడు, Lustful.
విధేయో వినయగ్రాహీ	విధేయః - వినయగ్రాహీ ॥ న్ ॥-వచనేస్థితః-

వచనేస్థిత ఆశ్రవః ।	ఆశ్రవః॥ ౪-చెప్పినట్టు చేయువాఁడు, Compliant.
వశ్యః ప్రణేయో Under influence.	వశ్యః-ప్రణేయః॥ ౨-ఔషధాదులచేత వశ్యమయినవానిపేళ్లు, Governable.
నిభృత వినీత ప్రశ్రితాః (స్సమాః)॥ ౨౫॥	నిభృతః-వినీతః-ప్రశ్రితః [పా] ప్రసృతః॥౩-శిక్షింపఁబడినవానిపేళ్లు, Well trained.
ధృష్టే ధృష్ణుర్వియాత(శ్చ) Shameless.	ధృష్టః-ధృష్ణుః(పా)ధృష్ణక్॥జ్॥-వియాతః॥౩-దిట్టతనముగలవానిపేళ్లు, Impudent.
ప్రగల్భః ప్రతిభాన్వితే।	ప్రగల్భః-ప్రతిభాన్వితః॥ ౨ - అప్పటప్పటికి క్రొత్తగా ప్రకాశించు ప్రజ్ఞగలవానిపేళ్లు, Endowed with genius; bold.
(స్యా)దధృష్టే(తు)శాలీనో	అధృష్టః-శాలీనః॥౨-దిట్టతనము లేనివానిపేళ్లు, Modest; retiring.
విలక్షో విస్మయాన్వితే॥ Astonished. ౨౬॥	విలక్షః-విస్మయాన్వితః॥౨-ఆశ్చర్యముచే ప్రకృతాకారజ్ఞానములేనివాఁడు, వెఱఁగుపడినవాఁడు.
అధీరే కాతర	అధీరః-కాతరః॥ ౨-వ్యసనాదులచేత వ్యాకులపడినవానిపేళ్లు, Confused.
స్త్రస్నౌ భీరు భీరుక భీలుకాః।	త్రస్నుః-(పా)త్రస్తః-భీరుః-భీరుకః-భీలుకః॥ ౪-వెఱచు స్వభావముగలవానిపేళ్లు, Timid.
ఆశంసు రాశంసితరి	ఆశంసుః-ఆశంసితా॥ఋ॥౨-ప్రియవస్తువుకోరువానిపేళ్లు, Desirous.
గృహయాలు ర్గ్రహీతరి॥ ౨౭॥	గృహయాలుః-గ్రహీతా॥ ఋ॥౨-పుచ్చుకొను స్వభావముగలవానిపేళ్లు, Disposed to take.
శ్రద్ధాలుః (శ్రద్ధయాయుక్తే)	శ్రద్ధాలుః॥ ౧-శ్రద్ధయా=నమ్మికతో, యుక్తః=కూడియున్న వానిపేరు, Believing, faithful.
పతయాలు(స్తు) పాతుకే।	పతయాలుః-పాతుకః ॥ ౨-పడుస్వభావముగలవానిపేళ్లు, Habitually falling.
లజ్జాశీలే ఽపత్రపిష్ణు	లజ్జాశీలః-అపత్రపిష్ణుః॥౨-సిగ్గుపడుస్వభావముగలవానిపేళ్లు, Bashful.
ర్వన్దారు రభివాదకే॥	వన్దారుః-అభివాదకః॥ ౨-మ్రొక్కు స్వభావ

౨౮॥	ము గలవానిపేళ్లు, Polite; respectful.
శరారు ర్ఘాతుకో హింస్రః	శరారుః-ఘాతుకః-హింస్రః ॥ ౩-చంపుస్వభావము గలవానిపేళ్లు, Destructive, mischievous.
(స్యా)ద్వర్ధిష్ణు(స్తు)వర్ధనః।	వర్ధిష్ణుః-వర్ధనః॥ ౨-వృద్ధిఁబొందుస్వభావముగలవానిపేళ్లు, Thriving; growing.
ఉత్పతిష్ణు (స్తూ) త్పతితా౽	ఉత్పతిష్ణుః-ఉత్పతితా॥ఋ॥ ౨-ఎగయుస్వభావము గలవానిపేళ్లు, Jumping up.
లంకరిష్ణు(స్తు)మణ్డనః॥ ౨౯॥	అలంకరిష్ణుః-మణ్డనః॥ ౨ - శృంగారించుకొను స్వభావము గలవానిపేళ్లు, Fond of ornaments.
భూష్ణుర్భవిష్ణు ర్భవితా	భూష్ణుః-భవిష్ణుః-భవితా॥ ఋ॥౩-కాఁగల వానిపేళ్లు, About to become. పలుమాఱును మొలుచుస్వభావముగల కేశనఖాదులపేళ్లని కొందఱు.
వర్తిష్ణు ర్వర్తన (స్స మా)।	వర్తిష్ణుః-వర్తనః॥౨-వర్తించు స్వభావముగలవానిపేళ్లు, Revolving; stationary; abiding.
నిరాకరిష్ణుః క్షిప్నుః (స్యాత్)	నిరాకరిష్ణుః-క్షిప్నుః ॥ ౨-తిరస్కరించుస్వభావము గలవానిపేళ్లు, Disdaining; obstructive.
(సాన్ద్ర స్నిగ్ధ స్తు) మేదురః॥ ౩౦॥	మేదురః॥ ౧-సాన్ద్ర=దట్టమయి, స్నిగ్ధః=నిగ్గుగలిగిన మేఘపటలాదుల పేరు, Thick with.
జ్ఞాతా (తు) విదురో విన్దుః	జ్ఞాతా॥ఋ॥-విదురః-విన్దుః॥౩-ఎఱుఁగు స్వభావము గలవానిపేళ్లు, Intelligent ; knowing.
వికాసీ(తు)వికస్వరః।	వికాసీ॥న్॥-వికస్వరః॥౨ - వికసించుస్వభావము గలవానిపేళ్లు, Expanding.
విసృత్వరో విసృమరః ప్రసారీచ విసారిణి॥ ౩౧॥	విసృత్వరః-విసృమరః-ప్రసారీ ॥ న్॥-విసారీ॥న్॥ ౪-నెఱయుస్వభావముగల నీళ్లమీఁది తైలబిందువులు మొదలయినవానిపేళ్లు, Spreading,creeping.
సహిష్ణు స్సహనః క్షన్తా తితిక్షుః క్షమితా క్షమీ।	సహిష్ణుః-సహనః-క్షన్తా॥ ఋ॥-తితిక్షుః - క్షమితా॥ఋ॥-క్షమీ॥ ౬ - స్వభావముచేత నోర్పుగలవానిపేళ్లు, Patient; content.
క్రోధనో౽మర్షణః కోపీ	క్రోధనః॥-అమర్షణః - కోపీ॥ న్॥ ౩-స్వభావము

	చేత కోపముగలవాని పేళ్లు, Passionate; wrathful.
చణ్డ స్త్వత్యన్తకోపనః॥ ౩౨॥	చణ్డః-అత్యన్తకోపనః ॥ ౨-మిక్కిలి కోపించుకొనువాని పేళ్లు, Very passionate.
జాగరూకో జాగరితా	జాగరూకః-జాగరితా॥ఋ॥ ౨-మేల్కొనియుండువాని పేళ్లు, Wakeful.
ఘూర్ణితః ప్రచలాయితః।	ఘూర్ణితః-ప్రచలాయితః॥ ౨- కూరుకుపాటుపడువాని పేళ్లు. కూర్చుండినిద్రపోవువాఁడు, Reeling.
స్వప్నక్ శయాలు ర్నిద్రాలు	స్వప్నక్॥జ్॥-శయాలుః-నిద్రాలుః॥౩-నిద్రపోతు పేళ్లు,తూఁగుపోతు, Sleepy; sluggish.
ర్నిద్రాణ శయితౌ (సమౌ)॥ ౩౩॥	నిద్రాణః[వా] నిద్రితః-శయితః॥ ౨.నిద్రపోవువాని పేళ్లు, Asleep.
పరాఙ్ముఖః పరాచీన (స్స్యా)	పరాఙ్ముఖః-పరాచీనః ॥ ౨ - వెడమొగముగా నున్నవాని పేళ్లు, Averting the face.
దవాఙవ్యధోముఖః। Down-looked.	అవాఙ్ ॥ చ్॥-(అశబ్దము చేత), అవాచీనః-అధోముఖః॥౩-తలవంచుకొన్నవాని పేళ్లు.
(దేవానఞ్చతి) దేవద్ర్యఙ్ Approaching deities.	దేవద్ర్యఙ్॥చ్॥౧- దేవాన్ అఞ్చతి= దేవతలను గూర్చి పోవువానికిఁగాని దేవతలనుబూజించువానికిఁగాని పేరు, Adoring deities.
విష్వద్ర్యఙ్ (విష్వగఞ్చతి)॥ ౩౪॥	విష్వద్ర్యఙ్॥ చ్॥ ౧-విష్వక్ అఞ్చతి=అంతట నడచువాని పేరు, Going everywhere.
(య స్సహాఞ్చతి) సధ్ర్యఙ్ (స)	సధ్ర్యఙ్॥ చ్॥ ౧- సహ అఞ్చతి=ఒకరితోడఁ బోవువాని పేరు, Accompanying.
(స)తిర్యఙ్ (య స్తిరోఽఞ్చతి)।	తిర్యఙ్॥చ్॥ ౧-తిరః అఞ్చతి = అడ్డముగానడచువాని పేరు, Moving tortuously.
వదో వదావదో వక్తా	వదః-వదావదః-వక్తా॥ఋ॥ ౩-పలుకనేర్చినవాని పేళ్లు, Knowing how to speak.
వాగీశో వాక్పతి (స్సమౌ)॥ ౩౫॥	వాగీశః-వాక్పతిః॥ ౨ - నిర్దోషముగాఁ బలుకనేర్చినవాని పేళ్లు, Eloquent.
వాచోయుక్తిపటు	వాచోయుక్తిపటుః-వాగ్మీ॥న్॥ ౨-తానుపలుక

ర్వాగ్మీ	నిశ్చయించిన యర్థమును లెస్సగా నిర్వహించి పలుకువానిపేళ్లు, Speaking sensibly.
వావదూకోఽతివక్తరి।	వావదూకః-అతివక్తా॥ ఋ॥ ౨ - అధికముగా మాటలాడువానిపేరు, Talkative; loquacious.
(స్యా)జ్జల్పాక(స్తు)వాచాలో వాచాటో బహుగర్హ్యవాక్॥ ౩౬॥	జల్పాకః- వాచాలః- వాచాటః- బహుగర్హ్యవాక్॥ చ్॥ ౪ - దోషయుక్తముగా పెక్కుమాటలాడువానిపేళ్లు, Talking nonsense.
దుర్ముఖే ముఖరాబద్ధముఖౌ	దుర్ముఖః - ముఖరః- అబద్ధముఖః॥ ౩ -అప్రియముగాఁబలుకువానిపేళ్లు, Scurrilous.
శక్లః ప్రియంవదే।	శక్లః [పా] శక్నః- ప్రియంవదః॥ ౨-ప్రియముగాఁ బలుకువానిపేళ్లు, Speaking civilly.
లోహల(స్స్యా)దస్ఫుటవాక్	లోహలః-అస్ఫుటవాక్॥చ్॥౨ - వ్యక్తము గాకుండ మాటలాడువానిపేళ్లు, Lisping.
గర్హ్యవాదీ(తు) కద్వదః॥ ౩౭॥	గర్హ్యవాదీ॥ న్॥-కద్వదః ॥ ౨- నిందింపఁదగిన మాటలాడువానిపేళ్లు, కొఱగానిమాటఁాడువాఁడు, Speaking ill.
(సమౌ) కువాద కుచరౌ	కువాదః [పా] కుపాదః - కుచరః॥ ౨ పరుల దోషమును బలుకువానిపేళ్లు, Censorious.
(స్యాదసౌమ్యస్వరో)ఽస్వరః।	అస్వరః॥ ౧ - అసౌమ్యస్వరః = చెవులకు నింపుగాని స్వరముగలవానిపేరు, Having a bad voice.
రవణశ్శబ్దనో	రవణః-శబ్దనః॥ ౨- మ్రోయుస్వభావము గలవానిపేళ్లు, Sonorous.
నాన్దీవాదీ నాన్దీకర(స్సమౌ)॥ ౩౮॥	నాన్దీవాదీ॥ న్॥- నాన్దీకరః॥ ౨ - ఆశీర్వాదముతోఁగూడిన దేవతాదులయొక్క స్తోత్రమును జేయు మంగళపాఠకునిపేళ్లు, Speaker of a prologue.
జడోఽజ్ఞే Idiot, stupid.	జడః - అజ్ఞః॥ ౨- ఇష్టానిష్టసుఖదుఃఖములనెఱుఁగక పరవశుఁడై యూరకయున్నవానిపేళ్లు.
ఽనేడమూక (స్తువక్తుం శ్రోతు మశిక్షితే)।	అనేడమూకః ॥౧-వక్తుమ్=పలుకుటకును, శ్రోతుమ్=వినుటకును, అశిక్షితే = శిక్షింపఁబడనివాని

Deaf and dumb.	పేరు. అనఁగా చెవిటివానికిని మూఁగవానికిని సరియైనవాఁడు. ఏడమూకయనుపాఠమంగీకరించిచెవుడును మూఁగతనమునుగలవానికిపేరని కొందఱు.
తూష్ణీంశీల (స్తు) తూష్ణీకో	తూష్ణీంశీలః-తూష్ణీకః॥ ౨-మాటలాడకయూరకుండుస్వభావముగలవానిపేళ్లు, Silent.
నగ్నో౽ వాసా దిగమ్బరే॥ ౩౯॥	నగ్నః-అవాసాః॥ స్॥-దిగమ్బరః॥ ౩- దిసమొలవానిపేళ్లు, Naked.
నిష్కాసితో౽ వకృష్ట(స్సాన్య)	నిష్కాసితః-అవకృష్టః॥ ౨ - వెళ్లఁగొట్టఁబడినవానిపేళ్లు, Expelled. [డినవానిపేళ్లు, Cursed.
దపధ్వస్తస్తుధిక్కృతః।	అపధ్వస్తః- ధిక్కృతః॥ ౨ - తిరస్కరింపఁబ
ఆత్తగన్ధో౽ భిభూత(స్సాన్యత్)	ఆత్తగన్ధః [పా] ఆత్తగర్వః - అభిభూతః॥ ౨- రాజుచేతఁగాని శత్రువుచేఁగాని పోఁగొట్టఁబడినగర్వముగలవానిపేళ్లు, Humbled ; subdued.
దాపితస్సాధిత(స్సమౌ)। ౪౦॥	దాపితః- సాధితః॥ ౨- రాజుచేదండుగగొనఁబడినవానిపేళ్లు, condemned; or adjudged.
ప్రత్యాదిష్టో నిరస్త(స్సాన్య) త్ప్రత్యాఖ్యాతో నిరాకృతః।	ప్రత్యాదిష్టః-నిరస్తః- ప్రత్యాఖ్యాతః- నిరాకృతః॥ ౪ - న్యాయముచేత పరిహరింపఁబడినవానిపేళ్లు, Removed; set aside.
నికృత (స్సాన్య) ద్విప్రకృతో	నికృతః- విప్రకృతః॥ ౨ - పీడింపఁబడినవానిపేళ్లు, Humiliated. Insulted.
విప్రలబ్ధ(స్తు)వఞ్చితః॥ ౪౧॥	విప్రలబ్ధః - వఞ్చితః॥ ౨ - మోసపుచ్చఁబడినవానిపేళ్లు, Deceived; duped.
మనోహతః ప్రతిహతః ప్రతిబద్ధో హత(శ్చసః)।	మనోహతః-ప్రతిహతః-ప్రతిబద్ధః-హతః॥౪-మనస్సున నుత్సాహము చెడినవాఁడు, Disappointed.
అధిక్షిప్తః ప్రతిక్షిప్తో	అధిక్షిప్తః-ప్రతిక్షిప్తః॥ ౨-నిందింపఁబడినవానిపేళ్లు,Censured.
బద్ధే కీలిత సంయతౌ॥ ౪౨॥	బద్ధః - కీలితః - సంయతః॥ ౩ - బొండకొయ్యమొదలయినవానిచేత కట్టఁబడినవానిపేళ్లు, Confined in stocks. Fettered.

ఆపన్న ఆపత్ప్రాప్త (స్స్యాత్)	ఆపన్నః - ఆపత్ప్రాప్తః॥ ౨ - ఆపదఁబొందిన వానిపేళ్లు, Overtaken by calamity. Distressed.
కాన్దిశీకో భయద్రుతః।	కాన్దిశీకః-భయద్రుతః॥ ౨ - వెఱచి పాఱిపోవు వానిపేళ్లు, Put to flight.
ఆక్షారితః క్షారితోఽభిశస్తే	ఆక్షారితః-క్షారితః-అభిశస్తః॥౩- పరస్త్రీగమన బ్రహ్మహత్యాదులవలన నిందింపఁబడిన వానిపేళ్లు, Calumniated. Accused of adultery.
సంకసుకోఽస్థిరే॥ ౪౩॥	సంకసుకః- అస్థిరః॥ ౨- దేనియందును నిలుకడలేనివానిపేళ్లు, Unsteady. Uncertain.
వ్యసనార్తోపరక్తౌ(ద్వౌ) Afflicted. Suffering pain from a cause human or divine.	వ్యసనార్తః-ఉపరక్తః॥ ౨- దైవకృతమనుష్యకృతములయిన శరీరపీడలు గలవానిపేళ్లు. జూదము మొదలైన వ్యసనములుగలవానిపేళ్లని కొందఱు.
విహస్తవ్యాకులౌ (సమౌ) । Perplexed.	విహస్తః-వ్యాకులః॥ ౨-శోకాదులచేత వెనుక ముందెఱుఁగనివానిపేళ్లు, Confounded, perplexed.
విక్లబో విహ్వలః Overcome by fear.	విక్లబః- విహ్వలః॥ ౨ - భయాదులచేతఁ దన యవయవములను ధరింప శక్తి లేనివానిపేళ్లు, Unable to contain one's self.
(స్యాత్తు) వివశోఽరిష్టదుష్టధీః॥ ౪౪॥	వివశః- అరిష్టదుష్టధీః॥ ౨ - ఆసన్నమరణము చేత దూషితమైన బుద్ధిగలవాని పేళ్లు, Apprehensive of death.
కశ్యః కశార్హే	కశ్యః - కశార్హః॥ ౨-అపరాధమువలన చబుకుపెట్లకుఁ దగినవాఁడు, Deserving a whipping.
(సన్నద్ధే) త్వాతతాయీ(వధోద్యతే) ।	ఆతతాయీ॥ న్॥ ౧-వధోద్యతే=చంపుయత్నముగల, సన్నద్ధే=సన్నద్ధుని పేరు, Murderous.
ద్వేష్యే త్వక్షిగతో	ద్వేష్యః - అక్షిగతః॥ ౨ - ద్వేషింపఁదగిన వాని పేళ్లు, Hateful; detestable.
వధ్యశ్శీర్షచ్ఛేద్య (ఇమౌసమౌ) ॥ ౪౫॥	వధ్యః-శీర్షచ్ఛేద్యః॥ ౨- చంపఁదగినవానిపేళ్లు, Meriting beheading.
విష్యో (విషేణ యో వధ్యః)	విష్యః॥ ౧-విషేణ= విషముచేత, యః=ఎవఁడు, వధ్యః = చంపఁదగినవాఁడో వానిపేరు, Meriting

death by poison.

ముసల్యో (ముసలేన యః) ।

ముసల్యః॥ ౧-ముసలేన = రోఁకటిచేతఁ జంపఁదగినవానిపేరు,—by knocks of a pestle.

శిశ్విదానో ఽకృష్ణకర్మా

శిశ్విదానః - అకృష్ణకర్మా॥న్॥౨-మంచియాచారముగలవానిపేళ్లు, Innocent. కొందఱు, శిశ్విదానః - కృష్ణకర్మా॥ ౨ - దురాచారము గలవానిపేళ్లనిరి, Sinful or criminal.

చపలశ్చికుర(స్సమౌ)॥ Rash. ౪౬॥ Inconsiderate.

చపలః - చికురః॥ ౨-దోషమువిచారింపక వధబంధనాదులను జేయువానిపేళ్లు, Committing a crime without considering the guilt.

దోషైకదృక్పురోభాగీ

దోషైకదృక్॥శ్॥-పురోభాగీ॥న్॥౨-దోషమునే వెదకువానిపేళ్లు, Malevolent. [Wicked; perverse.

నికృత స్త్వనృజుశ్శఠః॥

నికృతః - అనృజుః - శఠః॥ ౩-కుత్సితుని పేళ్లు,

కర్ణేజప స్సూచక(స్స్యా)త్పిశునో

కర్ణేజపః - సూచకః - పిశునః॥ ౩-కొండెముఁజెప్పువాని పేళ్లు, Informer.

దుర్జనః ఖలః॥ ౪౭॥

దుర్జనః-ఖలః॥-౨-దుష్టాత్ముఁడు, Mischief-maker.

నృశంసో ఘాతుకః క్రూరః పాపో

నృశంసః - ఘాతుకః - క్రూరః - పాపః॥ ౪-పరులకు బాధచేయు స్వభావముగలవానిపేళ్లు, Distructive, mischievous. [Fraudulent; crafty.

ధూర్త(స్తు) వఞ్చకః॥

ధూర్తః-వఞ్చకః॥ ౨-మోసపుచ్చువానిపేళ్లు,

అజ్ఞే మూఢ యథాజాత మూర్ఖ వైధేయ బాలిశాః॥ ౪౮॥

అజ్ఞః-మూఢః - యథాజాతః - మూర్ఖః- వైధేయః- బాలిశః॥ ౬-ఎఱుకలేనివానిపేళ్లు, Idiot.

కదర్యే కృపణ క్షుద్ర కింపచాన మితంపచాః।

కదర్యః-కృపణః - క్షుద్రః-కింపచానః - మితంపచః॥ ౫-లోభిపేళ్లు, Miser; avaricious.

నిస్స్వస్తుదుర్విధోదీనోదరిద్రోదుర్గతోఽ(పిసః)॥

నిస్స్వః-దుర్విధః - దీనః-దరిద్రః - దుర్గతః॥ ౫-దరిద్రునిపేళ్లు, Poor; indigent.

వనీపకో యాచనకో మార్గణో యాచకార్థినౌ।

వనీపకః[సా]వనీయకః - యాచనకః-మార్గణః-యాచకః-అర్థీ॥ న్॥ ౫ - అడుగువానిపేళ్లు, Beggar; mendicant.

అహంయు (స్స్యా) దహంకారీ

అహంయుః - అహంకారీ॥ న్॥ ౨-అహంకారముగలవానిపేళ్లు, Proud.

శుభంయు (స్తు)శుభాన్వితః॥ ౫౦॥

శుభంయుః - శుభాన్వితః॥ ౨-శుభముగలవానిపేళ్లు, Happy.

దివ్యోపపాదుకా (దేవాః) of divine origin.

దివ్యోపపాదుకాః॥ ౧-దేవాః=స్వర్గమునందుండు మాతృపితృసంబంధములేక పుట్టినదేవతలపేరు.

(నృగవాద్యా) జరాయుజాః। Viviparous.

జరాయుజః॥ ౧-నృగవాద్యాః = మావియందుఁబుట్టినమనుష్యులు పశువులు మొదలైనవానిపేరు.

స్వేదజాః(క్రిమిదంశాద్యాః)

స్వేదజః॥ ౧-క్రిమిదంశాద్యాః = చెమటవలనఁబుట్టినపురుగులు ఈఁగలు మొదలయినవానిపేరు. Engendered by damp: as worms and insects.

(పక్షిసర్పాదయోఽ)ణ్డజాః॥ Oviparous.

అణ్డజః॥ ౧-పక్షిసర్పాదయః=గ్రుడ్డువలనఁ బుట్టిన పక్షులు పాములు మొదలయినవానిపేరు.

ఇతి ప్రాణివర్గః.

ప్రాణివర్గము ముగిసెను.

ఉద్భిద (స్తరుగుల్మాద్యా)

ఉద్భిత్॥ద్॥ ౧ - తరుగుల్మాద్యాః = నేలనువ్రక్కలించుకొని పుట్టువృక్షములు పొదలుకసవు మొదలయినవానిపేరు, Vegetables.

ఉద్భి దుద్భిజ్జ ముద్భిదమ్।

ఉద్భిత్॥ద్॥-ఉద్భిజ్జమ్ - ఉద్భిదమ్॥ ౩-ఆతరుగుల్మాదులకే పేళ్లు, Sprouting; germinating.

సున్దరం రుచిరం చారు సుషమంసాధు శోభనమ్॥ ౫౨॥ కాన్తం మనోహారం రుచ్యం మనోజ్ఞం మఞ్జుమఞ్జులమ్।

సున్దరమ్-రుచిరమ్ - చారు-సుషమమ్ - సాధు-శోభనమ్ - కాన్తమ్ - మనోహారమ్ [పా] మనోరమమ్-రుచ్యమ్ - మనోజ్ఞమ్-మఞ్జు - మఞ్జులమ్॥ ౧౨-చక్కనివస్తువుపేళ్లు, Beautiful or pleasing.

(త) దాసేచనకం (తృప్తేర్నాస్త్యన్తో యస్య దర్శనాత్)॥ ౫౩॥

ఆసేచనకమ్॥ ౧-యస్య = ఏవస్తువుయొక్క, దర్శనాత్ =చూచుటవలన, తృప్తేః=తనివికి, అన్తః=తుద, నాస్తి=లేదో, తత్ =ఆవస్తువుపేరు, Charming.

అభీష్టే ఽభీప్సితం హృద్యం దయితం వ

అభీష్టమ్ - అభీప్సితమ్ - హృద్యమ్-దయితమ్-వల్లభమ్-ప్రియమ్॥ ౬-మనస్సునకుఁ బ్రియమయిన

ల్లభం ప్రియమ్।
నికృష్ట ప్రతికృష్టార్వా
రేఫ యాప్యావమా
ధమాః ॥ కుపూయకుత్సి
తావద్య ఖేట గర్హ్యాణ
కా (స్సమాః)।
మలీమసం(తు)మలినం
కచ్చరం మలదూషితం॥
పూతం పవిత్రం మే
ధ్యం(చ)।
వీధ్రం (తువిమలార్థక
మ్)।
నిర్ణిక్తం శోధితం మృ
ష్టం నిశ్శోధ్య మనవ
స్కరమ్॥ ౫౬॥
అసారం ఫల్గు
శూన్యం (తు) వశికం
తుచ్ఛరిక్తకే।
(క్లీబే) ప్రధానం ప్రము
ఖ ప్రవేకానుత్తమో
త్తమాః ॥ ముఖ్య వర్య
వరేణ్యాశ్చ ప్రబర్హో
నవరార్ధ్య (వత్)।పరా
ర్ధ్యాగ్ర ప్రాగ్రహర ప్రా
గ్ర్యాగ్ర్యాగ్రీయ మగ్రి
యమ్ ॥ శ్రేయాన్ శ్రే
ష్ఠః పుష్కల (స్స్యా)
త్సత్తమ శ్చాతిశోభనే।
(స్యురుత్తరపదే) వ్యా

వస్తువుపేళ్లు, Beloved, desired.

నికృష్టః-ప్రతికృష్టః-అర్వా॥న్॥- రేఫః [ప] రేపః॥న్॥-యాప్యః-అవమః-అధమః - కుపూయః-కుత్సితః-అవద్యః-ఖేటః-గర్హ్యః-అణకః ॥ ౧౩ - జాత్యాచారాదులచేత నిందితుఁడైనవాని పేళ్లు, Inferior; low.

మలీమసమ్-మలినమ్-కచ్చరమ్ - మలదూషితమ్॥౪-మాసినవస్తువుపేళ్లు, Foul, dirty.

పూతమ్-పవిత్రమ్-మేధ్యమ్॥ 3-పవిత్రమయినవస్తువుపేళ్లు, Purified.

వీధ్రమ్॥ ౧-విమలార్థకమ్=(స్వభావముచేత)నిర్మలమయిన స్ఫటికాదివస్తువులపేరు, Clean.

నిర్ణిక్తమ్-శోధితమ్-మృష్టమ్-నిశ్శోధ్యమ్-అనవస్కరమ్॥౫-కల్మషములేనట్టు శోధింపఁబడినవస్తువుపేళ్లు, Cleansed. [యినవస్తువులపేళ్లు, Pithless.

అసారమ్-ఫల్గు॥౨-సారములేనిదూది మొదల

శూన్యమ్-వశికమ్-తుచ్ఛమ్-రిక్తకమ్ ॥ ౪-రిత్తయైనయిల్లు మొదలయినవానిపేళ్లు, Void, empty.

ప్రధానమ్॥నిత్యనపుంసకలింగము॥-ప్రముఖః-ప్రవేకః-అనుత్తమః - ఉత్తమః - ముఖ్యః-వర్యః-వరేణ్యః-ప్రబర్హః-అనవరార్ధ్యః-పరార్ధ్యః-అగ్రః-ప్రాగ్రహరః-ప్రాగ్ర్యః-అగ్ర్యః- అగ్రీయః - అగ్రియః॥౧౭ ప్రధానవస్తువుపేళ్లు, Chief; principal.

శ్రేయాన్॥న్॥-శ్రేష్ఠః- పుష్కలః-సత్తమః-అతిశోభనః॥౫-మిక్కిలిశ్రేష్ఠునిపేళ్లు, Excellent. ప్రధానశబ్దము మొదలు ౨౨ అనుశ్రేష్ఠునిపేళ్లని కొందఱు.

వ్యాఘ్రః-పుఙ్గవః-ఋషభః- కుఞ్జరః - సింహః-

ఘ్రి పుఙ్గ వర్షభ కుఞ్జ రాః॥౫౯॥ సింహశార్దూ ల నాగాద్యాః (పుంసి శ్రేష్ఠార్థగోచరాః) ।	శార్దూలః-నాగః॥ ఈ ౭ను - ఆదిశబ్దముచేత ముఖ చంద్రశబ్దములును, ఉత్తరపదే = సమాసమునం దుత్తరపదములును, శ్రేష్ఠార్థగోచరాః = పూర్వ పదార్థశ్రేష్ఠత్వమును జెప్పును. అప్పుడు, పుంసి స్యుః=పుంలింగములౌను, Pre-eminent.
అప్రాగ్ర్యం (ద్వయ హీనే ద్వే) అప్రధానో పసర్జనే॥ ౬౦॥	అప్రాగ్ర్యమ్-అప్రధానమ్ - ఉపసర్జనమ్ ॥ ౩- ప్రధానముకాని దానిపేళ్లు, Secondary, subordinate. అప్రధానోపసర్జనశబ్దములు నియత॥ న ॥
విశఙ్కటంపృథు బృహ ద్విశాలం పృథులం మ హత్ । వడ్రోరువిపులం	విశఙ్కటమ్-పృథు-బృహత్ ॥ ద్ ॥-విశాలమ్- పృథులమ్-మహత్-వడ్రమ్-ఉరు-విపులమ్॥౯- విరి విమైనదానిపేళ్లు, Spacious. Copious.
పీన పీవ్నీ (తు) స్థూల పీవరే॥ ౬౧॥	పీనమ్-పీవ॥న్॥-స్థూలమ్-పీవరమ్॥౪-బలిసినదాని పేళ్లు, Fat; large.
స్తోకాల్ప క్షుల్లకా స్సూక్ష్మం శ్లక్ష్ణం ద భ్రం కృశం తను । (స్త్రియాం) మాత్రా త్రుటీ (పుంసి) లవ లేశ కణాణవః॥ ౬౨॥	స్తోకః-అల్పః-క్షుల్లకః - సూక్ష్మమ్ - శ్లక్ష్ణమ్-ద భ్రమ్-కృశమ్-తను-మాత్రా-త్రుటిః॥నియతస్త్రీ॥- లవః-లేశః-కణః-అణుః॥నియత పు॥౧౪ - కొంచెమ యినదానిపేళ్లు. సన్నమైనదియు. Minute; Little; Small.
అత్యల్పేఽల్పిష్ఠ మ ల్పీయః కనీయోఽణీ య (ఇత్యపి) ।	అల్పిష్ఠమ్-అల్పీయః॥స్॥-కనీయః॥స్॥-అణీయః॥ స్॥౪-అపిశబ్దమువలన, కనిష్ఠమ్-అణిష్ఠమ్, ఈ౬ను మిక్కిలి కొంచెమయినదానిపేళ్లు, Very small.
ప్రభూతం ప్రచురం ప్రాజ్య మదభ్రం బహు లం బహు ॥ పురుహం పురు భూయిష్ఠం స్ఫిరం భూయ(శ్చ)భూరి (చ) ।	ప్రభూతమ్- ప్రచురమ్- ప్రాజ్యమ్ - అదభ్రమ్- బహులమ్-బహు - పురుహమ్ [పా] పురుహూః- పురు-భూయిష్ఠమ్- స్ఫిరమ్ [పా] స్ఫారమ్-భూయః॥ స్ ॥ - భూరి ॥ ౧౨ . అధికమయినదానిపేళ్లు, Much, many.
పరశ్శతా (ద్యాస్తే యేషాం పరా సంఖ్యా	యేషామ్=ఏవస్తువులకు, శతాదికాత్=నూఱు మొదలయిన సంఖ్యకంటె, పరా=అధికమైన, సం

శతాదికాత్)॥ ౬౮ ॥ More than a hundred, Etc.	ఖ్యాః=సంఖ్యగలదో, తే = ఆవస్తువులు, పరశ్శతాద్యాః=పరశ్శతము మొదలయినపేళ్లుగలవి యగును. ఇవి సంఖ్యామాత్ర వాచకములయినపుడు ॥ న ॥
గణనీయే గాణేయం Calculable.	గణనీయమ్-గాణేయమ్ [పా] గణేయమ్ ॥ ౨-లెక్కపెట్టఁదగినదానిపేళ్లు, Numerable.
సంఖ్యాతే గణిత	సంఖ్యాతమ్-గణితమ్ ॥ ౨ - లెక్కపెట్టఁబడిన దానిపేళ్లు, Numbered, counted.
(మథ)సమం సర్వమ్। విశ్వమశేషం కృత్స్నం సమస్త నిఖిలాఖిలాని నిశ్శేషమ్॥ ౬౫ ॥ సమగ్రం సకలం పూర్ణమఖణ్డం (స్యా) దనూనకే ।	సమం-సర్వమ్-విశ్వమ్-అశేషమ్ - కృత్స్నమ్-సమస్తమ్-నిఖిలమ్-అఖిలమ్-నిశ్శేషమ్-సమగ్రమ్-సకలమ్-పూర్ణమ్-అఖణ్డమ్-అనూనకమ్॥౧౪ను-ఆదిపదముచేత, సంపూర్ణమ్-పుష్కలమ్ - అవికలమ్-అభిన్నమ్, ఇవిమొదలయినవియు - అంతయు నను నర్థముపేళ్లు, All; entire.
ఘనం నిరన్తరం సాన్ద్రం Without interstices.	ఘనమ్-నిరన్తరమ్-సాన్ద్రమ్॥3-దట్టమయినదాని పేళ్లు, Dense.Clustered together. [Delicate,fine.
పేలవం విరలం తను॥	పేలవమ్-విరలమ్-తను ॥ 3-పలుచనిదానిపేళ్లు.
సమీపే నికటా ౽సన్న సన్నికృష్ట సనీడ (వత్) । సదే శాభ్యాశ సవిధ సమర్యాద సవేశ (వత్) ॥ ఉపకణ్ఠాన్తికాభ్యర్ణాభ్యగ్రా (అప్య)భితో (౽వ్యయమ్)।	సమీపమ్-నికటమ్-ఆసన్నమ్-సన్నికృష్టమ్-సనీడమ్-సదేశమ్-అభ్యాశమ్[పా]అభ్యాసమ్-సవిధమ్-సమర్యాదమ్-సవేశమ్-ఉపకణ్ఠః-అన్తికః-అభ్యర్ణః-అభ్యగ్రః-అభితః॥ ౧౫ - దాపుపేళ్లు. అభితః-అనునది యవ్యయము, Near, proximate.
సంసక్తే (త్వ) వ్యవహిత మపదాన్తర (మిత్యపి)॥ ౬౬॥	సంసక్తమ్-అవ్యవహితమ్-అపదాన్తరమ్॥3-కదిసినదానిపేళ్లు, Adjoining; Contiguous.
నేదిష్ఠ మన్తికతమం	[యినదానిపేళ్లు, Very near. నేదిష్ఠమ్-అన్తికతమమ్ ॥ ౨ - మిక్కిలి దాప
(స్యా)ద్దూరం విప్రకృష్టకమ్।	దూరమ్ - విప్రకృష్టకమ్ ॥ ౨.దవ్వయినదాని పేళ్లు, Distant.

దవీయ(శ్చ)దవిష్ఠం(చ) సుదూరం

దవీయః॥స్॥- దవిష్ఠమ్ - సుదూరమ్॥ 3-మిక్కిలి దవ్వయినదానిపేళ్లు, Very remote.

దీర్ఘ మాయతమ్॥ ౬౯॥

దీర్ఘమ్-ఆయతమ్॥ ౨- నిడుపయినదానిపేళ్లు, [Long.

వర్తులం నిస్తలం వృత్తం

వర్తులమ్- నిస్తలమ్- వృత్తమ్॥ 3- వట్రువైన దానిపేళ్లు, Round. Circular. Globular.

బన్ధురం (తూన్నతానతమ్)।

బన్ధురమ్॥ ౧-ఉన్నతానతమ్ = స్వభావముచేత పొడవై యుపాధివశమున నించుక వంగినదాని పేరు, Naturally high but factitiously bent.

ఉచ్చప్రాంశూన్నతోదగ్రోచ్ఛ్రితా స్తుఙ్గే

ఉచ్చః - ప్రాంశుః- ఉన్నతః- ఉదగ్రః- ఉచ్ఛ్రితః-తుఙ్గః॥ ౬-పొడుగయినదానిపేళ్లు, High, tall.

ఽథ వామనే॥న్యఙ్నీచఖర్వహ్రస్వా (స్స్యుః)

వామనః-న్యక్॥ చ్॥-నీచః - ఖర్వః - హ్రస్వః- ౫ - కుఱుచైనదానిపేళ్లు, Short.

అవాగ్రేఽవనతానతమ్।

అవాగ్రమ్- అవనతమ్- ఆనతమ్॥ 3 - వంగిన దానిపేళ్లు, Bent down.

అరాలం వృజినం జిహ్మమూర్మిమత్కుఞ్చితం నతమ్॥ ౭౦॥ ఆవిద్ధం కుటిలం భుగ్నం వేల్లితం వక్ర(మిత్యపి)।

అరాలమ్ - వృజినమ్- జిహ్మమ్- ఊర్మిమత్ ॥ త్॥- కుఞ్చితమ్- నతమ్- ఆవిద్ధమ్- కుటిలమ్ - భుగ్నమ్ - వేల్లితమ్ - వక్రమ్ ॥ ౧౧ - వంకరయైన దానిపేళ్లు, Crooked.

ఋజావజిహ్మప్రగుణౌ

ఋజుః-అజిహ్మః-ప్రగుణః॥3- చక్కనై యుండు [దానిపేళ్లు, Straight.

వ్యస్తే(త్వ)ప్రగుణాకులౌ॥ ౭౧॥

వ్యస్తః-అప్రగుణః- ఆకులః॥ 3- చెదరినదాని పేళ్లు, Confounded.

శాశ్వత(స్తు) ధ్రువో నిత్య సదాతన సనాతనాః।

శాశ్వతః-ధ్రువః-నిత్యః- సదాతనః- సనాతనః॥ ౫-ఎన్నటికిని నాశము లేక యుండుదానిపేళ్లు, Eternal.

స్థాస్నుః స్థిరతరః స్థేయా

స్థాస్నుః-స్థిరతరః-స్థేయాన్॥ స్॥ 3 - పెక్కుకాలముండుదానిపేళ్లు, Permanent. Firm.

(నేకరూపతయా తు యః ॥ ౭౨ ॥ కాలవ్యా

కూటస్థః॥ పు॥ ౧-ఏకరూపతయా = వికారము లేక యొకలాగుననే, యః కాలవ్యాపీ=ఏది నిరవ

పీ స) కూటస్థః	ధికకాలముండునదో యట్టియాత్మాదుల పేరు, Uniform; perpetually the same.
స్థావరో జఙ్గమేతరః ।	స్థావరః - జఙ్గమేతరః॥ ౨- కదలకయుండు గిరి వృక్షాదులపేళ్లు, Immovable.
చరిష్ణు జఙ్గమ చరం త్ర స మిఙ్గం చరాచరమ్॥	చరిష్ణు- జఙ్గమమ్- చరమ్- త్రసమ్ - ఇఙ్గమ్- చరాచరమ్॥ ౬ - తిరుగులాడుమనుష్యాదులపేళ్లు, Movable.
చలనం కమ్పనం క మ్ప్రం	చలనమ్-కమ్పనమ్ - కమ్ప్రమ్॥ ౩ - కదలుస్వ భావముగలయశ్వత్థదళాదులపేళ్లు, Tremulous.
చలం లోలం చలాచ లమ్। చఞ్చలం తరలం చైవ పారిప్లవ పరిప్లవే॥	చలమ్- లోలమ్- చలాచలమ్- చఞ్చలమ్-తర లమ్- పారిప్లవమ్ - పరిప్లవమ్॥ ౭ - కదలుదానిపేళ్లు, Quaking, moving.
అతిరి క్త స్సమధికో	అతిరిక్తః- సమధికః॥ ౨ - మిక్కిలియధికమైన దానిపేళ్లు, Exceeding.
దృఢసన్ధి (స్తు) సంహ తః । Strong knit.	దృఢసన్ధిః-సంహతః॥ ౨ - దృఢమయినకీలుగల యవయవాదులపేళ్లు, లెస్సగా నదికినది.
కర్కశం కఠినం క్రూ రం కఠోరం నిష్ఠురం దృఢమ్ ॥ ౭౬ ॥ జరఠం మూర్తిమ న్మూర్తం	కర్కశమ్ [పా] కక్ఖటమ్ - కఠినమ్-క్రూరమ్- కఠోరమ్-నిష్ఠురమ్-దృఢమ్-జరఠమ్॥ ౭ - బిరుసైన దానిపేళ్లు, గట్టిది, Hard, solid. మూర్తిమత్॥ త్ ॥ మూర్తమ్॥౨-Material, corporeal.
ప్రవృద్ధం ప్రౌఢ మేధి తమ్।	ప్రవృద్ధమ్-ప్రౌఢమ్-ఏధితమ్॥౩-పెరిగినదాని పేళ్లు, Full-grown.
పురాణ ప్రతన ప్రత్న పురాతనచిరంతనాః ॥	పురాణః- ప్రతనః- ప్రత్నః- పురాతనః- చిరం తనః॥౫-ప్రాతదానిపేళ్లు, Old, ancient.
ప్రత్యగ్రోఽభినవో నవ్యో నవీనో నూతన నో నవః । నూత్న(శ్చ)	ప్రత్యగ్రః-అభినవః-నవ్యః- నవీనః - నూతనః- నవః-నూత్నః॥౭-క్రొత్తదానిపేళ్లు, New.
సుకుమారం (తు) కో మలం మృదులంమృదు॥	సుకుమారమ్-కోమలమ్ - మృదులమ్-మృదు॥ ౪-మెత్తనిదానిపేళ్లు, Soft.
అన్వ గన్వక్ష మను	అన్వక్॥ చ్॥ - అన్వక్షమ్ - అనుగమ్ - అను

గేఽనుపదం (క్లీబమ వ్యయమ్)।

పదమ్॥ ౪ - వెనుకపోవువానిపేళ్లు, అనుపదమ్॥ న, అవ్య॥ Following.

ప్రత్యక్షం (స్యా) దైన్ద్రియకం Perceptible.

ప్రత్యక్షమ్-ఐన్ద్రియకమ్॥ ౨ - పంచేంద్రియములచేత నెఱుంగఁబడుదానిపేళ్లు, Visible.

అప్రత్యక్ష మతీన్ద్రియమ్॥౭౯॥Beyond the reach of the senses.

అప్రత్యక్షమ్ [పా] అనధ్యక్షమ్ - అతీన్ద్రియమ్॥ ౨- నేత్రాదిపంచేంద్రియములచేత నెఱుఁగఁబడనిరూపరసాదులపేళ్లు, Unperceived: absent.

ఏకతానోఽ నన్యవృత్తి రేకాగ్ర్యైకాయనా (వపి) । (అ) ప్యేకసర్గ ఏకాగ్ర్యోఽ ప్యేకాయనగతో(ఽపిచ)॥౮౦॥

ఏకతానః- అనన్యవృత్తిః- ఏకాగ్రః - ఏకాయనః-ఏకసర్గః-ఏకాగ్ర్యః- ఏకాయనగతః॥ ౭- ఏకాగ్రచిత్తునిపేళ్లు, Closely attentive.

(పుం) స్యాదిః పూర్వపౌరస్త్య ప్రథమాద్యా

ఆదిః॥నియతపుంలింగము॥-పూర్వః-పౌరస్త్యః - ప్రథమః-ఆద్యః॥ ౫ - మొదటిదానిపేళ్లు, Prior ; first; initial.

(అథాఽస్త్రియామ్)। అన్తోజఘన్యం చరమ మన్త్య పాశ్చాత్య పశ్చిమాః॥ ౮౧॥

అన్తః॥స్న॥-జఘన్యమ్- చరమమ్- అన్త్యమ్-పాశ్చాత్యమ్-పశ్చిమమ్ ॥ ౬- తుదయైనదానిపేళ్లు, Last ; ultimate.

మోఘం నిరర్థకం

మోఘమ్-నిరర్థకమ్॥ ౨ - ప్రయోజనములేని దానిపేళ్లు, Vain, useless.

స్పష్టం స్ఫుటం ప్రవ్యక్త ముల్బణమ్।

స్పష్టమ్-స్ఫుటమ్-ప్రవ్యక్తమ్- ఉల్బణమ్॥ ౪ - ప్రకటమయినదానిపేళ్లు, Apparent, evident.

సాధారణం (తు) సామాన్య

సాధారణమ్-సామాన్యమ్॥ ౨ - అనేకులకు పొత్తయినదానిపేళ్లు, Common.

మేకాకీ త్వేక ఏకకః॥ ౮౨॥

ఏకాకీ॥న్॥- ఏకః- ఏకకః॥ ౩- సహాయములేక యొక్కటియైనదానిపేళ్లు, Alone, solitary.

భిన్నా (ర్థకా) అన్యతర ఏక త్వో న్యేతరా (వపి)।

భిన్నః-అన్యతరః-ఏకః-త్వః-అన్యః-ఇతరః॥ ౫- భిన్నార్థకాః= ప్రకృతార్థముకంటె వేఱైనదానిపేళ్లు. ఇవి సర్వనామశబ్దములు, Other, different.

ఉచ్చావచం నైకభేద High and low.	ఉచ్చావచమ్-నైకభేదమ్॥ ౨ - అనేకప్రకారములయిన చిత్రాదులపేళ్లు, Variegated.
ముచ్చణ్డ మవిలమ్బితమ్॥ ౮౩॥	ఉచ్చణ్డమ్-అవిలమ్బితమ్ ॥ ౨ - త్వరగలదాని పేళ్లు, Quick, expeditious.
అరున్తుద (స్తు) మర్మస్పృక్ Painful.	అరుంతుదః-మర్మస్పృక్॥ శ్ ॥ ౨-మర్మమును నొప్పించుమాటలు మొదలయినవాని పేళ్లు, Sharp.
అబాధం(తు)నిరర్గలమ్॥	అబాధమ్-నిరర్గలమ్॥ ౨ - అడ్డపాటులేనిదాని పేళ్లు, Unobstructed.
ప్రసవ్యం ప్రతికూలం (స్యా) దపసవ్య మపష్ఠు (చ)॥ ౮౪॥	ప్రసవ్యమ్-ప్రతికూలమ్ - అపసవ్యమ్ - అపష్ఠు॥ ౪-ప్రతికూలమయినదాని పేళ్లు, Contrary.
వామం (శరీరే) సవ్యం (స్యాత్)	వామమ్ - సవ్యమ్॥ ౨-శరీరే = శరీరమున నెడమపార్శ్వము పేళ్లు, Left.
అపసవ్యం (తు) దక్షిణమ్।	అపసవ్యమ్ - దక్షిణమ్॥ ౨ - శరీరమునఁగుడిదిక్కు పేళ్లు, Right.
సంకటం (నాతు) సంబాధః	సంకటమ్-సంబాధః॥ ౨ - ఇరకటపుచోటిపేళ్లు, సంబాధశబ్దము నియతపుంలింగము, Narrow.
కలిలం గహనం (సమే)॥ Impervious.	కలిలమ్ - గహనమ్॥ ౨ - చొరరానిదానికిని, ఎఱుఁగరానిదానికిని పేళ్లు, Hard to be understood.
సంకీర్ణే సంకులాకీర్ణే	సంకీర్ణమ్-సంకులమ్ - ఆకీర్ణమ్॥౩-ఒకటికొకటి కలిసినదాని పేళ్లు, Crowded, confused.
ముణ్డితం పరివాపితమ్।	ముణ్డితమ్ - పరివాపితమ్॥ ౨ - గొఱుఁగఁబడినదాని పేళ్లు, Shaved.
గ్రథితం సన్దితం దృబ్ధం Strung; tied.	గ్రథితమ్[పా]గ్రన్థితమ్, గుమ్ఫితమ్ - సన్దితమ్-దృబ్ధమ్॥ 3 - కూర్పఁబడిన పుష్పమాలికాదుల పేళ్లు.
విసృతం విస్తృతం తతమ్॥ ౮౫॥	విసృతమ్ - విస్తృతమ్-తతమ్॥ 3 - వ్యాపించిన దాని పేళ్లు. విరివిగలది, Spread; diffuse.
అన్తర్గతం విస్మృతం (స్యాత్)	అన్తర్గతమ్ - విస్మృతమ్॥ ౨ - మఱవఁబడిన దాని పేళ్లు, Forgotten.

ప్రాప్త ప్రణిహితే (సమే) ।	ప్రాప్తమ్-ప్రణిహితమ్ ॥ ౨-పొందఁబడినదాని పేళ్లు, Placed, obtained.
వేల్లితప్రేఙ్ఖితాఽఽధూత చలితాఽఽకమ్పితా ధుతే ॥ ౮౭॥	వేల్లితః-ప్రేఙ్ఖితః-ఆధూతః - చలితః - ఆకమ్పితః-ధుతః॥౬-కదలింపఁబడినదానిపేళ్లు, Shaken.
నుత్త నున్నాస్త నిష్ఠ్యూతా విద్ధక్షిప్తేరితా (స్సమాః) ।	నుత్తః-నున్నః - అస్తః - నిష్ఠ్యూతః-ఆవిద్ధః - క్షిప్తః - ఈరితః ॥ ౭ - త్రోయఁబడినదానిపేళ్లు, Thrown, cast, sent.
పరిక్షిప్తం (తు) నివృతం	పరిక్షిప్తమ్-నివృతమ్॥ ౨ - కోటమొదలయిన దానిచేతఁ జుట్టఁబడినదానిపేళ్లు, Intrenched.
మూషితం ముషితా (ర్థకమ్) ॥ ౮౮॥	మూషితమ్-ముషితమ్ ॥ ౨-దొంగిలింపఁబడిన దానిపేళ్లు, Stolen.
ప్రవృద్ధ ప్రసృతే	ప్రవృద్ధమ్ - ప్రసృతమ్॥ ౨ - కొనసాగిపెరుఁగు దానిపేళ్లు, Expanded; dispersed.
న్యస్త నిసృష్టే	న్యస్తమ్ - నిసృష్టమ్॥ ౨ - ఉంపఁబడినదాని పేళ్లు, Deposited.
గుణితాఽఽహతే ।	గుణితమ్-ఆహతమ్ ॥ ౨-గుణింపఁబడినసంఖ్య [పేళ్లు, Multiplied.
నిదిగ్ధోపచితే	నిదిగ్ధః - ఉపచితః॥ ౨-లేపాదులచేత పేరినదానిపేళ్లు, Plastered.
గూఢ గుప్తే	గూఢమ్ - గుప్తమ్॥ ౨ - దాఁచఁబడినదాని [పేళ్లు, Hidden.
గుణ్ఠితరూషితే॥ ౮౯॥	గుణ్ఠితమ్ [పా] గుణ్డితమ్ - రూషితమ్॥ ౨-ధూళ్యాదులచేత గప్పఁబడినదానిపేళ్లు, Overspread.
ద్రుతావదీర్ణే Melted.	ద్రుతమ్-అవదీర్ణమ్॥ ౨-కరఁగించినదానిపేళ్లు.
ఉద్గూర్ణోద్యతే	ఉద్గూర్ణమ్-ఉద్యతమ్॥ ౨ - పొడవుగానెత్తఁబడినదానిపేళ్లు, Raised; held up.
కాచిత శిక్యితే । Suspended in a swing	కాచితమ్ - శిక్యితమ్॥ ౨-ఉట్టియందుఁ బెట్టఁబడినదాని పేళ్లు. "కారితశిక్షితే" అనుపాఠమున లౌకికవైదికకర్మములయందు కృతాభ్యాసునిపేళ్లు.
ఘ్రాణ ఘ్రాతే	ఘ్రాణమ్-ఘ్రాతమ్ ॥ ౨ - మూర్కొనఁబడిన

	దానిపేళ్లు, Smelled. [Smeared, anointed.
దిగ్ధ లిప్తే	దిగ్ధమ్-లిప్తమ్॥ ౨-పూయఁబడినదానిపేళ్లు,
సముదక్తోద్ధృతే (సమే)॥ ౯౦॥	సముదక్తమ్-ఉద్ధృతమ్॥ ౨ - చేదఁబడినదాని పేళ్లు, Drawn : raised from a deep place.
వేష్టితం(స్యా) ద్వలయితం సంవీతం రుద్ధ మావృతమ్। Surrounded.	వేష్టితమ్-వలయితమ్-సంవీతమ్-రుద్ధమ్ - ఆవృతమ్॥ ౫ ॥ నద్యాదులచేతఁ జుట్టఁబడిన పట్టణాదుల పేళ్లు, Encompassed; secured from access.
రుగ్ణ భుగ్నే౽(థ)	రుగ్ణమ్-భుగ్నమ్ ॥ ౨- విఱువఁబడినదానిపేళ్లు, Bent, crooked.
నిశిత క్ష్ణుత శాతాని తేజితే॥ ౯౧॥	నిశితమ్-క్ష్ణుతమ్-శాతమ్- తేజితమ్ ॥ ౪- వాఁడిగాఁ జేయఁబడినవి, Sharpened, whetted.
(స్యాద్వినాశో న్ముఖం) పక్వం	పక్వమ్॥ ౧-వినాశోన్ముఖమ్ = నశింపనాయత్తమయినదానిపేళ్లు. పండినది, Mature.
హ్రీణ హ్రీతౌ(తు) లజ్జితే।	హ్రీణః-హ్రీతః-లజ్జితః॥ ౩-సిగ్గువడినదానిపేళ్లు, Ashamed.
వృతే (తు) వృత్త వావృత్తౌ Chosen.	వృతః-వృత్తః-వావృత్తః ॥ ౩ - కన్యాదులచేత వరింపఁబడిన వరుఁడు మొదలయినవాని పేళ్లు.
సంయోజిత ఉపాహితః॥ ౯౨॥ Joined	సంయోజితః-ఉపాహితః॥ ౨-మఱియొక పదార్థముతోఁ గూర్పఁబడినదానిపేళ్లు, Annexed.
ప్రాప్యం గమ్యం సమాసాద్యం	ప్రాప్యమ్-గమ్యమ్-సమాసాద్యమ్॥ ౩ - పొందఁదగిన వస్తువుపేళ్లు, Attainable.
స్యన్నం రీణం స్రుతం స్నుతమ్। Dripping.	స్యన్నమ్-రీణమ్-స్రుతమ్-స్నుతమ్ ॥ ౪- కాఱిన నీళ్లు మొదలయినవానిపేళ్లు, Flowing; dropping.
సంగూఢ (స్స్యా) త్సంకలితో౽	సంగూఢః-సంకలితః॥ ౨ - కూర్పఁబడిన సంఖ్య పేళ్లు, Arranged; heaped. Added.
వగీతః ఖ్యాతగర్హణః ॥ ౯౩॥	అవగీతః-ఖ్యాతగర్హణః॥ ౨-నిందింపఁబడినదాని పేళ్లు, Detested.
వివిధ (స్స్యా) ద్బహువిధో నానారూపః పృ	వివిధః- బహువిధః - నానారూపః- పృథగ్విధః॥ ౪ - పెక్కువిధము లయినవస్తువుపేళ్లు, Various,

ఘగ్విధః ।	multiform.
అవరీణో ధిక్కృత (స్సాన్య)	అవరీణః-ధిక్కృతః॥ ౨ - ధిక్కరింపఁబడినదాని పేళ్లు, Censured, blamed.
దపధ్వస్తో౽ వచూర్ణి తః॥ ౯౮॥	అపధ్వస్తః-అవచూర్ణితః॥ ౨- పొడిగాఁగొట్టఁబడినదానిపేళ్లు, Coarsely pounded.
(అనాయాసకృతం) ఫాణ్టం	ఫాణ్టమ్॥౧-అనాయాసకృతమ్=ఆయాసము లేక చేయఁబడిన కషాయాదులు, Easily prepared.
స్వనితంధ్వనితం(సమే)।	స్వనితమ్-ధ్వనితమ్॥ ౨- మ్రోయు దాని పేళ్లు, Making a noise.
బద్ధే సన్దానితం మూత ముద్దితం సన్దితం సితమ్॥	బద్ధమ్-సన్దానితమ్-మూతమ్ - ఉద్దితమ్ - సన్దితమ్-సితమ్॥౬-కట్టఁబడినదానిపేళ్లు, Bound.
నిష్పక్వం క్వథితం Well-cooked.	నిష్పక్వమ్-క్వథితమ్॥ ౨-ఎనిమిదవపాలు మిగులునట్లు కాఁచఁబడినకషాయాదులపేళ్లు, Decocted.
(పాకే క్షీరాజ్యహ విషాం) శృతమ్ ।	శృతమ్॥౧-పాలు నెయ్యి హవిస్సులయొక్క పాకము పేరు, Boiled (milk, &c.)
నిర్వాణో (మునివ హ్న్యాదౌ)	నిర్వాణః॥౧-మునివహ్న్యాదౌ = శాంతుఁడైన మునికిని అగ్ని మొదలయినదానికిని పేరు, Attained beatitude (as a saint). Put out (as a fire).
నిర్వాత (స్తుగతే౽ నిలే)॥ Become calm.	నిర్వాతః ॥ ౧-గతే అనిలే = సంచారముడిగిన వాయువు పేరు, Wind no longer blowing.
పక్వం పరిణతే	పక్వమ్-పరిణతమ్ ॥ ౨-కాలవశమునఁబరిపాకమునుబొందిన బుద్ధి మొదలయినదానిపేళ్లు, Ripe.
గూనం హన్నే	గూనమ్-హన్నమ్ ॥ ౨- విడువఁబడినవిష్ఠపేళ్లు, Passed (as ordure).
మీఢం (తు) మూత్రితే ।	మీఢమ్-మూత్రితమ్॥ ౨ - విడువఁబడినమూత్రముపేళ్లు, Passed (as urine.)
పుష్టే (తు) పుషితం	పుష్టమ్-పుషితమ్॥౨ - పోషింపఁబడినపశుమృగాదులపేళ్లు, Nourished.
సోఢే క్షాన్త	సోఢమ్-క్షాన్తమ్ ॥ ౨ - ఓర్వఁబడినతిట్టుకొట్టు మొదలయినవానిపేళ్లు, Borne, endured.

ముద్వాన్తముద్గతే॥ ౯౮॥	ఉద్వాన్తమ్ - ఉద్గతమ్॥ ౨-క్రక్కఁబడినదాని పేళ్లు, Vomited.
దాన్త (స్తు) దమితే Trained, endured.	దాన్తః-దమితః॥ ౨ - ఆచార్యులచేత శిక్షింపఁబడిన శిష్యాదులపేళ్లు. భారక్లేశాదులను సహించిన దానిపేళ్లని కొందఱందురు.
శాన్త శ్శమితే	శాన్తః-శమితః ॥ ౨-అడఁపఁబడిన రాగాదుల పేళ్లు, Pacified. Cured. Allayed. [Asked.
ప్రార్థితే ఽర్దితః।	ప్రార్థితః-అర్దితః॥ ౨-అడుగఁబడినవస్తువుపేళ్లు,
జ్ఞప్త (స్తు) జ్ఞాపితే Made known.	జ్ఞప్తః-జ్ఞాపితః ॥ ౨ - గురూపదేశాదులచేత నెఱింగింపఁబడినదానిపేళ్లు. [Covered.
ఛన్న శ్ఛాదితే	ఛన్నః - ఛాదితః ॥ ౨ - కప్పఁబడిన దానిపేళ్లు,
పూజితేఽఞ్చితః॥ ౯౯॥	పూజితః-అఞ్చితః [పా॰] అర్చితః॥ ౨- పూజింపఁబడినదానిపేళ్లు, Worshipped. Revered.
పూర్ణ (స్తు) పూరితే	పూర్ణః-పూరితః॥ ౨-జలాదులచే నిండింపఁబడిన కలశాదులపేళ్లు, Filled; full.
క్లిష్టః క్లిశితే	క్లిష్టః- క్లిశితః॥ ౨-పీడింపఁబడిన మనుష్యాదుల పేళ్లు, Tired, fatigued.
ఽవసితే సితః।	అవసితః-సితః॥ ౨-ముగిసినదానిపేళ్లు,Finished.
ప్రుష్ట ప్లుష్టో షితౌ దగ్ధే	ప్రుష్టః-ప్లుష్టః-ఉషితః-దగ్ధః ॥ ౪ - కాల్పఁబడిన దానిపేళ్లు, Burut. [ష్ఠాదులపేళ్లు, Pared.
తష్ట త్వష్టౌ తనూకృతే॥	తష్టః-త్వష్టః-తనూకృతః ॥ ౩- చెక్కఁబడిన కా
వేధిత చ్ఛిద్రితౌ విద్ధే	వేధితః-ఛిద్రితః-విద్ధః ॥ ౩ - బెజ్జమువేయఁబడిన రత్నాదులపేళ్లు, Pierced.
విన్న విత్తౌ విచారితే।	విన్నః-విత్తః-విచారితః ॥ ౩ - విచారింపఁబడిన కార్యాదులపేళ్లు, Judged ;discussed.
నిష్ప్రభే విగతారోకౌ	నిష్ప్రభః-విగతః-అరోకః॥౩ - కాంతిలేని దివాచంద్రాదులపేళ్లు, Gloomy, obscured.
విలీనే విద్రుత ద్రుతౌ॥ ౧౦౦॥	విలీనః-విద్రుతః-ద్రుతః ॥ ౩. కరగినఘృతాదుల పేళ్లు, Liquefied, melted.

సిద్ధే నిర్వృత్త నిష్పన్నౌ	సిద్ధః- నిర్వృత్తః - నిష్పన్నః॥ ౩- సిద్ధించినదాని పేళ్లు, Accomplished.
దారితే భిన్న భేదితౌ।	దారితః- భిన్నః- భేదితః॥ ౩- వ్రక్కలింపఁబడిన దానిపేళ్లు, Split.
ఊతం స్యూత ముతం (చేతి త్రితయం తన్తు సంతతే)॥ ౧౦౧॥	ఊతమ్-స్యూతమ్ - ఉతమ్॥ ౩- తన్తుసంతతే= పోగులచే నేయఁబడిన వస్త్రాదులపేళ్లు, Woven; stitched.
(స్యా) దర్హితే నమస్యిత నమసిత మపచాయితార్చి తాపచితమ్।	అర్హితమ్- నమస్యితమ్- నమసితమ్ - అపచాయితమ్- అర్చితమ్- అపచితమ్॥ ౬- నమస్కరింపఁబడిన దేవతాదులపేళ్లు, Honoured; saluted.
వరివసితే వరివస్యిత ముపాసితం చోపచరితం(చ)॥ ౧౦౨॥	వరివసితమ్ - వరివస్యితమ్ - ఉపాసితమ్ - ఉపచరితమ్॥ ౪- సేవింపఁబడిన యుపాధ్యాయునిపేళ్లు, Served, adored.
సంతాపిత సంతప్తౌ ధూపిత ధూపాయితౌ (చ)దూన(శ్చ)।	సంతాపితః- సంతప్తః- ధూపితః- ధూపాయితః- దూనః ॥ ౫ - తపింపఁబడినదానిపేళ్లు, Suffering pain.
హృష్టో మత్త స్తృప్తః ప్రహ్లన్నః ప్రముదితః ప్రీతః॥ ౧౦౩॥	హృష్టః - మత్తః - తృప్తః - ప్రహ్లన్నః - ప్రముదితః - ప్రీతః॥ ౬ - సంతోషించిన వానిపేళ్లు, Pleased; contenı.
ఛిన్నం ఛాతం లూనం కృత్తం దాతం దితం ఛితం వృక్ణమ్।	ఛిన్నమ్-ఛాతమ్- లూనమ్- కృత్తమ్- దాతమ్- దితమ్-ఛితమ్- వృక్ణమ్॥ ౮-కోయఁబడినతృణాదుల పేళ్లు, Cut.
స్రస్తం ధ్వస్తం భ్రష్టం స్కన్నం పన్నం చ్యుతం గలితమ్॥ ౧౦౪॥	స్రస్తమ్-ధ్వస్తమ్ - భ్రష్టమ్- స్కన్నమ్ - పన్నమ్- చ్యుతమ్ - గలితమ్॥ ౭ - జాఱిపడిన దానిపేళ్లు, Fallen.
లబ్ధం ప్రాప్తం విన్నం భావిత మాసాదితం(చ) భూతం(చ)।	లబ్ధమ్- ప్రాప్తమ్- విన్నమ్- భావితమ్- ఆసాదితమ్-భూతమ్॥౬- పొందఁబడినదానిపేళ్లు, Obtained.
అన్వేషితం గవేషిత మన్విష్టం మార్గితం	అన్వేషితమ్- గవేషితమ్ - అన్విష్టమ్ - మార్గితమ్ - మృగితమ్ ॥ ౫ - వెదకఁబడిన దానిపేళ్లు,

మృగితమ్॥ ౧౦౫॥	sought.
ఆర్ద్రం సార్ద్రం క్లిన్నం తిమితం స్తిమితం సమున్న ముత్తంచ।	ఆర్ద్రమ్ - సార్ద్రమ్- క్లిన్నమ్- తిమితమ్ - స్తిమితమ్-సమున్నమ్-ఉత్తమ్॥ ౭ - తడిసిన వస్తువుపేళ్లు, Wet; moistened.
త్రాతం త్రాణం రక్షిత మవితం గోపాయితం (చ) గుప్తం(చ)॥౧౦౬॥	త్రాతమ్- త్రాణమ్- రక్షితమ్- అవితమ్- గోపాయితమ్-గుప్తమ్ ॥ ౬ - రక్షింపఁబడిన దానిపేళ్లు, Preserved; saved; guarded.
అవగణిత మవమతావజ్ఞాతే అవమానితం (చ) పరిభూతే।	అవగణితమ్ - అవమతమ్ - అవజ్ఞాతమ్ - అవమానితమ్ - పరిభూతమ్ ॥ ౫ - తిరస్కరింపఁబడిన దానిపేళ్లు, Disregarded, despised,
త్యక్తం హీనం విధుతం సముజ్ఝితం ధూత ముత్సృష్టమ్॥ ౧౦౭॥	త్యక్తమ్- హీనమ్ - విధుతమ్ - సముజ్ఝితమ్ - ధూతమ్ - ఉత్సృష్టమ్ ॥ ౬ - విడువఁబడినదాని పేళ్లు, Abandoned, left.
ఉక్తం భాషిత ముదితం జల్పిత మాఖ్యాత మభిహితం లపితమ్।	ఉక్తమ్- భాషితమ్ - ఉదితమ్ - జల్పితమ్ - ఆఖ్యాతమ్ - అభిహితమ్- లపితమ్॥ ౭ - పలుకఁబడిన దానిపేళ్లు, Spoken, said.
బుద్ధం బుధితం మనితం విదితం ప్రతిపన్న మవసి తావగతే॥౧౦౮॥	బుద్ధమ్ - బుధితమ్ - మనితమ్ - విదితమ్- ప్రతిపన్నమ్- అవసితమ్ - అవగతమ్ ॥ ౭ - ఎఱుఁగఁబడినదాని పేళ్లు, Known, understood.
ఊరీకృత మురరీకృత మఙ్గీకృత మాశ్రుతం ప్రతిజ్ఞాతమ్। సంగీర్ణ విదిత సంశ్రుత సమాహిత ముపశ్రుతోపగతమ్॥ ౧౦౯॥	ఊరీకృతమ్ [ప] ఉరీకృతమ్ - ఉరరీకృతమ్ - అఙ్గీకృతమ్ - ఆశ్రుతమ్- ప్రతిజ్ఞాతమ్ - సంగీర్ణమ్- విదితమ్-సంశ్రుతమ్ - సమాహితమ్ - ఉపశ్రుతమ్- ఉపగతమ్ ॥ ౧౧ - అంగీకరింపఁబడినదాని పేళ్లు, Accepted. Promised.
ఈడిత శస్త పణాయిత పనాయిత ప్రణుత పణిత పనితాని। అపిగీర్ణ వర్ణి తాభిష్టు తే	ఈడితమ్ - శస్తమ్ - పణాయితమ్ - పనాయితమ్ - ప్రణుతమ్-పణితమ్-పనితమ్ - అపిగీర్ణమ్ - [ప] గీర్ణమ్ - వర్ణితమ్ - అభిష్టుతమ్ - ఈలితమ్- స్తుతమ్ ॥ ౧౨ - పొగడఁబడిన దేవతాదులపేళ్లు,

లితాని స్తుతా (ర్థాని)॥

Praised.

భక్షిత చర్విత లిప్త ప్రత్యవసిత గిలిత ఖాదిత ప్సాతమ్ । అభ్యవహృతాన్న జగ్ధ గ్రస్త గ్లస్తాశితం భుక్తే॥ ౧౧౧ ॥

భక్షితమ్-చర్వితమ్-లిప్తమ్ [పా] లీఢమ్ - ప్రత్యవసితమ్ - గలితమ్ - ఖాదితమ్ - ప్సాతమ్ - అభ్యవహృతమ్-అన్నమ్- జగ్ధమ్- గ్రస్తమ్- గ్లస్తమ్ - అశితమ్-భుక్తమ్॥ ౧౪ - భుజింపఁబడిన యన్నాదుల పేళ్లు, Eaten.

క్షేపిష్ఠ క్షోదిష్ఠ ప్రేష్ఠ వరిష్ఠ స్థవిష్ఠ బంహిష్ఠాః । (క్షిప్ర క్షుద్రాభీప్సిత పృథు పీవర బహుప్రకర్షార్థాః)॥ ౧౧౨॥

క్షేపిష్ఠమ్=మిక్కిలివేగముగలది, Most quick. క్షోదిష్ఠమ్=మిక్కిలిక్షుద్రమయినది, Most small. ప్రేష్ఠమ్=మిక్కిలి ప్రియమయినది, Most dear. వరిష్ఠమ్=మిక్కిలివిరివియైనది, Most large. స్థవిష్ఠమ్=మిక్కిలిబలిసినది, Most corpulent. బంహిష్ఠమ్ = మిక్కిలితఱచైనది, Most numerous.

సాధిష్ఠ ద్రాఘిష్ఠ స్ఫేష్ఠ గరిష్ఠ హ్రసిష్ఠ బృన్దిష్ఠాః ॥ (భాఢ వ్యాయత బహు గురు వామన బృన్దారకాతిశయే)॥ ౧౧౩॥

సాధిష్ఠమ్=మిక్కిలిపదిలమయినది, Most hard. ద్రాఘిష్ఠమ్=మిక్కిలినిడుపయినది, Most long. స్ఫేష్ఠమ్=మిక్కిలియధికమయినది, Most abundant, largest. గరిష్ఠమ్ = మిక్కిలిభారమయినది, Most heavy. హ్రసిష్ఠమ్=మిక్కిలికుఱుచైనది, Most short. బృన్దిష్ఠమ్ = మిక్కిలి మనోహరమయినది, Most handsome.

ఇతి విశేష్యనిఘ్నవర్గః.

విశేషణములయినపదసమూహము ముగిసెను.

గ్రంథకర్త తాను మునుపుచెప్పిన రూపభేదాదులచేతను ప్రకృతిప్రత్యయార్థములచేతను నీసంకీర్ణవర్గయందు లింగము నెఱుఁగవలెనని చెప్పుచున్నాఁడు.

మూ॥ ప్రకృతిప్రత్యయార్థాద్యైః సంకీర్ణే లిఙ్గమున్నయేత్ ।

టీక॥ సంకీర్ణే=ఈసంకీర్ణవర్గయందు, ప్రకృతిప్రత్యయార్థాద్యైః = నామార్థ ప్రత్యయార్థ రూపభేద సాహచర్యములచేతను, లిఙ్గమ్=స్త్రీపున్నపుంసకలింగములను, ఉన్నయేత్ =ఊహింపవలెను. నామార్థముచే నెట్ల

నఁగా "అపరస్పరాః పురుషాః - అపరస్పరాః స్త్రియః- అపరస్పరాణి కులాని" - ప్రత్యయార్థముచేత నెట్లనిన 'శాన్తిః-దాన్తిః' ఇవి 'స్త్రియాం క్తిన్' అనుసూత్రముచేత స్త్రీలింగబోధకమయిన తిప్రత్యయాంతములు గనుక స్త్రీలింగములని యెఱుఁగవలయు. రూపభేదసాహచర్యములచే మునుపటివలె నెఱుఁగవలయు.

కర్మ క్రియా	కర్మ॥న్,న॥[ప] పు॥-క్రియా॥ స్త్రీ॥ ౨-చేయుట పేళ్లు, Action. Act.
(తత్సాతత్యేగమ్యే స్యు) రపరస్పరాః॥	అపరస్పరః॥త్రి॥ ౧ - తత్సాతత్యేగమ్యే=ఎడతెగనిగమనాదిక్రియగలసార్థాదులపేరు, Continual (in respect of action)
(సాకల్యాసఙ్గవచనే) పారాయణ పరాయణే।	పారాయణమ్॥ న॥- పరాయణమ్ [పా] తురాయణమ్॥త్రి॥ ౨- సాకల్యాసఙ్గవచనే = వరుసగా అంతయుననుసర్థమునకును (Totality), ఒకవస్తువు నందునాసక్తికిని (Adherence, attachment) పేళ్లు.
యదృచ్ఛా స్వైరితా	యదృచ్ఛా-స్వైరితా॥స్త్రీ॥ ౨-విచ్చలవిడివర్తించుట పేళ్లు, Wilfulness, independence.
(హేతుశూన్యాత్వాస్థా)విలక్షణమ్॥౧౧౫॥	విలక్షణమ్॥న॥౧- హేతుశూన్యా = నిష్కారణమయిన,ఆస్థా=ఉనికిపేరు, Causeless state.
శమథ(స్తు)శమశ్శాన్తిః	శమథః-శమః॥పు॥-శాన్తిః॥స్త్రీ॥3 - కామక్రోధాదులులేకయుండుటపేళ్లు, Absence of passion.
దాన్తి (స్తు) దమథో దమః।	దాన్తిః॥ స్త్రీ॥-దమథః-దమః॥ పు॥ 3 - బ్రహ్మచర్యాదిక్లేశమునుసహించుటపేళ్లు, Endurance of the pain of austerities. Self-command.
అపదానం (కర్మవృత్తం)	అపదానమ్॥ న॥ ౧-వృత్తమ్=పూర్వము నడిచిన, కర్మ = పరిశుద్ధ వ్యాపారముపేరు, An act accomplished. An approved occupation.
(కామ్యదానం) ప్రవారణమ్॥ ౧౧౬॥	ప్రవారణమ్[పా]ప్రహారణమ్॥న॥ ౧ - కామ్యదానమ్=కోరిన వస్తువును తానొక్క ఫలము నపేక్షించియిచ్చుటపేరు,A gift made with an object.

వశక్రియా సంవననం	వశక్రియా-సంవననమ్[పా]సంవదనమ్॥న॥ ౨-మణిమంత్రౌషధాదులచేతవశముగాఁ జేసికొనుట, Subduing by charms, drugs or incantations.
మూలకర్మ (తు) కార్మణమ్ । Witch-craft.	మూలకర్మ॥ న్॥ -కార్మణమ్॥ న॥ ౨-మూలికలచేతనైన స్తంభనవశీకరణాదులపేళ్లు, Magic.
విధూననం విధువనం	విధూననమ్-విధువనమ్॥ న ॥ ౨ - విదిలించుటపేళ్లు,Tremour. [బొందించుటపేళ్లు,Satisfaction.
తర్పణం ప్రీణనావనే॥	తర్పణమ్ - ప్రీణనమ్ - అవనమ్॥ న॥ ౭ - తృప్తిః
పర్యాప్తి(స్స్యా) త్పరిత్రాణం హస్తధారణ (మిత్యపి)॥	పర్యాప్తిః॥సీ॥ - పరిత్రాణమ్ - హస్తధారణమ్ [పా] హస్తవారణమ్ ॥ న॥ 3 - చంపెదననివచ్చినవాని నడ్డగించుటపేళ్లు, Warding off a blow.
సేవనం సీవనం స్స్యూతి	సేవనమ్-సీవనమ్॥ న॥-స్యూతిః॥ సీ॥ 3 - కోకలు మొదలైనవి కుట్టుటపేళ్లు, Sewing.
ర్విదరః స్ఫుటనం భిదా॥ Rending. ౧౧౭॥	విదరః॥పు॥-స్ఫుటనమ్॥ న॥-భిదా॥ సీ॥ 3- వ్రక్కలౌటకును వ్రక్కలించుటకును పేళ్లు, Tearing.
ఆక్రోశన మభీషఙ్గః	ఆక్రోశనమ్॥న॥-అభీషఙ్గః॥పు॥ ౨-తిట్టుటపేళ్లు, Curse, imprecation.
సంవేదో వేదనా (న నా)॥	సంవేదః॥ పు॥-వేదనా॥స్త్రీ॥ ౨ - సుఖదుఃఖాద్యనుభవముపేళ్లు, Sensation, perception.
సమ్మూర్ఛన మభివ్యాప్తిః	సమ్మూర్ఛనమ్॥న॥-అభివ్యాప్తిః॥ సీ॥ ౨ - అంతటవ్యాపించుటపేళ్లు, Pervading.
యాఞ్చా భిక్షా౽ర్థనా౽ర్దనా॥ ౧౧౮॥	- యాఞ్చా-భిక్షా-అర్థనా - అర్దనా॥ సీ॥ ౪ - అడుగుటపేళ్లు, Begging. [Cutting.
వర్ధనం ఛేదనే౽	వర్ధనమ్ - ఛేదనమ్ ॥ న ॥ ౧ - నఱకుటపేళ్లు,
(థ ద్వే) ఆనన్దన సభాజనే । ఆప్రచ్ఛన Civility; welcome.	ఆనన్దనమ్ [పా] ఆమన్త్రణమ్-సభాజనమ్ - ఆప్రచ్ఛనమ్॥ న॥ 3- బాంధవాదుల నాలింగనస్వాగతాదులచేత సంతోషపెట్టుటపేళ్లు, Courtesy.
(మథా) మ్నాయ స్సమ్ప్రదాయః	ఆమ్నాయః-సమ్ప్రదాయః॥పు॥౨-శిష్యపరంపరాగతమైన యుపదేశము, Traditional doctrine.

క్షయే క్షియా॥ ౧౨౦॥	క్షయః॥పు॥-క్షియా॥స్త్రీ॥౨-చెడుటపేళ్లు, Loss.
గ్రహే గ్రాహో	గ్రహః-గ్రాహః॥పు॥ ౨ - పుచ్చుకొనుటపేళ్లు, Seizure; acceptance. [Wish.
వశః కాన్తౌ	వశః॥పు॥-కాన్తిః॥ స్త్రీ॥ ౨ - ఇచ్ఛగించుటపేళ్లు,
రక్ష్ణ స్త్రాణే Defence.	రక్ష్ణః॥పు॥-త్రాణః॥౨-రక్షించుట, Protection.
రణః క్వణే। noise.	రణః-క్వణః॥పు॥౨-మ్రోయుట, Sound.
వ్యధో వేధే	వ్యధః-వేధః॥పు॥౨-బెజ్జముపేయుట, Perforation.
పచా పాకే	పచా॥స్త్రీ॥-పాకః॥పు॥౨-వండుటపేళ్లు, Cooking.
హావో హూతౌ	హావః॥పు॥-హూతిః॥స్త్రీ॥ ౨-పిలుచుట, Calling.
వరో వృతౌ ॥ ౧౨౧॥	వరః॥పు॥-వృతిః॥ స్త్రీ॥౨-వరించుట, Engaging.
ఓషః ప్లోషే	ఓషః-ప్లోషః[పా]ప్రోషః॥పు॥ ౨-కాల్చుటకును కాలుటకును పేళ్లు, Combustion, burning.
నయో నాయే Course of conduct.	నయః-నాయః॥పు॥౨ - పొందించుటపేళ్లు. నీతియు, Guiding; policy. [Growing old.
జ్యాని ర్జీర్ణౌ	జ్యానిః-జీర్ణి॥స్త్రీ॥౨-ముదిమిపేళ్లు, Wearing out.
భ్రమో భ్రమా।	భ్రమః॥పు॥-భ్రమిః [ప] భ్రమీ॥స్త్రీ॥ ౨-తిరుగుటపేళ్లు, Whirling; going round.
స్ఫాతి ర్వృద్ధౌ	స్ఫాతిః-వృద్ధిః॥స్త్రీ॥౨- పెరుగుటపేళ్లు, Growth.
ప్రథా ఖ్యాతౌ	ప్రథా-ఖ్యాతిః॥ స్త్రీ॥౨-ప్రసిద్ధిపేళ్లు, Fame.
స్పృష్టిః పృక్తౌ	స్పృష్టిః-పృక్తిః॥ స్త్రీ॥౨-ముట్టుటపేళ్లు, Touch.
స్నవ స్స్రవే॥ ౧౨౨॥	స్నవః-స్రవః॥పు॥౨-కురియుటపేళ్లు, Dripping.
ఏధా సమృద్ధౌ	ఏధా[పా]విధా-సమృద్ధిః॥ స్త్రీ ॥ ౨-సమృద్ధిపేళ్లు, Thriving. [Throbbing.
స్ఫరణం స్ఫురణే	స్ఫరణమ్-స్ఫురణమ్ ॥ న ॥ ౨ - అదరుటపేళ్లు,
ప్రమితౌ ప్రమా।	ప్రమితిః-ప్రమా॥ స్త్రీ॥ ౨-నిజముగానెఱుఁగుటపేళ్లు, True knowledge.
ప్రసూతిః ప్రసవే	ప్రసూతిః॥స్త్రీ॥-ప్రసవః॥ పు॥ ౨-బిడ్డను గనుటపేళ్లు, Bringing forth. [Pouring forth.
శ్చ్యోతే ప్రాఘారః	శ్చ్యోతః-ప్రాఘారః ॥ పు ॥ ౨- కాఱుటపేళ్లు,

క్లమథః క్లమే॥౧౨౩॥ క్లమథః-క్లమః॥పు॥ ౨-బడలుటపేళ్లు, Fatigue.

ఉత్కర్షో ఽతిశయే ఉత్కర్షః-అతిశయః॥పు॥ ౨-దొడ్డతనముపేళ్లు, Excellence.

సన్ధిః శ్లేషే Junction. సన్ధిః-శ్లేషః॥పు॥ ౨-కదియుటపేళ్లు, Union.

విషయ ఆశ్రయే। Asylum. విషయః-ఆశ్రయః[పా]ఆశయః॥ పు॥ ౨-నిత్యముగానుండుతావుపేళ్లు, Refuge.

క్షిపాయాం క్షేపణం క్షిపా-క్షేపణమ్॥న॥ ౨ - ప్రేరేచుట, Throwing. Directing.

గీర్ణి ర్గిరా గీర్ణిః-గిరిః॥స్త్రీ॥౨-మ్రింగుటపేళ్లు, Swallowing.

గురణ ముద్యమే॥౧౨౪॥ గురణమ్ [పా] గూరణమ్॥న॥-ఉద్యమః॥పు॥ ౨-యత్నముపేళ్లు, Effort, exertion.

ఉన్నాయ ఉన్నయే Inference. ఉన్నాయః-ఉన్నయః॥ పు ॥ ౨-మీఁదికినెత్తుటకుఁగాని యూహించుటకుఁగానిపేళ్లు, Raising.

శ్రాయ శ్శ్రయణే శ్రాయః॥పు॥-శ్రయణమ్॥న॥౨-ఆశ్రయించుటపేళ్లు, Reliance. Taking refuge.

జయనే జయః। జయనమ్॥న॥-జయః॥ పు॥ ౨-గెలుచుట పేళ్లు, Conquest, victory.

నిగాదో నిగదే నిగాదః-నిగదః॥ పు ॥ ౨-స్పష్టముగాఁబలుకుటపేళ్లు, Discourse, speech.

మాదో మద Joy. మాదః-మదః॥పు॥ ౨-గర్వముపేళ్లు, Pride.

ఉద్వేగ ఉద్భ్రమే॥౧౨౫॥ ఉద్వేగః-ఉద్భ్రమః॥పు॥౨- అవ్యవస్థితచిత్తత్వముపేళ్లు, Agitation; regret.

విమర్దనం పరిమలో ఽ విమర్దనమ్॥న॥-పరిమలః॥ పు॥౨-కుంకుమాదుల మెదుపుటపేళ్లు, Trituration of perfumes.

భ్యుపపత్తి రనుగ్రహః। అభ్యుపపత్తిః॥స్త్రీ॥-అనుగ్రహః॥పు॥౨ - దానాద్యనుగ్రహముపేళ్లు, Conferring a benefit.

నిగ్రహ (స్తద్విరుద్ధ స్స్యాత్) నిగ్రహః॥ పు॥ ౧-తద్విరుద్ధః=అయనుగ్రహమునకు విరుద్ధమయిన యపకారముపేరు, Disfavour. "నిగ్రహ స్తునిరోధస్స్యాత్" అను పాఠమున ౨-ను నిగ్రహించుటపేళ్లు, Restraint.

అభియోగ(స్త్వ)భిగ్ర అభియోగః-అభిగ్రహః॥ పు ॥ ౨-యుద్ధాదుల

హః॥ ౧౨౬॥	యం దెదురుగా నుద్యోగించుటపేళ్లు, Attack. కలహమునకుపిలుచుటయనియు, Challenge to fight.
ముష్టిబన్ధ(స్తు) సంగ్రాహో	ముష్టిబన్ధః-సంగ్రాహః॥౨-గట్టిగాపిడికిలించుటపేళ్లు,పిడికిలిపేళ్లనికొందఱు, Clinching of the fist.
డిమ్బే డమర విప్లవౌ। Irregular war.	డిమ్బః-డమరః-విప్లవః॥పు॥౩-కొల్ల మొదలయిన దేశోపద్రవము, Devastation ; assault.
బన్ధనం ప్రసితి శ్చారః	బన్ధనమ్॥న॥-ప్రసితిః॥సీ॥-చారః॥పు॥౩-కట్టుసాధనములకు పేళ్లు, Fetters. Ligament.
స్పర్శః స్ప్రష్టోపతప్తరి॥ ౧౨౭॥	స్పర్శః-స్ప్రష్టా॥ఋ॥-ఉపతప్తా॥ఋ, పు॥ ౩-తపింపఁజేయు రోగాదులపేళ్లు, Morbid heat.
నికారో విప్రకార (స్స్యాత్)	నికారః-విప్రకారః॥పు॥౨ - చెడుపనిఁజేసినని యొకని దుర్జనునిగాఁజేయుటపేళ్లు, Malice. అపకారమాత్రము పేళ్లనికొందఱు, Injury.
ఆకార స్త్విఙ్గ ఇఙ్గితమ్। Hint.	ఆకారః-ఇఙ్గః॥పు॥-ఇఙ్గితమ్॥న॥౩-అభిప్రాయమును ప్రకటించు చేష్టపేళ్లు, Indication of sentiment.
పరిణామో వికారో Change of form.	పరిణామః-వికారః॥పు॥౨-పాలు పెరుఁగౌటవలె వేఱురూపమునుబొందు వికారవిశేషముపేళ్లు.
(ద్వేసమే) వికృతి విక్రియే॥ ౧౨౮॥	వికృతిః-విక్రియా॥ సీ॥ ౨-పరిణామరూపమైనట్టి కానివేఱైనట్టికానివికారము, Temporary change.
అపహార స్త్వపచయ	అపహారః-అపచయః॥పు॥౨-హానిపేళ్లు, Stealing. Removing.
స్సమాహార స్సముచ్చయః।	సమాహారః-సముచ్చయః॥పు॥౨-చెదరినవస్తువులను పోగుచేయుట, Gathering together.
ప్రత్యాహార ఉపాదానం	ప్రత్యాహారః॥పు॥-ఉపాదానమ్॥ న॥౨-విషయములవలన నింద్రియమును మరలించుట పేళ్లు, Restraining the organs of sense.
విహార(స్తు)పరిక్రమః॥ ౧౨౯॥	విహారః-పరిక్రమః॥పు॥ ౨-ఉద్యానాదులయందుఁ గ్రీడార్థమైతిరుగుట, Walking for pleasure.
అభిహారో ఽభిగ్రహ	అభిహారః॥పు॥-అభిగ్రహణమ్॥ న ॥ ౨-ఎదురు

ణం Robbery.

గా దొంగిలించుట, Seizure in one's presence.

నిర్హారో ఒభ్యవకర్ష ణమ్।

నిర్హారః॥ పు॥-అభ్యవకర్షణమ్॥న॥ ౨ - నాటిన ముల్లు మొదలయినవి తీయుట, Extraction.

అనుహారో౽ నుకార

అనుహారః-అనుకారః॥పు॥ ౨-సరిపోలుటపేళ్లు, Imitation.

(స్స్యా దర్థస్యాపగమే) వ్యయః॥ ౧౩౦॥

వ్యయః॥పు॥౧- అర్థస్య = అర్థముయొక్క, అపగమే=వ్యయముపేరు, Expenditure.

ప్రవాహ (స్తు) ప్రవృత్తి (స్స్యాత్)

ప్రవాహః॥పు॥- ప్రవృత్తిః॥ స్త్రీ॥ ౨- ఎడతెగకవచ్చు జలాదిపరంపరపేళ్లు, Continuous flow.

ప్రవహో (గమనం బహిః) । Issuing.

ప్రవహః॥ పు॥౧- బహిర్గమనమ్ = గృహాదులనుండి వెలుపలికినడుచుటపేరు, Going forth.

వియామో వియమో యామో యమ స్సంయామ సంయమౌ ॥ ౧౩౧॥ Forbearance.

వియామః-వియమః॥ పు॥ ౨ - పరపీడాదులను చాలించుటపేళ్లు, యామః - యమః॥పు॥ ౨- చాలించుటమాత్రమునకుపేళ్లు, సంయామః - సంయమః॥ పు॥ ౨- అన్నియు తెస్సగాచాలించుట పేళ్లు, ఈఽను, పర్యాయములనికొందఱు, Restraint.

హింసా కర్మాభిచార (స్స్యాత్)

హింసాకర్మ॥న॥-అభిచారః॥పు॥ ౨- చంపుటకుంజేసినహోమాదిక్రియ, Incantation to destroy.

జాగర్యా జాగరా(ద్వయోః)।

జాగర్యా॥స్త్రీ॥- జాగరా॥ ప్స॥ ౨ - మేలుకొనియుండుటపేళ్లు, Waking. Watching.

విఘ్నో౽ న్తరాయః ప్రత్యూహః

విఘ్నః - అన్తరాయః - ప్రత్యూహః॥ పు॥ 3 విఘ్నముపేళ్లు, Obstacle; impediment.

(స్యా) దుపఘ్నో౽ న్తికాశ్రయే॥ ౧౩౨॥

ఉపఘ్నః-అన్తికాశ్రయః॥ పు॥ ౨- సమీపమునందుండు నాధారము, Contiguous support.

నిర్వేశ ఉపభోగ (స్స్యాత్)

నిర్వేశః - ఉపభోగః॥ పు॥ ౨-భోగించుటపేళ్లు, Enjoyment.

పరిసర్పః పరిక్రియా ।

పరిసర్పః॥ పు॥-పరిక్రియా॥స్త్రీ॥ ౨- చుట్టువాఱుట, [Surrounding; encompassing.

విధురం (తు) ప్రవిశ్లేషః

విధురమ్॥న॥- ప్రవిశ్లేషః॥పు॥ ౨- ఎడఁబాయుటపేళ్లు, Separation.

ఽభిప్రాయ శ్ఛన్ద ఆశయః॥ ౧౩౩॥	అభిప్రాయః-ఛన్దః [ప] ఛన్దః॥న్॥-ఆశయః॥పు॥ ౩-అభిప్రాయముపేళ్లు, Meaning; intention.
సంక్షేపణం సమసనం	సంక్షేపణమ్ - సమసనమ్॥ న॥ ౨ - గొప్పను కొంచెము సేయుట పేళ్లు, Abridgment.
పర్యవస్థా విరోధనమ్।	పర్యవస్థా॥స్త్రీ॥-విరోధనమ్॥ న॥ ౨- విరోధించుట పేళ్లు, Contradiction.
పరిసర్యా పరీసారః	పరిసర్యా॥స్త్రీ॥-పరీసారః॥పు॥ ౨-అంతటటిరుగుట పేళ్లు, Moving about.
(స్యా) దాస్యా త్వాసనా స్థితిః॥ ౧౩౪॥	ఆస్యా- ఆసనా- స్థితిః॥ స్త్రీ॥ ౩-ఉనికిపేళ్లు, Stay.
విస్తారో విగ్రహో వ్యాసః	విస్తారః-విగ్రహః- వ్యాసః॥ పు॥ ౩- విరివిపేళ్లు, Diffusion; expansion.
(సతుశబ్దస్య) విస్తరః।	విస్తరః॥పు॥౧-శబ్దస్య=శబ్దసంబంధియైన, సతు= ఆవిరివిపేరు, Lengthy discourse. Prolixity.
సంవాహనం మర్దనం (స్యాత్)	సంవాహనమ్ - మర్దనమ్॥ ౨ - ఒడలు పిసుకుటపేళ్లు, Shampooing.
వినాశ (స్స్యా)దదర్శనమ్॥ ౧౩౫॥	వినాశః॥పు॥-అదర్శనమ్॥న॥౨- అగపడకుండుట పేళ్లు, Disappearance.
సంస్తవ (స్స్యా) త్పరిచయః	సంస్తవః- పరిచయః॥ పు॥౨- చిరకాల మొక వస్తువుతోఁ గూడియుండుట, Acquaintance.
ప్రసర(స్తు) విసర్పణమ్।	ప్రసరః॥పు॥- విసర్పణమ్॥ న॥౨- తైలబింద్వాదులు జలాదులయందు నెరయుట, Spreading.
నీవాక(స్తు)ప్రయామ (స్స్యాత్)	నీవాకః-ప్రయామః॥పు॥౨- ధాన్యాదులయందలియాదరాతిశయము పేళ్లు, Increased demand for grain in times of scarcity.
సన్నిధి స్సన్నికర్షణమ్॥ ౧౩౬॥	సన్నిధిః॥పు॥- సన్నికర్షణమ్॥ న॥ ౨ - సమీపమౌట, Proximity.
లవోఽభిలావో లవనే	లవః-అభిలావః॥పు॥-లవనమ్॥ న॥ ౩-పైరుమొదలైనవి కోయుటపేళ్లు, Reaping.

నిష్పావః పవనే పవః ।

నిష్పావః॥పు॥-పవనమ్॥న॥-పవః ॥పు॥ 3-ధాన్యాదులను తూర్పెత్తుట, Winnowing, cleaning.

ప్రస్తావ(స్స్యా) దవసరః

ప్రస్తావః- అవసరః॥ పు॥ ౨ - అవసరముపేళ్లు, Occasion, opportunity.

త్రసర స్సూత్రవేష్టనమ్॥ A shuttle. ౧౩౭॥

త్రసరః [పా] తసరః॥పు॥- సూత్రవేష్టనమ్॥న॥ ౨ - సాలెవాఁడు నూలుచుట్టు పంటెపెండె పేళ్లు.

ప్రజన (స్స్యా) దుపసరః

ప్రజనః-ఉపసరః॥ పు॥ ౨- ఆఁబోతు పసులను చూలుచేయం బ్రవర్తించుట పేళ్లు, The impregnation of a cow by the bull. చూలగుకాలమనియు, The season of impregnation.

ప్రసర ప్రణయౌ (సమౌ)।

ప్రసరః [పా] ప్రశ్రయః-ప్రణయః॥పు॥ ౨- ప్రీతిచేతఁ బ్రార్థించుట, Affectionate solicitation.

ధీశక్తి ర్నిష్క్రమో Intellectual faculty.

ధీశక్తిః-నిష్క్రమః॥పు॥ ౨ - శుశ్రూషాశ్రవణములు మొదలైనబుద్ధిసామర్థ్యముపేరు.

(ఽస్త్రీతు) సంక్రమో దుర్గసఞ్చరః॥ ౧౩౮॥

సంక్రమః॥పు॥-దుర్గసఞ్చరః॥ పు॥ ౨-పోరాని జలప్రవాహాదులయందుఁ బోవుటకుఁ గట్టినకట్ట మొదలయిన వానిపేళ్లు, A difficult passage.

ప్రత్యుత్క్రమః ప్రయోగార్థః Preparations for war.

ప్రత్యుత్క్రమః [పా] ప్రత్యుత్క్రాన్తిః -ప్రయోగార్థః [పా] ప్రయుద్ధార్థః॥పు॥ ౨- యుద్ధముకొఱకు భటులయొక్క యుద్యోగముపేరు.

ప్రక్రమ (స్స్యా) దుపక్రమః।

ప్రక్రమః-ఉపక్రమః॥పు॥ ౨- ప్రథమారంభమునకుపేళ్లు, A first beginning.

(స్యా) దభ్యాదానము ద్ఘాత ఆరమ్భః

అభ్యాదానమ్॥న॥-ఉద్ఘాతః- ఆరమ్భః॥ పు॥ 3-ఆరంభమాత్రమునకుపేళ్లు, Commencement.

సమ్భ్రమ స్త్వరా॥ ౧౩౯॥

సమ్భ్రమః॥ పు॥- త్వరా॥ స్త్రీ॥ ౨ - వేగిరపడుటపేళ్లు, Haste; Hurry.

ప్రతిబన్ధః ప్రతిష్టమ్భో ఽవనాయ(స్తు) నియాతనమ్।

ప్రతిబన్ధః - ప్రతిష్టమ్భః॥పు॥ ౨-కార్యవిఘాతము పేళ్లు, Impediment.

అవనాయః॥ పు॥ - నియాతనమ్ [పా] నిపాతనమ్॥ న॥ ౨ - దిగువద్రొబ్బుటపేళ్లు, Causing to

ఉపలమ్భ స్త్వనుభవ
స్సమాలమ్భో విలే
పనమ్॥ ౧౪౦॥
విప్రలమ్భో విప్ర
యోగో
విలమ్భ స్త్వతిసర్జనమ్।
విశ్రావ (స్తు) ప్రవిఖ్యాతి
రవేక్షా ప్రతిజాగరః ॥
౧౪౧॥
నిపాఠ నిపఠౌ పాఠే
తేమ స్తేమౌ సమున్దనే।
ఆదీన వాస్రవౌ క్లేశే
మేలకే సఙ్గ సఙ్గమౌ॥
అన్వీక్షణం విచయనం
మార్గణం మృగణామృ
గః।
పరిరమ్భః పరిష్వఙ్గ
స్సంశ్లేష ఉపగూహన
మ్॥ ౧౪౩॥
నిర్వర్ణనం(తు)నిధ్యానం
దర్శ నాలోక నేక్షణమ్।
ప్రత్యాఖ్యానం నిరస
నం ప్రత్యాదేశో నిరా
కృతిః॥ ౧౪౪॥
ఉపశాయో విశాయ

descend. [ముపేళ్లు, Direct perception.

ఉపలమ్భః-అనుభవః ॥పు॥ ౨- సాక్షాత్కార
సమాలమ్భః॥పు॥-విలేపనమ్॥న॥ ౨-నలుగిడుట
పేళ్లు, Smearing with sandalwood, &c.

విప్రలమ్భః-విప్రయోగః॥పు॥ ౨-ఎడఁబాసిన స్త్రీ
పురుషుల శృంగారము పేళ్లు, separation of lovers.

విలమ్భః॥పు॥-అతిసర్జనమ్॥ న ॥ ౨ - ఇచ్చుట
పేళ్లు, Liberality.

విశ్రావః॥పు॥- ప్రవిఖ్యాతిః [పా] ప్రతిఖ్యాతిః॥
స్త్రీ॥ ౨-మిక్కిలి ప్రసిద్ధి పేళ్లు, Celebrity.

అవేక్షా॥స్త్రీ॥- ప్రతిజాగరః ॥పు॥ ౨ - ఎచ్చరిక
పేళ్లు, Attention. [Reading.

నిపాఠః-నిపఠః- పాఠః॥పు॥ ౩ - చదువుట పేళ్లు,

తేమః- స్తేమః॥పు॥-సమున్దనమ్॥న॥ ౩ - తడియు
ట పేళ్లు, Wetness. [Distress.

ఆదీనవః- ఆస్రవః- క్లేశః॥ పు ॥ ౩ - క్లేశము పేళ్లు,

మేలకః-సఙ్గః-సఙ్గమః॥పు॥౩-కూడుట, Union.

అన్వీక్షణమ్ [పా] అన్వేషణమ్, గవేషణమ్ -
విచయనమ్ - మార్గణమ్॥ న ॥ - మృగణా॥స్త్రీ॥-మృ
గః॥పు॥ ౫ - వెదకుట పేళ్లు, Searching; research.

పరిరమ్భః - పరిష్వఙ్గః-సంశ్లేషః॥ పు ॥-ఉపగూ
హనమ్॥న॥౪-కౌఁగిలించుట పేళ్లు, Embrace.

నిర్వర్ణనమ్-నిధ్యానమ్ - దర్శనమ్-ఆలోకనమ్-
ఈక్షణమ్॥న॥ ౫- చూచుట పేళ్లు, Sight; seeing,

ప్రత్యాఖ్యానమ్-నిరసనమ్ ॥ న ॥ - ప్రత్యాదే
శః॥ పు॥-నిరాకృతిః॥ స్త్రీ॥ ౪ - తిరస్కరించుట పేళ్లు,
Rejection; disallowance.

ఉపశాయః-విశాయః॥ పు॥ ౨ -పర్యాయశయ

శ్చ (పర్యాయ శయనా
ర్థకా)।

అర్తనం (చ) ఋతీయా (చ)హృణీయా(చ) ఘృణా(ర్థకాః)॥ ౧౮౫॥

(స్యా) ద్వ్యత్యాసో విపర్యాసో వ్యత్యయ (శ్చ) విపర్యయే।

పర్యయో౽తిక్రమ (స్తస్మి)న్నతిపాత ఉపాత్యయః॥ ౧౮౬॥

(ప్రేషణం యత్సమాహూయ తత్ర స్యాత్) ప్రతిశాసనమ్।

(స) సంస్తావః (క్రతుషు యా స్తుతిభూమి ర్ద్విజన్మనామ్)॥ ౧౮౭॥

(నిధాయ తక్ష్యతే యత్ర కాష్ఠే కాష్ఠం స) ఉద్ఘనః।

స్తమ్బఘ్న(స్తు) స్తమ్బఘనః (స్తమ్బో యేన నిహన్యతే) ॥ A hoe.

ఆవిధో (విధ్యతే యేన తత్ర)

An auger.

నార్థకా = ప్రహరి దిరుగువాండ్రు వరుసపెట్టుకొని నిద్రపోవుటపేళ్లు, Watching alternately.

అర్తనమ్॥ న॥ - ఋతీయా-హృణీయా॥ స్త్రీ॥- ఘృణా॥ ౩ - రోయుటపేళ్లు, Censure; reproach.

వ్యత్యాసః - విపర్యాసః - వ్యత్యయః - విపర్యయః॥ పు॥ ౪- తడఁబడుటపేళ్లు, Contrariety; opposition.

పర్యయః - అతిక్రమః - అతిపాతః - ఉపాత్యయః॥ పు॥ ౪-క్రమము దప్పిపోవుటపేళ్లు, Transgression.

ప్రతిశాసనమ్॥ ౧ - భృత్యులను బిలిచి పనులకుఁ బంపుట, Sending of a servant on an errand after calling him.

సంస్తావః॥ పు॥ ౧-క్రతుషు=యజ్ఞములయందు, ద్విజన్మనామ్ = ఉద్గాతమొదలయిన బ్రాహ్మణుల యొక్క, స్తుతిభూమిః = స్తోత్రముచేయు భూమి పేరు, A place where the priests stand reciting hymns and prayers. ఆస్తోత్రము పేరని కొందఱు.

ఉద్ఘనః॥ పు॥ ౧-యత్ర కాష్ఠే = ఏకొయ్యమీఁద, కాష్ఠమ్= మరియొకకొయ్యను, నిధాయ=పెట్టి, తక్ష్యతే = చెక్కఁబడునో, సః = అదాతిమ్రాని పేరు, A carpenter's work-bench.

స్తమ్బఘ్నః- స్తమ్బఘనః॥పు॥ ౨-యేన=దేనిచేత, స్తమ్బః = కసవుగంటలు, నిహన్యతే = పెల్లగింపఁబడునో, సః=అగుద్దలి, A sickle for cutting grass.

ఆవిధః॥ పు॥ ౧ - యేన=దేనిచేత, విధ్యతే=రత్నాదులు బెజ్జము వేయఁబడుచున్నదో, తత్ర=బెజ్జము వేయు వజ్రము పొగరు మొదలైనదాని పేరు.

(విష్వక్సమే) నిఘః ।

నిఘః॥ పు॥ ౧- విష్వక్సమే=వెడల్పు నిడుపుసరియయిన వేదికాదులపేరు, Circular, round.

ఉత్కార(శ్చ) నికార(శ్చ ద్వౌ ధాన్యోత్క్షేపణార్థకౌ)॥ ౧౪౯॥

ఉత్కారః- నికారః॥ పు॥ ౨- ధాన్యోత్క్షేపణార్థకౌ=ధాన్యము పొడవుగాఁ గుప్పచేయుటకుఁగాని తూర్పెత్తుటకుఁగాని పేళ్లు, Piling up corn or winnowing.

నిగారోద్గార విక్షావోద్గ్రాహా (స్తుగరణాదిషు)।

నిగారః, Swallowing; ఉద్గారః, Vomiting; విక్షావః, Cough; a sound; ఉద్గ్రాహః, Taking up, replying in argument. పు॥ ౪- గరణాదిషు= వరుసగా మ్రింగుటకును, క్రక్కుటకును, క్రాయుటకును, ఎగరవేసిపట్టుటకును పేళ్లు. ఉద్గారశబ్దము త్రేఁపునకుం బేరని కొందఱు.

ఆరత్యవరతి విరతయ ఉపరామే

ఆరతిః - అవరతిః - విరతిః॥ స్త్రీ॥ - ఉపరామః [ప] ఉపరమః॥ పు॥ ౪- చాలించుటపేళ్లు, Ceasing.

(వా స్త్రియాంతు) నిష్ఠేవః॥ నిష్ఠ్యూతిర్నిష్ఠీవన నిష్ఠేవన(మిత్యభిన్నాని)।

నిష్ఠేవః॥ పు॥-నిష్ఠ్యూతిః॥ స్త్రీ॥- నిష్ఠీవనమ్ - నిష్ఠేవనమ్॥ న॥ ౪- ఉమియుటపేళ్లు, Spitting.

జవనే జూతిః

జవనం-జూతిః॥ స్త్రీ॥ ౨- వేగమునఁబోవుట, Speed.

సాతి స్త్వవసానే (స్యా

సాతిః॥ స్త్రీ॥- అవసానమ్॥ న॥ ౨- క్రియాంతము పేళ్లు, Conclusion. End of action.

దథ) జ్వరే జూర్తిః॥

జ్వరః॥ పు॥-జూర్తిః॥ స్త్రీ॥ ౨-జ్వరముపేళ్లు, Fever.

ఉదజ (స్తు పశుప్రేరణ)

ఉదజః॥ పు॥ ౧-పశుప్రేరణమ్= పసులఁదోలుట, Driving of cattle.

మకరణి (రిత్యాదయశ్శాపే)।

అకరణిః-అజననిః॥ స్త్రీ॥-అవగ్రాహః॥ పు॥-ఇవిమొదలయినవి శపించుటయందు వర్తించును, Curse.

(గోత్రాన్తేభ్య స్తస్య బృన్దమి) త్యౌపగవకా(దికమ్)॥ ౧౫౨॥

గోత్రాన్తేభ్యః = అపత్య ప్రత్యయాంతములయిన ఔపగవ గార్గ్య దాక్ష్యాదిశబ్దములమీఁదను, తస్యబృన్దమితి = వానిసమూహ మనునర్థమునందు, ఔపగవకాదికమ్ = ఔపగవకమ్, గార్గకమ్,

	దాషుకమ్॥ న॥- అనునవి మొదలైనళబ్దరూపములు పుట్టుచున్నవి. ఉపగునియొక్క అపత్యములు ఔపగవములు.
A multitude of descendants of Upagu.	ఔపగవములయొక్క సమూహము ఔపగవకము. ఇట్లన్యంబులూహ్యములు.
ఆపూపికం శాష్కులిక (మేవ మాద్య మచేతసామ్)। A multitude of loaves and pies.	అచేతసామ్ = ప్రాణివ్యతిరిక్తములయిన యపూపములు శష్కులులు మొదలయినవానిసమూహములయందు వరుసగా " ఆపూపికమ్, శాష్కులికమ్ " ఇవిమొదలయినవి వర్తించును. అవి ॥న॥
(మాణవానాం తు) మాణవ్యం	మాణవ్యమ్॥న॥౧-మాణవానామ్ = పిన్నవాండ్రసమూహముపేరు, A multitude of boys.
(సహాయానాం) సహాయతా॥ ౧౫౩॥	సహాయతా॥ సీ॥౧- సహాయానామ్= తోడువచ్చినవారి సమూహముపేరు,—of coadjutors.
హల్యా (హలానాం)	హల్యా॥ సీ॥౧- హలానామ్ = నాఁగేళ్లగుంపుపేరు,—of ploughs.
బ్రాహ్మణ్య బాడబ్యే (తు ద్విజన్మనామ్)।	బ్రాహ్మణ్యమ్-బాడబ్యమ్॥ న॥ ౩- బ్రాహ్మణుల సమూహము పేళ్లు,—of priests.
(ద్వేపర్శుకానాం పృష్ఠానాం) పార్శ్వం పృష్ఠ్య (మనుక్రమాత్)॥ ౧౫౪॥	పార్శ్వమ్-పృష్ఠ్యమ్॥న॥ ౨-అను, అనుక్రమాత్ =వరుసగా, పర్శుకానామ్ = పక్కయెముకలసమూహమునకును, A multitude of ribs; పృష్ఠములనెడి యజ్ఞసంబంధులయిన స్తోత్రవిశేషముల సమూహమునకును పేళ్లు, A collection of hymns.
(ఖలానాం) ఖలినీ ఖల్యా (పృథక్)	ఖలినీ-ఖల్యా॥సీ॥౨- ఖలానామ్= కళ్లాలసమూహముపేళ్లు, A multitude of threshing floors.
మానుష్యకం (నృణామ్)।	మానుష్యకమ్॥న॥ ౧- నృణామ్ = మనుష్యుల సమూహముపేళ్లు,—of men.
గ్రామతా జనతా ధూమ్యా పాశ్యా గల్యా (పృథక్పృథక్)॥ ౧౫౫॥	గ్రామతా,—of villages. జనతా,—of people. ధూమ్యా, Accumulation of smoke. పాశ్యా, Abundance of fetters. గల్యా,—of reeds. ౫- ను, పృథక్పృథక్= వేఱువేఱుగా, గ్రామములు, జను

లు, ధూమములు, పాశములు, జెల్లుకసవులు, ఈ యైదింటి గుంపులపేళ్లు. గల్యా-అనునది కంఠముల సమూహమని కొందఱు,—of throats.

(అపి) సాహస్ర కారీష వార్మణాథర్వణాదికమ్।

సాహస్రమ్, A multitude of thousands. కారీషమ్,—of pieces of dry cow-dung. వార్మణమ్, Abundance of armour. ఆథర్వణమ్, Collection of incantations. ఈ ౪ ను, ఆదిశబ్దముచేత ఆఙ్గారమ్* చార్మణమ్† మొదలయిన శబ్దములును వేఱువేఱుగా, సహస్రములు, పిడకలు, కవచములు, అథర్వమంత్రములు, అంగారములు, కేడెములు, మొదలైనవాని సమూహముల పేళ్లు.

*—of burning coals.
†—of shields.

ఇతిసంకీర్ణవర్గః.

{ ప్రకృతిప్రత్యయార్థాదులచేత లింగభేదము నొందియుండు నానావిధ శబ్దముల సమూహము ముగిసెను. }

గ్రంథకర్త యనేకపర్యాయపదములకు నొక యర్థము గలుగునట్టుగా నన్నివర్గలను జెప్పి యిపు డొకపదమునకు ననేకార్థంబులు గలుగునట్టుగా. నానార్థవర్గను జెప్పనారంభించి యీశబ్దములు పూర్వవర్గలయందుఁ జెప్పినవో చెప్పనివో యను శంకరాఁగా దాని నివర్తించు చున్నాఁడు.

మూ॥ నానార్థాః కేఽపి కాన్తాదివర్గే ష్వేవాత్ర కీర్తితాః।
భూరిప్రయోగా యే యేషు పర్యాయే ష్వపి తేషు తే॥

టీ॥ అత్ర= ఈగ్రంథమున, నానార్థాః= అనేకార్థములుగల, కేఽపి=ఏ యర్థమునందును ప్రసిద్ధప్రయోగములేని కొన్నిశబ్దములు, కాన్తాదివర్గేష్వేవ= కాంతగాంతాదివర్గలయందే, కీర్తితాః = చెప్పఁబడినవి. అనఁగాఁ బర్యాయపదములయందుఁ జెప్పఁబడలేదనుట. యే=ఏశబ్దములు, యేషు పర్యాయేషు=ఏపర్యాయార్థములయందు, భూరిప్రయోగాః = ప్రచురప్రయోగములుగలవో, తే=ఆశబ్దములు, తేష్వపి=ఆపర్యాయార్థముల యందును, (అపిశబ్దముచే) ప్రసిద్ధముగాని యర్థమును జెప్పుటకొఱకు కాంతాదివర్గలయందును, కీర్తితాః = చెప్పఁబడినవి. అనఁగా నీవర్గయందుఁ

జెప్పఁగలశబ్దములలోఁ గొన్ని పర్యాయములయందుఁ జెప్పనివియుఁ గొన్ని చెప్పినవియు నగు నని తాత్పర్యము.

(ఆకాశే త్రిదివే) నాకో — నాకః॥పు॥౧, ఆకాశే=ఆకాశమునకును, Sky; త్రిదివే=స్వర్గమునకును పేరు, Ether; Heaven.

లోకస్తు(భువనే జనే)॥ ౧౫౭॥ — లోకః॥ పు॥౧, భువనే=స్వర్గాది లోకములకును, World; జనే=జనులకును, (ప) జనసమూహమునకును పేరు, People.

(పద్యేయశసిచ)శ్లోకః — శ్లోకః॥పు॥ ౧, పద్యే = నాలుగుపాదములుగల పదసమూహమునకును, Verse; యశసిచ = కీర్తికిని పేరు, glory.

(శరే ఖడ్గేచ) సాయకః। — సాయకః॥పు॥ ౧, శరే=బాణమునకును, Arrow; ఖడ్గే=ఖడ్గమునకును పేరు, Sword.

జమ్బుకౌ(క్రోష్టు వరుణౌ) — జమ్బుకః॥ పు॥ ౧, క్రోష్టు=నక్కకును, Jackal; వరుణౌ=వరుణదేవునికిని పేరు, God of water.

పృథుకౌ(చిపిటార్భకౌ)॥ ౧౫౮॥ — పృథుకః॥పు॥ ౧, చిపిట=అటుకులకును, Fried paddy flattened; అర్భకౌ=పిన్నవానికిని, Infant.

ఆలోకౌ (దర్శనోద్ద్యోతౌ) — ఆలోకః॥ పు॥ ౧, దర్శన=చూచుటకును, Sight; ఉద్ద్యోతౌ=ప్రకాశమునకును పేరు, Light.

(భేరీపటహౌ)మానకౌ। — ఆనకః॥పు॥ ౧, భేరీ=భేరికిని, A double drum; పటహౌ=తప్పెటకును పేరు, A drum.

(ఉత్సఙ్గ చిహ్నయో)రఙ్కః — అఙ్కః॥పు॥ ౧, ఉత్సఙ్గ = తొడకును, Flank; చిహ్నయోః=గుఱుతునకును పేరు, Mark.

కలఙ్కో (ఽఙ్కాపవాదయోః)॥ ౧౫౯॥ — కలఙ్కః॥ పు॥ ౧, అఙ్క = గుఱుతునకును Sign; అపవాదయోః=నిందకును పేరు, Slur.

తక్షకో(నాగవర్ధక్యోః) — తక్షకః॥ పు॥ ౧- నాగ*=తక్షకుఁడనుసర్పమునకును; వర్ధక్యోః=వడ్లవానికిని పేరు, Carpenter.

*Chief of snakes.

అర్కః (స్ఫటికసూర్యయోః)। — అర్కః॥పు॥౧-స్ఫటిక =స్ఫటికమునకు, Crystal; సూర్యయోః=సూర్యునికిని పేరు, The sun.

(మారుతే వేధసి బ్ర — కః॥పు॥ ౧, మారుతే=వాయువు, wind; వేధసి=

ధ్నే పుంసి)కః	బ్రహ్మ, Brahma; బ్రధ్నే=సూర్యుఁడు, The sun;
కం (శిరోఽమ్బునోః) ॥	ఆత్మ, soul. కమ్॥న॥ ౧-శిరః = శిరస్సు, head; అ
౧౬౦॥	మ్బునోః=ఉదకమునకును, water.
(స్యా) త్పులాక (స్తు	పులాకః॥పు॥ ౧, తుచ్ఛధాన్యే=క్షుద్రధాన్య
చ్ఛధాన్యే సంక్షేపే భ	మునకును (ప)పొల్లవడ్లకును, Shrivelled grain;
క్తసిక్థకే) ।	సంక్షేపే=సంక్షేపమునకును,brevity; భక్తసిక్థకే=
	మెతుకునకును పేరు, boiled rice.
(ఉలూకే కరిణః పు	పేచకః॥పు॥ ౧,ఉలూకే=గుడ్లగూబకును, owl;
చ్ఛమూలోపాన్తేచ)పే	కరిణః పుచ్ఛమూలోపాన్తే = ఏనుఁగుయొక్క
చకః॥ ౧౬౧॥	తోఁక మొదటనుండు మాంసవిశేషమునకును (ప)
	తోఁక మొదటికిని, Root of an elephant's tail.
(కమణ్డలౌచ) కరకః	కరకః॥పు॥౧, కమణ్డలౌ=కమండలువు, Water-pot; చకారమువలన పక్షివిశేషము, curlew; వడగండ్లు, hail; దానిమ్మ, Pomegranate.
(సుగతేచ) వినాయకః। Obstacle;difficulty.	వినాయకః॥ పు॥౧, సుగతే=బుద్ధదేవర, చకారమువలన విఘ్నేశ్వరుఁడు, Ganesha; గరుత్మంతుఁడు, Garuda; గురువు, a spiritual teacher.
కిష్కుః (ర్హస్తే వితస్తౌ చ) ।	కిష్కుః॥పు॥౧,హస్తే=మూర, Cubit; వితస్తౌ=జేన, Span ; (చ) ముంజేయి, Fore-arm; కుత్సితుఁడు, Vile man.
(శూకకీటేచ)వృశ్చికః॥ *The sign Scorpio of the Zodiac. ౧౬౨॥	వృశ్చికః॥పు॥ ౧,శూకకీటే=కణుఁదురు, wasp; a caterpillar; (చ) తేలు, Scorpion; తేలుమందుట్టు, Vangueria Spinosa; వృశ్చికరాశి*.
(ప్రతికూలే) ప్రతీక (స్త్రిష్వేకదేశేతు పుంస్యయమ్)।	ప్రతీకః॥ ౧, ప్రతికూలే=ప్రతికూలమునకు పేరయినపుడు॥ త్రి॥, Contrary; ఏకదేశే=అవయవమునకును పేరయినపుడు॥ పు॥, a limb.
(స్యా)ద్భూతికం(తుభూనిమ్బేకత్తృణే భూస్తృణేఽపిచ)॥ ౧౬౩॥	భూతికమ్॥న॥ ౧, భూనిమ్బే=నేలవేమునకును, Gentian; కత్తృణే = కామంచికసవునకును, భూస్తృణే=చిప్పకసవునకును పేరు, Fragrant grass.

(జ్యోత్స్నికాయాం చ ఘోషేచ) కోశాతక్య	కోశాతకీ॥ స్త్రీ॥ ౧, జ్యోత్స్నికాయామ్=పొట్ల చెట్టునకును, ఘోషే=ఆవడచెట్టునకును పేరు.
(థ కట్ఫలే।సితేచ ఖదిరే) సోమవల్కః(స్స్యాత్)	సోమవల్కః॥ పు ॥ ౧, కట్ఫలే=గుమ్ముడుచెట్టునకును, సితేఖదిరే= తెల్లచేండ్రచెట్టునకును పేరు.
(దథ సిహ్లకే॥ ౧౬౪॥ తిలకల్కేచ) పిణ్యాకో	పిణ్యాకః ॥ పు ॥ ౧, సిహ్లకే = అందుగుబంక మొదలయిన సుగంధద్రవ్యములచేతఁ జేసిన ధూపము, Incense; తిలకల్కే=గానుగుపిండి, Oil cake.
బాహ్లీకం రామఠే(ఽపి చ)। *Asafœtida; † A horse bred in Bahlik.	బాహ్లికమ్ (పా) బాహ్లీకమ్॥న॥ ౧,రామఠే*= ఇంగువకును; (అపి) బాహ్లీకదేశమునఁబుట్టిన గుఱ్ఱమునకును†; కుంకుమపువ్వునకును పేరు, Saffron.
(మహేన్ద్రే గుగ్గులూలూక వ్యాలగ్రాహిషు) కౌశికః॥ ౧౬౫॥	కౌశికః॥ పు॥ ౧, మహేంద్ర=దేవేంద్రునికిని, Indra; గుగ్గులు=గుగ్గిలపు చెట్టునకును, Bdellium; ఉలూక =గుడ్లగూబకును, owl; వ్యాలగ్రాహిషు= పాములవానికిని పేరు, snake-catcher.
(రుక్తాప శఙ్కాస్వా) తఙ్కః *Sound of a drum.	ఆతఙ్కః॥పు॥౧,రుక్ =రోగమునకును,Disease; తాప=తాపమునకును, pain; శఙ్కాసు = భయమునకును, fear; *మద్దెలమ్రోఁతకును పేరు.
(స్వల్పేఽపి) క్షుల్లక (స్త్రిషు)।	క్షుల్లకః ॥ త్రి ॥ ౧, స్వల్పే = కొంచెమయిన దానికిని, Small ; అపిశబ్దముచేత చులుకనయిన దానికిని, క్షుద్రునికిని పేరు, low, vile, poor.
జైవాతృక (శ్శశాఙ్కేఽపి)	జైవాతృకః॥పు॥ ౧,శశాఙ్కేఽపి=చంద్రునికిని, The moon; ఆయుష్మంతునికిని పేరు, Long-lived.
(ఖురేఽప్యశ్వస్య) వర్తకః॥ *A horse's hoof.	వర్తకః॥పు॥ ౧, అశ్వస్యఖురే*=గుఱ్ఱపుగొరిజకును;అపిశబ్దముచేత వెలిచెపిట్టకును పేరు, A quail.
(వ్యాఘ్రేఽపి) పుణ్డరీకో (నా)	పుణ్డరీకః॥పు॥౧, వ్యాఘ్రే=పులి, A tiger;(అపి) దిగ్గజము, the elephant posted in the S. E.; తెల్లదామర, A white lotus; పుణ్డరీకమ్ ॥ న ॥ తెల్ల గొడుగు, a white parasol.
(యవాన్యామపి)దీపకః॥	దీపకః॥ పు ॥ ౧, యవాన్యామపి = ఓమమున

*A certain elegance of construction.

కును, జీలకఱ్ఱకును, An aromatic seed; దీపమునకును, A lamp; *అలంకార విశేషమునకును పేరు.

శాలావృకాః (కపికోష్టు శ్వానః)

శాలావృకః॥పు॥ ౧,కపి=కోఁతి, Ape; క్రోష్టు=నక్క, jackal; శ్వానః=కుక్కకును పేరు. dog.

(స్వర్ణేఽపి) గైరికమ్॥ ౧౬౭॥

గైరికమ్॥న॥౧,స్వర్ణే=బంగారమునకును,Gold; (అపి) జేగురునకును పేరు, Red chalk.

(పీడార్థేఽపి) వ్యలీకం (స్యాత్)

వ్యలీకమ్॥న॥ ౧,పీడార్థే=దుఃఖమునకును,Pain; (అపి)అప్రియమునకును,displeasing;అకార్యమునకును, an improper act.

అలీకం (త్వప్రియే ఽనృతే)।

అలీకమ్॥న॥ ౧,అప్రియే = అప్రియమునకును, Displeasing;అనృతే=అసత్యమునకును,falsehood; లలాటమునకును పేరు, forehead.

(శీలాన్వయా)వనూకే (ద్వే)

అనూకమ్॥న॥౧,శీల=స్వభావమునకును, Disposition;అన్వయా=వంశమునకును,race; పూర్వజన్మమునకును పేరు, A former state of existence.

శల్కం(శకలవల్కలే)॥ ౧౬౮*Scale of a fish.

శల్కమ్॥న॥ ౧,శకల=తునుకకును,Part;వల్కలే=నారకును,bark; *మత్స్యశకలమునకును పేరు.

(సాష్టేశతే సువర్ణానాం హేమ్న్యురోభూషణే పలే। దీనారేఽపిచ) నిష్కో (ఽస్త్రీ)

*Ornament worn on the breast.

నిష్కః॥పు॥ ౧,సువర్ణానామ్=సువర్ణములయొక్క, సాష్టేశతే=౧౦౮కిని, హేమ్ని=బంగారుమాత్రమునకును,gold;ఉరోభూషణే*=ఱొమ్మునవ్రేలు భూషణమునకును, పలే = పలమునకును, A weight; పైఁడిటంకమునకును పేరు. సువర్ణమనఁగా ౮౦ గురిగింజలయెత్తు బంగారము.పలమనఁగా ౩౨౦ గురిగింజలయెత్తు.

కల్కో (ఽస్త్రీ శమలైనసోః॥దమ్భే) (ఽప్యథ)పినాకో (ఽస్త్రీ శూల శఙ్కరధన్వనోః)।

కల్కః॥ పు॥ ౧, శమల = విష్ఠ, Ordure; ఏనసోః=పాపము, sin ; దమ్భే=దంభము, fraud.

పినాకః॥పు॥౧,శూల=శూలమునకును,Trident; శఙ్కరధన్వనోః=శివునివింటికిని, Siva's bow.

ధేనుకా (తు కరేణ్వాం)

ధేనుకా॥స్త్రీ॥ ౧, కరేణ్వామ్ చ = ఆఁడుఏనుఁగు

చ) *Milch cow. (మేఘజాలేచ) కాలికా॥౧౭౦॥ A

నకును, A female elephant;* లేగటావునకును పేరు.

కాలికా ॥ స్త్రీ ॥ ౧, మేఘజాలే=మేఘసమూహమునకును, A succession of clouds; (చ) పార్వతీదేవికిని; నలుపునకును; blackness. స్వర్ణాది ధాతు దోషమునకును పేరు, Flaw in gold.

కారికా (యాతనా కృత్యోః)

కారికా॥స్త్రీ॥౧, యాతనా=తీవ్రవేదనకును, Agony; కృత్యోః=చేయుటకును పేరు, action. "యాతనావృత్త్యోః" అనుపాఠమున వృత్తియనఁగా సూత్రార్థము నేర్పడఁజెప్పువాక్యము, Explanatory verse.

కర్ణికా (కర్ణభూషణే। కరిహస్తాఙ్గులౌ పద్మబీజకోశ్యాం) *The tip of an elephant's trunk. (త్రిషూత్తరే)॥౧౭౧॥

కర్ణికా॥స్త్రీ॥ ౧, కర్ణభూషణే=కర్ణభూషణమునకును, An ear-ring; కరిహస్తాఙ్గులౌ*=ఏనుఁగుతొండము కొనకును, పద్మబీజకోశ్యామ్=తామరపువ్వులోని దుద్దునకును పేరు, the Pericarp of a lotos.

ముందుఁజెప్పఁగల బృందారక శబ్దము మొదలు కాంతశబ్దములు ముగియువఱకు వన్నియు॥ త్రి ॥

బృన్దారకా (రూపి ముఖ్యౌ) *Handsome.

బృన్దారకః॥ త్రి॥ ౧, రూపి*=చక్కనిదానికిని; ముఖ్యౌ=గుంపులో ముఖ్యుఁడయినవానికిని, Chief.

ఏకే (ముఖ్యాన్య కేవలాః)।

ఏకః॥ త్రి॥ ౧, ముఖ్య=ప్రధానునికిని, Chief; అన్య=ప్రకృతముకంటె వేఱయినవానికిని, other; కేవలాః=తోడులేనివానికిని పేరు, Alone, one.

(స్యాద్దామ్భికః) కాక్కుటికో (యశ్చాదూరేరి తేక్షణః)॥ ౧౭౨॥

కాక్కుటికః॥ త్రి॥ ౧, దామ్భికః=డంబముగలవానికిని, యశ్చ=ఎవఁడు, అదూరే=సమీపప్రదేశమునందు, ఈరి తేక్షణః=ప్రేరేపఁబడిన చూపుకలిగినవాఁడో, అట్టిభిక్షువునకును పేరు, A mendicant who walks always fixing his eyes on the ground for fear of treading upon worms; (hence) a hypocrite.

లాలాటికః (ప్రభోర్భావదర్శీ కార్యాక్షమశ్చయః)।

లాలాటికః॥ త్రి॥ ౧, యః=ఎవఁడు, ప్రభోః = ప్రభువుయొక్క, భావ=భావమును, దర్శీ=తెలిసికొనువాఁడో వానికిని, Watchful of his master's look;

	కార్యే=కార్యమునందు, అక్షమః=అసమర్థుఁడైన వానికిని పేరు, Incapable of work.
(భూభృన్నితమ్బవలయ చక్రేషు) కటకో (ఒస్త్రియామ్)॥ ౧౭౩॥	కటకః॥ ప్న॥ ౧, భూభృన్నితమ్బ=కొండనడిమికిని, Side of a hill; వలయ = కడియమునకును, bracelet; చక్రేషు=రాష్ట్రమునకును, metropolis; [ప] మూఁకకును పేరు; an army.
(సూచ్యగ్రే క్షుద్రశత్రౌచ లోమహర్షే చ) కణ్టకః।	కణ్టకః॥ పు॥ ౧, సూచ్యగ్రే=సూదికొన, The point of a needle; క్షుద్రశత్రౌ=అల్పశత్రువు, a paltry foe; లోమహర్షే=రోమాంచము, horripilation; (చ) ముల్లు, a thorn. ఇచట 'భూభృన్నితమ్బ' యనునది మొదలు ప్రక్షిప్తము.
॥ఇతి కాన్తాః॥	కాన్త నానార్థకశబ్దములు ముగిసెను.
మయూఖ(స్త్విట్కర జ్వాలా)	మయూఖః॥ పు॥ ౧,త్విట్=కాంతికిని, Brightness; కర=కిరణమునకును, ray of light; జ్వాలాను=మంటకును పేరు, flame.
(స్వలిబాణౌ) శిలీముఖౌ॥	శిలీముఖః॥ పు॥ ౧, అలి=తుమ్మెదకును, A bee; బాణౌ=బాణమునకును పేరు, an arrow.
శఙ్ఖో (నిధౌ లలాటాస్థ్ని కమ్బౌ నస్త్రీ)	శఙ్ఖః॥ ప్న॥ ౧, నిధౌ=నిధివిశేషమునకును, A hundred billions; లలాటాస్థ్ని=నొసటియెముకకును, the bone on the fore-head; కమ్బౌ=శంఖమునకును పేరు, the conch-shell.
(న్ద్రియేఽపి) ఖమ్।	ఖమ్॥న॥ ౧, ఇన్ద్రియే = ఇంద్రియము, Organ of sense; (అపి) ఆకాశము, Sky.
(ఘృణిజ్వాలేఅపి) శిఖే	శిఖా॥ స్త్రీ॥ ౧, ఘృణి=కిరణమునకును, Ray of light;జ్వాలే=మంటకును,flame;(అపి)సిగకును పేరు, Lock of hair on the head.
॥ఇతి ఖాన్తాః॥	ఖాన్త నానార్థకశబ్దములు ముగిసెను.
(శైల వృక్షౌ) నగావగౌ॥ ౧౭౪॥	నగః-అగః॥పు॥ఈ_రెండును,శైల=పర్వతమునకును, A mountain; వృక్షౌ=చెట్టునకును పేర్లు, A tree.

ఆశుగౌ (వాయు విశిఖౌ)

ఆశుగః॥ పు॥ ౧, వాయు = వాయువునకును, Wind; విశిఖౌ = బాణమునకును పేరు, an arrow.

(శరార్క విహగాః) ఖగాః।

ఖగః॥ పు॥ ౧, శర = బాణము, An arrow; అర్క = సూర్యుఁడు, the sun; విహగః = పక్షి, a bird.

పతఙ్గౌ (పక్షి సూర్యౌ చ)

పతఙ్గః॥ పు॥ ౧, పక్షి = పక్షికిని; సూర్యౌ = సూర్యునికిని; (చ) మిడుతకును పేరు, A grasshopper.

పూగః (క్రముక బృన్దయోః)॥ ౧౭౬॥

పూగః॥ పు॥ ౧, క్రముక = పోఁక చెట్టు, Areca; బృన్దయోః = సమూహము, multitude.

(పశవ్యోఽపి) మృగా

మృగః॥ పు॥ ౧, పశవః = పశువులకును, cattle; (అపి) లేళ్లకును, deer; మృగశీర్ష నక్షత్రమునకును, a constellation; ఏనుఁగుజాతివిశేషమునకును, a kind of elephant; వెదకుటకును పేరు, search.

వేగః (ప్రవాహ జవయో రపి)।

వేగః॥ పు॥ ౧, ప్రవాహ = ప్రవాహమునకును, Stream; జవయోః = వేగమునకును, speed; (అపి) మలమూత్రాది ప్రవృత్తికిని పేరు, Call of nature.

పరాగః (కౌసుమే రేణౌ స్నానీయాదౌ రజస్యపి)॥ ౧౭౭॥

పరాగః॥ పు॥ ౧, కౌసుమే రేణౌ = పుష్పాడికిని, Pollen of flowers; స్నానీయాదౌ = స్నానసాధనమయిన పిండి మొదలయినవానికిని, fragrant powder; రజస్యపి = ధూళికిని పేరు, dust.

(గజేఽపి) నాగమాతఙ్గౌ

నాగః॥ పు॥ ౧, గజే = ఏనుఁగునకును, Elephant; (అపి) సర్పమునకును, snake; సీసమునకును పేరు, lead.

మాతఙ్గః॥ పు॥ ౧, గజే = ఏనుఁగు, Elephant; (అపి) చండాలునికిని పేరు, A race of mountaineers.

అపాఙ్గః (స్త్రిలకేఽపి చ)।

అపాఙ్గః॥ పు॥ ౧, తిలకే = బొట్టు, A circlet on the forehead; (అపి) కడకన్ను, Corner of the eye.

సర్గః (స్వభావ నిర్మోక్ష నిశ్చ యాధ్యాయ సృష్టిషు)॥ ౧౭౮॥

సర్గః॥ పు॥ ౧, స్వభావ = స్వభావము, nature; నిర్మోక్ష = విడుచుట, Relinquishment; నిశ్చయ = నిశ్చయము, certainty; అధ్యాయ = కావ్యపరిచ్ఛేదము, chapter; సృష్టిషు = నిర్మాణము, Creation.

యోగ (స్సన్నహనోపాయ ధ్యాన సంగతి యుక్తిషు)।

యోగః॥పు॥౧,సన్నహన=కవచాదులు,Armour; ఉపాయ=సామాద్యుపాయములు, means; ధ్యాన=ధ్యానమునకును, Meditation; సంగతి = కూటమి, junction; యుక్తిషు=కూర్చుట, union.

భోగ (స్సుఖేస్త్ర్యాది భృతావహేశ్చ ఫణ కాయయోః)॥ ౧౭౯॥

భోగః॥పు॥౧,సుఖే=సుఖము, Enjoyment;స్త్ర్యాదిభృతౌ=స్త్రీలు ఏనుఁగులు మొదలయినవానిపోషణము, Hire;అహేఃఫణకాయయోః=పాముపడగ, Expanded head of a serpent; పాముశరీరము, Body of a serpent; భోజనము, eating.

(చాతకే హరిణే పుంసి)సారఙ్గ (శ్శబలేత్రిషు)।

సారఙ్గః॥ పు॥ ౧, చాతకే = వానకోయిల, A sort of bird; హరిణే=ఇఱ్ఱి, deer; శబలే=నానావర్ణములుగలవస్తువు॥ త్రి॥, Variegated.

(కపౌచ) ప్లవగ

ప్లవగః॥ పు॥ ౧, కపౌ = కోఁతి, An ape; (చ) కప్ప, A frog; అనూరుఁడు, the dawn.

(శ్శాపే) త్వభిషఙ్గః (పరాభవే)॥ ౧౮౦॥

అభిషఙ్గః॥పు॥ ౧, శాపే=శాపము, Curse; పరాభవే = తిరస్కారము, defeat; లేని యపవాదము, Groundless imputation; ఆలింగనము, embrace.

(యానాద్యఙ్గే) యుగః (పుంసి)యుగం (యుగ్మే కృతాదిషు)।

యుగః॥ ౧, యానాద్యఙ్గే=కాఁడికిపేరైనపుడు॥పు॥, a yoke. యుగ్మే=రెంటికిని, A pair; కృతాదిషు=నాలుగుయుగములకు పేరైనపుడు॥న॥ an age.

(స్వర్గేషు పశు వాగ్వజ్రది ఙ్నేత్ర ఘృణి భూ జలే॥ ౧౮౧॥ లక్ష్యదృష్ట్యా స్త్రియాం పుంసి) గౌ

గౌః॥పు,స్త్రీ॥౧, స్వర్గ=స్వర్గము, Heaven; ఇషు=బాణము, an arrow; పశు=పశువు,a bull. వాక్=వాక్కు, speech; వజ్ర = వజ్రాయుధము, the thunderbolt; దిక్=దిక్కు, a region; నేత్ర=కన్ను, an eye; ఘృణి=కిరణము, a ray of light; భూ=భూమి, the earth; జలే=నీళ్లు, water; ఈశబ్దము. "స్వర్గేవజ్రేచ రశ్మౌచ బలీవర్దేచ గౌః పుమాన్ । స్త్రీ బాణరోహిణీ దృగ్ధి గ్వాగ్భూమి ష్వప్సుభూమ్నిచ"॥ అని త్రికాండశేషమునందుఁ జెప్పినట్లు,

	లక్ష్యదృష్ట్యా=ప్రయోగానుసారముచేత, స్త్రియాం పుంసి=స్త్రీలింగపుంలింగములయందూహింపవలను.
లిఙ్గం(చిహ్నే శేఫసోః)	లిఙ్గమ్॥ న॥ ౧, చిహ్నే=గుఱుతు, Mark; శేఫసోః=శిశ్నమునకును పేరు, membrum virile.
శృఙ్గం (ప్రాధాన్యసాన్వోశ్చ)	శృఙ్గమ్ ॥ న ॥ ౧, ప్రాధాన్య = ప్రభుత్వము, Sovereignty; సాన్వోః=పర్వతశిఖరము, summit of a mountain; (చ)కొమ్ము, A horn; జీవకమను గంధద్రవ్యము, a sort of plant.
వరాఙ్గం (మూర్ధగుహ్యయోః)॥ ౧౮౨॥	వరాఙ్గమ్॥ న॥ ౧, మూర్ధ=శిరస్సు, The head; గుహ్యయోః = యోని, pudendum muliebre; ఏనుఁగు, elephant.
భగం (శ్రీకామ మాహాత్మ్య వీర్య యత్నార్క కీర్తిషు)।	భగమ్॥న॥ [పు] ॥పు॥ ౧, శ్రీ=ఐశ్వర్యము, Prosperity; కామ=కోరిక, love; మాహాత్మ్య=దొడ్డతనము, excellence; వీర్య=శక్తి, Strength; యత్న=ప్రయత్నము, attempt ; అర్క=సూర్యుఁడు, one of the twelve suns; కీర్తిషు=కీర్తి, glory.
॥ఇతి గాన్తాః॥	గాన్తనానార్థకశబ్దములు ముగిసెను.
పరిఘః (పరిఘాతేఽస్త్రేఽప్యో)	పరిఘః॥పు॥ ౧,పరిఘాతే=హింస, Destruction; అస్త్రే=ఇనుపకట్లగుదియ, an iron club; (అపి)పరిఘయోగము, One of the Yogas in astrology.
ఘో(బృన్దేఽమ్భసాం రయే)॥ ౧౮౩॥	ఓఘః॥పు॥ ౧, బృన్దే=సమూహము,Multitude; అమ్భసాం రయే=నీటివేగము,a current of water.
(మూల్యే పూజావిధౌ) వర్ఘో	అర్ఘః॥ పు॥ ౧, మూల్యే=వెల, Price; పూజావిధౌ=పూజసేయుట, Mode of adoration.
(ఽంహో దుఃఖవ్యసనే) ష్వఘమ్।	అఘమ్॥ న॥ ౧, అంహః=పాపము,Sin; దుఃఖ=దుఃఖము, pain; వ్యసనేషు = జూదము మొదలైన వ్యసనము, passion.
(త్రి ష్విష్టేఽల్పే) లఘుః	లఘుః॥ త్రి॥ ౧,ఇష్టే=ఇష్టమయినది, pleasing; అల్పే=చులుకనయినది, Small, light.

॥ ఇతి ఘాన్తాః. ॥	ఘాన్త నానార్థకశబ్దములు ముగిసెను.
కాచా (శ్శిక్యమృద్భేదదృగ్రుజః॥ ౧౮౪॥	కాచః॥ పు ॥ ౧, శిక్యే = ఉట్టి, A swing for suspending a load; మృద్భేద=గాజు,glass;దృగ్రుజః=కంటిరోగము, a disease of the eye.
(విపర్యాసే విస్తరేచ) ప్రపఞ్చః	ప్రపఞ్చః॥పు॥౧,విపర్యాసే=వైపరీత్యము, Reverse; విస్తరేచ=విస్తారము, Copiousness.
(పావకే) శుచిః। (మాస్యమాత్యే చాత్యుపధే పుంసి మేధ్యే సితే త్రిషు)॥ ౧౮౫॥	శుచిః॥పు॥౧,పావకే=అగ్నికిని, Fire; మాసి=ఆషాఢమాసమునకును, name of a month; అత్యుపధే=ధర్మాదిపరీక్షలచేతఁ బరిశుద్ధుఁడయిన, అమాత్యే = మంత్రికిని, a tried minister; శుచిః॥ త్రి॥, మేధ్యే=పవిత్రమయిన వస్తువునకును, Pure; సితే=తెల్లని వస్తువునకును, white.
(అభిష్వఙ్గే స్పృహాయాంచ గభస్తౌచ) రుచిః (స్త్రియామ్)।	రుచిః॥స్త్రీ॥ ౧,అభిష్వఙ్గే=అత్యాసక్తికిని, Passion; స్పృహాయాంచ=ఇచ్ఛకును, desire; గభస్తౌచ=కాంతికిని పేరు, splendour.
॥ ఇతి చాన్తాః. ॥	చాన్తనానార్థకశబ్దములు ముగిసెను.
[ప్రసన్నే భల్లుకేఽప్యచ్ఛో గుచ్ఛః స్తబక హారయోః। పరిధానాఞ్చలే కచ్ఛో జలప్రాన్తే త్రిలిఙ్గకః॥] అధికపాఠము.	అచ్ఛః॥ పు॥ ౧, ప్రసన్నే =నిర్మలమయినదానికిని,Clear;భల్లుకే=ఎలుఁగుగొడ్డునకును పేరు, a bear. గుచ్ఛః॥పు॥౧, స్తబక=గుత్తునకును, A cluster; హారయోః=ముత్యాలహారమునకును పేరు, a sort of necklace. కచ్ఛః ॥ ౧, వస్త్రము చెఱఁగునకు పేరైనపుడు॥పు॥, Hem of a garment; కస్సిమునకు పేరైనపుడు॥త్రి॥, bank or shore.
॥ ఇతి ఛాన్తాః. ॥	ఛాన్త నానార్థకశబ్దములు ముగిసెను.
(కేకి తార్క్ష్యౌ) వహిభుజౌ	అహిభుక్॥జ్,పు॥ఇది, కేకి=నెమిలికిని,A peacock; తార్క్ష్యౌ=గరుత్మంతునికిని పేరు, Garuda.
(దన్తవిప్రాణ్డజా) ద్విజాః॥ ౧౮౬॥	ద్విజః॥పు॥౧,దన్త=నోటిపల్లు, a tooth; విప్ర=బ్రాహ్మణక్షత్రియవైశ్యులు, a regenerate man of the first three tribes; అణ్డజాః=పక్షులుసర్ప

	ములు మొదలైన యండజములు, An oviparous animal: a bird &c.
అజా (విష్ణు హరచ్ఛాగా)	అజః॥పు॥౧, విష్ణు=విష్ణువునకును, Vishnu; హర=శివునికిని, Siva; ఛాగాః=మేఁకకును, a goat; బ్రహ్మకును, Brahma; మన్మథునికిని పేరు, Cupid.
(గోష్ఠాధ్వ నివహాః) వ్రజాః ।	వ్రజః॥పు॥౧, గోష్ఠ=పసులదొడ్డికిని, A cowpen; అధ్వ=త్రోవకును, a road; నివహాః=సమూహామునకును, a multitude.
ధర్మరాజౌ (జినయమౌ)	ధర్మరాజః॥పు॥౧, జిన=బుద్ధదేవరకును, Buddha; యమౌ=యమునికిని పేరు, The god of death.
కుఞ్జో (దన్తేఽపి న స్త్రియామ్)॥ ౧౮౭॥	కుఞ్జః॥పు॥౧, దన్తే=ఏనుఁగుదంతమునకును, An elephant's tooth; పొందరింటికిని పేరు, an arbour.
వలజే(క్షేత్ర పూర్ద్వారే)వలజా (వల్గుదర్శనా)	వలజమ్॥న॥౧, క్షేత్ర=చేను, A field; పూర్ద్వారే=పట్టణపువాఁకిలి, City gate; వలజా॥స్త్రీ॥, వల్గుదర్శనా=మంచిచూపుగల స్త్రీ, A pretty woman.
(సమే క్ష్మాంశే రణే) ప్యాజిః	ఆజిః॥స్త్రీ॥ ౧, సమేక్ష్మాంశే = చదరమయిన నేలకును, Even ground race-course; రణే=యుద్ధమునకును, War; (అపి)క్షణకాలమునకును, an instant.
ప్రజా (స్యాత్సంతతౌ జనే) ౧౮౮॥	ప్రజా॥ స్త్రీ ॥౧, సంతతౌ = సంతానమునకును, Progeny; జనే=జనులకును పేరు, people.
అబ్జౌ (శఙ్ఖశశాఙ్కౌ చ)	అబ్జః॥ పు॥ ౧, శఙ్ఖ=శంఖము, A conch; శశాఙ్కౌ=చంద్రుఁడు, the moon; (చ) తామర, the lotus; ధన్వంతరి, Physician of the gods.
(స్వకే నిత్యే) నిజం (త్రిషు)।	నిజమ్॥ త్రి॥౧, స్వకే=తనవస్తువునకును, own; నిత్యే=నిత్యమయినదానికిని పేరు, Perpetual.
ఇతి జాన్తాః.	జాన్త నానార్థక శబ్దములు ముగిసెను.
(పుంస్యాత్మని ప్రవీణేతు) క్షేత్రజ్ఞో (వాచ్యలిఙ్గకః)॥ ౧౮౯॥	క్షేత్రజ్ఞః॥ ౧, ఆత్మని=ఆత్మకు పేరయినపుడు॥పు॥, Soul; ప్రవీణే = నేర్పరికి పేరయినపుడు॥ త్రి ॥, skilful.

సంజ్ఞా (స్యాచ్చేతనా నామహస్తాద్యైశ్చార్థ సూచనా)।	సంజ్ఞా॥స్త్రీ॥౧-చేతనా=బుద్ధికిని, Thought; నామ=పేరునకును, Name; హస్తాద్యైః = హస్తాదులచేత, అర్థసూచనా=అర్థముసూచనసేయుటకును, Hint.
దోషజ్ఞౌ (వైద్య విద్వాంసౌ)	దోషజ్ఞః॥పు॥ ౧ - వైద్యునికిని, A physician; విద్వాంసునికినిపేరు, A wise man.
జ్ఞో (విద్వాన్సోమజో ఽపిచ)	జ్ఞః॥ పు॥ ౧-విద్వాంసునికిని, A wise man; బుధునికినిపేరు, the first of the lunar race.
॥ ఇతి ఞాన్తాః. ॥	ఞాన్త నానార్థక శబ్దములు ముగిసెను.
(కాకేభగణ్డౌ) కరటౌ	కరటః॥పు॥౧-కాక=కాకికిని, A crow. ఇభగణ్డౌ=ఏనుఁగుగండస్థలమునకును, An elephant's cheek.
(గజగణ్డ కటీ) కటౌ॥	కటః॥ పు॥ ౧-గజగణ్డ=ఏనుఁగుచెక్కిలికిని, An elephant's cheek. కటీ=మొలకును, The hip.
శిపివిష్ట(స్తు ఖలతౌ దుశ్చర్మణి మహేశ్వరే)।	శిపివిష్టః॥ పు॥ ౧-ఖలతౌ=బట్టతలవాఁడు, Bald; దుశ్చర్మణి=కుష్ఠరోగి, Leper; మహేశ్వరే=శివుఁడు.
(దేవశిల్పిన్యపి) త్వష్టా	త్వష్టా॥ ఋ, పు॥ ౧-దేవశిల్పిని=విశ్వకర్మకును, Divine artist; (అపి) వడ్లవానికిని, A carpenter.
దిష్టం (దైవేఽపి న ద్వయోః)॥ ౧౯౧॥	దిష్టమ్ ॥ న ॥ ౧ - దైవే = పురాకృతకర్మము, Destiny; దిష్టః॥ పు॥ ౧, కాలము, Time.
(రసే) కటుః (కట్వకార్యే త్రిషు మత్సర తీక్ష్ణయోః)॥	కటుః॥ ౧-రసే=కారమునకుపేరైనపుడు ॥ పు॥, Pungency; అకార్యే=చేయఁదగనిదానికి పేరయినపుడు॥న॥, Improper act; మత్సర=మచ్చరముగలవానికిని, Envious; తీక్ష్ణయోః=తీక్ష్ణమయినవస్తువునకును పేరైనపుడు॥ త్రి॥, Fierce.
రిష్టం (క్షేమాశుభాభావే)	రిష్టమ్॥న॥ ౧-క్షేమ=క్షేమమునకును, Happiness; అశుభ=అశుభమునకును, Ill-luck; అభావేషు=నాశమునకును పేరు, Destruction.
ష్వరిష్టే (తు శుభాశుభే)॥ ౧౯౨॥	అరిష్టమ్॥న॥ ౧-శుభ=శుభమునకును, Happiness; అశుభే = అశుభమునకును పేరు, misery.
(మాయా నిశ్చల య	కూటమ్॥న॥ ౧-మాయా=ఇంద్రజాలము మొ

త్రేషు కైతవానృత రాశిషు! అయోఘనే శైల శృఙ్గేసీరాఙ్గే) కూట (మ స్త్రియామ్॥ ౧౯౩॥	దలయినమాయ, Illusion; నిశ్చల=కదలని యాకాశాదులు, uniform substance (as the etherial element); యన్త్రేషు = మృగాదులనుహింసించు నురులు మొదలయినవి, a trap; కైతవ=కపటము, fraud; అనృత = బొంకు, a lie; రాశిషు = రాశి, Assemblage; అయోఘనే = సమ్మెట, Hammer; శైలశృఙ్గే = పర్వతశిఖరము, summit of a hill; సీరాఙ్గే=నాఁగేటికఱ్ఱు, ploughshare.
(సూక్ష్మైలాయాం) త్రుటిః (స్త్రీస్యాత్కాలేఽల్పే సంశయేఽపిచ)।	త్రుటిః॥ సీ॥ ౧-సూక్ష్మైలాయామ్ = సన్నయేలకులు, Small cardamum; అల్పేకాలే=అల్పకాలము, an instant; (ప) అల్పే = లేశము, An atom; సంశయే=మరణసంశయము, doubt.
(అ ర్త్యుత్కర్షాశ్రయః)కోట్యో	కోటిః॥సీ॥ ౧-అర్తి=వింటికొప్పునకును, End of a bow; ఉత్కర్ష =అతిశయమునకును, Eminence; అశ్రిః=అంచునకును పేరు, Edge, corner.
(మూలే లగ్నకచే) జటా॥ ౧౯౪॥	జటా॥సీ॥ ౧-మూలే=ఊడకును, A root; లగ్నకచే=జడకును పేరు, Clotted hair.
వ్యుష్టిః (ఫలేసమృద్ధౌ చ)	వ్యుష్టిః ॥ సీ ॥ ౧ - ఫలే=ప్రయోజనమునకును, Consequence; సమృద్ధౌ=సమృద్ధికిని పేరు, Opulence.
దృష్టి(ర్జ్ఞానేఽక్ష్ణి దర్శనే)।	దృష్టిః॥ సీ॥ ౧ - జ్ఞానే=జ్ఞానము, Knowledge. అక్ష్ణి=కన్ను, the eye; దర్శనే=చూపు Sight.
ఇష్టి (ర్యాగేచ్ఛయో)	ఇష్టిః ॥ సీ ॥ ౧ - యాగ=యాగమునకును, A sacrifice; ఇచ్ఛయోః=ఇచ్ఛకును పేరు, Desire.
స్పష్టం (నిశ్చితే బహునేత్రిషు)॥ ౧౯౫॥	స్పష్టమ్॥త్రి॥ ౧-నిశ్చితే=నిశ్చయింపఁబడినదానికిని, The subject of ascertainment; బహులే=బలమైన దానికిని పేరు, much.
కష్టేతు (కృచ్ఛ్రగహనే)	కష్టమ్ ॥ ౧ - కృచ్ఛ్ర = దుఃఖమునకును, Painful; గహనే=చొరరానిదానికిని, Not easily attainable.

(దక్షౌమన్దా గదేషు చ)। పటు (ర్ద్వౌవాచ్య లిఙ్గాచ)

పటుః॥౧, దక్షే=సమర్థునికిని, Skillful; అమన్దః=మందుఁడుగానివానికిని, Diligent; అగదేషు=రోగములేనివానికిని పేరు, Healthy. ఈ ౨ను॥త్రి.

॥ ఇతి టాన్తాః. ॥

॥ టాన్త నానార్థక శబ్దములు ముగిసెను. ॥

నీలకణ్ఠ (శ్శివేఽపిచ)॥ ౧౯౬॥

నీలకణ్ఠః॥పు॥ ౧, శివే=శివునికిని, Siva ; అపిశబ్దమువలన నెమిలికిని పేరు, a peacock.

(పుంసి)కోష్ఠో(ఽన్తర్జఠరం కుసూలోఽన్తర్గృహం తథా)।

కోష్ఠః॥ పు॥ ౧, అన్తర్జఠరమ్ = లోనికడుపునకును, Stomach; కుసూలః=గాదెకును, Granary; అన్తర్గృహమ్=లోపలియింటికిని పేరు, an apartment.

నిష్ఠా (నిష్పత్తి నాశాన్తాః)

నిష్ఠా॥ స్త్రీ॥ ౧, నిష్పత్తి = కార్యమాట, Consummation; నాశ=కానరాకుండుట, Disappearance; అన్తాః=చెడుటకును పేరు, Destruction.

కాష్ఠో (త్కర్షే స్థితౌ దిశి)॥

కాష్ఠా॥స్త్రీ॥ ౧, ఉత్కర్షే=ఉత్కర్ష, Excellence; స్థితౌ=మర్యాద, Limit; దిశి=దిక్కు, region.

(త్రిషు) జ్యేష్ఠో(ఽతిశస్తేఽపి)

జ్యేష్ఠః॥ త్రి॥ ౧, అతిశస్తే = మిక్కిలి శ్రేష్ఠుఁడయినవానికిని, Pre-eminent ; (అపి) తోడఁబుట్టినయన్నకును, eldest; వృద్ధునికిని పేరు, very old.

కనిష్ఠో(ఽతియువాఽల్పయోః)। * Very young;

కనిష్ఠః॥త్రి॥౧, అతియువా=*మిక్కిలికొంచెమైన వయస్సుగలవాఁడు, అల్పయోః=అల్పమైనది, small.

॥ ఇతి ఠాన్తాః. ॥

॥ ఠాన్త నానార్థక శబ్దములు ముగిసెను. ॥

దణ్డోఽ (స్త్రీలగుడే ఽపిస్యాత్)

దణ్డః॥పు॥ ౧, లగుడే=దుడ్డుకోల, a staff; (అపి) సూర్యపార్శ్వవర్తి, companion of the sun; చతుర్థోపాయము, punishment; కప్పము.

గుడో (గోలేక్షుపాక యోః)॥ ౧౯౭॥

గుడః ॥ పు ॥ ౧, గోల = మృత్తికాదులచేతఁజేయంబడినయుంటకును, A globe or ball; ఇక్షుపాకయోః=బెల్లమునకును పేరు, raw sugar.

(సర్పమాంసాత్పశూ) వ్యాడౌ

వ్యాడః ॥ పు ॥ ౧, సర్ప=సర్పమునకును, A serpent; మాంసాత్పశూ=మాంసమునుదిను క్రూరమృగమునకును పేరు, A carnivorous beast.

(భూగోవాచ) స్త్విడా ఇలాః ।	ఇడా-ఇళా॥ సీ॥ ఈ ౨ను, భూ=భూమి, The earth; గో=ఆవు, A cow; వాచః=వాక్కు, speech.
క్ష్వేడా (వంశశలాకాఽపి)	క్ష్వేడా॥ సీ॥ ౧, వంశశలాకా = వెదురుచివ్వ, A bamboo rod; సింహనాదము, War whoop.
నాడీ (కాలేఽపి షట్క్షణే)॥	నాడీ॥సీ॥ ౧, షట్క్షణేకాలే=ఆఱుక్షణములకాలము, A measure of time equal to 24 minutes; (అపి) క్రోవినరము, an artery; *కూరకాఁడలు మొదలైనవి.
* Hollow stalk.	
కాణ్డో (ఽస్త్రీ దణ్డబాణార్వ వర్గావసర వారిషు) ।	కాణ్డః॥ పు॥ ౧, దణ్డ=కోల, A stem; బాణ=బాణము, an arrow; అర్వ = కుత్సితుఁడు, bad; వర్గ=కావ్యాదులయందు పరిచ్ఛేదము, a chapter; [ప] సమూహము, Multitude; అవసర = అవసరము, opportunity; వారిషు=నీళ్లు, water.
(స్యా)ద్భాణ్డ (మశ్వాభరణేఽమత్రే మూలవణిగ్ధనే) ॥	భాణ్డమ్॥న॥ ౧, అశ్వాభరణే = గుఱ్ఱాలసొమ్ము, Trappings of a horse; అమత్రే=మృణ్మయాదిపాత్రము, a vessel; మూలవణిగ్ధనే=*వర్తకునిచేత లాభముకొఱకు నుంపఁబడిన మూలధనము.
*Stock or capital.	
ఇతి డాన్తాః.	డాన్త నానార్థక శబ్దములు ముగిసెను.
(భృశప్రతిజ్ఞయో)ర్బాఢం	బాఢమ్॥ త్రి॥ ౧, భృశ=మిక్కిలి, Much; ప్రతిజ్ఞయోః = అంగీకారము, Promise.
ప్రగాఢం (భృశకృచ్ఛ్రయోః)।	ప్రగాఢమ్॥ త్రి॥ ౧, భృశ=మిక్కిలి, Much; కృచ్ఛ్రయోః=దుఃఖము, pain; [ప] చొరరాని, difficult.
(శక్తస్థూలౌ త్రిషు) దృఢౌ	దృఢమ్॥ త్రి॥ ౧, శక్త=లావుగల, Able; స్థూలౌ=బలిసిన, bulky.
వ్యూఢౌ (విన్యస్తసంహతౌ)॥ ౨౦౧॥	వ్యూఢః॥ త్రి॥ ౧, విన్యస్త=ఒడ్డుతీర్పఁబడినసేనకును, Arranged (as an army); సంహతౌ=దట్టమైనదానికిని పేరు, Compact.
ఇతి ఢాన్తాః.	ఢాన్త నానార్థక శబ్దములు ముగిసెను.
భ్రూణో (ఽర్భకే స్త్రైణగర్భే)	భ్రూణః॥పు॥ ౧, అర్భకే = పిన్నవానికిని, Child; స్త్రైణగర్భే=స్త్రీలగర్భమునకును, Human foetus.

బాణో(బలిసుతేశరే)।	బాణః॥ పు॥ ౧, బలిసుతే=బలిచక్రవర్తికుమారునికిని; శరే=అమ్మునకును పేరు, An arrow.
కణో (ఽతిసూక్ష్మధాన్యాంశే)	కణః॥పు॥౧,అతిసూక్ష్మ=మిక్కిలికొంచెమైనదానికి,A particle;ధాన్యాంశే=నూకలకును,A grain.
(సంఘాతే ప్రమథే)గణః ॥	గణః॥పు॥ ౧, సంఘాతే=సమూహము, Multitude; ప్రమథే=ప్రమథగణము, Siva's attendants.
పణో (ద్యూతాదిషూత్సృష్టే భృతౌ మూల్యే ధనేఽపిచ)।	పణః॥ పు॥ ౧, ద్యూతాదిషు=జూదము కోడిపందెము మొదలయినవానియందు, ఉత్సృష్టే=ఒడ్డునట్టి, భృతౌ=పందెము,A stake at play;మూల్యే=కూలి, wages; వెల, price; ధనే=ధనము, wealth; (అపి)3_౧గురిగింజలయెత్తు రాగిముద్ర, A weight.
(మౌర్వ్యాం ద్రవ్యాశ్రితే సత్త్వ శుక్ల సన్ధ్యాదికే)గుణః॥	గుణః॥పు॥ ౧, మౌర్వ్యామ్=వింటినారి,A bow-string; ద్రవ్యాశ్రితే=ద్రవ్యాశ్రితములయినరూపరసాదులు, an object of sense; త్యాగశౌర్యాదులు, Virtue; సత్త్వ=సత్త్వరజస్తమస్సులు, an ingredient of nature; శుక్ల=శుక్లనీలపీతాదులు, property ; సన్ధ్యాదికే = సంధి విగ్రహాదులు, an expedient.
(నిర్వ్యాపారస్థితౌ కాలవిశేషోత్సవయోః) క్షణః ।	క్షణః॥ పు॥ ౧, నిర్వ్యాపారస్థితౌ=వ్యాపారము లేక యూరకుండుట,State of being unemployed కాలవిశేష=గడియలోనాఅవభాగము,a moment; ఉత్సవయోః=ఉత్సవము, a festival.
వర్ణో (ద్విజాదౌ శుక్లాదౌ స్తుతౌ వర్ణంతువాఽక్షరే)॥ ౨౦౮॥	వర్ణః॥ ౧, ద్విజాదౌ=బ్రాహ్మణాదిజాతి,Tribe; శుక్లాదౌ = తెలుపుమొదలయిన వన్నె, colour; స్తుతౌ=స్తోత్రము॥ పు॥, praise. అక్షరము ॥ న్న॥, A letter.
అరుణో(భాస్కరేఽపిస్యా ద్వర్ణభేదే పిచ త్రిషు) ।	అరుణః॥ పు॥ ౧, భాస్కరే=సూర్యునికిని, The sun; (అపి) అనూరునికిని, the dawn; వర్ణభేదే=ఎఱుపువన్నెపునకును॥ త్రి॥, dark red.

స్థాణు (శ్శర్వే	స్థాణుః॥ పు॥ ౧, శర్వే=శివునికిని, Siva; (అపి) మోటుచెట్టునకును పేరు, A pollard.
ఽప్యథ) ద్రోణః (కాకే)	ద్రోణః ॥ పు ॥ ౧, కాకే=కాకికిని, A raven; (అపి) నలుతుమునకును పేరు, a measure.
(ఽప్యాజౌ రవే) రణః॥ ౨౦౫॥	రణః॥ పు॥ ౧, ఆజౌ=యుద్ధమునకును; War ; రవే=ధ్వనికిని పేరు, sound.
గ్రామణీ (ర్నాపితే పుంసి శ్రేష్ఠే గ్రామాధిపే త్రిషు) । * excellent.	గ్రామణీః॥ పు॥ ౧, నాపితే = మంగలవానికిని, A barber; ॥త్రి॥ శ్రేష్ఠే=*శ్రేష్ఠునికిని; గ్రామాధిపే=గ్రామాధిపతికిని, Superintendent of a village.
ఊర్ణా (మేషాదిలోమ్ని స్యా దావర్తే చాన్తరా భ్రువోః)॥ *Wool, felt.	ఊర్ణా॥ స్త్రీ॥౧, మేషాదిలోమ్ని=*గొఱ్ఱెకుండేలు మొదలయినవాని రోమమునకును, భ్రువోః=కనుబొమలయొక్క, అన్తరా=నడుమనుండు, ఆవర్తే=సుడికిని, A circle of hair between the eye-brows.
హరిణీ(స్యా న్మృగీ హేమప్రతిమా హరితా చ యా)	హరిణీ॥ స్త్రీ॥౧, మృగీ=లేడి, A doe; హేమప్రతిమా=బంగారుప్రతిమ, A golden image; యా హరితా=పచ్చనివన్నెగలది, green.
(త్రిషు పాణ్డౌ చ) హరిణః	హరిణః ॥ ౧, పాణ్డు = తెలుపు పసుపువన్నెలు గూడినవస్తువునకు పేరయినపుడు॥ త్రి॥, Yellowish white; (చ) ఇఱ్ఱికి పేరయినపుడు॥ పు॥, A deer.
స్థూణా (స్తమ్భేఽపి వేశ్మనః)॥	స్థూణా॥స్త్రీ॥ ౧,వేశ్మనః స్తమ్భే=ఇంటికంబము, A house post; (అపి)ఇనుపప్రతిమ, an iron image.
తృష్ణే (స్పృహా పిపాసే ద్వే)	తృష్ణా॥ స్త్రీ॥ ౧, స్పృహా = ఆశకును, Desire; పిపాసే=దప్పికిని పేరు, thirst.
(జుగుప్సాకరుణే) ఘృణే।	ఘృణా॥ స్త్రీ॥ ౧, జుగుప్సా=రోతకును, Blame; కరుణే=దయకును పేరు, pity.
(వణిక్పథే చ) విపణిః	విపణిః॥ స్త్రీ॥౧,వణిక్పథే=అంగడివీథి,A market; (చ)అంగడి, A stall or shop.
(సురా ప్రత్యక్చ)వారుణీ॥ ౨౦౬॥	వారుణీ॥స్త్రీ॥ ౧,సురా=కల్లు,Spirituous liquor; ప్రత్యక్=పడమటిదిక్కు, West.

కరేణు(రిభ్యాం స్త్రీ నేభే)

కరేణుః॥ పు॥ ౧, ఇభే=మగయేనుఁగునకును, కరేణూః॥స్త్రీ॥ ౧-ఇభ్యామ్=ఆఁడుయేనుఁగునకును పేరు.

ద్రవిణం(తుబలేధనే)।

ద్రవిణమ్॥న॥౧,బలే=బలమునకును, Strength; ధనే=ధనమునకును పేరు, wealth.

శరణం (గృహరక్షిత్రోః)

శరణమ్॥ న॥ ఇది, గృహ = ఇంటికిని, a house; రక్షిత్రోః=రక్షించువానికిని పేరు, Preserver.

శ్రీపర్ణం (కమలేఽపి చ)॥ ౨౦౯॥

శ్రీపర్ణమ్॥ న॥ ౧, కమలే=తామరపువ్వునకును, A lotos; (అపి) నెల్లిచెట్టు, Nelumbiam.

(విషాభిమరలోహేషు)తీక్ష్ణం (క్లీబే ఖరే త్రిషు) ।

తీక్ష్ణమ్॥ న॥ ౧, విష=విషము,Poison;అభిమర=యుద్ధము, war; లోహే=ఇనుము, Iron; ఖరే=వాఁడియైనది॥ త్రి॥, sharp.

ప్రమాణం(హేతుమర్యాదాశాస్త్రేయత్తాప్రమాతృషు)॥

*measure, extent.

ప్రమాణమ్॥న॥ ౧, హేతు = ప్రత్యక్షాదిజ్ఞానకారణము,Proof,authority; మర్యాదా=మర్యాద, limit; శాస్త్ర=శాస్త్రము,sacred ordinance; ఇయత్తా=*కొలతతూనిక మొదలైనమానము; ప్రమాతృషు = ఎఱుఁగునది, having a right notion; మఱియు ఏకత్వమునకును పేరనిరభసుఁడు, Unity.

కరణం (సాధకతమంక్షేత్రగాత్రేన్ద్రియేష్వపి) ।

*a kind of rythmical pause.

కరణమ్॥ న॥ ౧, సాధకతమం=ఛేదనాదిక్రియలయందుపయోగించుఖడ్గాదులు, Instrument; క్షేత్ర=క్షేత్రము, Field; గాత్ర=శరీరము, body; ఇన్ద్రియేషు=చక్షురాదీంద్రియము, organ of sense; (అపి) కారణము, a cause; క్రియ, performance; గణికుఁడు, a scribe; *నాట్యగీతభేదము.

(ప్రాణ్యుత్పాదే) సంసరణ (మసంబాధే చమూగతౌ॥ ౨౧౦॥ ఘణ్టాపథే)

సంసరణమ్॥ న॥ ౧, ప్రాణి = ప్రాణులయొక్క, ఉత్పాదే=ఉత్పత్తిరూపమయిన సంసారము,Birth and re-birth; అసంబాధేచమూగతౌ = ఇఱుకటములేని సేననడుచుట, Unresisted march of troops; ఘణ్టాపథే=పెద్దవీధి, a high way.

(ఽథ వాన్తాన్నే)సము

సముద్ధరణమ్॥న॥౧, వాన్త=క్రక్కిన, అన్నే =

ద్ధరణ (మున్నయే)।

అన్నమునకును, Food vomitted; ఉన్నయే = ఎత్తుటకును పేరు, raising.

(అథ త్రిషు)

ఇఁకముందుఁజెప్పఁగల ణాన్తశబ్దములు॥ త్రి॥.

విషాణం(స్యాత్పశుశృ ఙ్గేభదన్తయోః)॥ ౨౧౨॥

విషాణమ్॥ త్రి॥ ౧-పశుశృఙ్గ = పసరపుకొమ్మునకును, A horn; ఇభదన్తయోః=ఏనుఁగు దంతమునకును పేరు, an elephant's tooth; a tusk.

ప్రవణః (క్రమ నిమ్నోర్వ్యాం ప్రహ్వే నాతు చతుష్పథే)॥

ప్రవణః॥౧-క్రమ=వాటముగా,నిమ్నోర్వ్యామ్=పల్లమయిననేలకును, Declivity; ప్రహ్వే=నమ్రుఁడైనవానికిని పేరైనపుడు॥ త్రి॥,Humble. చతుష్పథే=నాలుగుతెరువులుగూడినచోటికి పేరయినపుడు॥ పు॥, A place where four roads meet.

సంకీర్ణౌ (నిచి తాశుద్ధౌ) *Miscellaneous. † impure, mixed.

సంకీర్ణః॥ త్రి॥౧, నిచిత=*మ్లేచ్ఛసంకీర్ణము దేశమన్నట్టు నెరసినదానికిని;అశుద్ధా=†సంకీర్ణముజాతియన్నట్టు మరియొకదానితోఁగలసినదానికిని పేరు.

ఇరిణం (శూన్యమూషరమ్)॥ ౨౧౩॥

ఇరిణమ్ [పా] ఈరిణమ్॥ త్రి॥ ౧, శూన్య=పాడైనదానికిని, Desert; ఊషరమ్ = చౌటినేలకును పేరు, Salt and barren soil.

॥ ఇతిణాన్తాః. ॥

॥ ణాన్త నానార్థకశబ్దములు ముగిసెను. ॥

(దేవసూర్యౌ) వివస్వన్తౌ

వివస్వాన్॥ త్, పు॥ ౧, దేవ=దేవతలకును, A god; సూర్యౌ=సూర్యునికిని పేరు, The sun.

సరస్వన్తౌ (న దార్ణవౌ)। *A river; †the sea.

సరస్వాన్॥ త్, పు॥ ౧, నద=*సరస్వంతమను పేరుగలనదమునకును, అర్ణవౌ=†సముద్రమునకును పేరు.నదమనఁగాఁ బ్రత్యక్ప్రవాహముగలయేఱు.

(పక్షితార్క్ష్యౌ) గరుత్మన్తౌ

గరుత్మాన్॥త్,పు॥౧, పక్షి=పక్షికిని, A bird; తార్క్ష్యౌ=గరుడునికిని పేరు, Vishnu's vehicle.

శకున్తౌ (భాస పక్షిణౌ)॥ ౨౧౪॥

శకున్తః॥పు॥౧,భాస=చమురుకాకికిని,Vulture; పక్షిణౌ=పక్షిమాత్రమునకును పేరు, a bird.

(అగ్న్యుత్పాతౌ) ధూమకేతూ

ధూమకేతుః॥పు॥౧,అగ్ని=అగ్నికిని, fire; ఉత్పాతౌ=ఉత్పాతమునకును పేరు, A comet.

జీమూతౌ (మేఘపర్వతౌ)।	జీమూతః॥పు॥౧, మేఘ=మేఘమునకును, Cloud; పర్వతౌ=పర్వతమునకును పేరు, Mountain.
హస్తౌ (తుపాణి నక్షత్రే) *The asterism corvus.	హస్తః॥ పు॥ ౧, పాణీ=చేయి, A hand; నక్షత్రే=*నక్షత్రవిశేషము; మూర, a cubit.
మరుతౌ (పవనామరౌ)॥ ౨౧౫॥	మరుత్॥పు॥౧, పవన=వాయువునకును, wind; అమరౌ=దేవతలకును పేరు, A deity.
యన్తా (హస్తిపకేసూతే) *A charioteer.	యన్తా॥ఋ,పు॥౧,హస్తిపకే=ఏనుఁగుమావటివాఁడు, An elephant driver; సూతే*=సారథి.
భర్తా(ధాతరి పోష్టరి)। *Supporter;†husband.	భర్తా॥ పు,ఋ॥౧, ధాతరి=మోయువానికిని, A bearer, పోష్టరి=*పోషించువానికిని,†మగనికినిపేరు.
(యానపాత్రేశిశౌ) పోతః *A young animal.	పోతః॥ పు॥౧, యానపాత్రే=ఏఱుదాఁటించునట్టి యోడకును, A boat; *శిశౌ=శిశువునకును పేరు.
ప్రేతః (ప్రాణ్యన్తరే మృతే)॥ ౨౧౬॥	ప్రేతః॥ పు॥ ౧, ప్రాణ్యన్తరే=నరకమునందుండు జంతువునకును, Evil spirit; మృతే=చచ్చినవానికిని పేరు, departed soul; dead.
(గ్రహాభేదే ధ్వజే కేతుః) *The ninth planet; †a flag;	కేతుః॥ పు॥ ౧, గ్రహభేదే = *కేతుగ్రహము, ధ్వజే=†టెక్కెము, [ప]కాంతి, brightness; ఉత్పాతము, comet; చిహ్నము, Mark.
(పార్థివే తనయే) సుతః।	సుతః॥ పు॥ ౧, పార్థివే = రాజునకును, King; తనయే=కొడుకునకును పేరు, a son.
స్థపతిః(కారుభేదేఽపి)	స్థపతిః॥పు॥౧,కారుభేదే=శిల్పికిని,An architect; (అపి) బృహస్పతియాగము చేసినవానికిని, A person performing a sacrifice to the planet Jupiter.
భూభృత్ (భూమిధరే నృపే)॥ ౨౧౭॥	భూభృత్॥పు॥౧, భూమిధరే=పర్వతమునకును, Mountain; నృపే=రాజునకును పేరు, king.
మూర్ధాభిషిక్తో(భూపేఽపి)*A crowned king.	మూర్ధాభిషిక్తః॥పు॥౧,భూపే=రాజమాత్రుఁడు,One of the Kshatriya caste; (అపి)*పట్టాభిషిక్తుఁడు.
ఋతుః (స్త్రీకుసుమేఽపిచ)।	ఋతుః॥పు॥౧, స్త్రీకుసుమేఽపిచ=స్త్రీలరజస్సునకును, A woman's courses; (అపి) వసంతాదిఋతు

వులకును, a season.

(విష్ణావప్య) జితావ్యక్తౌ

అజితః॥ పు॥ ౧, విష్ణౌ=విష్ణువు, Vishnu; (అపి) గెలువఁ బడనిది॥త్రి॥; Unconquered. అవ్యక్తః॥ పు॥, విష్ణౌ=విష్ణువు, ॥పు॥-(అపి) స్ఫుటముగా నేర్పడనిది॥త్రి॥, Indistinct. Any invisible principle.

సూత (స్త్వష్టరి సారథౌ)॥ ౨౧౮॥

సూతః॥పు॥౧, త్వష్టరి= వడ్లవానికిని, A cart-wright; సారథౌ=సారథికిని పేరు, Charioteer.

వ్యక్తః(ప్రాజ్ఞేఽపి)

వ్యక్తః॥౧, ప్రాజ్ఞే=ప్రాజ్ఞునికిని॥పు॥, Wise; (అపి) స్పష్టమయినదానికిని॥త్రి॥, evident.

దృష్టాన్తా (వుభే శాస్త్ర నిదర్శనే)।

దృష్టాన్తః॥ పు॥౧, శాస్త్రే= శాస్త్రమునకును, A science; నిదర్శనే = ప్రకృతార్థమునకు ప్రతిగా చూచిచెప్పుటకును పేరు, an example.

క్షత్తా(స్యాత్సారథౌ ద్వాస్థే క్షత్రియాయాం చ శూద్రజే)॥

క్షత్తా॥పు, ఋ ॥౧,సారథౌ=సారథి, Charioteer; ద్వాస్థే=వాకిలిగాచువాఁడు, porter; క్షత్రియాయామ్ = క్షత్రియస్త్రీయందు, శూద్రజే= శూద్రునివలనఁబుట్టినవాఁడు, A man of the mixed tribe.

వృత్తాన్త (స్స్యాత్ప్రకరణే ప్రకారే కార్త్స్న్యవార్తయోః)।

వృత్తాన్తః॥ పు॥ ౧,ప్రకరణే=ప్రస్తావమునకును, Topic; ప్రకారే=విధమునకును,mode; కార్త్స్న్యే =అంతయుననునర్థమునకును,Whole; వార్తయోః= వార్తకును పేరు, Rumour.

ఆనర్త (స్సమరే నృత్యస్థాన నీవృద్విశేషయోః)॥ ౨౨౦॥

ఆనర్తః॥పు॥౧,సమరే=యుద్ధమునకును, War; నృత్యస్థానే=నాట్యమాడుస్థలమునకును, A stage; నీవృద్విశేషయోః= పశ్చిమసముద్రతీరమునందుండుదేశవిశేషమునకును పేరు, Name of a country.

కృతాన్తో (యమ సిద్ధాన్తదైవాకుశలకర్మసు)।

కృతాన్తః॥పు॥ ౧, యమ=యమునికిని, సిద్ధాన్త=సిద్ధాంతమునకును, Demonstrated doctrine; దైవ=పురాకృతశుభాశుభకర్మమునకును,destiny; అకుశలకర్మసు=పాపకర్మమునకును, sinful act.

(శ్లేష్మాది రసరక్తాది మహాభూతాని తద్గుణాః॥ ౨౨౧॥ ఇన్ద్రియాణ్యశ్మవికృతి శ్శబ్దయోని శ్చ) ధాతవః। * Phlegm, wind and bile. †Blood, flesh, marrow &c. ‡The primary elements. [&c. § their qualities: odour

ధాతుః॥పు॥౧, శ్లేష్మాది* = శ్లేష్మవాతపిత్తములకును, రసరక్తాది† = రసాసృఙ్మాంసమేదోఽస్థిమజ్జాశుక్లములకును, మహాభూతాని‡ = పృథివ్యప్తేజోవాయ్వాకాశములకును, తద్గుణాః§ = శబ్దస్పర్శరూపరసగంధములకును, ఇన్ద్రియాణి = త్వక్చక్షుశ్శ్రోత్రజిహ్వాఘ్రాణములకును, The five organs. అశ్మవికృతిః = జేగురు మొదలయిన శిలావికారములకును, Fossil; శబ్దయోనిః = శబ్దములకుఁ గారణమయిన భూవాఽదిక్రియలకును పేరు, Crude verb.

(కక్షాన్తరేఽపి) శుద్ధాన్తో (నృపస్యాసర్వగోచరే)॥ ౨౨౨॥

శుద్ధాన్తః॥పు॥౧, అసర్వగోచరే = సకలజనులు చూడఁగూడని, నృపస్య = రాజుయొక్క, కక్షాన్తరే = లోకట్టునందు అనఁగా నంతఃపురమునకును, The king's private palace; ఆపిశబ్దము వలన నంతఃపురస్త్రీకిని పేరు, The king's wife.

(కాసూ సామర్థ్యయో) శ్శక్తిః * The productive power inherent in causes

శక్తిః॥స్త్రీ॥౧, కాసూ = భల్లమను నాయుధవిశేషమునకును, An iron spear; సామర్థ్యయోః = ప్రభుత్వాది శక్తులకును, Power; (ప)* కారణవస్తువులయందునుండు నొకానొక ధర్మమునకును పేరు.

మూర్తిః (కాఠిన్య కాయయోః)।

మూర్తిః॥స్త్రీ॥౧, కాఠిన్య = కఠినత్వము, Matter; కాయయోః = శరీరము, Body; a definite form.

(విస్తారవల్ల్యో) ర్వ్రతతిః

వ్రతతిః॥స్త్రీ॥౧, విస్తార = విరివికిని, Expansion; వల్ల్యోః = తీఁగకును పేరు, A creeping plant.

వసతీ (రాత్రి వేశ్మనోః)॥ ౨౨౩॥

వసతిః॥స్త్రీ॥౧, రాత్రి = రాత్రికిని, Night; వేశ్మనోః = ఇంటికిని పేరు, A house.

(క్షయార్చయో) రపచితిః

అపచితిః॥స్త్రీ॥౧, క్షయ = హానికిని, Loss; అర్చయోః = పూజకును పేరు, Worship.

సాతి (ర్దానావసానయోః)।

సాతిః॥స్త్రీ॥౧, దాన = దానమునకును, Gift; అవసానయోః = ముగియుటకును పేరు, Destruction.

ఆర్తిః (పీడాధనుష్కోట్యోః)

ఆర్తిః॥స్త్రీ॥౧, పీడా = పీడకును, Pain; ధనుష్కో

టోః)

టోః=వింటికొప్పునకును, End of a bow.

జాతి (స్సామాన్య జ న్మనోః)॥ ౨౨౫॥

జాతిః॥సీ॥ ౧, సామాన్య=గోత్వబ్రాహ్మణత్వాదిజాతులకును,Caste, kind or sort; జన్మనోః=పుట్టుటకును పేరు, A birth; lineage.

(ప్రచార స్యన్దయో) రీతిః

రీతిః॥ సీ॥ ౧, ప్రచార = వ్యవహారమునకును, Usage; స్యన్దయోః = జాఱుటకును, Oozing; చిట్టెమునకును = Scoria of metals. ఇత్తళికిని (brass) పేరని రుద్రుఁడు. "ప్రకారస్యన్దయోః"అని పాఠముగలదు.

ఈతి (ర్డిమ్బ ప్రవాస యోః)।

ఈతిః॥ సీ ॥ ౧, డిమ్బ = అతివృష్టి మొదలయిన యీతిబాధ లాటింటికిని, Calamity of season; ప్రవాసయోః * = ప్రవాసమునకును పేరు.

* Travelling abroad.

(ఉదయేఽధిగమే) ప్రాప్తిః

ప్రాప్తిః॥సీ॥౧, ఉదయే=లాభమునకును, Gain; rise; అధిగమే=పొందుటకును పేరు, Obtaining.

త్రేతా (త్వగ్నిత్రయే యుగే)॥ † Second age of the world.

త్రేతా॥సీ॥౧,అగ్నిత్రయే=గార్హపత్యాదులగు మూఁడగ్నులకును, Three sacrificial fires; యుగే † = త్రేతాయుగమునకును పేరు.

(వీణాభేదేఽపి) మహతీ ‡ Narada's harp.

మహతీ॥సీ॥౧, వీణాభేదేఽపి ‡ = నారదునివీణకును, అధికమయినదానికిని పేరు, Greatness.

భూతి (ర్భస్మని సంపది)।

భూతిః॥సీ॥౧, భస్మని=భస్మము, Ashes; సంపది=సంపద, Success; superhuman power.

(నదీ నగర్యో ర్నాగానాం)భోగవత్య థ

భోగవతీ॥సీ॥౧, నాగానామ్=సర్పములయొక్క, నదీనగర్యోః=నదికిని, పట్టణమునకును పేరు, River of snakes; City of serpents.

(సంగరే ॥ ౨౨౬॥ సఙ్గేసభాయాం) సమితిః

సమితిః॥సీ॥౧, సంగరే=యుద్ధమునకును, Combat; సఙ్గే=కూటమికిని, Company; సభాయామ్ = సభకును పేరు, Assembly.

(క్షయవాసావపి) క్షితిః ।

క్షితిః॥సీ॥౧,క్షయ=నాశమునకును,Loss;వాసా=ఉనికికిని, Abode; అపిశబ్దమువలన భూమికిని,Earth.

(రవే రర్చిశ్చ శస్త్రం)

హేతిః॥సీ॥౧, రవేః అర్చిశ్చ=సూర్యునికిరణమున

చ వహ్నిజ్వాలాచ) హేతయః॥ ౨_౨౭॥	కును, Sun-beam ; శస్త్రంచ=ఆయుధమునకును, Weapon ; వహ్నిజ్వాలాచ = అగ్నిజ్వాలకును, Flame; ఆయుధమునకు పేరయినపుడు॥ప్న॥
జగతీ(జగతి చ్ఛన్దో విశేషేఽపి క్షితావపి)। * World;	జగతీ॥సీ॥౧,జగతి=*లోకమునకును, ఛన్దోవిశేషేపి= పండ్రెండక్షరములపాదముగలఛందస్సునకును, a sort of metre; క్షితావపి=భూమికిని, Earth.
పఙ్క్తి (శ్ఛన్దోఽపి దశమం)	పఙ్క్తిః॥సీ॥౧, దశమమ్=పదియక్షరముల పాదముగల, ఛన్దోఽపి=ఛందస్సునకును, A metre; అపిశబ్దమువలన శ్రేణికిని, A row; పదింటికిని, Ten.
(స్యాత్ప్రభావేఽపి) చాయతిః॥ ౨_౨౮॥	ఆయతిః॥సీ॥౧, ప్రభావేఽపి=ప్రభావమునకును; Majesty; అపిశబ్దమువలన భవిష్యత్కాలమునకును, Future time; నిడుపునకును పేరు, Length.
పత్తి (ర్గతౌచ)	పత్తిః॥సీ॥౧, గతౌ=నడపునకును, Motion;కాలిబంటునకును, A foot soldier; సేనాభేదమునకును, A platoon.
(మూలేతు) పక్షతిః (పక్షభేదయోః)।	పక్షతిః॥సీ॥౧, పక్షభేదయోఃమూలే=శుక్లకృష్ణపక్షములమూలమనఁగా పాడ్యమికిని,First day of a lunar month; పక్షి ఱెక్క మొదలుకును,Root of a wing.
ప్రకృతి (ర్యోని లిఙ్గే చ) ‡ Material cause. * The constituent elements of the state.	ప్రకృతిః॥సీ॥౧, యోనిలిఙ్గే = ఉపాదానకారణములకును‡, స్త్రీపున్నపుంసకలింగములకును, Sex; (చ)* రాజ్యాంగము లేడింటికిని, పౌరశ్రేణులకును, The subjects of a king; స్వభావమునకును,Natura disposition; భగమునకును, Vagina; సత్త్వాది గుణములయొక్క సామ్యావస్థకును పేరు.
(కైశిక్యాద్యాశ్చ)వృత్తయః॥ ౨_౨౯॥	వృత్తిః॥ సీ॥ ౧, కైశిక్యాద్యాః=అలంకారశాస్త్రప్రసిద్ధములయినకైశిక్యాది వృత్తులకును, Style of composition; (చ) జీవికకును, Profession; సూత్రాదివివరణగ్రంథములకును, Gloss.
సికతా (స్సృ ర్వా	సికతాః॥సీ॥నిత్యబహువచ॥౧, వాలుకా=ఇసు

లుకాఽపి)	కకును, Sand; ఇసుకనేలకును, Sandy ground.
(వేదే శ్రవసి చ) శ్రుతిః । *Holy scripture.	శ్రుతిః॥స్త్రీ॥౧, వేదే=*వేదమునకును, శ్రవసి=చెవికిని, Ear; వినుటకును, Listening; వార్తకును, Rumour.
వనితా (జనితాత్యర్థానురాగాయాంచ యోషితి)॥ ౨౩౦॥	వనితా॥ స్త్రీ॥ ౧, జనిత=పుట్టింపఁబడిన, అత్యర్థ=మిక్కిలియు, అనురాగాయామ్ = ప్రేమగల, యోషితి=స్త్రీకిని, A beloved woman; (చ) స్త్రీమాత్రమునకును పేరు, A woman.
గుప్తిః (క్షితివ్యుదాసే ఽపి)	గుప్తిః॥ స్త్రీ॥ ౧, క్షితివ్యుదాసే=నేలగుంటకును, A hole in the ground; (అపి)రక్షించుటకును,Concealment; చెఱసాలకును పేరు, Prison.
ధృతి (ధారణ ధైర్యయోః) ।	ధృతిః॥స్త్రీ॥౧, ధారణ=ధరించుటకును, Holding; ధైర్యయోః=ధైర్యమునకును పేరు, Steadiness.
బృహతి (క్షుద్రవార్తాకీ ఛన్దోభేదే మహత్యపి)॥ ౨౩౧॥ *A metre; †Greatness.	బృహతీ॥స్త్రీ॥౧, క్షుద్రవార్తాకీ=ములకచెట్టు, An egg-plant;[ప]వాకుడుచెట్టు; ఛన్దోభేదే=*తొమ్మిది యక్షరముల పాదముగలఛందస్సు, మహతీ†=అధికమైనది, (అపి)ఉత్తరీయము, Mantle.
వాసితా (స్త్రీకరిణ్యోశ్చ)	వాసితా [ప] వాశితా ॥ స్త్రీ ॥ ౧, స్త్రీ, Woman; కరిణ్యోశ్చ=ఆఁడుఏనుఁగు, Female elephant.
వార్తా (వృత్తౌ జనశ్రుతౌ)। వార్తం (ఫల్గున్యరోగేచ (త్రి)	వార్తా॥ స్త్రీ॥ ౧, వృత్తౌ=జీవనోపాయమునకును, Livelihood; జనశ్రుతౌ=లోకవార్తకును, Rumour; వార్తం॥ న॥ ౧, ఫల్గుని=తుచ్ఛము, Chaff; ॥త్రి॥ అరోగే=రోగములేని, Healthy.
(ష్వప్సు చ) ఘృతామృతే॥ ౨౩౨॥	ఘృతమ్-అమృతమ్॥న॥౨, అప్సు=నీళ్లు, Water; (చ) ఘృత=నేయి, Ghee; అమృతే= అమృతము, Nectar; యజ్ఞశేషము, Residue of a sacrifice; అయాచితము, Unsolicited alms; మోక్షము, Exemption from transmigration.
కలధౌతం(రూప్యహేమ్నోః)	కలధౌతమ్॥న॥౧, రూప్య = వెండికిని, Silver; హేమ్నోః=బంగారమునకును,Gold.

నిమిత్తం (హేతులక్ష్మణోః) ।

నిమిత్తమ్॥న॥౧, హేతు = కారణమునకును, Cause; లక్ష్మణోః=చిహ్నమునకును, Token.

శ్రుతం (శాస్త్రావధృతయోః)

శ్రుతమ్॥న॥౧,శాస్త్ర=శాస్త్రము,Science;॥త్రి॥ అవధృతయోః=వినఁబడినది, Heard.

(యుగపర్యాప్తయోః) కృతమ్॥ ౨౩౩॥

కృతమ్॥న॥౧,యుగ=కృతయుగమునకును, The golden age; పర్యాప్తయోః = నివారణమునకును పేరు, Enough.

అత్యాహితం (మహాభీతిః కర్మ జీవానపేక్షి చ) ।

అత్యాహితమ్॥న॥౧, మహాభీతిః=మహాభయము, Great dread; జీవానపేక్షి = ప్రాణమునపేక్షింపని, కర్మ=సాహసకర్మము, Valiant act.

(యుక్తే క్ష్మాదావృతే) భూతం (ప్రాణ్యతీతే సమేత్రిషు)॥ ౨౩౪॥

భూతమ్॥ న॥ ౧, యుక్తే = యోగ్యమయినది, Right; క్ష్మాదౌ=పంచభూతములు, An element; ఋతే = సత్యము, Truth; ప్రాణి=ప్రాణిమాత్రము, A living being; అతీతే=భూతకాలము,Past; ॥త్రి॥ సమాసమునందు ఉత్తరపదమై సదృశవస్తువునకు పేరు, Like.

వృత్తం (పద్యే చరిత్రే త్రిష్వతీతే దృఢనిస్తలే) ।

వృత్తమ్॥న॥౧, పద్యే = పద్యము, Verse; చరిత్రే=చరిత్రము, Conduct; ॥త్రి॥ అతీతే=గడచినది, Past; దృఢ=బటువైనది, Firm; నిస్తలే=వర్తులవయయినది, Round.

మహ (ద్రాజ్యం చా)

మహత్॥న॥౧, రాజ్యమ్=రాజ్యము, Realm; (చ)దొడ్డవానికి పేరయినపుడు॥ త్రి॥, Great.

వగీతం (జన్యే స్యాద్గర్హితే త్రిషు॥) ౨౩౫॥

అవగీతమ్॥న॥౧,జన్యే=జనాపవాదము, Calumny; ॥త్రి॥ గర్హితే=నిందింపఁబడినది, Blamed.

శ్వేతం (రూప్యేఽపి)

శ్వేతమ్॥న॥౧, రూప్యే = వెండి, Silver; (అపి) ॥త్రి॥ తెల్లనివస్తువు, White.

రజతం (హేమ్ని రూప్యే సితే త్రిషు) ।

రజతమ్॥ న॥౧, హేమ్ని = బంగారము, Gold; రూప్యే=వెండి, Silver; ॥త్రి॥ సితే=తెల్లనివస్తువు, White.

(త్రిష్విత్)

ఇదిమొదలు తాంతశబ్దములన్నియు ॥త్రి॥

జగ (దిజ్గేఽపి)

జగత్ = త్రి॥౧,ఇజ్గే=సంచరించువస్తువు, Movable; (అపి) ॥న॥ లోకము, The world; ॥పు॥ వాయువు, Air.

ర క్తం (నీల్యాది రాగి చ)॥ ౨౩౬॥

ర క్తమ్॥త్రి॥౧, నీల్యాది=నీలిమొదలయిన దాని చేత, రాగి=చాయవేయఁబడిన వస్త్రాదులు,Tinged; (చ) అనుర క్తుఁడు, Fond; ఎఱుపైనది, Red; ॥న॥ కుంకుమము, Saffron; నెత్తురు, Blood.

అవదాత (స్సితే పీతే శుద్ధే)

అవదాతః॥ త్రి॥౧, సితే= తెల్లనివస్తువు, White; పీతే=పచ్చనివస్తువు, Yellow; శుద్ధే = పరిశుద్ధమయినవస్తువు, Clean. [నా, తెల్లనివస్తువు,White.

(బద్ధార్జునౌ)సితౌ।

సితః॥త్రి॥ ౧, బద్ధ=కట్టఁబడినది, Bound; అర్జు

(యు క్తేతి సంస్కృతే మర్షి) ణ్యభినీతో

అభినీతః॥త్రి॥ ౧,యు క్తే=యోగ్యమైనది, Fit; అతిసంస్కృతే = లెస్సగాఁ జేయఁబడినది, Excellent; మర్షిణి=కోపములేనివాఁడు, Patient; [ప] అమర్షిణి=కోపముగలవాఁడు, Impatient.

(ఽథ)సంస్కృతమ్॥ ౨౩౭॥ (కృత్రిమే లక్షణోపేతేఽప్య)

సంస్కృతమ్॥ త్రి॥ ౧, కృత్రిమే=చేయఁబడిన ఘటాదులు, Wrought or finished; లక్షణోపేతే=వ్యాకరణలక్షణయుక్తమయినశబ్దము, Grammatically correct; (అపి) లెస్సగాఁ జేయఁబడిన వస్తువు, Excellent, adorned.

నన్తోఽ(నవధావపి)।

అనన్తః॥త్రి॥౧,అనవధౌ=అవధిలేనిది, Infinite; endless; (అపి)॥పు॥ఆదిశేషుఁడు; విష్ణువు; ॥న॥ ఆకాశము, The sky; ॥స్త్రీ॥ భూమి, Earth.

(ఖ్యాతేహృష్టే) ప్రతీతో

ప్రతీతః॥త్రి॥ ౧, ఖ్యాతే=పేరుపడ్డవాఁడు, Famous; హృష్టే=సంతోషించినవాఁడు, Glad.

ఽభిజాత స్తు (కులజే బుధే)॥ ౨౩౮॥

అభిజాతః॥త్రి॥౧, కులజే = కులముగలవాఁడు, Noble, బుధే=పండితుఁడు, Learned.

వివిక్తౌ (పూతవిజనౌ)

వివిక్తః॥త్రి॥౧, పూత=పవిత్రమైనది, Pure;

	విజనౌ=ఏకాంతస్థలము, Desert or lonely.
మూర్ఛితౌ (మూఢసో చ్ఛ్రియౌ)।	మూర్ఛితః॥త్రి॥౧,మూఢ=మూర్ఛపోయినది,Insensible;సోచ్ఛ్రియౌ=వృద్ధిఁబొందినది,High,tall.
(ద్వౌ చామ్లపరుషౌ) శుక్తౌ	శుక్తమ్ ॥త్రి॥, ఆమ్ల = ఆమ్లవిశేషము, Sour; vinegar; పరుషౌ=నిష్ఠుర మయినది, Harsh. ఆమ్ల విశేషమనఁగా మంటికుండ మొదలయిన దాని యందు తేనె బెల్లము కలి ఈమూఁడునుగూర్చి ధాన్యరాశియందు మూఁడురాత్రులు పెట్టినపులుసు.
శితీ (ధవల మేచకౌ)॥ ౨౭౯॥	శితి ॥ త్రి॥ ౧, ధవల= తెల్లనిదానికిని, White; మేచకౌ=నల్లనిదానికినిపేరు, Black.
(సత్యే సాధౌ విద్యమానే ప్రశస్తే ఽభ్యర్హితేచ) సత్।	సత్ ॥త్రి॥, సత్యే=సత్యము, True; సాధౌ=సాధువు, Right; విద్యమానే=కలిగియున్నది, Existing; ప్రశస్తే=శ్రేష్ఠమయినది, Excellent; అభ్యర్హితే=పూజ్యమయినది, Respected.
పురస్కృతః (పూజితేఽరాత్యభియుక్తే ఽగ్రతఃకృతే)॥ ౨౮౦॥	పురస్కృతః॥త్రి॥, పూజితే=పూజ్యుఁడు,Revered; అరాతి = శత్రువుచేత, అభియుక్తే=ఆక్రమింపఁబడ్డవాఁడు, Distressed by foes; అగ్రతః=ముందుగా, కృతే=చేయఁబడినది, Placed in front.
నివాతౌ (వాశ్రయా వాతౌ శస్త్రాభేద్యంచ వర్మ యత్)।	నివాతః॥త్రి॥, ఆశ్రయ=ఉండుస్థలము, An abode; అవాతౌ = గాలిలేనిచోటు, Free from wind; శస్త్ర=శస్త్రములచేత,అభేద్యమ్=భేదింపరాని,వర్మ=జోడు, యత్=ఏదో, Safe (as strong armour.)
(జాతోన్నత ప్రవృద్ధాస్స్యు) రుచ్ఛ్రితా	ఉచ్ఛ్రితః ॥త్రి॥, జాత=పుట్టినది, Produced; ఉన్నత = పొడవైనది, High, tall; ప్రవృద్ధాః = బహుళమయినది, Grown large.
ఉత్థితా (స్త్వమీ ॥ ౨౮౧ ॥ వృద్ధిమత్ప్రోద్యతోత్పన్నా)	ఉత్థితః॥త్రి॥,వృద్ధిమత్=వృద్ధిఁబొందిన,Increased; ప్రోద్యత=ఉద్యోగముగల, Endeavouring; ఉత్పన్న=పుట్టిన, Born.
ఆదృతౌ (సాదరార్చి	ఆదృతః॥ త్రి॥, సాదర=ఆదరించు, Respectful.

తౌ)।

అర్చితౌ=పూజింపఁబడిన, Respected.

॥ఇతితాన్తాః॥

॥ తాన్తనానార్థకశబ్దములు ముగిసెను.॥

అర్థో (ఽభిధేయ రై వస్తు ప్రయోజన నివృత్తిషు)॥ ౨౮౨॥

అర్థః॥పు॥, అభిధేయ=శబ్దమునకు వాచ్యమయినది, Meaning; రై=ధనము, Wealth; వస్తు=వస్తువు, Thing; ప్రయోజన=ప్రయోజనము, Purpose; నివృత్తిషు=నివర్తించుట, Prohibition; కోరఁబడునది, Request.

(నిపానాఽగమయో) స్తీర్థ(మృషిజుష్టజలే గురౌ)।

తీర్థమ్ ॥ న॥ ౧, నిపాన=నూతియొద్దినీళ్లతొట్టి, A trough of water; ఆగమయోః=శాస్త్రము, Sacred science; ఋషిజుష్టజలే = ఋషులచేత సేవింపఁబడిన జలాశయము, Sacred water; గురౌ = గురువు, Holy instructor; "నిదానాగమయోః" అనిపాఠాంతరము, Ford.

సమర్థ(స్త్రిషుశక్తిష్ఠే సంబద్ధార్థే హితేఽపి చ)॥ ౨౮౩॥

సమర్థః॥త్రి॥ ౧, శక్తిష్ఠే = మిక్కిలిశక్తిగల, Powerful; సంబద్ధార్థే = అన్వయయోగ్యమయిన యర్థముగల, Connected in sense; హితే=హితమైన, Benevolent.

దశమీస్థౌ (క్షీణరాగ వృద్ధౌ)

దశమీస్థః॥పు॥౧, క్షీణరాగ=నష్టవీర్యుఁడు,impotent; వృద్ధౌ=వృద్ధుఁడు,Veryold.

వీథీ (పదవ్యాపి)।

వీథీ॥సీ॥౧,పదవీ=మార్గము, A road; (అపి) పంక్తి, A line.

(ఆస్థానీ యత్నయో) రాస్థా

ఆస్థా॥సీ॥ ౧, ఆస్థానీ = సభకును, Assembly; యత్నయోః=యత్నమునకును పేరు, Effort.

ప్రస్థో (ఽస్త్రీసాను మానయోః)॥ ౨౮౪ ॥

ప్రస్థః॥పు॥ ౧, సాను = కొండనెత్తమునకును, Side of a hill; మానయోః=కుంచమునకును పేరు, A measure of quantity.

॥ఇతిథాన్తాః॥

॥ థాన్తనానార్థకశబ్దములు ముగిసెను.॥

(అభిప్రాయవశౌ) ఛన్దా

ఛన్దః॥ పు॥౧, అభిప్రాయ = అభిప్రాయము, Opinion; వశౌ=అధీనము, Subjection.

వబ్దౌ (జీమూత వత్స

అబ్దః ॥పు॥ ౧, జీమూత=మేఘము, Cloud;

శా)।	వత్సరా=సంవత్సరము, A year.
అపవాదా(తు నిన్దాజ్ఞే)	అపవాదః॥పు॥౧,నిన్దా=నింద,Defamation; ఆజ్ఞే=ఆజ్ఞ,command.
(దాయాదా)సుతబాన్ధవా॥ ౨౮౫॥	దాయాదః ॥పు॥,సుత=కొడుకు, Son; బాన్ధవా=జ్ఞాతి, Kinsman.
పాదా (రశ్మ్యఙ్ఘ్రితుర్యాంశాః)	పాదః॥పు॥, రశ్మి=కిరణము, A ray of light; అఙ్ఘ్రి=కాలు, A foot; తుర్యాంశాః= నాలవపాలు, A fourth part.
(చన్ద్రాగ్న్యర్కా-)స్తమోనుదః।	తమోనుత్ ॥ద్,పు॥,చన్ద్ర=చంద్రుఁడు, Moon; అగ్ని=అగ్ని, Fire; అర్కాః=సూర్యుఁడు, Sun.
నిర్వాదో (జనవాదేఽపి)	నిర్వాదః॥పు॥, జనవాదే=నింద, Ill report; (అపి) నిశ్చితమయినవాదము, A controversy decided; వాదులేకుండుట, Absence of contest.
శాదో (జమ్బాలశష్పయోః)॥ ౨౮౬॥	శాదః ॥ పు ॥, జమ్బాల=అడుసు, Mud; శష్పయోః=లేఁతకసవు, Young grass.
(సారావే రుదితే త్రాత) ర్యాక్రన్దో (దారుణే రణే)।	ఆక్రన్దః॥పు॥, సారావే=ఆర్తధ్వనితోఁగూడిన,రుదితే=రోదనము,Exclamation in pain ; త్రాతరి=రక్షించువాఁడు, A defender; దారుణేరణే=భయంకరమయిన యుద్ధము, Terrific war.
(స్యా) త్ప్రసాదో(ఽనురోధేఽపి)	ప్రసాదః॥పు॥, అనురోధే=అనుసరించుట, Compliance; (అపి)నైర్మల్యము, Clearness; propitiatory offering; ప్రీతికిని, Favour; కావ్యగుణవిశేషమునకును పేరు.
సూద (స్స్యా ద్వ్యఞ్జనేఽపిచ)॥ ౨౮౭॥	సూదః॥పు॥,వ్యఞ్జనే=పప్పుమొదలైనవ్యంజనము, Condiment; (అపి) వండెడువాఁడు, A cook.
(గోష్ఠాధ్యక్షేఽపి) గోవిన్దో	గోవిన్దః ॥ పు॥, గోష్ఠాధ్యక్షే=ఆవులనేలువాఁడు, A cow-herd; (అపి) విష్ణువు, బృహస్పతి.
(హర్షే) ఽప్యామోదవన్మదః।	ఆమోదః-మదః ॥పు॥ ౨, హర్షే=సంతోషము Joy; (అపి) ఆమోదశబ్దము పరిమళమునకును;

	Fragrancy; మదశబ్దము గర్వమునకును పేరు, Pride.
(ప్రాధాన్యే రాజలిఙ్గేచ వృషాఙ్గే) కకుదో(౽స్త్రియామ్)॥ ౨౮౮॥	కకుదః॥ప్న॥(ప)కకుత్ ॥ద్,సీ॥౧,ప్రాధాన్యే=ప్రధానమయినది,Chief; రాజలిఙ్గే=రాజచిహ్నము,Royal insignia; వృషాఙ్గే = ఎద్దు మూఁపురము, Hump of a bull.
(స్త్రీ)సంవిత్ (జ్ఞానసంభాషా క్రియాకారా౽జి నామసు) ।	సంవిత్ ॥ద్, సీ॥, జ్ఞాన=జ్ఞానము, Knowledge; సంభాషా=సంకేతము, Watchword ; (ప) సంభాషణము, Discourse ; క్రియాకార = నిశ్చయము, Agreement; ఆజి=యుద్ధము, War; నామసు=నామధేయము, Name.
(ధర్మే రహ)స్యుపనిషత్	ఉపనిషత్ ॥ద్,సీ॥, ధర్మే=ధర్మము, Religious and moral merit; రహసి=రహస్యము, Privacy. Sacred lore.
(స్యాదృతౌ వత్సరే) శరత్ ॥ ౨౮౯॥	శరత్ ॥ ద్, సీ॥, ఋతౌ = శరదృతువు, Sultry season, వత్సరే=సంవత్సరము, A year.
పదం (వ్యవసితి త్రాణ స్థాన లక్ష్మాఙ్ఘ్రి వస్తుషు।	పదమ్॥న॥, వ్యవసితి = ఉద్యోగము, Industry; త్రాణ=రక్షించుట, Defence ; స్థాన = స్థానము, Place; లక్ష్మ=అడియాలము, Mark; అఙ్ఘ్రి=అడుగు, Foot; వస్తుషు=వస్తువు, Thing.
గోష్పదం (సేవితే మానే) *Spot frequented by kine;	గోష్పదమ్॥న॥, సేవితే= *ఆవులుతిరుగు ప్రదేశము; మానే = ఆవులగొరిజదిగఁబడినగుంట, As much as a cow's footstep will hold.
(ప్రతిష్ఠాకృత్యయో) రాస్పదమ్॥ ౨౯౦॥	ఆస్పదమ్॥న॥, ప్రతిష్ఠా=స్థానము,Place;dignity; కృత్యమ్=చేయఁదగినది, Business;
(త్రిష్విష్ట మధురౌ) స్వాదూ	స్వాదు॥త్రి॥, ఇష్ట=ఇష్టమయినది, Desired; మధురౌ=మధురమయినది, Sweet.
మృదూ (చాతీక్ష్ణకోమలౌ)।	మృదు॥త్రి॥,అతీక్ష్ణ=క్రూరముకానిది, Gentle; blunt; కోమలౌ=మెత్తనిది, Soft.
(మూఢాల్పాపటు ని	మన్దః॥త్రి॥, మూఢ=మూఢుఁడు, అల్ప=అల్ప

ర్భాగ్యా)మన్దా (స్స్యు)

మైనది, Little ; అపటు=సమర్థుఁడుకానివాఁడు, Foolish, dull;నిర్భాగ్యాః=నిర్భాగ్యుఁడు,Unlucky.

(ర్ద్వాతు) శారదా ॥ (ప్రత్య గ్రా ప్రతిభా) (విద్వ త్సుప్రగల్భా) విశారదా ।

శారదః॥ త్రి॥, ప్రత్యగ్ర = నూతనమయినది, New;అప్రతిభా=సమర్థుఁడుకానివాఁడు, Diffident.

విశారదః॥ త్రి॥,విద్వత్ =విద్వాంసుఁడు, Learned; సుప్రగల్భా=ప్రౌఢుఁడు,Confident.

॥ఇతి దాన్తాః॥

॥ దాన్తనానార్థకశబ్దములు ముగిసెను.॥

(వ్యామోఽవటశ్చ) న్యగ్రోధా

న్యగ్రోధః॥పు॥, వ్యామః=బార, A fathom; వటశ్చ=మఱ్ఱిచెట్టు, Banian tree.[=పొడవు, Height.

ఉత్సేధః(కాయఉన్నతిః)॥

ఉత్సేధః॥పు॥, కాయే=శరీరము, Body; ఉన్నతిః

(పర్యాహారశ్చ మార్గశ్చ) వివధా వీవధా చ తౌ।

వివధః-వీవధః॥పు॥౨,పర్యాహారశ్చ=వర్తకుఁడు దేశాంతరమునుండి తెచ్చి విక్రయస్థానమందునిచిన వస్తువులు, Storing of corn;(ప)కావడికిని,A yoke for burdens; మార్గశ్చ=మార్గము, A high way.

పరిధి (ర్యజ్ఞియతరోః శాఖాయా ముపసూర్యకే)॥ ౨౪౩॥

పరిధిః ॥పు॥, యజ్ఞియతరోః=యజ్ఞార్హమైన మేడిచెట్టు మొదలైనదానియొక్క,శాఖాయామ్=కొమ్మ, Branch of a tree at a sacrifice; ఉపసూర్యకే=పరివేషము, A misty halo round the sun.

(బన్ధకం వ్యసనం చేతః పీడా ఽ ధిష్ఠాన) మాధయః।

ఆధిః॥ పు॥, బన్ధకమ్=క్షేత్రాదులు కుదువపెట్టుట, A pledge; వ్యసనమ్=జూదము మొదలయిన వ్యసనము, Calamity; చేతఃపీడా=మనోదుఃఖము, Anxiety;అధిష్ఠానమ్=ఆశ్రయించుట, Residence.

(స్స్యుస్సమర్థన నీవాక నియమాశ్చ) సమాధయః॥ ౨౪౪॥

సమాధిః॥ పు॥ ౧, సమర్థన=శంకాపరిహారము, Reconciling of differences ; నీవాక=మాట్లాడకుండుట, Silence; [ప] అగ్గువైనధాన్యములయందు జనుల యాదరము, Collecting grain in scarcity; నియమ = వ్రతోపవాసాదులు, Vow; [ప]అంగీకారము, promise; (చ)చిత్తైకాగ్ర్యము. deep meditation.

(దోషోత్పాదే) ఽను బన్ధ(స్స్యా త్ప్ర)కృత్యాదివినశ్వరే। ముఖ్యానుయాయిని శిశౌ ప్రకృత స్యానువ ర్తనే)॥ ౨౫౫॥	అనుబన్ధః॥ పు॥, దోషోత్పాదే=దోషోత్పాదనము, Offence; ప్రకృత్యాదివినశ్వరే = ప్రకృతిప్రత్యయాదులయందు నశించిపోవునక్షరము, An indicatory letter not sounded; ముఖ్యానుయాయిని = ముఖ్యులయినతండ్రిమొదలైనవారినిఅనుసరించిపోవు, శిశౌ=శిశువు, A child following an example. ప్రకృతస్య అనువర్తనే = ప్రకృతమయినది యెడతెగకయనువర్తించుట,Continued devotion. ముఖ్యులయినవారి ననుసరించినవారికిని, శిశువునకును పేరని కొందఱు.
విధు(ర్విష్ణౌ చన్ద్రమసి)	విధుః॥పు॥, విష్ణౌ=విష్ణువు,చన్ద్రమసి=చంద్రుఁడు.
(పరిచ్ఛేదేబిలే)ఽవధిః॥	అవధిః॥ పు॥, పరిచ్ఛేదే=మర్యాద, Limit; బిలే=బిలము, A hole.
విధి (ర్విధానేదైవేఽపి	విధిః॥ పు॥, విధానే = చేయుట, Performing; దైవే=దైవము, Fate; (అపి) బ్రహ్మ; ప్రకారము, Form; విధాయకవాక్యము, Command.
ప్రణిధిః (ప్రార్థనే చరే)॥ ౨౫౬॥	ప్రణిధిః॥పు॥, ప్రార్థనే=ప్రార్థన, Request;చరే =వేగులవాఁడు, A spy; situation.
బుధ వృద్ధౌ (పణ్డితేఽపి)	బుధః॥పు॥-వృద్ధః॥త్రి॥-౨, పణ్డితే=విద్వాంసుఁడు, Learned. (అపి) వరుసగా, బుధునికిని, (Planet mercury), ముసలివానికిని (old) పేళ్లు.
స్కన్ధ(స్సముదయేఽపి చ)।	స్కన్ధః॥పు॥, సముదయే=అధ్యాయాది సమూహము, Multitude; chapter. అపి)మూఁపు,Shoulder; చెట్టుమొదలు, The trunk of a tree; సైన్యము, A troop ; బౌద్ధశాస్త్రోక్తమైనరూపవేదనావిజ్ఞానసంజ్ఞాసంస్కారములనెడి పంచ స్కంధములు, The five forms of mundane consciousness.
(దేశే నదవిశేషేఽబ్ధౌ) సిన్ధు (ర్నా సరితి స్త్రీ.	సిన్ధుః॥ పు॥, దేశే=దేశవిశేషము; నదవిశేషే=నదవిశేషము; అబ్ధౌ=సముద్రము, The sea.

యామ్)॥ ౨౫౭॥ ॥సీ॥,సరితి=నది, A river.

విధా(విధౌ ప్రకారేచ)

విధా॥ సీ॥ [ప] పు॥ విధౌ=చేయుట, Action; ప్రకారే = ప్రకారము, Manner, form or rule; (చ) గజాన్నము, Fodder; కూలి, Hire.

సాధూ (రమ్యేఽపిచ త్రిషు)।

సాధుః॥ త్రి॥,రమ్యే=ఒప్పిదమయినవస్తువు, Handsome; (అపి) సజ్జనుఁడు, Right, virtuous.

వధూ (ర్జాయా స్నుషా స్త్రీ చ)

వధూః॥సీ॥, జాయా=పెండ్లాము, Wife; స్నుషా=కోడలు, Daughter-in-law; స్త్రీ=స్త్రీమాత్రము, Woman.

సుధా (లేపోఽమృతం స్నుహీ)॥ ౨౫౮॥

సుధా॥సీ॥, లేప=సున్నముపూయుట, Plaster; అమృతమ్=అమృతము, Nectar; స్నుహీ=జెముడు చెట్టు, Euphorbia Tirucalli.

సన్ధా (ప్రతిజ్ఞా మర్యాదా)

సన్ధా॥ సీ॥, ప్రతిజ్ఞా=ప్రతిజ్ఞ, Promise; మర్యాదా=మేర, Limit.

శ్రద్ధా (సంప్రత్యయః స్పృహా)।

శ్రద్ధా॥సీ॥, సంప్రత్యయః=భక్త్యతిశయము, Fondness; స్పృహా=ఇచ్ఛ, Belief.

మధు (మద్యే పుష్పరసే క్షౌద్రేఽప్య)

మధు॥ న॥, మద్యే=మద్యము, Ardent spirit; పుష్పరసే=పూఁదేనె, Nectar of flowers; క్షౌద్రే=తేనె, Honey; (అపి) చైత్రమాసము; మధువనురాక్షసుఁడు, A demon; ॥పు॥ఇప్పచెట్టు, Bassia latifolia.

న్ధం(తమస్యపి)॥ ౨౫౯॥

అన్ధమ్॥ న॥, తమసి=చీఁకటి, Darkness; (అపి) గ్రుడ్డివానికిపేరైనపుడు॥ త్రి॥, Blind.

(అథ త్రిషు)

ముందుఁజెప్పఁగల ధాంతశబ్దములు॥ త్రి॥

సమున్నద్ధౌ (పణ్డితంమన్య గర్వితౌ)।

సమున్నద్ధః॥ త్రి॥,పణ్డితంమన్య=పండితుఁడుగాకయే తానుపండితుఁడనుకొనువాఁడు, Conceited of learning; గర్వితౌ=గర్వముగలవాఁడు, Proud.

బ్రహ్మబన్ధు (రధిక్షేపే నిర్దేశే)

బ్రహ్మబన్ధుః ॥ త్రి॥,అధిక్షేపే=బ్రాహ్మణకర్మహీనుఁడైన బ్రాహ్మణుఁడు, A nominal Brahmana; నిర్దేశే=ద్వేషముచేత పేర్కొనఁబడినవాఁడు, An unworthy Brahmana.

(ధావలమ్బితః ॥౨౬౦॥ అవిదూరో) ఽవష్టబ్ధః

అవష్టబ్ధః॥ త్రి॥౧, అవలమ్బితః= అవలంబింపఁబడినవాఁడు, Relied on; అవిదూరః =దగ్గఱనున్నది, Near; (అపి) కట్టఁబడినవాఁడు, Bound.

ప్రసిద్ధౌ (ఖ్యాత భూషితౌ) ।

ప్రసిద్ధః॥ త్రి॥౧, ఖ్యాత=ఖ్యాతిగలవాఁడు; Celebrated; భూషితౌ=అలంకరింపఁబడినది, Adorned.

॥ ఇతిధాన్తాః. ॥

॥ ధాన్త నానార్థక శబ్దములు ముగిసెను. ॥

సూర్యవహ్నీ) చిత్రభానూ

చిత్రభానుః॥పు॥౧, సూర్య=సూర్యునికిని, Fire; వహ్నీ=అగ్నికిని పేరు, The sun.

భానూ(రశ్మిదివాకరౌ) ॥౨౬౧॥

భానుః॥పు॥౧, రశ్మి=కిరణమునకును, Ray of light; దివాకరౌ=సూర్యునికిని పేరు, The sun.

భూతాత్మానౌ (ధాతృదేహౌ)

భూతాత్మా ॥న్, పు॥ ౧, ధాతృ= బ్రహ్మకును, Brahma; దేహౌ=దేహమునకును పేరు, Body.

(మూర్ఖనీచౌ) పృథగ్జనౌ।

పృథగ్జనః॥పు॥, మూర్ఖ=మూర్ఖుఁడు, An ignorant man; నీచౌ=హీనజాతివాఁడు, One of low tribe.

గ్రావాణౌ (శైలపాషాణౌ)

గ్రావా॥న్, పు॥౧, శైల=పర్వతము, Mountain; పాషాణౌ= రాయి, Stone.

పత్త్రిణౌ (శరపక్షిణౌ)॥ ॥౨౬౨॥

పత్త్రీ॥ న్, పు॥ ౧, శర=బాణము, An arrow; పక్షిణౌ=పక్షి, A bird.

(తరుశైలౌ) శిఖరిణౌ

శిఖరీ॥ న్, పు॥ ౧, తరు = వృక్షము, Tree; శైలౌ=పర్వతము, Mountain.

శిఖినౌ (వహ్నిబర్హిణౌ)

శిఖీ॥న్, పు॥౧, వహ్ని= అగ్ని, Fire; బర్హిణౌ = నెమిలి, A peacock.

ప్రతియత్నౌ (ఉభౌ లిప్సోపగ్రహౌ)

ప్రతియత్నః॥ పు॥౧, లిప్సా= అభిలాష, Desire; ఉపగ్రహౌ = చెఱపట్టుట, Making prisoner; ప్రతికారము, Retaliation.

(వథ) సాదినౌ॥ (ద్వౌ సారథి హయారోహౌ)

సాదీ॥న్, పు॥ ౧-సారథి = సారథి, Horseman; హయారోహౌ=గుఱ్ఱపురౌతు, Charioteer.

వాజినో (ఽశ్వేషు ప

వాజీ॥న్, పు॥౧, అశ్వ=గుఱ్ఱము, Horse; ఇషు=

క్షిణః) ।	బాణము, Arrow; పక్షిణః=పక్షి, bird.
(కులేఽ) ప్యభిజనో(జ న్మభూమ్యామప్య)	అభిజనః॥పు॥౧,కులే=కులము, Family; noble birth or descent; జన్మభూమ్యాం = జన్మభూమి, Native country; (అపి) కీర్తి, fame; కులాగతమయిన ధ్వజాదులు, retinue.
(థ)హాయనాః॥ ౨౬౪॥ (వర్షార్చి ర్వ్రీహి భేదా స్సు తైః)	హాయనః॥ పు॥౧, వర్ష=సంవత్సరము, A year; అర్చిః =కిరణము, A ray of light; వ్రీహిభేదాః= ధాన్యవిశేషము, Red rice.
(చన్ద్రాగ్న్యర్కాః)వి రోచనాః ।	విరోచనః॥ పు॥౧, చన్ద్ర = చంద్రుఁడు, Moon; అగ్ని=అగ్ని, Fire; అర్కః=సూర్యుఁడు, Sun.
(కేశేఽపి) వృజినో	వృజినః॥త్రి॥, కేశే= వెండ్రుకలకును, Hair;(అపి)॥న॥ పాపమునకును, sin; ॥పు॥క్లేశమునకును, Distress.
విశ్వకర్మా (ర్కసురశి ల్పినోః)॥ The sun.	విశ్వకర్మా॥ న్, పు॥,అర్క = సూర్యునికిని; సురశిల్పినోః=దేవశిల్పికిని, Architect of the gods.
ఆత్మా (యత్నోధృతి ర్బుద్ధి స్స్వభావో బ్రహ్మ వర్ష్మ చ) ।	ఆత్మా॥న్,పు॥౧,యత్నః=యత్నము,Care,ధృతిః= ధైర్యము,Firmness; బుద్ధిః=బుద్ధి,Intellect; స్వభావః= స్వభావము, Natural disposition. బ్రహ్మ=పరమాత్మ, The supreme Brahma; వర్ష్మ = దేహము, Body; (చ) జీవుఁడు, Sentient soul.
(శక్ర ఘాతుకమత్తేభ వర్షుకాబ్దా) ఘనాఘనాః॥ ౨౬౬॥	ఘనాఘనః॥పు॥,శక్ర= దేవేంద్రునికిని, Indra; ఘాతుక మత్తేభ= చంపుస్వభావముగల మదపుటేనుఁగునకును, A vicious elephant; వర్షుకాబ్దః =వర్షించు మేఘమునకును పేరు, A rainy cloud.
అభిమానో ఽ (ర్థాది దర్పేఽజ్ఞానే ప్రణయ హింసయోః)।	అభిమానః॥పు॥,అర్థాదిదర్పే = ధనాదులచేతవచ్చినగర్వము, Pride of wealth &c; అజ్ఞానే=అజ్ఞానము, Ignorance; ప్రణయ=ప్రార్థన, Request; హింసయోః=హింస, Killing.
ఘనో (మేఘే మూర్తిగుణే త్రిషు మూర్తే	ఘనః॥పు॥, మేఘే=మేఘము, A cloud; మూర్తిగుణే= కాఠిన్యము,Solidity; ఘనమ్॥త్రి॥,మూర్తే=క

నిరన్తరే)॥ ౨౬౭॥ — ఠినమైన, solid; నిరన్తరే = దట్టమైన, Uniformly extended. ఇది లోహముద్గర (anvil) ముస్తా కాంస్యతాళాదులకును (cymbal) పేరు

ఇన(స్సూర్యే ప్రభౌ) — ఇనః॥పు॥ ౧, సూర్యే = సూర్యునికిని, The Sun; ప్రభౌ = ప్రభువునకును పేరు, A king.

రాజా (మృగాఙ్కే క్షత్త్రియే నృపే)। — రాజా॥ న్, పు॥ ౧, మృగాఙ్కే = చంద్రునికిని; క్షత్త్రియే = క్షత్త్రియజాతివానికిని; నృపే = భూమి నేలువానికిని ప్రభువునకును పేరు, A king.

వాణిన్యౌ (నర్తకీదూత్యౌ) *A drunken woman. — వాణినీ॥ స్త్రీ॥, నర్తకీ = నాట్యమాడుస్త్రీ, A dancing girl; దూత్యౌ = దూతికాస్త్రీ, intriguing woman. "మత్తా*విదగ్ధవాణిన్యౌ" అనిపాఠముగలదు.

(స్రవన్త్యామపి) వాహినీ॥ ౨౬౮॥ — వాహినీ॥ స్త్రీ, ॥స్రవన్త్యామ్ = నది, River; (అపి) సేనావిశేషము, An army.

హ్రాదిన్యౌ (వజ్రతటితౌ) — హ్రాదినీ॥స్త్రీ॥, వజ్ర = వజ్రాయుధము, The thunderbolt; తటితే = మెఱపు, Lightning.

(వన్దాయామపి) కామినీ। — కామినీ॥ స్త్రీ॥, వన్దాయామ్ = బదనిక, A climbing plant, (అపి) విలాసినియైన స్త్రీ, A loving woman.

(త్వగ్దేహయోరపి) తనుః — తనుః॥స్త్రీ॥, త్వక్ = తోలు, The skin; దేహయోః = దేహము, Body; ॥త్రి॥ అల్పమైన, Small; సన్నమైన, thin;

సూనా (ఽధోజిహ్వికాఽపిచ)॥ ౨౬౯॥ — సూనా॥స్త్రీ॥, అధోజిహ్వికా = కొండనాలుక, The uvula, (అపి) వధస్థానము, Place of execution.

(క్రతు విస్తారయో రస్త్రీ) వితానం (త్రిషు తుచ్ఛకే। మన్దేఽథ) — వితానమ్॥ప్న॥, క్రతు = యజ్ఞము, A sacrifice; విస్తారయోః = విస్తారము, expansion; ॥త్రి॥ తుచ్ఛకే = రిక్తమైన, empty; మన్ద = మందుఁడు, Dull.

కేతనం (కృత్యే కేతా వుపనిమన్త్రణే)॥ ౨౭౦॥ — కేతనమ్॥న॥, కృత్యే = చేయఁదగినది, An indispensable act; కేతౌ = టెక్కెము, a standard or symbol; ఉపనిమన్త్రణే = బ్రాహ్మణుల నిమంత్రము చేయుట, an invitation.

(వేద స్తత్త్వం తపో) బ్రహ్మ బ్రహ్మా (విప్రః ప్రజాపతిః) । *Holy writ; | బ్రహ్మ॥న్,న॥,*వేదము;తత్త్వమ్=పరమాత్మ,The supreme being;తపః=తపస్సు,Devotion;॥పు॥బ్రహ్మా పు॥విప్రః=బ్రాహ్మణుఁడు;ప్రజాపతిః=బ్రహ్మదేవుఁడు.

(ఉత్సాహనే చ హింసాయాం సూచనేచాపి) గన్ధనమ్॥ ౨౭౦॥ | గన్ధనమ్॥న॥, ఉత్సాహనే=ఉత్సాహము, Perseverance; హింసాయామ్=హింసించుట, Destruction; సూచనే=ఎఱిఁగించుట, Hint. (అపి) ప్రకాశము, Manifestation.

ఆతఞ్చనం (ప్రతీవాప జవ నాప్యాయ నార్థకమ్) । *Calcining; †Speed; ‡ Gratifying; | ఆతఞ్చనమ్॥ న॥, ప్రతీవాప = *ప్రతివాపము, జవన=†వేగము, ఆప్యాయనార్థకమ్ = ‡తృప్తిచేయుట, ప్రతీవాపమనఁ గరఁగినబంగారు మొదలైనదానిని ద్రవ్యాంతరముతోఁగూర్చి పొడిచేయుట;పాలు తోడుపెట్టుట, Causing to curdle.

వ్యఞ్జనం(లాఞ్ఛనే శ్మశ్రు నిష్ఠానావయ వేష్వపి) ॥ ౨౭౧॥ | వ్యఞ్జనమ్॥న॥,లాఞ్ఛనే=గుఱుతు,A mark;శ్మశ్రు నిష్ఠానావయవేషు = గడ్డము, మీసాలు, Beard; తిమ్మనము, Condiment; స్త్రీపురుషుల గుహ్యావయవములు, Private part of male or female; (అపి) కకారాది వర్ణములు, A consonant.

(స్యా)త్కౌలీనం (లోకవాదే యుద్ధేపశ్వహిపక్షిణామ్) । | కౌలీనమ్॥న॥,లోకవాదే=లోకాపవాదము, Rumour; పశ్వహిపక్షిణామ్యుద్ధే = పశుసర్పపక్షుల యొక్క యుద్ధము, Combat of animals.

(స్యా)దుద్యానం (నిస్సరణే వనభేదే ప్రయోజనే) ॥ | ఉద్యానమ్॥న॥, నిస్సరణే= గృహాదులనుండి వెడలుట, Going forth; వనభేదే = శృంగారపుతోఁట, A garden; ప్రయోజనే=ప్రయోజనము, Purpose.

(అవకాశేస్థితౌ)స్థానం | స్థానమ్॥ న॥, అవకాశే= తావు, Place; తెఱపి, Leisure; స్థితౌ=ఉనికి, Stay.

(క్రీడాదావపి) దేవనమ్। | దేవనమ్॥ న॥, క్రీడాదౌ=క్రీడ, Sport or play; (ఆది)విజిగీషా (emulation); వ్యవహార (business); ద్యుతి(splendour); స్తుతి (praise);-కాంతి (beauty), గతులకును (motion); (అపి) లీలోద్యాన (Pleasure ground); విలాపము, Grief; జూదము, Gambling.

ఉత్థానం (పౌరుషే తన్త్రే సన్నివిష్టోద్గమేఽపిచ) ॥ ౨౭౪॥

ఉత్థానమ్॥న॥, పౌరుషే = పురుషప్రయత్నము, Manly exertion; తన్త్రే = సైన్యము, An army; సన్నివిష్టోద్గమే = కూర్చున్నవాఁడు లేచుట, Getting up; (అపి) మలోత్సర్గము, evacuating (by stool &c); హర్షము, Joy.

వ్యుత్థానం (ప్రతిరోధే చవిరోధాచరణేఽపిచ)

వ్యుత్థానమ్॥న॥, ప్రతిరోధే = అడ్డపెట్టుట, Obstruction; విరోధాచరణే = ప్రతికూలముచేయుట, Opposition; (అపి) స్వాతంత్ర్యకృత్యము, Independent action. సమాధిమానుట, Ceasing meditation;

(మారణే మృతసంస్కారే గతౌ ద్రవ్యేఽర్థదాపనే॥ ౨౭౫॥ నిర్వర్తనోపకరణానువ్రజ్యాసు చ) సాధనమ్।

సాధనమ్॥ న॥, మారణే = చంపుట, Killing; మృతసంస్కారే = మృతునిసంస్కరించుట, Obsequies; గతౌ = గమనము, Motion; ద్రవ్యే = వస్తువు, Substance, wealth; అర్థదాపనే = అప్పువుచ్చుకొన్నయర్థము నిప్పించుట, Enforcement of the payment of debt; నిర్వర్తన = సాధించుట, Accomplishing; ఉపకరణ = ఉపాయము, Means; అనువ్రజ్యాసు = వెంటఁబోవుట, Following; (చ) సైన్యము, An army; మేఢ్రము, The penis.

నిర్యాతనం (వైరశుద్ధౌ దానే న్యాసార్పణేఽపిచ)॥ ౨౭౬॥

నిర్యాతనమ్॥ న॥, వైరశుద్ధౌ = పగసాధించుట, Revenge; దానే = దానము, Gift; న్యాసార్పణే = దాఁచఁబెట్టినది తిరుగనిచ్చుట, Delivery of a deposit; (అపి) అప్పుతీర్చుట, Payment of a debt.

వ్యసనం (విపది భ్రంశే దోషే కామజకోపజే)।

వ్యసనమ్॥న॥, విపది = ఆపద, Calamity; భ్రంశే = పడుట, Fall; కామజకోపజేదోషే = కామక్రోధములవలనఁబుట్టిన స్త్రీద్యూతాదిసప్తవ్యసనములు, Vice.

పక్ష్మ (అక్షిలోమ్ని కిఞ్జల్కే తన్త్వాద్యంశేఽప్యణీయసి)॥

పక్ష్మ॥న్, న॥, అక్షిలోమ్ని = తెప్పవెండ్రుకలు, Eyelash; కిఞ్జల్కే = ఆకరువువ్వు, Filament of a flower; తన్త్వాద్యంశే = సూక్ష్మమైననూలుమొదలైన

(తిథిభేదేక్షణే) పర్వ
వర్త్మ (నేత్రచ్ఛదేఽధ్వని)।
(అకార్యగుహ్యే) కౌపీనే
మైథునం (సఙ్గతౌ రతౌ)॥ ౨౭౮॥
ప్రధానం (పరమాత్మా ధీః)
ప్రజ్ఞానం (బుద్ధిచిహ్నయోః)।
ప్రసూనం (పుష్పఫలయోః)
నిధనం (కులనాశయోః)॥ ౨౭౯॥
క్రన్దనే(రోదనాఽహ్వానే
వర్ష్మ (దేహప్రమాణయోః)।
(గృహదేహత్విట్ప్రభావా) ధామన్య
(థ చతుష్పథే)॥ ౨౮౦॥

దానితునుకలు, A short thread; (అపి) పక్షులతుప్పడు,A wing.

పర్వ॥న్, న॥,తిథిభేదే= పున్నమమొదలైనపర్వతిథులు, The full and change of the moon; క్షణే=ఉత్సవము, Festival; పున్నమ పాడ్యమిసంధికిని; కణువు, A knot or joint; ప్రస్తావము, A chapter;

వర్త్మ॥న్, న॥, నేత్రచ్ఛదే = ఱెప్ప, Eyelid; అధ్వని= తెరువు, A road.

కౌపీనమ్॥ న॥, అకార్యే = చేయరానిపని, An unfit act; గుహ్యే = గుహ్యము, Privy part; or [వ] గోచి, covering of privy part.

మైథునమ్॥న॥, సంగతౌ=సంబంధము, Union; రతౌ=సురతము, Copulation.

ప్రధానమ్॥న॥, పరమాత్మా=పరమాత్మ, The supreme soul; ధీః=బుద్ధి, Intellect; ప్రకృతి, Nature; ప్రధాని, Minister; ముఖ్యుఁడు, Chief.

ప్రజ్ఞానమ్॥ న॥, బుద్ధి=బుద్ధి, Knowledge; చిహ్నయోః=గుఱుతు, Token.

ప్రసూనమ్॥న॥, పుష్పే=పుష్పము, A blossom; ఫలయోః=ఫలము, A fruit.

నిధనమ్॥ న॥, కుల=కులము, A family; నాశయోః=నాశము,Death.[నే=పిలుచుట, A calling.

క్రన్దనమ్॥న॥, రోదన=ఏడ్పు, Weeping; ఆహ్వా

వర్ష్మ॥న్,న॥, దేహ=దేహమునకును, Body; ప్రమాణయోః=కొలతకును పేరు, Measure.

ధామ॥న్,న॥, గృహ=గృహము, A house; దేహ=దేహము, Body; త్విట్=కాంతి, Light; ప్రభావాః=ప్రభావము, Dignity or magesty.

సంస్థానమ్॥ న॥, చతుష్పథే=నాలుగుతెరువులు

సన్నివేశేచ) సంస్థానం — గూడినదిక్కు, Meeting of four roads; సన్నివేశే = సన్నివేశము, An open place near a town; (చ) ఆకృతి, Form; మరణము, Death; సన్నివేశమనఁగా అవయవరచనావిశేషమని కొందఱు, Configuration; ఊరుచుట్టునుండు బయలని కొందఱు.

లక్ష్మ (చిహ్నప్రధానయోః) । — లక్ష్మ॥న్, న॥, చిహ్న=గుఱుతు, Token; ప్రధానయోః=ప్రధానము, Chief.

ఆచ్ఛాదనే (సంపిధానమపవారణ మిత్యుభే)॥ — ఆచ్ఛాదనమ్॥న॥,సంపిధానమ్=వస్త్రము,Clothing; అపవారణమ్=కప్పుట,Covering.

ఆరాధనం(సాధనేస్యాదవాప్తౌతోషణేఽపిచ) — ఆరాధనమ్॥సాధనే=సిద్ధించుట, Accomplishment; అవాప్తౌ=ప్రాప్తి, Attainment; తోషణే=సంతోషించుట, Gratifying.

అధిష్ఠానం (చక్రపుర ప్రభావాధ్యాసనేష్వపి)॥ ౨౮౨॥ — అధిష్ఠానమ్॥న॥, చక్ర=బండికన్ను,Wheel;పుర=పట్టణము,A town; ప్రభావ=ప్రభావము,Dignity; అధ్యాసనేష్వపి = ఆక్రమించుట, Approach.

రత్నం (స్వజాతిశ్రేష్ఠేఽపి) — రత్నమ్ ॥న॥, స్వజాతిశ్రేష్ఠే=స్వజాతిలో శ్రేష్ఠమైనది, Excellent of its kind;(అపి)వజ్రము మొదలైనమణులు, A gem. [ననే=అడవికిని, Forest.

వనే (సలిల కాననే)। — వనమ్॥ న॥, సలిల=ఉదకమునకును, Water; కా

తలినం (విరలే స్తోకే) — తలినమ్॥త్రి॥, విరలే=పలుచనిది, Thin; [ప] నిర్మలమైనది, Clear; స్తోకే=ఇంచుకంత, Small.

(వాచ్యలిఙ్గా స్తథోత్తరే)॥ ౨౮౩॥ — ఉత్తరే=ముందుఁజెప్పఁగల నాంతశబ్దములు, తథా=ఆతలినశబ్దమువలె, వాచ్యలిఙ్గాః = విశేష్యలింగములగలవి.

సమానా (స్సత్సమైకే స్యుః) — సమానః॥త్రి॥, సత్=సజ్జనునికిని, Virtuous; సమ=సదృశమయినదానికిని, Similar; ఏకే=ఒక్కటైన వస్తువునకును పేరు, Same.

పిశునా(ఖలసూచకౌ)। — పిశునః॥ త్రి॥, ఖల = దుర్జనునికిని, Wicked;

	సూచకః=కొండెకానికిని పేరు, Tale-bearer.
హీనన్యూనా (వూనగర్హ్యౌ)	హీనః-న్యూనః॥త్రి॥_౨,ఊన=తక్కువైన, Deficient; గర్హ్యః=నిందింపఁబడిన, Blamable.
(వేగిశూరౌ)తరస్వినౌ॥ _౨౮॥	తరస్వీ॥న్,త్రి॥, వేగి=వేగముగల, Swift; శూరః=బలవంతమైన, Valiant.
అభిపన్నో (ఽపరాద్ధోఽరిగ్రస్త వ్యాపద్గతావపి) ।	అభిపన్నః॥త్రి॥, అపరాద్ధః=అపరాధముచేసిన, Guilty; అరిగ్రస్త=శత్రువుచేతఁ బట్టువడిన, Fugitive, subdued ; వ్యాపద్గతావపి = ఆపదబొందిన, Involved in calamity.
॥ ఇతి నాన్తాః. ॥	॥ నాన్త నానార్థకశబ్దములు ముగిసెను. ॥
కలాపో (భూషణే బర్హే తూణీరే సంహతావపి)॥ _౨౯॥ *A quiver;	కలాపః॥పు॥,భూషణే=తొడవు, An ornament;బర్హే=నెమలిపురి, Peacock's tail; తూణీరే=*అమ్ములపొది, సంహతావపి=సమూహము, Multitude.
(పరిచ్ఛదే) పరీవాపః (పర్యుప్తౌసలిలస్థితౌ) ।	పరీవాపః॥పు॥, పరిచ్ఛదే = గుడారము మొదలయినది,Furniture; పర్యుప్తౌ= వెదపెట్టుట, Sowing around; సలిలస్థితౌ = నీళ్లునిలుచుట, Standing water; [ప]నీళ్లయునికిపట్టు, A piece ofwater ;పరిచ్ఛదమనఁగా పరివారమనికొందఱు, Retinue.
(గోధుగ్గోష్ఠపతీ) గోపౌ	గోపః॥పు॥, గోధుక్=గొల్లవాఁడు, A heardsman; గోష్ఠపతీ=ఆవులనేలువాఁడు, The head of a cowpen; [ప] రాజు, A king, అనేకగ్రామాధికారి, Superintendent of a district.
(హరవిష్ణూ)వృషాకపీ॥ _౩౦॥	వృషాకపిః॥పు॥, హర=శివునికిని, విష్ణూ=విష్ణువునకును, [ప] అగ్నికిని, ఇంద్రునికిని పేరు.
బాష్ప (ఊష్మాశ్రు)	బాష్పః॥పు॥, ఊష్మ=ఆవిరికిని, Vapour; అశ్రు=కన్నీళ్లకును పేరు, A tear.
కశిపు (స్త్వన్నమాచ్ఛాదనం ద్వయమ్) ।	కశిపుః॥పు॥, అన్నమ్=అన్నమునకును, Food; ఆచ్ఛాదనమ్=వస్త్రమునకును, Clothing; ద్వయం = ఈ రెంటికిని పేరు, Food and clothing.

తల్పం (శయ్యాట్టదారేషు)

తల్పమ్॥న॥ [ప]॥పు॥, శయ్యా=పాన్పునకును, A bed; అట్టే=అట్టళ్ళకును, An upper story; దారేషు=పెండ్లామునకును పేరు, A wife.

(స్తమ్బేఽపి) విటపో (ఽస్త్రియామ్)॥౨౭॥

విటపః॥పు॥, స్తమ్బే=కసవుగంట, A cluster; (అపి) చిగురు, A sprout; కొమ్మ, A branch.

ప్రాప్తరూప సురూపాభిరూపా (బుధమనోజ్ఞయోః। భేద్యలిఙ్గాఅమీ)

ప్రాప్తరూపః-సురూపః-అభిరూపః॥త్రి॥౩,బుధ=విద్వాంసునికిని, Learned; మనోజ్ఞయోః=ఒప్పెడివానికిని పేరు, Pleasing.

(కూర్మీవీణా భేదేఽపి) కచ్ఛపీ॥

కచ్ఛపీ॥సీ॥,కూర్మ్యామ్=ఆఁడుతాఁబేలు, A female turtle; వీణాభేదే=సరస్వతివీణ, A lute.

ఇతిపాన్తాః.

పాన్తనానార్థక శబ్దములు ముగిసెను.

[(రవర్ణే పుంసి) రేఫ (స్స్యాత్ కుత్సితే వాచ్యలిఙ్గకః)]

రేఫః॥, రవర్ణే=రవర్ణమునకు పేరైనపుడు॥పు॥, కుత్సితే=కుత్సితునికి పేరైనపుడు॥త్రి॥, Vile.

ఇతి ఫాన్తాః.

ఫాన్తనానార్థకశబ్దములు ముగిసెను.

(అన్తరా భవసత్త్వేఽశ్వే) గన్ధర్వో (దివ్యగాయనే)।

గన్ధర్వః॥పు॥,అన్తరాభవసత్త్వే=అంతరపిశాచము, The soul after death and previous to its being born again; అశ్వే = గుఱ్ఱము, A horse; దివ్యగాయనే=దేవలోకమునందు పాడునట్టి విశ్వావసువు మొదలయినవారు, A celestial musician.

కమ్బు (ర్నావలయేశఙ్ఖే)

కమ్బుః॥పు॥,వలయే=కడియమునకును,A ring; శఙ్ఖే=శంఖమునకును, A couch or shell.

ద్విజిహ్వౌ (సర్పసూచకౌ)॥

ద్విజిహ్వః॥పు॥,సర్పే=సర్పము, A serpent; సూచకే=కొండెగాఁడు, An informer.

పూర్వో (ఽన్యలిఙ్గః ప్రాగాహ పుంబహుత్వేఽపిపూర్వజాన్)।

పూర్వః॥త్రి॥,ప్రాక్=పూర్వదిక్కున నుండునది, Eastern; పూర్వకాలమునందుండునది, Prior; పూర్వాః॥పు,బ॥,పూర్వజాన్ ఆహ=పూర్వులయినపితృపితామహాదులు, Forefathers; పుంబహుత్వేఽపి=పుంలింగబహువచనములయందు వర్తించును,గంధ

	ర్వద్విజహ్వాపూర్వశబ్దములు 'వబయోరభేద' మనుటచేత నీబాంతములయందుఁ జెప్పఁబడియెను.
॥ ఇతిబాన్తాః. ॥	॥ బాన్తనానార్థకశబ్దములు ముగిసెను. ॥
కుమ్భౌ (ఘటేభమూర్ధాంశౌ)	కుమ్భః॥పు॥, ఘట = కడవకును, A jar; ఇభమూర్ధాంశౌ = ఏనుఁగుకుంభస్థలమునకును పేరు, Frontal globe of an elephant's head.
డిమ్భౌతు (శిశు బాలిశౌ)॥ ౨౯౦॥	డిమ్భః॥పు॥, శిశు=శిశువునకును, A child; బాలిశౌ=మూర్ఖునికిని పేరు, An ignorant man.
స్తమ్భౌ (స్థూణా జడీభావౌ)	స్తమ్భః॥పు॥, స్థూణా=కంబము, Pillar; జడీభావౌ=మూర్ఛపడియుండుట, Insensibility.
శమ్భూ (బ్రహ్మత్రిలోచనౌ)।	శమ్భుః॥పు॥, బ్రహ్మ = బ్రహ్మకును, Brahma; త్రిలోచనౌ=శివునికిని పేరు, Siva.
(కుక్షి భ్రూణార్భకా) గర్భాః	గర్భః॥ పు॥, కుక్షి = కడుపుకును, The belly; భ్రూణ = కడుపులోని శిశువునకును, A fœtus; అర్భక=బాలునికిని పేరు, A child.
విస్రమ్భః (ప్రణయేఽపిచ)॥ ౨౯౧॥	విస్రమ్భః॥ పు॥, ప్రణయేచ = పరిచయము, Acquaintance; (అపి) క్రీడాకలహము, Playful dispute; విశ్వాసము, Confidence.
(స్యాద్భేర్యాం) దున్దుభిః (పుంసిస్యాదక్షే) దున్దుభిః (స్త్రియామ్)।	దున్దుభిః॥, భేర్యామ్=భేరికి పేరయినపుడు॥ పు॥, A large drum ; అక్షే=పాచికలయందుండు ఇత్తిగకు పేరైనపుడు ॥స్త్రీ॥, A die; అక్షమనఁగా పాచికలని కొందఱు.
(స్యాన్మహారజనేక్లీబం) కుసుమ్భం (కరకే పుమాన్)॥ ౨౯౨॥	కుసుమ్భమ్॥ న॥, మహారజనే = కుసుమపువ్వు, Safflower;॥పు॥కరకే=కమండలము, A water pot.
(క్షత్త్రియేఽపిచ) నాభి (ర్నా)	నాభిః॥ పు॥, క్షత్త్రియే=క్షత్త్రియుఁడు, (అపి) విజిగీషుఁడయినరాజు, An emperor; ॥ప్ర॥ బొడ్డు, Navel; ॥స్త్రీ॥ బండికంటినడిమి, Nave of a wheel; ప్రధానము, Chief point; కస్తూరి, Musk.

సురభి(ర్గవి చ స్త్రియామ్) ।	సురభిః॥స్త్రీ॥, గవి = ఆవు, A cow; (చ) ॥పు॥ వసంతర్తువు, Spring; ॥త్రి॥ మంచిపరిమళముగల, Fragrant; మనోహరమైన, Pleasing.
సభా (సంసది సభ్యే చ)	సభా॥స్త్రీ॥, సంసది=ఆస్థానము, A hall; సభ్యే=సామాజికుఁడు, One of a company; (చ)సమూహము, An assembly; ద్యూతమందిరము, A gambling-house.
(త్రిష్వధ్యక్షేఽపి) వల్లభః॥ ౨౯౩॥	వల్లభః॥త్రి॥,అధ్యక్షే=అధ్యక్షుఁడు, A superintendent; (అపి) ప్రియమయినది, Beloved.
॥ ఇతిభాన్తాః ॥	భాన్తనానార్థకశబ్దములు ముగిసెను.
(కిరణప్రగ్రహౌ) రశ్మి	రశ్మిః॥ పు॥, కిరణ=కిరణము, A ray of light; ప్రగ్రహౌ=పగ్గము, A rein. [కప్ప, A frog.
(కపిభేకౌ) ప్లవఙ్గమౌ।	ప్లవఙ్గమః॥పు॥, కపి=కోఁతి, An ape: భేకౌ =
(ఇచ్ఛా మనోభవౌ) కామౌ	కామః॥ పు॥, ఇచ్ఛా=ఇచ్ఛ, Desire; మనోభవౌ=మన్మథుఁడు, Cupid; కామమ్॥న॥=మిక్కిలి, Much.
(శౌర్యోద్యోగౌ) పరాక్రమౌ॥ ౨౯౪॥	పరాక్రమః॥పు॥, శౌర్య=సామర్థ్యమునకును, Power, valour; ఉద్యోగౌ = చేయవలయుపనులం బ్రారంభించుటకును పేరు, Exertion.
ధర్మాః (పుణ్య యమ న్యాయ స్వభావాచార సోమపాః) ।	ధర్మః॥పు॥, పుణ్య=పుణ్యము, Moral and religious merit; యమ=యముఁడు, న్యాయ=నీతి, Propriety; స్వభావ=స్వభావము, Nature; ఆచార=ఆచారము, Usage; సోమపాః = సోమయాజి [ప] యజ్ఞము, A sacrifice.
(ఉపాయపూర్వ ఆరమ్భ ఉపధా చా) ప్యుపక్రమః॥ ౨౯౫॥	ఉపక్రమః॥పు॥, ఉపాయపూర్వఆరమ్భః=ఉపాయము నెఱిఁగి యారంభించుట, Deliberate undertaking with knowledge of means; ఉపధా చ=అమాత్యాదులను పరీక్షించుట, Test of honesty; (అపి)ఇది మొదలని చెప్పుట, Commencement.

(వణిక్పథః పురం వేదో) నిగమో

నిగమః॥ పు॥, వణిక్పథః = అంగడివీథికిని, A market; పురమ్=పట్టణమునకును, A town; వేదః =వేదమునకును పేరు, Holy writ.

(నాగరో వణిక్)। నైగమౌ (ద్వౌ)

నైగమః॥పు॥, నాగరః=పట్టణమునందున్నవాఁడు, A citizen; వణిక్=వర్తకుఁడు, A trader.

(బలే) రామో (నీల చారుసితే త్రిషు) ॥ ౨౯౬॥

రామః॥పు॥, బలే=బలభద్రుఁడు, ॥త్రి॥ నీల=నల్లనిది, Black; చారు=ఒప్పెడిది, Pleasing; సితే=తెల్లనిది, White.

(శబ్దాది పూర్వో బృన్దే ఽపి) గ్రామః

గ్రామః॥పు॥, శబ్ద=శబ్దము, ఆది=మొదలయిన శబ్దములు, పూర్వః = పూర్వమందుండునపుడు, బృన్దే=సమూహమునకు పేరు. 'శబ్దగ్రామః-గుణగ్రామః' అని. A multitude; (అపి)ఊరికిని, A village; స్వర సమూహమునకును పేరు, An octave in music.

(క్రాన్తౌ చ) విక్రమః।

విక్రమః॥ పు॥, క్రాన్తౌ=ఆక్రమించుటకును, A stride; overcoming ; (చ) పరాక్రమమునకును పేరు, Valour.

స్తోమః (స్తోత్రే ఽధ్వరే బృన్దే)

స్తోమః॥పు॥, స్తోత్రే=స్తోత్రము, Praise; అధ్వరే=యాగము, A sacrifice; బృన్దే=సమూహము, An assembly.

జిహ్మ (స్తు కుటిలే ఽలసే)

జిహ్మః॥పు॥, కుటిలే = వంకరయైనది, Crooked; అలసే=మందమయినది, Slow, lazy.

గుల్మా (రుక్ స్తమ్బ సేనాశ్చ)

గుల్మః॥ పు॥, రుక్=గుల్మరోగము, A disease of the spleen; స్తమ్బ=పొద, A bush; సేనాః=సేనావిశేషము, Body of troops consisting of 9 platoons.

జామిః (స్వసృకులస్త్రియోః)॥ ౨౯౭॥

జామిః[పా]యామిః ॥స్త్రీ॥, స్వసృ=తోడఁబుట్టినది, A sister; కులస్త్రియోః = కులస్త్రీ, A chaste woman; జామి॥ అవ్య॥=ఆలస్యము.

(క్షితి క్షాన్త్యోః) క్ష

క్షమా॥స్త్రీ॥, క్షితి=భూమికిని, The earth; క్షా

మా(యుక్తే)క్షమం (శక్తే హితే త్రిషు) ।

న్త్యోః=ఓర్పునకును, Patience; ॥న॥యుక్తే=ఉచితమయినదానికిని, Fit; ॥త్రి॥ శక్తే = సమర్థునికిని, Able; హితే=హితునికినిపేరు, Benevolent.

(త్రిషు)శ్యామా (హరిత్కృష్ణౌ) శ్యామా (స్యాచ్ఛారిబా నిశా) ॥ ౨౯౯ ॥

శ్యామః॥త్రి॥,హరిత్ =పచ్చనిదానికిని, Green; కృష్ణౌ=నల్లనిదానికిని, Black; శ్యామా॥స్త్రీ॥, శారిబా=సుగంధపాలకును, Convolvulus argenteus; నిశా=రాత్రికినిపేరు, Night.

లలామం (పుచ్ఛ పుణ్డ్రాశ్వ భూషా ప్రాధాన్య కేతుషు) ।

లలామమ్ [ప]లలామ॥న్,న॥, పుచ్ఛ=తోఁక, A tail; పుణ్డ్ర=తిలకము, A mark on the fore-head; అశ్వ=గుఱ్ఱము, A horse; భూషా=ఆభరణము, An ornament; ప్రాధాన్య = ప్రధానమయినది, Chief; కేతుషు=టెక్కెము, Flag.

సూక్ష్మ (మధ్యాత్మ మప్యా)

సూక్ష్మమ్॥ త్రి॥, అధ్యాత్మమ్=పరమాత్మ, The supreme soul; (అపి) స్వల్పమైనది, An atom.

(దా ప్రధానే) ప్రథమం (త్రిషు) ౨౯౯ ॥

ప్రథమమ్॥త్రి॥, ఆదౌ = మొదటిది, First; ప్రధానే=ముఖ్యమయినది, Chief.

వామా (వల్గు ప్రతీపౌ ద్వౌ)

వామః॥త్రి॥,వల్గు=మనోహరమయినది, Pleasing; ప్రతీపౌ=ప్రతికూలమయినది, Reverse.

వధమా (న్యూనకుత్సితౌ) ।

అధమః ॥త్రి॥, న్యూన= కొదువయైనది, Low; కుత్సితౌ=నిందింపఁబడినది, Vile.

(జీర్ణంచ పరిభుక్తంచ) యాతయామ (మిదం ద్వయమ్)॥ ౩౦౦॥

యాతయామమ్॥త్రి॥, జీర్ణంచ=చివికినది, Old; పరిభుక్తంచ=అనుభవింపఁబడినది, Used.

॥ ఇతిమాన్తాః. ॥

॥మాన్తనానార్థకశబ్దములు ముగిసెను.॥

(తురఙ్గగరుడౌ) తార్క్ష్యౌ

తార్క్ష్యః॥పు॥, తురంగ = గుఱ్ఱమునకును, A horse; గరుడౌ=గరుడునికినిపేరు, Garuda.

(నిలయాపచయౌ)క్షయౌ ।

క్షయః॥పు॥, నిలయ=ఇంటికిని, A house; అపచయౌ=నాశమునకునుపేరు, Destruction.

శ్వశుర్యౌ (దేవరశ్యా

శ్వశుర్యః॥ పు॥, దేవర = మగనితోఁడఁబుట్టిన

లా)

వాఁడు, Husband's brother; శ్యాలా=ఆలితోడఁబుట్టినవాఁడు, Wife's brother.

భ్రాతృవ్యో భ్రాతృజద్విషౌ॥ ౩౦౧॥

భ్రాతృవ్యః ॥పు॥, భ్రాతృజ = తోడఁబుట్టినవానికొడుకు, Brother's son; ద్విషౌ=పగవాఁడు, An enemy.

పర్జన్యౌ (రసదబ్దేన్ద్రౌ)

పర్జన్యః॥పు॥, రసత్=ఉఱుముచున్న, అబ్ద=మేఘము, A thunder-cloud; ఇన్ద్రౌ=ఇంద్రుఁడు, Indra.

(స్యా) దర్యః (స్వామి వైశ్యయోః)।

అర్యః॥ పు॥, స్వామి=ప్రభువు, Master; వైశ్యయోః=వైశ్యుఁడు, Vysia.

తిష్యః (పుష్యే కలియుగే)

తిష్యః॥పు॥, పుష్యే= పుష్యనక్షత్రమునకును, కలియుగే=కలియుగమునకును పేరు.

పర్యాయో (ఽవసరే క్రమే)॥ ౩౦౨॥

పర్యాయః॥పు॥, అవసరే=అవసరము, Opportunity; క్రమే=వరుస, Succession.

ప్రత్యయో (ఽధీనశపథ జ్ఞాన విశ్వాస హేతుషు। రన్ధ్రేశబ్దే)ఽ

ప్రత్యయః॥పు॥, అధీన=అధీనము, Subjection; శపథ=శపథము, Oath; జ్ఞాన= తెలివి, Knowledge; విశ్వాస=విశ్వాసము, Trust; హేతుషు= హేతువు, Cause; రన్ధ్రే=అవకాశము, A hole; శబ్దే=కృత్తద్ధితములు మొదలగుప్రత్యయము, An affix.

(థా)నుశయో(దీర్ఘ ద్వేషానుతాపయోః) ౩౦౩॥

అనుశయః॥పు॥, దీర్ఘ ద్వేష=దీర్ఘ ద్వేషము, An old enmity; అనుతాపయోః = పశ్చాత్తాపము, Repentance.

స్థూలోచ్చయ (స్త్వసాకల్యే గజానాం మధ్యమే గతే)।

స్థూలోచ్చయః॥పు॥, అసాకల్యే=సంపూర్ణము గాకుండుట, Incompleteness ; గజానామ్=ఏనుఁగులయొక్క, మధ్యమే=నడితరమయిన, గతే=(తీవ్రమును మందమునుకాని) గమనము, An elephant's middle pace.

సమయాః (శపథాచార కాల సిద్ధాన్త సంవిదః)॥ ౩౦౪॥

సమయః॥ పు॥ ౧, శపథ=శపథము, An oath; ఆచార = ఆచారము, Usage; కాల = కాలము, Time; సిద్ధాన్త = సిద్ధాన్తము, Demonstrated conclusion;సంవిదః=జ్ఞానము; సంకేతము(convention) మొదలయినది·

(వ్యసనా న్యశుభం దైవం విపది) త్యనయా (స్త్రియః) ।

అనయః॥పు॥, వ్యసనాని= జూదము మొదలైన సప్తవ్యసనములు, Vice; అశుభం దైవమ్= పూర్వమునం జేసిన యశుభకర్మము, Ill fortune; విపత్ = ఆపద, Calamity.

అత్యయో (ఽతిక్రమే కృచ్ఛ్రే దోషే దణ్డే ఽప్య)

అత్యయః॥ పు॥, అతిక్రమే = అతిక్రమించుట, Transgression; కృచ్ఛ్రే = దుఃఖము, Distress; దోషే=దోషము,Fault. దణ్డే=దండము, Punishment; (అపి) నాశము, Destruction.

(థా౽పది॥౩౦౫॥ యుద్ధాయత్యోః) స్సంపరాయః

సంపరాయః ॥ పు॥, ఆపది=ఆపద, Calamity; యుద్ధ=యుద్ధము, War; ఆయత్యోః=భవిష్యత్కాలము, Futurity.

పూజ్య(స్తు శ్వశురే ఽపిచ)।

పూజ్యః॥పు॥,శ్వశురేచ=మామ, Father-in-law; (అపి)పూజార్హుఁడు, Respectable.

(పశ్చాదవస్థాయిబలం సమవాయశ్చ) సన్నయా॥ ౩౦౬॥

సన్నయః॥పు॥, పశ్చాత్ అవస్థాయి బలమ్= సేనకు వెనుకనుండుదుముదారిపౌఁజు, Rear guard; సమవాయః= సమూహము, Multitude.

(సఙ్ఘాతే సన్నివేశేచ) సంస్త్యాయః

సంస్త్యాయః॥పు॥ సఙ్ఘాతే=సమూహము,Assemblage; సన్నివేశే=ఊరిచుట్టునుండు బయలు, Vicinity; (చ) గృహము, A house.

ప్రణయా (స్త్వమీ। విస్రమ్భ యాచ్ఞా ప్రేమాణో)

ప్రణయః॥పు॥,విస్రమ్భ=పరిచయము, Acquaintance; యాచ్ఞా=అడుగుట, Solicitation; ప్రేమాణః= ప్రేమ, Affection.

(విరోధే౽పి) సముచ్ఛ్రయః॥ ౩౦౭॥

సముచ్ఛ్రయః॥పు॥విరోధే=వైరము, Enmity; (అపి) పొడవు, Elevation.

విషయో (యస్యయో జ్ఞాత స్తత్రశబ్దాదికేష్వపి)

విషయః॥పు॥, యస్య=ఎవనికి, యః=ఏది,జ్ఞాతః= పరిచయముచేయఁబడునో, తత్ర= అది, Subject matter; శబ్దాదికేషు = శబ్దస్పర్శరూపరసగంధములు, Object of sense; (అపి) దేశము, Country.

(నిర్యాసేఽపి) కషాయోఽ(ఽస్త్రీ)

కషాయః॥పు॥,నిర్యాసే=కషాయము,Infusion; (అపి)ఒగరు, Astringent taste; మైపూఁత, Smearing; perfume.

(సభాయాంచ) ప్రతిశ్రయః॥ ౩౦౭॥

ప్రతిశ్రయః॥పు॥,సభాయామ్=సభ, Assembly; (చ) ఉనికిపట్టు, Refuge; గృహము, House.

ప్రాయో (భూమ్న్యన్తగమనే)

ప్రాయః॥పు॥, భూమ్ని = బాహుళ్యము, Frequency; అన్తగమనే =మరణార్థమై యాహారము లేకయుండుట, Starving oneself to death; ఇదికాక సమాసమునందుత్తరపదమయి సదృశార్థమగును, Similar.

మన్యు (ర్దైన్యే క్రతౌ క్రుధి)।

మన్యుః॥పు॥; దైన్యే= దైన్యము, Distress; క్రతౌ=యజ్ఞము, Sacrifice; క్రుధి=కోపము, Anger.

(రహస్యోపస్థయో) ర్గుహ్యం

గుహ్యమ్॥త్రి॥, రహస్య = దాఁచఁదగినది, A secret; ॥న॥ ఉపస్థయోః=స్త్రీపురుషగుహ్యావయవము,Privy part; ॥పు॥ తాఁబేలు, Tortoise.

సత్యం (శపథతథ్యయోః)॥ ౩౦౮॥

సత్యమ్॥న॥, శపథ=ఆన, An oath; ॥త్రి॥తథ్యయోః = నిజము, Truth; యుగభేదలోకభేదములకును పేరనికొందఱు.

వీర్యం (బలేప్రభావే చ)

వీర్యమ్॥న॥,బలే=సత్త్వ, Animal strength; ప్రభావే=ద్రవ్యశక్తి, Dignity; (చ)రేతస్సు, Semen virile; తేజస్సు, Splendour.

ద్రవ్యం (భవ్యేగుణాశ్రయే)।

ద్రవ్యమ్॥న॥,భవ్యే=మంచిపదార్థము,Substance; గుణాశ్రయే= గుణాశ్రయమైనవస్తువు, The substratum of qualities; భవ్యుఁడనఁగా భాగ్యసంపన్నుఁడనియు యోగ్యుఁడనియు కొందఱు. wealthy, right.

ధిష్ణ్యం (స్థానే గృహే భేఽగ్నౌ)

ధిష్ణ్యమ్॥న॥,స్థానే=తావునకును, A place; గృహే = ఇంటికిని, House; భే = నక్షత్రమునకును, An asterism; ॥పు॥అగ్నౌ=అగ్నికిని పేరు.

భాగ్యం (కర్మశుభా శుభమ్) ॥ ౩౧౦॥	భాగ్యమ్॥ న॥, శుభాశుభమ్=శుభమును అశుభమునైన, కర్మ = కర్మమునకుపేరు, Destiny; good luck; ill fate.
(కశేరుహేమ్నో)ర్గాఙ్గేయం	గాఙ్గేయమ్॥ న ॥ ౧, కశేరు = తామరకలువ మొదలయినదాని దుంపకును, A pignut; హేమ్నః=బంగారమునకును పేరు, Gold.
విశల్యా (దన్తికాऽపిచ) ।	విశల్యా॥సీ॥౧, దన్తికాచ = దంతిచెట్టునకును, (అపి) పాపరచెట్టునకును, తతిగొట్టు చెట్టునకును, నాఁగేటిచాలికూరకును పేరు.
వృషాకపాయీ (శ్రీగార్యోః)	వృషాకపాయీ॥సీ॥౧, శ్రీ=లక్ష్మికిని, గార్యోః= పార్వతికిని పేరు.
రభిఖ్యా (నామ శోభయోః)॥ ౩౧౧॥	అభిఖ్యా॥సీ॥౧, నామ= నామధేయమునకును, Name; శోభయోః= కాంతికిని పేరు, Beauty.
(ఆరమ్భేనిష్కృతిశ్శిక్షా పూజనం సంప్రధారణమ్ । ఉపాయః కర్మ చేష్టాచ చికిత్సాచనవ) క్రియాః॥ ౩౧౨॥	క్రియా॥ సీ॥౧, ఆరమ్భః=ఉద్యోగము, Beginning; నిష్కృతిః = ప్రాయశ్చిత్తము, Atonement; శిక్షా=శిక్ష, Instruction; పూజనమ్ =పూజనము, Worship; సంప్రధారణమ్ = వ్యవహారమునందు నిశ్చయమునుబుట్టించులిఖితసాక్ష్యాదులు, Judicial investigation; ఉపాయః=ఉపాయము, Expedient; కర్మ=వ్యాపారము, Act; చేష్టా=బుద్ధిపూర్వకవ్యాపారము, Practice; చికిత్సా=చికిత్స, Remedy; నవ=ఈతొమ్మిదింటికిపేరు, (చ) ధాత్వర్థము మొదలయునది, A verb.
ఛాయా (సూర్యప్రియా కాన్తిః ప్రతిబిమ్బమనాతపః)।	ఛాయా॥సీ॥౧,సూర్యప్రియా=సూర్యునిభార్య; కాన్తిః=కాంతి,Beauty; ప్రతిబిమ్బమ్=ప్రతిబింబము, Reflected image; అనాతపః=నీడ, Shade.
కక్ష్యా (ప్రకోష్ఠేహర్మ్యాదేః కాఞ్చ్యాం మధ్యేభబన్ధనే)॥ ౩౧౩॥	కక్ష్యా॥ సీ ॥ ౧, హర్మ్యాదేః = మేడలుమొదలయిన రాజగృహములయొక్క, ప్రకోష్ఠే =అంతరువులు, *Enclosure of an edifice ; కాఞ్చ్యామ్=

* A rope round an elephant's body.

మొలనూలు, A string of bells; మధ్యేభబన్ధనే *=ఏనుఁగునడుమునఁ గట్టుమోకు,

కృత్యా (క్రియాదేవతయోస్త్రిషుభేద్యేధనాదిభిః) ।

* Seduced from an alliance.

కృత్యా॥స్త్రీ॥, క్రియా= చేయుట, An act; దేవతయోః= దేవతావిశేషము, A certain deity; ॥త్రి॥ ధనాదిభిః=ధనాదులచేత, భేద్యే*= లోఁబఱచుకొనందగిన పరరాష్ట్రరాజులు మొదలయినవారు.

జన్యం (స్యాజ్జనవాదేఽపి)

జన్యమ్॥త్రి॥, జనవాదే=లోకాపవాదము, A rumour; (అపి) యుద్ధము; ॥పు॥ పెండ్లికొడుకు చెలికాండ్రు, Bride's attendants; పెండ్లికొమారితభృత్యాదులు, Bridegroom's companions; తండ్రి, Father.

జఘ (న్యోన్త్యేఽధమేఽపిచ)॥ ౩౧౪॥

జఘన్యః ॥త్రి॥, అన్త్యే= వెనుకఁబుట్టినవాఁడు, Last; అధమేచ = అధముఁడు, Worst, lowest; (అపి) శిశ్నము, The penis.

(గర్హ్యాధీనౌచ) వక్తవ్యౌ

వక్తవ్యః॥త్రి॥, గర్హ్యే = కుత్సితుఁడు, Reprehensible; అధీనౌ = చెప్పినట్టుచేయువాఁడు, Dependent; (చ)పలుకందగినశబ్దము,Fit to be said.

కల్యౌ (సజ్జ నిరామయౌ) ।

కల్యః॥త్రి॥, సజ్జ=సంపాదింపంబడినది, Ready; నిరామయౌ=రోగములేనిది, Healthy.

(ఆత్మవానసపేతోఽర్థా) దర్థ్యౌ

అర్థ్యః॥త్రి॥, ఆత్మవాన్ = ఎఱుకగలవానికిని, Intelligent; అర్థాత్ = అర్థమువలన, అనపేతః = ఎడఁబాయనివానికిని పేరు, Wealthy.

పుణ్యం (తుచార్వపి)॥ ౩౧౫॥

పుణ్యమ్॥న॥, చారు= ఒప్పిడిదానికిని, Pleasing; (అపి) సుకృతమునకును పేరు, A good action.

రూప్యం (ప్రశస్తరూపేఽపి)

రూప్యమ్॥ త్రి॥, ప్రశస్తరూపే=సౌందర్యముగలదానికిని, Beautiful; ॥న॥ముద్రవేసినబంగారునకును వెండికిని పేరు, Gold or silver coin.

వదాన్యో (వల్గువాగ

వదాన్యః॥త్రి॥, వల్గువాక్ = లెస్సగామాటలాడు

పి) ।	వాఁడు, Eloquent; (అపి) దాత, Generous.
(న్యాయ్యేఽపి) మధ్య	మధ్యః॥త్రి॥,న్యాయ్యే=ఉచితమయినది, Just, reasonable; (అపి) ॥పు॥ నడుము, Middle.
స్సౌమ్యం (తుసున్దరే సోమదైవతే)॥ ౩౧౬॥	సౌమ్యమ్॥త్రి॥,సున్దరే=ఒప్పైడునది,Handsome; సోమదైవతే=సోముఁడు దేవతగాఁగలహవిస్సూక్తములు, Sacred to the moon.
ఇతియాన్తాః.	యాన్తనానార్థకశబ్దములు ముగిసెను.
(నివహావసరౌ)వారౌ	వారః॥పు॥, నివహా=సమూహము, Multitude; అవసరౌ=అవసరము, Occasion.
సంస్తరౌ (ప్రస్తరాధ్వరౌ) ।	సంస్తరః॥పు॥, ప్రస్తర = దర్భాదులచేతఁజేయఁబడినపాన్పు, A bed of grass or bark; అధ్వరౌ=యజ్ఞము, A sacrifice.
గురూ (గీష్పతిపిత్రాద్యౌ) A spiritual teacher.	గురుః॥పు॥,గీష్పతి=బృహస్పతి,Jupiter;పిత్రాద్యౌ=తండ్రిమొదలైనపూజ్యులు, A parent or other venerable relative; భారవస్తువు, Heavy, great.
ద్వాపరౌ (యుగసంశయౌ)॥ ౩౧౭॥	ద్వాపరః॥పు॥, యుగ=మూఁడవయుగము, The third age; సంశయౌ=సంశయము, Doubt.
ప్రకారౌ (భేద సాదృశ్యే)	ప్రకారః॥పు॥, భేద=భేదమునకును, Difference; సాదృశ్యే=పోలికకునుపేరు, Similitude.
ఆకారౌ (విఙ్గితాఽకృతీ) ।	ఆకారః॥పు॥,ఇఙ్గిత=అభిప్రాయసూచకమయినచేష్ట, Hint; ఆకృతీ=అభిప్రాయసూచకమయిన ముఖతాగ్రాదివికారము, Expression of the face; form.
కింశారూ (ధాన్యశూకేషూ)	కింశారుః॥పు॥, ధాన్యశూక=వరిముల్లు, Beard of corn; ఇషూ=బాణము, An arrow.
మరూ (ధన్వ ధరాధరౌ) ॥ ౩౧౮॥	మరుః॥పు॥, ధన్వ=నిర్జలభూమి, A country void of water; ధరాధరౌ=పర్వతము, A mountain.
అద్రయో (ద్రుమశైలార్కాః)	అద్రిః॥పు॥, ద్రుమ=వృక్షము, A tree; శైల=పర్వతము, A mountain; అర్కాః=సూర్యుఁడు, The sun.

స్త్రీస్తనాబ్దౌ) పయోధరౌ।

పయోధరః ॥ పు ॥, స్త్రీస్తన = స్త్రీస్తనము, A woman's breast ; అబ్దౌ=మేఘము, A cloud.

(ధ్వాన్తారిదానవా) వృత్రా

వృత్రః॥పు॥,ధ్వాన్త=చీఁకటి, Darkness;అరి=శత్రువు, A foe; దానవాః=వృత్రాసురుఁడు.

(బలి హస్తాంశవః) కరాః॥ ౩౧౯॥

కరః॥పు॥,బలి=అప్పనము, Tax; హస్త=చేయి, Hand; అంశవః=కిరణము, Ray of light.

ప్రదరా (భఙ్గ నారీరుగ్బాణా)

ప్రదరః॥ పు॥,భఙ్గ=విఱుచుట, Splitting ; నారీరుక్ = స్త్రీలయొక్క రక్తస్రావవ్యాధి, Excess of menstruation; బాణాః=అమ్ము, An arrow.

అస్రాః (కచాఅపి) ।

అస్రః [పా] ఆస్రః॥పు॥,కచాః = వెండ్రుకలు, Hair; (అపి) ॥న॥ నెత్తురు, Blood, కన్నీళ్లు, A tear.

(అజాతశృఙ్గో గౌః కాలేఽ ప్యశ్మశ్రుర్నా చ) తూబరః॥ ౩౨౦॥

తూబరః॥పు॥,కాలే=కాలమునందు,అజాతశృఙ్గః=కొమ్ములురాని, గౌః=ఎద్దునకును, A hornless bull; అశ్మశ్రుః=గడ్డముమీసము రాని పురుషునికిని పేరు, A beardless man.

(స్వర్ణేఽపి) రాః

రాః॥ఐ,పు॥,స్వర్ణే = బంగారు, Gold, wealth; (అపి) పదార్థము, Property.

పరికరః (పర్యఙ్క పరివారయోః)।

పరికరః॥పు॥, పర్యఙ్క=మంచము, A bed; పరివారయోః=పరివారము, A dependent.

(ముక్తాశుద్ధౌచ) తార (స్స్యాత్)

తారః ॥పు॥, ముక్తాశుద్ధౌ = ముత్యాలశుద్ధి, Elegance of a pearl; (చ) ॥సీ॥నక్షత్రము,A star; కనుగ్రుడ్డు, The pupil of the eye; ॥త్రి॥ గొప్ప ధ్వని, A high note.

శారో (వాయౌసతు త్రిషు ॥ ౩౨౧ ॥ కర్బురేఽ)

శారః॥౧, వాయౌ=వాయువునకు పేరయినపుడు, ॥పు॥, Air; కర్బురే=నానావర్ణములుగలదానికి పేరయినపుడు॥త్రి॥, Variegated.

(థ ప్రతిజ్ఞాఽజి సంవిదాపత్సు) సఙ్గరః।

సఙ్గరః॥ పు॥,ప్రతిజ్ఞా=ప్రతిజ్ఞ, Promise; ఆజి = యుద్ధము; సంవిత్ =క్రియానిశ్చయము, Bargain; ఆపత్సు=ఆపద, Calamity.

(వేదభేదేగుప్తవాదే) మన్త్రో

మన్త్రః॥పు॥, వేదభేదే= గాయత్ర్యాది వేదమంత్రములు, Prayers of the Vedas; గుప్తవాదే= రహస్యాలోచనము, Secret consultation.

మిత్రో (రవావపి)॥ ౩_౨౨॥

మిత్రః॥పు॥, రవౌ = సూర్యునికిని, The sun; (అపి)॥న॥ చెలికానికినిపేరు, A friend.

(మఖేషు యూపఖణ్డేఽపి) స్వరు

స్వరుః॥పు॥, మఖ=యజ్ఞము, A sacrifice; ఇషు=బాణము, An arrow; యూపఖణ్డే= యూపస్తంభముయొక్క తునుక, A piece of sacrificial post; (అపి) వజ్రాయుధము, Thunderbolt.

(గుహ్యే) ప్యవస్కరః॥

అవస్కరః॥పు॥, గుహ్యే=స్త్రీపురుషుల గుహ్యప్రదేశము, Privy part; (అపి) మలము, Excrement; కడవయుడుగు అంట్లు, Sweepings.

ఆడమ్బర (స్తూర్యరవే గజేన్ద్రాణాంచగర్జితే)॥ ౩_౨౩॥

ఆడమ్బరః॥పు॥, తూర్యరవే=వాద్యధ్వని, Noise of trumpets; గజేన్ద్రాణామ్= ఏనుఁగులయొక్క, గర్జితే=గర్జనము, Roaring of large elephants; (చ) సంరంభము, Making a show.

అభిహారో (ఽభియోగేచ చౌర్యే సన్నహనేఽపిచ)॥

అభిహారః॥పు॥, అభియోగే=అపకారము చేయుటకొఱకు నెదిరించి యాక్రమించుట, A brisk assault; చౌర్యే=దొంగిలించుట, Robbery; సన్నహనే=ఆయత్తపడుట, Preparation.

(స్యాజ్జఙ్గమే) పరీవారః (ఖడ్గకోశే పరిచ్ఛదే)॥

పరీవారః॥పు॥, జఙ్గమే=పరిజనము, An attendant; ఖడ్గకోశే=కత్తియొఱ, A scabbard; పరిచ్ఛదే= ఛత్రచామరాద్యుపకరణము, The insignia of dignity.

విష్టరో (విటపీదర్భముష్టిఃపీఠాద్య మాసనమ్)॥

విష్టరః॥పు॥, విటపీ=వృక్షము, A tree; దర్భముష్టిః=దర్భపిడికిలి, A handful of sacred grass; పీఠాద్యంఆసనమ్=పీఁటమొదలైన యాసనము, A stool.

(ద్వారి ద్వార్స్థే) ప్రతీహారః (ప్రతీహార్యప్యనన్తరే)॥ ౩_౨౪॥

ప్రతీహారః॥పు॥, ద్వారి=వాకిలి, A door; ద్వార్స్థే = వాకిటి కావలివాఁడు, A porter; ప్రతీహారీ ॥ న్ ॥ - అనియు రూపముగలదు, వాకిలిగా

చుస్త్రీకి, ప్రతిహారీ॥సీ॥ అనిపేరు, A female porter.

(విపులేనకులే విష్ణౌ) బభ్రు(ర్నా పిఙ్గలేత్రిషు) ।

బభ్రుః॥ పు॥, విపులేనకులే = గొప్పముంగిస, A large ichneumon; విష్ణౌ = విష్ణువు, Vishnu; ॥త్రి॥ పిఙ్గలే=పచ్చనిది, Tawny.

సారో (బలే స్థిరాంశే చ న్యాయ్యే క్లీబం వరే త్రిషు)॥ ౩_౨౬॥

సారః॥పు॥, బలే=సత్తువ, Strength; స్థిరాంశే =స్థిరాంశము, Essence;॥న॥ న్యాయ్యే=యుక్తము, Propriety; (చ) మెదడు, Marrow, ॥త్రి॥ వరే = శ్రేష్ఠము, Excellent.

దురోదరో (ద్యూతకారే పణే ద్యూతే దురోదరమ్) ।

దురోదరః॥ పు॥, ద్యూతకారే = జూదమాడువాఁడు, A gamester; ॥న॥ పణే=పందెము, A stake; ద్యూతే=జూదము, Gaming.

(మహారణ్యే దుర్గపథే) కాన్తారం (పున్నపుంసకమ్)॥ ౩_౨౭॥

కాన్తారమ్॥ ప్న॥, మహారణ్యే = దొడ్డయడవి, A forest; దుర్గపథే = పోవశక్యముకాని త్రోవ, A difficult road.

మత్సరో (ఽన్యశుభద్వేషే తద్వత్కృపణయోస్త్రిషు) ।

మత్సరః॥పు॥, అన్యశుభద్వేషే = పరులమేలు చూడఁజాలమికిని, Envy; ॥త్రి॥ మత్సరముగలవానికిని, Envious; కృపణునికిని పేరు, Niggardly.

(దేవాద్వృతే) వర(శ్శ్రేష్ఠే త్రిషు క్లీబే మనాక్ప్రియే)॥ ౩_౨౮॥

వరః॥పు॥, దేవాత్ వృతే = దేవతలవలనఁబొందఁబడినయభీష్టము, A boon; ॥త్రి॥ శ్రేష్ఠే=శ్రేష్ఠవస్తువు, Excellent; మనాక్ప్రియే = ఇంచుకంతప్రియమయినది, A little approved; అపుడు॥అవ్య॥

(వంశాఙ్కురే) కరీరో (ఽస్త్రీ తరుభేదే ఘటే చ నా)।

కరీరః॥ప్న॥, వంశాఙ్కురే= వెదురుకొమ్మ, Shoot of a bamboo; ॥పు॥ తరుభేదే = వెణుతురుచెట్టు, ఘటే=కడవ, A jar.

(నా చమూజఘనే హస్తసూత్రే) ప్రతిసరో(ఽస్త్రియామ్)॥ ౩_౨౯॥

ప్రతిసరః॥పు॥, చమూజఘనే= సేనవెనుకదిక్కు, Rear-guard; ॥ప్న॥ హస్తసూత్రే= పెండ్లిలోఁగట్టు కంకణపుదారము, A string worn on the wrist at wedding.

(యమానిలేన్ద్ర చ

హరిః॥పు॥, యమే = యమునికిని, అనిలే=వాయు

న్ద్రార్క విష్ణు సింహాంశు వాజిషు। శుకాహికపిభేకేషు) హరి (ర్నా కపిలే త్రిషు॥ ౩౩౦॥

వునకును, ఇన్ద్ర=ఇంద్రునికిని, చన్ద్ర=చంద్రునికిని, అర్క=సూర్యునికిని, విష్ణు=విష్ణువునకును, సింహ=సింహమునకును, అంశు=కిరణమునకును, వాజిషు=గుఱ్ఱమునకును, శుక=చిలుకకును, అహి=పామునకును, కపి=కోఁతికిని, భేకేషు= కప్పకును;॥ త్రి॥ కపిలే=బంగారుచాయ గలదానికిని పేరు, Tawny.

శర్కరా (కర్పరాంశేఽపి)

శర్కరా॥స్త్రీ॥,కర్పరాంశే= పెంచు, Potsherd; (అపి) మొరపనేల, Soil abounding in stony nodules; పంచదార, Candied sugar.

యాత్రా (స్యాద్యాపనే గతౌ)।

యాత్రా॥స్త్రీ॥, యాపనే=భోజనము మొదలైనవర్తనము,Livelihood;గతౌ=గమనము, Travelling.

ఇరా (భూ వాక్సురాఽప్సుస్యాత్)

ఇరా॥స్త్రీ॥,భూ=భూమి, The earth; వాక్=వాక్కు, Speech; సురా=మద్యము, Ardent spirit; అప్సు=నీళ్లు, Water.

తన్ద్రీ (నిద్రా ప్రమీలయోః)॥ ౩౩౧॥

తన్ద్రీ[పా]తన్ద్రా॥స్త్రీ॥, నిద్రా=నిద్ర,Drowsiness; ప్రమీలయోః=ఒడలెఱుంగకుండుట, Lassitude.

ధాత్రీ (స్యాదుపమాతాఽపి క్షితి ర ప్యామలక్యపి)।

ధాత్రీ॥స్త్రీ॥, ఉపమాతా= దాది, A nurse; క్షితిః=భూమి, The earth; ఆమలకీ = ఉసిరికచెట్టు, An emblic myrobalan.

క్షుద్రా (వ్యఙ్గా నటీ వేశ్యా సరఘా కణ్టకారికా॥ ౩౩౨॥ త్రిషు క్రూరేఽధమేఽల్పే ఽపి) క్షుద్రం

క్షుద్రా॥స్త్రీ॥, వ్యఙ్గా=అంగహీనురాలు, A crippled woman; నటీ=నాట్యమాడుస్త్రీ, A dancing girl; వేశ్యా=వేశ్య, A whore; సరఘా=తేనెటీఁగ, A bee; కణ్టకారికా=వాకుడుచెట్టు, An egg-plant; ॥త్రి॥ క్రూరే=క్రూరుఁడు, Cruel; అధమే=అధముఁడు, Low; అల్పే=కొంచెమైనది, Trifling; (అపి) కృపణుఁడు, Miserly.

మాత్రా(పరిచ్ఛదే।అల్పేచపరిమాణేచ) మా

మాత్రా॥ స్త్రీ॥, పరిచ్ఛదే=పరివారము, Requisites; అల్పే = కొంచెము, A little; పరిమాణే = కొలఁది, Quantity; (చ) అక్షరావయవము ॥న॥

*Half a short syllable.

త్రం (కార్త్స్న్యే ఽవ ధారణే)॥ 333॥

కార్త్స్న్యే=సకలము, The whole; అవధారణే= నిశ్చయము, Only.

(ఆలేఖ్యా ఽ శ్చర్య యో) శ్చిత్రం

చిత్రమ్॥న॥, ఆలేఖ్య=చిత్తరువు, Painting; ఆశ్చర్యయోః=అద్భుతము, Wonder.

కలత్రం (శ్రోణిభార్య యోః)।

కలత్రమ్॥న॥, శ్రోణి=పిఱుఁదు, The hip and loins; భార్యయోః=పెండ్లము, A wife.

(యోగ్యభాజనయోః) పాత్రం

పాత్రమ్॥న॥, యోగ్య=యోగ్యుఁడు, Capable; భాజనయోః=భోజనపాత్రము, A vessel; నద్యాదుల రెండుదరులనడుము, The channel of a river.

పత్త్రం (వాహనపక్ష యోః)॥ 334॥

పత్త్రమ్॥ న॥, వాహన = వాహనము, A vehicle; పక్షయోః=ఱెక్క, A wing.

(నిదేశ గ్రన్థయో) శ్శాస్త్రం

శాస్త్రమ్॥న॥, నిదేశ=ఆజ్ఞ, Command; గ్రన్థయోః=వ్యాకరణాదిగ్రంథములు, Institutes of a science.

శస్త్ర (మాయుధలో హయోః।

శస్త్రమ్॥న॥,ఆయుధ=ఆయుధము, A weapon; లోహయోః=లోహము, Iron.

(స్యా జ్జటా ఽంశుక యో) ర్నేత్రం

నేత్రమ్॥న॥, జటా=చెట్టువేరు, Root of a tree; అంశుకయోః=వెలిపట్టుచీర, Wove silk bleached; ఇదిగాక కంటికిని పేరు, An eye; The rope of a churn.

క్షేత్రం (పత్నీ శరీర యోః)॥ 335॥

క్షేత్రమ్॥న॥, పత్నీ=పెండ్లము, A wife; శరీరయోః=దేహము, Body; మడి, A field; సిద్ధస్థానము, A holy spot.

(ముఖాగ్రే క్రోడహలయోః) పోత్రం

పోత్రమ్॥ న॥, క్రోడహలయోః ముఖాగ్రే= పందిమూతి, Snout of a hog; నాఁగేటికొన, Fore-part of a plough.

గోత్రం (తునామ్ని చ)।

గోత్రమ్॥న॥, నామ్ని=నామధేయము, Name; (చ) కులము, Family, race; ద్రవ్యము, Wealth; ॥పు॥ పర్వతము, Mountain; ॥ స్త్రీ ॥ భూమి, The earth; గోసమూహము, A herd of kine.

సత్త్ర (మాచ్ఛాదనే యజ్ఞే సదాదానేవనేఽపిచ)॥ ౩౩౬॥	సత్త్రమ్॥న॥, ఆచ్ఛాదనే=గృహము, A house, covering; యజ్ఞే=యజ్ఞవిశేషము, Sacrifice; సదాదానే=ఎడతెగని యీవి, Liberality; వనేచ=వనము, A forest; (అపి) డంభము, Fraud.
అజిరం (విషయే కాయే)	అజిరమ్॥న॥, విషయే=శబ్దాదివిషయము, Object of perception; కాయే=శరీరము, Body; (అపి) ముంగిలి, A court-yard; వాయువు, Wind.
ప్యమ్బరం (వ్యోమ్ని వాససి)।	అమ్బరమ్॥న॥, వ్యోమ్ని = ఆకాశము, The sky; వాససి=వస్త్రము, Apparel.
చక్రం (రాష్ట్రేఽప్య)	చక్రమ్॥న॥, రాష్ట్రే=దేశము, Realm; (అపి) సైన్యము, An army; బండికన్ను, Wheel; సుడిగుండము, Whirlpool; కుమ్మరసాన, A potter's wheel; ఆయుధవిశేషము, A sharp discus; ॥పు॥ చక్రవాకపక్షి, A ruddy goose; సమూహము, Multitude.
ఽక్షరం (తు మోక్షేఽపి)	అక్షరమ్॥న॥, మోక్షే=మోక్షము, The final beatitude; (అపి) అకారాదివర్ణము, A letter; పరబ్రహ్మ, The supreme soul.
క్షీర (మప్సుచ)॥ ౩౩౭॥	క్షీరమ్॥న॥, అప్సు=నీళ్లు, Water; (చ) పాలు, Milk.
(స్వర్ణేఽపి) భూరి చన్ద్రౌ (ద్వౌ)	భూరి॥న॥, స్వర్ణే=బంగారము, Gold; (అపి)॥త్రి॥ బహుళము, Numerous. చన్ద్రః॥పు॥, బంగారము, (అపి) చంద్రుఁడు, కర్పూరము, Camphor; జలము, Water.
(ద్వారమాత్రేఽపి) గోపురమ్।	గోపురమ్॥న॥, ద్వారమాత్రే=వాకిలిమాత్రము, Door; (అపి) పట్టణపువాకిలి, A town gate; తుంగముస్తలు, Cyperus grass.
(గుహాదమ్భౌ) గహ్వరే (ద్వే)	గహ్వరమ్॥న॥, గుహా = గుహ, A cavern; దమ్భః=కపటము, Pride, fraud.

(రహోన్తిక) ముపహ్వరే॥౩౩౯॥	ఉపహ్వరమ్॥ న ॥ ౧, రహః = ఏకాంతము, Solitude; అన్తికమ్=సమీపము, Near.
(పురోఽధిక ముప) ర్యగ్రా	అగ్రమ్॥౧,పురః=ముందర, Front; అధికమ్=అధికము, Much; ఉపరి=మీఁద, Top; ॥త్రి॥ ప్రధానము, Chief; ॥న॥ గ్రాసచతుష్టయ ప్రమాణము యినభిక్ష, Four mouthfuls; కొన, Extremity.
(ణ్యగారే నగరే) పురమ్ । మన్దిరం(చా	పురమ్-మన్దిరమ్॥ న॥ ౨, అగారే = ఇంటికిని, A house; పట్టణమునకును, A town.
థ)రాష్ట్రో (౽స్త్రీవిషయే స్యాదుపద్రవే)॥	రాష్ట్రః॥పు॥,విషయే=దేశమునకును,Country; ఉపద్రవే=ఉపద్రవమునకును, Calamity.
దరో (౽స్త్రియాం భయే శ్వభ్రే)	దరః॥పు॥, భయే=భయమునకును, Fear; శ్వభ్రే=గుంటకును, A hole in the ground; ఇంచుకంత యను నర్థమునందు ॥అవ్య॥ A little.
వజ్రో(౽స్త్రీ హీరకే పవౌ)।	వజ్రః॥ పు॥, హీరకే = వజ్రమను రత్నము, Diamond; పవౌ=వజ్రాయుధము, Thunderbolt.
తన్త్రం (ప్రధానే సిద్ధాన్తే సూత్రవాయే పరిచ్ఛదే)॥ ౩౪౦॥	తన్త్రమ్॥ న॥ ప్రధానే = ప్రధానుఁడు, Chief; సిద్ధాన్తే=సిద్ధాంతము, Right conclusion; సూత్రవాయే=నూలిపడుగు, A weaver's batten; పరిచ్ఛదే=పరివారము, Dependants.
ఔశీర (శ్చామరేదణ్డే) ౽ప్యౌశీరం (శయనాసనే)।	ఔశీరః॥పు॥,చామరే = చామరము, A fan; దణ్డే=యష్టి, The handle of a fan; ॥న॥ శయన=శయనము, A bed; ఆసనే=పీఠము, A stool, శయనమనఁగా నిద్రయని కొందఱు. (అపి) ॥త్రి॥వట్టివేళ్లసంబంధమైనది, Fragrant root of grass.
పుష్కరం (కరిహస్తాగ్రే వాద్యభాణ్డముఖే జలే॥ ౩౪౧॥ వ్యోమ్ని ఖడ్గఫలే పద్మే తీర్థౌషధివిశేషయోః।	పుష్కరమ్॥న॥, కరిహస్తాగ్రే= ఏనుఁగుతొండముకొన, Tip of an elephant's trunk; వాద్యభాణ్డముఖే = మద్దెలమొదలైన వాద్యములముఖము, Head of a drum; జలే=నీళ్ళు, Water; వ్యోమ్ని =ఆకాశము, Sky;ఖడ్గఫలే=కత్తివాదర, Edge

	of a scimitar; పద్మ=కమలము, A lotus; తీర్థ=తీర్థవిశేషము, name of a continent; ఓషధివిశేషయోః = ఓషధివిశేషము, A drug.
అన్తర (మవకాశావధి పరిధానాన్తర్ధి భేద తాదర్థ్యే॥3౮౨॥ ఛిద్రా౽త్మీయ వినా బహిరవసరమధ్యే౽న్తరాత్మని చ)।	అన్తరమ్॥న॥, అవకాశ = ఎడము, Intermediate time or space; అవధి=మర్యాద, Period; పరిధాన=కట్టుకోక, Clothing; అన్తర్ధి = మఱుఁగు, Concealment; భేద=విశేషము, Difference; తాదర్థ్యే = దానికొఱకు, Sake; ఛిద్ర = రంధ్రము, Hole; ఆత్మీయ=తనసంబంధమైనది, Own; వినా=అదివెలిగా, other than; బహిః=వెలుపట, Outside; అవసర = అవసరము, Opportune time; మధ్యే=మధ్యప్రదేశము, inside; అన్తరాత్మని=పరమాత్మ, Supreme soul; (చ) అన్యమైనది, Another.
(ముస్తే౽పి) పిఠరం	పిఠరమ్॥న॥, ముస్తే=తుంగముస్తలు, Cyperus rotundus; (అపి) కుండ, A vessel; కవ్వపుకోల, A churning stick.
(రాజికశేరుణ్యపి) నాగరమ్॥ 3౮3॥	నాగరమ్॥న॥, రాజికశేరుణి=భద్రముస్తలు, Cyperus pertenuis; (అపి) సొంటి, Ginger; ॥త్రి॥ నగరసంబంధమయినది, Belonging to a city.
శార్వరం(త్వన్ధతమసే ఘాతుకే భేద్యలిఙ్గకమ్)।	శార్వరమ్॥న॥, అన్ధతమసే= ఘనమయినచీఁకటి, Very dark; ॥త్రి॥ ఘాతుకే=చంపుస్వభావముగలది, Destructive.
గౌరో౽ (రుణే సితే పీతే)	గౌరః॥త్రి॥, అరుణే=ఎఱుపువస్తువునకును, Pale red; సితే=తెలుపువస్తువునకును, White; పీతే=పచ్చనివస్తువునకును పేరు, Yellow.
(వ్రణకార్యప్య)రుష్కరః॥ 3౮౪॥	అరుష్కరః॥త్రి॥, వ్రణకారి = వ్రణమునుచేయునది, Corrosive; (అపి) ॥పు॥ జీడిచెట్టు, Semicarpus Anacardium.
జఠరః (కఠినే౽పిస్యా)	జఠరః॥త్రి॥ ఇది, కఠినే = కఠినమయినవస్తువు,

Hard; (అపి)॥న॥కడుపు, The belly.

(దధస్తాదపి) చాధరః।

అధరః॥, అధస్తాత్ =దిగువనుండువస్తువు, Low; (అపి)॥త్రి॥హీనుఁడు, Inferior;॥పు॥పెదవి, The lip.

(అనాకులేఽపి) చైకాగ్ర్యో

ఏకాగ్రః॥త్రి॥, అనాకులేచ = కలఁకఁబాఱని, Unperplexed;(అపి)సావధానుఁడయిన, Attentive.

వ్యగ్రో (వ్యాసక్త ఆకులే)॥ ౩౮౫॥

వ్యగ్రః॥త్రి॥,వ్యాసక్తే=ఒకదానియందు మనస్సు తగిలిన, Eagerly occupied; ఆకులే=కలఁతపడిన, Distracted, perplexed.

(ఉపర్యుదీచ్య శ్రేష్ఠేష్వ) ప్యుత్తర (స్స్యా)

ఉత్తరః॥త్రి॥,ఉపరి=మీఁదికిని,Superior,high; ఉదీచ్య =ఉత్తరపుదిక్కునందుండుదానికిని, Northern; శ్రేష్ఠేషు=శ్రేష్ఠునికి, Excellent; (అపి) ప్రత్యుత్తరమునకును, An answer.

దనుత్తరః। (ఏషాం విపర్యయే శ్రేష్ఠే)

అనుత్తరః॥త్రి॥, ఏషామ్=వీనియొక్క, విపర్యయే=వ్యత్యాసమునందు అనఁగా మీఁదుగానిదానికిని, Low; ఉత్తరపు దిక్కునందుండనిదానికిని, Southern; శ్రేష్ఠముగానిదానికిని, Worse; శ్రేష్ఠే=శ్రేష్ఠునికిని, Excellent; ప్రత్యుత్తరములేనిదానికిని పేరు, Silent, unable to answer.

(దూరానాత్మోత్తమాః)పరాః ॥ ౩౮౬॥

పరః॥త్రి॥,దూర=దవ్వయినది, Distant;అనాత్మ=తనకంటె నన్యమయినది, Other; ఉత్తమాః=శ్రేష్ఠమయినది, Pre-eminent.

(స్వాదుప్రియౌ తు) మధురౌ

మధురః॥త్రి॥,స్వాదు = తియ్యనైనది, Sweet; ప్రియౌ=ఇష్టమయినది, Pleasing.

క్రూరౌ (కఠిన నిర్దయౌ)।

క్రూరః॥త్రి॥,కఠిన=కఠినమయినది,Hard; నిర్దయౌ=దయలేనివాఁడు, Cruel, pitiless.

ఉదారో (దాతృ మహతోః)

ఉదారః॥త్రి॥,దాతృ = దానముచేయువాఁడు, Generous; మహతోః=దొడ్డవాఁడు, Great.

ఇతర (స్త్వన్య నీచయోః)॥ ౩౮౭॥

ఇతరః॥త్రి॥,అన్య=పరుఁడు, Other; నీచయోః=నీచుఁడు, Low, vile.

(మన్దస్వచ్ఛన్దయోః)

స్వైరః॥త్రి॥,మన్ద=అలసుఁడు, Indolent;స్వచ్ఛ

స్వైరః	స్వైరయోః=స్వతంత్రుఁడు, Independent, uncontrolled.
శుభ్ర ప్రశుక్ల యోః)।	శుభ్రమ్ ॥త్రి॥, ఉద్దీప్తే=ఎక్కలిప్రకాశించు, Splendid; శుక్లయోః=తెల్లని, White.
॥ ఇతిరాన్తాః. ॥	॥ రాన్తనానార్థక శబ్దములు ముగిసెను. ॥
(చూడా కిరీటం కేశాశ్చ సంయతా) మౌలయ(స్త్రయః)। ౩౮౮॥	మౌలిః॥పు॥, చూడా=శిఖ, Lock of hair on the head; కిరీటమ్=కిరీటము, A diadem; సంయతాః కేశాశ్చ=ముడిచిన వెండ్రుకలు, Hair tied on the head.
(ద్రుమప్రభేద మాతఙ్గ కాణ్డ పుష్పాణి) పీలవః।	పీలుః ॥ పు ॥, ద్రుమప్రభేద = గోఁగుచెట్టు; మాతఙ్గ=ఏనుఁగు, An elephant; కాణ్డ=బాణము, Arrow; పుష్పాణి=పుష్పము, Flower.
(కృతాన్తానేహసోః) కాలః	కాలః॥పు॥,కృతాన్త=యముఁడు, Yama; అనేహసోః=కాలము, Time.
(చతుర్థేఽపి యుగే) కలిః॥ ౩౮౯॥	కలిః॥పు॥, చతుర్థేయుగే=నాలవయుగము,The fourth age; (అపి) కలహము, Quarrel.
(స్యాత్కురఙ్గేఽపి) కమలః	కమలః॥పు॥,కురఙ్గే=ఇఱ్ఱి, Deer; (అపి) ॥న॥ తామరపువ్వు, Lotus; నీళ్లు, Water. ॥స్త్రీ॥లక్ష్మి.
(ప్రావారే ఽపి చ) కమ్బలః।	కమ్బలః॥ పు॥, ప్రావారే=ఉత్తరీయము, (అపి) కంబళి, A blanket; గంగడోలు, Dewlap; సర్ప విశేషము, Chief of serpents.
(కరోపహారయోః పుంసి) బలిః (ప్రాణ్యఙ్గజే స్త్రియామ్)॥ ౩౯౦॥	బలిః॥పు॥,కర=అప్పనము,Tax;ఉపహారయోః=పూజోపకరణము, An oblation; ॥స్త్రీ॥ ప్రాణ్యఙ్గజే=జంతువుల యవయవములవలనఁ బుట్టినది, అనఁగా నొడలితఱులు, A wrinkle; బలిచక్రవర్తి, A giant.
(స్థౌల్య సామర్థ్య సైన్యేషు)బలం (నా కాక సీరిణోః)।	బలమ్॥న॥, స్థౌల్య=బలుపు, Bulkiness; సామర్థ్య=సత్తువ, Strength; సైన్యేషు=సేన, Army; ॥పు॥ కాక=కాకి,A crow; సీరిణోః=బలభద్రుఁడు.

వాతూలః (పుంసి వాత్యాయా మపి వాతాసహే త్రిషు)॥ ౩౫౧ ॥

వాతూలః॥పు॥, వాత్యాయామ్=వాయుసమూహము, Whirl-wind; ॥త్రి॥ వాతాసహే=గాలి సహింపనివాఁడు, Gouty; ఉన్మత్తుఁడు, Insane.

(భేద్యలిఙ్గశ్శఠే) వ్యాలః (పుంసి శ్వాపదసర్పయోః

వ్యాలః॥త్రి॥, శఠే=దుర్జనుఁడు, Wicked; ॥పు॥ శ్వాపద=పులి, A tiger; సర్పయోః=పాము, A serpent.

మలో (ఽస్త్రీ పాప విట్కిట్టా) Filth;

మలః॥పు॥, పాప=పాపము, Sin; విట్=విష్ఠ, Excretion; కిట్టాని=వసాశుక్లాది ద్వాదశవిధము లయిన దేహమలములు, Dregs; చిలుము, Rust.

(న్యస్త్రీ) శూలం (రుగాయుధమ్)॥ ౩౫౨ ॥

శూలమ్॥న్న॥, రుక్=శూలరోగము, Colic; ఆయుధమ్=ఆయుధము, A weapon.

(శఙ్కావపిద్వయోః) కీలః

కీలః॥పు॥, శఙ్కౌ=మేకు, A wedge; (అపి) అగ్నిజ్వాల, A flame; ॥ స్త్రీ॥ మోఁచేతిపోటు, A blow with the elbow.

పాలిః (స్త్ర్యశ్ర్యఙ్కపఙ్క్తిషు)।

పాలిః॥స్త్రీ॥, అశ్రి=అంచు, Edge; అఙ్క=చిహ్నము, A mark; పఙ్క్తిషు=పంక్తి, A row; ఇదిగాక మీసాలుగల స్త్రీ, A woman with a beard; ప్రస్థము, A measure of capacity; the hip.

కలా (శిల్పే కాలభేదేఽ)

కలా॥స్త్రీ॥, శిల్పే=చిత్తరువు మొదలయిన పనుల యందలి నేర్పు, A mechanical art; కాలభేదే=౩౦ రెప్పపాట్లుగల కాలము, A measure of time; (అపి) చంద్రునిలోపదియాఱవపాలు, A digit of the moon; విద్య, Skill; వడ్డి, Interest on capital; ॥ త్రి ॥ అవ్యక్తమధురధ్వని*,

* A low and inarticulate tone.

ప్యాలి (స్సఖ్యావలీఅపి)॥ ౩౫౩ ॥

ఆలిః(ప)ఆలీ॥స్త్రీ॥, సఖీ=చెలికత్తె, A companion; ఆవలీ=పంక్తి, A row; (అపి) కట్ట, A bridge.

(అబ్ధ్యమ్బువికృతౌ) వేలా (కాలమర్యాదయో రపి)।

వేలా॥స్త్రీ॥, అబ్ధ్యమ్బువికృతౌ=సముద్రజలవికారము అనఁగా సముద్రము పొంగుట, Tide; కాల=కార్యోచితకాలము, Time; మర్యాదయోః=మర్యాద, Limit; (అపి) చెలియలికట్ట, Sea shore; అనాయాసమరణమునకును పేరు, Easy and sudden death.

బహులాః (కృత్తికా గావ్యా) బహులే (గ్నౌ శితౌత్రిషు)॥ ३५४॥	బహులాః॥సీ, బ॥, కృత్తికా=కృత్తికానక్షత్రము, The pleiades; ॥సీ॥ గావః=గోవులు,(చ)ఏలకులు; ॥త్రి॥ నల్లనివస్తువు; ॥ పు ॥ అగ్ని; కృష్ణపక్షము, The dark fortnight.
లీలా (విలాసక్రియయోః)	లీలా॥సీ॥, విలాస=స్త్రీలశృంగారచేష్ట, Gesture; క్రియయోః=క్రియ, Sport.
ఉపలా (శర్కరాఽపిచ)।	ఉపలా ॥ సీ ॥, శర్కరా = మొరపమన్ను, Stony nodule; చక్కెర, Sugar; (అపి) ॥పు॥రత్నము, A gem; రాయి, A stone.
(శోణితేఽమ్భసి) కీలాలం	కీలాలమ్॥న॥, శోణితే=నెత్తురు, Blood; అమ్భసి=నీళ్లు, Water.
మూల (మాద్యే శిఫా భయోః)॥ ३५५॥	మూలమ్॥న॥, ఆద్యే=మొదలు, Origin; శిఫా=ఊడ, Root; భయోః =మూలనక్షత్రము, An asterism.
జాలం (సమూహ ఆనాయో గవాక్ష క్షారకా వపి)।	జాలమ్॥న॥,సమూహః=సమూహము, A multitude; ఆనాయః=వల, A net; గవాక్ష=కిటికీ, A window; క్షారకా = పసరుమొగ్గ, An unblown flower; (అపి) గారిడివిద్య, Magic; డంభము, Pride; జాలీ ॥ సీ ॥ పొట్లచెట్టు, Trichosanthes dioica.
శీల (స్వభావే సద్వృత్తే)	శీలమ్॥న॥, స్వభావే=స్వభావము, Disposition; సద్వృత్తే=మంచినడత, Good conduct.
(సస్యే హేతుకృతే) ఫలమ్॥ ३५६॥	ఫలమ్॥న॥,సస్యే= పైరు, Produce, fruit; హేతుకృతే = ప్రయోజనము, Consequence; బాణాగ్రము, Edge of a weapon; డాలు, Shield.
(ఛదిర్నేత్రరుజోః క్లీబం సమూహే) పటలం (ననా)।	పటలమ్॥న॥, ఛదిః=ఇంటికప్పు, Roof; నేత్రరుజోః= నేత్రరోగము, Film over the eye; ॥స్న॥ సమూహే = సమూహము, Multitude.
(అథ స్స్వరూపయోః	తలమ్॥స్న॥, అథః=క్రిందు, Bottom; స్వరూప

ర స్త్రీ) తలం

యోః=స్వరూపము, Essential character; హస్త కవచము, Leathern fence for the arm; అ ఆచేతికొట్టు, A slap with the hand.

(స్యాచ్చామిషే) పలమ్॥ ౩౫౭॥

పలమ్॥న॥, ఆమిషే=మాంసము, Flesh ; (చ) ౩౨౦ గురిగింజలయెత్తు, A weight.

(ఔర్వానలేఽపి)పాతాళం

పాతాలమ్ ॥ న॥, ఔర్వానలే = బడబాగ్ని, Submarine fire; (అపి) నాగలోకము, Infeinal regions.

చేలం (వస్త్రేఽధమే త్రిషు) ।

చేలమ్॥న॥, వస్త్రే = వస్త్రము, Clothes;॥త్రి॥ అధమే=అధమమైనది, Inferior.

కుకూలం (శఙ్కుభిః కీర్ణే శ్వభ్రే నా తు తుషానలే)॥ ౩౫౮॥

కుకూలమ్॥న॥, శఙ్కుభిః = మేకులచేత, కీర్ణే= నాటంబడిన, శ్వభ్రే=పల్లము, అనఁగా మేకులునాటిన గుంట, A ditch filled with stakes;॥ పు ॥ తుషానలే=కుమ్ము, A fire made of chaff.

(నిర్ణీతే) కేవల (మితి త్రిలిఙ్గం త్వేక కృత్స్నయోః)।

కేవలమ్॥న॥,నిర్ణీతే=నిర్ణయింపఁబడినది,Absolute; (ఇతి) మాంతమగునవ్యయమనికొందఱు,॥పు॥ఏక= ఒకటి, Alone;కృత్స్నయోః=అంతయు,Entire,all.

(పర్యాప్తి క్షేమ పుణ్యేషు) కుశలం (శిక్షితే త్రిషు)॥ ౩౫౯॥

కుశలమ్॥న॥, పర్యాప్తి=సామర్థ్యము, Adequacy; క్షేమ=శుభము, Welfare; పుణ్యేషు=పుణ్యము, Virtue; ॥ త్రి ॥ శిక్షితే = శిక్షింపఁబడినది, well-versed.

ప్రవాల (మఙ్కురేఽప్యస్త్రీ)

ప్రవాలమ్॥పున॥,అఙ్కురే=మొలక, A shoot; (అపి) చిగురు, Tender leaf; వీణాదండము, Neck of a lute; పగడము, Coral.

(త్రిషు) స్థూలం (జడేఽపి చ)।

స్థూలమ్॥త్రి॥,జడే చ= మందబుద్ధిగల, Stupid; (అపి) బలిసిన, Bulky.

కరాలో (దన్తురే తుఙ్గే)

కరాలః॥త్రి॥, దన్తురే = ఒడ్డుమిట్ట, Uneven; [ప]మిట్టపండ్లవాడు,having projecting teeth;తుఙ్గే =పొడవైనది,High;వెఱపుఁబుట్టించునది,Terrible.

(చారౌ దక్షేచ) పేశలః॥ ౩౬౦॥	పేశలః॥ త్రి॥, చారౌ = మనోహరమయినది, Beautiful; దక్షే = నేర్పరి, Expert.
(మూర్ఖే ఽర్భకే ఽపి) బాల(స్స్యాత్)	బాలః॥త్రి॥, మూర్ఖే=మూర్ఖుఁడు, Ignorant; అర్భకే=పిన్నవాఁడు, Young; (అపి)॥న॥ కురువేరు, Andropogon Schoenanthoeus;॥పు॥ పుచ్ఛము, Tail; కేశము, Hair.
లోల (శ్చల సతృష్ణయోః॥	లోలః॥త్రి॥, చల = కదలునది, Tremulous; సతృష్ణయోః=ఆశగలది, Eager for.
॥ఇతి లాన్తాః॥	॥లాన్తనానార్థకశబ్దములు ముగిసెను.॥
దవదావౌ (వనారణ్యవహ్నీ)	దవః-దావః॥పు॥౨,వన=అడవి, Forest; అరణ్యవహ్నౌ=కారుచిచ్చు, Forest conflagration.
(జన్మహరౌ) భవౌ ॥ ౩౬౧॥	భవః॥పు॥, జన్మ=పుట్టుక, Birth; హరౌ=శివుఁడు; మరియు సంసారము, Worldly life.
(మన్త్రిసహాయ)స్సచివౌ	సచివః॥పు॥,మన్త్రి = మంత్రి, A counsellor; సహాయః=తోడైయుండువాఁడు, A companion.
(పతి శాఖి నరాః) ధవాః॥	ధవః॥పు॥, పతి = పెనిమిటి, A husband, [వ] ఏలువాఁడు, A master; శాఖి = చండ్రచెట్టు, Lythrum fruticosum; నరాః = మనుష్యుఁడు, A man.
అవయః (శైల మేషార్కాః)	అవిః॥పు॥,శైల=పర్వతము, A mountain; మేష=గొఱ్ఱె, A sheep; అర్కాః=సూర్యుఁడు.
(ఆజ్ఞాఽఽహ్వానాధ్వరాః) హవాః॥ ౩౬౨॥	హవః॥పు॥, ఆజ్ఞా=ఆజ్ఞ, Command; ఆహ్వాన=పిలుచుట, Call; అధ్వరాః=యజ్ఞము, Sacrifice.
భావ (స్సత్తా స్వభావాభిప్రాయ చేష్టాఽఽత్మ జన్మసు)॥	భావః॥పు॥,సత్తా= ద్రవ్యాదులకలిమి, State of being; స్వభావ=స్వభావము, Disposition; అభిప్రాయ=అభిప్రాయము Intention; చేష్టా= ధాతువాచ్యక్రియ, Gesture; ఆత్మ, Soul; జన్మ=పుట్టుక, Birth; మరియు మనోవికారము, Abstract idea; శబ్దప్రవృత్తినిమిత్తము, Purport.

(స్యాదుత్పాదేఫలేపుష్పే) ప్రసవో (గర్భమోచనే)॥ ३६३॥

ప్రసవః॥పు॥, ఉత్పాదే=పుట్టుక, Production; ఫలే=ఫలము, Fruit; పుష్పే=పుష్పము, Blossom; గర్భమోచనే=ప్రసూతి, Bringing forth.

(అవిశ్వాసేఽపహ్నవేఽపి నికృతావపి) నిహ్నవః।

నిహ్నవః॥పు॥, అవిశ్వాసే=అవిశ్వాసము, Distrust; అపహ్నవే=దాచుటు, Concealment; నికృతౌ = తిరస్కరించుట, Denial; (అపి) కపటము, Wickedness.

(ఉత్సేకామర్షయోరిచ్ఛాప్రసవేమహే) ఉత్సవః॥ ३६४॥

ఉత్సవః॥పు॥, ఉత్సేక=ఉప్పొంగుట, Elevation; అమర్షయోః = కోపము, Impatience; ఇచ్ఛాప్రసవే=ఇచ్ఛపుట్టుట, Rising of a wish; మహః= పండుగ, Festival.

అనుభావః (ప్రభావే చ సతాంచ మతినిశ్చయే)।

అనుభావః॥పు॥, ప్రభావే=ప్రభావము, Dignity; సతామ్=పెద్దలయొక్క, మతినిశ్చయే=బుద్ధినిశ్చయము, Firm opinion; (చ)సాత్త్వికాదిభావమునుగుఱించిన భ్రూవిక్షేపాదులు, Indication of a feeling.

(స్యాజ్జన్మహేతుః) ప్రభవః(స్థానంచాఽద్యోపలబ్ధయే)॥ ३६५॥

ప్రభవః॥పు॥, జన్మహేతుః=జననమునకు కారణమయినది, Generative cause; origin; ఆద్యోపలబ్ధయే= మొదటఎఱుంగుటకు, స్థానంచ=స్థానమయినది, Place where a thing is first perceived; Source; (చ)పరాక్రమము, Strength.

(శూద్రాయాంవిప్రతనయే శస్త్రే)పారశవః (పుమాన్)॥

పారశవః ॥ పు॥, శూద్రాయాంవిప్రతనయే= శూద్రస్త్రీయందు బ్రాహ్మణునివలన పుట్టినకుమారుడు, One born of a brahman in a sudra woman; శస్త్రే=ఆయుధము, Battle-axe.

ధ్రువో (భభేదే క్లీబేతు నిశ్చితే శాశ్వతే త్రిషు)।

ధ్రువః॥పు॥, భభేదే=ధ్రువనక్షత్రము, The polar star; ॥న॥ నిశ్చితే = నిశ్చయింపఁబడినది, Certainty; ॥త్రి॥ శాశ్వతే=నిత్యమయినది, Perpetual, immovable.

స్వో (జ్ఞాతావాత్మని

స్వః॥పు॥, జ్ఞాతౌ=జ్ఞాతి, A kinsman; ॥న॥ ఆ

స్వం త్రిష్వాత్మీయే స్వో ఒ స్త్రియాం ధనే)॥	త్మని=ఆత్మ, The soul; ॥త్రి॥ ఆత్మీయే=తనసంబంధమైనది, Own; ॥పు॥ ధనము, Wealth.
(స్త్రీకటీవస్త్రబన్ధేఒపి) నీవీ(పరిపణేఒపిచ)	నీవీ॥స్త్రీ॥, స్త్రీకటీవస్త్రబన్ధే = స్త్రీలకటిప్రదేశమందలి పోకముడి, The knot of a woman's wearing garment; పరిపణేచ = మొదటిసొమ్ము, Principal; (అపి) పందెముగట్టిన ద్రవ్యము, A stake at play.
శివా(గౌరీఫేరవయోః)	శివా॥స్త్రీ॥, గౌరీ=గౌరీదేవి, ఫేరవయోః=నక్క, A jackal; కరకచెట్టు, ఉసిరికచెట్టు, Myrobalan; ॥పు॥శివుఁడు, ॥న॥ శుభము, Auspiciousness.
ద్వన్ద్వం (కలహ యుగ్మయోః)॥ ౩౬౭॥	ద్వన్ద్వమ్॥ న॥, కలహ = యుద్ధము, Quarrel; యుగ్మయోః=రెండు, A pair; మిథునము, Union of the sexes.
(ద్రవ్యాసు వ్యవసాయేష్వు) సత్త్వ (మస్త్రీతు జన్తుషు)।	సత్త్వమ్॥న॥, ద్రవ్య = పృథివ్యాదిద్రవ్యములు, Substance; అసు=ప్రాణము, Vitality; వ్యవసాయేషు=ఉద్యోగము, Vigour;॥పు॥ జన్తుషు=జంతువు, An animal.
క్లీబం(నపుంసకం షణ్ఢే వాచ్యలిఙ్గమవిక్రమే)॥ ౩౬౮॥	క్లీబమ్॥ న॥, షణ్ఢే=నపుంసకుఁడు, A eunuch; ॥త్రి॥ అవిక్రమే = పరాక్రమహీనుఁడు, Weak; నపుంసకమ్, Neuter gender.
॥ ఇతి వాన్తాః. ॥	॥వాన్త నానార్థకశబ్దములు ముగిసెను.॥
(ద్వౌ) విశౌ వైశ్య మనుజౌ)	విట్॥శ్,పు॥,వైశ్య=వైశ్యుఁడు,A man of the commercial tribe;మనుజౌ=మనుష్యుఁడు,a man.
(ద్వౌచారాభిమరౌ) స్పశౌ । Conflict with a dangerous animal.	స్పశః॥పు॥, చార=వేగులవాఁడు, A spy; అభిమరౌ=యుద్ధము, War; [ప] క్రూరమృగములతో పోట్లాట.
(ద్వౌ) రాశీ పుఞ్జ మేషాద్యౌ)	రాశిః॥పు॥, పుఞ్జ=ప్రోగు, A heap; మేషాద్యౌ=మేషాదిరాసులు, A sign of the zodiac.
(ద్వౌ)వంశౌ (కులమ	వంశః॥పు॥, కుల = కులము, Family; మస్క-

స్కరౌ)॥ ౩౬౯॥

రౌ=వెదురు, A bamboo.

(రహః ప్రకాశౌ) వీకాశౌ

వీకాశః॥పు॥, రహః=ఏకాంతస్థలము, Solitude; ప్రకాశౌ=స్ఫుటమైనది, Display.

నిర్వేశో (భృతి భోగయోః)।

నిర్వేశః॥ పు॥, భృతి = కూలి, Wages; భోగయోః = భోగము, Enjoyment.

(కృతాన్తే పుంసి)కీనాశః (క్షుద్ర కర్షకయోస్త్రిషు)॥ ౩౭౦॥

కీనాశః॥పు॥, కృతాన్తే=యముఁడు, ॥త్రి॥క్షుద్ర=దరిద్రుఁడు, Niggardly; కర్షకయోః=దున్నువాఁడు. Cultivator.

(పదే లక్ష్యే నిమిత్తే) ఽపదేశ

అపదేశః॥పు॥, పదే=స్థానము, A place; లక్ష్యే=వ్యాజము, Pretext; [ప] గుఱి, A butt; నిమిత్తే=నిమిత్తము, A cause; ప్రసిద్ధి, Fame.

(స్యా)త్కుశ (మప్సుచ)।

కుశమ్॥న॥, అప్సు = నీళ్ళు, Water; (చ) దర్భ, Sacrificial grass.

దశా (ఽవస్థాఽనేకవిధాఽ)

దశా॥సీ॥, అనేకవిధా = అనేకవిధములయిన, అవస్థా=బాల్యము మొదలయిన యవస్థలు, Age; (అపి) వత్తి, Wick; కోకబద్దె, Edge of cloth.

ప్యాశా (తృష్ణాఽపిచాయతా)॥ ౩౭౧॥

ఆశా॥సీ॥, ఆయతా=అధికమయిన, తృష్ణా= అపేక్ష, Desire; (అపి) దిక్కు, quarter.

వశా (స్త్రీకరిణీవన్ధ్యా)

వశా॥సీ॥, స్త్రీ, A woman; కరిణీ=ఆఁడుఏనుఁగు, A female elephant ; వన్ధ్యా = గొడ్డుటావు, A barren cow; ॥త్రి॥అధీనమైనది, Dependent.

దృగ్ (జ్ఞానే జ్ఞాతరి త్రిషు)।

దృక్॥శ్,సీ॥,జ్ఞానము, Knowledge; ॥త్రి॥జ్ఞాతరి = ఎఱుఁగువాఁడు, One who knows or sees; నేత్రము, An eye; ॥ సీ॥ చూపు, Sight; చూచువానికి పేరైనపుడు॥త్రి॥.

(స్యా)త్కర్కశ (స్సాహసికః కఠోరామసృణావపి)॥ ౩౭౨॥

కర్కశః॥త్రి॥, సాహసికః = సాహసముగలవాఁడు, Violent; కఠోర= గట్టియైనది, Hard; అమసృణౌ= పరుసనిది, Intangible; (అపి) దయలేనివాఁడు, Unmerciful.

ప్రకాశో (ఽతిప్రసిద్ధేఽపి)

ప్రకాశః॥త్రి॥, అతిప్రసిద్ధే=మిక్కిలిప్రసిద్ధమయినది, Famous; (అపి)॥పు॥ఎండ, Light.

(శిశావజ్ఞేఽపి) బాలిశః॥

బాలిశః॥త్రి॥, శిశౌ=పిన్నవాఁడు, Young; అజ్ఞే=ఎఱుకలేనివాఁడు, Ignorant; (అపి) మూర్ఖుఁడు.

(నృశంసఖడ్గౌ)నిస్త్రింశౌ

నిస్త్రింశః॥త్రి॥, నృశంస = హింసించువాఁడు, Cruel; ॥పు॥ ఖడ్గౌ=కత్తి, A sword.

పాశో (బన్ధన శస్త్రయోః)॥ 323॥

పాశః॥పు॥, బంధన = త్రాఁడు, A rope; శస్త్రయోః=ఆయుధము, A weapon.

కోశో (ఽస్త్రీ కుడ్మలే ఖడ్గపిధానేఽర్థౌఘదివ్యయోః)॥

కోశః॥పున॥, కుడ్మలే = మొగ్గ, A bud; ఖడ్గపిధానే=కత్తియొఱ, Scabbard; అర్థౌఘ = ధనసమూహము, Treasure; దివ్యయోః = దివ్యప్రమాణభేదము, an oath.

॥ ఇతి శాన్తాః ॥

॥ శాన్తనానార్థకశబ్దములు ముగిసెను. ॥

(సురమత్స్యా)వనిమిషౌ

అనిమిషః॥పు॥, సుర=దేవత, A god; మత్స్యౌ=మత్స్యము, A fish.

పురుషా(వాత్మమానవౌ)

పురుషః॥పు॥, ఆత్మ=ఆత్మ, The soul; మానవౌ=మనుష్యుఁడు.

(కాకమత్స్యాత్ఖగౌ) ధ్వాఙ్క్షౌ

ధ్వాఙ్క్షః॥పు॥, కాక = కాకి, A crow; మత్స్యాత్=మత్స్యములనుదిను, ఖగౌ = కొక్కెరపక్షి, Any bird which preys on fish.

కక్షౌ(చ తృణవీరుధౌ)॥

కక్షః॥పు॥, తృణ=కసవు, Grass; వీరుధౌ= తీఁగెపొద, A climbing plant; (చ) చంక, The arm-pit; ఎండినయడవి, A forest of dead trees; ॥న॥పాపము, Sin.

అభీషుః (ప్రగ్రహే రశ్మౌ)

అభీషుః॥పు॥, ప్రగ్రహే=పగ్గము,A rein; రశ్మౌ=కిరణము, A ray of light.

ప్రైషః (ప్రేషణ మర్దనే)।

ప్రైషః॥పు॥, ప్రేషణ=అంపుటకును,Despatch; మర్దనే=పీడించుటకును, Paining. Fatigue.

పక్ష(స్సహాయే)

పక్షః॥ పు॥, సహాయే=సహాయము, Partisan; (అపి) శుక్లకృష్ణపక్షములు, Fortnight ; ఱెక్క,

Wing; పార్శ్వము, Side.

ఉష్ణీష (శ్శిరోవేష్ట కిరీటయోః)॥ ౩౭౫॥

ఉష్ణీషః॥పు॥, శిరోవేష్టే= తలకుచుట్టెడు పాగా మొదలయినవానికిని, A turban; కిరీటయోః=కిరీటమునకును పేరు, A diadem.

(శుక్రలే మూషికే శ్రేష్ఠే సుకృతే వృషభే) వృషః।

వృషః ॥పు॥, శుక్రలే = వీర్యవృద్ధి గలవాఁడు, Lustful; మూషికే= ఎలుక, A rat; శ్రేష్ఠే= శ్రేష్ఠుఁడు, Pre-eminent; సుకృతే=పుణ్యము, Virtue; వృషభే=వృషభము, A bull.

(ద్యూతేఽక్షే శారిఫలకేఽ)ప్యాకర్షో

ఆకర్షః ॥ పు॥, ద్యూతే = జూదము, Gaming with dice; అక్షే= పాచికలు, A die; శారిఫలకే= జూదమాడు పలక, A board for playing; (అపి) ఆకర్షించుట, Attraction.

ఽథాక్ష(మిన్ద్రియే) ॥ ౩౭౬॥ (నాద్యూతాఙ్గే కర్షచక్రే వ్యవహారే కలిద్రుమే)।

అక్షమ్ ॥ న ॥, ఇన్ద్రియే = ఇంద్రియము, An organ of sense; ॥పు॥ద్యూతాఙ్గే=పాచికలు, A die; కర్షే = ఎనుబదిగురిగింజలయెత్తుగలది, A measure; చక్రే=బండికన్ను, A wheel; వ్యవహారే = వ్యవహారము, A lawsuit; కలిద్రుమే=తాండ్రచెట్టు, The belleric myrobalan.

కర్షూ (ర్వార్తా కరీషాగ్నిః)కర్షూః(కుల్యాభిధాయినీ)॥ ౩౭౭॥

కర్షూః॥పు॥, వార్తా=కృషి, Agriculture; కరీషాగ్నిః = పిడకనిప్పు, Fire with cowdung; ॥స్త్రీ॥ కుల్యాభిధాయినీ=నది, A river.

(పుంభావే తత్క్రియాయాంచ) పౌరుషం

పౌరుషమ్॥న॥,పుంభావే=మగతనము, Virility; తత్క్రియాయామ్=పురుషుఁడుచేయుపని, Manly act; (చ) మానిసిచేయెత్తుపొడవు, The height of a man's stature.

విష (మప్సుచ)।

విషమ్॥న॥, అప్సు=నీళ్లు, Water; (చ)విషము, Poison.

(ఉపదానే) ఽప్యామిషం (స్యాత్)

ఆమిషమ్॥స్న॥, ఉపదానే=కానుక, A bribe; on Offering; (అపి) మాంసము, Flesh.

(అపరాధేఽపి) కిల్బిషమ్॥ ౩౨౮॥

కిల్బిషమ్॥న॥, అపరాధే = అపరాధమునకును, An offence; (అపి) పాపమునకును పేరు, Sin.

(స్యాద్వృష్టౌ లోకధాత్వంశే వత్సరే) వర్ష (మస్త్రియామ్)।

వర్షమ్॥ప్న॥, వృష్టౌ = వాన, Rain; లోకధాత్వంశే=భారతవర్షము మొదలయిన భూఖండము, A continent; వత్సరే=సంవత్సరము, A year; 'లోకధాత్రీయంశే' అని పాఠాంతరము.

ప్రేక్షా (నృత్తేక్షణం ప్రజ్ఞా)

ప్రేక్షా॥స్త్రీ॥, నృత్త=నాట్యము, Dancing; ఈక్షణ=చూచుట, View; ప్రజ్ఞా=బుద్ధి, Intellect.

భిక్షా (సేవాఽర్థనా భృతిః)॥ ౩౨౯॥

భిక్షా॥స్త్రీ॥, సేవా=సేవించుట, Service; అర్థనా=అడుగుట, Begging; భృతిః=కూలి, Wages.

త్విట్ (శోభాఽపి)

త్విట్॥ష్,స్త్రీ॥, శోభా = కాంతి, Splendour; (అపి) దీప్తి, A ray of light.

(త్రిషు పరే)

తక్కినషాంతములన్నియు॥త్రి॥

న్యక్షం (కార్త్స్న్యే నికృష్టయోః)।

న్యక్షమ్॥త్రి॥, కార్త్స్న్యే=అంతయుననుటకును, Entire; నికృష్టయోః=అధమునకును, Inferior.

(ప్రత్యక్షే ఽధికృతే) ఽధ్యక్షో

అధ్యక్షః॥త్రి॥, ప్రత్యక్షే=సాక్షాత్తుగా నెఱుంగంబడునది, Perceptible; అధికృతే=గ్రామాదులకు నధికారియైనవాఁడు, Superintendent.

రూక్ష (స్త్వప్రేమ్ణ్యచిక్కణే)॥ ౩౩౦॥

రూక్షః॥త్రి॥, అప్రేమ్ణి = ప్రేమలేనిది, Unfriendly; అచిక్కణే=పరుసనిది, Rough.

॥ ఇతి షాన్తాః. ॥

॥ షాంతనానార్థక శబ్దములు ముగిసెను. ॥

(రవి శ్వేతచ్ఛదౌ హంసౌ)

*One free from malice.

హంసః॥పు॥, రవి=సూర్యుఁడు, శ్వేతచ్ఛదా=హంస, Swan, మఱియు-లోభము లేని రాజు, An unambitious king; విష్ణువు; అంతరాత్మ, The soul; *మత్సరము లేనివాఁడు, ఉత్తమసన్న్యాసి, An ascetic; ఉత్తరపదమయినపుడు శ్రేష్ఠుఁడు.

(సూర్యవహ్నీ) విభావసూ।

విభావసుః॥పు॥, సూర్య = సూర్యునికిని, The sun; వహ్నీ=అగ్నికిని పేరు, Fire.

వత్సౌ (తర్ణక వర్షౌ

వత్సః॥పు॥, తర్ణక=దూడకును, A calf; వర్షౌ

ద్వా)	సంవత్సరమునకును పేరు, A year.
(సారఙ్గాశ్చ) దివౌకసః॥ ౩౨౧॥	దివౌకాః॥ స, పు॥, దేవతలు, A god; సారఙ్గాః=చాతకపక్షులు, Cuculus; (చ)పక్షి,A bird.
(శృఙ్గారాదౌ విషే వీర్యే గుణే రాగే ద్రవే) రసః।	రసః॥పు॥, శృఙ్గారాదౌ = శృంగారాదిరసము, Sentiment; విషే=విషము, Poison; నీళ్లు, Water; వీర్యే=బలము,Virility; పాదరసము, Quick-silver; గుణే=మధురాదిషడ్రసములు, Taste; రాగే=అనురాగము,Zeal; ద్రవే=ఆర్ద్రమైనది, liquid; పుల్లనీళ్లు.
(పుం)స్యుత్తంసావతంసౌ (వా కర్ణపూరేఽపి శేఖరే)॥ ౩౨౨॥	ఉత్తంసః-అవతంసః॥పు॥ ౨, కర్ణపూరే=చెవులం బెట్టుపువ్వులు సొమ్ములు మొదలయినవి, An ear-ring; శేఖరే=కిరీటాదిశిరోభూషణములు, A crest.
(దేవభేదేఽనలే రశ్మౌ) వసూ(రత్నే ధనే) వసుః।	వసుః॥పు॥, దేవభేదే=అష్టవసువులు, A class of deities;అనలే=అగ్ని, Fire; రశ్మౌ=కిరణము, A ray of light; ॥న॥ రత్నే=రత్నము, A gem; ధనే=ధనము, Wealth.
(విష్ణౌ చ) వేధాః	వేధాః॥స,పు॥, విష్ణౌ=విష్ణువునకును,(చ)బ్రహ్మకును, విద్వాంసునికిని పేరు.
(స్త్రీ) త్వాశీః (హితాఽశంసాఽహిదంష్ట్రయోః)॥ ౩౨౩॥	ఆశీః॥స, స్త్రీ॥, హితాఽశంసా=హితమయిన వస్తువు కావలెననుట, Benediction; అహిదంష్ట్రయోః=పాముకోఱ, Fang of a serpent.
లాలసే (ప్రార్థనౌత్సుక్యే)	లాలసః॥పు॥, ప్రార్థన = వేడుకోలు, Request; ఔత్సుక్యే=ఇష్టవస్తు వెప్పుడు కలుగునను రాగవిశేషము, Eagerness; ॥త్రి॥ విషయాసక్తుఁడు, Taking pleasure in.
హింసా (చౌర్యాదికర్మ చ)।	హింసా॥ స్త్రీ॥, చౌర్యాదికర్మ=దొంగతనము కొట్టుట కట్టుట మొదలయినవి, Mischief, as robbery &c.; (చ) చంపుట, Slaughter.
ప్రసూ (రశ్వాపి)	ప్రసూః॥ స్త్రీ॥, అశ్వా=ఆఁడుగుఱ్ఱము, A mare; (అపి) తల్లి, A mother.

(భూద్యావా) రోద స్యౌ	రోదసీ॥సీ॥, భూ=భూమి, The earth; ద్యావా =ఆకాశము, The sky.
రోదసీ(చ తే)॥ ౩౮౪॥	రోదః॥స్,న॥, తే=ఆభూమికిని ఆయాకాశమునకును పేరు, The earth and sky.
(జ్వాలా భాసోర్న పుం) స్యర్చిః	అర్చిః॥స్, స్న॥, జ్వాలా=మంటకును, Flame, భాసోః=కాంతికిని పేరు, Light.
జ్యోతి (ర్భ ద్యోత దృ ష్టిషు) ।	జ్యోతిః॥స్,న॥, భ=నక్షత్రము, A star; ద్యోత=తేజస్సు, Light; దృష్టిషు = దృష్టి, Pupil of the eye. ॥పు॥ సూర్యుఁడు, అగ్ని.
(పాపాపరాధయో) రాగః	ఆగః॥స్,న॥, పాప = పాపము, Sin; అపరాధయోః=అపరాధము, An offence.
(ఖగబాల్యాదినో) ర్వ యః॥ ౩౮౫॥	వయః॥స్, న॥, ఖగ=పక్షి, A bird; బాల్యాదినోః=బాల్య యౌవనాది వయస్సు, Age.
(తేజఃపురీష యో) ర్వ ర్చః	వర్చః॥స్,న॥, తేజః = తేజస్సు, Splendour; పురీషయోః=విష్ఠ, Ordure.
మహ (స్తూత్సవ తేజ సోః) ।	మహః॥స్, న॥, ఉత్సవ=పండుగ, Festival; తేజసోః= తేజస్సు, Light.
రజో (గుణేఽపి స్త్రీపు ష్పే)	రజః॥స్, న॥, గుణే=రజోగుణము, Quality of passion; స్త్రీపుష్పే=స్త్రీలముట్టు రక్తము, Woman's menses;(అపి)ధూళి,Dust;పుప్పొడి,Pollen.
(రాహౌ ధ్వాన్తే గుణే) తమః॥ ౩౮౬॥	తమః॥స్, న॥, రాహౌ = రాహువు, Moon's ascending node; ధ్వాన్తే=చీఁకటి, Darkness; గుణే=తమోగుణము, Illusion.
ఛన్దః (పద్యే ఽభిలా షే చ)	ఛన్దః॥స్,న॥, పద్యే = గాయత్రి మొదలయిన ఛందస్సు, Poetical metre; అభిలాషే=ఇచ్ఛ, Desire; uncontrolled conduct; (చ)వేదము. ఇచ్ఛకు పేరయినపుడు అకారాంత పుంలింగముంగలదు.
తపః(కృచ్ఛ్రాది కర్మ చ) ।	తపః॥ స్, న॥, కృచ్ఛ్రాదికర్మ = కృచ్ఛ్రము చాంద్రాయణము మొదలయిన తపస్సులు, Aus-

terity; (చ) ధర్మము, Virtue; ॥పు॥ శిశిరఋతువు; మాఘమాసము.

సహో (బలం) సహో (మార్గో)

సహః॥స్, న॥, బలమ్=బలిమి, Strength; ॥పు॥ మార్గః=మార్గశీర్షమాసము, Winter.

నభః (ఖంశ్రావణో) నభాః॥ ౩౮౭॥

నభః॥స్,న॥, ఖమ్=ఆకాశము, The sky; ॥పు॥ శ్రావణః=శ్రావణమాసము, A month.

ఓక (స్సద్మా౽౽శ్రయశ్చ) కాః

ఓకః॥స్,న॥ [ప]॥అ,పు॥సద్మ=ఇల్లు, A house; ఆశ్రయః=తావు, An asylum; (చ)పక్షి, A bird.

పయః (క్షీరం పయో౽మ్బుచ)।

పయః॥ స్,న॥, క్షీరమ్=పాలు, Milk; అమ్బుచ=నీళ్లు, Water.

ఓజో (దీప్తౌ బలే)

ఓజః॥ స్, న॥, దీప్తౌ=తేజస్సు, Splendour; బలే=బలిమి, Strength.

స్రోత(ఇన్ద్రియే నిమ్నగారయే)॥ ౩౮౮॥

స్రోతః॥ స్,న॥, ఇన్ద్రియే=శ్రోత్రాదీంద్రియములు, Organ of sense; నిమ్నగారయే=నదీవేగము, Stream of a river.

తేజః (ప్రభావేదీప్తౌచ బలే శుక్రే

తేజః॥ స్,న॥, ప్రభావే=ప్రభావము, Dignity; దీప్తౌచ = కాంతి, Splendour; బలే = బలిమి, Strength; శుక్రే=రేతస్సు, Semen virile; (అపి) తిరస్కారము నోర్వకుండుట, Strength of character, not bearing insult with impunity.

(౽ప్యతస్త్రిషు)।

ఇదిమొదలు సాంతములన్నియు ॥ త్రి ॥ స్త్రీలింగవివక్షయందు బీభత్సశబ్దముతప్ప కడమశబ్దములు ఈకారాంతములౌను.

విద్వా(న్విదంశ్చ)

విద్వాన్॥ స్,త్రి॥, విదన్ = ఎఱుకగలవానికిని, Intelligent; (చ) ఆత్మజ్ఞునికిని, Having a true knowledge of the soul; విద్వాంసునికిని, Learned.

బీభత్సో (హింస్రో

బీభత్సః॥త్రి॥, హింస్రః=చంపుస్వభావముగలవాఁడు, Cruel ; (అపి) రోఁతగలది, Envious; అర్జునుఁడు, Arjuna.

(౽ప్యతిశయేత్వమీ)॥

ముందరఁజెప్పంబడు జ్యాయశ్శబ్దము మొద

లైనని రను స్వార్థాతిశయమునందు వర్తించును.

(వృద్ధప్రశస్యయోః) జ్యాయాన్

జ్యాయాన్॥స,త్రి॥, వృద్ధ=మిక్కిలివృద్ధుఁడు, Very old; ప్రశస్యయోః = మిక్కిలిశ్రేష్ఠుఁడు, Very excellent.

కనీయాం (స్తుయువాల్పయోః)।

కనీయాన్॥ స,త్రి॥, యువా=మిక్కిలిప్రాయపువాఁడు, Very young; అల్పయోః = మిక్కిలియల్పుఁడు, Very small.

వరీయాం (స్తూరువరయోః)

వరీయాన్॥స,త్రి॥,ఉరు=మిక్కిలి ఘనుఁడు,Very great;వరయోః=మిక్కిలిశ్రేష్ఠుఁడు,Very excellent.

సాధీయాన్ (సాధుబాఢయోః)॥ ౩౯౦॥

సాధీయాన్॥స, త్రి॥, సాధు=మిక్కిలి మంచివాఁడు, Very right; బాఢయోః = మిక్కిలిదృఢమైనవాఁడు, Very firm.

॥ ఇతిసాన్తాః ॥

॥ సాన్తనానార్థకశబ్దములు ముగిసెను. ॥

(దలేఽపి) బర్హం

బర్హమ్॥ న॥, దలే=ఆకు, A leaf; (అపి) పరివారము, Retinue; నెమిలిపురి, A peacock's tail.

(నిర్బన్ధోపరాగార్కాదయో) గ్రహాః।

గ్రహః॥పు॥, నిర్బన్ధ = గ్రహణము, Seizure; ఉపరాగ=చంద్రసూర్యగ్రహణము, An eclipse; అర్కాదయః = సూర్యుఁడు మొదలుగాఁగల నవగ్రహములు, A planet.

(ద్వార్యాపీడే క్వాథరసే) నిర్వ్యూహో (నాగదన్తకే)॥ ౩౯౧॥

నిర్వ్యూహః॥పు॥, ద్వారి=వాకిలి, A door; ఆపీడే = సిగనుజుట్టిన పూలదండ, A chaplet; నాగదన్తకే = కొణిగకు నాధారముగ్గా గోడనునాటినకొయ్య, Wood jutting out of a hall; క్వాథరసే=కషాయము, Extracted juice.

(తులాసూత్రేఽశ్వాదిరశ్మౌ) ప్రగ్రాహః ప్రగ్రహో(ఽపిచ)।

ప్రగ్రాహః-ప్రగ్రహః॥పు॥ ౨, తులాసూత్రే= త్రాసుకోల మొదలైనవానిత్రాటికిని, The string suspending a balance; అశ్వాదిరశ్మౌ= గుఱ్ఱము మొదలుగాఁగలవానిని గట్టు పగ్గము మొదలయినవానికిని పేళ్లు, Halter for horses.

(పత్నీ పరిజనాఽదానమూల శాపాః)పరిగ్రహాః॥ 3౯-౨॥	పరిగ్రహః॥ పు॥, పత్నీ = పెండ్లము, A wife; Family; పరిజన=పరివారము, Dependent; ఆదాన=పుచ్చుకొనుట, Acceptance; మూల = మొదలు, Origin, root; శాపః=శపథము, Oath.
(దారేష్వపి) గృహాః	గృహాః॥ పు, నిత్యబ॥, దారేషు = పెండ్లము, Wife; (అపి)॥న॥ ఇల్లు, A house.
(శ్రోణ్యా మ) ప్యారోహః (వరస్త్రియాః) ।	ఆరోహః ॥ పు॥, వరస్త్రియాః = ఉత్తమస్త్రీయొక్క, శ్రోణ్యామ్ = పిఱుఁదు, A woman's waist; (అపి) ఏనుఁగు మావటివాఁడు, Rider of an elephant; ఎక్కుట, Ascent; నిడుపు, Length; పొడవు, Height.
వ్యూహో (బృన్దే)	వ్యూహః॥పు॥,బృన్దే=సమూహము, Multitude; (అపి) ఫౌఁజుబారు తీర్చుట, Array of troops; మిక్కిలియూహ,Reasoning;రచన, Fabrication.
వ్య హిం (ర్వృత్రేఽ)	అహిః॥పు॥, వృత్రే=వృత్రాసురుఁడు, A demon; (అపి) పాము, A serpent.
(వ్యగ్నీన్ద్వర్కా) స్తమోఽపహాః॥ 3౯-3॥	తమోఽపహః ॥పు॥, అగ్ని = అగ్ని, Fire; ఇన్దు=చంద్రుఁడు, The moon; అర్కః = సూర్యుఁడు, The sun.
(పరిచ్ఛదే నృపార్హేఽర్థే) పరిబర్హో	పరిబర్హః॥పు॥,పరిచ్ఛదే=పరివారము, Retinue; నృపార్హే = రాజునకు యోగ్యమయిన, అర్థే= ఛత్రచామరాదివస్తువు, Insignia of royalty.
॥ఇతి హాన్తాః॥	॥ హాన్తనానార్థకశబ్దములు ముగిసెను. ॥
(ఽవ్యయాఃపరే)। The following are indeclinable.	ఇదిమొదలు లింగాదిసంగ్రహవర్గ దనుకఁ జెప్పఁగలశబ్దము లవ్యయంబులు. అందులో నానార్థావ్యయంబులు ముందుఁజెప్పి వెనుక నేకార్థకావ్యయంబులు చెప్పంబడుచున్నవి.
ఇతి నానార్థవర్గః.	{ అనేకములైన యర్థములుగల పదసమూహము ముగిసెను. }

ఆఙ్ (ఈషదర్థేఽభివ్యాప్తౌ సీమార్థే ధాతుయోగజే)॥ ౩౯౮॥

టీ.-ఆఙ్॥అ॥ ఇది, ఈషదర్థే=ఇంచుక యనునర్థమునందును, ॥ఉ॥ ఆపాణ్డరీభూతముఖచ్ఛవీనామ్, A little; అభివ్యాప్తౌ = ఒకక్రియకు మేరను జెప్పునపుడు దానితోడ ననునర్థమునందును, ॥ఉ॥ఆకుమారంయశఃపాణినే, Including; సీమార్థే=ఒకక్రియకు మేరను జెప్పునపుడు అందాఁకఅనునర్థమునందును,॥ ఉ॥ ఓదకాన్తంప్రియం పాన్థమనువ్రజేత్, Up to; ధాతుయోగజే=క్రియయొక్క సంబంధమువలనఁ బుట్టుదానియందు, అనఁగా క్రియాయోగమువలనఁ బుట్టినక్రియార్థద్యోతకత్వమునందును వర్తించును,॥ఉ॥ఆహరతి.

మూ॥ ఆ(ప్రగృహ్యః స్మృతౌ వాక్యే)

టీ.-ఆ॥అ॥ ఇది,స్మృతౌ=తలంపునందును, Oh (remembering); ॥ఉ॥ ఆ ఏవంకిలతత్ ; వాక్యే= వాక్యపూరణమునందును వర్తించును, Expletive; ॥ఉ॥ఆ ఏవంను మన్యసే; ఆ అద్య స్వా ద్విష్టభోజనం లబ్ధమితి; ప్రగృహ్యః= దీనికి ప్రగృహ్యమన్నందున సంధిలేదు.

ఆహ(కోపేతాపపీడయోః)।

టీ.-ఆః॥అ॥ ఇది, కోప=కోపమునందును, ॥ఉ॥ఆఃరతుస్త్వి; తాప=తాపమునందును,॥ఉ॥ఆఃక్వాసిప్రియే; పీడయోః = పీడయందును వర్తించును, ఉ॥ విద్యాంమాతరమాఃప్రదర్శ్యనృపశూన్ భక్షస్వ; ఆఃకష్టంవర్తస్తే. Alas (sorrowfully; angrily; painfully).

(పాప కుత్సేషదర్థే) కు

టీ.-కు॥ అ॥ ఇది, పాప=పాపమునందును, ॥ఉ॥ త్యజేత్కుజనసంగతిమ్, Sinful; కుత్సా=నిందయందును, ॥ఉ॥కుభోజనమ్, Bad; ఈషదర్థే=ఇంచుక యను నర్థమునందును వర్తించును, ॥ఉ॥ కవోష్ణమ్, కోష్ణమ్, A little.

ధిఙ్ (నిర్భర్త్సన నిన్దయోః)॥ ౩౯౯॥

టీ.-ధిక్॥అ॥ ఇది, నిర్భర్త్సన= అదలించుటయందును,॥ఉ॥ ధిక్గ్రామం నిష్ఠురాలాపమ్; నిన్దయోః = నిందయందునువర్తించును, ॥ఉ॥ ధిగిమాం దేహభృతామసారతామ్. Fy! (menacingly; reproachfully.)

మూ॥చా (న్వాచయ సమాహారేతరేతర సముచ్చయే)।

టీ.-చ॥అ॥ఇది, అన్వాచయ=రెండుక్రియలలో నొకటిప్రధానమై యొ

కటియప్రధానమైయుండుటయను నన్వాచయమునందును, Moreover, ॥ఉ॥ భిక్షామట గాంచానయ; సమాహార=ఒకక్రియలో నవయవ వస్తువులకు ప్రాధాన్యము లేక సముదాయమే ప్రధానమయియుండుట యనుసమాహారమునందును, And, ॥ఉ॥ ఛత్త్రోపానహమ్; అశ్వబలీవర్దమ్; ఇతరేతర=పరస్పరసాపేక్షములయిన యవయవవస్తువులకు నొకక్రియతో సంబంధముగలుగుట యనునితరేతరయోగమునందును, Mutually, ॥ ఉ ॥ దేవదత్తయజ్ఞదత్తాభ్యామిదంకార్యమ్; సముచ్చయే=పరస్పరనిరపేక్షములయిన యవయవవస్తువులకు నొకక్రియతో సంబంధముగలుగుట యను సముచ్చయమునందును Also, ॥ ఉ ॥ రాజ్ఞోగౌరశ్వః పురుషశ్చ; పాదపూరణపక్షాంతర హేతునిశ్చయములయందును వర్తించును.

స్వస్త్యాశీః క్షేమపుణ్యాదౌ)

టీ.-స్వస్తి॥అ॥ఇది,ఆశీః=ఆశీర్వాదమునందును,Well(a benediction);॥ఉ॥ స్వస్తితేఽస్తులతయాసహావృతక్షు; క్షేమ=నిరుపద్రవమునందును, Safety; ॥ఉ॥ స్వస్తిప్రజాభ్యః; భూతానుకమ్పాతవచేదియంగా రేకాథవేత్స్వస్తిమతీత్వదస్తే; పుణ్యా=పుణ్యమునందును, Virtue; ॥ ఉ ॥ స్వస్తిమాన్ స్వర్గమశ్నుతే; ఆదిశబ్దమువలన శుభాదులయందునువర్తించును, Auspicious &c ॥ఉ॥ప్రాస్థానికంస్వస్త్యయనంప్రయుజ్య.

(ప్రకర్షే లఙ్ఘనే) ప్యతి॥ 33౬॥

టీ.-అతి॥ అ॥ ఇది, ప్రకర్షే=మిక్కిలియనునర్థమునందును, Very; ॥ఉ॥ అతివృద్ధః; అతిశేతే; లఙ్ఘనే=దాఁటిననుటయందును, Past; surpassing; excellent. ॥ఉ॥ అతీతకాలస్త్వహామభ్యుపేతః; అపిశబ్దమువలన పూజయందును వర్తించును.

మూ॥స్విత్ప్రశ్నే చ వితర్కే చ)

టీ.-స్విత్ ॥అ॥ ఇది, ప్రశ్నయందును, What (interrogative); ॥ఉ॥ కస్స్విదేకాకీచరతి; వితర్కే-చ=వితర్కమునందును వర్తించును, What (doubtingly).॥ఉ॥అధస్స్విదాసీ దుపరిస్విదాసీత్.

తు(స్యా ద్భేదేఽవధారణే ।

టీ.-తు॥ అ॥ ఇది, భేదే=భేదమునందును, But(indicating difference); ॥ ఉ ॥ పూజ్యాగాః కపిలాతుపూజ్యతరా; అవధారణే=నిశ్చయమునందును

వ_ర్తించును, Indeed. ॥ఉ॥ వేదాస్తు ప్రమాణమ్.

సకృ (త్స హైకవారే స్యాత్)

టీ.-సకృత్ ॥అ॥ ఇది, సహ=తోడ ననునర్థమునందును, Together; ॥ఉ॥ దేవద_త్తయజ్ఞదత్తౌ సకృద్భుఙ్క్తే; ఏకవారే=ఒకసారియనునర్థమునందును వ_ర్తించును, Once. ॥ఉ॥ సకృత్ప్రదీయతే కన్యా.

ఆరా (ద్దూర సమీపయోః)॥

టీ.-ఆరాత్ ॥అ॥ ఇది, దూర= దూరమునందును, Far; ॥ఉ॥ ఆరాద్గతో దృష్టిపథంవ్యతీతః; సమీపయోః=సమీపమునందునువ_ర్తించును, Near. ॥ఉ॥ తమర్చ్యమారా దభివ_ర్తమానమ్.

మూ॥ (ప్రతీచ్యాం చరమే) పశ్చాత్

టీ.-పశ్చాత్ ॥అ॥ ఇది, ప్రతీచ్యామ్=పడమటిదిక్కునందును, Westward; ॥ఉ॥ పశ్చాద_స్తంగతోరవిః; చరమే = వెనుకదిక్కునందును వ_ర్తించును, Afterwards; lastly; behind. ॥ఉ॥ పశ్చాద్యాతి; శ్రోత్రియేభ్యః పూర్వాం కీర్తితాం పశ్చా దితరేభ్యః.

ఉతా(ప్యర్థ వికల్పయోః) ।

టీ.-ఉత ॥అ॥ ఇది, అప్యర్థ=అప్యర్థమునందును, Also; ॥ఉ॥ ఉతభిన్ద్యాచ్ఛిరసాశిలోచ్చయమ్; ఉతదణ్డఃపతిష్యతి; వికల్పయోః=ఇటో అటో అనువికల్పార్థమునందునువ_ర్తించును, What (doubtingly); either. ॥ఉ॥ ఉతపర్వతో భిద్యేత; ఉతత్పృష్ట్వైద్వజ్రీ. అప్యర్థమనఁగా దృఢార్థమును ప్రశ్నయును.

(పున స్సదార్థయోః) శశ్వత్

టీ.-శశ్వత్ ॥అ॥ ఇది, పునః=మరియు ననునర్థమునందును, Again; ॥ఉ॥ శశ్వత్పశ్యత శబ్దవార్ధిలహరీవిద్యోల్బణమ్; సదార్థయోః = ఎల్లపుడు ననునర్థమునందునువ_ర్తించును, Constantly; for ever. ॥ఉ॥ శాశ్వతంవైరమ్.

సాక్షా(త్ప్రత్యక్షతుల్యయోః)॥౩౯౮॥

టీ.-సాక్షాత్ ॥అ॥ ఇది, ప్రత్యక్ష= ప్రత్యక్షమునందును, Actually; ॥ఉ॥ సాక్షాద్దృష్టోఽసి; తుల్యయోః = సమానమునందును వ_ర్తించును, Like; in person. ॥ఉ॥ ఏషా సాక్షాల్లక్ష్మీః.

మూ॥(ఖే దానుకమ్పాసన్తోష విస్మయాఽమన్త్రణే) బత।

టీ.-బత ॥అ॥ ఇది, ఖేద=ఖేదమునందును, Alas (expressing sorrow),

॥ఉ॥ అహహో బత మహత్కష్టమ్; అనుకమ్పా=దయయందును,(—pity), ॥ఉ॥ మారోదీ ర్బతపుత్రత్వమ్, సన్తోష=సంతోషమునందును, (—joy), ॥ఉ॥బతముక్తాస్మకిల్బిషాత్; విస్మయ=ఆశ్చర్యమునందును, (—surprise), ॥ఉ॥ అహహో బతాసిస్పృహణీయవీర్యః. ఆమన్త్రణే = పిలుచుటయందును వర్తించును, ॥ఉ॥ ఏహిబత. Oh! (calling).

హన్త. (హర్షేఽనుకమ్పాయాం వాక్యారమ్భవిషాదయోః)॥

టీ.—హన్త॥అ॥ఇది,హర్షే=సంతోషమునందును, Oh (expressing joy,) ॥ ఉ ॥ హన్తజీవితాఽస్మః; అనుకమ్పాయామ్=దయయందును, (—compassion), ॥ఉ॥ మారోదీర్హన్తపుత్రక; వాక్యారమ్భ=వాక్యారంభమునందును, ॥ ఉ॥ హన్తతేకథయిష్యామః; విషాదయోః=దుఃఖించుటయందును వర్తించును, (—greef) ॥ఉ॥హన్త హతాః పథికగేహిన్యః.

మూ॥ప్రతి(ప్రతినిధౌ వీప్సా లక్షణాదౌ ప్రయోగతః)।

టీ.- ప్రతి॥అ॥ ఇది, ప్రతినిధౌ=సదృశార్థమునందును, Instead; ॥ఉ॥ అభిమన్యురర్జునాత్ప్రతి; వీప్సా=గుణక్రియలచేత నన్నివస్తువులను ప్రత్యేకముగావ్యాపింపనిచ్ఛగించుట యనువీప్సయందును, Each; ॥ ఉ ॥ వృక్షంవృక్షంప్రతిసిఞ్చతి; లక్షణ = గురించి, Towards; for; ॥ ఉ ॥ వృక్షంవృక్షంప్రతి విద్యోతతే విద్యుత్; ఆదౌ= మొదలయినదానియందును, ఆదిపదముచేత నొకప్రకారమును బొందినవానిఁగాఁజెప్పుట యను నిత్థంభూతాఖ్యానమునందును, As to,॥ఉ॥సాధుర్మాతరంప్రతి; ప్రయోగతః=ఒకటినిచ్చిమరియొకటిపుచ్చుకొనుట యను ప్రతిదానమునందును, In exchange. ॥ఉ॥ తిలేభ్యోమాషాన్ప్రతియచ్ఛతి; భాగమునందును వర్తించును, Belonging to (as a portion);॥ఉ॥ యదత్రమాంప్రతి స్యాత్తద్దీయతామ్.

ఇతి (హేతు ప్రకరణ ప్రకాశాది సమాప్తిషు)॥ ౭౦౦

టీ.—ఇతి॥అ॥ ఇది, హేతు=కారణమునందును, Therefore; ॥ఉ॥హన్తీతిపలాయతే; ప్రకరణ=ప్రకారమునందును, Thus, ॥ఉ॥ గౌరశ్వోహస్తీతిజాతిః; ప్రకాశ=ప్రకాశమునందును, Well known as such, ॥ఉ॥ ఇతిప్రాణినః; ఆది= మొదలనునర్థమునందును, Etcoetera, ॥ఉ॥ హేలాలీలేత్యాదిహావాః; సమాప్తిషు=ముగియుటయందును వర్తించును, Finis.॥ఉ॥ ఇతిప్రథమస్సర్గః.

మూ॥ (ప్రాచ్యాం) పురస్తా (త్ప్రథమే పురార్థేఽగ్రత ఇత్యపి)।

టీ.-పురస్తాత్ ॥ అవ్య॥ ఇది, ప్రాచ్యామ్=తూర్పుదిక్కునందును, Eastward, ॥ఉ॥ పురస్తాదుదేతిసూర్యః; ప్రథమే=మొదలనునర్థమునందును, First, ॥ఉ॥ పురస్తాత్క్రియతేకర్మ పశ్చాత్సిద్ధ్యతి తత్ఫలమ్; పురార్థే=తొల్లియనునర్థమునందును, Formerly, ॥ఉ॥ పురస్తాద్రామోఽభూత్; అగ్రతఇత్యపి=ముందర అనునర్థమునందును వర్తించును, In front; ॥ఉ॥ పురస్తా త్సేనా నిర్యాతి.

యావత్తావ (చ్చసాకల్యేఽవధౌ మానేఽవధారణే)॥ ౪౦౧॥

టీ.-యావత్-తావత్ ॥అవ్య॥ ఈ రెండును, సాకల్యే=అంతయు ననునర్థమునందును, As much as (the whole), ॥ఉ॥ యావత్కార్యం తావత్కురు; అవధౌ = మేరయందును, Until, ॥ఉ॥ యావత్సస్యం క్షేత్రంతావత్కంటకివృక్షైఃపరివృతమ్; మానే = పరిమాణమునందును, As many as (number), ॥ఉ॥ యావద్దత్తం తావద్భుక్తమ్; అవధారణే=పరిమాణనిశ్చయమునందును వర్తించును, So much (affirmative), ॥ఉ॥ యావదమత్రం తావద్బ్రాహ్మణా నామన్త్రయస్వ.

మూ॥ (మఙ్గలానన్తరారమ్భ ప్రశ్న కార్త్స్న్యే)ష్వథో అథ।

టీ.-అథో-అథ॥అవ్య॥ ఈ రెండును, మఙ్గల=మంగళార్థమునందును, Auspicious particle; ॥ఉ॥ అథవర్ణసమామ్నాయః; అనన్తర=తర్వాత ననునర్థమునందును, After, ॥ఉ॥ అథప్రజానామధిపః ప్రభాతే;ఆరమ్భ=దొరంకొనుటయందును, Now, ॥ఉ॥ అథేదానీమేతన్నిరూప్యతే; ప్రశ్న=అడుగుటయందును, What? , ॥ఉ॥ అథైక ధేనోరపరాధచణ్డాద్గురోః కృశాను ప్రతిమా ద్బిభేషి; కార్త్స్న్యేషు=అంతయు ననునర్థమునందును వర్తించును, All (comprehensively), ॥ఉ॥ అథ చురాదయః కథ్యన్తే.

వృథా(నిరర్థ కావిధ్యోః)

టీ.-వృథా॥అవ్య॥ఇది,నిరర్థక=వ్యర్థమనుటయందును,In vain; ॥ఉ॥ప్రాసాదశ్శృఙ్గాణివృథాఽధ్యరుక్షన్;అవిధ్యోః=విధిలేక చేయుటయందునువర్తించును, Improperly;॥ఉ॥ ప్రపచ్యతే స నరకే యో వృథా లభతే పశుమ్.

నానా(ఽనేకోభయార్థయోః)॥౪౦౨॥

టీ.-నానా॥ అ॥ ఇది, అనేక=బహుప్రకారమునందును, Many; ॥ఉ॥

నానాచేష్టైర్జలదలలితైర్నిర్జితంతంనగేన్ద్రమ్; ఉభయార్థయోః=రెంటియందునువర్తించును, Both; ॥ఉ॥నానాగ్రాం సమిథంత్యజేత్

మూ॥ ను (పృచ్ఛాయాంవికల్పేచ)

టీ.-ను॥ అవ్య॥ ఇది, పృచ్ఛాయామ్=ప్రశ్నయందును, What?, ॥ఉ॥ కోనుధావతి; వికల్పేచ=వికల్పమునందును వర్తించును, Or, ॥ఉ॥ భీమోను ఫల్గునోను యోద్ధా.

(పశ్చాత్సాదృశ్యయో)రను ।

టీ.-అను॥ అ॥ ఇది, పశ్చాత్ = వెనుక అనునర్థమునందును, After, ॥ఉ॥ తమనుధావతి ; సాదృశ్యయోః = సాదృశ్యమునందును వర్తించును, Like; మాతరమనుకరోతి; మరియులక్షణా, Indication; ఇత్థంభూతాఖ్యాన, In particular relation; భాగ, A share ; వీప్సా, Repetition; సమీప Near; ములయందును వర్తించును,

(ప్రశ్నావధారణానుజ్ఞానునయామన్త్రణే)నను॥౮౦౩॥

టీ.-నను॥ అ॥ ఇది, ప్రశ్న = ప్రశ్నయందును, What?, ॥ఉ॥ నన్వభోజి; అవధారణా=నిశ్చయమునందును, Certainly, ॥ఉ॥నన్వథగచ్ఛామః; అనుజ్ఞా = అనుమతియందును, Indicating assent, ॥ఉ॥ నన్వాదిశ; అనునయ = ఊఱడించుటయందును, A consolatory and kind expression, ॥ఉ॥ ననుచణ్డిప్రసీదమే; ఆమన్త్రణే=సంబోధనమునందును వర్తించును, Vocative particle, ॥ఉ॥ ననుదేవదత్త.

మూ॥ (గర్హా సముచ్చయ ప్రశ్న శఙ్కా సమ్భావనా) స్వపి ।

టీ.-అపి॥అ॥ ఇది, గర్హా = నిందయందును, Reprehensive particle, ॥ఉ॥ అపిసిఞ్చేత్పలాణ్డుమ్; సముచ్చయ = సముచ్చయమునందును, And, ॥ఉ॥ భీమోఽర్జునోఽపి; ప్రశ్న=ప్రశ్నయందును, Earnest inquiry, ॥ఉ॥ అపిక్రియార్థం సులభం సమిత్కుశమ్; శఙ్కా=అనిష్టము నూహించుటయందును, Doubt or suspicion; ॥ఉ॥ అప్యాగచ్ఛేద్వ్యాఘ్రః; సమ్భావనాసు=ఇది యిటువలె సంభవించు ననుసంభావనయందును వర్తించును, Possibility and likelihood, even; ॥ఉ॥ సముద్రమపిలఙ్ఘయేత్.

(ఉపమాయాం వికల్పే) వా

టీ.-వా॥అ॥ ఇది, ఉపమాయామ్=పోలికయందును, Like, ॥ఉ॥ ఆశీవి

షో వాసం క్రుద్ధః; వికల్పే=వికల్పమునందును వర్తించును, Or, either; ॥ఉ॥ యవైర్వ్రీహి భి ర్వా యజేత.

సామి (త్వర్ధే జుగుప్సనే)॥ ౪౦౪॥

టీ.-సామి॥అ॥ ఇది, అర్ధే=సగమను నర్థమునందును, Half; ॥ఉ॥ సామినిమీలితాక్షీ; జుగుప్సనే=నిందయందును వర్తించును, Blamably, ॥ఉ॥ సా మ్యధ్యయన మనధ్యాయే.

మూ॥ అమా (సహ సమీపేచ)

టీ.-అమా॥అ॥ఇది,సహ=కూడనననునర్థమునందును, With, ॥ఉ॥ అమావాస్యా; సమీపేచ=సమీపమునందునువర్తించును,Near,॥ఉ॥అమాత్యః.

కం (వారిణి చ మూర్ధ్నిచ)।

టీ.-కమ్॥అ॥ ఇది, వారిణి=నీళ్ళయందును, Water, ॥ఉ॥ కంజంపద్మమ్; మూర్ధ్నిచ=శిరస్సునందును, Head, ॥ఉ॥కన్ధరా; చకారమువలన సుఖమునందునువర్తించును, Pleasure, ease, ॥ఉ॥ కన్దర్పః.

(ఇ వేత్థమర్థయో) రేవం

టీ.-ఏవమ్॥అ॥ఇది, ఇవ=పోలికయందును, Like, as, ॥ఉ॥ భాను రేవం మునిర్భాతి; ఇత్థమర్థయోః = ఈప్రకారమనుటయందును వర్తించును, Thus, ॥ఉ॥ ఏవంవాదినిదేవర్షౌ.

నూనం (తర్కే-ఒర్థనిశ్చయే) ॥౪౦౫॥

టీ.-నూనమ్॥అ॥ ఇది, తర్కే=ఊహయందును, Perhaps ; ॥ఉ॥నూనమున్మమతి యజ్వనాంపతిః; అర్థనిశ్చయే = అర్థనిశ్చయమునందును వర్తించును,Certainly,॥ఉ॥క్షుద్రేఒపినూనం శరణం ప్రపన్నే;ఉత్ప్రేక్షకు,Indicating recollection .॥ఉ॥మదనస్యైవ వ్రూనూనంయువతీనాందృశశ్శితాః.

మూ॥(తూష్ణీమర్థే సుఖే) జోషం

టీ.-జోషమ్॥అ॥ఇది,తూష్ణీమర్థే=మౌనమునందును,Silently, ॥ఉ॥ ఇతి జోషమవస్థితేమునౌ; సుఖే=సుఖమునందునువర్తించును , At ease, ॥ఉ॥ జోషమాసీతవర్షాసు.

కిం (పృచ్ఛాయాం జుగుప్సనే)।

టీ.-కిమ్॥అ॥ఇది, పృచ్ఛాయామ్=ప్రశ్నయందును, What?, ॥ఉ॥ కింగతోఒసి; జుగుప్సనే = నిందయందును వర్తించును,Bad. ॥ ఉ ॥ కింరాజా యో౽ నరక్షతి.

నామ(ప్రాకాశ్య సంభావ్య క్రోధోపగమ కుత్సనే)॥ ౨౦౬॥

టీ.-నామ ॥ అ॥ ఇది, ప్రాకాశ్య = ఎఱిఁగింపఁదగిన యర్థమునందును, Evidently, ॥ ఉ ॥ హిమాలయోనామనగాధిరాజః ; సంభావ్య=ఇటువలె సంభవించు ననునర్థమునందును, Possibly, ॥ఉ ॥ అపిహాసీతానామసంభవిష్యతి; క్రోధ=కోపమునందును, Wrath, ॥ఉ ॥ ఆఃకంసస్యభయం నామ గోపాన్నాపిసురద్విషః; ఉపగమ = అంగీకారమునందును, Indignant consent, ॥ఉ॥ అస్తునామధనీకించిదదాతి; [ప] కోపముచేత నంగీకరించుటయందును, Reproach; కుత్సనే=నిందయందును వర్తించును, ॥ఉ॥కోనామాయం ప్రలపతి విభో క్షిర్వశిజ్ఞ్ం సభాయామ్.

మూ॥అలం (భూషణ పర్యాప్తి శక్తి వారణవాచకమ్) ।

టీ.-అలమ్॥ అ॥ ఇది, భూషణ=భూషణమునందును; Ornament; ॥ఉ॥ అలంచకారాస్యవధూరహస్కరః; పర్యాప్తి=పూర్ణమనునర్థమునందును, Enough; ॥ఉ॥ తస్యాలమేషాక్షుదితస్యతృప్త్యై; శక్తి = సమర్థుఁడను నర్థమునందును, Able; ॥ఉ॥ అలందశాస్యవ్యవధాయరాఘవః; వారణవాచకమ్=చాలింపుమను నర్థమునందును వర్తించును, Prohibition; ॥ఉ॥ అలంవివాదేన యథాశ్రుతం త్వయా.

హుం (వితర్కే పరిప్రశ్నే)

టీ.-హుమ్॥ అ॥ ఇది, వితర్కే=ఊహాయందును, Indicative of doubt and reflection; ॥ఉ॥ హుంజలంమృగతృష్ణా; పరిప్రశ్నే=ప్రశ్నయందును, ॥ఉ॥ హుం దేవదత్తోఽయమ్; కోపమునందును, ॥ఉ॥ హుంనిహన్మిసహసా యుధిశత్రూన్; భర్త్సనచుటయందును వర్తించును, ॥ఉ॥ హుంనిర్లజ్జమ్. What (indicating anger, fear, dislike or reproach.)

సమయా(ఽన్తిక మధ్యయోః)॥

టీ.-సమయా॥అ॥ ఇది, అన్తిక=సమీపమునందును, Near, ॥ఉ॥గఙ్గా సమయావారాణసీ ; మధ్యయోః=నడిమియందును వర్తించును, Within, midst, ॥ఉ॥ సమయాశైలయోర్నదీ.

మూ॥ పున (రప్రథమే భేదే)

టీ.-పునర్ ॥ అ॥ ఇది, అప్రథమే=మరియు అనునర్థమునందును, Again, ॥ఉ॥ పునర్భాషేతురగస్యరక్షితా; భేదే=విశేషమునందును వర్తించును,

॥ఉ॥ భ్రాతృషు పునర్దీర్ఘరోభవాన్. But, on the contrary.

ని(ర్నిశ్చయ నిషేధయోః) ।

టీ.-నిర్ ॥ అ॥ ఇది, నిశ్చయ=నిశ్చయమునందును,Certainly; ॥ఉ॥ నిర్ణయః;నిషేధయోః=నిషేధమునందునువర్తించును, Negation,॥ఉ॥ నిర్ధనః.

(స్యాత్ప్రబన్ధే చిరాతీతే నికటాఽగామికే) పురా॥ ౮౦౮॥

టీ.- పురా॥ అ॥ ఇది, ప్రబన్ధే=వాక్యరచనయందును, Text; ॥ఉ॥ పురాణమ్; చిర=దీర్ఘకాలమునందును, Long since; ॥ఉ॥ పురాతనమ్; అతీతే = పోయినకాలమునందును, Old; past, ॥ఉ॥ పురాగతః; నికట=సమీపమునందును, Near, ॥ఉ॥పురాగచ్ఛతి;ఆగామికే=రాఁగలదానియందును, Future, వర్తించును, ॥ ఉ॥ ఆలోకేతేనిపతతిపురాసా బలి వ్యాకులావా; మఱియు నెడతెగనిపాఠమునందును, Ceaseles study; ॥ఉ॥ ఉపాధ్యాయేన పురాఽధీయతేస్మ;పూర్వమనేకకాలము పోయినదానియందును, Long in the past; ॥ఉ॥ పురాతనంత్వాం పురుషంపురావిదః ; ఆసన్నభవిష్యదర్థమందును, Proximate future. ॥ఉ॥ గచ్ఛశీఘ్రపురాదేవోవర్షతి.

మూ॥ ఊరర్యూరీచోరరీ (చవిస్తారేఽఙ్గీకృతౌ త్రయమ్)।

టీ.-ఊరరీ-ఉరీ[పా]ఊరీ-ఉరరీ॥ అ॥ ఈ 3ను, విస్తారే=విస్తారమునందును, Expansion, ॥ఉ॥ అర్థిషున్వయమురీకృతకామ్యః; అఙ్గీకృతౌ=ఒప్పుకొనుటయందును వర్తించును, Assent,॥ఉ॥ అజ్ఞామురరీకృత్యయాతి.

(స్వర్గేచ పరలోకే) స్వర్

టీ.- స్వర్ ॥అ॥ఇది, స్వర్గే=స్వర్గమునందును, Heaven; ॥ఉ॥స్వర్యద్యాం స్నాతినారదః; పరలోకే=పరలోకమునందును, The next world; చకారమువలన జన్మాంతరమునందును, ॥ఉ॥ స్వర్గతస్యక్రియాఃకుర్యాత్పుత్రఃపరమభక్తితః; స్వర్యాతస్యహ్యపుత్రపత్నిలద్భాగమర్హతి;సుఖమునందును, Happiness; ఆకాశమునందును, The sky, వర్తించును.

(వార్తా సంభావ్యయోః) కిల॥౮౦౯॥

టీ.-కిల॥అ॥ఇది,వార్తా=లోకవాడుకయందును,News,॥ఉ॥జఘానకంసం కిలవాసుదేవః;సంభావ్యయోః=ఇదిసంభవించుననునర్థమునందును, Probably, ॥ఉ॥ అర్జునఃకిలవిజేష్యతేకురూన్; మరియు, అసత్యమందునువర్తించును, Falsely, ॥ఉ॥ గోత్రస్ఖలితంకిలాఽశ్రితమ్. Indicating displeasure.

మూ॥ (నిషేధ వాక్యాలంకార జిజ్ఞా సాఽనునయే) ఖలు।

టీ.- ఖలు॥అ॥ ఇది, నిషేధ = ప్రతిషేధమునందును, Prohibition; ॥ఉ॥ నిర్ధారితేఽర్థేలేఖ్యేనఖలూక్త్వాఖలువాచికమ్; వాక్యాలంకార = వాక్యాలంకారమునందును, Expletive; ॥ఉ॥ అథఖలుభగవాన్; జిజ్ఞాసా=ఎఱుఁగనిచ్ఛయించుటయందును, Indicating enquiry; ॥ఉ॥ కింఖల్వధీతేపుత్త్రః, అనునయే = ఊఱడించుటయందును వర్తించును, A conciliatory expression. ॥ఉ॥ నఖలునఖలు ముగ్ధే సాహసం కార్యమేతత్.

(సమీపో భయతశ్శీఘ్రసాక ల్యాభిముఖే)ఽభితః॥ ౪౧౦ ॥

టీ.- అభితః॥అ॥ఇది, సమీప=సమీపమునందును, Near; ॥ఉ॥ వారాణసీ మభితోభాగీరథీ; ఉభయతః=ఇరుపార్శ్వములయందును, On both sides; ॥ఉ॥ భేజేఽభితః పాతుకసిద్ధసిన్ధోః; శీఘ్రమునందును, Quickly; ॥ఉ॥ అభిశ్శత్రురాయాతి; సాకల్య=అంతయుననునర్థమునందును, Entirely; ॥ఉ॥ భుక్త్వేఽన్నమభితోఽతిథిః; అభిముఖే=ఎదురుగా ననునర్థమునందును వర్తించును, In front. ॥ఉ॥ అభితోహింసకోదస్తీ మామేవపరిధావతి.

మూ॥ (నామప్రాకాశ్యయోః) ప్రాదుః

టీ.-ప్రాదుః॥అ॥ ఇది, నామ = నామధేయమునందును, Name, ఉ॥ విష్ణోర్దశ ప్రాదుర్భావాః; [ప] సంభావనయందును, ప్రాకాశ్యయోః=ప్రకాశించుటానియందును వర్తించును, Appearance, ॥ఉ॥ ప్రాదురాసీద్వసుంధరా; "జన్మప్రాకాశ్యయోఃప్రాదుః" అనిపాఠముగలదు.

మిథో(ఽన్యోన్యం రహస్యపి)।

టీ.-మిథః॥అ॥ ఇది, అన్యోన్యమ్ = తమలోఁదామను నర్థమునందును, Mutually; ॥ఉ॥ వాసిష్ఠకౌణ్డిన్యమైత్రావరుణాఃమిథోనవివాహ్యాః; రహస్యపి=ఏకాంతమునందునువర్తించును, In private. ॥ఉ॥ మిథస్త్వదాభాషణలోలుపం మనః; మిథఃకృతే మన్మథఏషసాక్షీ.

తిరో (ఽన్తర్ధౌ తిర్యగర్థే)

టీ.-తిరస్॥ అ॥ ఇది, అన్తర్ధౌ=కప్పుటయందును, Concealment; ॥ఉ॥ కృష్ణమేఘస్తిరోదధే; తిర్యగర్థే=అడ్డముగాననునర్థమునందునువర్తించును, Awry. ॥ఉ॥ గతంతిరశ్చీనమనూరుసారథేః.

హా (విషాద శుగా ర్తిషు)॥ ౪౧౧॥

టీ.-హా॥అ॥ ఇది, విషాద=వ్యథపడుటయందును, Alas!, ॥ఉ॥ పుణ్యాత్మని పురమేవహా ప్రవిశతి క్రుద్ధోమునిర్భార్గవః; శుక్ = శోకమునందును, Regret, ॥ఉ॥ హా ప్రియే జనకరాజపుత్త్రి; ఆర్తిషు = పీడయందునువర్తించును, Alas, ॥ఉ॥ హాహాతోఽస్మి.

మూ॥ అహ (హేత్యద్భుతే ఖేదే)

టీ.-అహాహ[ప] అహాహా॥అ॥ఇది, అద్భుతే=ఆశ్చర్యమునందును, Indication of wonder, ॥ఉ॥ అహాహామహాతాం నిస్సీమానశ్చరిత్రవిభూతయః, ఖేదే=వ్యసనపడుటయందునువర్తించును, Of pain or fatigue, ॥ఉ॥ అహాహాకష్టమపణ్డితతావిధేః ॥ ఉ ॥ అహాహాభిక్షమాణోఽపి క్షుధా సంపీడ్యతే జనః.

హి (హేతా వవధారణే)।

టీ.-హి॥అ॥ఇది, హేతౌ = కారణమునందును, Because, ॥ఉ॥ జానామ్యగ్నిరిహా స్తీతి మహాన్ధూమోహిదృశ్యతే; అవధారణే = నిశ్చయమునందునువర్తించును, Indeed, ॥ఉ॥ చన్ద్రోహిశీతః; పరుషోక్తిరికథంతస్మిన్ బ్రూహి త్వంహి తపోధన.

{ ఇతి నానార్థావ్యయవర్గః=అనేకార్థములుగల అవ్యయపదసమూహము ముగిసెను. }

చిరాయ చిరరాత్త్రాయ చిరస్యాఽ(ద్యాశ్చిరార్థకాః) ॥ ౭౧-౨॥

టీ.-చిరాయ-చిరరాత్త్రాయ - చిరస్య ॥అ॥ఈ 3 ను ఆద్యశబ్దముచేత, చిరమ్ - చిరేణ - చిరాత్, అను నవ్యయములును, చిర=బహుకాలమను, అర్థకాః = అర్థమునందువర్తించును, తడవనుట, ॥ఉ॥ చిరాయసంతర్ప్య సమిద్భిరగ్నిమ్; చిరరాత్త్రాయసంచితమ్; చిరస్యదృష్టేవ మృతోత్థితేవ; చిరంనసహాతేస్థాతుంపరేభ్యోభేదశఙ్కయా; చిరేణ నాభింప్రథమోదబిన్దవః; చిరాత్సుతస్పర్శరసజ్ఞతాంయయా. Long time.

మూ॥ ముహుః పునఃపున శ్శశ్వ దభీక్ష్ణ మసకృ (త్సమాః)।

టీ.-ముహుః - పునఃపునః - శశ్వత్ -అభీక్ష్ణమ్-అసకృత్ ॥అ॥ఈ ౫ ను, సమాః = సమానార్థకములు, అనఁగా మాటిమాటికి అను నర్థమునందు వర్తించును,॥ఉ॥అవేక్షమాణం మహతీంముహుర్ముహుః; పునఃపునస్సూతనిషిద్ధచాపలమ్; వన్యవృత్తిరిమాంశశ్వత్; అభీక్ష్ణమాస్ఫాలయతీవకుమ్భమ్; అసకృదనవగీతం గీతమాకర్ణయన్తః. Again and again; frequently.

ప్రాగ్ఝటిత్యఞ్జసాఽహ్నాయ ద్రాఙ్మఙ్క్షుసపది (ద్రుతే)॥ ౪౧౩॥

టీ.—ప్రాక్-ఝడితి [పా] ఝటితి-అఞ్జసా - అహ్నాయ-ద్రాక్ - మఙ్క్షు-సపది॥అ॥ఈ౭ను,ద్రుతే=శీఘ్రమను నర్థమునందువర్తించును, ॥ఉ॥ ప్రాగ్వయో యాతి దేహినామ్; సుతశతమత్యన్తదుర్భరం ఝడితి ; అఞ్జసాయాతితురగః; అహ్నాయ తావ దరుణేన తమోనిరస్తమ్; ద్రాగ్భవిష్యతి సుఖంతవప్రియే ; మఙ్క్షూదపాదిపరితఃపటలైరలీనామ్; వచనస్తస్యసపది క్రియా కేవల ముత్తరమ్. Soon; instantly.

మూ॥ బలవత్సుష్ఠు కిముత స్వత్యతీవ (చనిర్భరే)।

టీ.—బలవత్-సుష్ఠు కిముత - సు-అతి - అతీవ ॥అ॥ ఈ౬ను, నిర్భరే= మిక్కిలియను నర్థమునందు వర్తించును, ॥ఉ॥ పునర్వాశిత్వా బలవన్నిగృహ్య; సుష్ఠుపీతం మయాఘృతమ్; కిముతాద్యకృతంకార్యమ్; సువృష్టిస్సస్యవర్ధనీ; అతివృష్టి రనావృష్టిః; అతీవ శోభతేరాజా. Much; very.

పృథగ్వినాఽన్తరేణర్తేహిరుఙ్నానా (చవర్జనే)॥ ౪౧౪॥

టీ.—పృథక్-వినా - అన్తరేణ-ఋతే - హిరుక్-నానా ॥అ॥ ఈ ౬ ను, వర్జనే=అదితప్పించియనుటయందు వర్తించును, ॥ఉ॥కించిద్దత్త్వా పృథక్క్రియామ్; క్షణమప్యుత్సహతే నమాంవినా ; అన్తరేణ మతంనాస్తి సుఖం సంసారిణాం భువి ; ఋతేరవేః క్షాళయితుం క్షమేత కః; హిరుక్కర్మన మోక్షఃస్యాత్; నానావిష్ణుం మోక్షదో నాస్తిదేవః. Without; except.

మూ॥ యత్తద్యతస్తతో (హేతౌ)

టీ.—యత్-తత్-యతః-తతః ॥అ॥ ఈ౪ను, కారణమునందు వర్తించును, ॥ఉ॥ యద్విద్యాసుప్రగల్భోఽసి తత్సర్వైరపి పూజ్యసే ; యతో గఙ్గాఽమ్భసిస్నాత స్తతోనిష్కల్మషోనరః. Because; therefore.

(అసాకల్యేతు) చిచ్చన।

టీ.—చిత్-చన ॥అ॥ ఈ౨ను, అసాకల్యే=కొంతయను నర్థమునందు వర్తించును, ॥ఉ॥ కరోతి కించిదభ్యాసాత్, అపాత్రే కుశలైర్దేయం నకించన ధనం సదా. కించిత్=Some; కశ్చన=Some body.

కదాచిజ్జాతు

టీ.—కదాచిత్ - జాతు ॥అ॥ ఈ౨ను, ఒకానొకప్పుడు అను నర్థము

నందు వర్తించును,॥ఉ॥ కదాచి దాసన్ననఖీముఖేన సా ; నజాతుకామః కామానా ముపభోగేన శామ్యతి. Sometimes.

సార్థం(తు) సాకం సత్రా సమం సహ॥ ౨౧౫॥

టీ.-సార్థమ్-సాకమ్-సత్రా-సమమ్-సహ ॥అ॥ ఈ ౫ను, తోడ నను నర్థమునందు వర్తించును, ॥ఉ॥ సార్థముద్ధవసీరిభ్యామ్; సాకం శక్తిధరేణ తత్రభవతో దేవాధ్యవానీపతేః; సత్రాకలత్రేణ సుఖంసమశ్నుతే; సమంవధూభిర్వలభీర్యువానః; నిఃశ్వాసధూమంసహరత్నభాభిః. Togethe, with.

మూ॥ (ఆనుకూల్యార్థకం) ప్రాధ్వం

టీ.-ప్రాధ్వమ్॥అ॥ ౧, ఆనుకూల్య=అనుకూలతయను, అర్థకమ్=అర్థము గలది. అనఁగా బంధన హేతుకమైన యానుకూల్యమునందు వర్తించును. ॥ఉ॥ సవ్యేతరమ్ ప్రాధ్వ మితః ప్రయుక్తే. Conformity.

(వ్యర్థకేతు) వృథా ముధా।

టీ.-వృథా-ముధా॥ ఈ ౨ను, వ్యర్థకే=వ్యర్థ మనునర్థమందు వర్తించును, ॥ఉ॥ ప్రయుక్త మప్యస్త్ర మితో వృథా స్యాత్; తత్రభ్రమత్యేవ ముధామడఙ్ఘ్రిః. In vain.

ఆహో ఉతాహో కిముత (వికల్పే) కిం కి మూత చ ॥ ౨౧౬॥

[illegible] [పా] అహో-ఉతాహో-కిముత-కిమ్-కిము-ఉత ॥అ॥ ఈ [illegible] వికల్పే=వికల్పమునందు వర్తించును, ॥ఉ॥ [illegible] రయమాహో [illegible]షః; ఉతాహోస్విద్భవైరాజా నలఃపరపురఞ్జయః; కిముత త్వం శి[illegible]బ్రహ్మ; [illegible]రయం కింపురుషః; కిము తేకావ్య ము తాన్యదీయకా[illegible]ర్యమ్. Either, or (indicating deliberation.)

మూ॥ తు హి చ స్మ హ వై (పాదపూరణే)

టీ.-తు-హి-చ-స్మ-హ-వై ॥అ॥ ఈ ౬ను, పాదపూరణే = పాదపూరణమునందు వర్తించును, ॥ఉ॥ రామస్తులక్ష్మణం ప్రాహ; అహంహియాస్యే నగరమ్ ; సచ ప్రాహచరాజానమ్ ; మయాస్మభుక్తం సహసా; రామం హ ప్రాహలక్ష్మణః; తేనవై రాక్షసో హతః. Epletives.

(పూజనే) స్వతి ।

టీ.-సు-అతి ॥అ॥ ఈ ౨ను, పూజనే = పూజార్థమందు వర్తించును, ॥ఉ॥ సుపన్థా అతిపన్థాశ్చ. Particles of praise and reverence.

దివా౽(హ్నీ)

టీ.—దివా॥ అ॥ ౧,అహ్నీతి=పగటియం దనునర్థమునందు వర్తించును, ॥ఉ॥ కేచిద్దివా తథారాత్రౌ ప్రాణిన స్తుల్యదృష్టయః. By day.

(త్వథ) దోషా(చ) నక్తం(చ రజనా వితి)॥ ౪౧౭॥

టీ.—దోషా-నక్తమ్ ॥అ॥ ఈ౨ను, రజనౌఇతి=రాత్రియం దనునర్థము నందు వర్తించును, ॥ఉ॥ చోరా దోషా యయుః పథి; నక్తమాపాన భూమిషు. By night.

మూ॥ (తిర్యగర్థే) సాచి తిరో౽(౨) Crook.d, bent; awry.

టీ.—సాచి-తిరః ॥అ॥ ఈ౨ను, తిర్యక్=అడ్డముగాానను, అ[illegible] నందు వర్తించును, ॥ఉ॥ సాచిలోచనయుగం నమయ స్త్రీ; [illegible]

(ప్యథ సంబోధ నార్థకాః।

స్యుః) ప్యా డ్పా డజ్గ హే హై భో

టీ.—ప్యాట్ - పాట్ [పా] ఫాట్ - అఙ్గ- హే- హై-భోః [పా] [illegible] ఈ ౭ను, సంబోధనార్థకాః = సంబోధనార్థమునందు వర్[illegible] ప్యాట్ పుత్త్ర పరసర్వదా; పాట్ప్రియే ప్యాహిమన్దిరమ్ తతశ్చ్యాతః; శ్రూయతామఙ్గవామపి; హేవటో౽భై క్షుమాః [illegible] క్షుకింకమ్పసే; భోస్సన్తద్వీపవర్తినోరాజాన శ్చేతయధ్వమ్; [illegible]రావణో త్తిష్ఠ మమాగ్రతో౽యుధి. Vocative particles.

స్సమయానికషాహిరుక్॥

టీ.—సమయా - నికషా - హిరుక్ ॥అ॥ ఈ 3 ను, సమీపార్థమునందు వర్తించును, ॥ఉ॥ సమయా పర్వతం నదీ; విలఙ్ఘ్యలఙ్కాం నికషా హ నిష్యతి; పర్వతస్య హిరుఙ్నదీ; సమయా - నికషా-ఈ౨ను, మధ్యము నందు వర్తించునని కొందఱు. Near; midst.

మూ॥ (అతర్కితే తు) సహసా

టీ.—సహసా॥అ॥౧,అతర్కితే = విచారింపక యనునర్థమునందు వర్తిం చును, ॥ఉ॥ సహసా విదధీత న క్రియామ్. Inconsiderately;suddenly.

(స్యాత్)పురః పురతో౽గ్రతః।

టీ.—పురః-పురతః - అగ్రతః ॥అ॥ ఈ 3ను, ముందర ననునర్థమునందు వర్తించును, ॥ ఉ ॥ పురస్సఖినా మనునీత లోచనే; నాసీరథూలి ధవ

లాః పురతః ప్రయాన్తి; ప్రత్యర్థినోఽగ్రతోలేఖ్యమ్. Before, in front.

స్వాహా (దేవ హవిర్దానే) శ్రౌష డ్వౌష డ్వష ట్స్వధా॥౮౯॥

టీ.-స్వాహా-శ్రౌషట్-వౌషట్-వషట్-స్వధా ॥అ॥ ఈ౫ను, దేవ= దేవతలకు, హవిః = హవిస్సుయొక్క, దానే=ఇచ్చుటయందు వర్తించును; ॥ఉ॥ అగ్నయేస్వాహా ; అస్తుశ్రౌషట్ ; శిఖాయైవౌషట్; వషట్కరోతి, స్వధాపితృభ్యః. Invacations with the offerings made to the gods or manes.

మూ॥ కించి దీషన్మనా (గల్పే)

టీ.-కించిత్-ఈషత్-మనాక్ ॥అ॥ ఈ౩ను, అల్పే = ఇంచుకంతయను టయందు వర్తించును, కొంచెమనుట, ॥ ఉ ॥ కించిత్కుఞ్చితమూర్ధజః ; ఈషదుష్ణంపయః పిబ, మనాక్విహస్యసన్తుష్టః. A little.

ప్రేత్యాముత్ర (భవాన్తరే)।

టీ.-ప్రేత్య-అముత్ర॥అ॥ ఈ౨ను,భవాన్తరే=జన్మాంతరమునందువర్తించును, ॥ఉ॥ ప్రేత్య స్వర్గే మహీయతే; ఇహ చాముత్రచ ఫలం. In the next life.

వ ద్వా యథా తథే వైవం(సామ్యే)

టీ.-వత్-వా-యథా-తథా-ఇవ-ఏవమ్॥అ॥ ఈ౬ను, సామ్యే = పోలిక యందు వర్తించును, ॥ఉ॥ సోమవత్ప్రియదర్శనః ; పుష్పేషుఞ్జైరఞ్చిత లోచనైర్వా; తస్యార్తస్య యథౌషధమ్; యథాచైత్రస్తథామైత్రః; ఇన్దుఃక్షీరనిధావివ ; అగ్ని రేవం ద్విజో భస్మసాత్కుర్యాదవమానితః. As; like.

అహో హీ (చవిస్మయే)॥

టీ.-అహో-హీ ॥అ॥ ఈ౨ను, విస్మయే = ఆశ్చర్యమునందు వర్తించును, ॥ ఉ ॥ అహో మే సౌభాగ్యం మమచ భవభూతేశ్చ ఫణితౌ ; హతవిధిలసితానాం హీ విచిత్రోవిపాకః. Ah! (indicating surprise.)

మూ॥ (మౌనేతు) తూష్ణీమ్ తూష్ణీకాం

టీ.-తూష్ణీమ్-తూష్ణీకామ్॥అ॥ ఈ౨ను, మౌనే=మౌనమునందువర్తించును, ॥ఉ॥ మునిస్తూష్ణీమాస్తే; జపన్నాస్తేమునిర్దేవీం తూష్ణీకాం జల మధ్యగః, Silently.

సద్యస్సపది (తత్క్షణే) ।

టీ.-సద్యః-సపది॥అ॥ఈ-౨ను, తత్క్షణే = అప్పుడను నర్థమునందువర్తిం చును, ॥ ఉ ॥ సద్యఃపతతిమాంసేన; సపది ప్రదహ త్యుపేక్షితోఽగ్నిః. Instantly.

దిష్ట్యా సముపజోషం (చే త్యానన్దే)

టీ.-దిష్ట్యా-సముపజోషమ్॥అ॥ ఈ-౨ను, ఆనన్దే = సంతోషమునందు వర్తించును, ॥ఉ॥ దిష్ట్యా త్వ మసి మేధావీ; సముపజోషం భవాన్ జయతి. కొందఱు, దిష్ట్యా-శమ్- ఉపజోషమ్- అని మూఁడుపేళ్లుగాఁజెప్పిరి, ॥ఉ॥ శఙ్కరశ్శంకరోతునః; ఉపజోష మిహాస్స్వహే. Indication of joy.

ఽథాన్తరేఽన్తరా॥౮-౨౧॥

మూ॥ అన్తరేణ (చ మధ్యే స్యుః)

టీ.-అన్తరే-అన్తరా-అన్తరేణ ॥అ॥ ఈ౩ను, మధ్యే = నడుమననుట యందు, స్యుః = వర్తించును, ॥ ఉ ॥ ఆవయోరన్తరేజాతాః; అన్తరా త్వాంచమాంచకమణ్డలుః ; మృణాలసూత్రామల మన్తరేణ స్థితశ్చలచ్చామరయో ర్ద్వయం నః: Between; amidst.

ప్రసహ్య (తు హఠార్థకమ్) ।

టీ.-ప్రసహ్య॥అ॥ ౧, హఠార్థకమ్ = బలాత్కారమునందు వర్తించును, ॥ఉ॥ ప్రసహ్య విత్తాని హరన్తి చోరాః. Forcibly; violently.

(యుక్తే ద్వే) సాంప్రతం స్థానే

టీ.-సాంప్రతమ్-స్థానే॥అ॥, ద్వే= ఈరెండును, యుక్తే = యుక్తమను నర్థమునందు వర్తించును, తగుననుట. ॥ఉ॥స్వయంఛేత్తుమసాంప్రతమ్;సంప్రత్యసాంప్రతంవక్తుము క్తేముసలపాణినా; స్థానేభవా నేకనరాధిపస్సన్. Properly.

ఽభీక్ష్ణం శశ్వ (దనారతే)॥ ౮-౨-౨॥

టీ.-అభీక్ష్ణమ్-శశ్వత్ ॥అ॥ఈ-౨ను, అనారతే = ఎల్లపుడునను నర్థమునందు వర్తించును, ॥ఉ॥ అభీక్ష్ణముష్ణైరపి తస్య సోష్మణః ; శశ్వద్ధ్యాతి. Continually. Perpetually.

మూ॥ (అభావే) నహ్య నో నా(ఽపి)

టీ.-నహి-అ-నో-న॥ ఈ ౪ అవ్యయములును, అపిశబ్దమువలన, అన-అనునదియు, అభావే= లేదనుటయందును, కాదనుటయందును వర్తించును,

॥ఉ॥ నహి స్వాత్మారామం విషయమృగతృష్ణా భ్రమయతి; అవిప్ర ఇవ భాషసే; నోచక్రీ కింకులాలః; నమే కించన దహ్యతే. No; not.

మాస్మ మా ఽలం (చవారణే)।

టీ.-మాస్మ-మా-అలమ్॥అ॥ ఈమూడును, వారణే=వద్దనుటయందువర్తించును,॥ఉ॥సాధ్వోత్సర్గప్రణయవిముఖో మాస్మభూ రుజ్జయిన్యాః; మాభూదాశ్రమపీడేతి; అలం మహీపాలతవ శ్రమేణ. Negative and prohibitive.

(పక్షాన్తరే) చే ద్యది చ

టీ.-చేత్-యది॥అ॥ఈ రెండును, పక్షాన్తరే = పక్షాంతరమునందువర్తించును. ఇటువలెనైననను నుట, ॥ఉ॥ సత్యంచేత్తపసాచకిమ్; శుచిమనోయద్యస్తి తీర్థేన కిమ్. If.

(తత్త్వే) త్వద్ధాఽఞ్జసా (ద్వయమ్)॥

టీ.-అద్ధా-అఞ్జసా॥అ॥, ద్వయమ్= ఈ రెండును, తత్త్వే = సత్యమనునర్థమునందువర్తించును, ॥ఉ॥ ఆరాధితో ఽద్ధామనురప్సరోభిః; అఞ్జసేతి రురుదుః కచగ్రహైః. Truly.

మూ॥ (ప్రకాశే) ప్రాదు రావి (స్స్యాత్)

టీ.-ప్రాదుః-ఆవిః ॥అ॥ ఈ రెండును, ప్రకాశే = అగపడుటయందువర్తించును, ॥ఉ॥ ప్రాదురాసీద్వసుంధరా; ఆవిర్బభూవ కుశగర్భముఖం మృగాణాం యూథమ్. Apparent.

ఓ మేవం పరమం (మతే)।

టీ.-ఓమ్-ఏవమ్-పరమమ్॥అ॥ ఈమూడును, మతే = అంగీకరించుటయందు వర్తించును, ॥ ఉ ॥ ఓమిత్యుక్తవతో ఽథశార్ఙ్గిణఇతి; ఏవం యదాత్థభగవన్; తతః పరమ మిత్యుక్త్వా. Yes.

సమన్తత (స్తు) పరిత స్సర్వతో విష్వ (గిత్యపి) ॥ ౭౨॥

టీ.-సమన్తతః-పరితః-సర్వతః-విష్వక్ ॥ అ ॥ ఈనాలుగును, ఇత్యపి అన్నందున విశ్వతః- సమంతాత్ - అనునదియు అంతటను అనునర్థమునందు వర్తించును,॥ఉ॥ సమన్తతోవర్షతి మేఘసఙ్ఘః; ఆయాన్తిపరితఃశ్రియః; స్వం సర్వతోగామిచ సాధకంచ; విష్వక్తటేషు పతతి స్ఫుటమన్తరిక్షమ్. All around. Every way.

మూ॥ (అకామానుమతౌ)కామమ్

టీ.- కామమ్॥అ॥ ౧, అకామ= మనసురాక, అనుమతౌ = అంగీకరించుటయందు వర్తించును, ॥ఉ॥ కామం నృపా స్సన్తు సహస్రశోఽన్యే. Acquiescing with reluctance. కొందఱు 'అకామానుమతౌ' అనుపాఠమునంగీకరించి మిక్కిలి యంగీకరించుటయందు వర్తించుననిరి. Willing compliance.

(అసూయోపగమే) ఽస్తు(చ)।

టీ.-అస్తు-చకారమువలన - భవతు॥అ॥ఈ౨ను, అసూయా= ఓర్వమిచేత, ఉపగమే= పొందుటయందు, అనఁగాఁ గోపముచే నంగీకరించుటయందు వర్తించును, ॥ఉ॥ ధావన్నేవ దశాననః ప్రహరతే మత్స్యేయసీమస్తువా ; భవతు భవ త్వసుహృజ్జనస్సకామః. Be it so (implying regret in the acquiescence.)

ననుచ (స్యాద్విరోధోక్తౌ) Indicating contradiction.

టీ.-ననుచ॥అ॥౧-విరోధ=ఒకఁడు పలికినందులకు విరుద్ధముగా, ఉక్తౌ= పలుకుటయందు వర్తించును,॥ఉ॥ననుచాత్ర తుగాగమః కథంభవతి.

కచ్చి (త్కామప్రవేదనే)॥ ౪౨॥

టీ.-కచ్చిత్॥అ॥౧, కామ=ఇష్టార్థమును, ప్రవేదనే = తెలియఁజేయుటయందు. అనఁగా నిష్టార్థప్రశ్నయందు వర్తించును, ॥ ఉ ॥ కచ్చిజ్జీవతిమే మాతా. I hope.

ము॥ నిష్షమం దుష్షమం (గర్హ్యే) Improperly; unseasonably.

టీ.-నిష్షమమ్-దుష్షమమ్॥అ॥ ఈ౨ను, గర్హ్యే = నిందింపఁదగినదానియందువర్తించును, ॥ ఉ ॥ నిష్షమంవక్తిమూర్ఖః, దుష్షమంవర్తతేవధూః.

యథాస్వం (తు) యథాయథమ్।

టీ.-యథాస్వమ్-యథాయథమ్॥ అ॥ ఈ౨ను, తమతమవస్తువు లనునర్థమునందును తాము తామనునర్థమునందునువర్తించును,॥ఉ॥యథాస్వమాశ్రమైశ్చక్రే; యథాయథం పలాయన్తః. As thereto appertaining.

మృషా మిథ్యా (చవితథే)

టీ.-మృషా-మిథ్యా॥అ॥ఈ౨ను, వితథే=అసత్యమునందువర్తించును, ॥ఉ॥ ఉచ్ఛ్రాయసౌన్దర్యగుణామృషోద్యాః ; మిథ్యావాదిని దూతి బాన్ధవజన స్యాజ్ఞాతపీడాగమే. Falsely.

Properly, Suitably. యథార్థం(తు) యథాతథమ్॥౧౨॥

టీ.-యథార్థమ్-యథాతథమ్॥అ॥ఈ౨ను, సత్యమునందు వర్తించును, ॥ఉ॥యథార్థముక్తవాన్మాన్యత్ ; గురుర్వక్తియథాతథమ్.

మూ॥ (స్యు) రేవం తు పునర్వైవే (త్యవధారణవాచకాః) ।

టీ.-ఏవం-తు-పునః-వా-ఏవ॥ అ॥ఈ౫ను, అవధారణవాచకాః = ఇది య యనునియమార్థమునందు వర్తించును, ॥ఉ॥ ఏవమేతద్యథాప్రాహ విష్ణుస్తు జగతాంపతిః ; రావణంతు దురాత్మానమ్ ; భవభిర్రాఘవః పునః ; వ్యాసోవాసర్వధర్మజ్ఞః; త్వమేవసాక్షాత్కరణీయఇత్యతః; ఇచట “ స్యురేవంతు పునర్వైవేత్యవధారణవాచకాః” అనుపాఠముగలదు. Indeed.

ప్రా (గతీ తార్థకం)

టీ.-ప్రాక్॥అ॥౧, అతీత = జరగినకార్యముయొక్క, అర్థకమ్ = అర్థముగలది, అనఁగా పోయినకాలమునందువర్తించును,॥ఉ॥ ప్రపేదిరేప్రాక్తనజన్మవిద్యాః, Before; anterior.

నూన మవశ్యం(నిశ్చయే ద్వయమ్)॥ ౪౨॥

టీ.-నూనమ్-అవశ్యమ్॥అ॥ద్వయమ్=ఈ రెండును,నిశ్చయే = నిశ్చయార్థమునందువర్తించును, ॥ఉ॥ నూనంహన్మాస్మిరావణమ్. అవశ్యంయాతారశ్చిరతరముషిత్వాపివిషయా. Certainly; necessarily.

మూ॥ సంవ(ద్వర్షే)

టీ.-సంవత్ ॥అ॥౧,వర్షే=సంవత్సరమందువర్తించును,॥ ఉ॥ రామఃపఞ్చదశేసంవదయోధ్యాంప్రవివేశహ. A year.

(ఉవరే) త్వర్వాక్

టీ.-అర్వాక్॥అ॥౧, అవరే= మేరగాఁజెప్పువస్తువునకుఁగ్రిందటిదైనకాలమునందును, దేశమునందును వర్తించును. ॥ఉ॥ యామాదర్వాఙ్నభుఞ్జీత; గ్రామాదర్వాఙ్నదీ. Former; prior.

ఆమేవం

టీ.-ఆమ్-ఏవమ్ ॥అ॥ ఈ౨ను, ఒకఁడు చెప్పినదాని నంగీకరించుటయందు వర్తించును, ॥ఉ॥ ఆం కరోమి తవ ప్రియమ్, ఏవం కుర్మః. Assent, consent, promise.

స్వాయ (మాత్మనా). ।

టీ.-స్వయమ్॥ అ ॥ ౧, ఆత్మనా=తనంత ననునర్థమునందు వర్తించు ను, ॥ఉ॥ స్వయంకృతప్రసాదస్య, Self; of himself.

(అల్పే) నీచై

టీ.-నీచైః॥అ॥ ౧, అల్పే=కొంచెమందువర్తించును, ఉ॥ తథాపినీచై ర్వినయాదదృశ్యత. Little, low.

(మహ) త్యుచ్చైః

టీ.-ఉచ్చైః॥ సీ॥ ౧, మహతి=అధికమందువర్తించును, ॥ఉ॥ శృఙ్గము చ్చైర్గిరేరిదమ్. Great; high.

ప్రాయో(భూ)

టీ.-ప్రాయః॥అ॥౧, భూమ్ని=తఱచుగా ననునర్థమునందు వర్తించును, ॥ఉ॥ ప్రాయోనవవధూఃకాన్తమ్, Frequently, generally.

(మ్న్యద్రు తే) శనైః॥

టీ.-శనైః॥అ॥౧, అద్రుతే = మెల్లగా ననునర్థమునందు వర్తించును, ॥ఉ॥ ఆలిఙ్గతిశనైశ్శనైః. Slowly.

మూ॥ సనా (నిత్యే) Perpetually, ever.

టీ.-సనా॥అ॥ ౧, నిత్యే=నిత్యమునందు వర్తించును, ॥ఉ॥ సనాతనః.

బహి (ర్బాహ్యే)

టీ.-బహిః॥అ॥ ౧, బాహ్యే = వెలుపలననునర్థమునందు వర్తించును, ॥ఉ॥ దాసీకుమ్భంబహిర్గ్రామాత్. External; out.

స్మా(తీతే)

టీ.-స్మ॥అ॥౧, అతీతే=కడచెననునర్థమునందువర్తించును, ॥ఉ॥సేవతే స్మ శయనం పరాఙ్ముఖీ, Formerly.

ఽస్త(మదర్శనే)।

టీ.-అస్తమ్॥అ॥ ౧, అదర్శనే = కానరాకుండుటయందు వర్తించును ॥ఉ॥ అస్తంగతో రావణః, అస్తంగతోభాస్కరఇతి. Disappearance.

(అస్తి సత్త్వే)

టీ.-అస్తి॥ అ॥ ౧, సత్త్వే = కలదనుటయందు వర్తించును, ॥ ఉ ॥ అస్తిక్షీరా గౌః. Present; now.

(రుషోక్తా) వు

టీ.-॥ఉ॥అ॥ ౧,రుషా=కోపముచేత, ఉక్తౌ=పలుకుటయందువర్తించును. ॥ఉ॥ఉఆగతశ్శత్రుః.రుషోక్తావాహమ్,అనియుపాఠము, ॥ఉ॥వృద్ధాస్తేనవిచారణీయచరితాస్తిష్ఠన్తుహుంవర్తతామ్. Interjection expressing wrath.

ఊం(ప్రశ్నే)

టీ.-ఊమ్॥ అ॥ ౧, ప్రశ్నయందువర్తించును, ॥ఉ॥ ఆగతశ్శత్రురూమ్.

(ఽనునయే)త్వయి॥

టీ.-అయి॥అ॥ ౧. అనునయే=ఊఅడించుటయందు వర్తించును, ॥ఉ॥ అయిముగ్ధే. Encouraging vocative.

మూ॥ (తర్కే) ను (స్యాత్)

టీ.-ను॥అ॥౧, తర్కే=ఊహయందువర్తించును, ॥ఉ॥ అస్తశైలగహనంను వివస్వా నావివేశ జలధింను మహీంను. తర్కేతుస్యాత్, అనుపాఠమునందు,స్యాత్ అనునదియూహయందు వర్తించుననియర్థము, ॥ ఉ ॥ స్యాత్కిఞ్చిన్నోపపద్యతే. Indicating reflection.

ఉషా(రాత్రేరవసానే) Break of day.

టీ.-ఉషా॥ అ॥ ౧, రాత్రేః=రాత్రియొక్క, అవసానే=అంతమునందు అనఁగా బ్రాతఃకాలమునందు వర్తించును, ॥ఉ॥ ఉషాజనాఃప్రబుద్ధ్యన్తే; ఉషాలనోవాయురుష్ణతిమన్దమ్. Close of the night; morn.

నమో(నతౌ)।

టీ.-నమః॥అ॥ ౧, నతౌ=నమస్కారమునందువర్తించును,॥ఉ॥ నమో విష్ణవే, Hail; salutation; bow.

(పునరర్థే)ఽఙ్గ

టీ.-అఙ్గ ॥అ॥ ౧,పునః=మరియునను, అర్థే=అర్థమునందు వర్తించును, ॥ఉ॥ మూర్ఖస్తు నావమన్తవ్యఃకిమఙ్గ విద్వాన్. Again; rather.

(నిన్దాయాం) దుష్ఠు

టీ.-దుష్ఠు॥అ॥ ౧, నిన్దాయామ్=చెడ్డదియనునర్థమునందు వర్తించును, ॥ఉ॥ దుష్ఠువృత్తిర్దుర్జనస్స్యాత్. ill.

సుష్ఠు (ప్రశంసనే॥ ४३०॥

టీ.-సుష్ఠు॥అ॥౧,ప్రశంసనే=మంచిదియనుటయందు వర్తించును, ॥ఉ॥ సుష్ఠుభుక్తంమయాగృహే. Well.

మూ॥ [ఆమా(నుగుణ్యే) Oh, yes.

టీ.-ఆమ్॥అ॥౧, అనుగుణ్యే=అనుకూలార్థమునందు వర్తించును, ॥ఉ॥ ఆమ్ జ్ఞాతమ్, Oh; I see it now.

(స్మరణే)౽హే

టీ.-అహో॥అ॥౧, స్మరణే=స్మరణమునందువర్తించును, ॥ఉ॥ అహోపూర్వాంకృతంమయా. Ah (showing recollection).

ఫ(డ్విఘ్ననిరాకృతౌ)।

టీ.-ఫట్॥అ॥౧, విఘ్న=విఘ్నముయొక్క,నిరాకృతౌ=పోఁగొట్టుటయందు వర్తించును, ॥ ఉ॥ అస్త్రాయఫట్. A word usedin uttering spells to ward off evil.

(అఙ్గీకృతౌస్యా) దథకిం

టీ.-అథకిమ్॥అ॥౧, అఙ్గీకృతౌ=అంగీకారమునందు, స్యాత్ =వర్తించును, ॥ఉ॥ దేవదత్త కిం భోక్ష్యసి; అథకిమ్. Yes; quite so.

(హీనసంబోధనేతు) రే]॥ ౪౩౧॥

టీ.-రే॥అ॥ ౧, హీన=హీనునియొక్క, సంబోధనే=పిలుచుటయందువర్తించును,॥ఉ॥ రేరేపాపమహాన్తికాదపసర. 'ఆమానుగుణ్యే'అన్నదిమొదలిదివఱకుఁ బ్రక్షిప్తమని కొందఱు. (Used in addressing menials.)

మూ॥ సాయం(సాయే)

టీ.-సాయమ్॥అ॥౧, సాయే = సాయంకాలమునందువర్తించును, ॥ఉ॥ సాయంతనమల్లికాను. Evening.

ప్రగేప్రాతః (ప్రభాతే) Morning.

టీ.-ప్రగే-ప్రాతః॥అ॥ఈ౨ను,ప్రభాతే=ప్రాతఃకాలమునందు వర్తించును, ॥ఉ॥ ప్రగే నృపాణా మథ తోరణా ద్బహిః; ప్రాతస్సన్ధ్యాముపాసీత.

నికషా(౽న్తికే)।

టీ.-నికషా॥అ॥ ౧, అన్తికే=సమీపమునందు వర్తించును, ॥ఉ॥ విలఙ్ఘ్యలఙ్కాం నికషా హనిష్యతి. Near.

పరుత్పరార్యైషమో(౽బ్దే పూర్వే పూర్వతరే యతి)॥

టీ.-పరుత్-పరారి - ఐషమః॥ అ॥ ఈ౩ను వరుసగా, పూర్వే౽బ్దే=పోయినయేటియందును, Last year; పూర్వతర అబ్దే= అంతకుమున్నేటియం

దును, Year before the last; యతి=నడచుచున్న యేటియందును వర్తించును, Current year. ॥ఉ॥ పరారిసఞ్చితం విత్తం పరున్నష్టమభోగతః, ఐషమశ్చీయతే యత్నాత్తతః కింవా భవిష్యతి.

మూ॥ అద్యా(త్రాహ్ని)

టీ.-అద్య॥ అ॥ ౧, అత్రఅహ్ని=నడచుచున్న పగటియందు వర్తించును, ॥ఉ॥నరలోకేఽద్యదుర్లభః. To-day.

(థపూర్వేఽహ్నీత్యాదాపూర్వోత్తరాపరాత్ ।
తథాఽధరాన్యాన్యతరేతరా)త్పూర్వేద్యు(రాదయః)॥౪౩౩॥

టీ.-పూర్వోత్తరాపరాత్-అధరాన్యాన్యతరేతరాత్ = పూర్వఉత్తర అపర అధర అన్య అన్యతర ఇతర అనుశబ్దములవలనఁబుట్టిన, పూర్వేద్యు రాదయః, పూర్వేద్యుః=నిన్న, Yesterday; ఉత్తరేద్యుః=రేపు, To-morrow; అపరేద్యుః=ఎల్లుండి, The day after to-morrow; అధరేద్యుః=మొన్న, The day before yesterday; అన్యేద్యుః-ఇతరేద్యుః=మఱియొకనాఁడు, Another day; అన్యతరేద్యుః=రెండుదినములలోనొకనాఁడు, One of two days, అనునర్థములయందు వర్తించును,॥ ఉ॥ నిమన్త్రయత పూర్వేద్యుః; నాన్దీముఖాముత్తరేద్యుర్వివాహః పరికీర్తితః; ఆగతానపరేద్యుస్తాన్; అధరేద్యుస్సమాగతాః; అన్యేద్యురాత్మానుచరస్యభావమ్; పఞ్చమీషష్ఠ్యోరన్యతరేద్యుః పితరంద్రక్ష్యసి; కష్టదినాదితరేద్యుః ప్రియోద్రష్టవ్యః,

మూ॥ ఉభయద్యుశ్చోభయేద్యుః

టీ.-ఉభయద్యుః-ఉభయేద్యుః ॥అ॥ ఈ౨ను, రెండుదినములనునర్థము నందు వర్తించును, ॥ఉ॥ ఉభయద్యురుత్సవః, Both days.

(పరేత్వహ్ని) పరేద్యవి।

టీ.-పరేద్యవి॥అ॥౧, పరేత్వహ్ని=మఱునాఁటియందు వర్తించును, ॥ఉ॥ ద్రష్టాస్మి పరేద్యవి సఖాయమ్. Next day.

హ్యో(గతే)

టీ.-హ్యః॥అ॥ ౧, గతే=పోయిన, అహ్ని=దినమందు అనఁగా నిన్నయనునర్థమునందు వర్తించును, ॥ఉ॥హ్యస్సర్వమభవత్కార్యమ్. Yesterday.

(ఽనునాగతేఽహ్ని) శ్వః

టీ.-శ్వః॥ అ॥ ౧,అనాగతే=రానట్టి, అహ్ని=దినమందు అనఁగా రేపను

నర్థమునందు వర్తించును, ॥ఉ॥ శ్వఃకార్యమద్యకుర్వీత. To-morrow.

The day after to-morrow. పరశ్వ (స్తత్పరేఽహని)॥

టీ.-పరశ్వః ॥అ॥ ౧, తత్పరే=అవతలి, అహని=దినమందు అనఁగా నెల్లుండి యనునర్థమందు వర్తించును, ॥ఉ॥ పరశ్వోవాభవిష్యతి.

మూ॥ తదా తదానీం

టీ.-తదా-తదానీమ్॥ అ॥ ఈ ౨ ను, అప్పుడనునర్థమునందు వర్తించును, ॥ ఉ ॥ తదాచక్షుష్మతాంప్రీతిః ; యదాస్యాత్ప్రియయాసఙ్గః తదానీమేవ మే సుఖమ్. Then, at that time.

యుగప దేకదా At once; at the same time.

టీ.-యుగపత్-ఏకదా ॥ అ॥ ఈ ౨ను, ఒక్కకాలమందనునర్థమందు వర్తించును, ॥ఉ॥ యుగపద్వ్యాన శేదిశః; ఏకదా మిళితాః ద్విజాః.

సర్వదా సదా। At all times.

టీ.-సర్వదా-సదా ॥అ॥ ఈ ౨ను, ఎల్లపుడనునర్థమందు వర్తించును, ॥ఉ॥ సర్వదా సర్వదోఽసీతి; యాచతే యాచకస్సదా. Always.

ఏతర్హి సమ్ప్రతీదానీ మధునా సామ్ప్రతం (తథా)॥ ౪౫౩॥

టీ.-ఏతర్హి-సమ్ప్రతి-ఇదానీమ్-అధునా - సామ్ప్రతమ్ ॥అ॥ ఈ ౫ను, ఇప్పుడనునర్థమునందు వర్తించును, ॥ ఉ ॥ భవన్త మేతర్హి మనస్వి గర్హితే; సమ్ప్రత్యసామ్ప్రతంవక్తుమ్; ఇదానీ మస్మి సంవృత్తః; బలాదలేపాదధునాపి పూర్వవత్ ; కోన్వస్మిన్ సామ్ప్రతంలోకే. Now; at this time.

మూ॥ (దిగ్దేశకాలే పూర్వాదా) ప్రా గుద క్ప్రత్యగాదయః ।

టీ.- ప్రాగుద క్ప్రత్య గాదయః = ప్రాగుద క్ప్రత్య గాద్యవ్యయములు, పూర్వాదా=పూర్వాదులయిన, దిగ్దేశకాలే = దిగ్దేశకాలములయందు వర్తించును. ప్రాక్ ॥అ॥ - ఇదిపూర్వదిక్కునకును, East; పూర్వదేశమునకును, Eastern; పూర్వకాలమునకును, Prior time; పేరు. ॥ఉ॥ ప్రాఙ్ముఖోఽన్నానిభుఞ్జీత ; ప్రాగ్భాగతఃపతదిహేదముపత్యకాసు ; ప్రాక్సృష్టేః కేవలాత్మనే. ఉదక్॥అ॥-ఇదిఉత్తరదిక్కునకును, North; ఉత్తరదేశమునకును, Northern; ఉత్తరకాలమునకును, Subsequent; పేరు. ప్రత్యక్॥అ॥ ఇది పడమటిదిక్కునకును, West; పడమటిదేశమునకును, Western; పేరు. ఆదిశబ్దముచేత, అవాక్=South, southern, or former; దక్షిణాత్.

దక్షిణతః-దక్షిణేన=Southward; ఉత్తరాత్-ఉత్తరతః-ఉత్తరేణ=Northward; అధరాత్ - అధరతః - అధరేణ - అధరస్తాత్=Underneath; పురస్తాత్=Before; ఉపరి-ఉపరిష్టాత్=Above; అధస్తాత్=Behind, మొదలయినవి గ్రహింపఁబడును.

ఇత్యవ్యయవర్గః = అవ్యయములయొక్క పదసమూహము ముగిసెను.

గ్రంథకర్త తాను గ్రంథాదియందుఁ జేసిన 'సంపూర్ణ ముచ్యతే వర్గైర్నామలిఙ్గానుశాసనమ్' అను ప్రతిజ్ఞఁ జెప్పిన లింగములతోడ నామముల కనుశాసనముకొఱకు వర్గాంతరమును బ్రారంభించుచున్నాఁడు.

మూ॥ సలిఙ్గశాస్త్రైస్సన్నాదికృత్తద్ధితసమాసజైః॥ ౧౩౬॥
అనుక్తైస్సఙ్గ్రహే లిఙ్గం సంకీర్ణవ దిహోన్నయేత్।

టీ.-ఇహసఙ్గ్రహే = ఈలింగాదిసంగ్రహవర్గయందు, సలిఙ్గశాస్త్రైః= పాణిని వరరుచి మొదలైనవారిచేతఁజెప్పఁబడిన లింగలక్షణములుగల, 'స్త్రియామీదూద్విరామైకాచ్' అనునది మొదలయిన వాక్యములతోఁ గూడినట్టి, సన్నాదికృత్తద్ధితసమాసజైః = సనాద్యంతధాతువులమీఁది అప్రత్యయము మొదలయిన కృత్ప్రత్యయములవలనను కేవలధాతువుల మీఁది కృత్ప్రత్యయమువలనను, తద్ధితప్రత్యయములవలనను సమాసములవలనను బుట్టిన, అనుక్తైః = పూర్వవర్గలయందుఁ జెప్పఁబడని, 'స్త్రీభావాదావనిక్తిన్' మొదలయిన కృత్ప్రత్యయములతోఁగూడిన వాక్యములచేతను, 'తల్వృన్దేయేని కడ్యచ్త్రా' ఇవిమొదలయిన తద్ధితప్రత్యయములతోఁగూడినవాక్యములచేతను, 'అదన్తైర్ద్విగు రేకార్థః' ఇవి మొదలయినసమాసములతోఁగూడిన వాక్యములచేతను, లిఙ్గమ్ = స్త్రీపుం నపుంసకలింగములను, ఉన్నయేత్ = తెలిసికోవలయును. మరియు దృష్టాంతముచేతను లింగము నెఱుఁగు నుపాయమును జెప్పుచున్నాఁడు. సంకీర్ణవత్ = సంకీర్ణవర్గయందువలెఁ బ్రకృతిప్రత్యయార్థాదులచేతను లింగమును తెలిసికొనవలెను.

ఈవర్గయందుఁ జెప్పనట్టి లింగలక్షణములకుఁ బూర్వవర్గలయందుఁజెప్పిన విశేషవిధులతో విరోధమువచ్చినప్పుడేలక్షణము ప్రవర్తించునను సందేహమును పరిహరించుచున్నాఁడు.

లిఙ్గశేషవిధి ర్వ్యాపీ విశేషై ర్యద్యబాధితః ॥ ౪౩౭॥

టీ.-లిఙ్గశేషవిధిః = ఈవర్గయందుఁ జెప్పఁబడు సామాన్యమయిన లింగలక్షణము, విశేషైః = ఈశాస్త్రమున నక్కడక్కడఁ జెప్పఁబడిన విశేషవిధులచేత, అబాధితోయది= బాధింపఁబడనిదైన, వ్యాపీ = తాను ప్రవర్తించునదియగును. అనఁగా నీవర్గయందుఁ జెప్పులింగలక్షణము పూర్వవర్గలయందుఁ జెప్పిన విశేషవిధిని విడిచిపెట్టి కడమ దిక్కునసే ప్రవర్తించునని తాత్పర్యము. అది యెట్లన నీవర్గయందు స్వర్గపర్యాయములు పుంలింగములౌను అనువిధి "ద్యోదివౌద్వేస్త్రియామ్" అను విశేషవిధిచోట ప్రవర్తింపదు.

మూ ॥ స్త్రియామ్

టీ.-స్త్రియాం అనుపదము 'పుంస్త్వేనభేదానుచరాః' అను పుంలింగాధికార పర్యంత మనువర్తించి వచ్చును, కావున నదివఱకుఁ జెప్పు శబ్దములు స్త్రీలింగములు.

ఈదూద్విరామైకాచ్

టీ.-ఏకాచ్ =ఒకయచ్చుకలిగిన, ఈదూద్విరామా = ఈకారాంత ఊకారాంతశబ్దములు॥సీ॥, ॥ఉ॥ శ్రీః; ధీః; భూః; భ్రూః.

సయోనిప్రాణినామచ ।

టీ.-యోనికలిగినప్రాణులకుఁ బేరయినశబ్దములు స్త్రీలింగమునందు వర్తించును, ॥ఉ॥ మాతా; యోషిత్ ; సురభిః; కరేణుః.

నామ విద్యు న్నిశా వల్లీ వీణా ది గ్భూ నదీ హ్రియామ్॥ ౪౩౮॥

టీ.-విద్యుత్ =మెఱపు, నిశా=రాత్రి, వల్లీ=తీఁగె, వీణా = వీణె, దిక్= దిక్కు, భూ=భూమి, నదీ=నది, హ్రీ=సిగ్గు॥ ఈవస్తువులయొక్క, నామ= పేళ్లు, విశేషవిధి బాధలేనివి॥సీ॥, ఇచట వీణాపర్యాయములకును హ్రీపర్యాయములకును, 'జాబూజస్తమ్ - ఈదూద్విరామైకాచ్, అనువిధుల చేత స్త్రీలింగము సిద్ధించినను విస్పష్టార్థముగాఁ జెప్పినాఁడు. కొందఱు వాణీదిగ్భూనదీధియామ్' అని పాఠము గలదనిరి. మొదటిపక్షమునందు హ్రీపర్యాయములయిన మందాక్షవ్రీడశబ్దములు విశేషవిధిబాధ కలవి గనుక నక్కడ నీ విధిలేదు.

మూ॥ అదన్తై ర్ద్విగు రేకార్థో

టీ.-అదన్తైః = అకారాంతములయిన యుత్తరపదములతోఁ గూడుకొనియున్న, ఏకార్థోద్విగుః=సమాహారమునందలి ద్విగుసమాసము॥ సీ॥, ద్విగుసమాస మన సంఖ్యాపూర్వపదమైన సమాసము, ॥ ఉ ॥ పఞ్చానాం మూలానాం సమాహారః-పఞ్చమూలీ; దశమూలీ; త్రిలోకీ.

న స పాత్రయుగాదిభిః।

టీ.-పాత్రయుగాదిభిః = ఉత్తరపదములయిన పాత్రయుగాది శబ్దములతోఁగూడియున్న, సః= ఆద్విగుసమాసము, న= స్త్రీలింగముకాదు, ॥ఉ॥ పఞ్చపాత్రమ్; చతుర్యుగమ్; త్రిభువనమ్.

తల్

టీ.-భావార్థమునందును సమూహార్థమునందును స్వార్థమునందును విధింపఁబడిన తల్ ప్రత్యయ మంతముగాఁగల శబ్దములు॥సీ॥, ॥ఉ॥ భావార్థమున,పురుషస్యభావః పురుషతా; అశ్వతా; సమూహార్థమున, గ్రామాణాంసమూహః గ్రామతా; జనతా; బన్ధుతా; సహాయతా; స్వార్థమున, దేవఏవ దేవతా.

బృన్దే యేనికడ్యచ్ త్రా

టీ.-బృన్దే=సమూహార్థమునందు విధింపఁబడిన య, ఇని, కడ్యచ్ [పా] కట్యచ్, త్ర, అను ప్రత్యయములంతముగాఁగల శబ్దములు॥సీ॥, ॥ఉ॥ య ప్రత్యయాంతమునకు, పాశానాంసమూహః పాశ్యా; ఈలాగే ఇని ప్రత్యయాంతమునకు ఖలినీ; కడ్యచ్ ప్రత్యయాంతమునకు, రథకడ్యా [పా] రథకట్యా; త్ర ప్రత్యయాంతమునకు గోత్రా.

వైర మైథుని కాది వుఞ్ ॥౪౩॥

టీ.-వైర=విరోధమునందును, మైథునిక = వివాహమునందును, ఆది శబ్దముచేత వీప్సయందును దండమునందును దానమునందును విధింపఁబడిన వున్ అను ప్రత్యయమంతముగాఁగల శబ్దములు ॥సీ॥, ॥ఉ॥ విరోధమున, అశ్వమహిషయోర్విరోధః అశ్వమహిషికా; కాకోలూకికా; వివాహమున, అత్రిభరద్వాజయోర్వివాహః అత్రిభరద్వాజికా; వసిష్ఠకుశికికా; వీప్సయందు, ద్వౌపాదౌదదాతి ద్విపదికాందదాతి ; ద్విశతికాందదాతి, దండమునందు, ద్వౌపాదౌదణ్డితః ద్విపదికాందణ్డితః ; ద్విశతికాందణ్డితః ; దానమునందు, ద్వౌపాదౌవ్యవసృజతి ద్విపదికాంవ్యవసృజతి; ద్విశతి

కాం వ్యవసృజతి, వున్ ప్రత్యయము వుఞ్ ప్రత్యయమునకు నుపలక్షణము గనుక వుఞ్ ప్రత్యయాంతములకును కొన్నియెడల స్త్రీలింగములౌను, ॥ఉ॥ శిష్యోపాధ్యాయయోర్భావః శైష్యోపాధ్యాయికా; ఇత్యాదులు.

మూ॥ స్త్రీభావాదావనిక్తిణ్వుల్ణజ్వుచ్క్యప్యుజజేఞ్ని శాః॥

టీ.-స్త్రీభావాదౌ=స్త్ర్యధికారమందలి భావాద్యర్థములయందు విధింపఁబడిన అని-క్తిన్ - ణ్వుల్-ణచ్ - ణ్వుచ్-క్యప్ - యుచ్-అజ్-అ-ఇఞ్-ని-శ అను ప్రత్యయము లంతముగాఁగల శబ్దములు॥ సీ॥, ॥ఉ॥ అజననిః; అకరణిః ఇచట నాక్రోశమునందని ప్రత్యయము. కృతిః; భృతిః భావార్థమునందు క్తిన్ ప్రత్యయము. ప్రవాహికా; ప్రచ్ఛర్దికా ఇచట రోగాఖ్యయందు ణ్వుల్. కారికా; జీవికా ఇచట ధాత్వర్థమునందు ణ్వుల్. వ్యావక్రోశీ, ఒకరినొకరు తిట్టుకొనుట; వ్యాత్యుక్షీ, ఒకరిపై నొకరు నీళ్లుచల్లుకొనుట, ఇచట కర్మవ్యతిహారమునందు ణచ్. భవతఃశాయికా; భవతః ఆసికా, ఇచట పర్యాయార్థమునందు ణ్వుచ్. భవానర్హతి ఇక్షుభక్షికామ్; పయఃపాయికామ్, ఇచట అర్హార్థమునందు ణ్వుచ్. ఇక్షుభక్షికాంమేధారయసి; ఓదనభక్షికామ్, ఇచట ఋణార్థమునందు ణ్వుచ్. ఇక్షుభక్షికా, మే ఉదపాది ఓదనభక్షికా, ఇచట నుత్పత్తియందు ణ్వుచ్. వ్రజ్యా; ఇజ్యా, ఇచట భావార్థమునందు క్యప్. సమజ్యా; నిషద్యా, ఇచట సంజ్ఞయందు క్యప్. మణ్డనా; ఆసనా, ఇచట భావార్థమునందు యుచ్. పచా; ఛిదా; మృజా, ఇచట భావార్థమునందు అజ్. చికీర్షా; జిహీర్షా, ఇచట సన్ ప్రత్యయముమీఁద భావార్థమునందు అప్రత్యయము. కాంకారిమకార్షీః; ఇమాంకారిమకార్షమ్, ఇచట ప్రశ్నాఖ్యానములయందు ఇఞ్. జ్యానిః; గ్లానిః, ఇచట భావార్థమునందు నిప్రత్యయము. శప్రత్యయాంతమునకు, క్రియా; ఇచ్ఛా, ఇత్యాదులు.

ఉణాదిషు నిరూరీశ్చ

టీ.-ఉణాదులయందలి నిః ఊః ఈః అనునీమూఁడుప్రత్యయములు నంతముగాఁగల శబ్దములు స్త్రీలింగమునందు వర్తించును,॥ ఉ ॥ నిప్రత్యయమునకు, శ్రేణిః; శ్రోణిః. ఊప్రత్యయమునకు, ఖర్జూః; కణ్డూః, చమూః. ఈ ప్రత్యయమునకు, తన్త్రీః; లక్ష్మీః ఇత్యాదులు. అగ్ని వహ్ని యోని పార్ష్ణి శబ్దములు నిప్రత్యయాంతములయినను పుంలింగము లనువి శేషవిధియున్నది.

జ్యాబూబ న్తం చలం స్థిరమ్॥౪౪౦॥

టీ.—జీ-అనగా, జీప్-జీష్-జీస్, అను ప్రత్యయములు. ఆప్ - అనఁగా లాప్-డాప్-చాప్, అను ప్రత్యయములు. ఈయూఁఉను ఊఙ్ అను ప్రత్యయమును నంతముగాఁగల శబ్దములు, చలమ్=విశేష్యనిఘ్నములు అయినవియు, స్థిరమ్=నియతలింగము లయినవియు॥ సీ॥, ॥ఉ॥ విశేష్యనిఘ్నములయిన బ్యంతములకు, పుంసః ఇయమ్ పౌంస్నీ; ఉపగోరియమ్ ఔపగవీ; నియతలింగములయిన బ్యంతమునకు, కరిణీ; కర్త్రీ, ఇచట జీప్. దాక్షాయణీ; గౌరీ, ఇచట జీష్. శార్ఙ్గరవీ; బైదీ, ఇచట జీస్. అజా ఏడకా రమా, ఇచట లాప్. సురాజా, బహుసీమా, ఇచట డాప్. కారీషగన్ధ్యా; వారాహ్యా, ఇచట చాప్. రమ్భోరూః, కరభోరూః, ఇచట ఊఙ్ ఇత్యాదులు.

మూ॥ తత్క్రీడాయాం ప్రహరణంచేన్మౌష్టా పాల్లవా ణదిక్।

టీ.—తత్ =ఆముష్టిపల్లవాదులు, క్రీడాయామ్=ఈక్రీడయందు, ప్రహరణంచేత్ =ఆయుధమాఁయెనేని, ఆయర్థమునందు విధింపఁబడిన ణప్రత్యయాంతశబ్దములు స్త్రీలింగమునందు వర్తించును, ॥ ఉ ॥ ముష్టిఃప్రహరణమస్యాం క్రీడాయామ్ మౌష్టా. ఈలాగున పాల్లవా. ణదిక్ అన్నందున దాండాదులును తెలియవలెను.

ఘఞో ఞ స్సాక్రియాఽస్యాంచే ద్దాణ్డపాతాహి ఫాల్గునీ॥

మూ॥ శ్యైనంపాతాహిమృగయా తైలంపాతాస్వధేతి దిక్।

టీ.—సాక్రియా=ఆదండపాతాదిక్రియ, అస్యాంచేత్ = ఈఫాల్గున్యాదులయందు కలిగినయెడ, ఆయర్థమునందు, ఘఞః = ఘఞంతముమీఁద విధింపఁబడిన, ఞః=ఞ ప్రత్యయాంతము॥సీ॥, ॥ఉ॥ దణ్డపాతోఽస్యాంఫాల్గున్యామితి దాణ్డపాతా ఫాల్గునీ; శ్యేనపాతోఽస్యాం మృగయాయామితి శ్యైనంపాతా మృగయా ; తిలపాతోఽస్యాంస్వధాయామితి తైలంపాతాస్వధా; దిక్ఛబ్దమువలన మౌసలపాతాదులు నీలాగున తెలియవలెను.

స్త్రీ స్యాత్కాచి న్మృణా ల్యాది ర్వివక్షాఽపచయే యది ॥

టీ.—అల్పార్థమునందు వివక్ష కలిగినయెడ మృణాలీశబ్దము మొదలయిన కొన్నిశబ్దములు స్త్రీలింగములౌను. ॥ ఉ ॥ అల్పంమృణాలమ్ మృణాలీ; అల్పోఘటః ఘటీ; ఇట్లే, శస్త్రీ; విషాణీ; వీణీ; ఖర్జూరీ; అనునివి మొదలయినవి తెలియవలెను. కొన్ని యన్నందున అల్పోవృక్షః వృక్ష

కః; ఇత్యాదులు స్త్రీలింగములుకావు. ఇచటఁ గొందఱు స్త్రీత్వమని చెప్పి స్త్రీత్వవివక్షయందు మృణాల్యాదిశబ్దములు స్త్రీలింగములందురు.

ఈప్రకారముగా లక్షణముచేత లింగనిర్ణయమును జెప్పి యిఁకను కకారాంతాదిక్రమమున లింగనిర్ణయమును జెప్పుచున్నాఁడు.

మూ॥ లఙ్కా శేఫాలికా టీకా ధాతకీ పఞ్జికాఽఽఢకీ।
సిధ్రకా శారికా హిక్కా ప్రాచికోల్కా పిపీలికా॥ ౪౪౩॥
తిన్దుకీ కణికా భఙ్గిః సురఙ్గా శూచి మాఢయః।
పిచ్ఛా వితణ్డా కాకిణ్యా శ్చూర్ణి శ్శాణీ ద్రుణీ దరత్ ॥ ౪౪౪॥
సాతిః కన్థా కథాఽఽసన్దీ నాభీ రాజసభాఽపిచ।
ఝల్లరీ చర్చరీ పారీ హోరా లట్వాచ సిధ్మలా॥ ౪౪౫॥
లాక్షా లిక్షాచ గణ్డూషా గృధ్రసీ చమసీ మసీ।

టీ.-లంకాశబ్దము మొదలు మసీశబ్దపర్యంతము ౪౩ శబ్దములు స్త్రీలింగములు. ఈశబ్దములకర్థము, లఙ్కా=రావణపట్టణము, శేఫాలికా = వావిలి, టీకా=విషమపదవ్యాఖ్యానము, ధాతకీ=ఆరెమ్రాను, పఞ్జికా=నిశ్శేషపదవ్యాఖ్యానము, ఆఢకీ=తువరిమన్ను, సిధ్రకా=భిల్లుమ్రాను, శారికా=గోరువంకపిట్ట, హిక్కా = వెక్కిళ్లు, ప్రాచికా=అడవియీఁగ, ఉల్కా = కొఱవి, పిపీలికా = చీమ, తిన్దుకీ = తుమ్మికిచెట్టు, కణికా = పరమాణువు, వ్రీహిభేదమును, గోదుమపిండియనికొందఱు, భఙ్గిః=రచనాప్రకారము, సురఙ్గా=కన్నము, సూచిః=సూది, మాఢిః = చిగురాకు, పీఁచియని కొందఱు, పిచ్ఛా=గంజియు, బూరుగబంకయు, వితణ్డా=స్వపక్షస్థాపనములేనివాదము, కాకిణీ = కర్షమెత్తులోనాలవపాలు, పలములో నాలవపాలని కొందఱు, చూర్ణిః=గద్యభేదము, శాణీ=సాన, ద్రుణీ=చెవిఁదూఱుపాము, తాఁబేలనికొందఱు, దరత్ =మ్లేచ్ఛజాతి, చఱియయనికొందఱు, సాతిః=దానము, తీవ్రవేదన యనికొందఱు, కన్థా = బొంత, కథా = చరిత్ర, ఆసన్దీ=పెండ్లిపీఁట, శవవాహనమని కొందఱు, నాభిః=బొడ్డు, రాజసభా=రాజుకొలువుకూటము, ఝల్లరీ=వాద్యవిశేషము, చర్చరీ=నృత్తవిశేషము, పారీ=ఏనుఁగుకాలిగొలుసు, హోరా = లగ్నాంశము, లట్వా = ఊరఁబిచ్చిక, సిధ్మలా=ఘూతిమత్స్యభేదము, సిబ్బెముగలదియు, లాక్షా=లత్తుక, లిక్షా=పేనుగ్రుడ్డు, గణ్డూషా=పుక్కిలించుట, గృధ్రసీ=రొండిలోనివాత

వ్యాఘ్రి, చమసీ-సోమపానపాత్రము, మసీ=మసి.

ఇతి స్త్రీలిఙ్గసంగ్రహః.

పుంస్త్వే

టీ.-ముందు నపుంసకే అనువఱకుఁ జెప్పఁబడు శబ్దములు పుంలింగమందు వర్తించుననుట.

సభేదానుచరా స్సపర్యాయా స్సురాసురాః ॥ ౨౨౬ ॥

టీ.-సపర్యాయాః = అమర నిర్జరాది పర్యాయములతోడను దైత్య దైతేయాది పర్యాయములతోడను కూడుకొనియున్న, సురాసురాః= సురశబ్దమును అసురశబ్దమును, సభేదానుచరాః = తమతమలో విశేషములయిన యింద్రాగ్న్యాది దేవతలపేళ్లతోను నముచిశంబరరావణాది రాక్షసులపేళ్లతోను తమతమయనుచరులయిన హాహాహూహూ మాఠరపింగళాదులపేళ్లతోను చండముండప్రహస్తాదులపేళ్లతోను పుంలింగములౌను. ఈశబ్దములలోవిశేషవిధిగల శబ్దములం దీవిధి ప్రవర్తింపదు.

మూ॥ స్వర్గ యాగాద్రి మే ఘాబ్ధి ద్రు కాలాసి శ రారయః।
కర గణ్డోష్ఠ దోర్దన్త కణ్ఠ కేశ నఖ స్తనాః॥ ౨౨౭॥

టీ.-స్వర్గ=స్వర్గము, యాగ=యజ్ఞము, అద్రి=పర్వతము, మేఘ = మేఘము, అబ్ధి=సముద్రము, ద్రు=వృక్షము, కాల=కాలము, అసి=ఖడ్గము, శర=బాణము, అరి=శత్రువు, కర=హస్తమును, అప్పనమును, కిరణమును, గణ్డ=కపోలము, ఓష్ఠ=అధరము, దోః=బాహువు, దన్త=దంతములు, కణ్ఠ=కంఠము, కేశ = కేశములు, నఖ=గోళ్లు, స్తన= స్తనములు, ఈ ౨౨ వస్తువులపేళ్లు సంభవించిన దిక్కున వీని విశేషములపేళ్లును॥ పు ॥ వీనిలో దేనికి విశేషవిధియున్నదో యక్కడ నీవిధిప్రవర్తింపదు. అది యేలాగన, స్వర్గవాచకములయిన ద్యోదివ్ శబ్దములును, వృక్షవిశేషవాచకములయిన హరిచందనశింశుపాశబ్దములును, కాలవిశేష వాచకములయిన తిథిప్రతిపదాదులును, బాణవాచకమయిన ఇషుశబ్దమును, కిరణవాచకములయిన దీధిత్యాదులును, ఓష్ఠవాచకమయిన దశనవాసశ్శబ్దమును, బాహువాచకములయిన భుజబాహువులును, దంతవిశేష వాచకములయిన దంష్ట్రాశిర్విషాణశబ్దములును, కేశవిశేషవాచకములయిన జటాసటాశబ్దములును, నఖవాచకములయిన నఖనఖరశబ్దములును, విశేష

విధి కలిగియున్నవి కనుక నక్కడ నీవిధి ప్రవర్తింపదు.

మూ॥ అహ్నాహాన్తాః

టీ.-అహ్నాంతములయినపూర్వాహ్ణాపరాహ్ణాది శబ్దములును, అహాంతములయిన ద్వ్యహత్ర్యహాది శబ్దములును ॥పు॥, అత్యహ్నో భోజనమ్-నిరహ్నో వేళా; అనుదిక్కుల నన్యపదార్థము నపుంసకమయినను స్త్రీలింగమయినను అహ్నాంతశబ్దములు పుంలింగములేయని కొందఱు.

క్ష్వేడభేదా

టీ.-విశేషవాచకములయిన సౌరాష్ట్రిక శౌక్లికేయాదిశబ్దములు ॥పు॥, కాకోల కాలకూటాదిశబ్దములకు విశేషవిధియున్నందున నచ్చట నీవిధి ప్రవర్తింపదు.

రాత్రాన్తాః ప్రాగసఙ్ఖ్యకాః ।

టీ.-ప్రాగసఙ్ఖ్యకాః=సంఖ్యాపూర్వపదములుగాని, రాత్రాన్తాః = రాత్రాంతములయిన పూర్వరాత్ర అపరరాత్ర అర్ధరాత్రాదిశబ్దములు ॥పు॥, రాత్రాంతమయినను సమాహారమునందు 'అహోరాత్రమ్' అనికలదు. అతిరాత్రః అనుదిక్కున నన్యపదార్థము భిన్నలింగమయినను ॥ పు ॥ అనికొందఱు. సఙ్ఖ్యాపూర్వపదమయినపుడు, గణరాత్రమ్ - పఞ్చరాత్రమ్, అని॥న॥.

శ్రీవేష్ట(ద్యాశ్చ) నిర్యాసా

టీ.-శ్రీవేష్ట-శ్రీవాస-సరలద్రవ, అనునవి మొదలయిన, నిర్యాసాః= మ్రానిబంకపేళ్లు॥పు॥.

అస న్నన్తా అబాధితాః॥ ౨౨౪॥

టీ.-అబాధితాః=విశేషవిధులచేత బాధింపఁబడని, అసన్నన్తాః = అఙ్గిరస్ పురోధస్ మొదలయిన యసంతములును, సుపర్వన్ ప్లీహన్ మొదలయిన యన్నంతములును॥పు॥, అబాధితాః-అన్నందున 'యశస్ పయస్ నామన్' అనుదిక్కుల నీవిధి ప్రవర్తింపదు.

మూ॥ కశేరు జతు వస్తూని హిత్వా తు రు విరామకాః ।

టీ.-కశేరుజతువస్తూని=కశేరు జతు వస్తు అనుశబ్దములను, హిత్వా= విడిచి, తురువిరామకాః=తు అనువర్ణము నంతముగాఁగల హేతు సేతు మొదలైన శబ్దములును, రు అనువర్ణము నంతముగాఁగల చరు గురు

మొదలైన శబ్దములును॥పు॥, కశేరుజతువస్తుశబ్దములు॥న॥, ఇది యుప లక్షణము గనుక దారు శ్మశ్రు కుస్తుమ్బురు మస్తు శబ్దములును॥న॥.

క ష ణ భ మ రో పాన్తాయద్య దన్తా అమీ అథ॥ ౭౪౯॥

మూ॥ ప థ న య స టో పాన్తా

టీ.—క-ష-ణ-భ-మ-ర-ప-థ-న-య-స-ట - ఈ ౧౨ - వర్ణములు ను పాంతములుగాను అకారమంతముగాను గలిగినశబ్దములు ॥పు॥ వరుసగా ॥ఉ॥ అర్కః; స్ఫటికః; వృషః; నికషః; గణః; గుణః; కుమ్భః; కలభః; వ్యామః; గ్రామః; హారః; సారః; ధూపః; సూపః; అర్థః; శపథః; స్తనః; జనః; కులాయః; తన్తువాయః; రసః; దాసః; ఘటః; పటః; ఇత్యాదులు.

గోత్రాఖ్యా శ్చరణాఽహ్వాయాః॥

టీ.—గార్గ్యః-వాసిష్ఠః, అనునవి మొదలైనగోత్రాపత్యమును జెప్పుపేళ్లును, కఠః-బహ్వృచః-ఛన్దోగః, అనునవి మొదలయిన వేదశాఖాధ్యేతపేళ్లును॥పు॥.

నా మ్న్యకర్తరి భావేచ ఘ ఞ జబ్న జ్ఞ ఘాథుచః॥ ౭౫౦॥

టీ.—నామ్ని = సంజ్ఞయందును; అకర్తరి = కర్తృవ్యతిరిక్తకారకము నందును, భావేచ = ధాత్వర్థమాత్రమునందును, యథాసంభవముగా విధింపఁబడిన ఘఞ్ అచ్ అప్ నఙ్ ణ ఘ అథుచ్ అను నీయేడు ప్రత్యయము లంతముగాఁ గలశబ్దములు విశేషవిధిలేనిచోట॥పు॥ ,॥ఉ॥సంజ్ఞయందు ఘఞ్ఞునకు పాదః, రోగః,వేశః; కర్తృవ్యతిరిక్తకారకమునందు ఘఞ్ఞునకు ప్రక్రియతఇతి ప్రాకారః; ప్రసీదన్త్యస్మిన్నితి ప్రాసాదః; రజ్యతేఅనేనేతిరాగః; భావార్థమునందు ఘఞ్ఞునకు త్యాగః, భోగః; అచ్ప్రత్యయమునకు నయః; జయః;చయః; అప్ప్రత్యయమునకు కరః; గరః;లవః; నఙ్ ప్రత్యయమునకు యజ్ఞః, యత్నః; ణప్రత్యయమునకు న్యాదః; ఘప్రత్యయమునకు ఉరచ్ఛదః, దన్తచ్ఛదః; అథుచ్ప్రత్యయమునకు వమథుః, వేపథుః; ఇత్యాదులు.

మూ॥ ల్యుః కర్తరి

టీ.—కర్తరి=కర్త్రర్థమునందు విధింపఁబడిన, ల్యుః=ల్యు ప్రత్యయాం తములైన,నన్దనః-రమణః-దహనః - అనునవి మొదలయిన శబ్దములు॥ పు॥.

ఇమని జ్భావే

టీ.—భావే=భావార్థమునందు విధింపఁబడిన, ఇమనిచ్=ఇమనిచ్ప్రత్య

యాంతములయినప్రథిమన్-గరిమన్,అనునివిమొదలయినశబ్దములు॥ పు॥

కో ఘో కిః ప్రాదితోఽన్యతః।

టీ.—కః=భావార్థమునందు విధింపఁబడిన కప్రత్యయాంతము లయిన, ప్రస్థః- విఘ్నః - ఆఖూత్థః - శ్యేనోత్థః, అనునవి మొదలయిన శబ్దములును, ప్రాదితః=ప్ర-పరా అనునవిమొదలయిన యుపసర్గలకంటె, అన్యతః=వేరయిన సుబంతమును కర్మపదముగాఁగల, ఘోః=ఘుసంజ్ఞక ధాతువుమీఁద నధికరణార్థమునందు విధింపఁబడిన,కిః = కిప్రత్యయాంతములయిన అమ్బుధిః-ఇషుధిః, అనునివి మొదలయిన శబ్దములు॥ పు॥.

ద్వన్ద్వేఽశ్వబడబౌ వశ్వబడబానసమాహృతే॥ ౪౫౧॥

టీ.—సమాహారవ్యతిరిక్తమయిన అశ్వబడబా అను ద్వంద్వసమాసరూపమయినశబ్దము ॥పు॥, ఇచట "పూర్వవదశ్వబడబౌ" అనుసూత్రమునందు ద్వివచనము వివక్షితము గాదని తెలియఁజేయుటకై అశ్వబడబౌః అనిబహువచనమును ప్రయోగించినాఁడు. సమాహారమునందు॥న॥.

మూ॥ కాన్తస్సూర్యేన్దు పర్యాయ పూర్వోఽయఃపూర్వకోఽపిచ ।

టీ.—సూర్యపర్యాయ శబ్దములును చంద్ర పర్యాయ శబ్దములును అయశ్శబ్దమునుపూర్వములుగాఁగల కాంతశబ్దము॥పు॥, ॥ఉ॥ సూర్యకాన్తః; రవికాన్తః; ఇన్దుకాన్తః; చన్ద్రకాన్తః; అయస్కాన్తః;అపిచఅన్నందున లోహకాన్తశబ్దమును॥పు॥ అని కొందఱు.

మూ॥ వటక శ్చానువాకశ్చ రల్లకశ్చ కుడఙ్గకః॥ ౪౫౨॥
పుఙ్ఖో న్యూఙ్ఖ స్సముద్గశ్చ విటపట్టఘటాః ఖటః।
కోట్టాఽరఘట్ట హట్టాశ్చ పిణ్డ గోణ్డ పిచిణ్డవత్॥ ౪౫౩॥
గడుః కరణ్డో లగుడో వరణ్డ శ్చ కిణో ఘుణః ।
దృతి సీమన్త హరితో రోమ న్థోద్గీథ బుద్బుదాః॥ ౪౫౪॥
కాసమర్దోఽర్బుదః కున్దః ఫేన స్తూపౌ సయూపకౌ।
ఆతపః క్షుత్త్రియే నాభిః కణప క్షుర కేదరాః॥ ౪౫౫॥
పూర క్షురప్ర చక్రాశ్చ గోల హిఙ్గుల పుద్గలాః।
వేతాల మల్ల భల్లాశ్చ పురోడాశోఽపి పట్టిసః॥ ౪౫౬॥
కుల్మాషో రభస శ్చైవ సకటాహాః పతద్గ్రహాః ।

టీ.—వటకశబ్దము మొదలుకొని పతద్గ్రహశబ్దపర్యంతములయిన శబ్ద

ములన్నియు ॥ పు॥, ఈశబ్దములలోఁ గొన్నిటికి నర్థము, కుడఙ్గకః = పొద, న్యూబ్జః=ఎడ తెగక యుచ్చరించిన యాఱు ఓంకారములు, ధటః=తక్కెడ, ఖటః=తృణవిశేషము, కోట్టః=దుర్గవిశేషము, ఆరఘట్టః=దొడ్డబావి, హట్టః=అంగడివీథి, గోష్టః= దేశవిశేషము; వరణ్డః=ముఖరోగము, దృతిః=తోలుతిత్తి, ఉద్గీథః=సామవేదప్రణవము, కాసమర్దః=కసింద, స్తూపః=మన్ను మొదలయినవానిదిన్నె, కణపః=ఆయుధవిశేషము, కేదరః = వృక్షవిశేషము, పశువిశేషమును, పూరః=ప్రవాహము, క్షురప్రః=శరవిశేషము, చక్రః=పుల్లప్రబ్బలి, గోలః = వర్తులాకారమైన మృత్పిండము మొదలగునవి, ఇంద్రియాధారావయవ విశేషమును, విధవాపుత్త్రుఁడును, హిఙ్గులః=ఇంగిలీకము, పుద్గలః=జీవుఁడు, పరమాణువును, కుల్మాషః=అర్ధపక్వములైన ముద్గగోధుమాదులు, రభసః = త్వర, కటాహః = బహుద్రవ్యాధారమైన మృణ్మయాదిభాండ విశేషము, పతద్గ్రాహః=తమ్మపడిగ, తక్కినవానియర్థంబులూహ్యంబులు.

॥ ఇతి పుల్లిఙ్గశేషః. ॥

నపుంసకేఽన్యత్

టీ.-అన్యత్ =స్త్రీలింగ పుంలింగములకంటె వేఱయిన ముందుచెప్పు, నపుంసకే=శబ్దరూపమంతయు నపుంసకమున వర్తించును, ద్విహీనేఽన్యచ్చ అనుపాఠమున నిదియ యర్థము.

ఖారణ్య పర్ణశ్వభ్ర హిమోదకమ్॥ ౪౫౭॥

మూ॥ శీతోష్ణ మాంస రుధిర ముఖాక్షి ద్రవిణం బలమ్।

ఫల హేమశుల్బలోహం సుఖదుఃఖశుభాశుభమ్॥ ౫౮॥

మూ॥ జలపుష్పాణి లవణం వ్యఞ్జనా న్యనులేపనమ్।

టీ.-ఖ=ఆకాశమును, ఇంద్రియమును,తక్కినశబ్దములయర్థము సుబోధ్యము. ఈయాకాశాదివస్తువులపేళ్లును సంభవించినదిక్కున వీని విశేషములపేళ్లును విశేషవిధిబాధితములుకానివి॥ న॥.

[భయామృత శకృత్వస్త్ర చాపాభరణ లాఞ్ఛనమ్॥ ౪౫౯॥

మూ॥ ఉర్వ్యాషధమృధాపత్య హృద యోదరకాకుదమ్।

పత్త్రనాజిర శృఙ్గార్మ ద్వారబర్హోడు మానసమ్॥ ౪౬౦॥

మూ॥ ధ్వాన్తంచా

టీ.—ఈశ్లోకము లధికములని కొందఱు చెప్పిరి. ఇందుకర్థము:—భయము మొదలైన త్రివస్తువుల పేళ్లు విశేషవిధిచే బాధింపఁబడనివి॥న॥.

ఉ అవ్యక్తలిఙ్గస్య భణితౌ యత్ప్రియుజ్యతే।]

టీ.—అవ్యక్తలిఙ్గస్య = స్త్రీయనిగాని పురుషుఁడనిగాని యెఱుఁగఁబడని వస్తువుయొక్క, భణితౌ=చెప్పుటయందు, యత్ప్రియుజ్యతే=ఏశబ్దము ప్రయోగింపఁ బడుచున్నదో అది॥న॥, ఇందుకు "స్త్రీవాపుమాన్వాకింతస్య జాతం తద్బ్రూహిపణ్డిత" అని॥ఉ॥.

కోట్యా శ్శతాదిసఙ్ఖ్యాఽన్యా

టీ.—కోట్యాః=కోటిశబ్దముకంటె, అన్యా = వేఱైన, శతాదిసఙ్ఖ్యా=శతసహస్రాది సంఖ్యావాచకములు॥న॥, కోటిశబ్దము॥స్త్రీ॥.

వా లక్షా నియుతం చ తత్॥

టీ.—లక్షా=లక్షశబ్దము, వా=వికల్పముగా॥న॥పక్షమునందు॥స్త్రీ॥, తత్=ఆలక్షయే, నియుతమ్=నియుత మనిపించుకొనును.

మూ॥ ద్వ్యచ్కమసిసుసన్నన్తం

టీ.—ద్వ్యచ్కమ్=రెండచ్చులుగలిగిన, అసిసుసన్నన్తమ్=అస్ - ఇస్ - ఉస్-అన్,అనునివి యంతములుగాఁగల శబ్దములు॥న॥, ॥ఉ॥ అసంతమునకు, యశః; పయః. ఇసంతమునకు,సర్పిః;హవిః.ఉసంతమునకు,వపుః; ధనుః. అన్నంతమునకు, నామ; రోమ. ఇత్యాదులు,

యదనాన్తమకర్తరి।

టీ.—అకర్తరి = కర్త్రర్థవ్యతిరిక్తములయిన కరణాధికరణ భావాద్యర్థములయందు విధింపఁబడిన ల్యుట్ప్రత్యయము మొదలయిన ప్రత్యయములకు నాదేశమగు, అనాన్తంయత్=అన అనునది యంతముగాఁగల శబ్దములు॥ న॥, కరణార్థమునందు, సాధ్యతేఽనేనేతిసాధనమ్; అధికరణార్థమునందు, అధిక్రియతేఽస్మిన్నితి అధికరణమ్ ; భావార్థమునందు, పచనమ్ ఇత్యాదులు.

త్రాన్తం సలోపధం శిష్టం

టీ.—త్రాన్తమ్=త్రఅనునక్షరముఅంతముగాఁగల పత్త్ర గాత్రకలత్రాదిశబ్దములును, సలోపధమ్ = లకారోపధములైన కుల ఫల జలాదిశబ్దములును, శిష్టమ్=విశేషవిధిబాధితములుగానివి॥ న॥, కొందఱు సలోపధమను

దానికి సకారోపధములును లకారోపధములును నని యర్థముచెప్పి యవ స బిసాదులును॥న॥అందురు. కొందఱు 'త్రాన్తంసనోపధం'అనిపాఠముచె ప్పి కేవలత్రాంతములైన పాత్రకలత్రాదులును సకారోపధములైత్రాంత ములైన వస్త్రశస్త్రాదులును నకారోపధములై త్రాంతములైన ఆస్త్ర తన్త్రాదులును॥న॥ అందురు.

రాత్రం ప్రాక్సఙ్ఖ్యయాఽన్వితమ్॥

టీ.-సఙ్ఖ్యయా ప్రాక్ = సంఖ్యావాచకమయిన పూర్వపదముతో, అ న్వితమ్=కూడిన, రాత్రమ్=రాత్రశబ్దము॥ న॥, ॥ఉ॥ గణరాత్రమ్; త్రిరా త్రమ్; ఇత్యాదులు.

మూ॥ పాత్రాద్యదన్తై రేకార్థో ద్విగు ర్లక్ష్యానుసారతః।

టీ.-పాత్రాద్యదన్తైః పాత్రశబ్దము మొదలుగాఁగల అకారాంతము లయిన యుత్తరపదములతోఁ గూడినదై, ఏకార్థః=సమాహారార్థమునం దువర్తించిన, ద్విగుః=ద్విగుసమాసము.లక్ష్యానుసారతః=ప్రయోగానుసా రమువలన॥న॥, ॥ఉ॥పఞ్చపాత్రమ్;త్రిభువనమ్; చతుర్యుగమ్, ఇత్యాదులు.

ద్వన్ద్వైకత్వావ్యయీభావౌ

టీ.-ద్వన్ద్వైకత్వ=సమాహారార్థమునందు వర్తించిన ద్వంద్వసమా సమును, అవ్యయీభావౌ=అవ్యయీభావసమాసమును॥న॥, ఉ॥ సమా హారద్వంద్వమునకు పాణిపాదమ్; అశ్వాబలీవర్దమ్; అవ్యయీభావమునకు ఉపకుమ్భమ్; యథావిధి.

పథ స్సఙ్ఖ్యాఽవ్యయా త్పరః॥ ౪౬-౨॥

టీ.-సఙ్ఖ్యా = సంఖ్యనుజెప్పుశబ్దములు, అవ్యయాత్ =అవ్యయపదము లు వీనికంటె, పరః=పరమై కృతసమాసాంతమయిన, పథః = పథశబ్దము విశేషవిధిబాధితముగానిది॥న॥, ॥ఉ॥ సంఖ్యాపూర్వకమునకు త్రిపథమ్; చ తుష్పథమ్; అవ్యయపూర్వకమునకు విపథమ్; దుష్పథమ్.

మూ॥ షష్ఠ్యా శ్ఛాయా బహూనాంచేద్విచ్ఛాయం

టీ.-షష్ఠ్యాః అనునీపదము 'కన్థోశీనరనామసు'అనుపర్యంత మనువ ర్తించును. షష్ఠ్యాః = షష్ఠ్యంతముకంటెఁ బరమైన, ఛాయా ఛాయా శబ్ద మంతముగాఁగల తత్పురుష సమాసము, బహూనాంచేత్ = ఆఛాయ

బహువస్తువుల సంబంధియైన ॥న॥, విచ్ఛాయమ్-అనునదియుదాహరణము, వీనాంపక్షిణాంఛాయా విచ్ఛాయమ్, అనివిగ్రహము.

సంహతౌసభా ।

శాలార్థాఽపి పరా రాజా మనుష్యార్థా దరాజకాత్ ॥ ౪౬౩॥

మూ॥ దాసీసభం నృపసభం రక్షస్సభ మిమాదిశః ।

టీ.-షష్ఠ్యంతముకంటెఁ బరమయిన, సంహతౌ = సమూహార్థమునం దువర్తించిన, సభా=సభాశబ్దమంతముగాఁగల తత్పురుషసమాసము॥న॥, షష్ఠ్యంతములయి, అరాజకాత్ =రాజశబ్దవ్యతిరిక్తములైన, రాజాఽమనుష్యార్థాత్ = రాజపర్యాయములకంటెను రక్షఃపిశాచాది వాచకముల కంటెను, పరా=పరమై, శాలార్థాఽపి=శాలార్థకమునైన, సభా=సభాశబ్దమంతముగాఁగల తత్పురుషసమాసమును ॥న॥, దాసీసభమనునది మొద లు 3ను, క్రమముగా నుదాహరణములు. ఇమాదిశః అన్నందున నీలాగే యుదాహరణాంతరములు తెలియవలెను.

ఉపజ్ఞోపక్రమాన్తశ్చ తదాదిత్వప్రకాశనే॥ ౪౬౪॥

మూ॥ కోపజ్ఞ కోపక్రమాఽది

టీ.-ఉపజ్ఞోపక్రమాన్తః=ఒకరుచెప్పకయేతనచేతనెఱుఁగఁబడినవస్తువు ఉపజ్ఞా అనఁబడును, ఒకరుచెప్పకయే తనచేత నారంభింపఁబడిన వస్తువు ఉపక్రమః అనఁబడును. ఇట్టి యుపజ్ఞోపక్రమశబ్దము లంతములుగాఁగల షష్ఠీతత్పురుషసమాసములు, తదాదిత్వప్రకాశనే = ఆయుపజ్ఞోపక్రమములకు మొదలుతోఁచునపుడు॥న॥, ॥ఉ॥ కోపజ్ఞమ్; కోపక్రమమ్; ఇచట కస్యఉపజ్ఞా; కోపజ్ఞమ్; కస్యఉపక్రమః; కోపక్రమమ్, అనివిగ్రహములు, ఇందుకు క అనఁగా బ్రహ్మ అతనిచేత నొకరుచెప్పకయే మొదట నెఱుఁగఁబడినదియనియు, నతనిచేతనే నొకరుచెప్పకయే మొదట నారంభింపఁబడినది యనియు నర్థము. ఆరెంటికిని వరుసగా వేదమును సర్గమును విశేష్యములు. ఆదిశబ్దముచేత 'ప్రాచేతసోపజ్ఞం రామాయణమ్' ఇత్యాదులు తెలియవలెను.

కన్థోశీనర నామసు ।

టీ.-ఉశీనర=ఉశీనరదేశమునందలి, నామసు = సంజ్ఞవిషయమయినపుడు, కన్థా=కన్థాశబ్దమంతముగాఁగల షష్ఠీతత్పురుషసమాసము॥న॥, సౌ

శమీనాంకన్థాసౌశమికన్థమ్ ఆహ్వారకన్థమ్ ఇత్యాదు లుదాహరణములు.

భావే న ణ క చిద్భ్యోఽన్యే సమూహే భావకర్మణోః॥

మూ॥ అద న్తప్రత్యయాః

టీ.—నణక చిద్భ్యః=నప్రత్యయణప్రత్యయక ప్రత్యయ చకారేత్ప్రత్యయములకంటె, అన్యే = ఇతరములైన, భావే=ధాత్వర్థమునందు విధింపఁబడిన కృత్ప్రత్యయములును,సమూహే=సమూహార్థమునందును, భావకర్మణోః = భావకర్మార్థములయందును విధింపఁబడిన, అద న్తప్రత్యయాః=అకారాంత తద్ధిత ప్రత్యయములును నంతముగాఁగలశబ్దములు ॥న॥, ॥ఉ॥ కృత్ప్రత్యయములకు భావార్థమునందు వక్తవ్యమ్, ఇచట తవ్యప్రత్యయము; జేయమ్, ఇచట యత్; బ్రహ్మభూయమ్, ఇచట క్యప్; సాంరావిణంవర్తతే, ఇచట ఇనుణ్; అకారాంతతద్ధితములకు సమూహార్థమునందు, భిక్షూణాం సమూహోభైక్షమ్; గార్భిణమ్; యౌవతమ్, ఇచట అణ్; భావకర్మార్థములయందు శుక్లస్యభావఃకర్మవా శౌక్ల్యమ్; బ్రాహ్మణ్యమ్, ఇచట ష్యఞ్; యత్నః; న్యాదః; ఆఖూత్థ; జయః; ఇవిమొదలయిన నణకచిత్ప్రత్యయాంతములు॥పు॥.

పుణ్యసుదినాభ్యాం త్వహ్నః పరః।

టీ.—పుణ్యసుదినాభ్యామ్ = పుణ్యసుదినశబ్దములకంటె, పరః = పరమైయుండు కృతసమాసాంతమైన, అహః=అహశ్శబ్దము॥న॥, ॥ఉ॥ పుణ్యాహమ్; సుదినాహమ్; ఇచట సుదినశబ్దము శోభనమాత్రవాచకము.

క్రియాఽవ్యయానాం భేదకా న్యేక త్వే

టీ.—క్రియాఽవ్యయానామ్=క్రియలకును అవ్యయములకును, భేదకాని = విశేషణములయినశబ్దములు ॥న॥,అవి ఏకత్వేఽపి అన్నందున నేకవచనాంతములును ॥ఉ॥ క్రియావిశేషణములకు మన్దం పచతి; మృదుపచతి; అవ్యయవిశేషణములకు శ్వశ్శోభనమ్; శ్వోరమణీయమ్.

ఇఁకను గొన్ని నపుంసకములను స్వరూపముచేఁ జెప్పుచున్నాఁడు.

ఉప్యుక్తత్తోటకే॥ ౪౯౭॥

మూ॥ చోచం బర్హం గృహస్థూణం తిరీటం మర్మయోజనమ్।
రాజసూయం వాజపేయం గద్య పద్యే కవేః కృతౌ॥౪౯౮॥
మాణిక్య భాష్య సిన్దూర చీర చీవర పఞ్జరమ్।

లోకాయతం హారీతాలం విదలం స్థాల బాహ్లీకమ్॥ ౪౬౯॥

టీ.—ఉక్థశబ్దము మొదలు బాహ్లీకశబ్దపర్యంతమైన శబ్దములు॥న॥, వీని లోఁ గొన్నిటికర్థములు. ఉక్థమ్=సామవిశేషము, తోటకమ్=వృత్తవిశేషము, చోచమ్=తాటిపండు, తిరీటమ్=చుట్టుట, లోకాయతమ్=చార్వాకశాస్త్రము, విదలమ్ = దాడిమవిత్తులు, పెసలు మొదలైనవానిబేడలని కొందఱు, స్థాలమ్=భోజనపాత్రము.

ఇతి నపుంసకలిఙ్గశేషః.

మూ॥ పున్నపుంసకయోః శేషో

టీ.—ఇది స్త్రీపుంసాధికారమువలె కనువర్తించును, శేషః = పున్నపుంసకవివరణములయందుఁ జెప్పఁబడు అర్ధర్చాదిశబ్దములు॥ప్న॥.

ఽర్ధర్చ పిణ్యాక కణ్టకాః।
మోదక స్తణ్డక ష్టఙ్క శ్శాటకః ఖర్వటోఽర్బుదః॥ ౪౭౦॥

మూ॥ పాతకోద్యోగచరక తమాలామలకా నడః।
కుష్ఠం ముణ్డం శీధు పుస్తం క్ష్వేడితం క్షేమ కుట్టిమమ్॥
సఙ్గమం శతమా నార్మ శమ్బ లావ్యయ తాణ్డవమ్।
కవికం కన్దకార్పాసం పారావారం యుగన్ధరమ్॥ ౪౭౧॥
పూయం ప్రగ్రీవ పాత్రీవే యూషం చమస చిక్కసే।

టీ.—ఇందులోఁ గొన్నిటికర్థము, అర్ధర్చః=ఋక్కులోసగము, తణ్డకః=భూషణము [పా] దణ్డకః, శాటకః=అల్పవస్త్రము, ఖర్వటః=గ్రామశతమధ్యమునందునుండు ప్రధానగ్రామము[ప] ఉపగ్రామము [ప]కంటకావృతగ్రామము [పా] కర్పటః=చిన్నపంచ, చరకః=వైద్యగ్రంథము, పుస్తమ్=పూయుట మొదలయినక్రియ, పుస్తకమును [పా]బుస్తమ్=మాంసవిశేషము, శతమానమ్ = పలిమోడు వెండి, తూమోడుధాన్యము మొదలయినవియనికొందఱు, అర్మ=నేత్రరోగము, నకారాంతము, అకారాంతమనికొందఱు, శమ్బలమ్ = సంబళము, అవ్యయమ్ = అవ్యయశబ్దములు, కవికమ్ [పా]కవియమ్[పా]కవీయమ్=కళ్లెము, యుగన్ధరమ్=రథమునొగలు, పర్వతవిశేషమనికొందఱు, పూయమ్=చీము, ప్రగ్రీవమ్=కిటికి, మదనచేతులనికొందఱు, పాత్రీవమ్ = యజ్ఞోపకరణము, యూషమ్=పెసలు మొదలయినదానికట్టు, చమసమ్ = యజ్ఞపాత్రము, చిక్కసమ్=యవాదులపిష్టము.

అర్ధర్చాదౌ ఘృతాదీనాం పుంస్త్వం య ద్వైదికం ధ్రువమ్ ॥
మూ॥ తన్నోక్తమిహ లోకేఽపి త చ్చేద స్త్యస్తు శేషవత్ ।

టీ.-అర్ధర్చాదౌ = అర్ధర్చాది గణమునందు, ఘృతాదీనామ్=ఘృతక్షీరాది శబ్దములకు, యత్ పుంస్త్వమ్=ఏ పుంలింగము చెప్పఁబడెనో అది, ధ్రువమ్=నిశ్చయముగా, వైదికమ్ = వేదసిద్ధము, తత్ =కనుక, ఇహ = ఇక్కడ, నోక్తమ్=చెప్పఁబడలేదు, లోకేఽపి=లోకమునందును, తత్ =ఆ పుంలింగప్రయోగము, అస్తిచేత్ =కలిగినయెడ, శేషవదస్తు= శేషమువలె నగును. అనఁగా 'శేషంతుజ్ఞేయం శిష్టప్రయోగతః' అని ముందు చెప్పుచున్నాఁడు. అక్కడ శేషమనఁగా నీశాస్త్రమునందుఁ దానుజెప్పని నామలింగ నిర్ణయములు ఏలాగున శిష్టప్రయోగమువలనఁ దెలియఁదగినవో యాలాగున నిక్కడను తెలియవలెనని యర్థము.

॥ ఇతి పున్నపుంసకలిఙ్గశేషః. ॥

స్త్రీపుంసయోః

టీ.-ఇది స్త్రీనపుంసకాధికారమునకు కనువర్తించును.

అపత్యాన్తాః

టీ.-అపత్య = అపత్యార్థమునందు విధింపఁబడిన అణ్ ఇఞ్ యఞ్ మొదలయిన ప్రత్యయములు, అన్తాః = అంతముగాఁగల శబ్దములు॥స్త్రీ॥, ॥ఉ॥ఔపగవః, ఔపగవీ; దాక్షిః, దాక్షీ; గార్గ్యః, గార్గీ.

ద్విచతుష్షట్ప దోరగాః॥౪౭౪॥

మూ॥ జాతిభేదాః

టీ.-ద్విచతుష్షట్పద = ద్విచతుష్షట్పద జాతులఁజెప్పు శబ్దములును, ఉరగాః = సర్పవాచకశబ్దములును ॥స్త్రీ॥, ॥ఉ॥ ద్విపదజాతికి-పురుషః, పురుషీ; కుక్కుటః, కుక్కుటీ ; చతుష్పదజాతికి-మృగః, మృగీ; షట్పదజాతికి-భ్రమరః, భ్రమరీ; సర్పవాచకములకు-ఉరగః, ఉరగీ; ద్విపదజాతు లుపలక్షణము కనుక, మత్స్యః, మత్సీ; ఇత్యాదులును॥స్త్రీ॥.

పుమాఖ్యాశ్చ స్త్రీయోగై స్సహ

టీ.-పుమాఖ్యాః = పురుషవాచకములయిన ప్రష్ఠగోపాల గణకాది శబ్దములు ; స్త్రీయోగై స్సహ=పురుషసంబంధమువలన స్త్రీలనుజెప్పు ప్రష్ఠీ గోపాలీ గణకీ ఇత్యాది శబ్దములతోడ ॥స్త్రీ॥, ఇచట మఱియొక వ్యా

ఖ్యానము, స్త్రీ=స్త్రీవ్యక్తి, యోగైః = పురుషసంబంధములచేత, పుమా ఖ్యాః=ప్రష్ఠగోపాలాది పురుషనామములను పొందునని, ఈ ౨ వ్యాఖ్యానములయందును ప్రష్ఠగోపాలాది ప్రాతిపదికములు పురుషులను స్త్రీలను జెప్పి ద్విలింగములౌననుట; రెండవ వ్యాఖ్యానమునందు, 'సహ' అనుపదము ముందటి మల్లకపదముతోఁ జేరుచున్నది.

మల్లకః।

ర్యోని ర్వరాటక స్స్వాతి ర్వర్ణకో ఝాటలో మనుః॥ ౪౭౫॥

మూ॥ మూషా సృపాటీ కర్కన్ధూ ర్యష్టి శ్శాటిగ కటీ కుటీ।

టీ.–మల్లకశబ్దము మొదలు కుటీశబ్దము పర్యంతములయిన శబ్దములు॥స్న॥, ఇందులోఁ గొన్నిటికి నర్థము, మల్లకః=ప్రమిద, వర్ణకః=నీలిమొదలయిన వన్నెలు, [పా]వల్లకః=వీణె, ఝాటల = మొక్కపుచెట్టు, ఇయం మనుః=మనువుపెండ్లాము [పా]ఇయంమునిః=తపస్విని,సృపాటీ = పరిమాణవిశేషము, నదీవిశేషమును, కుటీ=గుడిసె.

॥ ఇతి స్త్రీపుంలిఙ్గశేషః. ॥

స్త్రీనపుంసకయోః

టీ.–ఈపదము త్రిలింగాధికారమువఱకనువర్తించును.

భావక్రియయోష్ష్యఞ్ క్వచిచ్చవుఞ్॥

మూ॥ ఔచిత్య మౌచితీ మైత్ర్యం మైత్రీ వుఞ్ ప్రాగుదాహృతః।

టీ.–భావక్రియయోః=భావార్థకర్మార్థములయందువిధింపఁబడిన, ష్యఞ్= ష్యఙ్ప్రత్యయాంతములును, వుఞ్=వుఞ్ప్రత్యయాంతములును, క్వచిత్= ఒకానొకదిక్కున॥స్న॥, ష్యఙ్ప్రత్యయాంతమునకు ఉదాహరణములు. ఔచిత్యమ్,ఔచితీ; మైత్ర్యమ్, మైత్రీ;అని ఇది దిక్ప్రదర్శనముకనుక, వైదగ్ధ్యమ్,వైదగ్ధీ; ఆనుపూర్వ్యమ్, ఆనుపూర్వీ ఇవి మొదలయినవి తెలియవలెను, క్వచిచ్చ అన్నందున బ్రాహ్మణ్యమ్; దార్ఢ్యమ్;శౌక్ల్యమ్; మొదలయినవినపుంసకములేను, వుఞ్=వుఞ్ప్రత్యయాంతములు, ప్రాక్=మునుపే, అనఁగామనుష్యవర్గాదులయందు, ఉదాహృతః=చెప్పఁబడియున్నవి, అది యెట్లన, చోరికా ఆహోపురుషికా వార్ధకమ్ అని, క్వచిచ్చ అన్నందున వుఞ్ ప్రత్యయాంతములు కొన్ని స్త్రీలింగములే కొన్ని నపుంసకలింగములే

కొన్ని రెండులింగములును కాఁబట్టిప్రయోగములవలన తెలిసికొనఁదగినది.

షష్ఠ్యన్తప్రాక్పదా స్సేనా ఛాయా శాలా సురా నిశాః॥ ౪౭౭॥

మూ॥ స్యుర్వ్వానృసేనం శ్వనిశం గోశాల మితరేచ దిక్।

టీ.-షష్ఠ్యంతపూర్వ్వపదముగాఁ గల సేనా ఛాయా శాలా సురా నిశా శబ్దములు॥న్న॥,స్యుః=ఔను, నృసేనమిత్యాదు లుదాహరణములు. ఇతరేచ అన్నందున = వృక్షచ్ఛాయమ్-యవసురమ్ అనునవియుం దెలియవలెను. ఇచట వా అన్నందున నృసేనా-వృక్షచ్ఛాయా-గోశాలా-యవసురా-శ్వనిశా,అని స్త్రీలింగోదాహరణములును తెలియవలెను. శ్వనిశ మనఁగా కృష్ణచతుర్దశి.

ఆబన్నన్తోత్తరపదో ద్విగు శ్చాపుంసినశ్చలుప్॥ ౪౭౮॥

మూ॥ త్రిఖట్వంచ త్రిఖట్వీచ త్రితక్షంచ త్రితక్ష్యపి॥

టీ.-ఆబన్నన్త = ఆబంతమును అన్నంతమును, ఉత్తరపదః = ఉత్తరపదముగాఁగల, ద్విగుశ్చ = ద్విగుసమాసము, అపుంసినశ్చలుప్=అనఁగా అన్నంతనకారములకు లోపమువచ్చుననియర్థము, ॥ఉ॥ త్రిఖట్వమ్; త్రిఖట్వీ మొదలైనవి.

॥ ఇతి స్త్రీనపుంసకశేషః. ॥

త్రిషు పాత్రీ పుటీ పేటీ వాటీ కువలదాడిమాః॥ ॥౪౭౯॥

టీ.- పాత్రీశబ్దము మొద లాఉశబ్దములు మూఁడులింగములయందు వర్తించును.

ఇతి త్రిలింగశేషః.

పరలిఙ్గం స్వప్రధానే ద్వన్ద్వే తత్పురుషేఽపిచ ।

టీ.-స్వప్రధానేద్వన్ద్వే = ఇతరేతరయోగద్వంద్వమునందును, తత్పురుషేఽపిచ=తత్పురుషసమాసమునందును, పరలిఙ్గమ్ = పరపదముయొక్క లింగమువచ్చును, ॥ఉ॥ ఇతరేతరయోగద్వంద్వమునకు-కుక్కుటమయూర్యౌ;మయూరీకుక్కుటౌ; తత్పురుషమునకు-అర్థపిప్పలీ; కరకిసలయమ్.

ఇతి పరవల్లిఙ్గశేషః.

అర్థాన్తాః ప్రాద్యలంప్రాప్తాఽఽపన్నపూర్వాః పరోపగాః॥౪౮౦॥

టీ.-అర్థాన్తాః=అర్థశబ్దమంతముగాఁగలసమాసములును, ప్రాద్యలంప్రాప్తాఽపన్నపూర్వాః=ప్రాద్యుపసర్గలును అలంశబ్దమును ప్రాప్తశబ్దమును

ఆపన్నశబ్దమును పూర్వముగాఁగలసమాసములును, తత్పురుషములయి నను, పరోపగాః=విశేష్యలింగముగలవి, అర్థాంతములకు ॥ఉ॥ బ్రాహ్మణా యాయమ్ బ్రాహ్మణార్థస్సూపః; బ్రాహ్మణార్థాయవాగూః; బ్రాహ్మణార్థంప యః; ప్రాదులకు॥ఉ॥అతిక్రాన్తఃఖట్వామ్ అతిఖట్వఃపురుషః; అతిఖట్వాస్త్రీ; అతిఖట్వంకులమ్, ఇత్యాదులు. అలంపూర్వమునకు॥ ఉ॥ అలంజీవికాయై; అలంజీవికః;అలంజీవికా; అలంజీవికమ్. ఈలాగున ప్రాప్తజీవికః, ఆపన్నజీ వికః, అనునవియు.

మూ॥ తద్ధితార్థే ద్విగుః

టీ.-తద్ధితార్థే = తద్ధితార్థమునందువిధింపఁబడిన, ద్విగుః=ద్విగుసమాస మువిశేష్యలింగముగలది, ॥ ఉ ॥ పఞ్చసుకపాలేషుసంస్కృతఃపఞ్చకపాలః పురోడాశః, పఞ్చకపాలాయవాగూః; పఞ్చకపాలం హవిః.

సఙ్ఖ్యా సర్వనామ తదన్తకాః।

టీ.-సఙ్ఖ్యా=సంఖ్యావాచకశబ్దములును, సర్వనామ=సర్వనామశబ్దము లును, తదన్తకాః=అవియంతముగాఁగలశబ్దములును విశేషవిధిలేనివి విశే ష్యలింగముగలవి, ॥ఉ॥ సంఖ్యావాచకములకు-ఏకః పురుషః; ఏకాస్త్రీ; ఏకంకులమ్, ఇత్యాదులు. సర్వనామములకు-సర్వః; సర్వా; సర్వమ్; ఇ త్యాదులు. సంఖ్యాంతములకు-పరమైకః; పరమైకా; పరమైకమ్, ఇత్యా దులు. సర్వనామాంతములకు-పరమసర్వః; పరమసర్వా; పరమసర్వమ్ ఇత్యాదులు.

బహువ్రీహి రదిఙ్నామ్నా మున్నేయం త దుదాహృతమ్॥౭౨౧॥

టీ.-అదిఙ్నామ్నామ్ = దిగ్వాచకశబ్దములకంటె వేఱయినశబ్దములకు వచ్చిన, బహువ్రీహిః = బహువ్రీహిసమాసము విశేష్యలింగము గలఁ దగును. తదుదాహృతమ్=దానికినుదాహరణము, ఉన్నేయమ్=ఊహింపఁ దగినది, ఎట్లనఁగా, చిత్రాపటా యస్య చిత్రపటఃపురుషః; చిత్రపటాస్త్రీ; చిత్రపటంకులమ్, ఇత్యాదులు.

మూ॥ గుణ ద్రవ్యక్రియా యోగోపాధయః పరగామినః।

టీ.-గుణ=గుణమును, ద్రవ్య=ద్రవ్యమును, క్రియా = క్రియయును, యోగోపాధయః=ప్రవృత్తినిమిత్తముగాఁగల శబ్దములు, పరగామినః = వి శేష్యలింగముగలవి, ॥ ఉ ॥ గుణోపాధులకు - శుక్లాశాటిః; శుక్లఃపటః;

శుక్లంవస్త్రమ్; ద్రవ్యోపాధులకు-దణ్డీపురుషః; దణ్డినీస్త్రీ; దణ్డికులమ్; క్రియోపాధులకు - పాచకఃపురుషః; పాచికాస్త్రీ; పాచకంకులమ్, ఇత్యాదులు.

కృతః కర్తర్యసంజ్ఞాయాం

టీ.-అసంజ్ఞాయామ్=సంజ్ఞావ్యతిరిక్తమయిన, కర్తరి=కర్త్రర్థమునందు విధింపఁబడిన, కృతః = కృత్ప్రత్యయాంత శబ్దములు విశేష్యలింగములు గలవి, ॥ఉ॥ కర్తా; కర్త్రీ; కర్తృ; కుమ్భకారః; కుమ్భకారీ; కుమ్భకారమ్ ఇత్యాదులు. సంజ్ఞయందు-సింహః; వ్యాఘ్రః, అని॥పు॥

కృత్యాః కర్తరి కర్మణి॥ ౭౮-౨॥

టీ.-కర్తరి = కర్త్రర్థమునందును, కర్మణి=కర్మార్థమునందును విధింపఁబడిన, కృత్యాః=కృత్యప్రత్యయములంతముగాఁగల శబ్దములు విశేష్యలింగములుగలవి, ॥ఉ॥ కర్త్రర్థమునందు - భవ్యస్తరుః; భవ్యాలతా; భవ్యంఫలమ్; కర్మార్థమునందు - వక్తవ్యః; వక్తవ్యా; వక్తవ్యమ్; భావార్థమునందు - స్థాతవ్యమ్, అని ॥న॥

మూ॥ అణాద్యన్తా స్తేనరక్తాద్యర్థే నానార్థభేదకాః।

టీ.- తేనరక్తాద్యర్థే = దానిచేత నిదిచాయవేయఁబడినది అనునిది మొదలైనయర్థములయందు విధింపఁబడిన, అణాద్యన్తాః = అణ్ప్రత్యయము మొదలైన తద్ధితప్రత్యయము లంతముగాఁగల శబ్దములు, నానార్థభేదకాః=నానార్థములకు విశేషణములై విశేష్యలింగము గలవియౌను, ॥ఉ॥ కుసుమ్భేనరక్తః, కౌసుమ్భఃపటః; కౌసుమ్భీశాటీ; కౌసుమ్భంవస్త్రమ్; ఇన్ద్రోదేవతాఽస్య, ఐన్ద్రఃపురోడాశః; ఐన్ద్రీఋుక్; ఐన్ద్రంహవిః; కొందఱు "నానార్థభేదకాః" అనునది ప్రత్యేకముచేసి నానార్థవాచకములైనశబ్దములు విశేష్యలింగములుగలవియౌనని యర్థముచెప్పి యందుకు నుదాహరణములు, శివోరుద్రః-శివాగౌరీ-శివంభద్రమ్-అని చెప్పుదురు.

ఇతి వాచ్యలిఙ్గ శేషః.

షట్సంజ్ఞకా స్త్రిషు సమా యుష్మద స్మత్తిఙవ్యయమ్॥౭౮-౩॥

టీ.-షట్సంజ్ఞకాః=షట్సంజ్ఞశబ్దములును, యుష్మత్ = యుష్మచ్ఛబ్దమును, అస్మత్ =అస్మచ్ఛబ్దమును, తిఙ్ =తిఙంతములును, అవ్యయమ్=అవ్య

యమును, త్రిషుసమాః=మూఁడులింగములయందు నేకరూపములై యుండును, షట్సంజ్ఞకములనఁగా షకారాంత నకారాంత సంఖ్యావాచకములును కతి శబ్దమును, ॥ఉ॥ షకారాంతసంఖ్యకు, షడిమే; షడిమాః; షడిమాని; నకారాన్తసంఖ్యకు, పఞ్చప్రాణాః; పఞ్చస్త్రియః; పఞ్చఇన్ద్రియాణి; కతిశబ్దమునకు, కతిపురుషాః; కతిస్త్రియః; కతికులాని; యుష్మచ్ఛబ్దమునకు, త్వంపుమాన్ ; త్వం స్త్రీ; త్వంనపుంసకమ్; అస్మచ్ఛబ్దమునకు, అహంపుమాన్ ; అహంస్త్రీ ; అహంనపుంసకమ్; తిఙన్తమునకు, పచతిపుమాన్; పచతిస్త్రీ; పచతినపుంసకమ్; అవ్యయమునకు, ఉచ్చైర్గిరిః; ఉచ్చైశ్శాలా; ఉచ్చైర్గృహమ్.

ఇత్యలిఙ్గ ప్రకరణమ్.

మూ॥ పరం విరోధే

టీ.–విరోధే=విరోధమనఁగా నన్యత్ర చరితార్థములైన రెండులక్షణము లొకయుదాహరణమందు ప్రాప్తించుట, అట్టి విరోధమీలింగాదిసంగ్రహవర్గయందుఁ జెప్పినలక్షణములకు సంభవించిన దిక్కున, పరమ్ = పరమైనలక్షణముచేత విధింపఁబడులింగమే నిర్ణయింపఁదగినది. అదియెట్లన, అసురపర్యాయములు పుంలింగములని పుంలింగశేషమునందుఁ జెప్పిన లక్షణము రాక్షసాదిశబ్దములయందుఁ జరితార్థము. అసంతములు నపుంసకములని నపుంసకలింగ శేషమందుఁ జెప్పినలక్షణము యశశ్శబ్దాదులయందుఁ జరితార్థము. ఈ రెండు లక్షణములును రక్షశ్శబ్దమందు ప్రాప్తములాయెను గనుక నిచట పరమైద్వ్యచ్కమసినుసన్నంత మనులక్షణముచే విధింపఁబడిన నపుంసకలింగమే నిర్ణయింపఁదగినది. ఈలాగున నక్కడక్కడ నూహించునది.

శేషంతుజ్ఞేయం శిష్టప్రయోగతః।

టీ.– శేషమ్ = ఈశాస్త్రమునందుఁ జెప్పఁబడనినామములును లింగములును, శిష్టప్రయోగతః=మహాకవిప్రయోగమువలన, జ్ఞేయమ్ = తెలియఁదగినది.

ఇతి లింగాదిసంగ్రహవర్గః

మూ॥ ఇత్యమరసింహకృతౌ నామలిఙ్గానుశాసనే।
తృతీయకాణ్డ స్సామాన్య స్సాఙ్గఏవ సమర్థితః॥

టీ.–ఇతి=పూర్వోక్తమైన, నామలిఙ్గానుశాసనే = నామలింగానుశాసనమను, అమరసింహకృతౌ = అమరసింహునియొక్క గ్రంథమునందు, తృతీయః=మూఁడవదయిన, సామాన్యకాణ్డః=సామాన్యకాండము, సాఙ్గఏవ=సమగ్రముగానే, సమర్థితః=నెఱవేర్పఁబడియెను.

నా మ లిం గా ను శా స న ము న ం దు

తృతీయకాండము సంపూర్ణము.